INSIGHT PUBLICA

INSIGHT PUBLICA®

Nadakkavu, Kozhikode, Kerala
www. insightpublica.com
e-mail: insightpublica@gmail.com

Bodhivrikshathile Mullukal:
Budhamatham Vimarsikkappedunnu
(Malayalam)
Dr. Manoj Bright
First Edition: September 2018
This Edition: October 2021

ISBN 978-93-87398-64-1

ബോധിവൃക്ഷത്തിലെ മുള്ളുകൾ:

ബുദ്ധമതം വിമർശിക്കപ്പെടുന്നു

ഡോ. മനോജ് ബ്രൈറ്റ്

INSIGHT PUBLICA

തൃശ്ശൂർ സ്വദേശി.

എഴുത്തുകാരൻ, ബ്ലോഗർ.

ശാസ്ത്ര-സാമൂഹ്യ മേഖലയിൽ പഠനങ്ങൾ നടത്തുന്നു.

ഡോ. മനോജ് ബ്രൈറ്റ്

ഇങ്ങനെയൊരു പുസ്തകം മലയാളത്തിൽ ആദ്യം

ബുദ്ധനെക്കുറിച്ചുള്ള പതിവ് സങ്കല്പങ്ങളെ ഒട്ടാകെ തിരുത്തുന്ന മലയാളത്തിലെ ആദ്യ ബുദ്ധമത വിമർശനഗ്രന്ഥമാണ് ബോധിവൃക്ഷത്തിലെ മുള്ളുകൾ. ബുദ്ധമത സാഹിത്യത്തിൽ നിന്നു തന്നെ ബുദ്ധിസത്തിന്റെ പോരായ്മകൾ കണ്ടെത്തിയാണ് ശ്രീ മനോജ് ബ്രൈറ്റ് ഈ ഉജ്ജ്വല ഗ്രന്ഥം പൂർത്തീകരിച്ചിരിക്കുന്നത്. അദ്ദേഹത്തിന് നന്ദി.

ശാസ്ത്രീയവും യുക്തിഭദ്രവുമായ വിശകലനരീതിയിലൂടെ മലയാളിക്ക് പ്രിയങ്കരനായി മാറിയ ശ്രീ. സി. രവിചന്ദ്രനാണ് ഈ പുസ്തകത്തിന്റെ അവതാരിക എഴുതിയത്. അദ്ദേഹത്തിന് നന്ദി. പ്രിയ സുഹൃത്തുക്കൾ മൃദുൽ ശിവദാസ്, ഡെനിലാൽ എന്നിവർക്ക് സ്നേഹം. വായനയ്ക്കും വിമർശനങ്ങൾക്കും തുടർചർച്ചകൾക്കുമായി ഈ പുസ്തകം മലയാളത്തിന് സമർപ്പിക്കുന്നു.

സുമേഷ് ഇൻസൈറ്റ്

ബുദ്ധന്റെ തിരുമുറിവുകൾ

രവിചന്ദ്രൻ സി

ഒരിക്കൽ കാശി രാജാവ് കോസലം ആക്രമിച്ച് കീഴടക്കി, കോസല രാജാവിന്റെ ഗർഭിണിയായ ഭാര്യയെ പിടിച്ചുകൊണ്ടുപോയി. പിന്നീട് രാജ്ഞി ഒരു പെൺകുട്ടിയെ പ്രസവിച്ചു. കനിഹ എന്ന ഈ പെൺകുട്ടിയെ കാശി രാജാവ് സ്വന്തം മകളായി വളർത്തി. അവൾ പ്രായപൂർത്തിയായി, സ്വയംവരത്തിന്റെ സമയമായി. സ്വയംവര ത്തിൽ പാണ്ഡുരാജാവിന്റെ മക്കളായ അഞ്ച് രാജകുമാരൻമാരെയും ഭർത്താക്കൻമാരായി വേണമെന്ന് കനിഹ ആവശ്യപ്പെടുന്നു. അഞ്ചു പേരെയും ഭർത്താക്കൻമാരാക്കുന്ന പരിപാടി രാജാവിനെ വിഷമി പ്പിച്ചെങ്കിലും മകളുടെ ഏത് ആഗ്രഹവും സാധിച്ചു കൊടുക്കാമെന്ന് മുമ്പ് വരം കൊടുത്തിരുന്നതുകൊണ്ട് മനസ്സില്ലാമനസ്സോടെ അദ്ദേഹം അതിനു സമ്മതിക്കുന്നു. അഞ്ചു ഭർത്താക്കൻമാരെ ലഭിച്ച കനിഹ അതും പോരാഞ്ഞിട്ട് കൂനനും, വികലാംഗനുമായ ഒരു ഭൃത്യനെയും കൂടി കാമുകനാക്കിയത്രെ. ഈ വഞ്ചനയിൽ മനംനൊന്ത് അഞ്ചു ഭർത്താക്കൻമാരും സ്ത്രീ വിരോധികളായി കുടുംബജീവിതം ഉപേ ക്ഷിച്ചു ഹിമാലയത്തിൽ പോയി തപസ്സു ചെയ്ത് പുണ്യം നേടി. ആ അഞ്ചു ഭർത്താക്കൻമാരുടെയും പേരുകൾ അർജ്ജുനൻ, നകുലൻ, ഭീമസേനൻ, യുധിഷ്ഠിരൻ, സഹദേവൻ എന്നായിരുന്നു..

കേട്ടിട്ട് പാഞ്ചാലിയുടെയും പാണ്ഡവരുടെയും കഥപോലെ തോന്നുന്നുണ്ടോ?! തോന്നലല്ല, കഥ ഏതാണ്ട് അതുതന്നെ. പക്ഷെ ഈ കഥയിൽ അർജ്ജുനനാണ് മൂത്ത ആൾ. മഹാഭാരതത്തിലെ

പാഞ്ചാലി പതിവ്രതയായി പരിഗണിക്കപ്പെടുമ്പോൾ കനിഹ അമിത ലൈംഗികാസക്തിയുള്ള, കൂനനായ ഒരു കുള്ളനുമായിപോലും വ്യഭിചാരത്തിൽ ഏർപ്പെടുന്ന വഞ്ചകിയാണ്. ഒരു സ്ത്രീ തെറ്റുകാരിയാകുന്നത് ഒമ്പത് രീതിയിലാണെന്ന് ഈ കഥ സ്ഥാപിക്കുന്നുണ്ട്. നല്ല വസ്ത്രം ധരിക്കുമ്പോൾ, മദ്യപിക്കുമ്പോൾ, ഉദ്യാനങ്ങളിലും കൂട്ടുകാരുടെ വീട്ടിലും കറങ്ങി നടക്കുമ്പോൾ, വാതിൽക്കൽ കടാക്ഷം വിതറി നിന്നുകൊണ്ട്....അങ്ങനെ പോകുന്ന ആ വഴിപിഴയ്ക്കൽ രീതികൾ. സ്ത്രീ ഭർത്താവിന്റെ കഴുത്ത് കണ്ടിച്ച് രക്തം കുടിക്കുന്നവളാണ്, നുണ പറയുന്നവളാണ്, വിശ്വസിക്കാൻ കൊള്ളാത്തവളാണ്, സ്വർണ്ണം മോഹിച്ച് അപഥസഞ്ചാരം നടത്തുന്നവളാണ്.... തുടങ്ങി സ്ത്രീകളെക്കുറിച്ച് തീർത്തും നിരാശാഭരിതവും പ്രതിലോമവുമായ ചിത്രങ്ങൾ വരച്ചിരിക്കുന്നത് ബൗദ്ധ സാഹിത്യമായ കുനാല ജാതകത്തിൽ കാണാം.

കോഴിക്കോട് ഇൻസൈറ്റ് പബ്ലിക്ക പ്രസിദ്ധീകരിക്കുന്ന ഡോ മനോജ് ബ്രൈറ്റിന്റെ 'ബോധിവൃക്ഷത്തിലെ മുള്ളുകൾ: ബുദ്ധൻ വിമർശിക്കപ്പെടുന്നു' എന്ന ഈ പുസ്തകത്തിൽ കനിഹയുടെ കഥ വിവരിക്കുന്നുണ്ട്. ജാതക കഥകൾ ത്രിപിടകങ്ങളുടെ ഭാഗമാണ്. ബുദ്ധന്റെ പ്രസംഗങ്ങളിലെ കഥകൾ മാത്രം സമാഹരിച്ചാണ് അവയുടെ നിർമ്മിതി. ഇന്ന് ലോകമെമ്പാടും വേരുകളുള്ള ബുദ്ധമതത്തിലെ ആഭ്യന്തരവൈവിധ്യം അമ്പരപ്പ് ഉളവാക്കുന്നതാണ്. ഇന്ത്യയിൽ വളർച്ച മുരടിച്ചപ്പോഴും വിദേശരാജ്യങ്ങളിൽ മെച്ചപ്പെട്ട സ്വാധീനം ഉണ്ടാക്കാൻ ബുദ്ധമതത്തിന് സാധിച്ചു. ജന്മദേശത്ത് ആരംഭത്തിൽ കത്തിപടർന്ന ബുദ്ധിസം പിൽക്കാലത്ത് ദുർബലപ്പെട്ടതിന്റെ കാരണങ്ങൾ ചികയാൻ ഇവിടെ ഉദ്ദേശിക്കുന്നില്ല. മഹദ്വ്യക്തികൾ സ്വന്തം ഇടങ്ങളിൽ പരാജയപ്പെടുന്നതിന് ചരിത്രത്തിൽ തന്നെ ഉദാഹരണങ്ങൾ നിരവധി. അവരിൽ പലരും അന്യജനത്താൽ ആഘോഷിക്കപ്പെടുന്നതും നാം കാണുന്നു. വമ്പൻ സാമ്രാജ്യനിർമ്മിതികൾക്ക് ശേഷമാണ് ബുദ്ധമതം ഇന്ത്യയിൽ ക്ഷയിച്ചത്. മത്സരസാഹചര്യങ്ങളിൽ അതിജീവനസാധ്യത കുറയ്ക്കുന്ന പലതും ബൗദ്ധദർശനങ്ങളുടെ ഉള്ളടക്കത്തിലുണ്ട് എന്നതും അനിഷേധ്യമാണ്.

2014 ഡിസമ്പറിലാണ് ഞാൻ 'ബുദ്ധനെ എറിഞ്ഞ കല്ല്' (DC Books Kottayam) എന്ന പുസ്തകം പ്രസിദ്ധീകരിച്ചത്. ബുദ്ധനെ കുറിച്ചുള്ള ഒരു പുസ്തകം ആയിരുന്നില്ല അത്. കുരുക്ഷേത്രയുദ്ധ വേളയിൽ കൃഷ്ണന്റെ സ്ഥാനത്ത് ബുദ്ധനായിരുന്നു അർജ്ജുനസാരഥിയെങ്കിൽ എന്തു സംഭവിക്കുമായിരുന്നു എന്ന സാങ്കൽപ്പിക ചോദ്യത്തിന്റെ സാധ്യമായ ഉത്തരങ്ങളിൽ നിന്നാണ് ഈ പേര് വന്നത്. അങ്ങിങ്ങ്

ചില മായംചേർക്കലുകൾ കാണാമെങ്കിലും മതജീവിതത്തിൽ ഉടനീളം അഹിംസയെ മുറുകെ പിടിക്കുന്ന സമീപനമായിരുന്നു ബുദ്ധന്റേത്. അഹിംസയുടെ കാര്യത്തിൽ ബൗദ്ധരെക്കാൾ കടുത്ത നിലപാടുകൾ കാണാനാവുക ജൈനരിൽ മാത്രമാണ്. ബുദ്ധനായിരുന്നു പാർത്ഥസാരഥിയെങ്കിൽ കുരുക്ഷേത്രഭൂമിയിൽവെച്ച് ഗീത പോലൊരു രണഗീതം നിർമ്മിക്കപ്പെടുമായിരുന്നോ? സാധ്യതയില്ല. അർജ്ജുനൻ യുദ്ധവിരുദ്ധനായി കളംവിട്ടേനെ, ഒരുപക്ഷെ കുരുക്ഷേത്ര യുദ്ധം തന്നെ റദ്ദാക്കപ്പെടുമായിരുന്നു.

അധികാരവ്യാകുലതകൾക്കൊപ്പം ഉറ്റവരെയും കൈവിട്ട് സന്യസത്തിന്റെ നിഗൂഢലഹരിയിലേക്ക് ആഴ്ന്നിറങ്ങിയ ബുദ്ധൻ രക്തംചിന്തിയും സ്വകർമ്മം അനുഷ്ഠിക്കണമെന്ന് അനുശാസിക്കുന്ന ഗീതസാരത്തെ തള്ളിക്കളയുന്നുണ്ട്. രാജാവായ ബുദ്ധൻ സന്യാസത്തിലേക്ക് ഓടിയൊളിക്കുന്നതും പരധർമ്മാനുഷ്ഠാനം വിഗുണമാണെന്ന് സ്ഥാപിക്കാൻ ശ്രമിക്കുന്ന ഗീതയ്ക്ക് വിരുദ്ധമാണ്. ക്ഷത്രിയർ ബ്രാഹ്മണരെക്കാൾ മുന്തിയവരാണെന്ന വിശ്വാസം ഉണ്ടായിരുന്ന ബുദ്ധൻ ഹൈന്ദവസാഹിത്യം പരിചയപ്പെടുത്തുന്ന വർണ്ണവ്യവസ്ഥയെ പൂർണ്ണമായും തള്ളിപ്പറയുന്നുവെന്ന വാദം അതിചിന്തയാണ്. സത്യത്തിൽ ആരായിരുന്നു ബുദ്ധൻ? അദ്ദേഹം അടിസ്ഥാനപരമായി ഒരു മതനേതാവായിരുന്നു. ദൈവത്തെ സംബന്ധിച്ച് ഏറെക്കുറെ അജ്ഞേയവാദപരമോ നിരീശ്വരവാദപരമോ ആയ സമീപനമാണ് ബുദ്ധൻ കൈക്കൊണ്ടതെന്നു പറയപ്പെടാറുണ്ട്. പക്ഷെ ഇതൊന്നും ബുദ്ധിസത്തിന്റെ മതാമത്മകസ്വഭാവം റദ്ദാക്കുന്നില്ല. മതങ്ങളുമായി ബന്ധപ്പെട്ട ഒട്ടുമിക്ക പ്രശ്നങ്ങളും ഏറിയുംകുറഞ്ഞും ബുദ്ധമതത്തിലുമുണ്ട്. പല ദേശങ്ങളിലും ഹിന്ദുമതത്തെക്കാൾ അന്ധവിശ്വാസനിബിഡമായാണ് ഈ മതം ആചരിക്കപ്പെടുന്നത്.

ബൗദ്ധ മതസാഹിത്യത്തിന് പുറത്തുള്ള ഗ്രന്ഥങ്ങൾ പലതും ഏറെക്കുറെ ന്യൂനതാരഹിതനായ വ്യക്തിയായിട്ടാണ് ബുദ്ധനെ പരിചയപ്പെടുത്തുന്നത്; വിശേഷിച്ചും ഡോ ബി.ആർ അംബേദ്കറിനെപ്പോലുള്ള എഴുത്തുകാർ. അംബേദ്ക്കറിനെ സംബന്ധിച്ചിടത്തോളം ഹിന്ദുമതത്തിന്റെ ആശയ അടിത്തറ തകർക്കാനുള്ള ഒരായുധമായിരുന്നു ബുദ്ധൻ. അംബേദ്ക്കർക്കും ബുദ്ധനെ പൂർണ്ണമായി ഉൾക്കൊള്ളാൻ സാധിച്ചിരുന്നില്ല. ദീർഘകാല പഠനങ്ങൾക്ക് ശേഷം അദ്ദേഹം പുൽകിയ ബുദ്ധമതം സ്വന്തം മസ്തിഷ്കസൃഷ്ടിയായ 'വേറൊരു ബുദ്ധമതം' ആയിരുന്നു. ഇന്ന് പ്രചാരത്തിലുള്ള ബുദ്ധമതശാഖകളുമായി പ്രസ്തുത മതത്തിനുള്ള ബന്ധം തീർത്തും ദുർബലമാണ്. ബുദ്ധനോടുള്ള ഇഷ്ടവും രാഷ്ട്രീയ സമ്മർദ്ദങ്ങളും ബുദ്ധിസം

സംബന്ധിച്ച് ആരോഗ്യകരവും വസ്തുനിഷ്ഠവുമായ ഒരു വിമർശന പദ്ധതി രൂപീകരിക്കുന്നതിൽ നിന്ന് അംബേദ്കറിനെ തടഞ്ഞു.

ചരിത്രപരമായി നോക്കിയാൽ മറ്റ് മതനേതാക്കളെപ്പോലെയുള്ള ബൗദ്ധികവിചാരണ ബുദ്ധനോ ബുദ്ധമതത്തിനോ നേരിടേണ്ടി വന്നിട്ടില്ല. ആട്ടിയോടിക്കപ്പെട്ട മതനേതാവായി അദ്ദേഹം ഭാരതീയ വിചാരധാരകളിൽ സർവാനുകമ്പ ഏറ്റുവാങ്ങി തിളങ്ങിനിന്നു. ഹിന്ദുമത പരിഷ്ക്കരണപ്രസ്ഥാനമായിരുന്നു ബുദ്ധന്റേതെന്നും ഹിന്ദുമതമാലിന്യങ്ങൾ അപ്പടി അദ്ദേഹത്തിന്റെ എതിർപ്പിന് പാത്രമായി എന്നുമുള്ള പൊതുബോധം രൂപപ്പെട്ടു. ബുദ്ധൻ സാമൂഹിക പരിഷ്കർത്താവും വിപ്ലവകാരിയുമായിരുന്നു എന്ന കാര്യത്തിൽ രണ്ട് പക്ഷമുണ്ടാകാനിടയില്ല. പക്ഷെ ആ മേഖലയിൽ എത്രത്തോളം മുന്നോട്ടുപോകാൻ അദ്ദേഹത്തിന് സാധിച്ചു? ബുദ്ധമതതത്വങ്ങൾ ഹൈന്ദവദർശനങ്ങളെ എത്രമാത്രം നിരാകരിക്കുന്നുണ്ട്? ഏതൊക്കെ ഹൈന്ദവ മാലിന്യങ്ങൾ വർജ്ജിക്കാനാണ് ബുദ്ധിസം നമ്മോട് ആവശ്യപ്പെടുന്നത്? ഉത്തരം സങ്കീർണ്ണമാണ്.

ബൗദ്ധ-ഹൈന്ദവ മതസാഹിത്യങ്ങൾക്കിടയിൽ കാണപ്പെടുന്ന അമ്പരപ്പിക്കുന്ന സമാനതകൾക്ക് കാരണമെന്തെന്ന ഒരന്വേഷണം കൂടിയാണ് മനോജ് ബ്രൈറ്റിന്റെ പുസ്തകം. ശാസ്ത്രീയവും യുക്തിനിഷ്ഠവുമായ നിർധാരണരീതി അവലംബിക്കാൻ ഇഷ്ടപെടുന്ന ഗ്രന്ഥകർത്താവിന് ഇക്കാര്യത്തിൽ വൈകാരിക പക്ഷപാതിത്വങ്ങളില്ല. ബുദ്ധന് വേണ്ടി അല്ലെങ്കിൽ ബുദ്ധനെതിരെ എന്നതല്ല മറിച്ച് ബൗദ്ധസാഹിത്യത്തിന്റെ ആധികാരിക സ്രോതസ്സുകൾ അനുസരിച്ച് ബുദ്ധിസത്തിന്റെ താത്വികവും മതപരവുമായ ആശയപരിസരങ്ങളെ വിമർശനപരമായി നോക്കികാണാനാണ് ഗ്രന്ഥകാരൻ പരിശ്രമിക്കുന്നത്. സ്വയം സംസാരിക്കുന്നതിനെക്കാൾ ബുദ്ധനെകൊണ്ട് പറയിപ്പിക്കുക എന്ന തന്ത്രമാണ് മനോജ് പുസ്തകത്തിൽ ഉടനീളം ആവിഷ്കരിച്ചിരിക്കുന്നത്. റെഫറൻസുകളുടെ മലവെള്ളപ്പാച്ചിലിൽ മുങ്ങിമരിക്കാതിരിക്കാൻ വായനക്കാർ ശ്രദ്ധിക്കുക.

സ്ത്രീകളോടുള്ള നിലപാടിലും അവർക്ക് മതകാര്യങ്ങളിൽ പ്രവേശനം നൽകുന്ന കാര്യത്തിലും ബുദ്ധൻ പരമ്പരാഗത നിലപാടുകളിൽ നിന്ന് ഏറെ മുന്നോട്ടുപോയി എന്നൊരു പൊതുധാരണ നിലിവിലുണ്ടല്ലോ. ഇതും പരിശോധിക്കപ്പെടേണ്ട കാര്യമാണ്. സ്ത്രീകളോടുള്ള ബുദ്ധനിലപാട് നിരാസത്തിന്റേതായിരുന്നു. 'അസംഗശസ്ത്രേണ ദൃഢേന ഛിത്വാ..' എന്നൊക്കെ ഗീതാകാരൻ പറയുന്ന ചിന്താപദ്ധതിയാണ് ബുദ്ധനും മുറുകെപിടിക്കുന്നത്. ഭൗതിക സാധ്യതകളെ നിരസിക്കാൻ ആവശ്യപ്പെടുന്ന ഏതൊരു തത്വസംഹിതയും

വ്യാജവും മനുഷ്യവിരുദ്ധവുമാണ്. ശരീരത്തെ മാലിന്യമായി കാണുന്ന ചിന്താരീതി ചികിത്സ ആവശ്യപ്പെടുന്ന മനോവൈകൃതമാകുന്നു. സ്ത്രീത്വത്തെയും ലിംഗനീതിയേയും അവയുടെ സമഗ്രമായ ഉള്ളടക്കത്തിൽ ഗ്രഹിക്കാൻ ബുദ്ധമതത്തിന് സാധിക്കുന്നില്ല എന്നാണ് മനോജിന്റെ നിലപാട്. ബുദ്ധൻ മുതൽ ശ്രീനാരായണ ഗുരു വരെയുള്ളവർക്ക് ഈ മേഖലയിലുണ്ടായിരുന്ന വികലധാരണകൾ അവർ ജീവിച്ചിരുന്ന കാലഘട്ടത്തിന്റെ ന്യൂനതയായി മാത്രം പരിമിതപ്പെടുത്താനാവില്ല. മതാത്മക ലോകവീക്ഷണത്തിൽ അന്തർലീനമായ ചില അടിസ്ഥാന പ്രശ്നങ്ങളാണ് അവിടെ പ്രകടമാകുന്നത്.

ഗ്രന്ഥകാരൻ എന്ന നിലയിൽ കളത്തിലിറങ്ങുന്നത് വൈകിയാണെങ്കിലും ബ്ലോഗ് രചനകളുമായി രണ്ടു പതിറ്റാണ്ടായി രംഗത്തുണ്ടായിരുന്ന വ്യക്തിയാണ് ഡോ മനോജ് ബ്രൈറ്റ്. കഴിഞ്ഞ ഏതാനും വർഷങ്ങളായി ഈ പുസ്തകത്തിന്റെ പണിപ്പുരയിലാണ്. ഗവേഷണത്തിലും പഠനത്തിലും അവലംബിക്കുന്ന നിർദ്ദയമായ ശാസ്ത്രപക്ഷപാതിത്വമാണ് അദ്ദേഹത്തിന്റെ എടുത്തുപറയാവുന്ന സവിശേഷത. ഇത്തരം വ്യക്തികൾ നമുക്കിടയിൽ അത്യപൂർവമാണ്. ചില സന്ദർഭങ്ങളിൽ കിളച്ചിട്ടതിന് അപ്പുറം ചാടുന്ന സ്വഭാവം പ്രകടമാണ്. എന്നാൽ അത്തരം കുതിപ്പുകൾക്കും അഗാധ പാണ്ഡിത്യത്തിന്റെ അകമ്പടിയുണ്ടെന്നത് കൗതുകജന്യമാണ്. പുരോഗമനവാദിയായി സ്വയം അവരോധിക്കുന്ന പലരെയും ഈ പുസ്തകം വൈകാരികമായി മുറിപ്പെടുത്തിയേക്കാം. ബുദ്ധൻ 'കറരഹിത യുക്തിവാദി' ആയിരുന്നുവെന്ന് വിശ്വാസം താലോലിക്കാൻ ഇഷ്ടപ്പെടുന്ന യുക്തിവാദികൾക്കും ഇടതുചിന്തകർക്കും ഈ ചക്ക മുള്ളില്ലാതെപോലും വിഴുങ്ങാൻ സാധിക്കണമെന്നില്ല.

വൈകാരിക അലോസരം പലപ്പോഴും ബൗദ്ധികനവീകരണത്തിനുള്ള നിർമല സാധ്യതകൾ തുറന്നിടുന്നുണ്ട്. ബുദ്ധമതസാഹിത്യം കമ്പോടുകമ്പ് വിലയിരുത്തി ബുദ്ധനെ സത്യവിചാരണ നടത്തുന്ന ഒരു ഗ്രന്ഥം മലയാളത്തിൽ മുമ്പ് വായിച്ചതായി ഓർക്കുന്നില്ല. 'ബോധിവൃക്ഷത്തിലെ മുള്ളുകൾ' വായിച്ചിട്ട് "ഇത് എന്റെ ബുദ്ധനല്ല, എന്റെ ബുദ്ധൻ ഇങ്ങനല്ല" എന്നൊരു നെടുവീർപ്പിൽ കുതിർന്ന പ്രതിഷേധം നിങ്ങൾക്കുള്ളിൽ തളംകെട്ടുന്നുവെങ്കിൽ, അതൊരു ശുഭലക്ഷണമാണ്. മനോജ് വെട്ടുന്ന ചിന്താസരണികളിലൂടെ കുറെ ദൂരമെങ്കിലും സഹിഷ്ണുതയോടെ സഞ്ചരിക്കാൻ തയ്യാറാണോ? നിങ്ങളുടെ അസ്വസ്ഥതകൾ സ്വയം നിർവചിക്കപ്പെടും. ബുദ്ധമതസാഹിത്യം സാക്ഷ്യപ്പെടുത്തുന്ന ബുദ്ധൻ ഇളകൾ വീണ സങ്കൽപ്പമാണെന്ന് ഈ പുസ്തകം അടിവരയിട്ട് കാണിക്കുന്നു. പക്ഷേ ബുദ്ധന്റെ

രാഷ്ട്രീയപ്രാധാന്യം പ്രഘോഷിക്കുന്നവർക്ക് അവയൊക്കെ 'ദേവന്റെ തിരുമുറിവുകളാ'യി അനുഭവപ്പെട്ടെന്ന് വരാം. ആ തിരുമുറിവുകളിലൂടെ കിനിഞ്ഞിറങ്ങുന്നത് പഴുത്തൊലിക്കുന്ന സ്വന്തം ചോര തന്നെയാണെന്ന് ബോധ്യപ്പെടുന്നിടത്ത് സ്വതന്ത്രചിന്തയുടെ സുഗന്ധം മണക്കും.

രവിചന്ദ്രൻ സി
ഗവ. വനിതാകോളേജ്
തിരുവനന്തപുരം

13.9.18

ഉള്ളടക്കം

ബുദ്ധന്റെ
കളിമൺ പാദങ്ങൾ

Feet of clay ഇംഗ്ലീഷ് ഭാഷയിലുള്ള ഒരു പ്രയോഗമാണ്. ബൈബിൾ പഴയ നിയമത്തിൽ ബാബിലോൺ രാജാവായ നെബുക്ക്നാസ്സർ ഭീമാകാരമായ ഒരു പ്രതിമയെ സ്വപ്നം കാണുന്ന കഥയിൽ നിന്നാണ് ഈ ശൈലി ഉണ്ടാകുന്നത്. "ബിംബത്തിന്റെ തല തങ്കംകൊണ്ടും നെഞ്ചും കയ്യും വെള്ളികൊണ്ടും വയറും അരയും താമ്രംകൊണ്ടും തുട ഇരിമ്പുകൊണ്ടും കാൽ പാതി ഇരിമ്പുകൊണ്ടും പാതി കളിമണ്ണുകൊണ്ടും ആയിരുന്നു". (ദാനീയേലിന്റെ പുസ്തകം 2:31-33) വളരെ മികച്ചത് എന്ന് കരുതുന്ന ഒരാളിന്റെ ശോഭ കെടുത്തുന്ന ഒരു കളങ്കം അല്ലെങ്കിൽ ന്യൂനത എന്നാണ് കളിമൺ പാദങ്ങൾ എന്ന ശൈലിയുടെ അർത്ഥം. അതായത് ശരിയായ അടിത്തറയില്ലാതെ കെട്ടിപ്പൊക്കിയ വലിയൊരു കെട്ടുകാഴ്ച.

നമ്മൾ അറിയുന്ന ബുദ്ധന്റേത് ശരിക്കും കളിമൺ പാദങ്ങളാണോ? ചരിത്രത്തിലെ ബുദ്ധൻ എത്തരത്തിലുള്ള ആളായിരുന്നു? ബുദ്ധന്റെ ജീവിതകാലത്തു നിന്നുള്ള നേരിട്ടുള്ള തെളിവുകൾ വളരെ കുറവാണ്. ബുദ്ധൻ തന്റെ ജീവിതകാലത്ത് എൺപത്തിനാലായിരം പ്രഭാഷണങ്ങൾ ശിഷ്യർക്കായി നടത്തിയിട്ടുണ്ട് എന്നാണ് പറയപ്പെടുന്നത്. അതൊക്കെ അദ്ദേഹത്തിന്റെ ശിഷ്യർ മനഃപ്പാഠമാക്കി അടുത്ത തലമുറയ്ക്ക് വാമൊഴിയായി കൈമാറുകയായിരുന്നു പതിവ്. ഏകദേശം അഞ്ഞൂറോളം വർഷങ്ങൾക്ക് ശേഷമാണ് അതൊക്കെ പാലി ഭാഷയിൽ എഴുതി സൂക്ഷിക്കുന്നത്. ഈ പാലി പ്രമാണങ്ങളാണ് ബുദ്ധൻ പറഞ്ഞതും പ്രവർത്തിച്ചതുമായ കാര്യങ്ങളെക്കുറിച്ച് ലഭ്യമായ ഏറ്റവും ആധികാരികമായ രേഖകൾ. ബുദ്ധൻ കൃത്യമായി ഇങ്ങനെ തന്നെയാണോ പറഞ്ഞത് എന്നൊന്നും അറിയാൻ ഒരു വഴിയുമില്ലെങ്കിലും, ആദ്യകാല ബുദ്ധിസ്റ്റുകൾ അങ്ങനെ കരുതിയിരുന്നതുകൊണ്ട് നമുക്കും അങ്ങനെ കരുതുകയേ നിവർത്തിയുള്ളൂ. അതായത് ഇങ്ങനെ പാലി പ്രമാണങ്ങളിലും, അതുപോലെയുള്ള ആദ്യകാല ബൗദ്ധ ഗ്രന്ഥങ്ങളിലും കാണുന്ന ബുദ്ധനാണ്

“ചരിത്രത്തിലെ ബുദ്ധൻ”. അതുകൊണ്ട് മിക്കവാറും ആദ്യകാല ബുദ്ധിസത്തിലെ പ്രാമാണിക ഗ്രന്ഥങ്ങൾ മാത്രമേ ഇവിടെ ചർച്ച ചെയ്യുന്നുള്ളൂ. മഹായാനം, വജ്രയാനം, തന്ത്രയാനം മുതലായവയൊന്നും മിക്കവാറും ചർച്ച ചെയ്യുന്നില്ല. (“യഥാർത്ഥ” ബുദ്ധിസം ഇതല്ല, ഇത് മായം കലർത്തിയതാണ് എന്ന മതവിശ്വാസികളുടെ സ്ഥിരം വാദവുമായി ബുദ്ധനെ കരളിന്റെ കഷ്ണമായി കരുതുന്ന ബുദ്ധിജീവികളും (ചില യുക്തിവാദികൾ പോലും) വരാൻ സാധ്യത കാണുന്നുണ്ട്. അതിനാൽ ചർച്ച വഴിമാറി പോകാതിരിക്കാൻ കഴിയുന്നതും പാലി പ്രമാണങ്ങളിൽ മാത്രം നിർത്തുന്നതാണ് നല്ലത് എന്നു കരുതുന്നു.

അഹിംസാവാദി, ബ്രാഹ്മണവിരോധി, ക്രൂരമായ ജാതിവിവേചനത്തിൽനിന്നും, സവർണ്ണ ബ്രാഹ്മണ മേധാവിത്വത്തിൽ നിന്നും അവർണ്ണരെയും, പാവപ്പെട്ടവരെയും രക്ഷിച്ചവൻ എന്നൊക്കെയാണ് നമ്മുടെയിടയിൽ ബുദ്ധന്റെ ഇമേജ്. നമ്മുടെ യുക്തിവാദികൾക്കു പോലും ബുദ്ധനോട് ഒരു സോഫ്റ്റ് കോർണർ ഉണ്ട്. ബുദ്ധിസം “നമ്മടെ” സാധനമാണ്, അത് നാസ്തികമാണ് എന്നാണ് യുക്തിവാദികളുടെ പോലും വിശ്വാസം. അതുകൊണ്ട് യുക്തിവാദികളും പുരോഗമനക്കാരും മക്കൾക്ക് രാഹുൽ, ഗൌതം, സിദ്ധാർത്ഥൻ, മൈത്രേയൻ (ഇനി വരാനുള്ള ബുദ്ധന്റെ അവതാരം) എന്നൊക്കെ പേരിട്ട് ബുദ്ധനോട് ഐക്യദാർഢ്യം പ്രഖ്യാപിക്കും. എല്ലാ മതങ്ങളെക്കുറിച്ചുമുള്ള വിമർശന പഠനങ്ങൾ ഇടമറുക് പോലുള്ള യുക്തിവാദികളുടേതായി ഉണ്ടെങ്കിലും “ബുദ്ധിസം ഒരു വിമർശന പഠനം” ആരെങ്കിലും കണ്ടിട്ടുണ്ടോ? ബുദ്ധമതത്തെ വിമർശനാത്മകമായി സമീപിക്കുന്ന പുസ്തകങ്ങളോ, ലേഖനങ്ങളോ ഇല്ല എന്നത് അത്ഭുതമാണ്. മലയാളത്തിൽ എന്തായാലും ഇല്ല. യേശുവിനും, മുഹമ്മദിനും, കൃഷ്ണനും, കിട്ടാത്ത ചില ആനുകൂല്യങ്ങൾ നമ്മൾ ബുദ്ധനു മാത്രമായി കൽപ്പിച്ചു കൊടുത്തിട്ടുണ്ട്. ഹിന്ദുമതത്തിനോ, ക്രിസ്തുമതത്തിനോ, ഇസ്ലാം മതത്തിനോ കിട്ടാത്ത സ്വീകാര്യത ബുദ്ധമതത്തിനു കിട്ടുന്നുണ്ട്.

ഒരുപക്ഷേ ഏറ്റവും കൂടുതൽ വ്യാജ ഉദ്ധരണികൾ പറന്നു നടക്കുന്നതും ബുദ്ധന്റെ പേരിലാകും. അർദ്ധസത്യങ്ങളും, അസത്യങ്ങളും പോലും ബുദ്ധന്റെ പേരിൽ വ്യാപകമായി പ്രചരിക്കുന്നുണ്ട്. ഒരു ചെറിയ ഉദാഹരണം പറയാം. ബുദ്ധന്റെ പേരിൽ ഏറ്റവും കൂടുതൽ പ്രചരിക്കുന്ന ഒരു ഉദ്ധരണിയുണ്ട്. “ഞാൻ പറഞ്ഞതായാലും മറ്റൊരാൾ പറഞ്ഞതായാലും ഗ്രന്ഥങ്ങളിൽനിന്ന് വായിച്ചറിഞ്ഞതായാലും നിങ്ങളുടെ സാമാന്യബുദ്ധിക്ക് ദഹിക്കാത്തതൊന്നും സ്വീകരിക്കാതിരിക്കുക”. ബുദ്ധൻ ഒരു ശാസ്ത്രവാദിയായിരുന്നു എന്ന്

കാണിക്കാനാണ് സാധാരണ ഇത് ഉപയോഗിച്ചു കാണുന്നത്. ബുദ്ധ വചനങ്ങൾ സന്ദർഭത്തിൽനിന്ന് അടർത്തിയെടുത്ത്, കുറേ "കയ്യീന്നും ഇട്ട്" ഉപയോഗിക്കുന്നതിന്റെ ഏറ്റവും നല്ല ഒരു ഉദാഹരണമാണ് ബുദ്ധന്റെ ഈ ഉദ്ധരണി. സത്യത്തിൽ ബുദ്ധൻ ശരിക്കും പറഞ്ഞത് ഇതല്ല എന്നു മാത്രമല്ല, ഇതിനു നേർ വിപരീതം പോലുമാണ്. കലമസുത്തയിൽ (അംഗുത്തര നിഖായ 3.65) നിന്നുള്ള ഭാഗമാണ് ഇത്. പല ഗുരുക്കന്മാരും പലതും പഠിപ്പിക്കുന്നുണ്ട്. പലതും പരസ്പര വിരുദ്ധവുമാണ്. ഞങ്ങൾ ഏതു വിശ്വസിക്കണം എന്ന് കലമക്കാർ ചോദിക്കുമ്പോൾ ബുദ്ധൻ പറയുന്ന മറുപടിയാണ് ഇത്. അല്ലാതെ ഇത് ശാസ്ത്രീയമായ ചിന്താരീതിയെക്കുറിച്ചല്ല. ആ ഭാഗത്തിന്റെ കൂടുതൽ ശരിയായ വിവർത്തനം ഇതാണ്.

"Now, Kalamas, don't go by reports, by legends, by traditions, by scripture, by logical conjecture, by inference, by analogies, by agreement through pondering views, by probability, or by the thought, "This contemplative is our teacher." When you know for yourselves that, "These qualities are skillful; these qualities are blameless; these qualities are praised by the wise; these qualities, when adopted & carried out, lead to welfare and to happiness"'— then you should enter and remain in them."

അത് ശരിക്ക് വായിച്ചു നോക്കുക. പലപ്പോഴും "by logical conjecture, by inference, by analogies, by agreement through pondering views, by probability" എന്ന ഭാഗം ഇവർ അങ്ങ് വിഴുങ്ങിക്കളയും. ബുദ്ധൻ ശരിക്കും പറയുന്നത് യുക്തിയും, നിരീക്ഷണവും ഒന്നും സത്യം കണ്ടെത്താൻ പോര എന്നാണ്....!!!.. (അതായത് യുക്തിവാദികൾ പൊക്കിപ്പിടിക്കുന്ന സയന്റിഫിക് മെത്തേഡ് അല്ല സത്യം കണ്ടെത്താനുള്ള മാർഗ്ഗം എന്നാണ് ബുദ്ധൻ പറയുന്നത്.) തനിക്ക് എന്ത് ശരിയായി തോന്നുന്നോ അതാണ് സ്വീകരിക്കേണ്ടത്. അതായത് വ്യക്തി അനുഭവവും, പിന്നെ പ്രമാണിമാരുടെ അഭിപ്രായത്തിനുമാണ് ഏറ്റവും പരിഗണന കൊടുക്കേണ്ടത്. (praised by the wise- ഈ wise ആരാണെന്ന് ബാക്കി വായിക്കുമ്പോൾ മനസ്സിലാകും. താനും തന്റെ ശിഷ്യൻമാരും തന്നെ.) ബുദ്ധൻ നേരിട്ടുള്ള അനുഭവത്തിനാണ് ഊന്നൽ കൊടുക്കുന്നത്. അതായത് ശാസ്ത്രീയ ചിന്താരീതിക്ക് നേർ വിപരീതം...!!!... ബുദ്ധൻ ഈ വലിച്ചു നീട്ടി പറഞ്ഞത് ഇത്രേ ഉള്ളൂ. അനുഭവമാണ് ഗുരു. എന്നാൽ അനുഭവം ഗുരുവല്ല എന്ന് മനസ്സിലാക്കുന്നതാണ് ശാസ്ത്രചിന്ത. (ഇതു പ്രകാരം മൂത്ര ചികിത്സ ശരിയാണോ എന്നറിയാൻ മെഡിക്കൽ

പുസ്തകങ്ങളേയോ ഡോക്ടർമാരേയോ, ഗവേഷകരേയോ അല്ല പ്രമാണമായി കരുതേണ്ടത്. അവ ശരിയാണെന്ന് സ്വയം അത്തരം ഒരു അനുഭവമുണ്ടെങ്കിൽ നിങ്ങൾക്ക് അതിൽ വിശ്വസിക്കാം. വേറെ തെളിവൊന്നും വേണ്ട.)

നമ്മൾ ബുദ്ധനേയും അദ്ദേഹത്തിന്റെ ദർശനങ്ങളേയും അറിയുന്നത് പ്രധാനമായും രണ്ടു സ്രോതസ്സുകളിൽ നിന്നാണ്. വലിയ ബുദ്ധിജീവികളൊക്കെ അംബേദ്ക്കർ ബുദ്ധനെക്കുറിച്ച് എഴുതിയതു വായിച്ച് ബുദ്ധ ആരാധകർ ആകുമ്പോൾ സാധാരണക്കാർ ഓഷോയും, ചില സെൽഫ് ഹെല്പ് പുസ്തകങ്ങളും കാണിച്ചുതരുന്ന ബുദ്ധനെയാണ് അറിയുന്നത്. പിന്നെ ഹോളിവുഡ് നടൻമാരായ റിച്ചാർഡ് ഗിയർ, ഹാരിസൺ ഫോർഡ്, സ്റ്റീവൻ സിഗാൾ മുതലായവർ പ്രചരിപ്പിക്കുന്ന ടിബറ്റൻ ബുദ്ധിസം. ദലൈലാമയുടെ ചിരിക്കുന്ന, കാരുണ്യം വഴിഞ്ഞൊഴുകുന്ന ചിത്രങ്ങൾ കണ്ട് ടിബറ്റൻ ബുദ്ധിസമാണ് ശരിയായ ബുദ്ധിസം എന്നു കരുതുന്നവരുണ്ട്. ബുദ്ധിസം ഒരു മതമല്ല, ഒരു ജീവിതരീതിയാണ്, ബുദ്ധമതം ശരിക്കും യുക്തിവാദമാണ് മുന്നോട്ടു വയ്ക്കുന്നത് എന്നൊക്കെ തട്ടിവിടുന്നവർ (ആത്മാർത്ഥമായി വിശ്വസിക്കുന്നവരും) ധാരാളം. പിന്നെ സാധാരണ മലയാളികൾക്കിടയിൽ സഹോദരൻ അയ്യപ്പൻ, കുമാരനാശാൻ (ചണ്ഡാല ഭിക്ഷുകി, കരുണ മുതലായ കാവ്യങ്ങൾ) എന്നിവരെയും ബുദ്ധനെക്കുറിച്ച് അറിവു നൽകുന്ന സ്രോതസ്സുകളിൽ പെടുത്താം. എന്നാൽ ഇങ്ങനെ ലഭിച്ച ബുദ്ധന്റെ ഈ ഇമേജിൽ എത്രത്തോളം വാസ്തവമുണ്ട്? ശരിക്കും ഹിന്ദുമതവും, ബുദ്ധമതവും തമ്മിൽ അത്ര വ്യത്യാസമുണ്ടോ?

സത്യത്തിൽ ബുദ്ധമതം ഏകതാനതയുള്ള ഒരൊറ്റ മതം പോലുമല്ല. ബുദ്ധൻ ജീവിച്ചിരിക്കുമ്പോൾ തന്നെ അന്തഃഛിദ്രങ്ങൾ തുടങ്ങി, ബുദ്ധൻ മരിച്ച് അധികം താമസിയാതെതന്നെ പലതായി പിളന്നതാണ് ബുദ്ധിസം. ഈ ബുദ്ധ വിഭാഗങ്ങളിൽ പലതും പരസ്പരവിരുദ്ധമായ ആശയങ്ങൾ പ്രചരിപ്പിക്കുന്നവയായിരുന്നു. ബുദ്ധൻ വ്യക്തമായി നിരോധിച്ച സെക്സ് വരെ ബുദ്ധിസത്തിന്റെ ഭാഗമായിട്ടുണ്ട്. എങ്കിലും എല്ലാം ബുദ്ധമതം എന്ന പേരിൽ തന്നെയാണ് അറിയപ്പെടുന്നത്. (ഇവിടെ ഹിന്ദുമതത്തിൽ കുട്ടിച്ചാത്തൻ സേവ മുതൽ പരബ്രഹ്മം വരെ ഒതുങ്ങിക്കഴിയുന്ന പോലെ തന്നെ.)

കഴിഞ്ഞ നൂറ്റാണ്ടിൽ ആദ്യമായി ബുദ്ധിസ്റ്റ് കൃതികൾ നമുക്ക് പരിചയപ്പെടുത്തിയ വിദേശികൾ അവരുടെ ക്രിസ്തുമതം പോലൊരു മതം എന്ന ഇമേജാണ് ബുദ്ധമതത്തിനു നല്കിയത്. ഒരു പക്ഷേ ക്രിസ്തുമത പ്രചാരണവും അതിനു പുറകിലുണ്ടാകാം. ഇന്ത്യയിൽ നിലവിലുള്ള ഹിന്ദു മതത്തിനു പരമാവധി വിരുദ്ധമായതും, ക്രിസ്തുമതത്തിനോടു

വളരെ സാമ്യമുള്ളതുമാണ് ബുദ്ധമതം എന്നു വരുത്തുക. എങ്കിൽ ഹിന്ദു മതത്തിൽനിന്നു മാറണമെന്ന് തോന്നുന്നവർക്ക്, ബുദ്ധമതം ഇപ്പോൾ നശിച്ചു പോയതുകൊണ്ട് അടുത്ത മെച്ചമായ ഓപ്ഷൻ ക്രിസ്തുമതമാണ് എന്നു തോന്നിപ്പിക്കുക. യേശു ഒരു ബുദ്ധസന്യാസിയായി ഇന്ത്യയിൽ ജീവിച്ചിരുന്നു എന്നൊരു കഥയൊക്കെ ഉണ്ടാകുന്നതും, സായിപ്പിനു ബുദ്ധമതത്തിൽ താൽപര്യമുണ്ടാകുന്ന ഈ കാലത്തു തന്നെയാണ്. ബുദ്ധമതത്തിന്റെ പുനർജ്ജീവനത്തിനു സഹായിച്ച അന്നത്തെ വളരെ പ്രചാരമുള്ള ഒരു പുസ്തകമായിരുന്നു പോൾ കോറസ്സിന്റെ The gospel of Buddha (1909). (കുമാരനാശാൻ അദ്ദേഹത്തിന്റെ പ്രശസ്തമായ കരുണ എഴുതാൻ ആധാരമാക്കിയത് ഈ പുസ്തകമായിരുന്നു.) ആ പേരു തന്നെ നോക്കുക. The Buddhist catechism, A Buddhist bible, The creed of Buddha തുടങ്ങി അക്കാലത്തെ മറ്റു പുസ്തകങ്ങളും ഒരു ക്രിസ്ത്യൻ ഛായയാണ് ബുദ്ധമതത്തിനു നൽകുന്നത്. അക്കാലത്തെ പ്രശസ്തമായ മറ്റൊരു പുസ്തകമായിരുന്നു ലക്ഷ്മി നരശു്വിന്റെ The essence of Buddhism. (കുമാരനാശാൻ ചണ്ഡാല ഭിക്ഷുകിയുടെ കഥ സ്വീകരിക്കുന്നത് ഈ പുസ്തകത്തിൽ നിന്നാണ്.) പോൾ കോറസ് ഗോസ്പൽ ഓഫ് ബുദ്ധയുടെ ആമുഖത്തിൽ ക്രിസ്തുമതത്തെയും, ബുദ്ധമതത്തെയും താരതമ്യം ചെയ്ത് അവർ പരസ്പരം ശത്രുക്കളല്ല എന്നു സ്ഥാപിക്കുന്നുണ്ട്.[1] രണ്ടും സഹോദരമതങ്ങളാണ് എന്നു മാത്രമല്ല ക്രിസ്തുമതം അല്പം കൂടുതൽ മികച്ചു നിൽക്കുന്നു എന്നുപോലും അദ്ദേഹത്തിന് അഭിപ്രായമുണ്ട്.[2]

അംബദ്ക്കർക്കും, ഇടതുപക്ഷ ബുദ്ധിജീവികൾക്കും വേണ്ടിയിരുന്നതും ബുദ്ധമതത്തിന്റെ ഈ "ആന്റി ഹിന്ദു" മുഖം തന്നെയായിരുന്നു. എല്ലാവർക്കും അവരുടെതായ രാഷ്ട്രീയ കോടാലികൾ മൂർച്ചപ്പെടുത്താനുണ്ടായിരുന്നു. (അത് നമുക്ക് മനസ്സിലാക്കാം. പക്ഷേ ഈ യുക്തിവാദികൾ ബുദ്ധനെ പൊക്കിക്കൊണ്ടു നടക്കുന്നതെന്തിനാണ്? അതിലും കഷ്ടം ബുദ്ധനെക്കുറിച്ച് അംബദ്ക്കർ പോലും പറയാത്ത വാഴ്ത്തുമൊഴികൾ ആധുനിക അംബദ്ക്കർ ആരാധകർ പറഞ്ഞു നടക്കുന്നതാണ്.) ബുദ്ധൻ തന്നെ തേവിജ സുത്തയിൽ അന്ധൻ അന്ധനെ നയിക്കുന്ന ഉപമ പറയുന്നുണ്ട്. അതേ അവസ്ഥയിലാണ് നമ്മുടെ ബുദ്ധിജീവികളും, ചരിത്രകാരന്മാരും. (ഈ അന്ധൻ അന്ധനെ നയിക്കുന്ന ഉപമ വളരെ പഴയതാണ്. കഠോപനിഷത്തിലും ഈ ഉപമയുണ്ട്. ബൈബിളിൽ മത്തായിയുടെ സുവിശേഷം 15:14 ലും ഈ അന്ധൻ അന്ധനെ നയിക്കുന്ന പ്രയോഗം കാണാം.) ദദ്ദബ ജാതക (No. 322) എന്ന ജാതകകഥയിൽ ഒരു പഴം വീഴുന്ന ശബ്ദം കേട്ട് ഭൂമി പിളരുന്നതാണ് എന്നു കരുതി ഓടുന്ന ഒരു മുയലിന്റെ കഥയുണ്ട്. അതുപോലെ എല്ലാവരും ആരോ പറഞ്ഞതു കേട്ട് ബുദ്ധിസത്തിന്

ആർപ്പ വിളിച്ചുകൊണ്ട് ഓടുന്നു എന്നല്ലാതെ ആരും ബുദ്ധിസത്തിന്റെ ഒറിജിനൽ സോഴ്സ് പഠിക്കുന്നില്ല.

മിക്കവാറും അർദ്ധസത്യങ്ങളും, പൂർണ്ണ അസത്യങ്ങളും കൊണ്ടു ണ്ടാക്കിയതാണ് ബുദ്ധന്റെ/ ബുദ്ധമതത്തിന്റെ ഇപ്പോഴത്തെ ഇമേജ് എന്നു വിശ്വസിക്കാൻ പലർക്കും പ്രയാസമായിരിക്കും. ഈ പുസ്തകം എഴുതാനുള്ള പ്രകോപനം ബുദ്ധൻ സ്വപ്നത്തിൽ പോലും വിചാരി ക്കാത്ത "പുരോഗമന" മുദ്രാവാക്യങ്ങൾ അദ്ദേഹത്തിന്റെ പേരിൽ പ്രചരിച്ചു കാണുന്നതാണ്. ബുദ്ധന്റെ ഇപ്പോളുള്ള ഈ ഇമേജിന് ഒരു മറുപുറവും ഉണ്ട് എന്ന്, നമ്മൾ ബുദ്ധമതത്തിന്റെ ഛായാചിത്രം എന്നു കരുതുന്നത് വളരെ വക്രീകരിക്കപ്പെട്ട ഒരു കാരിക്കേച്ചർ ആണെന്ന് ആരെങ്കിലും പറയണ്ടെ? ബുദ്ധിസത്തിൽ ആകൃഷ്ടരായി പാവപ്പെട്ടവ രും, അധഃസ്ഥിതരും ബുദ്ധമതത്തിലേക്കു തള്ളിക്കയറുകയായിരുന്നു എന്നതൊക്കെയുള്ളതും നമ്മുടെ ബുദ്ധിജീവികൾ ചുമ്മാ തള്ളിവിടു ന്നതാണ്. ഈ അധഃസ്ഥിതർക്കൊന്നും ബുദ്ധമതത്തിൽ കാര്യമായ ഒരു സ്ഥാനവുമുണ്ടായിരുന്നില്ല. ശരിക്കും ബുദ്ധമതം ജാതീയമായും, സാമ്പത്തികമായും, വിദ്യാഭ്യാസപരമായും ഉന്നതരായവരുടെ ഒരു എക്സ്ക്ലൂസീവ് ക്ലബ് പോലെയായിരുന്നു.

ഈ പുസ്തകത്തിന്റെ സംഗ്രഹം ഇങ്ങനെ പറയാം. ഇന്ന് നാം അറിയുന്ന ബുദ്ധൻ/ബുദ്ധിസം എന്നത് ബൗദ്ധസാഹിത്യം പുറം ലോകത്തിനു പരിചയപ്പെടുത്തിയ ഇംഗ്ലീഷുകാരും, അംബേദ്ക്ക റും, ചില ചരിത്രകാരന്മാരും ഒക്കെ ചേർന്ന് അവരവരുടെ ആഗ്ര ഹങ്ങൾക്കനുസരിച്ചു രൂപപ്പെടുത്തിയതാണ്. മറ്റേതു മതത്തെയും പോലെ പിന്തിരിപ്പനാണ് ബുദ്ധമതവും. ശരിക്കും ഹിന്ദുമതങ്ങളിൽ പെടുന്ന അനേകം കൾട്ടുകളിൽ ഒന്നു മാത്രമാണ് ബുദ്ധമതം. ഹിന്ദു മതവും,ബുദ്ധമതവും സഹോദര ചിന്താധാരകളാണ് എന്നുപോലും പറയാം. എന്നാൽ ഇപ്പോൾ നമ്മൾ അറിയുന്ന ബുദ്ധമതം ഹിന്ദുമത വുമായുള്ള സാമ്യം പരമാവധി ന്യൂനീകരിച്ചുകൊണ്ടും, വ്യത്യാസങ്ങൾ പരമാവധി പർവ്വതീകരിച്ചുകൊണ്ടുമുള്ള രണ്ടു കാരിക്കേച്ചറുകൾ പോലെയാണ്.

താൻ പുതുതായി എന്തെങ്കിലും കണ്ടുപിടിച്ചു എന്ന് ബുദ്ധൻ പോലും അവകാശപ്പെട്ടിട്ടില്ല. മുൻപേ ഉണ്ടായിരുന്ന, നഷ്ടപ്പെട്ടു പോയ അറിവ് താൻ തിരിച്ചു കൊണ്ടുവന്നു എന്നു മാത്രമാണ് ബുദ്ധന്റെ വാദം. ഒരാൾ കാട്ടുമൂടിയ ഒരു വഴിത്താര കണ്ട് അതു പിന്തുടർന്ന് കാടിനു നടുവിൽ പണ്ടേ ഉപേക്ഷിക്കപ്പെട്ട നിലയിൽ കാണപ്പെടുന്ന ഒരു പട്ടണം കണ്ടെത്തുകയും രാജാവിന്റെ സഹായത്തോടെ ആ നശിച്ചു പോയ പട്ടണം അതിന്റെ എല്ലാ പ്രൌഢിയോടും കൂടി പുനർനിർമ്മിക്കുന്ന

പോലെയാണ് തന്റെ പ്രവർത്തിയെന്ന് സംയുക്തനികായയിലെ നഗരസുത്തയിൽ ബുദ്ധൻ പറയുന്നത്.[3]

ബുദ്ധന്റെ ഇപ്പോൾ നമ്മൾ കാണുന്ന ഈ ഇമേജ് മിക്കവാറും അംബേദ്ക്കർ ഉണ്ടാക്കിയെടുത്തതാണ്. ബുദ്ധനെ ജാതീയതക്കെതിരെ പോരാടിയ ഒരു മഹാനായി ചിത്രീകരിച്ചത് അംബേദ്ക്കറാണ്. ബുദ്ധൻ ഒരു ജാതി വിരുദ്ധ പോരാളി ആയിരുന്നില്ല എന്നത് ബൗദ്ധ കൃതികൾ പരിഭാഷപ്പെടുത്തിയ റൈസ് ഡേവിഡ്സ് അടക്കമുള്ള പണ്ഡിതർ തന്നെ ഒരു സംശയത്തിനും ഇടനൽകാതെ പറഞ്ഞിട്ടുള്ള കാര്യമാണ്. അങ്ങനെ കരുതാനുള്ള ഒരു തെളിവും പാലി പ്രമാണങ്ങളിൽ ഇല്ല. അതുപോലെ ശ്രീധർ വി. കെട്ട്ക്കറും അദ്ദേഹത്തിന്റെ The history of caste in India എന്ന പുസ്തകത്തിൽ ഇത് വ്യക്തമായി പറഞ്ഞിട്ടുണ്ട്.[4]

കെട്ട്ക്കർ നല്ല വ്യക്തമായി പറയുന്ന കാര്യങ്ങൾ തമസ്കരിച്ചു കൊണ്ടാണ് അംബേദ്ക്കർ ഒരു ജാതി വിരുദ്ധ ബുദ്ധമതത്തെ കൃത്രിമമായി ഉണ്ടാക്കിയെടുത്തത്. (അദ്ദേഹം കെട്ട്ക്കറെ വായിച്ചിട്ടുണ്ട് എന്നുറപ്പാണ്. കാരണം അദ്ദേഹം മറ്റു പല കാര്യങ്ങളിലും കെട്ട്ക്കറെ ഉദ്ധരിക്കുന്നുണ്ട്.) അംബേദ്ക്കർ ആദ്യമേ തന്നെ ഹിന്ദുമതത്തിനു പറ്റിയ ഒരു ബദലാണ് ബുദ്ധമതം എന്ന് തീരുമാനിച്ചു. എന്നിട്ട് തന്റെ ആഗ്രഹമനുസരിച്ചുള്ള കാര്യങ്ങളൊക്കെ അതിൽ ആരോപിച്ചു. ഹിന്ദുവായി മരിക്കാതിരിക്കുക എന്ന ലക്ഷ്യം മുൻനിർത്തി ബുദ്ധന്റെ പേരിൽ ഒരു സാങ്കൽപ്പിക മതമുണ്ടാക്കി അതിലേക്കു ചാടി. ഇസ്ലാം മതവും, സിഖ് മതവുമൊക്കെ അദ്ദേഹം പരിഗണിച്ചെങ്കിലും ഒടുവിൽ ബുദ്ധമതമാണ് കൂടുതൽ യോജിച്ചത് എന്ന് തീരുമാനിക്കുകയായിരുന്നു. ഇന്ത്യയിൽ ഏതാണ്ട് വംശനാശം സംഭവിച്ചു കഴിഞ്ഞ ബുദ്ധമതം തന്നെ തിരഞ്ഞെടുത്തതിനു കാരണം സ്വന്തം ഇഷ്ടപ്രകാരമുള്ള എന്തും അതിൽ കൂട്ടിച്ചേർക്കാം എന്നതു കൊണ്ടായിരിക്കാം. ആരും ചോദിക്കാൻ വരില്ലല്ലോ. പിന്നെ "സൗമ്യമായ" മതം എന്ന മിഷനറിമാരുടെ പ്രചരണവും. അംബേദ്ക്കറുടെ ഈ ഡ്യൂപ്ലിക്കേറ്റ് ബുദ്ധമതവും, ശരിക്കുള്ള ബുദ്ധമതവുമായി കാര്യമായ സാമ്യമൊന്നുമില്ല എന്നതാണ് സത്യം. അംബേദ്ക്കർ താൻ ബുദ്ധമതത്തിൽ ചേർന്നു എന്നാണ് പരസ്യമായി പറഞ്ഞതെങ്കിലും തന്റേത് ബുദ്ധമതത്തിന്റെ പുതിയൊരു ശാഖയായ നവ്യയാനം ആണ് എന്നാണ് ഒരിക്കൽ അവകാശപ്പെട്ടത്. (പണ്ട് ധർമ്മപുത്രർ ഒരു ആനക്ക് അശ്വത്ഥാമാവ് എന്ന് പേരിട്ട പോലേ ഉള്ളൂ അത്. ചെറിയൊരു കണ്ണിൽ പൊടിയിടൽ.) ഒരു ആക്ടിവിസ്റ്റ് എന്ന നിലയിൽ അംബേദ്ക്കറുടെ ഈ നിലപാട്, ലക്ഷ്യം മാർഗ്ഗത്തെ

സാധൂകരിക്കുന്നു എന്ന ന്യായത്തിൽ അംഗീകരിക്കാമെങ്കിലും, അദ്ദേഹം ബുദ്ധനെക്കുറിച്ച് എഴുതിയതൊക്കെ ബുദ്ധമതത്തിന്റെ ചരിത്രമായി കൊണ്ടാടുന്ന നമ്മുടെ ബുദ്ധിജീവികൾ ഒരു വലിയ തെറ്റാണ് ചെയ്യുന്നത്.

ഈ പുസ്തകത്തിനായി ഉപയോഗിച്ച റഫറൻസ് പുസ്തകങ്ങളെക്കുറിച്ചു കൂടി പറയാം. ഞാൻ ഈ പുസ്തകത്തിൽ ബുദ്ധിസത്തിന്റെ "പ്രൈമറി സോഴ്സ്" എന്ന് പറയാവുന്ന ആദ്യകാല ഗ്രന്ഥങ്ങൾ മാത്രമേ അടിസ്ഥാനമാക്കിയിട്ടുള്ളൂ. പ്രൊഫസ്സർ എക്സ് ഇങ്ങനെ പറഞ്ഞു എന്ന മട്ടിൽ ഒരു വാദവും ഞാൻ അവതരിപ്പിക്കുന്നില്ല. ശാസ്ത്രജ്ഞന്റെ തോന്നലുകളല്ല ശാസ്ത്രം എന്നപോലെ ചരിത്രകാരന്റെ തോന്നലുകളോ ആഗ്രഹചിന്തകളോ അല്ല ചരിത്രം. വസ്തുനിഷ്ഠമായ തെളിവുകളും, അസത്യവൽക്കരണ ക്ഷമതയും ചരിത്രത്തിനും ആകാം. അംബേദ്ക്കർ അല്ലെങ്കിൽ വേറെ ആരെങ്കിലും പറയുന്നതെന്തെന്നാൽ.... എന്ന മട്ടിൽ മാത്രം ബുദ്ധിസത്തെ അറിയേണ്ട കാര്യമെന്ത്? അതല്ല ശാസ്ത്രീയ രീതി എന്നാണ് എന്റെ അഭിപ്രായം. ബുദ്ധൻ പറഞ്ഞതും, ചെയ്തതും നേരിട്ട് വായിക്കാൻ അവസരമുള്ളപ്പോൾ എന്തിനാ ഒരു ഇടനിലക്കാരൻ? സാധാരണ പുസ്തകങ്ങളിൽ റഫറൻസ് കാണുമെങ്കിലും മിക്കവാറും അത് ശരിയാണോ എന്ന് നോക്കാൻ ഒരു മാർഗ്ഗവും കാണില്ല. ചരിത്രകാരൻ അറിയപ്പെടുന്ന ആളാണെങ്കിൽ അത് കണ്ണടച്ചു വിശ്വസിക്കുക എന്നതാണ് സാധാരണ കാണുന്നത്.

ഞാൻ എന്റെ വാദങ്ങൾ സ്ഥാപിക്കാൻ ഉപയോഗിക്കുന്ന ഭാഗങ്ങൾ ഇതിൽത്തന്നെ എടുത്തു ചേർത്തിട്ടുണ്ട്. എന്നിട്ടും സംശയം തീരാത്തവർക്ക് ആ ഭാഗം ഗൂഗിളിൽ അടിച്ചു നോക്കിയാൽ അതൊക്കെ വ്യക്തമായി കാണാം. അടിസ്ഥാന റഫറൻസുകളായ പാലി പ്രമാണങ്ങൾ എല്ലാം തന്നെ നെറ്റിൽ കിട്ടും. പലതും ഒന്നിൽ കൂടുതൽ വിവർത്തനങ്ങൾ ലഭ്യമാണ്. ഞാൻ പറഞ്ഞതുകൊണ്ടു മാത്രം ആരും വിശ്വസിക്കണ്ട. ഒരു ഇടനിലക്കാരനും ഇല്ലാതെ തന്നെ നിഷ്പക്ഷനായ ഒരാൾക്ക് ശരിയായ നിഗമനത്തിലെത്താം. പ്രധാന റഫറൻസുകൾ ഇവയാണ്...

(1) **ത്രിപിടകങ്ങൾ** എന്നറിയപ്പെടുന്ന പാലി പ്രമാണങ്ങൾ. ബുദ്ധൻ മരിച്ച് അധികം താമസിയാതെതന്നെ, 480 BCEയിൽ ബുദ്ധന്റെ അധ്യാപനങ്ങൾ ക്രോഡീകരിക്കപ്പെട്ടിരുന്നുവെങ്കിലും അവ എഴുതി സൂക്ഷിക്കുന്നത് അഞ്ഞൂറോളം വർഷങ്ങൾക്കു ശേഷമാണ്. മൂന്ന് കൂടകൾ അഥവാ മൂന്നു ഭാഗങ്ങളായി ഇവയെ തിരിച്ചിരിക്കുന്നു. ഭിക്ഷുക്കളും, ഭിക്ഷുണികളും അനുസരിക്കേണ്ടുന്ന നിയമങ്ങൾ പ്രതിപാദിക്കുന്ന വിനയപിടകം (ഇത് ക്രോഡീകരിച്ചത് ഉപാലി

എന്ന ശിഷ്യനാണ്), തത്വചിന്താപരമായ വിശദീകരണങ്ങൾ ഉൾക്കൊള്ളുന്ന അഭിധർമ്മ പിടകം,(ഇത് ക്രോഡീകരിച്ചത് കാശ്യപൻ എന്ന ശിഷ്യനാണ്) ബുദ്ധന്റെ അധ്യാപനങ്ങൾ ഉൾക്കൊള്ളുന്ന സൂത്രപിടകം (ക്രോഡീകരിച്ചത് ആനന്ദൻ) എന്നിവയാണ് ത്രിപിടകങ്ങൾ എന്നറിയപ്പെടുന്നത്. ഒരു തരത്തിൽ പറഞ്ഞാൽ മുസ്ലീംകളുടെ ഹദീസ് പോലെയാണ് ത്രിപിടകങ്ങൾ. പക്ഷേ അവയെക്കാൾ അനേകം മടങ്ങ് ആധികാരികതയുള്ളത്. കാരണം ഇതിന്റെയൊക്കെ അംഗീകൃത ശ്രീലങ്കൻ, ചൈനീസ്, ടിബറ്റൻ, തായ്, ബർമ്മീസ് പരിഭാഷകൾ ഏകദേശം ആ കാലത്തുതന്നെ ഉണ്ടായിട്ടുണ്ട്. അതിനാൽ പിന്നീട് കൂട്ടിച്ചേർത്തതോ, വിട്ടുകളഞ്ഞതോ ആയ ഭാഗങ്ങൾ കണ്ടെത്താൻ എളുപ്പമാണ്. (തങ്ങൾക്ക് ഇഷ്ടമില്ലാത്ത കാര്യങ്ങൾ ബുദ്ധമതത്തിൽ കാണുമ്പോൾ അത് ബ്രാഹ്മണർ തിരുത്തിയതാണ് എന്ന വാദം നിലനിൽക്കില്ല എന്നർത്ഥം. "ബുദ്ധൻ ഫാൻസ്" വേറെ വല്ല ന്യായവും കണ്ടുപിടിക്കുക.) ത്രിപിടകങ്ങൾ എല്ലാം കൂടി ബൈബിളിന്റെ (പഴയ നിയമവും പുതിയ നിയമവും) പന്ത്രണ്ട് ഇരട്ടിയെങ്കിലും വരും എന്നാണ് കണക്ക്. (അവയുടെ അസംഖ്യം കമന്ററികൾ വേറെ.)

(2) **ലളിതവിസ്താരസൂത്രം:** ബുദ്ധന്റെ ജനനം മുതൽ ബോധോദയം വരെയുള്ള കാര്യങ്ങൾ വിവരിക്കുന്ന സംസ്കൃതത്തിലുള്ള ബുദ്ധ ഗ്രന്ഥമാണ് ലളിതവിസ്താരസൂത്രം. മുഴുവൻ പേര് ആര്യ ലളിതവിസ്താരനാമമഹായാനസൂത്രം.The Noble Great Vehicle sutra "The Play in Full" എന്ന് ഇംഗ്ലീഷിൽ പറയാം. ബുദ്ധന്റെ ലീലകളുടെ വിസ്തരിച്ചുള്ള കഥയാണ് ലളിതവിസ്താരസൂത്രത്തിൽ പ്രതിപാദിക്കുന്നത്. (അവതാരങ്ങൾ ദൈവത്തിന്റെ ലീലയാണ് എന്ന ഹിന്ദു കോൺസെപ്റ്റ് തന്നെയാണ് ഇവിടെയും.) ഒന്നാം നൂറ്റാണ്ടിൽഎഴുതപ്പെട്ടത് എന്നു കരുതുന്ന ഈ പുസ്തകത്തിന്റെ പരിഭാഷ ചൈനീസ്, നേപ്പാളീസ് ഭാഷകളിലൊക്കെ ഉണ്ട്. നമ്മളൊക്കെ ധാരാളം കേട്ടിട്ടുള്ളതും, സ്കൂളിൽ പഠിച്ചിട്ടുള്ളതുമായ പല ബുദ്ധകഥകളും ഈ പുസ്തകത്തിൽ നിന്നാണ്. ആശ്വഘോഷന്റെ ബുദ്ധചരിതം, എഡ്വിൻ ആർനോൾഡിന്റെ ലൈറ്റ് ഓഫ് ഏഷ്യ മുതലായവയൊക്കെ പ്രധാനമായും ലളിതവിസ്താരസൂത്രത്തെ ആധാരമാക്കിയാണ് എഴുതപ്പെട്ടിട്ടുള്ളത്.

(3) **ദിവ്യാവദാനഃ** അവദാന (അപദാനങ്ങൾ) എന്ന പേരിൽ അറിയപ്പെടുന്ന ബുദ്ധകഥകളുടെ സമാഹാരം. രണ്ടാം നൂറ്റാണ്ടിൽ എഴുതപ്പെട്ടു എന്ന് സാമാന്യമായി പറയാം. (പല കാലത്തായി

പലരും എഴുതിയ കഥകളുടെ സമാഹാരമാണ് ഇത്.) ശാർദ്ദൂല കർണ്ണാവദാന മലയാളികൾക്ക് സുപരിചിതമായ പ്രസിദ്ധമായ ചണ്ഡാലഭിക്ഷുകിയുടെ കഥ പറയുന്നു. അതുപോലെ അശോക ചക്രവർത്തിയുടെ അപദാനങ്ങൾ വിവരിക്കുന്ന അശോകാവദാനയിലാണ് നമ്മുടെ ബുദ്ധിജീവികൾക്കും, യുക്തിവാദികൾക്കും എത്ര പറഞ്ഞാലും മതിവരാത്ത, "ബ്രാഹ്മണനായ പുഷ്യമിത്രൻ പാവം ബുദ്ധഭിക്ഷുക്കളെ കൂട്ടക്കൊല ചെയ്തു" കഥ വിവരിച്ചിട്ടുള്ളത്. (ആ കഥയുടെ സത്യാവസ്ഥ നമ്മൾ ചർച്ച ചെയ്യുന്നുണ്ട്.)

(4) **ജാതക കഥകൾ:** ബുദ്ധന്റെ പൂർവ്വ ജന്മത്തിലെ കഥകൾ വിവരിക്കുന്ന പുസ്തകം. ത്രിപിടകങ്ങളിലെ സുത്തപിടകത്തിലാണ് ഈ കഥകൾ ഉൾപ്പെടുന്നത്. ജാതക കഥകൾ പ്രാചീന ഭാരതീയരുടെ ജീവിതരീതികളിലേക്ക് വെളിച്ചം വീശുന്നു.

(5) വജ്രസൂചി: ജാതി വ്യവസ്ഥയെ വിമർശിച്ചുകൊണ്ട് ഒന്നാം നൂറ്റാണ്ടിൽ എഴുതിയത് എന്ന് കരുതപ്പെടുന്ന ഒരു പുസ്തകം. ബുദ്ധമതാനുയായിയായ ആശ്വഘോഷൻ (ബുദ്ധചരിതം എഴുതിയ ആൾ) എഴുതിയതായിരിക്കാം ഇതെന്നു കരുതുന്നു. ഇതേ പുസ്തകത്തിന്റെ മറ്റൊരു ഭാഷ്യം വജ്രസൂചികോപനിഷത്ത് എന്നപേരിൽ ഹിന്ദുക്കളുടെ നൂറ്റിയെട്ട് ഉപനിഷത്തുകളുടെ കൂട്ടത്തിൽ കാണാം. രണ്ടു കൂട്ടരും അംഗീകരിച്ച ഒരു പുസ്തകം എന്നതാണ് ഇതിന്റെ പ്രത്യേകത.

(6) മിലിന്ദ പ്രശ്ന: ഒന്നാം നൂറ്റാണ്ടിലെ ഒരു ബുദ്ധ ഗ്രന്ഥം. ഇൻഡോ ഗ്രീക്ക് രാജാവായിരുന്ന മിനാൻഡറും, ഒരു ബുദ്ധ സന്യാസിയായ നാഗസേനയും തമ്മിലുള്ള സംഭാഷണമാണ് ഇതിന്റെ ഉള്ളടക്കം. മിനാൻഡറുടെ 304 ചോദ്യങ്ങളും, അവയ്ക്കുള്ള നാഗസേനയുടെ ഉത്തരങ്ങളുമാണ് ഇതിൽ വിവരിക്കുന്നത്. ബുദ്ധമതത്തെക്കുറിച്ച് അറിയേണ്ടതെല്ലാം ഇതിലുണ്ട് എന്നതാണ് ഇതിന്റെ പ്രസക്തി. ബുദ്ധചിന്തകളുടെ ഉപനിഷത്ത് സ്വാധീനം ഇതിൽ വ്യക്തമായി കാണാം.

(7) ധർമ്മപദം: ബുദ്ധ വചനങ്ങളുടേയും ഉപദേശങ്ങളുടേയും ഒരു സമാഹാരമായ ഈ പുസ്തകം ബുദ്ധമതത്തിന്റെ ഗീത എന്നാണ് അറിയപ്പെടുന്നത്. ഇത് പാലി പ്രമാണങ്ങളിൽ ഖുദ്ദക നിഖായയിലാണ് ഉൾപ്പെടുത്തിയിരിക്കുന്നത്.

(8) മഹാവാസ്തു: ആദ്യകാല മഹായാനക്കാരിൽ പെട്ട മഹാസാംഘികരുടെ ഒരു പ്രധാനപ്പെട്ട ഗ്രന്ഥമാണ് മഹാവാസ്തു. ബുദ്ധകഥകളും ബുദ്ധിസത്തിന്റെ ചരിത്രവും പ്രതിപാദിക്കുന്ന ഈ പുസ്തകം BCE

രണ്ടാം നൂറ്റാണ്ടിനും CE നാലാം നൂറ്റാണ്ടിനും ഇടയിൽ എഴുതിയതായി കരുതപ്പെടുന്നു.

(9) **ബുദ്ധചരിതം :** ശാക്യമുനി ബുദ്ധന്റെ ജനനം മുതൽ പരിനിർവ്വാണം വരെ വിവരിക്കുന്ന ഈ ജീവചരിത്ര ഗ്രന്ഥം അശ്വഘോഷൻ ഒന്നാം നൂറ്റാണ്ടിൽ എഴുതിയതെന്നു കരുതപ്പെടുന്നു.

ഇനി ബുദ്ധനെയും അദ്ദേഹം ജീവിച്ച കാലഘട്ടത്തെയും കുറിച്ച് ഒരു ആമുഖമാകാം എന്നു തോന്നുന്നു. ഏറ്റവും പുതിയ പഠനങ്ങൾ പ്രകാരം ബുദ്ധന്റെ ജീവിതകാലം 563-483 BCE എന്നാണ് കരുതപ്പെടുന്നത്. ക്ഷത്രിയ വംശജരായ ശാക്യൻമാരുടെ കൂട്ടത്തിലെ രാജാവായ ശുദ്ധോധനന്റെയും, മായാദേവിയുടെയും മകനായ സിദ്ധാർത്ഥനാണ് ഗൌധമ ബുദ്ധൻ (ഗൌധമ ഗോത്രത്തിൽ ജനിച്ചതുകൊണ്ട്), ശാക്യമുനി (ശാക്യവംശത്തിൽ ജനിച്ചതുകൊണ്ട്), തഥാഗതൻ (അപ്രകാരം വന്നവൻ, അപ്രകാരം പുറപ്പെട്ടു പോയവൻ) എന്നൊക്കെ അറിയപ്പെടുന്ന നമ്മുടെ കഥാപാത്രമായ ബുദ്ധൻ. ബുദ്ധൻ എന്നാൽ ഉണർന്നവൻ എന്നർത്ഥം.

ഇപ്പോഴത്തെ ഇന്ത്യയുടെയും, നേപ്പാളിന്റേയും ഇടയിൽ കിടക്കുന്ന ഒരു ചെറിയ രാജ്യമായിരുന്നു കപിലവാസ്തു. (കപിലവാസ്തു എന്നാൽ കപിലമുനിയുടെ ആസ്ഥാനം എന്നർത്ഥം. ഈ പേരിനു കാരണക്കാരനായ സാംഖ്യ ആചാര്യനായ കപിലമുനി ബുദ്ധനെ നന്നായി സ്വാധീനിച്ചിരിക്കണം. ബുദ്ധധർമ്മം ശരിക്കും സാംഖ്യമാണ് എന്ന് അഭിപ്രായപ്പെടുന്നവരുണ്ട്.) ക്ഷത്രീയരായ ശാക്യന്മാരുടെ റിപ്പബ്ലിക്കിന്റെ തലസ്ഥാനമായിരുന്നു കപിലവാസ്തു. അവിടത്തെ രാജാവായിരുന്നു ശുദ്ധോധനൻ. കൃഷിയാണ് അവരുടെ പ്രധാന തൊഴിൽ. ജനങ്ങളിൽ ഭൂരിഭാഗവും, ബ്രാഹ്മണരും ക്ഷത്രീയരും അടക്കം കൃഷി ചെയ്താണ് ജീവിച്ചിരുന്നത്. കൃഷിപ്പണി ചെയ്തു ജീവിക്കുന്ന ബ്രാഹ്മണരെ ബൗദ്ധകൃതികളിൽ ഇഷ്ടംപോലെ കാണാം. (ഉദാഹരണത്തിന് മഹാകപിജാതക (No. 516) എന്ന ജാതകകഥയിൽ കൃഷിക്കാരനായ ഒരു ബ്രാഹ്മണനെ കാണാം.) യാഗമൊക്കെ സത്യത്തിൽ ബ്രാഹ്മണരിൽ ഒരു ന്യൂനപക്ഷത്തിന്റെ മാത്രം തൊഴിലായിരുന്നു.

ശുദ്ധോധനൻ അവിടത്തെ തിരഞ്ഞെടുക്കപ്പെട്ട രാജാവായിരുന്നു. ഓരോരുത്തർ ഊഴമിട്ട് രാജാവാകുന്നതായിരുന്നു ശാക്യന്മാരുടെ ഇടയിലെ രീതി. (ശാക്യന്മാരെല്ലാം രാജ എന്നാണ് അറിയപ്പെടുന്നത്.) രാജപദവി പാരമ്പര്യമായി കൈമാറുന്നതല്ല. ഇതുപോലുള്ള ചെറിയ രാജ്യങ്ങളും, ചുറ്റുമുള്ള ആദിവാസി ഗോത്രങ്ങളും ചേർന്നതാണ് മഹാജനപദങ്ങൾ. ജനപദങ്ങൾ ഭരിക്കുന്നത് ഒരു മഹാരാജാവാണ്. രാജാവ് കൂടുതൽ വലിയ ഈ മഹാരാജാവിന്റെ

കീഴിലാണ് (നമ്മുടെ സംസ്ഥാനങ്ങളും, കേന്ദ്രവും പോലെ). അക്കാലത്തെ പതിനാറു ജനപദങ്ങളെക്കുറിച്ച് ബൗദ്ധ കൃതികളിൽ പരാമർശിക്കുന്നുണ്ട്. ശാക്യന്മാരുടെ രാജ്യം ഉൾപ്പെടുന്ന മഹാജനപഥം കോസലമായിരുന്നു. ബുദ്ധന്റെ കാലത്ത് പസേനദി (പ്രസേനജിത്ത്) മഹാരാജാവായിരുന്നു കോസലം ഭരിച്ചിരുന്നത്. (പിൽക്കാലത്ത് ബുദ്ധന്റെ ജീവിത കാലത്തുതന്നെ ശാക്യന്മാരുടെ രാജ്യം അവരുടെ അർദ്ധസ്വാതന്ത്ര്യം പോലും നഷ്ടപ്പെട്ട് പൂർണ്ണമായും കോസലത്തിന്റെ കീഴിലായി.)

ശാക്യന്മാരുടേത് തിരഞ്ഞെടുക്കപ്പെടുന്ന രാജാവ് എന്ന രീതിയായിരുന്നതുകൊണ്ട് സിദ്ധാർത്ഥനെ കിരീടാവകാശി എന്നു വിശേഷിപ്പിക്കുന്നത് സത്യത്തിൽ ശരിയല്ല. ശുദ്ധോധനനു ശേഷം സിദ്ധാർത്ഥൻ രാജാവാകണമെന്നില്ല. "ലോകത്ത് അഹിംസയും, സമാധാനവും പുലരാൻ കിരീടം ഉപേക്ഷിച്ച ശ്രീബുദ്ധൻ" എന്നതൊക്കെ ബുദ്ധന്റെ പദവി ഉയർത്താൻ പിൽക്കാലത്തുണ്ടായ കഥകളാണ്. എന്തായാലും സിദ്ധാർത്ഥൻ അത്ര ക്ഷത്രിയവീര്യമൊന്നും ഉള്ള ആളായിരുന്നില്ല. അൽപ്പം ആത്മീയ ചായ് വൊക്കെ ചെറുപ്പം മുതൽ തന്നെ കാണിച്ചിരുന്ന ഒരാൾ. സമപ്രായക്കാരായ മറ്റു ശാക്യ യുവാക്കൾക്കൊന്നും സിദ്ധാർത്ഥനെ ഒരു മതിപ്പും ഇല്ലായിരുന്നു എന്ന് ലളിതവിസ്താരത്തിൽ ഒരിടത്തു കാണാം. ക്ഷത്രീയ വീര്യം കുറവായതുകൊണ്ട് വിവാഹം നടക്കാൻ പോലും ബുദ്ധിമുട്ടി. ഒടുവിൽ സിദ്ധാർത്ഥന് ഭാവി അമ്മായിയച്ഛന്റെ മുന്നിൽ മത്സരപരീക്ഷ പാസായി സ്വന്തം യോഗ്യത തെളിയിക്കേണ്ടി വന്നു. (ശുദ്ധോദനന്റെ സഹോദരിയുടെ മകളെയാണ് അദ്ദേഹം വിവാഹം കഴിച്ചത്.) രാമായണത്തിലും മറ്റും കാണുന്നപോലെ ആർക്കും കുലക്കാനാവാത്ത ഒരു വില്ല് കുലച്ചാണ് സിദ്ധാർത്ഥൻ തന്റെ ക്ഷത്രീയ വീര്യം പ്രകടിപ്പിച്ചത് എന്ന് ലളിതവിസ്താരം പറയുന്നു.

അക്കാലത്തും രാജ്യങ്ങളും, റിപ്പബ്ലിക്കുകളും, ഗോത്രങ്ങളും തമ്മിൽ കൃഷിക്കുള്ള വെള്ളം എടുക്കുന്ന കാര്യത്തിലും, കാലി മേയ്ക്കാനുള്ള പുൽമേടുകളുടെ മേലുള്ള അവകാശത്തിന്റെ പേരിലും ഒക്കെ തർക്കങ്ങൾ പതിവാണ്. പൊതുവേ തർക്കങ്ങൾ പറഞ്ഞു തീർക്കുമെങ്കിലും പലപ്പോഴും യുദ്ധം വേണ്ടി വരും. യുദ്ധം പക്ഷേ രാജാവിന്റെ പണിയല്ല. അതിനുള്ള അധികാരം മഹാരാജാവിനാണ്. സേനാപതി മഹാരാജാവിന്റെ കീഴിലാണ്, രാജാവിന്റെ കീഴിലല്ല. (സേനാപതിയും, രാജാവും ചേർന്ന് മഹാരാജാവിനെതിരെ പ്രവർത്തിക്കാതിരിക്കാൻ ഈ മാർഗ്ഗം ഉപകരിക്കും.) അതുപോലെ രാജാവിന് വധശിക്ഷ വിധിക്കാനുള്ള അധികാരമില്ല. അതും

മഹാരാജാവിന്റെ അധികാര പരിധിയിൽ പെട്ടതാണ്. രാജാവിന്റെ പണി ജനങ്ങളിൽ നിന്ന് നികുതി പിരിക്കുക, ഒരു നിശ്ചിത പങ്ക് മഹാരാജാവിനു നൽകുക, ബാക്കി കൊണ്ട് റോഡുകളും പാർക്കുകളും, അണക്കെട്ടുകളും പണിയുക, കിണറുകളും, കുളങ്ങളും കുഴിക്കുക തുടങ്ങിയ ജനോപകാരപ്രദമായ പ്രവർത്തികൾ ചെയ്യുക. അതായത് രാജാക്കന്മാരുടെ ഭരണ പരിഷ്ക്കാരങ്ങൾ എന്ന് നമ്മൾ പണ്ട് സ്കൂളിൽ പഠിച്ച കാര്യങ്ങൾ ചെയ്യുക. കൂട്ടത്തിൽ പറയട്ടെ എല്ലാ മതങ്ങളും ചെയ്യുന്നപോലെ തന്നെ, ബുദ്ധനും നാട്ടുനടപ്പുള്ള നല്ല കാര്യങ്ങളൊക്കെ നല്ല പുനർജ്ജന്മം ലഭിക്കുന്നതിനുള്ള ക്രെഡിറ്റ് പോയിന്റുകൾ കിട്ടുന്ന പുണ്യകൃത്യങ്ങളാക്കി മാറ്റി.[5]

രാജാവിന്റെ ഭരണപരമായ തീരുമാനങ്ങൾ ഒരു സഭയുടെ (ഗണസംഘം) നിയന്ത്രണത്തിലായിരുന്നു. സഭയിലെ അംഗങ്ങൾ ക്ഷത്രിയർ മാത്രമാണ്. എന്നാലും മറ്റുള്ളവർക്ക് ചർച്ചകൾ കാണുന്നതിനു വിലക്കില്ല. അഭിപ്രായം പറയാനുള്ള അവകാശം ക്ഷത്രിയ പുരുഷന്മാർക്ക് മാത്രം. അഭിപ്രായ വ്യത്യാസം വന്നാൽ വോട്ടിനിടുന്ന രീതിയൊന്നുമില്ല. എതിരഭിപ്രായക്കാർ ഒന്നുകിൽ കാര്യം മനസ്സിലാക്കി യോജിക്കുന്നതു വരെ അല്ലെങ്കിൽ മിണ്ടാട്ടം മുട്ടി, അല്ലെങ്കിൽ മടുത്തു പിന്മാറുന്നതുവരെ (മൌനം സമ്മതം) ഈ വാക്കുതർക്കം തുടരും. ഈ രീതിയിൽ പിടിച്ചു നിൽക്കണമെങ്കിൽ നല്ല വാക്ക്സാമർത്ഥ്യവും ചർച്ച താൻ ഉദ്ദേശിക്കുന്നിടത്തേക്ക് തിരിച്ചുവിടാനും, പെട്ടെന്ന് ഉരുളക്ക് ഉപ്പേരി മറുപടി കൊടുക്കാനുള്ള കഴിവും അത്യാവശ്യമാണ്. നമ്മുടെ ടി.വി. ചർച്ചകൾ പോലെ. :-)

ഈ യോഗങ്ങളിൽ അച്ഛനെ സഹായിച്ചും, ചർച്ചകളിൽ പങ്കെടുത്തുമുള്ള പരിചയം സിദ്ധാർത്ഥനെ പിൽക്കാലത്ത് ബുദ്ധനായപ്പോൾ വളരെ സഹായിച്ചിരിക്കണം. കാരണം ബുദ്ധൻ നല്ലൊരു താർക്കികനായാണ് അറിയപ്പെട്ടിരുന്നത്. ദീർഘതപസ്സി എന്നൊരു ജൈന സന്യാസി ഒരിക്കൽ ബുദ്ധനുമായി വാദപ്രതിവാദം നടത്തിയ ശേഷം തന്റെ ഗുരുവായ മഹാവീരന് റിപ്പോർട്ട് കൊടുക്കുന്നത് ബുദ്ധൻ ആളെ പറഞ്ഞു തിരിക്കാൻ വളരെ കേമനാണ് എന്നാണ്.[6] അതുപോലെ മജ്ജിമ നികായയിൽ ഒരു ജൈന വിശ്വാസിയുമായുള്ള പൊരിഞ്ഞ വാക്കുതർക്കത്തിനു ശേഷവും ബുദ്ധൻ ഒട്ടും അസ്വസ്ഥനാകാതെയും, വിഷയം മാറ്റാൻ ശ്രമിക്കാതെയും വളരെ ശാന്തനായി തർക്കത്തിൽ പങ്കെടുത്തു എന്ന് അദ്ദേഹം സാക്ഷ്യപ്പെടുത്തുന്നതും കാണാം.[7]

പിൽക്കാലത്ത് ബുദ്ധൻ തന്റെ അനുയായി സമൂഹത്തെ എല്ലാവർക്കും അഭിപ്രായ സ്വാതന്ത്ര്യമുള്ള ഈ ഗണസംഘത്തിന്റെ രീതിയിലാണ് ചിട്ടപ്പെടുത്തിയത്. അവരുടെ പേരും "സംഘം"

എന്നുതന്നെ. പക്ഷേ വ്യക്തമായ ഒരു നേതാവോ ചർച്ച നിയന്ത്രിക്കാനുള്ള ആളോ ഇല്ലാത്ത ഈ രീതി കാരണം ബുദ്ധന്റെ ജീവിതകാലത്തുതന്നെ സംഘത്തിൽ പരസ്പരം അടി തുടങ്ങിയിരുന്നു.

ബുദ്ധന്റെ പിതാവായ ശുദ്ധോധനൻ നല്ല സമ്പന്നനായ രാജാവായിരുന്നു. ശൈത്യ കാലത്തും, വേനൽ കാലത്തും, ശരത്കാലത്തും മാറി മാറി താമസിക്കാൻ തനിക്ക് മൂന്നു കൊട്ടാരങ്ങളും അവയിലൊക്കെ വിനോദത്തിനായി സ്ത്രീകൾ ഉണ്ടായിരുന്നതായും, കാശിയിൽ നെയ്ത്ത വിശേഷപ്പെട്ട പട്ടു വസ്ത്രങ്ങൾ മാത്രമെ താൻ ഉപയോഗിച്ചിരുന്നുള്ളു എന്നും ബുദ്ധൻ പറയുന്നുണ്ട്. (രണ്ടായിരത്തഞ്ഞൂറു വർഷങ്ങൾക്കു ശേഷവും കാശിയിലെ ബനാറസ് പട്ട് പ്രസിദ്ധമായി തുടരുന്നു. ഈയിടെ ഇന്ത്യ സന്ദർശിച്ചപ്പോൾ ഒബാമയുടെ പത്നി മിഷേലിന് പ്രധാനമന്ത്രി നരേന്ദ്ര മോഡി സമ്മാനം കൊടുക്കുന്നത് വിശേഷപ്പെട്ട ഈ പട്ടു തന്നെയാണ്.) മറ്റുള്ള ആളുകളുടെ വീടുകളിൽ അടിമകൾക്കും, ജോലിക്കാർക്കും നുറുങ്ങിയ അരിയും, പുളിച്ച കഞ്ഞിയും കൊടുക്കുമ്പോൾ ശുദ്ധോധനന്റെ വീട്ടിൽ അടിമകൾക്കു പോലും പൊട്ടാത്ത അരിയും, മാംസവും വരെ ഭക്ഷണമായി കൊടുത്തിരുന്നു.[8] പക്ഷേ ഈ സുഖസൗകര്യങ്ങളൊന്നും ആദ്ദേഹത്തിന് ആഹ്ലാദം നൽകിയില്ല. ആദ്ദേഹം ശാരീരികവും, ഭൗതികവുമായ എല്ലാ സുഖങ്ങളും ഉപേക്ഷിക്കുന്നു. ആദ്യകാല മഹായാനക്കാരിൽ പെട്ട മഹാസാംഘിക വിഭാഗക്കാരുടെ മഹാവാസ്തു എന്ന ഗ്രന്ഥത്തിൽ ബോധിസത്വൻ തന്റെ മാനസിക സംഘർഷത്തെക്കുറിച്ച് പറയുന്നുണ്ട്.[9]

അങ്ങനെ ശുദ്ധോദന രാജാവിന്റെ കൊട്ടാരത്തിലെ സുഖസൗകര്യങ്ങളെല്ലാം ഉപേക്ഷിച്ച് അക്കാലത്ത് നിലവിലുള്ള അനേകം വേദവിരുദ്ധ പ്രസ്ഥാനങ്ങളിൽ, അഥവാ ശ്രമണ കൾട്ടുകളിൽ (പലരും കരുതുന്നപോലെ ബുദ്ധിസം മാത്രമൊന്നുമല്ല അക്കാലത്ത് വേദവിരുദ്ധമായി ഉണ്ടായിരുന്നത്) ആകൃഷ്ടനായി തന്റെ ഇരുപത്തൊൻപതാം വയസ്സിൽ സിദ്ധാർത്ഥൻ പുറപ്പെട്ടു പോകുന്നു.

റെഫറൻസ്:

(1) It is a remarkable fact that the two greatest religions of the world, Christianity and Buddhism, present so many striking coincidences in the philosophical basis as well as in the ethical applications of their faith, while their modes of systematizing them in dogmas are radically different; and it is difficult to understand why these agreements should have caused animosity, instead of creating sentiments of friendship and good-will. (Paul Carus-*The gospel of Buddha*)

(2) Christianity teaches charity without dispelling the ego-illusion; and in this sense it surpasses even the Mahayana: it is still more adapted to the needs of multitudes than a large vessel fitted to carry over those who embark on it: it is comparable to a grand bridge, a Mahasethu, on which a child who has no comprehension as yet of the nature of self can cross the stream of self-hood and worldly vanity. (Paul Carus-*The gospel of Buddha*)

(3) "It is just as if a man, traveling along a wilderness track, were to see an ancient path, an ancient road, traveled by people of former times. He would follow it. Following it, he would see an ancient city, complete with parks, groves, and ponds, walled, delightful.He would go to address the king or the king's minister, saying, 'Sire, you should know that while traveling along a wilderness track I saw an ancient path....... Sire, rebuild that city!' The king or king's minister would rebuild the city, so that at a later date the city would become powerful, rich, and well-populated, fully grown and prosperous.

"In the same way I saw an ancient path, an ancient road, traveled by the Rightly Self-awakened Ones of former times. (Nagara sutta-*Samyuktha Nikhaya* 12.65)

(4) Gautama is very often barbarously complimented as a man who fought against caste, and his creed is very often called a revolt against caste system......the pretensions of the Buddhists regarding purity and pollution were at least as extravagant as those of the Brahmana, and Gautama is not free from the guilt of promoting such pretensions. In cases he has shown much greater stupidity in these matters than that of all Brahmanas put together. (*The history of caste in India* by Shridhar V. Ketkar)

(5) "Those who set up a park or grove,
The people who construct a bridge,
A place to drink and a well,
Those who give a residence,
For them merit always increases,
Both by day and by night." (*Samyuktha Nikaya*-1:47)

(6) "The samana Goutama is tricky, he knows the enticing (or converting) trick by which he draws in the disciples of other schools". (Upali Sutta-*Manjima nikhaya* 56)

(7) When this was said, Saccaka the Nigantha said to the Blessed One: "It's amazing, Master Gotama. It's astounding ..... I recall engaging Purana Kassapa in debate. He, when engaged in debate by me, spoke evasively and led the discussion astray, displayed irritation, aversion, and peevishness. But when Master Gotama is addressed rudely again and again, is assailed by presumptuous courses of speech, the color of his skin brightens, the color of his face clears, as would be the case with one who is worthy and rightly self-awakened. I recall engaging Makkhali Gosala... Ajita Kesakambala... Pakudha Kaccayana...Sanjaya Velatthaputta... Nigantha Nataputa in debate. He, when engaged in debate by me, spoke evasively and led the discussion astray, displayed irritation, aversion, and peevishness. But when Master Gotama is addressed rudely again and

again, is assailed by presumptuous courses of speech, the color of his skin brightens, the color of his face clears, as would be the case with one who is worthy and rightly self-awakened. (Maha Saccaka Sutta-*Majjhima Nikaya* 36)

(8) "I used no sandal wood unless it came from Kasi and my headdress, jacket, lower garment, and upper garment were made of cloth from Kasi. By day and by night a white canopy was held over me so that cold and heat, dust, grass, and dew would not settle on me. I had three mansions: one for the winter, one for the summer, and one for the rainy season.I spent the four months of the rains in the rainy-season mansion, being entertained by musicians, none of whom were male, and I did not leave the mansion. While in other people's homes slaves, workers, and servants are given broken rice together with sour gruel for their meals, in my father's residence they were given choice hill rice, meat, and boiled rice". (*Ankuttara Nikaya* 3:39)

(9) "Now this householder life is constricting. One must go forth to an open space; it is not possible for one to the utterly disciplined,utterly irreproachable, pure, clean brahmacarya while staying in a house. I will go forth from home to homelessness.

And monks, it was not when he was worn down with debility that the bodhisattva went forth from home into the homeless state, but when he ws in the peak and perfection of youth. Again monks, it was not when he was worn down by debilitating disease that the bodhisattva went forth from home to homeless state, but he was in the peak and perfection of health. Again monks, it was not when he was worn down by loss of wealth that the bodhisattva went forth from home to homeless state, but he left behind him a vast array of riches. Again monks, it was not when he was worn down by the loss of relatives that the bodhisattva went forth from home to homeless state,but he left behind him a vast group of relatives. (*Mahavasthu*)

വിമത മതങ്ങൾ

Bhikkhus, possessing five qualities, a Nigantha ...
a shaven headed disciple...
a matted-hair ascetic...
a wanderer...
a magandika...
a tedandika....
an aruddhaka...
a gotamaka...
a devadhammika is deposited in hell as if brought there.
(*Amguttara Nikaya*)

ബുദ്ധമതത്തിന്റെ ആരംഭം BCE 5-6 നൂറ്റാണ്ടുകളിലാണ് എന്നു പറഞ്ഞല്ലോ. അക്കാലത്തെ സാമൂഹ്യ ജീവിതത്തിന്റെ ഒരു ചിത്രം ലഭിക്കുന്നത് നല്ലതാണ്. ചെറിയ കൂട്ടങ്ങളായി കാലി വളർത്തലുമൊക്കെയായി ജീവിക്കുന്ന ഒരു ജനതയെയാണ് വേദങ്ങളിൽ കാണുന്നതെങ്കിൽ, ബുദ്ധന്റെ കാലമാകുമ്പോഴേക്കും വലിയ പട്ടണങ്ങളും, കടൽ വഴിയുള്ള കച്ചവടങ്ങളുമൊക്കെയായി കഴിയുന്ന വലിയൊരു ജനതയുടെ ചിത്രമാണ് ലഭിക്കുന്നത്. വേദങ്ങളിൽനിന്ന് പശുക്കളെക്കുറിച്ച കിട്ടുന്ന അത്ര വിവരങ്ങൾ ദിവ്യാവദാന പോലുള്ള ബൗദ്ധ ഗ്രന്ഥങ്ങളിൽ നിന്ന് കൃഷി, കച്ചവടം, വിവിധ കൈത്തൊഴിലുകൾ എന്നിവയെക്കുറിച്ച ലഭിക്കും. കൃഷിയായിരുന്നു ബ്രാഹ്മണരടക്കം മിക്കവരുടെയും തൊഴിൽ. മൈത്രേയാവദാനയിൽ കൃഷി രാജ്യത്തിന്റെ സാമ്പത്തിക സ്ഥിതിക്ക് എത്രമാത്രം പ്രധാനപ്പെട്ടതാണ് എന്നും കർഷകർ ഒരു കാരണവശാലും കൃഷിയിൽ മുടക്കം വരുത്താൻ പാടില്ലെന്നും പറയുന്നുണ്ട്.

കാലി വളർത്തുകാരുടെ യാഗങ്ങളും, ബലികളും ഈ മാറിയ സാഹചര്യങ്ങൾക്ക് ഒട്ടും യോജിച്ചതായിരുന്നില്ല എന്നു കാണാൻ പ്രയാസമില്ല. അലഞ്ഞു നടക്കുന്ന കാലിവളർത്തുകാരുടെ പ്രതീക്ഷകളും

ആവശ്യങ്ങളുമല്ലല്ലോ കൃഷിയും, കച്ചവടവുമൊക്കെയായി ഒരിടത്തു തന്നെ താമസിക്കുന്നവരുടേത്. അവർ ഒരു ദൈവത്തിൽ/ദൈവങ്ങളിൽനിന്ന് പ്രതീക്ഷിക്കുന്നത് മറ്റു ചിലതായിരിക്കും. കാലിവളർത്തലുമായി അലഞ്ഞു നടന്ന് പട്ടിണിയെ കഷ്ടിച്ച് ഒഴിവാക്കി ജീവിക്കുന്ന ജനതയ്ക്ക് ദൈവത്തെകൊണ്ട് നേടാനുള്ളത് ഹ്രസ്വകാല ആവശ്യങ്ങളാണ്. ധാരാളം കന്നുകാലികൾ, നല്ല വിളവ്, അങ്ങനെ അന്നന്നത്തേക്കുള്ള അപ്പം കിട്ടാനുള്ള മാർഗ്ഗങ്ങൾ. അല്പം അമാനുഷിക കഴിവുകളുള്ള ക്ഷിപ്രകോപികളും, ക്ഷിപ്രപ്രസാദികളുമായ അനേകം ദൈവങ്ങളാണ് അവരുടേത്. ഈ ദൈവങ്ങളുമായി പലവിധ കരാറുകളും, വിലപേശലുകളും സാധ്യമാണ്. ഒരു പ്രത്യേക ദൈവം സഹകരിച്ചില്ലെങ്കിലും സഹകരിക്കാൻ തയ്യാറായി വേറെ അനേകം ദൈവങ്ങളുണ്ടായിരിക്കും. അവരുമായി വിലപേശി കരാറുറപ്പിക്കാം. അതിനൊക്കയാണ് പുരോഹിതൻ. എന്നാൽ ജീവിത നിലവാരം ഉയരുന്നതോടു കൂടി ഭാവിയെക്കുറിച്ച് (അൽപ്പം കടന്ന് മരണാനന്തര ജീവിതത്തെക്കുറിച്ചും) ആലോചന വരും. അൽപ്പം കൂടി "നല്ല" ദൈവസങ്കൽപ്പങ്ങൾ (ഏകദൈവം, ബ്രഹ്മം) ഉണ്ടാകും. ധാർമ്മികത, പുണ്യപാപങ്ങൾ മുതലായവയെക്കുറിച്ചൊക്കെയുള്ള താത്വിക അവലോകനങ്ങൾ വരും.

കാലം ചെല്ലും തോറും മന്ത്രോച്ചാരണം വെറും യാന്ത്രികമാകുകയും യാഗത്തിന്റെ ചടങ്ങുകൾ കൂടുതൽ കൂടുതൽ ചിലവേറിയതായിത്തീരുകയും ചെയ്തു എന്നതല്ലാതെ മതത്തിന്റെ തിയറി കാര്യമായൊന്നും പുരോഗമിച്ചിട്ടില്ലായിരുന്നു. "എവിടെ നിന്ന് വന്നു ഞാൻ, എവിടേക്കു പോണു ഞാൻ" അല്ലെങ്കിൽ "ഈ പ്രപഞ്ചം എങ്ങിനെ ഉണ്ടായി?" തുടങ്ങിയ മെറ്റാഫിസിക്കൽ ചോദ്യങ്ങൾക്ക് അപ്പോഴും തൃപ്തികരമായ ഉത്തരമില്ലായിരുന്നു. ഋഗ്വേദത്തിലെ പ്രപഞ്ചോൽപ്പത്തിയെക്കുറിച്ചുള്ള പ്രസിദ്ധമായ ആ ചിന്ത നോക്കുക.[1]

ആർക്കറിയാം, ആർക്കു പറയാം
എവിടെനിന്നു വന്നെല്ലാം, സൃഷ്ടി സംഭവിച്ചതെങ്ങിനെ?
സൃഷ്ടിക്കുശേഷമല്ലോ ദേവന്മാർ
അതിനാൽ ആർക്കറിയാം അതെവിടെ നിന്നു വന്നെന്ന്?
സൃഷ്ടികളുടെ തുടക്കം എവിടെനിന്നെന്ന്,
അവനതു സൃഷിച്ചോ, ഇല്ലയോ
സ്വർഗ്ഗസ്ഥനായ അവനറിയാമായിരിക്കും
അഥവാ അവനു പോലും അറിയിലായിരിക്കാം.

(ഋഗ്വേദം 10-129)

ദൈവത്തിനു വേണ്ടി യാഗം നടത്തുന്ന പുരോഹിതന്റേതല്ലാതെ, ഇത്തരം ഗഹനമായ കാര്യങ്ങളെക്കുറിച്ചു ആലോചിക്കുകയും സംസാരിക്കുകയും ചെയ്യുന്ന തത്വചിന്തകൻ എന്നൊരു തസ്തിക ആ കാലത്ത് ഉണ്ടായിട്ടില്ല. വേദങ്ങളും, ഏതാനും ഉപനിഷത്തുകളുമല്ലാതെ വേറെ കാര്യമായ വിജ്ഞാനമൊന്നും അന്നില്ല. (ബുദ്ധനേക്കാൾ മുൻപുള്ളത് അഞ്ചു ഉപനിഷത്തുകൾ മാത്രമാണ്. ഏറ്റവും പഴയ ഉപനിഷത്തിന്റെ കാലം 700BC, ബൃഹദാരണ്യകവും ചന്ദോഗ്യവും. പിന്നെ തൈത്തിരീയം, ഐതിരേയം, കൌശിതാകി.)

ബുദ്ധൻ ബ്രാഹ്മണ മതത്തിന് എതിരായിരുന്നു എന്നു പറയുന്നവർ മനസ്സിലാക്കാത്ത കാര്യമാണ് അത്. അന്നത്തെ അറിവുകൾ മതം എന്ന നിർവ്വചനത്തിൽ പെടുത്താൻ മാത്രം വളർന്നിട്ടില്ലായിരുന്നു. എതിർക്കാൻ (അനുകൂലിക്കാനും) മാത്രമുള്ള അറിവുകളൊന്നും അന്നുണ്ടായിരുന്നില്ല. കുറച്ചൊക്കെ പരസ്പരം യോജിക്കുന്ന, കുറേയൊക്കെ പരസ്പരവിരുദ്ധമായ കുറേ ആചാരങ്ങളും, ചടങ്ങുകളും, കീഴ്വഴക്കങ്ങളും ഉണ്ടെന്നല്ലാതെ. അന്നത്തെ പ്രധാന മതകർമ്മങ്ങൾ ഇവയായിരുന്നു...

(I) **ജല ആരാധന:** വെള്ളത്തിന് പ്രത്യേകിച്ച് ഗംഗ പോലുള്ള ചില പുണ്യ നദികൾക്ക് പാപങ്ങൾ കഴുകിക്കളയാൻ കഴിയും എന്ന വിശ്വാസം. ആ കൾട്ട് രണ്ടായിരത്തഞ്ഞൂറുവർഷങ്ങൾക്കിപ്പുറം ഇപ്പോഴും ഹിന്ദു മതത്തിന്റെ ഭാഗമായി നിലനിൽക്കുന്നുണ്ട്. ഇപ്പോഴും ഗംഗയിൽ ഒഴുക്കി വിടുന്ന ശവങ്ങളെ ഓർക്കുക.

(II) **അഗ്നിപൂജ:** യാഗവസ്തുക്കൾ അഗ്നിയിൽ അർപ്പിക്കൽ. വേദങ്ങളിൽ പറയുന്ന യാഗകർമ്മങ്ങൾ കൂടാതെ മറ്റു പല അഗ്നി ആരാധനകളും നിലവിലുണ്ടായിരുന്നു. ഇതും ഇന്നും നിലനിൽക്കുന്നുണ്ട്.

(III) **രക്ത ബലി:** മൃഗങ്ങളെ കൊന്ന് അവയുടെ രക്തം ദൈവങ്ങൾക്ക് സമർപ്പിക്കൽ. ആധുനിക കാലത്ത് നിരോധിച്ചതു കൊണ്ട് ഇത് കുറേയൊക്കെ ഇല്ലാതായിട്ടുണ്ട്. (നേപ്പാളിൽ ഇപ്പോഴും നിലനിൽക്കുന്നുണ്ടെങ്കിലും.)

(ബുദ്ധൻ ഇവയെല്ലാം എതിർത്തിരുന്നു. പക്ഷേ മൃഗബലി ഇല്ലാതായത് ബുദ്ധിസത്തിന്റെ സ്വാധീനം മൂലമാണ് എന്ന് പറയുന്നവർ എന്തു കൊണ്ട് ബുദ്ധന്റെ സ്വാധീനം മൂലം മറ്റുള്ള രണ്ടും ഇല്ലാതായില്ല എന്ന് പറയണ്ടേ? വിശേഷിച്ചും മൃഗബലി ബുദ്ധിസത്തിന് ആദ്യകാലം മുതൽ തന്നെ നല്ല സ്വാധീനമുള്ള നേപ്പാളിൽ നിലനിൽക്കുമ്പോൾ?)

ഓരോരുത്തരും അവരവർക്ക് നല്ലതെന്ന് തോന്നുന്ന യാഗങ്ങളും, കണ്ടു പരിചയമുള്ള മറ്റു കർമ്മങ്ങളും, അവരവർക്ക് ബോധിച്ച

രീതിയിൽ ചെയ്യുകയോ, ചെയ്യിക്കുകയോ എന്നതായിരുന്നു അന്നത്തെ രീതി. മതത്തിന് ഒരു നിശ്ചിത സിലബസ് ഒന്നും ഉണ്ടായിട്ടില്ല എന്നർത്ഥം. അന്നും, ഇന്നും ആ സാധനത്തിന്, ഇപ്പോൾ അതിനെ ഹിന്ദുമതം എന്ന് വിളിക്കുന്നുണ്ടെങ്കിലും, ഒരു സ്ഥാപകനോ ഒരു നിശ്ചിത പ്രാമാണിക ഗ്രന്ഥമോ ഒന്നുമില്ല. കാലക്രമത്തിൽ ഈ യാഗകർമ്മങ്ങളും, മന്ത്രങ്ങളും കൂടുതൽ സങ്കീർണ്ണമാകുകയും ദൈവം തന്നെ ഈ മന്ത്രങ്ങൾക്ക് അടിമയാണ് എന്നൊക്കെയുള്ള സിദ്ധാന്തങ്ങൾ വരുകയും ചെയ്തു.

"ദൈവാധീനം ജഗൽസർവ്വം
മന്ത്രാധീനന്തു ദൈവതം
തൻമന്ത്രം ബ്രാഹ്മണാധീനം
ബ്രാഹ്മണോ മമ ദൈവതം"

(ലോകം മുഴുവനും ദൈവത്തിന്റെ അധീനതയിലാണ്. ആ ദൈവമോ മന്ത്രത്തിന്റെ അധീനതയിലുമാണ്. ആ മന്ത്രമോ ബ്രാഹ്മണന്റെ അധീനതയിലുമാണ്. അതുകൊണ്ട് ബ്രാഹ്മണരാണ് നമ്മുടെ ദൈവം.)

അങ്ങനെ ദൈവത്തെ നിയന്ത്രിക്കുന്ന മന്ത്രവും, മന്ത്രത്തെ നിയന്ത്രിക്കുന്ന ബ്രാഹ്മണനും എന്ന യാഗസംസ്കാരത്തെ വെല്ലുവിളിച്ചും, നിലവിലെ ആചാരങ്ങൾ വിട്ടും പുറത്തു വന്നവർ (വേദങ്ങളുടെ പ്രാമാണ്യം അംഗീകരിക്കാത്തവർ പൊതുവേ ശ്രമണർ എന്നറിയപ്പെട്ടു) തുടങ്ങിയ പുതിയ ആത്മീയ പ്രസ്ഥാനങ്ങൾ അക്കാലത്ത് നിരവധിയുണ്ടായി. (ഫാഹിയാൻ ഇന്ത്യ സന്ദർശിക്കുന്ന കാലത്തു പോലും ഇത്തരം തൊണ്ണൂറ്റാറു വിഭാഗങ്ങൾ ഇവിടെ ഉണ്ടായിരുന്നതായി അദ്ദേഹം പറയുന്നുണ്ട്.) പാരമ്പര്യ മതപണ്ഡിതരായ ബ്രാഹ്മണരോളം തന്നെ, ഒരുപക്ഷേ അവരെക്കാൾ കൂടുതൽ ശ്രമണർ അക്കാലത്ത് ബഹുമാനിക്കപ്പെട്ടിരുന്നു എന്നാണ് ബൗദ്ധ ഗ്രന്ഥങ്ങളിൽ നിന്നു മനസ്സിലാകുന്നത്. ബൗദ്ധ സാഹിത്യത്തിൽ ഉടനീളം, ചാണക്യന്റെ അർത്ഥശാസ്ത്രത്തിൽ, അശോകന്റെ ശാസനങ്ങളിൽ, മെഗസ്തനീസിന്റ കുറിപ്പുകളിൽ, ഫാഹിയാന്റെ, ഹ്യയാങ്ങ് സാങ്ങിന്റെ യാത്രാവിവരണങ്ങളിൽ എല്ലാം തുല്യ ബഹുമാനം അർഹിക്കുന്ന രണ്ടു കൂട്ടരായാണ് ബ്രാഹ്മണരേയും, ശ്രമണരേയും കണക്കാക്കുന്നത്. ഇവിടെയെല്ലാം ബ്രാഹ്മണൻ, ശ്രമണൻ എന്നീ പദങ്ങൾ എപ്പോഴും ഒരുമിച്ചാണ് കാണുന്നത് (Sramana and Brahmana, Sramana or Brahmana). ശ്രമണർ ഇവിടെ പീഡിപ്പിക്കപ്പെട്ടിരുന്നു എന്ന് ചുമ്മാ പറയുന്നതാണ്. ഒരു തെളിവും അതിനു ചൂണ്ടിക്കാട്ടാനില്ല.

ജടിലന്മാർ (ജടാധാരികൾ - അത് പിന്നീട് ശൈവ മതക്കാർ ഏറ്റെടുത്തു), തല മുണ്ഡനം ചെയ്യുവർ (ബൗദ്ധ സന്യാസിമാർ), രോമം പിഴുതു കളയുന്നവർ (ഇത് ജൈനസന്യാസിമാരുടെ ഒരു രീതിയാണ്. ബുദ്ധനും ആദ്യകാലത്ത് അങ്ങനെ ചെയ്തിട്ടുണ്ട് എന്നു പറയുന്നു), നഗ്നരായി നടക്കുന്നവർ (പ്രധാനമായും ജൈനർ. ആജീവകർ എന്ന കൂട്ടരും നഗ്നരായി നടക്കുന്നവരായിരുന്നു), കാഷായ വസ്ത്രം ധരിച്ച വർ (ബൗദ്ധർ), അങ്ങിനെ ശ്രമണർ പലവിധമായിരുന്നു. ഇതാണ് പിൽകാലത്ത് ശങ്കരാചാര്യർ പറഞ്ഞ, "ജടിലോ മുണ്ഡീ ലുഞ്ചിത കേശഃ. കാഷായാംബര ബഹുകൃത വേഷഃ". സമാനമായ വേഷം കെട്ടലുകൾ ഹ്യയാങ്ങ് സാങ്ങ് (CE629) ഇവിടം സന്ദർശിക്കുമ്പോഴും ഉണ്ടായിരുന്നതായി പറയുന്നുണ്ട്.[2] ഇതു പറഞ്ഞ ശങ്കരാചാര്യരും, അദ്ദേഹം പരിഹസിച്ച ഈ വക വേഷം കെട്ടലുകളും ഒക്കെ ഇപ്പോൾ ഹിന്ദുമതത്തിന്റെ ഭാഗമായി എന്നത് വേറൊരു രസം. :-)

അങ്ങനെ അക്കാലത്തെ മതത്തിലും, ആചാരങ്ങളിലും ഉത്തര മില്ലാത്ത മെറ്റാഫിസിക്കൽ ചോദ്യങ്ങൾക്ക് (ജീവാത്മാവ്, പരമാത്മാവ്, പ്രപഞ്ച സൃഷ്ടി) ഉത്തരം തേടിയുള്ള ചിലരുടെ ആത്മീയ യാത്ര ആരംഭിക്കുന്നു. നിലവിലുള്ള അറിവ് (വേദങ്ങൾ) പഴഞ്ചനാണ് (വേദങ്ങൾക്ക് ഏകദേശം ബി.സി 2000 എന്ന പ്രായം കണക്കാക്കിയാൽ ഈ പറയുന്ന കാലമാകുമ്പോഴേക്കും അതിൽ പറയുന്ന ലോകം ഇവരുടെ ആരുടെയും വിദൂരമായ ഓർമകളിൽ പോലും ഇല്ല. ഒരു ആയിരത്തഞ്ഞൂറു വർഷം മുൻപുള്ള കാര്യങ്ങൾ നമുക്ക് ഇപ്പോൾ എത്രമാത്രം ഉൾക്കൊള്ളാനാകും?) പല ചോദ്യങ്ങൾക്കും താത്വിക വിശദീകരണങ്ങൾ ഇല്ല, അഥവാ അതൊന്നും തൃപ്തികരമല്ല എന്നു തോന്നിയവർ പുതിയ ഉത്തരങ്ങൾ കണ്ടെത്താൻ മുന്നിട്ടിറങ്ങി. ഒരു കമ്പ്യൂട്ടർ ഉപമ ഉപയോഗിച്ചാൽ, നിലവിലുള്ള സോഫ്റ്റ് വെയറിന് പലേ കാര്യങ്ങളും ചെയ്യാനാവുന്നില്ല, അഥവാ ചെയ്യുന്നത് വേണ്ടത്ര തൃപ്തികരമല്ല എന്നു കാണുമ്പോൾ ചിലർ സ്വന്തമായി പുതിയ "ആഡ് ഓൺസ്" (add ons) വികസിപ്പിച്ചെടുക്കാൻ ശ്രമിക്കുന്ന പോലെ എന്ന് പറയാം.

അന്നത്തെ കാലത്തുണ്ടായിരുന്ന ഇത്തരം സമാന്തര ആത്മീയ പ്രസ്ഥാനങ്ങളെ പൊതുവെ നാലായി തിരിക്കാം.

(I) **ഔപനിഷദന്മാർ:** വേദപാരമ്പര്യവുമായി ഏറ്റവും അടുത്ത് നിൽക്കുന്ന ഉപനിഷത്തുക്കൾ വഴി മെറ്റാഫിസിക്കൽ പ്രശ്നങ്ങ ൾക്ക് (ബ്രഹ്മം, ആത്മം) ഉത്തരം കണ്ടെത്താനുള്ള ഒരു ശ്രമം. ഉപനിഷത്തുക്കൾ പ്രധാനമായും ക്ഷത്രിയരുടെ സംഭാവനയായിരുന്നു. ഉപനിഷത്തുക്കളിലെല്ലാം പണ്ഡിതനായ ഒരു ക്ഷത്രിയ

രാജാവിന്റെ അടുത്ത് പഠിക്കാനെത്തുന്ന ശിഷ്യന്റെ റോളാണ് ബ്രാഹ്മണന്.[3]

ക്ഷത്രീയരാണ് ബ്രാഹ്മണരേക്കാൾ മികച്ചവർ എന്ന് ആദ്യകാല ഉപനിഷത്തുക്കളിലൊന്നായ ബൃഹദാരണ്യകത്തിൽ കാണാം. "മുൻപ് ബ്രഹ്മം മാത്രമുണ്ടായിരുന്നു.എന്നാൽ അദ്ദേഹം ഏകനായിരുന്നതുകൊണ്ട് അദ്ദേഹത്തിന് വികാസമുണ്ടായില്ല. അതിനാൽ അദ്ദേഹം ഉത്കൃഷ്ടമായ ക്ഷത്രീയ ജാതിയെ സൃഷ്ടിച്ചു. ആ ക്ഷത്രീയർ ദേവലോകത്തിലെ ഇന്ദ്രൻ, വരുണൻ, സോമൻ, രുദ്രൻ, പർജ്ജന്യൻ, യമൻ, മൃത്യു, ഈശാനൻ എന്നിവരായിരുന്നു. അതുകൊണ്ട് ക്ഷത്രീയരേക്കാൾ ശ്രേഷ്ഠരായി ആരുമില്ല. അതിനാൽ ബ്രാഹ്മണർ ക്ഷത്രീയനെ ഉപാസിക്കുന്നു".[4]

അവരുടെ തിയറി വേദങ്ങളിൽ നിന്നും, ബ്രാഹ്മണങ്ങളിൽനിന്നും സ്വീകരിച്ചവയായിരുന്നുവെങ്കിലും, ക്ഷത്രീയരുടെ സൃഷ്ടിയായ ഒരു "ആഡ് ഓണിൽ" നിന്ന് സ്വാഭാവികമായും പ്രതീക്ഷിക്കാവുന്ന പോലെ തന്നെ കടുത്ത ബ്രാഹ്മണ/വേദവിരുദ്ധതയും അതിൽ കാണാം. വേദങ്ങളുടെ ദൈവീകതയേയും, ബ്രാഹ്മണ സിദ്ധാന്തങ്ങളുടെ അടിസ്ഥാനമായ യാഗങ്ങളുടേയും, ബലികളുടേയും, ഫലസിദ്ധിയേയും ഇവ നിശിതമായി ചോദ്യം ചെയ്യുന്നുണ്ട്. (ബുദ്ധിസം കാരണമാണ് ഇവിടെ മൃഗബലി ഇല്ലാതായത് എന്ന് വാദിക്കുന്നവർ ഇതും കാണണം.) പാരമ്പര്യ വാദികളിൽ നിന്നുള്ള എതിർപ്പ് പ്രതീക്ഷിച്ചതുകൊണ്ടായിരിക്കാം അവർ രഹസ്യമായാണ് അവരുടെ അറിവുകൾ സൂക്ഷിച്ചതും, കൈമാറിയിരുന്നതും. ഉപനിഷത്ത് എന്ന വാക്കിന്റെ അർത്ഥം തന്നെ താഴെ അടുത്തിരുന്ന ഒരു ഗുരുവിൽനിന്നു കേട്ടു പഠിക്കേണ്ടത് എന്നാണ്. (ഈയം ഉരുക്കി ചെവിയിൽ ഒഴിക്കണം എന്ന ചൊല്ലൊക്കെ ഇങ്ങനെ രഹസ്യ സ്വഭാവം നിലനിർത്തേണ്ടതിന്റെ അടിസ്ഥാനത്തിലായിരിക്കാം ആദ്യം രൂപം കൊണ്ടത്.) അവരുടെ മുഖ്യമായ വിഷയം ബ്രഹ്മത്തെയും, ആത്മാവിനെയും കുറിച്ചുള്ള ചർച്ചയാണ്. എന്തായാലും ഔപനിഷദന്മാരുടെ രഹസ്യ അറിവ് താമസിയാതെ പരസ്യമായി, ഒടുവിൽ വേദത്തിന്റെ അവസാനം അല്ലെങ്കിൽ വേദത്തിന്റെ പൂർണ്ണത എന്നർത്ഥം വരുന്ന വേദാന്തമായി, ബ്രാഹ്മണ പാരമ്പര്യത്തിന്റെ ഭാഗമായി. (നമ്മുടെ കമ്പ്യൂട്ടർ ഉപമ തുടർന്നുപയോഗിച്ചാൽ, ആ സ്വതന്ത്ര "ആഡ് ഓൺ" ഒടുവിൽ കമ്പനി തന്നെ സ്വന്തമാക്കി, ഔദ്യോഗിക സോഫ്റ്റ് വെയറിന്റെ ഭാഗമാക്കി.)

(II) **ഭൗതിക വാദികൾ:** ദൃശ്യ പ്രപഞ്ചത്തിന് അപ്പുറം ഒന്നുമില്ല എന്ന് വിശ്വസിക്കുന്നവർ അഥവാ ലോകായതർ. എതിരാളികൾ അവരെ നിഷേധികൾ എന്നർത്ഥത്തിൽ നാസ്തികർ എന്ന് കളിയാക്കി വിളിച്ചു. അവരുടെ ആധികാരിക ഗ്രന്ഥമായിരുന്ന ബ്രഹസ്പതി സൂത്രം. (അതേക്കുറിച്ച് ആർക്കും ഇപ്പോൾ കാര്യമായി ഒന്നും അറിയില്ല.) അവർക്ക് ദൈവമില്ല, മോക്ഷമില്ല, ആത്മാവില്ല, സ്വർഗ്ഗ നരകങ്ങളില്ല, ധർമ്മവും അധർമ്മവുമില്ല എന്നൊക്കെ വിശ്വസിക്കുന്നവരാണവർ. ഇവരുടെ തത്വശാസ്ത്രം വെളിവാക്കുന്ന ഒരു ശ്ലോകം പ്രശസ്തമാണ്. ജീവിക്കുന്ന കാലത്തോളം സുഖമായി ജീവിക്കണം. കടം വാങ്ങിയും നെയ്യ് കഴിക്കണം. ശരീരം ഭസ്മമായിക്കഴിഞ്ഞാൽ പിന്നെ പുനർജ്ജനനം എങ്ങിനെയാണ്?

യാവജ്ജീവം സുഖം ജീവേത്
ഋണം കൃത്വാ ഘൃതം പിബേത്
ഭസ്മീ ഭൂതസ്യ ദേഹസ്യ
പുനരാഗമനം കുത:

(III) **താപസർ:** സ്വയം പീഡിപ്പിച്ചുകൊണ്ട് മറഞ്ഞു കിടക്കുന്ന സത്യം കണ്ടെത്താനാകും എന്ന് വിശ്വസിക്കുന്നവരാണ് ഇവർ. ഗ്രാമത്തിനു പുറത്തുള്ള കാടുകളിൽ ഒട്ടും ജനസമ്പർക്കം കൂടാതെ ചിന്താഭാരവുമായി കഴിഞ്ഞുകൂട്ടുന്നവർ. ശരീരത്തെ പീഡിപ്പിച്ചാൽ സിദ്ധികൾ (പറക്കൽ, വെള്ളത്തിന് മുകളിൽ നടക്കൽ, കൂടു വിട്ടു കൂടു മാറൽ, ശരീരം വലുതാക്കാനും ചെറുതാക്കാനുമുള്ള കഴിവ് അങ്ങനെ പലതും) ഉണ്ടാകും എന്നാണ് വിശ്വാസം. സ്വയം അംഗഭംഗം വരുത്തലും, മരണം വരെ ഉപവസിക്കലുമൊക്കെ ഇവരുടെ ഇടയിൽ സാധാരണമാണ്. (വർദ്ധമാന മഹാവീരന്റെ മാതാപിതാക്കൾ അങ്ങനെ ഉപവസിച്ചു മരിച്ചവരാണ് എന്നു പറയപ്പെടുന്നു.) ഒരിക്കലും ഇരിക്കാത്തവരും, ഒരിക്കലും ഇരുന്നിടത്തുനിന്നു എഴുന്നേൽക്കാത്തവരും (നമ്മുടെ രാമായണം എഴുതിയ വാല്മീകി ഇങ്ങനെ പ്രശസ്തനായ ഒരു ഇരുത്തക്കാരനായിരുന്നു. മഹാവീരനും ഇങ്ങനെ രണ്ടു വർഷവും രണ്ടു മാസവും ഒരിടത്തു തന്നെ അനങ്ങാതെ നിന്നിട്ടുണ്ടത്രെ.) പിന്നെ പുരാണപ്രസിദ്ധമായ പഞ്ചാഗ്നി മധ്യത്തിൽ തപസ്സ് ചെയ്യുന്നവരും, മരത്തിൽ തല കീഴായി തൂങ്ങിക്കിടക്കുന്നവരും ഒക്കെയാണ് താപസർ എന്ന ഈ കൂട്ടർ. ബുദ്ധനും കുറേകാലം ഇങ്ങനെ ഒരു സ്വയം പീഢകനായി (താപസൻ) അലഞ്ഞിരുന്നതായി പറയുന്നു.

മൃഗങ്ങളെ അനുകരിച്ചു ജീവിക്കുന്ന, നായ്ക്കളെപോലെ നിലത്തുനിന്നു ഭക്ഷണം നക്കിത്തിന്നു ജീവിക്കുന്നവരേയും, (നായയെപ്പോലെ

ജീവിച്ച ഗ്രീക്ക് തത്വചിന്തകനായ ഡയോജനീസിനെയും സിനിക്കുകളെയും ഓർക്കുക. ഈ ആശയം അവർ ഇവിടെ നിന്ന് കൊണ്ട് പോയതാണോ, അതോ നമ്മൾ അവരിൽനിന്നു സ്വീകരിച്ചതോ?) കാളയെപോലെ രണ്ടു കൊമ്പും, വാലുമൊക്കെ വച്ചുകെട്ടി ചാണകം തിന്ന് കന്നുകാലികളുടെ കൂട്ടത്തിൽ ജീവിക്കുന്നവരുമായ താപസരെക്കുറിച്ചും ബുദ്ധിസ്റ്റ് ഗ്രന്ഥങ്ങളിൽ കാണാം. (മജ്ജിമ നികായ: 57- കുക്കുരവാടിക സുത്ത) ഇതും ബുദ്ധൻ കുറേകാലം പരീക്ഷിച്ചിട്ടുണ്ട്.[5]

എന്തായാലും ബോധോദയം വന്നപ്പോൾ ബുദ്ധന് ഇവരെ വലിയ മതിപ്പില്ലാതായി. നായയെയും, കാളയെയും പോലൊക്കെ ജീവിച്ചാൽ കൂടിപ്പോയാൽ അടുത്ത ജന്മത്തിലും നായയും, കാളയുമാകാം. അതിൽ കൂടുതൽ നേട്ടമൊന്നും ഉണ്ടാകില്ല. എന്നാൽ അതിൽ എന്തെങ്കിലും പിഴവ് പറ്റിയാൽ പിന്നെ നരകത്തിലായിപ്പോകും എന്ന് ബുദ്ധൻ. (ഇത് അന്ധവിശ്വാസമാണ്, ഈ രീതി ഒരു ഫലവും തരില്ല എന്നല്ല ബുദ്ധൻ പറയുന്നത് എന്ന് പ്രത്യേകം ശ്രദ്ധിക്കുക. ഇതുകൊണ്ട് ഉദ്ദേശിക്കുന്ന ഫലം (നിർവ്വാണം) കിട്ടില്ല, ചിലപ്പോൾ മോശമായ എന്തെങ്കിലും ഫലം പോലും ഉണ്ടായേക്കാം എന്നുമാണ്.) [6]

(IV) **ശ്രമണർ:** ഇവർ അലഞ്ഞു നടക്കുന്ന സന്യാസിമാരാണ്. ബ്രാഹ്മണ വർണ്ണത്തിൽ ജനിച്ച ഇത്തരക്കാരെ പൊതുവേ പരിവ്രാജകർ എന്നാണ് വിളിക്കുക. മറ്റുള്ളവരെ ശ്രമണർ എന്നും. (ബുദ്ധൻ പിൽകാലത്ത് ശ്രമണൻ എന്ന വാക്ക് തന്റെ ഭിക്ഷുക്കൾക്ക് മാത്രമായി പരിമിതപ്പെടുത്തി.) മറ്റു മൂന്നു കൂട്ടരേക്കാൾ എണ്ണത്തിൽ കൂടുതലാണ് നാലാമത്തെ കൂട്ടർ. ഇങ്ങനെ അലഞ്ഞു നടക്കുന്നവർക്ക് താമസിക്കാനുള്ള കേന്ദ്രങ്ങൾ (സത്രങ്ങൾ) പല രാജാക്കന്മാരും പണിയിച്ചു നൽകാറുണ്ട്. (കാട്ടിൽ തന്നെ താമസിക്കുന്ന താപസരും, നാട്ടിൽ ജനങ്ങളുമായി പരിമിതമായെങ്കിലും സമ്പർക്കത്തിൽ ജീവിക്കുന്ന ശ്രമണരും വ്യത്യസ്ത വിഭാഗങ്ങളാണ്.)

ഇവരിൽതന്നെ പല വിശ്വാസ പ്രമാണങ്ങളുള്ളവരുണ്ട്. ബുദ്ധമതത്തിന്റെ പ്രധാന എതിരാളികളായിരുന്ന അക്കാലത്തെ പ്രധാനപ്പെട്ട ആറു ശ്രമണ വിഭാഗങ്ങളുടെ പ്രധാനികളെയും അവരുടെ ആശയങ്ങളെയും കുറിച്ച് ദിഗ്ഘ നിഖായയിലെ സന്മനഫലസുത്തയിൽ വിവരിക്കുന്നുണ്ട്.

(I) **പൂർണ്ണ കാശ്യപൻ :** പൂർണ്ണ ജ്ഞാനം അവകാശപ്പെടുന്നതുകൊണ്ടാണത്രെ അദ്ദേഹത്തിന് ആ പേര്. ഇദ്ദേഹം മുൻപ് ഒരു

അടിമയായിരുന്നു എന്ന് പറയപ്പെടുന്നു. (പക്ഷേ കാശ്യപൻ എന്നത് ഒരു ബ്രാഹ്മണ നാമമാണ്. ബ്രാഹ്മണൻ എങ്ങനെ അടിമയായി? അതോ, അക്കാലത്ത് ബ്രാഹ്മണനും അടിമയാക്കപ്പെട്ടുമായിരുന്നോ?) ഇദ്ദേഹത്തിന്റേത് അക്രീയാവാദമാണ്. ഒരാളുടെ കർമ്മ ഫലമല്ല അയാൾ അനുഭവിക്കുന്നതൊന്നും എന്നാണ് ഇദ്ദേഹത്തിന്റെ വാദം. പുണ്യ കർമ്മങ്ങളുടെ പുണ്യമോ പാപകർമ്മങ്ങളുടെ പാപമോ ഒരാളുടെ ആത്മാവിനെ ബാധിക്കില്ല. അദ്ദേഹത്തിന്റെ ആശയങ്ങൾ സംയുക്ത നികായയിൽ വിവരിക്കുന്നുണ്ട്. കാശ്യപൻ കൊലപാതകത്തിലോ, വഞ്ചനയിലോ ഒരു തെറ്റും കാണുന്നില്ല എന്നാണ് ബുദ്ധൻ ആരോപിക്കുന്നത്.[7] പൂർണ്ണ കാശ്യപൻ ഒരു നഗ്നസന്യാസിയായിരുന്നു. കഠിന ഉപവാസം അനുഷ്ഠിച്ച് പട്ടിണി കിടന്നു മരിച്ചു പോയി എന്നു പറയുന്നു. അതല്ല ഒരു സംവാദത്തിൽ ബുദ്ധനോട് എതിരിട്ട് അതിൽ തോറ്റു പോയതുകൊണ്ട് ഒരു കലം കഴുത്തിൽ കെട്ടിത്തൂക്കി നദിയിൽ ചാടി ആത്മഹത്യ ചെയ്തതാണ് എന്നും കഥയുണ്ട്.

(II) **മഖാലി ഗോശാലൻ:** ഒരു ഗോശാലയിൽ ജനിച്ചതു കൊണ്ടാണത്രേ ആ പേര്. (കാലിത്തൊഴുത്തിൽ പിറന്ന മറ്റൊരു ലോകഗുരുവിനെ ഓർമ്മ വരുന്നുണ്ടോ ആർക്കെങ്കിലും?) ആജീവകർ എന്ന വിഭാഗത്തിന്റെ ഗുരുവായിരുന്നു ഇദ്ദേഹം. ജൈന ഗ്രന്ഥങ്ങളിൽ ഇദ്ദേഹത്തെക്കുറിച്ച് പറയുന്ന കാര്യങ്ങൾ നല്ല രസമാണ്. കൈയ്യിലിരിപ്പിന്റെ ഗുണം കൊണ്ട് ഒന്നിൽക്കൂടുതൽ തവണ ജനങ്ങൾ അടിച്ചു പഞ്ചറാക്കീട്ടുണ്ട് ഈ ഗോശാലനെ. (തനിക്കു ഭിക്ഷ തരാത്ത ഗൃഹങ്ങളിൽ തീപിടുത്തമുണ്ടാകും എന്ന് ഇദ്ദേഹം ശപിക്കും. അത്ഭുതമെന്നു പറയട്ടെ, താമസിയാതെ ആ ഗൃഹങ്ങളിൽ അഗ്നിബാധ ഉണ്ടാകുകയും ചെയ്യും......!!) ഇദ്ദേഹം ആദ്യം ജൈന ഗുരുവായ മഹാവീരനെ സമീപിച്ച് തന്നെയും അദ്ദേഹത്തിന്റെ ശിഷ്യനാക്കാൻ അഭ്യർത്ഥിച്ചത്രേ. എന്നാൽ ഗോശാലനെ വലിയ മതിപ്പ് തോന്നാതിരുന്ന മഹാവീരൻ കൂട്ടാക്കിയില്ല. മഖാലി ഗോശാലൻ മഹാവീരനെപ്പോലെ തന്നെ കുറേ കാലം നഗ്ന സന്യാസിയായി അലഞ്ഞു നടന്നശേഷം വീണ്ടും മഹാവീരനെ സമീപിച്ചു. (ഒരിക്കൽ നാട്ടുകാർ അടിക്കാൻ ഓടിക്കുമ്പോൾ ഉടുതുണി ഉരിഞ്ഞു പോയതോടെയാണ് വീണത് വിദ്യ എന്ന മട്ടിൽ അദ്ദേഹം നഗ്നസന്യാസിയായത് എന്ന് പറയപ്പെടുന്നു.) എന്തായാലും തിരിച്ചെത്തിയ ഗോശാലനെ ശിഷ്യനാക്കാൻ മഹാവീരൻ സമ്മതിച്ചു. അങ്ങനെ മഹാവീരന്റെ ശിഷ്യനായി മഖാലി ഗോശാലൻ ആറു വർഷത്തോളം ജീവിച്ചു.

കൂടെക്കൂടെ അടികിട്ടുന്നതിൽനിന്നു തന്നെ രക്ഷിക്കാൻ മഹാവീരൻ കൂട്ടാക്കാത്തതു കൊണ്ട് അദ്ദേഹം പിണങ്ങി ഗുരുവിനെ

വിട്ടുപോയെങ്കിലും, ആറു മാസം കഴിഞ്ഞു വീണ്ടും വാലും ചുരുട്ടി തിരിച്ച് മഹാവീരന്റെ അടുത്തു തന്നെ എത്തി. ഒടുവിൽ സഹികെട്ട് മഹാവീരൻ ഈ ശിഷ്യനെ ഓടിച്ചു വിട്ടു. മഖാലി ഗോശാലൻ ഒടുവിൽ സ്വന്തം നിലക്ക് കുറേ ശിഷ്യൻമാരെയൊക്കെ ഉണ്ടാക്കി വലിയ ഗുരുവായി. അദ്ദേഹത്തിന്റെ അനുയായികളാണ് ആജീവകർ.

മഹാവീരനേക്കാൾ അനുയായികളെ സമ്പാദിച്ചു, മഹാവീരന്റെ മുൻ ശിഷ്യനായ ഈ തട്ടിപ്പുകാരൻ. (പക്ഷേ ചരിത്രം കറങ്ങിത്തിരിഞ്ഞ് ഇന്ന് നമ്മൾ മഹാവീരന്റെ പേരെങ്കിലും ഓർക്കുന്നുണ്ട്. പക്ഷേ എത്ര പേർക്ക് ഇപ്പോൾ ഈ ഗോശാലനെ അറിയാം?) ഗോശാലന്റെ അജീവകർ നിയതി വാദികളാണ്. അവർ വിധി വിശ്വാസികളാണ്. ഒരു വ്യക്തിക്ക് അവന്റെ ജീവിതത്തെ ശുദ്ധീകരിക്കാനോ അശുദ്ധീകരിക്കാനോ കഴിയില്ല. സ്വന്തം മോക്ഷം പോലും മുൻകൂട്ടി നിശ്ചയിക്കപ്പെട്ടതാണ് എന്നു വിശ്വസിക്കുന്നവരാണ് അവർ. ആജീവകർ സന്യസിക്കുന്നത് പോലും അതവരുടെ വിധിയായതു കൊണ്ടാണ്. അതിൽനിന്നു ഒരു നേട്ടവും അവർക്കുണ്ടാകില്ല. സ്വന്തം കഴിവു കൊണ്ട് ഒന്നും നേടാനോ, കഴിവുകേട് കൊണ്ട് നഷ്ടപ്പെടുത്താനോ കഴിയില്ല. 8400000 യുഗങ്ങൾ കഴിഞ്ഞാൽ എല്ലാവർക്കും ഒരുപോലെ മോക്ഷം കിട്ടും.

അങ്ങനെ വർഷങ്ങൾക്കു ശേഷം പ്രശസ്ത ഗുരുവായിത്തീർന്ന ഗോശാലന്റെ പൂർവ്വകാലം വെളിപ്പെടുത്തി മഹാവീരൻ അദ്ദേഹത്തെ നാണം കെടുത്താൻ തുടങ്ങിയപ്പോൾ (അവർ തമ്മിലുള്ള പ്രൊഫഷണൽ ശത്രുത?) ഗോശാലൻ മഹാവീരനെ ശപിച്ചത്രെ. ആറു മാസത്തിനുള്ളിൽ മഹാവീരൻ മരിക്കും. മഹാവീരൻ തിരിച്ചും ശപിച്ചു. മഖാലി ഗോശാലൻ ഏഴു ദിവസത്തിനുള്ളിൽ ജ്വരം ബാധിച്ചു മരിക്കും. പറഞ്ഞപോലെ ഏഴാം ദിവസം ജ്വരം ബാധിച്ച് സ്വബോധമില്ലാതെ പിച്ചും പേയും പറഞ്ഞുകൊണ്ട് ഗോശാലൻ മരിച്ചുപോയി. മരിക്കുന്നതിനു മുൻപ് താൻ സത്യത്തിൽ ഒരു തട്ടിപ്പുകാരനാണെന്ന് ശിഷ്യൻമാരോടു സമ്മതിക്കുകയും ചെയ്തു എന്നും ജൈനന്മാർ പറയുന്നു. (അവർക്ക് ഗോശാലനോട് വിരോധമുണ്ടല്ലോ. അതുകൊണ്ട് മുഴുവൻ വിശ്വസിക്കണ്ട) ബുദ്ധനും ഗോശാലനെ പുച്ഛമായിരുന്നു. തന്റെ സമകാലീനരായ ഗുരുക്കന്മാരിൽ ബുദ്ധന് ഏറ്റവും വെറുപ്പും, വിരോധവും ഗോശാലനോടായിരുന്നു.[8] ബുദ്ധൻ അദ്ദേഹത്തെ തലക്കകത്ത് ആൾത്താമസമില്ലാത്തവനായാണ് കണക്കാക്കുന്നത്.[9] വല വച്ച് മത്സ്യത്തെ പിടിക്കുന്നപോലെ ഗോശാലൻ "ആളെ പിടിക്കാൻ വല വിരിക്കുന്നതായി" ബുദ്ധൻ ആക്ഷേപിക്കുന്നുണ്ട്.[10] (ഇത്ര വിരോധം ഉണ്ടാകണമെങ്കിൽ അദ്ദേഹവും അദ്ദേഹത്തിന്റെ

സിദ്ധാന്തങ്ങളും സാമാന്യം പോപ്പുലറായിരുന്നു എന്ന് ഊഹിക്കാം.) അജീവകരെല്ലാം നരകത്തിൽ പോകും എന്നാണ് ബുദ്ധന്റെ അഭിപ്രായം.[11]

ആശയങ്ങളിലുള്ള സാമ്യം മൂലം പുരാണ കാശ്യപന്റെ അക്രീയാ വാദികൾ പലരും അവരുടെ ഗുരുവിന്റെ മരണ ശേഷം ഗോശാലന്റെ അനുയായികളായി മാറി. (പുരാണ കാശ്യപന് ഗോശാലനെ വളരെ ബഹുമാനമായിരുന്നു എന്ന് അംഗുത്തര നിഖായയിൽ സൂചനയുണ്ട്.)[12]

അശോകന്റെ പിതാവ് ബിന്ദുസാരൻ അജീവക വിശ്വാസിയാ യിരുന്നു. അശോകന്റെ ശാസനങ്ങളിൽ താൻ സഹായങ്ങൾ ചെയ്ത സന്യാസി സമൂഹങ്ങളുടെ കൂട്ടത്തിൽ അജീവകരുടെ പേര് കാണുന്നു ണ്ട്. അതുപോലെ അശോകന്റെ ചെറുമകനായ ദശരഥൻ അജീവക വിശ്വാസിയായിരുന്നു."ദേവാനാംപ്രിയ ദശരഥൻ ആജീവകർക്ക് സൂര്യചന്ദ്രൻമാർ ഉള്ള കാലത്തോളം മഴക്കാല വസതികളായി ഉപയോഗിക്കാൻ" ഗുഹകൾ നിർമ്മിച്ചു നൽകിയതായി ശിലാലി ഖിതങ്ങളുണ്ട്. (ഗുഹകളുടെ അവകാശം എന്തായാലും സൂര്യചന്ദ്രൻമാർ ഉള്ള കാലത്തോളം ഒന്നും നിലനിന്നില്ല. ഈ ശിലാലിഖിതങ്ങളിൽ പിൽകാലത്ത് ആജീവകരുടെ പേര് വെട്ടിക്കളഞ്ഞതായി കാണാം. എതിർഗ്രൂപ്പുകളായ ബുദ്ധ, ജൈന വിഭാഗങ്ങൾ ആ ഗുഹകൾ സ്വന്തമാ ക്കിയിട്ടുണ്ടാകാം.) എങ്കിലും അജീവകരും പന്ത്രണ്ടാം നൂറ്റാണ്ടോടെ പൂർണ്ണമായി അപ്രത്യക്ഷരായി. ബൗദ്ധരുടേയും, ജൈനരുടേയും അവരോടുള്ള മനോഭാവവും തീർച്ചയായും അതിനു കാരണമായിട്ടു ണ്ടാകാം. (അജീവകരുടെ തിരോധാനത്തിന്റെ ഉത്തരവാദിത്വവും പക്ഷേ ചിത്രത്തിൽ എവിടെയും ഇല്ലാത്ത ബ്രാഹ്മണരുടെ തലയി ലിടുകയാണ് നമ്മുടെ ബുദ്ധിജീവികളുടെ പതിവ്.)

(III) **അജിത കേശകമ്പിളി:** ഇദ്ദേഹം തലമുടി കൊണ്ടുണ്ടാക്കിയ ഒരു കമ്പിളി ഉപയോഗിച്ചിരുന്നതു കൊണ്ടാണത്രെ ആ പേര്. അജിത കേശകമ്പിളിയുടെത് ഭൗതിക വാദമാണ്. ചാർവ്വാക വീക്ഷണ ത്തോട് സാമ്യമുള്ള വാദമാണ് അത്. നല്ലതോ ചീത്തയോ ആയ കർമ്മങ്ങൾ കൊണ്ട് ഒരു ഫലവുമില്ല എന്ന് വാദിക്കുന്നവർ. മനുഷ്യ ബന്ധങ്ങൾ തന്നെ അസംബന്ധമാണ്. മരിച്ചാൽ ഒന്നും അവശേഷി ക്കുന്നില്ല. മറ്റു ഗുരുക്കൻമാരുടെ കാര്യത്തിലെന്ന പോലെ ഇദ്ദേഹത്തി ന്റെ അധ്യാപനങ്ങളെയും, ഇദ്ദേഹത്തിന്റെ നാറുന്ന പുതപ്പിനെയും ബുദ്ധന് പുച്ഛമാണ്.[13]

ഇഹലോകത്തോ പരലോകത്തോ ഒരു പ്രതീക്ഷയും നൽകാത്ത കേശകമ്പിളിയുടെ വീക്ഷണം പിൻപറ്റുന്ന അധികം

ശിഷ്യൻമാരൊന്നും ഉണ്ടായിരുന്നില്ല എന്നാണ് തോന്നുന്നത്. ഇവിടെയും അവരുടെ തിരോധാനത്തിൽ കൂടുതൽ ഉത്തരവാദിത്വം ബ്രഹ്മണരേക്കാൾ ബൗദ്ധർക്കായിരിക്കാനാണ് സാധ്യത.

(IV) **പക്രുധ കാത്യായണൻ:** ഇദ്ദേഹം ഒരു ബ്രാഹ്മണ ജാതിക്കാര നായിരുന്നു എന്നാണ് പേരിൽ നിന്ന് മനസ്സിലാകുന്നത്. ഇവർ ഈശ്വരാസ്തിത്വത്തെ അംഗീകരിക്കുന്നു. വേദങ്ങൾ അംഗീകരിക്കു ന്നില്ലെങ്കിലും വേദാന്തികളെപ്പോലെ തന്നെ ജീവാത്മാവിലും, പരമാ ത്മാവിലും വിശ്വസിക്കുന്നു. എല്ലാം ഏഴ് അടിസ്ഥാന ഭൂതങ്ങളാൽ (ഭൂമി,ജലം,അഗ്നി,വായു,സന്തോഷം, ദുഃഖം, ജീവൻ) നിർമ്മിതമാണ് എന്നാണ് ഇവരുടെ വിശ്വാസം. പതിവു പോലെ ബുദ്ധന് ഇക്കൂട്ട രേയും പുച്ഛം തന്നെ. ദിഗ്ഗ നിഖായയിൽ ഇദ്ദേഹത്തിന്റെ വീക്ഷണ ങ്ങളെക്കുറിച്ച് ബുദ്ധൻ പറയുന്നുണ്ട്. കൊല്ലപ്പെടുന്നവനോ,കൊലയാ ളിയോ ഇല്ല. കൊലയാളി ആരെയും കൊല്ലുന്നില്ല. ഏഴ് അടിസ്ഥാന ഭൂതങ്ങളുടെ ഇടയിലുള്ള സ്ഥലത്തേക്ക് വാൾ ഇറക്കുന്നു എന്നേയുള്ളൂ എന്നാണത്രെ അദ്ദേഹത്തിന്റെ അഭിപ്രായം. സമാനമായൊരു വാദം തന്നെയാണ് ഭഗവദ് ഗീതയിൽ ശ്രീകൃഷ്ണൻ അർജ്ജുനനെ യുദ്ധസ ന്നദ്ധനാക്കാൻ പറയുന്നതും.[14]

(V) **സഞ്ജയ ബലേട്ടപുത്രൻ:** പരലോകം ഉണ്ടോ എന്ന് ചോദിച്ചാൽ നേരിട്ട് അനുഭവമില്ലാത്തതുകൊണ്ട് ഉണ്ട് എന്നു പറയാൻ കഴിയില്ല. എന്നാൽ ഇല്ലേ എന്നു ചോദിച്ചാൽ അതും അങ്ങനെതന്നെ. നേരിട്ട് അനുഭവമില്ല. ഒരു പക്ഷേ ഉണ്ടാകാം, ഇല്ലായിരിക്കാം. ഒരുതരം "ഉണ്ടില്ല" വാദമാണ് ഇദ്ദേഹത്തിന്റേത്. ഇദ്ദേഹത്തിന്റെ വാദങ്ങ ളെക്കുറിച്ചു രണ്ടായിരത്തി അഞ്ഞൂറു വർഷങ്ങൾക്കിപ്പുറം ആർക്കും കാര്യമായി ഒന്നും അറിയില്ല. ഇദ്ദേഹത്തിന്റെ പരാജയത്തിലും ബുദ്ധമതത്തിനു പങ്കുണ്ട് എന്നു പറയാം. തുടക്കത്തിൽ തന്നെ ഇദ്ദേ ഹത്തിന്റെ സ്കൂൾ ബുദ്ധൻ പൂട്ടിച്ചു.

ഇദ്ദേഹത്തിന്റെ അടുത്തു നിന്ന് ചാടിപ്പോന്നവരാണ് പിൽകാ ലത്ത് ബുദ്ധന്റെ ഏറ്റവും അടുത്ത ശിഷ്യന്മാരായ ശാരീപുത്രനും, മൊഗല്ലാനയും. (ആശ്വഘോഷന്റെ 'ശാരീപുത്രപ്രകരണം' എന്ന നാടകം ഇവരുടെ ഈ മതപരിവർത്തനം വിവരിക്കുന്നു.) ഇവർ രണ്ടു പേരും കൂടി സഞ്ജയന്റെ ആകെയുള്ള ഇരുന്നൂറ്റൻപതു ശിഷ്യന്മാരെ യും പറഞ്ഞു മയക്കി ബുദ്ധമതത്തിൽ ചേർത്തു. ശിഷ്യന്മാർ മുഴുവൻ ചാടിപ്പോയ വിവരമറിഞ്ഞ സഞ്ജയന്റെ വായിൽനിന്ന് ചുടുചോര ചാടിയത്രെ. (ശിഷ്യന്മാർ നഷ്ടപ്പെട്ടപ്പോൾ ചോര ചർദ്ദിച്ചു എന്ന ഈ പ്രയോഗം ശ്രദ്ധിക്കുക. അത് നമ്മൾ പിന്നീട് ചർച്ച ചെയ്യും)[15]

(VI) **നിഗന്ത നാദപുത്ര:** നിഗന്തരുടെ (കെട്ടുപാടുകളിൽ നിന്ന് മോചനം നേടിയവർ) കൂട്ടത്തിൽ ചേർന്ന "നാദ" കുടുംബക്കാരൻ എന്നർത്ഥം. ഇദ്ദേഹത്തെ നമ്മൾ മറ്റൊരു പേരിൽ അറിയും. വർദ്ധ മാന മഹാവീരൻ. ജൈനമതത്തിന്റെ പ്രധാന പ്രചാരകനായിരുന്ന മഹാവീരൻ. (ജൈനമത സ്ഥാപകൻ ശരിക്കും മഹാവീരനല്ല. അത് മുൻപേ ഉള്ളതാണ്.) അദ്ദേഹത്തിന്റെ ജൈനമതം വേദങ്ങളെ അംഗീകരിക്കുന്നില്ല. അക്കാലത്തെ മറ്റെല്ലാ കൾട്ടുകളേയും പോലെ ആത്മാവിനെ പുനർജന്മത്തിൽ നിന്ന് മോചിപ്പിക്കൽ തന്നെയാണ് ജൈനമതത്തിന്റെയും ലക്ഷ്യം. പഴയ കർമ്മങ്ങൾ നശിപ്പിക്കാൻ മരണം വരെ ഉപവസിക്കൽ ജൈന വിശ്വാസത്തിൽ സാധാരണ മാണ്. ഇദ്ദേഹത്തിന്റെ മാതാപിതാക്കളെപ്പോലെ തന്നെ ഇദ്ദേഹവും പട്ടിണി കിടന്നാണ് മരണം പുൽകിയത് എന്നു കാണുന്നു. (സാധാരണ നിലയിൽ ആത്മഹത്യ ജൈനമതത്തിൽ അനുവദനീയ മല്ല.) മൃഗഹത്യയും, മാംസഭക്ഷണവും ജൈനമതത്തിൽ കർശനമായി വിലക്കപ്പെട്ടിരുന്നു.

മഹാവീരനെയും അദ്ദേഹത്തിന്റെ ജൈന സിദ്ധാന്തങ്ങളെയും ബുദ്ധന് ഒട്ടും മതിപ്പുണ്ടായിരുന്നില്ല എന്നു പ്രത്യേകം പറയേണ്ട തില്ലല്ലോ. അദ്ദേഹം അത് പലതവണ തന്റെ ശിഷ്യൻമാരോടു പറഞ്ഞിട്ടുമുണ്ട്. ബുദ്ധൻ തന്റെ സമകാലീനരായ ഈ ഗുരുക്കന്മാരെ ആരെയും നേരിൽ സന്ദർശിച്ചതായി കാണുന്നില്ല. (പക്ഷേ അവരുടെ ശിഷ്യൻമാരെ തക്കത്തിനു കിട്ടിയാൽ അവരെ പറഞ്ഞു സ്വന്തം പക്ഷത്തേക്കു തിരിക്കാൻ നല്ല മിടുക്കും കാട്ടിയിരുന്നു.) ശിഷ്യൻമാർ മുഖാന്തരം എതിരാളികളുടെ വിവരങ്ങളെല്ലാം അറിയുന്നുമുണ്ടായി രുന്നെങ്കിലും അത്തരം കണ്ടുമുട്ടലോ, അവരുമായുള്ള ഒരു തരം ചർച്ചകളോ, ആശയ കൈമാറ്റമോ ബുദ്ധൻ ഇഷ്ടപ്പെട്ടിരുന്നില്ല. (Sutta Nipata: 828) തന്റേതൊഴിച്ചുള്ള എല്ലാ സന്യാസിമാരും മോശക്കാ രാണെന്നും, അവരെല്ലാം നരകവാസികളാകും എന്നുമാണ് ബുദ്ധൻ അംഗുത്തര നിഖായയിൽ തന്റെ ശിഷ്യൻമാരോട് പറയുന്നത്.[16]

അങ്ങനെ വൈദിക മതത്തിൽ അതൃപ്തരായ ആളുകളുടെ റാഡിക്കൽ പ്രസ്ഥാനങ്ങൾ നിരവധിയുണ്ടായതിൽ ഒന്നു മാത്രമാണ് ബുദ്ധമതം. ഇവരുടെയെല്ലാം ഫിലോസഫി വ്യത്യസ്തങ്ങളായിരു ന്നുവെങ്കിലും ഏറിയും, കുറഞ്ഞും എല്ലാം വേദമതവുമായി ധാരാളം സാജാത്യങ്ങളുമുള്ളതായിരുന്നു. ഏതാണ്ട് എല്ലാം തന്നെ പുനർജ്ജ ന്മം തടയാനുള്ള മാർഗ്ഗങ്ങളാണ് തേടിയിരുന്നത്. അക്കാലത്തെ ജനങ്ങളിൽ ഭൂരിഭാഗവും പരമ്പരാഗത മതത്തോടൊപ്പം തന്നെ പരീ ക്ഷണാടിസ്ഥാനത്തിൽ ഇത്തരം ഓരോ വിഭാഗങ്ങളിലും മാറി മാറി

ചേർന്ന നോക്കുന്നവരായിരുന്നു. ഇങ്ങനെ അൽപ്പ ദിവസത്തേക്ക് മതത്തിൽ ചേരുന്നത് നിർഗ്രന്ഥരുടെ രീതിയാണ് എന്ന ബുദ്ധൻ വിമർശിക്കുന്നുണ്ട്. അവർ കള്ളന്മാരാണ് എന്നാണ് ബുദ്ധന്റെ അഭിപ്രായം.[17]

പരമ്പരാഗത ആചാരങ്ങളെ ധിക്കരിച്ച് അസ്തിത്വ ദുഃഖവുമായി ഇങ്ങനെ അലഞ്ഞു നടക്കൽ അക്കാലത്തും വലിയൊരു ഫാഷനായിരുന്നിരിക്കണം, നമ്മുടെ എഴുപതുകളിലെ ഹിപ്പി യുവത്വം പോലെ. അജീവകൻ പെട്ടെന്നൊരു ദിവസം മഹാവീരന്റെ അനുയായിയാകും, പിന്നെ ചിലപ്പോൾ ബുദ്ധന്റെ അനുയായിയാകും. അതിനിടക്ക് ചിലപ്പോൾ സ്വയം പീഡിപ്പിച്ച് താപസനായി ജീവിക്കാൻ നോക്കും. (ഇന്നും അതിന്റെ ചില അംശങ്ങൾ ഹിന്ദുമതത്തിൽ ഇപ്പോഴും ബാക്കി നിൽക്കുന്നതു കാണാം. നാൽപത്തിയൊന്നുദിവസം താൽക്കാലിക താപസ ജീവിതം നയിച്ച ശേഷമുള്ള ശബരിമലക്കു പോക്ക്, തല മൊട്ടയടിച്ച് ഭസ്മവും പൂശി, ഒരു കാവടിയും തോളിലേന്തി നാടാകെ അലഞ്ഞുതിരിഞ്ഞു ഭിക്ഷയെടുത്ത ശേഷം പഴനിക്കു പോകുന്നത് ഒക്കെ.)

ഈ വേദവിരുദ്ധ പ്രസ്ഥാനങ്ങളിൽ ബുദ്ധമതവും, കുറഞ്ഞ അളവിൽ ജൈനമതവും മാത്രമേ കാലത്തെ അതിജീവിച്ചുള്ളൂ. മഹാവീരൻ മരിച്ച ഉടനെതന്നെ അദ്ദേഹത്തിന്റെ സന്യാസി സംഘത്തിൽ വഴക്കും, പിളർപ്പും ഉണ്ടായതായി ദിഗ്ഗ നിഖായയിലെ സങ്കിതി സുത്തയിൽ സൂചനയുണ്ട്.[18]

ബുദ്ധമതം എല്ലാ സമാന്തര തത്വചിന്തകൾക്കും എതിരായിരുന്നതുകൊണ്ട് എല്ലാറ്റിന്റെയും നാശത്തിൽ ബുദ്ധമതത്തിന് ഒട്ടും ചെറുതല്ലാത്ത പങ്കുണ്ടായിരുന്നു എന്നു കരുതാം. അശോക ചക്രവർത്തി ഇല്ലായിരുന്നെങ്കിൽ ബുദ്ധമതത്തിന്റെ കാര്യവും ഒട്ടും വ്യത്യസ്തമാകുമായിരുന്നില്ല എന്നത് വേറെ കാര്യം. ബുദ്ധനും ചരിത്രപുസ്തകങ്ങളുടെ ഏതെങ്കിലും മൂലയ്ക്ക് ഒതുങ്ങിപ്പോയേനെ. മഖാലി ഗോശാലൻ, അജിത കേശകമ്പിളി എന്നൊക്കെ ഇപ്പോൾ കേൾക്കുമ്പോൾ ഉണ്ടാകുന്ന അതേ അപരിചിതത്വം സിദ്ധാർത്ഥ ഗൌതമൻ എന്നു കേൾക്കുമ്പോളും ഉണ്ടായേനേ.

അങ്ങനെ കൊട്ടാരത്തിലെ സുഖസൗകര്യങ്ങളെല്ലാം ഉപേക്ഷിച്ച് അക്കാലത്തെ അനേകം വേദവിരുദ്ധ കൾട്ടുകളിൽ ആകൃഷ്ടനായി തന്റെ ഇരുപത്തൊൻപതാം വയസ്സിൽ സിദ്ധാർത്ഥൻ നാടുവിടുന്നു. ബുദ്ധന്റെ ആദ്യത്തെ ഗുരുവായിരുന്ന യോഗാചാര്യനായിരുന്ന ആരാധകലാമ. ആരാധകലാമ സാംഖ്യ ആചാര്യനുമായിരുന്നു എന്ന് പറയപ്പെടുന്നു. ബുദ്ധൻ ധ്യാനവും, സാംഖ്യവും പഠിച്ചത് ഒരുപക്ഷേ

ഇദ്ദേഹത്തിൽനിന്നായിരിക്കാം. അൽപ്പകാലം കൊണ്ടു തന്നെ പുതിയ ശിഷ്യന്റെ കഴിവുകൾ തിരിച്ചറിഞ്ഞ ആരാധകലാമ തന്റെ പാഠശാലയിൽ ബുദ്ധനെ സഹ അധ്യാപകനായി നിയമിക്കാമെന്ന് ഓഫർ ചെയ്തു. ആരാധകലാമ ഒരു നല്ല ബിസിനസ്സുകാരനായിരുന്നിരിക്കണം. ബുദ്ധന്റെ വാക് സാമർത്ഥ്യം അദ്ദേഹം അന്നേ ശ്രദ്ധിച്ചിരിക്കണം. ഒരു രാജാവിന്റെ മകൻ കൂടിയായ ഉന്നതകുലജാതനായ ഈ ചെറുപ്പക്കാരനെ കൂടെ നിർത്തിയാൽ നാട്ടിലെ വൻ പുള്ളികളൊക്കെ തന്റെ ശിഷ്യന്മാരാകും എന്നദ്ദേഹം കണക്കു കൂട്ടിയിരിക്കാം.

എന്നാൽ അതിൽ താൽപര്യമില്ലാതിരുന്ന ബുദ്ധൻ ആരാധകലാമയെ വിട്ട് ഉദ്രകരാമപുത്രൻ എന്നൊരു ബ്രാഹ്മണ ഗുരുവിന്റെ അടുത്തെത്തി. ഒന്നിനെയും അന്ധമായി വിശ്വസിക്കാതിരിക്കുക എന്ന ഉദ്രകരാമപുത്രന്റെ രീതിയാണ് പിൽക്കാലത്ത് ബുദ്ധമതത്തിന്റെ മുഖമുദ്രയായത്. ഉദ്രകരാമപുത്രന്റെ ഈ രീതിയാണ് ബുദ്ധനായ ശേഷം അദ്ദേഹം ഭിക്ഷുക്കൾക്കും, ഉപാസകർക്കും (ഗൃഹസ്ഥരായ വിശ്വാസികൾ) നൽകിയ ഉപദേശങ്ങളിൽ അവലംബിച്ചത്. എങ്കിലും ആരാധകലാമയെ പോലെത്തന്നെ ഇദ്ദേഹവും ബുദ്ധന് പൂർണ്ണ തൃപ്തി നൽകിയില്ല. ബുദ്ധമതത്തിലെ ഉപനിഷത്ത് ആശയങ്ങൾ ഇദ്ദേഹത്തിൽ നിന്നു കിട്ടിയതായിരിക്കണം എന്നു കരുതുന്നു. ബുദ്ധമതത്തിൽ ചില ഉപനിഷത്ത് ആശയങ്ങളുടെ സ്വാധീനം നല്ല പോലെ ഉണ്ട്. ഒരു ഉപനിഷത്ത് ആശയമായ പുനർജ്ജന്മത്തിൽ നിന്ന് രക്ഷ നേടാനാണ് ബുദ്ധന്റെ ശ്രമം തന്നെ. എന്നാൽ അനശ്വരമായ ഒരു ആത്മാവ് എന്ന ഉപനിഷത്ത് ആശയം ബുദ്ധൻ ഉപേക്ഷിക്കുകയും ചെയ്തു. ബോധോദയമുണ്ടായപ്പോൾ ബുദ്ധൻ ആഹ്ലാദത്തോടെ പറഞ്ഞത് താൻ പുനർജ്ജന്മത്തിൽ നിന്ന് രക്ഷ നേടി എന്നാണ്.(19)

ഉദ്രക രാമപുത്രനും സിദ്ധാർത്ഥന്റെ കഴിവിൽ സന്തുഷ്ടനായി തന്റെ പാഠശാലയിലെ ആളെ പിടുത്തക്കാരനാകാൻ ബുദ്ധനെ ക്ഷണിച്ചു. ബുദ്ധൻ അതും നിരസിച്ചു. ഒരു കൊല്ലം കൊണ്ടു തന്നെ ബുദ്ധൻ ഈ രണ്ടു ഗുരുക്കന്മാരെയും വിട്ട്, തൃപ്തി വരാതെ പിന്നെയും അലഞ്ഞു നടന്ന്, അക്കാലത്തെ മറ്റു പല ആത്മീയ മാർഗ്ഗങ്ങളും പരീക്ഷിച്ചു നോക്കി. അക്കാലത്തെ മറ്റൊരു ഫാഷനായ സ്വന്തം ശരീരത്തെ പീഢിപ്പിക്കൽ (തപസ്സ്) അദ്ദേഹം അനുഷ്ഠിച്ചു നോക്കി. താടിയും, മുടിയും പിഴുതു കളഞ്ഞു. ആണിപ്പലകയിൽ കിടന്നു. മഞ്ജിമ നിഖായയിൽ ബുദ്ധന്റെ സ്വയം പീഡന ജീവിതം അദ്ദേഹം വിവരിക്കുന്നുണ്ട്. സ്വന്തം മലവും, മൂത്രവും വരെ കഴിച്ചു നോക്കി എന്ന് ബുദ്ധൻ തന്നെ പറയുന്നു.(20)

അവസാനം ഇത്തരം കട്ടത്ത മാർഗ്ഗങ്ങൾ കൊണ്ട് ഒരു കാര്യവുമില്ല എന്ന ബുദ്ധിയുദിച്ചപ്പോൾ അദ്ദേഹം മധ്യമാർഗ്ഗത്തിലേക്കു തിരിഞ്ഞു. അങ്ങനെ ആറു വർഷത്തിനു ശേഷം തന്റെ മുപ്പത്താറാം വയസ്സിൽ ബോധോദയം. തന്റെ ജീവിത ലക്ഷ്യം എന്തായിരുന്നു എന്ന് ഈ സ്വയം പീഡന കാലത്തെ സൂചിപ്പിച്ചുകൊണ്ട് ബുദ്ധൻ തന്നെ പറയുന്നുണ്ട്. ശരിയായ ആര്യൻ അറിവ് നേടുകയായിരുന്നു അദ്ദേഹത്തിന്റെ ലക്ഷ്യം.[21], [22]

"ആര്യൻ അറിവ്" (Ariyan knowledge) എന്നത് ശ്രദ്ധിക്കുക. ആര്യൻ എന്ന വാക്കിനെക്കുറിച്ച് അൽപ്പം.... ഹിന്ദു, ജൈന, ബുദ്ധ കൃതികളിലെല്ലാം ആര്യൻ എന്ന വാക്ക് കാണാം. എല്ലായിടത്തും ശ്രേഷ്ഠം എന്ന അർത്ഥത്തിലാണ് ഈ വാക്ക് ഉപയോഗിച്ചിരിക്കുന്നത്. ബുദ്ധന്റെ നാല് ശ്രേഷ്ഠ സത്യങ്ങൾ, അഷ്ട മാർഗ്ഗങ്ങൾ എന്നൊക്കെ സ്കൂളിൽ പഠിച്ചത് ശരിക്കും ചതുർ ആര്യസത്യങ്ങളും, ആര്യ അഷ്ട മാർഗ്ഗങ്ങളുമാണ്. ആര്യൻ എന്ന് കേൾക്കുമ്പോൾ അസ്ഥാനത്ത് തേളു കുത്തിയതുപോലെ ചാടുന്ന, ആര്യൻ എന്നത് ഒരു പ്രത്യേക ജനവിഭാഗത്തെയാണ് സൂചിപ്പിക്കുന്നത് എന്നു വാദിക്കുന്ന ബുദ്ധിജീവികൾ ഇവിടെ ബുദ്ധൻ ഉദ്ദേശിക്കുന്ന ആര്യൻ അറിവ് എന്താണെന്ന് പറയാമോ? (ചതുർ ആര്യസത്യങ്ങളും, ആര്യ അഷ്ടമാർഗ്ഗങ്ങളും ഇംഗ്ലീഷിൽ four noble truths, noble eight folded path എന്നൊക്കെ വിവർത്തനം ചെയ്തത് ഇംഗ്ലീഷിൽനിന്നു നേരിട്ട് മലയാളീകരിച്ചപ്പോൾ അതിലെ ആര്യൻ നഷ്ടപ്പെട്ടു പോയതാണ്. (അതോ ബുദ്ധനും, ആര്യനുമായി ഒരു ബന്ധവുമില്ല എന്നു കാണിക്കാൻ മനഃപ്പൂർവ്വം "ആര്യൻ" ഒളിപ്പിച്ചതാണോ?)

മതത്തിന്റെ കാര്യത്തിൽ ബുദ്ധൻ വളരെ പ്രായോഗിക വാദിയായിരുന്നു എന്ന കാര്യം എന്തായാലും സമ്മതിക്കാതെ തരമില്ല. പ്രായോഗികമായി ഉപകാരപ്പെടാത്ത വെറും താത്വികമായ ചിന്തകളെ ബുദ്ധൻ പ്രോത്സാഹിപ്പിച്ചിരുന്നില്ല. വിഷം പുരട്ടിയ അമ്പേറ്റ ഒരാളുടെ കഥ ബുദ്ധൻ പറയുന്നുണ്ട്. അമ്പെയ്ത ആളുടെ കുടുംബമോ, കുലമോ, അയാളുടെ അമ്പിന്റേയും വില്ലിന്റേയും നിർമ്മാണ രീതിയോ, മറ്റു വിശദാംശങ്ങളോ ഒന്നും അമ്പേറ്റു മരിക്കാൻ കിടക്കുന്നവനെ സംബന്ധിച്ചിടത്തോളം പ്രസക്തമല്ല. അതന്വേഷിക്കാൻ പോകുമ്പോഴേക്കും അമ്പുകൊണ്ട ആൾ ചത്തു പോയിരിക്കും.

അലഞ്ഞു നടക്കുന്നകാലത്തേ പരിചയമുള്ള അഞ്ചു പേരായിരുന്നു ആദ്യം ബുദ്ധന്റെ ശിഷ്യത്വം സ്വീകരിച്ചത്. അവരോടു ബുദ്ധൻ ആവശ്യപ്പെടുന്നത് പണ്ട് തന്നെ സഹോദരൻ എന്ന് വിളിച്ചതു പോലെ ഇനി പാടില്ല എന്നാണ്. അപ്പോഴേക്കും ബുദ്ധൻ ലേശം

പൊങ്ങച്ചക്കാരനായി.[23]

ആദ്യകാല ബുദ്ധിസ്റ്റുകളൊന്നും പഴയത് പാടെ ഉപേക്ഷിച്ച് പുതിയതു സ്വീകരിച്ചവരല്ല. ആദ്യകാല ബുദ്ധിസ്റ്റുകൾ അവരുടെ പഴയ ആചാരങ്ങളുടെ കൂടെ ബുദ്ധിസത്തിന്റെ പുതിയ ആചാരങ്ങളും കൂട്ടുക മാത്രമാണ് ചെയ്തത്. (മലക്കു പോകുന്ന, ഗണപതി ഹോമം നടത്തുന്ന, മുട്ടറക്കുന്ന കമ്യൂണിസ്റ്റുകാരനെപ്പോലെ.) ബുദ്ധന്റെ അനുയായിയായ പസേനദി രാജാവ്, താൻ ബുദ്ധനെയും, ബുദ്ധിസത്തേയും ബഹുമാനിക്കാനുള്ള കാരണം പറയുന്നത് താനും ബുദ്ധനും ഒരേ നാട്ടുകാരും, ഗോത്രക്കാരും, ക്ഷത്രീയ വംശജരുമാണ് എന്നാണ്. "നമ്മുടെ ആളാണ്" ബുദ്ധൻ. അത്രയേ ഉള്ളു ശരിക്കും ബുദ്ധമതത്തോടുള്ള അദ്ദേഹത്തിന്റെ ആഭിമുഖ്യം.[24]

നമ്മുടെ ചരിത്രകാരന്മാർ ബുദ്ധമതത്തിന്റെ സ്ഥിരം ശത്രുവായി ബ്രാഹ്മണരേയാണ് അവരോധിച്ചിട്ടുള്ളതെങ്കിലും, ബുദ്ധൻ കാരണം ബ്രാഹ്മണർക്ക് കാര്യമായ സാമ്പത്തിക നഷ്ടമോ, മറ്റു ബുദ്ധിമുട്ടുകളോ ഒരിക്കലും ഉണ്ടായില്ല എന്നതാണ് സത്യം. നമ്മുടെ ബുദ്ധിജീവികൾ സങ്കൽപിക്കുന്ന പോലെ ബുദ്ധമതം വൈദിക മതത്തിനു ഭീഷണിയാകുന്ന അവസ്ഥ ഒരിക്കലും ഉണ്ടായിട്ടില്ല. ബുദ്ധമതത്തിന് ഏറ്റവും പുരോഗതി ഉണ്ടായ അശോകന്റെ കാലത്ത് പോലും ഏറെക്കുറേ തുല്യമായ പരിഗണന തന്നെയാണ് ബ്രാഹ്മണമതത്തിനും കിട്ടിയിരുന്നത്. ബുദ്ധിസത്തിന്റെ ശത്രുക്കൾ അക്കാലത്തെ വേദ ബ്രാഹ്മണരായിരുന്നു എന്നത് വലിയൊരു നുണയാണ്. അവർക്ക് ശത്രുത തോന്നേണ്ട ഒരു കാര്യവും ഉണ്ടായിരുന്നില്ല. ഒന്നാമത് അക്കാലത്ത് യാഗം ഒരു തൊഴിലായി ചെയ്യുന്നവർ ബ്രാഹ്മണരിലെ ഒരു ന്യൂന പക്ഷം മാത്രമായിരുന്നു. പിന്നെ ബുദ്ധമതം സ്വീകരിച്ചവർ യാഗം ചെയ്യുന്നത് നിർത്തി എന്നും കരുതാനാവില്ല. പസേനദി രാജാവ് പോലും ബുദ്ധവിശ്വാസി ആയ ശേഷം വൻ യാഗങ്ങൾ നടത്തിയിരുന്നു. ബൗദ്ധ സാഹിത്യത്തിൽ എവിടെയും ബ്രാഹ്മണർക്ക് ബുദ്ധനോടു വിരോധമുണ്ടായിരുന്നതായി ഒരു സൂചന പോലുമില്ല.

ബ്രാഹ്മണരെ സംബന്ധിച്ചിടത്തോളം അക്കാലത്തെ അനേകം ശ്രമണ വിഭാഗങ്ങളിൽ ഒന്നു മാത്രമായിരുന്നു ബുദ്ധിസം. അതുപോലെ ബുദ്ധനെ സംബന്ധിച്ചിടത്തോളം ബ്രാഹ്മണമതം അവരുടെ എതിരാളിയുമായിരുന്നില്ല. നമ്മുടെ കമ്പ്യൂട്ടർ ഉപമ ഉപയോഗിച്ചാൽ നിലവിലുള്ള സോഫ്റ്റ് വെയറിൽ ഒരു കൂട്ടിച്ചേർക്കൽ മാത്രമായിരുന്നു ബുദ്ധിസം. മറിച്ചുള്ള ധാരണക്ക് കാരണം ചില രാഷ്ട്രീയ ശരികൾക്കൊപ്പിച്ച് അംബേദ്ക്കർ എഴുതിവച്ച ബുദ്ധചരിത്രം മാത്രമേ ഇവിടെ പ്രചരിച്ചുള്ളൂ എന്നതുകൊണ്ടാണ്.

ശരിക്കുള്ള മത്സരം അക്കാലത്തെ വിവിധ ശ്രമണ ഗ്രൂപ്പുകൾ തമ്മിലായിരുന്നു. (മറ്റു ശ്രമണ വിഭാഗങ്ങളെക്കുറിച്ചുള്ള ബുദ്ധന്റെ അഭിപ്രായങ്ങൾ മുകളിൽ കണ്ടല്ലോ. അക്കാലത്തെ രണ്ടു പ്രധാന രാജാക്കൻമാരായ പസേനദിയും ബിംബിസാരനും ബുദ്ധന്റെ അനുയായികളായിരുന്നു. ഈ രാജാക്കൻമാരുടെ സഹായത്തോടെ ബുദ്ധിസം പച്ചപിടിച്ചതോടെ അത് അക്കാലത്തെ മറ്റു ശ്രമണ ഗ്രൂപ്പുകളെ വിറളി പിടിപ്പിച്ചിരുന്നു. (ബുദ്ധമതവും, കുറഞ്ഞ തോതിൽ ജൈനമതവും മാത്രമെ ഈ മത്സരത്തിൽ നിലനിന്നുള്ളൂ. ബാക്കിയുള്ളതൊക്കെ പിൽക്കാലത്ത് ഹിന്ദുമതത്തിന്റെ ഭാഗമായി.) ബ്രാഹ്മണരും, ഈ വിമത വിഭാഗങ്ങളും (ശ്രമണർ) തമ്മിൽ ചില പിണക്കങ്ങളൊക്കെ സ്വാഭാവികമായും ഉണ്ടായിരിക്കാമെങ്കിലും, ബ്രാഹ്മണർ ബുദ്ധനു നേരെ വലിയ തോതിൽ അക്രമങ്ങൾ എന്തെങ്കിലും ചെയ്തതായി ബൗദ്ധ പ്രമാണങ്ങളിൽ പോലും കാര്യമായ ഒരു തെളിവുമില്ല. ബുദ്ധനോടു തർക്കിക്കാൻ വരുന്ന ബ്രാഹ്മണർ പോലും അത്യധികം ബഹുമാനത്തോടെയാണ് അദ്ദേഹത്തോടു പെരുമാറുന്നത്. എന്നാൽ മറ്റു ശ്രമണ ഗ്രൂപ്പുകളും, സ്വന്തം സംഘത്തിലെ ആളുകളും തന്നെ ബുദ്ധനെതിരെ തിരിഞ്ഞ സംഭവങ്ങൾ ഇഷ്ടം പോലെ ഉണ്ടായിട്ടുണ്ട്. ബൗദ്ധർ തന്നെ അതൊക്കെ രേഖപ്പെടുത്തി വച്ചിട്ടുമുണ്ട്.

ബുദ്ധമതം പ്രബലമായപ്പോൾ മറ്റുള്ള ശ്രമണ വിഭാഗങ്ങൾ ബുദ്ധിസത്തേക്കാൾ തങ്ങൾക്കുള്ള മേന്മ തെളിയിക്കാൻ സ്വതന്ത്രമായ ഒരു പരീക്ഷണം/മത്സരം നടത്താൻ ബിംബിസാരനോട് ആവശ്യപ്പെട്ടെങ്കിലും ബിംബിസാരൻ കൂട്ടാക്കിയില്ല. എല്ലാറ്റിനേയും നാടു കടത്തിക്കളയും എന്നു ഭീഷണിപ്പെടുത്തി ബുദ്ധിസത്തിന്റെ ആ ശത്രുക്കളെ അദ്ദേഹം ഒതുക്കിക്കളഞ്ഞു എന്ന് ദിവ്യാവദാന എന്ന ബുദ്ധിസ്റ്റ് ഗ്രന്ഥം വളരെ അഭിമാനപൂർവ്വം പറയുന്നു. ബുദ്ധസംഘത്തിന്റെ വിജയത്തിൽ അസൂയാലുക്കളായ മറ്റു വിഭാഗങ്ങൾ ബുദ്ധഭിക്ഷുക്കളെ അപമാനിക്കുകയും, തെറി വിളിക്കുകയും ചെയ്തിരുന്നു എന്ന് ഉദാനയിലെ സക്കാര സുത്തയിൽ കാണാം.[25]

ഒരിക്കൽ തങ്ങളുടെ കൂടെ ചേർന്നവർ വിട്ടുപോകാതിരിക്കാൻ എല്ലാവരും ശ്രദ്ധിച്ചിരുന്നു. അക്കാലത്തെ വിവിധ ഗുരുക്കന്മാർ തമ്മിൽ ഇപ്പോഴത്തെ സ്വാശ്രയ കോളേജുകൾ കുട്ടികളെ പിടിക്കാൻ നടത്തുന്നതിനേക്കാൾ വലിയ മത്സരമായിരുന്നു. ഒരിക്കൽ ബുദ്ധന്റെ സംഘത്തിൽ ചേർന്ന് പിന്നീട് അതിൽനിന്ന് വിട്ടുപോയി, ബുദ്ധന് അറിവു കുറവാണ് എന്നു പ്രചരിപ്പിച്ച ശരഭൻ എന്നൊരു സന്യാസിയെ ബുദ്ധനും, കൂട്ടരും ചോദ്യം ചെയ്യുന്നുണ്ട്. (അംഗുത്തര നികായ 3:64) കുറേ അന്ധൻമാർ ആനയെകണ്ട പ്രസിദ്ധമായ ആ

ഉപമ ബുദ്ധൻ പറയുന്നത് എതിർ വിഭാഗത്തിലെ സന്യാസിമാരെ പരിഹസിച്ചുകൊണ്ടാണ്.[26]

ബുദ്ധമതത്തിന് പ്രഥമ പരിഗണന കൊടുക്കാത്ത ഉപാസകരെ (അതായത് ഗൃഹസ്ഥരായ വിശ്വാസികളെ) ചണ്ഡാളർ (ഉപാസക ചണ്ഡാളർ), കളങ്കിതർ (ഉപാസക മലം) എന്നൊക്കെയാണ് ബുദ്ധൻ അംഗുത്തര നിഖായയിലെ ചണ്ഡാള സുത്തയിൽ ആക്ഷേപിക്കുന്നത്. (ചണ്ഡാളൻ എന്ന വാക്ക് മോശം അർത്ഥത്തിൽ ഉപയോഗിച്ചതു നോക്കുക.) അതേസമയം ബുദ്ധഭിക്ഷുക്കൾക്ക് പ്രഥമ പരിഗണന കൊടുക്കുന്നവർ ഉപാസക രത്നം, ഉപാസക പദ്മം, ഉപാസക പുണ്ഡരികം എന്നൊക്കെ അറിയപ്പെട്ടു.[27]

തന്റെ ഭിക്ഷു സംഘത്തിനു ഉപഹാരങ്ങൾ കൊടുക്കുന്നതാണ് ഏറ്റവും നല്ലത് എന്ന് ഒരു ഗൃഹസ്ഥനെ ബുദ്ധൻ ഉപദേശിക്കുന്നുണ്ട്. എങ്കിൽ ഏറ്റവും മികച്ചവരെ തന്നെയാണ് മരണാനന്തര ജീവിതത്തിന്റെ കാര്യങ്ങൾ ഏൽപ്പിച്ചിരിക്കുന്നത് എന്ന ആത്മവിശ്വാസത്തോടെ കഴിയാം. ചില ചിട്ടിക്കമ്പനികളുടെ പരസ്യത്തിൽ പറയുന്ന പോലെ കണ്ടിടത്തൊക്കെ പണം നിക്ഷേപിച്ച് മുതലും, പലിശയും നഷ്ടപ്പെടാൻ ഇടവരരുത്, ബാക്കിയുള്ളവരെല്ലാം തട്ടിപ്പുകാരാണ് എന്നാണ് ബുദ്ധന്റെ ഉപദേശം.[28] അതുപോലെ ബുദ്ധന്റെ അനുയായികൾക്കു കൊടുക്കാതെ മറ്റുള്ളവർക്ക് ദാനം കൊടുക്കുന്നവർ വിഡ്ഢികളാണ് എന്ന് അംഗുത്തര നിഖായയിലെ ഗിഹി സുത്തയിലും പറയുന്നുണ്ട്.[29]

പരസ്പരമുള്ള ചാരപ്രവർത്തനം, എതിർ ഗ്രൂപ്പുകളെയും, അവയുടെ ആചാര്യന്മാരെയും കുറിച്ച് അപവാദങ്ങൾ പറഞ്ഞു പരത്തൽ, പെണ്ണു കേസിൽ പെടുത്തൽ, ഇരുട്ടടി മുതൽ കൊലപാതകം വരെ ഈ സന്യാസ വിഭാഗങ്ങൾ നടത്തിയിട്ടുണ്ട് എന്നു കാണാം. ഉദാഹരണത്തിന്, ബുദ്ധന്റെ ഒരു പ്രധാന ശിഷ്യനായിരുന്ന മഹാ മൊഗല്ലാനയെ കൊന്നു കളഞ്ഞത് മറ്റു ശ്രമണ ഗ്രൂപ്പുകാർ (ജൈനന്മാർ?) ഏർപ്പാടാക്കിയ കൊലയാളിയാണ് എന്ന് ശരഭംഗ ജാതക (No: 522) എന്ന ജാതകകഥയിൽ പറയുന്നുണ്ട്. ജൈനർ ഏർപ്പെടുത്തിയ കൊലയാളികൾ മഹാ മൊഗല്ലാനയെ കൊന്ന സംഭവമാണ് ധർമ്മപദത്തിലെ 137 മുതൽ 140 വരെയുള്ള ശ്ലോകങ്ങളിൽ സൂചിപ്പിക്കുന്നത്. ഒരു നിർഗ്രന്ഥൻ (ജൈന വിശ്വാസി) ബുദ്ധന് വിഷം കലർന്ന ഭക്ഷണം കൊടുക്കാൻ ശ്രമിച്ച സ്ഥലം കണ്ടതായി ഫാഹിയാൻ അദ്ദേഹത്തിന്റെ യാത്രാവിവരണത്തിൽ സൂചിപ്പിക്കുന്നുണ്ട്. ആധ്യാത്മിക പ്രസ്ഥാനങ്ങളിൽനിന്നു നമ്മൾ പ്രതീക്ഷിക്കാത്തതും ഇന്നത്തെ ആൾദൈവങ്ങളുടെ ചെയ്തികളെ ഓർമ്മിപ്പിക്കുന്നതുമായ എല്ലാ കാര്യങ്ങളും അന്നും ഉണ്ടായിരുന്നു. (ഈ പരിസരത്തെവിടെയും ഇല്ലാത്ത

ബ്രാഹ്മണരും, ബൗദ്ധരും തമ്മിലുള്ള സങ്കൽപ്പിക ശത്രുതയുടെ കഥക ളല്ലാതെ അഹിംസയുടെ അപ്പോസ്തലന്മാരായ ജൈനരും, ബൗദ്ധരും തമ്മിലുള്ള ഈ ശത്രുതയുടെ കഥകൾ നമ്മുടെ ചരിത്രകാരൻമാർ എവിടെയെങ്കിലും സൂചിപ്പിച്ച് കണ്ടിട്ടുണ്ടോ?)

എതിർ ഗ്രൂപ്പുകാർ ഒരിക്കൽ ബുദ്ധനെ കൊലപാതക കേസിൽ പെടുത്താൻ ശ്രമം നടത്തി. ആ കഥ ഇങ്ങനെയാണ്. മറ്റു ശ്രമണ വിഭാ ഗങ്ങൾ അവരുടെ കൂട്ടത്തിലെ സുന്ദരി എന്നൊരു സ്ത്രീയെ കൂടെക്കൂടെ പരസ്യമായി ബുദ്ധനെ സന്ദർശിക്കാൻ ചട്ടം കെട്ടി. അങ്ങനെ കുറച്ച് കാലത്തിനു ശേഷം അവർ ആ സ്ത്രീയെ തല്ലിക്കൊന്ന് ശവം ബുദ്ധൻ താമസിക്കുന്ന ജീതവനത്തിനു സമീപം ഉപേക്ഷിച്ചു. ബുദ്ധസംഘം തങ്ങളുടെ കൂട്ടത്തിലെ സുന്ദരി എന്നൊരു സ്ത്രീയെ ആവശ്യങ്ങൾക്ക് ഉപയോഗിച്ച ശേഷം കൊന്നു കളഞ്ഞിരിക്കുന്നു എന്ന് പസേനദി രാജാവിന് ഒരു പരാതിയും കൊടുത്തു. കൂടാതെ ഈ സ്ത്രീയുടെ ശവവും കെട്ടിയെടുത്തു നാൽക്കവലകൾ തോറും ബുദ്ധനും, സംഘത്തിനും എതിരെ അപവാദം പ്രചരിപ്പിക്കാനും തുടങ്ങി. (സുന്ദരി സുത്ത- ഉദാനവഗ്ഗ 4.8) പക്ഷേ ഈ പ്ലാൻ പാളിപ്പോയി. കൊലയാളികൾ മദ്യപാനത്തിനിടക്ക് സത്യം വെളിപ്പെടുത്തിയത് രാജാവ് ചാരന്മാർ മുഖേനെ അറിഞ്ഞു. (ഈ സംഭവത്തിന്റെ ഓർമ്മക്കായി ഉയർത്തിയ ഒരു സ്തൂപം കണ്ടതായി ഫാഹിയാൻ തന്റെ യാത്രാവിവരണത്തിൽ രേഖപ്പെടുത്തുന്നുണ്ട്.)

കൊലപാതക ആരോപണം മാത്രമല്ല, ബുദ്ധനെ പെണ്ണുകേ സിൽ പെടുത്താനുള്ള ശ്രമവും ഈ ആദ്ധ്യാത്മിക സംഘങ്ങൾ നടത്തിയിട്ടുണ്ട്. ഒരിക്കൽ ഈ എതിർ ഗ്രൂപ്പുകാർ ചിഞ്ച മാനവിക എന്ന ബ്രാഹ്മണ സ്ത്രീയെ ബുദ്ധനെ പതിവായി സന്ദർശിക്കാൻ ഏർപ്പാടാക്കി. ഈ സ്ത്രീ വൈകുന്നേരം ജീതവനത്തിൽ ബുദ്ധൻ താമസിക്കുന്നിടത്തേക്ക് പോകുകയും, രാത്രി മുഴുവൻ ഒരിടത്ത് ഒളിച്ചിരുന്ന് രാവിലെ ജീതവനത്തിൽനിന്നു വരുന്നു എന്നപോലെ പുറത്തിറങ്ങുകയും ചെയ്യും. വഴിയിൽ കാണുന്നവരോട് താൻ രാത്രി ബുദ്ധനോടൊത്തു ചിലവഴിച്ച് വരുകയാണ് എന്നു പറയും. അങ്ങനെ കുറേ മാസങ്ങൾക്ക് ശേഷം ഈ സ്ത്രീ താൻ ഗർഭിണിയാണെന്നും, ബുദ്ധനാണ് ഉത്തരവാദി എന്നും പരസ്യമായി പറഞ്ഞു ബുദ്ധനെ നാറ്റിക്കാൻ ശ്രമിച്ചു. ഇതും ചീറ്റിപ്പോയി. അവരുടെ കൃത്രിമ വയർ നാട്ടുകാരുടെ മുന്നിൽ അഴിഞ്ഞു വീണു.[30] (ശക്രൻ (ഇന്ദ്രൻ) ഒരു എലിയുടെ രൂപത്തിൽ വന്നു വയർ കെട്ടിവച്ച ചരട് കടിച്ചു മുറിച്ചു എന്നൊരു ഐതിഹ്യം കേട്ടതായി ഫാഹിയാൻ അദ്ദേഹത്തിന്റെ യാത്രാവിവരണത്തിൽ രേഖപ്പെടുത്തിയിട്ടുണ്ട്.)

മറ്റൊരു സംഭവം ബുദ്ധന്റെ സ്വന്തം അർദ്ധ സഹോദരനായ ദേവ ദത്തൻ തന്നെ ബുദ്ധനെ കൊന്ന് സംഘത്തിന്റെ ഭരണം പിടിച്ചെടു ക്കാൻ ശ്രമിച്ചതാണ്. (ഈ ദേവദത്തനെക്കുറിച്ച് നമ്മളിൽ ചിലർ പണ്ട് നാലാം ക്ലാസിലോ മറ്റോ ബുദ്ധനെക്കുറിച്ചുള്ള ഒരു പാഠത്തിൽ പഠിച്ചിട്ടുണ്ട്. ഒരു അരയന്നത്തെ ചുമ്മാ അമ്പെയ്തു കൊന്ന് രസിക്കു ന്ന ആൾ. ആളുടെ കൈയ്യിലിരിപ്പ് അന്നേ ശരിയല്ല.) ദേവദത്തൻ ഒരിക്കൽ ഒളിച്ചിരുന്ന് മലമുകളിൽ നിന്ന് ഒരു കല്ല് ബുദ്ധനു നേരെ ഉരുട്ടിവിട്ടു. ബുദ്ധൻ ചെറിയ പരിക്കുകളോടെ രക്ഷപ്പെട്ടെങ്കിലും കുറച്ചു കാലം കിടപ്പിലായിപ്പോയി. (ആ കല്ല് കണ്ടതായി ഫാഹിയാൻ തന്റെ യാത്രാവിവരണത്തിൽ പറയുന്നുണ്ട്.) ദേവദത്തൻ വേറൊരി ക്കൽ നളഗിരി എന്ന് പേരായ മദമിളകിയ ഒരു ആനയെക്കൊണ്ടു ബുദ്ധനെ കൊല്ലിക്കാൻ നോക്കി. അതും നടന്നില്ല. ദേവദത്തൻ ബുദ്ധനെ വിഷം പുരട്ടിയ നഖങ്ങൾ കൊണ്ട് ഉപദ്രവിക്കാൻ നോക്കി യപ്പോൾ ഭൂമി പിളർന്ന് നരകത്തിൽ പോയി എന്നു പറയപ്പെടുന്ന സ്ഥലം കണ്ടതായി ഫാഹിയാൻ പറയുന്നുണ്ട്.

ഖണ്ഡഹാല ജാതക (ജാതക: 542) എന്ന ജാതക കഥയിൽ ബുദ്ധന്റെ ജീവനു നേരെയുള്ള ദേവദത്തന്റെ വേറൊരു ആക്രമണം വിവരിക്കുന്നുണ്ട്. ബിംബിസാരന്റെ മകൻ അജാതശത്രു ദേവദ ത്തന്റെ ഉപദേശപ്രകാരം സ്വന്തം അച്ഛനെ പട്ടിണിക്കിട്ട് കൊന്ന് രാജാവാകുന്നു. അതിനുശേഷം ദേവദത്തൻ അജാതശത്രുവിന്റെ സഹായത്തോടെ ബുദ്ധനെ കൊല്ലാനുള്ള ഒരു പദ്ധതി തയ്യാറാക്കുന്നു. ദേവദത്തന്റെ പ്ലാൻ നല്ല രസമാണ്. ഒരു മാഫിയാ സ്റ്റൈൽ. ആദ്യം ഒരാളോട് ബുദ്ധനെ ഒളിച്ചുനിന്ന് വിഷം പുരട്ടിയ അമ്പെയ്തു ശേഷം ഒരു പ്രത്യേക വഴിയിലൂടെ തിരിച്ചു വരാൻ പറയുന്നു. അയാളെ വഴിയിൽ വച്ച് കൊല്ലാൻ വേറെ രണ്ടു വില്ലാളികളെ ഏർപ്പാടാക്കുന്നു. ആ രണ്ടു പേരെ കൊല്ലാൻ വേറെ നാലുപേർ, ആ നാലുപേരെ കൊല്ലാൻ വേറെ എട്ട് പേർ, ആ എട്ടു പേരെ കൊല്ലാൻ വേറൊരു പതിനാറു പേർ, പിന്നെ മുപ്പത്തിരണ്ട് അങ്ങനെ മൊത്തം130 കൊലയാളി കളെ ഏർപ്പാടാക്കുന്നു. ആർക്കും പരസ്പരം തങ്ങൾ ആരെയാണ്, എന്തിനാണ് കൊല്ലുന്നത് എന്നറിയില്ല. താനാണ് ഇതിന്റെ പിന്നിൽ എന്ന് ആരും ഒരിക്കലും പുറത്ത് അറിയാതിരിക്കാനുള്ള ദേവദത്ത ന്റെ സൂത്രം. എന്തായാലും ഈ പ്ലാനും ചീറ്റിപ്പോയി.

ബുദ്ധനും, ദേവദത്തനും തമ്മിൽ തർക്കം തുടങ്ങുന്നത് സംഘ നിയമങ്ങൾ കൂടുതൽ കർശനമാക്കണം എന്ന ദേവദത്തന്റെ അഭിപ്രായത്തോടു കൂടിയാണ്. ബുദ്ധന്റെ അവസാനകാലം ആകു മ്പോഴേക്കും രാജാക്കന്മാരുടെ സഹായത്താൽ ഭിക്ഷുക്കൾ നല്ല

സുഖലോലുപരായാണ് ജീവിച്ചിരുന്നത്. ഭിക്ഷുക്കൾ നിർബന്ധമായും മാംസഭക്ഷണം ഒഴിവാക്കണം എന്ന ദേവദത്തന്റെ ആശയം ബുദ്ധൻ അംഗീകരിച്ചില്ല. പ്രധാനമായും ഇതിന്റെ പേരിലാണ് ദേവദത്തൻ പിണങ്ങിപ്പോകുന്നത്. ദേവദത്തൻ ബുദ്ധനെ കൊല്ലുന്നതിൽ വിജയിച്ചില്ലെങ്കിലും ബുദ്ധന്റെ ജീവിത കാലത്തു തന്നെ സംഘത്തെ പിളർത്തുന്നതിൽ വിജയിച്ചിരുന്നു. കുറേ ഭിക്ഷുക്കളെ "സ്വന്തമാക്കി" (അഞ്ഞൂറു പേർ എന്ന് മിലിന്ദ പ്രശ്ന എന്ന ഗ്രന്ഥം പറയുന്നു.) ദേവദത്തൻ വേറെ ആശ്രമം സ്ഥാപിച്ചു. വിവരമറിഞ്ഞ ബുദ്ധൻ പ്രിയ ശിഷ്യൻമാരായ ശാരിപുത്രനേയും മൊഗല്ലാനയേയും ആ വഴിതെറ്റിപ്പോയ കുഞ്ഞാടുകളെ തിരിച്ചു കൊണ്ടുവരാൻ ഏർപ്പാടാക്കി. അവർ സംസാരിച്ച് ഈ ഭിക്ഷുക്കളെ മിക്കവരെയും തിരികെ കൊണ്ടുവന്നു. തന്റെ ശിഷ്യൻമാർ മിക്കവരെയും നഷ്ടപ്പെട്ടതറിഞ്ഞപ്പോൾ ദേവദത്തൻ രക്തം ചർദ്ദിച്ചത്രെ (Cullavagga 7.4) (ശിഷ്യൻമാരെ മുഴുവൻ നഷ്ടപ്പെട്ടപ്പോൾ സഞ്ജയൻ എന്ന ഗുരുവും ചോര ചർദ്ദിച്ചു എന്നൊരു പ്രസ്താവന നമ്മൾ നേരത്തെ കണ്ടിരുന്നു. രസകരമായ ആ പ്രയോഗം നമ്മൾ പിന്നീട് ചർച്ച ചെയ്യും.)

എന്നാലും ദേവദത്തന്റെ സംഘം പച്ച പിടിച്ചു എന്നു കരുതണം. ആദ്യകാലത്ത് അജാതശത്രു രാജാവ് ദേവദത്തനെ കൈയ്യയച്ചു സഹായിച്ചു. സ്വന്തമായി ആശ്രമം നിർമ്മിച്ചു കൊടുക്കുകയും, ദിവസവും അഞ്ഞൂറു ചെമ്പ് നിറയെ സുഗന്ധമുള്ള ഏറ്റവും മികച്ച അരി കൊണ്ടുള്ള ചോറും, സുഗന്ധദ്രവ്യങ്ങൾ ചേർത്ത കറികളും നൽകുകയും ചെയ്തിരുന്നു എന്ന് മഹിലാമുഖ ജാതക (No. 26) എന്ന കഥയിൽ പറയുന്നു. ഏതാണ്ട് ആയിരം വർഷങ്ങൾക്കു ശേഷം ഫാഹിയാൻ ഇന്ത്യ സന്ദർശിക്കുമ്പോൾ ദേവദത്തന്റെ അനുയായികളായ സന്യാസിമാരെ കണ്ടതായി പറയുന്നുണ്ട്. അപ്പോൾ ആ കാലം വരെയെങ്കിലും ദേവദത്തന്റെ സംഘം ഉണ്ടായിരുന്നിരിക്കണം.

ബുദ്ധമതത്തിൽ വളരെ കടുത്ത രീതിയിലാണ് ദേവദത്തനെ നിന്ദിക്കുന്നത്. ഒരിക്കൽ ബുദ്ധന്റെ ഒരു ശിഷ്യൻ ദേവദത്തന്റെ ആശ്രമത്തിൽ നിന്ന് പതിവായി അവരുടെ ഭക്ഷണം കഴിക്കാൻ തുടങ്ങി. ഇതറിഞ്ഞ ബുദ്ധൻ അയാളെ കഠിനമായി ശാസിച്ചതായി മഹിലാമുഖ ജാതക എന്ന കഥയിൽ പറയുന്നു.[31] അതാണ് പ്രൊഫഷണൽ ശത്രുത. തന്നെ വിട്ടു പോയവനുമായി ഒരു തരം ബന്ധവും പാടില്ല. ഭാഗ്യം, ഇന്നത്തെ പോലെ തല വെട്ടാനൊന്നും പറയാതിരുന്നത്. അവസാനം ദേവദത്തനെ ഭൂമി വിഴുങ്ങിക്കളഞ്ഞു എന്നാണ് ബുദ്ധിസ്റ്റ് ഗ്രന്ഥങ്ങൾ പറയുന്നത്. കഠിനമായ വെറുപ്പ് സൂചിപ്പിക്കുന്ന ഒരു ബുദ്ധിസ്റ്റ് പ്രയോഗമാണ് ആളെ ഭൂമി വിഴുങ്ങി എന്നത്.

സംഘത്തിൽ ഈ പിളർപ്പുണ്ടാക്കിയതുകൊണ്ട് ദേവദത്തൻ ഒരു കൽപ്പകാലം നരകത്തിലാണ് എന്നും ബുദ്ധിസ്റ്റുകൾ വിശ്വസിക്കുന്നു.

അങ്ങനെ നാല്പത്തഞ്ചു വർഷത്തോളം തന്റെ ആശയങ്ങൾ ജനങ്ങളോട് സംവദിച്ചു. അക്കാലത്തെ പ്രധാനപ്പെട്ട രണ്ടു രാജാക്കന്മാരെങ്കിലും ബുദ്ധന്റെ അടുത്ത സുഹൃത്തുക്കളും, അനുയായികളുമായിരുന്നു. കോസലത്തിലെ മഹാരാജാവായ പസേനദിയും (പ്രസേനജിത്ത്), മഗധയിലെ മഹാരാജാവായ ബിംബിസാരനും. ബിംബിസാരനെ തുടർന്ന് രാജാവായ അദ്ദേഹത്തിന്റെ മകൻ അജാതശത്രു ആദ്യം ബുദ്ധിസത്തോടു വലിയ അടുപ്പമൊന്നും കാണിച്ചില്ല. ബുദ്ധന്റെ അർദ്ധ സഹോദരനും, പ്രധാന എതിരാളിയുമായിരുന്ന ദേവദത്തനുമായിട്ടായിരുന്നു അദ്ദേഹത്തിന് ചങ്ങാത്തം. എങ്കിലും പിൽക്കാലത്ത് അദ്ദേഹവും ബുദ്ധമതത്തിനു ചില സഹായങ്ങളൊക്കെ ചെയ്തിട്ടുണ്ട്. ആദ്യത്തെ ബുദ്ധമത സമ്മേളനം അജാതശത്രുവിന്റെ സഹായത്താലായിരുന്നു. രാജാക്കന്മാർ അനുയായികളായതോടു കൂടി സ്വാഭാവികമായും പ്രജകളും ബുദ്ധന്റെ പുറകെ കൂടി. അങ്ങനെ അത്യാവശ്യം അനുയായികളും, ശത്രുക്കളും, പ്രശസ്തിയും, വിവാദങ്ങളും ഒക്കെയായി നാല്പത്തഞ്ചു വർഷത്തെ സന്യാസജീവിതത്തിനു ശേഷം എൺപതാം വയസ്സിൽ ബുദ്ധന്റെ മഹാപരിനിർവ്വാണം.

റെഫറൻസ്:

(1) "*But, after all, who knows, and who can say*
Whence it all came, and how creation happened?
the gods themselves are later than creation,
so who knows truly whence it has arisen?
Whence all creation had its origin,
he, whether he fashioned it or whether he did not,
he, who surveys it all from highest heaven,
he knows - or maybe even he does not know".
(*Rigveda* 10-129)

(2) The dress and ornaments worn by non-believers are varied and mixed. Some wear peacock feathers; some wear as ornaments necklaces made of skull bones (the kapaladharinas); some have no clothing, but go naked (Nirgranthas); some wear leaf or bark garments; others have bushy whiskers and their hair braided on top of their heads.The costume is not uniform, and the colour, whether red or white, not constant. (*Si-yu-ki Budhist records of the western world, Translated from the Chinese of Hiuen Tsiang* by Samuel Beal)

(3) "Then he (king) said, "As (to what) you have said to me, Gautama (Brahmin), this knowledge (of Brahman) did not go to any Brahmana before you, and therefore this teaching belonged in all the worlds to the Kshatriya class alone." (*Chandogya*: 5:3:7)

(4) In the beginning this (the kshatriya and other castes) was indeed Brahman, one only without a second. He, being one, did not flourish. He projected, further, an excellent form, kshatriyahood—those kshatriyas (rulers) among the gods: Indra, Varuna, Soma (Moon), Rudra, Parjanya, Yama, Mrityu (Death), and Isana. Therefore there is none higher than the kshatriyas. Thus at the Rajasuya sacrifice, the brahmin sits below and worships the kshatriya. He confers that glory on kshatriyahood alone. (*Brihadaranyaka Upanishad* 1,4,11)

(5) "I would go on all fours to the cow-pens when the cattle had gone out and the cowherd had left them, and I would feed on the dung of the young suckling calves." (*Manjima Nikhaya*-12)

(6) If, Punna, a man fully and completely develops the dog's habits, the dog's principles of conduct, the dog's mind and the dog's behaviour, then at the body's dissolution after death he will pass to be with dogs thereafter. But, if he holds the view that by such principles or practices or austerities or higher life he will become a greater or a lesser god, then he holds a false view; and I say that the man of false views has before him one of two future states, - namely purgatory or rebirth as an animal. If he is lucky, he becomes a dog; if he is unlucky, he goes to purgatory. (*Majjima Nikaya- Kukkura-Vatika Sutta*)

(7) "Kassapa sees nothing evil in mutilating and killing, in cheating and deception. Nor does he believe in any merit for himself." (samyuktha nikhaya 2.3.10)

(8) "the doctrine of Makkhali is declared the worst among the doctrines of the various ascetics. The hollow man Makkhali teaches the doctrine and view:"There is no kamma, no deed, no energy." (*Anguthara nikhaya* 3.137)

(9) A t present I am the Arahant, the Perfectly Enlightened One, and I teach a doctrine of kamm a, a doctrine of deeds, a doctrine of energy. Yet the hollow man Makkhali contradicts me [with his claim] : 'There is no kamm a, no deed, no energy.' "Just as a trap set at the m outh of a river would bring about harm , suffering, calamity, and disaster to many fish, so too, the hollow man Makkhali is, as it were, a 'trap for people' who has arisen in the w orld for the harm, suffering, calamity, and disaster of many beings."(*Anguthara nikhaya* 3.137)

(10) "Bhikkhus, I do not see even a single person who is acting so much for the harm of many people, the unhappiness of many people, for the ruin, harm , and suffering of many people., of devas and human beings, as the hollow man Makkhali. Just as a trap set at the mouth of a river would bring about harm, suffering, calamity, and disaster for many fish, so too, the hollow man Makkhali is., as it were, a 'trap for people' who has arisen in the world for the harm, suffering, calamity, and disaster of many beings." (*Anguthara nikhaya* 1.319)

(11) "Bhikkhus, possessing five qualities, an Ajlvaka is deposited in hell as if brought there. What five? He destroys life, takes what is not given, does not observe celibacy, speaks falsely, andindulges in liquor, wine, and intoxicants, the basis for heedlessness. Possessing these five qualities, an Ajlvaka is deposited in hell as if brought there". (*Angyttara Nikaya* 5:293)

(12) He has described the supreme white class as Nanda Vaccha, Kisa Sarikicca, and Makkhali Gosala. (Amguttara Nikaya 6:57)

(13) "Bhikkhus, a hair blanket is declared to be the worst kind of woven garment. A hair blanket is cold in cold weather, hot in hot weather, ugly, foul-smelling, and uncomfortable." (*Anguthara nikhaya* 3.137)

(14) "There is neither slain nor slayer, neither hearer nor proclaimer, neither knower nor causer of knowing. Whoever cuts off a man's head witha sharp sword does not deprive anyone of his life. He just inserts the blade in the intervening space between the seven basic factors (without harming them)". (Digga nikhaya 2.26)

(15) "Paribbagaka Sangaya began, on the spot, to vomit hot blood from his mouth." (Mahavagga1:24)

(16) "Bhikkhus, possessing five qualities, a Nigantha... a shaven headed disciple... a matted -hair ascetic... a wanderer... a magandika... a tedandika... an aruddhaka... a gotamaka... adevadhammika is deposited in hell as if brought there. What five? He destroys life, takes what is not given, does not observe celibacy, speaks falsely, and indulges in liquor, wine, and intoxicants, the basis for heedlessness. Possessing these five qualities, a devadhammika is deposited in hell as if brought there. (*Amguttara Nikaya* 5:294)

(17) On the uposatha day, they enjoin their disciples thus: 'Come, good man, having laid aside all clothes, recite: T am not any where the belonging of anyone, nor is there anywhere anything in any place that is mine. How ever, his parents know : 'This is our son. And he knows: 'These are my parents.' His wife and children know: 'He is our supporter.' And he knows: 'These are my wife and children. His slaves, workers, and servants know : 'He is our master. And he knows: 'These are my slav es, workers, and servants.' Thus on an occasion when they should be enjoined in truthfulness, [the Niganthas] enjoin them in false speech. This, I say, is false speech. When that night h as passed , he makes use of possessions that have not been given. This, I say, is taking what has not been given. It is in such a Way that the Niganthas' uposatha is observed. (*Amguttara Nikaya* 3:70)

(18) Now at that time the Nigantha, Natha's son, had just died at Pava. After his death the Niganhas became divided, falling into opposite parties and into strife, disputes broke out and they went on wounding each other with wordy weapons: — Thou dost not confess this Norm and Discipline! I do confess it! Wilt thou confess it? Thou are in the wrong! I am practising it rightly! I am speaking to the point; thou art off the point! Thou sayest last what should be said first, and first what should come last! What thou hast so long excogitated is quite upset! Thy challenge is taken up; thou'rt proved to be wrong! Begone to get rid of thy opinion, or disentabngle thyself if thou canst! Truly the Niganhas, followers ofNathaputta, were out methinks to kill. Even the lay disciples of the white robe, who followed Nathaputta, showed themselves shocked,repelled and indignant at the Nigan□has, so badly was their doctrine and discipline set forth

and imparted, so ineffectual was it for guidance, so little conducive to peace, imparted as it had been by one who was not supremely enlightened, and now wrecked as it was of his support and without a protector. (*Sangiti-Sutta-Digga Nikaya* 33)

(19) "*My emancipation is assured,*
This is my last birth,
There will be no more re-becoming!"
(*Majjima Nikhaya* 26.21)

(20) "Such was my asceticism, Sariputta, that I went naked, rejecting conventions, licking my hands, not coming when asked, not stopping when asked; I did not accept food brought or food specially made or an invitation to a meal; I received nothing from a pot, from a bowl, across a threshold, across a stick, across a pestle, from two eating together, from a pregnant woman, from a woman giving suck, from a woman lying with a man, from where food was advertised to be distributed, from where a dog was waiting, from where flies were buzzing; I accepted no fish or meat, I drank no liquor, wine or fermented brew....

I was one who pulled out hair and beard, pursuing the practice of pulling out hair and beard. I was one who stood continuously, rejecting seats. I was one who squatted continuously, devoted to maintaining the squatting position. I was one who used a mattress of spikes; I made a mattress of spikes my bed. I dwelt pursuing the practice of bathing in water three times daily including the evening. Thus in such a variety of ways I dwelt pursuing the practice of tormenting and mortifying the body. Such was my asceticism.....

Such was my coarseness, Sariputta, that just as the bole of a tinduka tree, accumulating over the years, cakes and flakes off, so too, dust and dirt, accumulating over the years, caked off my body and flaked off........... I would make my bed in a charnel ground with the bones of the dead for a pillow.

As long as my own excrement and urine lasted, I fed on my own excrement and urine. Such was my great distortion in feeding." (*Majjima Nikhaya*-12:49)

(21) "By this method, on this path, by this severe asceticism I did not attain to the highest goal of human striving, the true Ariyan knowledge and wisdom". (*Majjima Nikhaya* 12.56)

(22) "Whatever ascetics and Brahmins have ever felt feelings that were painful, sharp and severe, it cannot exceed this. And yet even with this extreme asceticism I did not gain the highest goal of human striving, the true Ariyan knowledge and wisdom, Might there not be another way to awakening?" (*Majjima Nikhaya* 36.22)

(23) "Monks, do not address the tathagatha as "brother" (as if he were one of yourselves). Monks,the tathagatha is a holy one (Arahant), a fully enlightened one." (*Mahavagga*1:6)

(24) "Venerable one, I am of Kosala, the blessed one is also of kosala; I am of kshathriya caste, and so is the blessed one."

(25) "At present the Blessed One is worshipped, revered, honored, venerated, and given homage — a recipient of robes, alms food, lodgings, and medicinal requisites for the sick. The community of monks is also worshipped, revered, honored, venerated, and given homage — a recipient of robes, alms food, lodgings, and medicinal requisites for the sick. But the wanderers of other sects are not worshipped, revered, honored, venerated, or given homage; nor are they recipients of robes, alms food, lodgings, or medicinal requisites for the sick. So the wanderers of other sects, unable to stand the veneration given to the Blessed One and the community of monks, on seeing monks in village or wilderness, insult, revile, irritate, and harass them with discourteous, abusive language." (*Udana- Sakkara Sutta*)

(26) "In the same way, monks, the wanderers of other sects are blind and eyeless. They don't know what is beneficial and what is harmful. They don't know what is the Dhamma and what is non-Dhamma. Not knowing what is beneficial and what is harmful, not knowing what is Dhamma and what is non-Dhamma, they keep on arguing, quarreling, and disputing, wounding one another with weapons of the mouth, saying, "The Dhamma is like this, it's not like that. The Dhamma's not like that, it's like this." (*Tittha Sutta- Udana* 6.4)

(27) Bhikkhus, possessing five qualities, a lay follower is a candala of a lay follower, a stain of a lay follower, the last among lay followers. What five? (1) He is devoid of faith; (2) he is immoral;(3) he is superstitious and believes in auspicious signs, not in kamma; (4) he seeks outside here for a person worthy of offerings; and (5) he first does [meritorious] deeds there. Possessingthese five qualities, a lay follower is a candala of a lay follower, a stain of a lay follow er, the last among lay followers. (*Candala Sutta- Anguttara Nikaya*)

(28) "Come now , householder, give gifts to the Sangha. When you give gifts to the Sangha, your mind will be confident. When your mind is confident, with the breakup of the body, after death, you will be reborn in a good destination, in a heavenly world." (*Amguttara Nikaya* 6: 59)

(29) "Fools devoid of understanding, dull-witted, unlearned, do not attend on the holy ones but give their gifts to those outside". (*Gihi Sutta-Anguttara Nikaya*)

(30) "Having made a wooden belly to appear pregnant,
Cinca made a lewd accusation in the midst of the gathering.
The Lord of Sages defeated her with peaceful, gracious means:
By the power of this, may you have victory blessings."
(*Buddha jayamangala Gatha*)

(31) "Devadatta is a man of bad conduct and bad principle. Oh, how could you, who have taken the vows here, eat Devadatta's food, whilst adhering to my doctrine? But you have always been prone to being led away, and have followed in turn every one you meet." (*Mahilamukha jathaka* No: 26)

ക്ഷത്രീയ ബുദ്ധൻ

"One should not despise as 'young'
A khattiya of noble birth,
A high-born prince of glorious fame:
A man should not disparage him".

(*Samyutta Nikaya- Kosala*)

നമ്മുടെ ബുദ്ധിജീവികൾ ബുദ്ധനെ കടുത്ത ബ്രാഹ്മണ വിരോധിയും, നിന്ദിതർക്കും, പീഡിതർക്കും വേണ്ടി പട പൊരുതിയ ഒരു സാമൂഹ്യ പരിഷ്കർത്താവുമൊക്കെയായാണ് അവതരിപ്പിക്കാറുള്ളത്. എന്നാൽ ബുദ്ധൻ ഒരു സാമൂഹ്യപരിഷ്കർത്താവോ, ജാതി, വർണ്ണ നിർമ്മാർജ്ജകനോ, പാവങ്ങൾക്കു വേണ്ടി പൊരുതിയവനോ ഒന്നും ആയിരുന്നില്ല എന്നതാണ് സത്യം. അവരെ രക്ഷിക്കാൻ തന്റെ സ്വാധീനം ഒരിക്കലും ബുദ്ധൻ ഉപയോഗിച്ചിട്ടില്ല. അതിനു തെളിവുമില്ല. അങ്ങനെയൊക്കെയുള്ളൊരു ബുദ്ധൻ അംബേദ്ക്കറേപ്പോലുള്ളവരുടെ വെറും ആഗ്രഹചിന്ത മാത്രമായിരുന്നു. ശരിക്കും ബുദ്ധൻ എങ്ങിനെയുള്ള ആളായിരുന്നു എന്ന് നമുക്ക് ബുദ്ധിസ്റ്റ് പ്രമാണങ്ങളുടെ അടിസ്ഥാനത്തിൽ തന്നെ നോക്കാം. ത്രിപിടകത്തിൽ വർണ്ണവ്യവസ്ഥയെയും, ജാതികളെയും കുറിച്ച് ചർച്ച ചെയ്യുന്ന നിരവധി ഭാഗങ്ങളുണ്ട്. ദിഗ്ഗ നിഖായയിലെ അംബത്ത സുത്ത അതിലൊന്നാണ്.

അംബത്ത സുത്തയിലെ കഥ ഇപ്രകാരമാണ്. പൊക്കാറസതി എന്ന ബ്രാഹ്മണൻ ബുദ്ധനെക്കുറിച്ച് കേട്ടറിഞ്ഞ് വളരെ മതിപ്പ് തോന്നി, കാര്യങ്ങൾ അന്വേഷിച്ചു വരാൻ തന്റെ ശിഷ്യനായ അംബത്ത മാനവനെ ബുദ്ധന്റെ അടുത്തേക്ക് അയക്കുന്നു. (അംബത്ത എന്നത് ഗോത്രനാമമാണ്. മാനവൻ എന്നാൽ ബ്രാഹ്മണ ബാലൻ എന്നർത്ഥം.) അംബത്തൻ ചെറുപ്പത്തിൽ തന്നെ മൂന്ന് വേദങ്ങളും (ത്രിപിടകങ്ങളിൽ എല്ലായിടത്തും വേദങ്ങൾ മൂന്നാണ്. എന്നാൽ മിലിന്ദ പ്രശ്നം പോലുള്ള പിൽകാല ഗ്രന്ഥങ്ങളിൽ വേദങ്ങൾ നാലാണ്.)

അനുബന്ധ അറിവുകളുമൊക്കെ മനഃപാഠമാക്കിയ സമർത്ഥനാണ്. മഹാപുരുഷന്മാരുടെതെന്ന് പറയപ്പെടുന്ന മുപ്പത്തി രണ്ടു ലക്ഷണങ്ങൾ ബുദ്ധന്റെ ദേഹത്ത് കാണാനുണ്ടോ എന്നാണ് ഒരു പ്രൊഫഷണൽ സാമുദ്രിക ലക്ഷണക്കാരൻ കൂടിയായ പൊക്കാറസതിക്ക് അറിയേണ്ടത്.

ഈ മുപ്പത്തി രണ്ടു ലക്ഷണങ്ങളുടെ വിശദാംശങ്ങൾ അറിയേണ്ടത് ഇവിടെ പ്രസക്തമല്ലെങ്കിലും ദിഗ്ഗ നികായയിലെ ലക്ഷണസുത്തയിലും, മഹാപദാന സുത്തയിലും അത് വിവരിച്ചിട്ടുള്ളത് നല്ല രസമുള്ള കാര്യമായി തോന്നുന്നതുകൊണ്ട് അത് കൂടി പറയാം. ഈ അടയാളങ്ങളെല്ലാം മുൻ ജന്മത്തിലെ നല്ല കർമ്മഫലം കൊണ്ട് മാത്രം കിട്ടുന്നതാണ് എന്നത്കൊണ്ട് പ്രത്യേകിച്ചും.

(1) പതിഞ്ഞ കാലടികൾ.

(2) കാൽപാദത്തിൽ ആയിരം ആരക്കാലുകളുള്ള ചക്രത്തിന്റെ രൂപം.

(3) പുറത്തേക്കു തള്ളി നിൽക്കുന്ന ഉപ്പൂറ്റി.

(4) നീണ്ട വിരലുകൾ.

(5) മൃദുവായ കൈകാലുകൾ.

(6) കൈകാലുകളിലെ വിരലുകൾ തമ്മിൽ തുല്യ അകലം.

(7) ഉയർന്നു നിൽക്കുന്ന ഉപ്പൂറ്റി.

(8) മാനിന്റേതുപോലെ ആകൃതിയൊത്ത കാലുകൾ.

(9) കുനിയാതെ തന്നെ രണ്ടു കൈകൾ കൊണ്ടും കാൽമുട്ട് തൊടാൻ സാധിക്കും. (കാൽമുട്ടോളമെത്തുന്ന ഭുജ മുസലങ്ങൾ കൊണ്ടു നടക്കുന്നവൻ എന്ന് വി.കെ.എൻ പറയും. :-))

(10) സ്വർണ്ണ നിറം.

(11) വളരെ മൃദുവായതും മിനുസ്സമാർന്നതുമായ തൊലി. അതിൽ പൊടിപടലങ്ങൾ പറ്റിപ്പിടിക്കില്ല.

(12) ശരീര രോമങ്ങൾ ഓരോന്നും വേറിട്ട് കാണാം.

(13) രോമങ്ങൾ നീലകലർന്ന കറുപ്പ് നിറത്തിൽ വലത്തോട്ട് ചുരുണ്ടിരിക്കും.

(14) നിവർന്ന ശരീരം. ബ്രഹ്മാവിനേപ്പോലെ (അതിന് ഈ ബ്രഹ്മാവിനെ ആര് കണ്ടിരിക്കുന്നു?)

(15) ശരീരത്തിൽ എഴു വളഞ്ഞ പ്രതലങ്ങൾ ഉണ്ടായിരിക്കും. (എന്നുവച്ചാൽ എന്താണോ?)

(16) ശരീരത്തിന്റെ മുൻഭാഗം സിംഹത്തിന്റേതു പോലിരിക്കും. (എന്നു വച്ചാൽ നെഞ്ച് പുറത്തേക്കി തള്ളി എന്നായിരിക്കാം)

(17) തോളുകൾക്കിടയിൽ കുഴി ഉണ്ടായിരിക്കില്ല.

(18) ശരീരത്തിന്റെ അനുപാതം ഒരു ആൽമരത്തിന്റേതു പോലെ. കൈകൾ തമ്മിലുള്ള ദൂരവും ഉയരവും തുല്യമായിരിക്കും.(ഡാവിഞ്ചിയുടെ വിട്രൂവിയൻ മാൻ പോലെ?)

(19) ഉരുണ്ട തോളുകൾ.

(20) രുചി തിരിച്ചറിയാനുള്ള മികച്ച കഴിവ്.

(21) സിംഹത്തിന്റേതു പോലുള്ള കീഴ്ത്താടി.

(22) നാൽപതു പല്ലുകൾ.

(23) നിരയൊത്ത പല്ലുകൾ.

(24) പല്ലുകൾക്കിടയിൽ വിടവുണ്ടാകില്ല.

(25) നല്ല നിറമുള്ള ഉളിപ്പല്ലുകൾ.

(26) നീണ്ട നാക്ക്. നാക്കു കൊണ്ട് നെറ്റിയും ചെവികളും തൊടാം.

(27) നല്ല ശബ്ദം. ബ്രഹ്മാവിനെപ്പോലെ. കുയിലിന്റേതു പോലെ മധുരതരം.

(28) കടുംനീല കണ്ണുകൾ.

(29) പശുവിന്റേതു പോലെ നീണ്ട ഭംഗിയാർന്ന കൺപീലികൾ.

(30) പുരികങ്ങൾക്കിടയിൽ പഞ്ഞി പോലെ മൃദുവായ വെളുത്ത രോമം.

(31) രാജാവിന്റെ തലപ്പാവ് പോലുള്ള തല. (എന്നുവച്ചാൽ എന്താണോ?)

(32) "അവയവത്തിന്" ഒരു ഉറയുടെ സംരക്ഷണം ഉണ്ടാകും (സംശയിക്കണ്ട. അതുതന്നെ ;-))

ഇവയൊക്കെ ബുദ്ധന്റെ തന്നെ ചില ശാരീരിക പ്രത്യേകതകളുമാകാം എന്ന് തോന്നുന്നു. ഈ ലിസ്റ്റ് വായിച്ചാൽ ബുദ്ധനു ചില ജനിതക വൈകല്യങ്ങൾ ഉണ്ടായിരുന്നു എന്നാണ് തോന്നുക. (ശുദ്ധോധനനും അദ്ദേഹത്തിന്റെ പൂർവ്വികരും തലമുറകളായി അടുത്ത ബന്ധുക്കളെയാണ് വിവാഹം ചെയ്തിരിക്കുന്നത്. ബുദ്ധന്റെ അച്ഛച്ഛൻ (paternal grandfather) ബുദ്ധന്റെ അമ്മൂമ്മയുടെ (maternal grandmother) സഹോദരനാണ്. മുത്തച്ഛൻ (maternal grandfather) അച്ഛമ്മയുടെ (paternal grandmother) സഹോദരനും. അപ്പോൾ Inbreeding മൂലമുള്ള ജനിതക വൈകല്യം എന്നത് അടിസ്ഥാനമില്ലാത്ത ഊഹമല്ല.)

മിക്കവാറും ബുദ്ധന് മർഫാൻസ് സിൻഡ്രോം എന്ന ജനിതക വൈകല്യം ഉണ്ടായിരുന്നോ എന്നാണ് ഈ പുരുഷ ലക്ഷണങ്ങൾ വായിക്കുമ്പോൾ എനിക്കു തോന്നുന്നത്. നീണ്ട കൈകാലുകളും വിരലുകളും (നം: 4,9), പുറത്തേക്കു തള്ളി നിൽക്കുന്ന നെഞ്ച് (നം:16), ചുങ്ങിയ തോളുകൾ (നം: 19), പരന്ന കാലടികൾ (നം:1), ചെറിയ താടി (നം: 21), നീണ്ട നാക്ക് (നം: 26) ഒക്കെ മർഫാൻസ് സിൻഡ്രോം ലക്ഷണങ്ങളാണ്. ചെറിയ താടി മൂലം പല്ലുകൾ തിങ്ങി കൂടുതൽ എണ്ണം ഉള്ളപോലെ തോന്നാം. (നം: 22, 23, 24). മാത്ര മല്ല ഇതും ഉയർന്ന അണ്ണാക്കും (high arched palate) മൂലം ശബ്ദ വൈകല്യം ഉണ്ടാകാം. (അതായിരിക്കുമോ ഈ ബ്രഹ്മാവിന്റേതു പോലുള്ള ശബ്ദം? നം: 27) അസുഖം നട്ടെല്ലിനെ ബാധിക്കുന്നത് മൂലം പുറം വേദന, വയറു വേദന, കൂടുതൽ സമയം ഇരിക്കാനുള്ള ബുദ്ധിമുട്ട്, തലവേദന ഒക്കെ ഉണ്ടാകാം. പലപ്പോഴും കിടന്നാൽ ആശ്വാസം കിട്ടുകയും ചെയ്യും. ബുദ്ധൻ ഒരു സ്ഥിരം പുറം വേദന ക്കാരനായിരുന്നു എന്നതിന് സൂചനകളുണ്ട് (അംഗുത്തര നികായ 9.4, സംഗീതി സുത്ത, ദിഗ്ഗ നികായ). ബുദ്ധൻ പ്രഭാഷണത്തിനിടക്ക് ശാരീരികാസ്വസ്ഥത മൂലം ക്ലാസ് മുഴുമിക്കാനാകാതെ കിടക്കുകയും ബാക്കി ആനന്ദനേക്കൊണ്ട് മുഴുമിപ്പിക്കുകയും ചെയ്തതായും കാണാം (മജ്ജിമ നികായ 53). അതുപോലെ ബുദ്ധൻ ഒരു സ്ഥിരം തലവേദ നക്കാരനും, വയറുവേദനക്കാരനും ആയിരുന്നു എന്നും കഥകളിൽ കാണാം. മർഫാൻസ് സിൻഡ്രോം കണ്ണുകളെയും ബാധിക്കാം. നേരത്തെ തന്നെ തിമിരം വരാം. അതായിരിക്കാം ഒരുപക്ഷേ ഈ നീലക്കണ്ണുകൾ. (നം:28) വളരെ മൃദുവായതും മിനുസ്സമാർന്നതുമായ തൊലിയും മർഫോൻസ് സിൻഡ്രോമിന്റെ ലക്ഷണം തന്നെയാകാം (നം: 11).

പിന്നെ ആ അവയവത്തിന്റെ കാര്യം (നം:32).... അത് പക്ഷേ എല്ലാ പുരുഷന്മാരുടെയും അങ്ങനെയല്ലേ? അതെങ്ങിനെ വിശേ ഷപ്പെട്ട ആളുകളിൽ മാത്രം കാണുന്ന മഹാപുരുഷ ലക്ഷണമാകും? ജന്മനാ ഉറയില്ലാത്തത് എന്നു പറഞ്ഞാൽ മനസ്സിലാക്കാം. മറ്റൊരു മഹാപുരുഷനായ മുഹമ്മദിന്റേത് അങ്ങനെ ജന്മനാ ഉറയില്ലാത്തതാ യിരുന്നു എന്നാണു കഥ. (അവിടെയും ഒരു രസമുണ്ട്. അഹമ്മദീയ മുസ്ലിംകൾ ബുദ്ധനെ അവരുടെ ഒരു പ്രവാചകനായി കരുതുന്നുണ്ട്. മുഹമ്മദും അവരുടെ പ്രവാചകൻ തന്നെ. അപ്പോൾ ഉറയുള്ളതും, ഉറയില്ലാത്തതും രണ്ടും അവർക്ക് മഹത്വത്തിന്റെ ലക്ഷണമാകണം.) മുൻ ജന്മങ്ങളിൽ അകന്നുപോയ സുഹൃത്തുക്കളെയും, ബന്ധുക്കളെ യും ഐക്യപ്പെടുത്തുന്നവർക്ക് പിന്നീട് ഭൂമിയിൽ ജനിക്കുമ്പോൾ അവയവത്തിന് ഉറയുടെ സംരക്ഷണം ഉണ്ടാകും എന്നാണ് ബുദ്ധൻ

പറയുന്നത്.[1]

ഫിമോസിസ് (phimosis) എന്നൊരു രോഗാവസ്ഥയുണ്ട്. ലിംഗത്തെ മൂടുന്ന തൊലി പുറകോട്ടു മാറാൻ ബുദ്ധിമുട്ടായിരിക്കും. ബുദ്ധന്റെ പ്രശ്നം അതാണോ? ഇതുമൂലം പലപ്പോഴും ലൈംഗിക ബന്ധം വേദനാജനകമാകാം. ബുദ്ധന് വിവാഹം കഴിഞ്ഞ് പതിമൂന്നു വർഷത്തിനുശേഷമാണ് ഒരു മകനുണ്ടാകുന്നത് എന്നും ഇതോടു ചേർത്തു വായിക്കാം. അതും പിതാവ് ഒരു കുഞ്ഞിക്കാലു കാണാൻ വളരെ നിർബന്ധിച്ച ശേഷം. (ബുദ്ധന് മറ്റൊരു പ്രശ്നവുമുണ്ടായിരുന്നു എന്ന് ആശ്വഘോഷന്റെ ബുദ്ധചരിതത്തിൽ സൂചനയുണ്ട്. "He was characterized by cryptorchidism, like a horse, and his complexion was ablaze with light." ക്രിപ്റ്റോർകിടിസം എന്നാൽ വൃഷണങ്ങൾ വൃഷണസഞ്ചിയിലേക്ക് ഇറങ്ങി വരാത്ത അവസ്ഥയാണ്. അശ്വഘോഷൻ സൂചിപ്പിക്കുന്ന പോലെതന്നെ കുതിരകളിൽ അത് സാധാരണമാണ്. പരമ്പരാഗത യോദ്ധാക്കളായ ശാക്യന്മാർക്ക് കുതിരകളെ നല്ല പരിചയവുമാണല്ലോ. അത്തരം കുതിരകളെ അവർ വരിയുടച്ച് യുദ്ധത്തിൽ ഉപയോഗിക്കാറുണ്ടത്രെ. ഒരുപക്ഷേ അത്തരം കുതിരകൾ യുദ്ധത്തിനു മികച്ചതായതുകൊണ്ട് മനുഷ്യരിലും അത് നല്ല ലക്ഷണമാണെന്ന വിശ്വാസം വന്നതാകാം. ക്രിപ്റ്റോർകിടിസവും വന്ധ്യത ഉണ്ടാക്കിയേക്കാം. ബുദ്ധന് സന്താനമുണ്ടാകാൻ വൈകിയതിന് ഇതും കാരണമാകാം.)

സിദ്ധാർത്ഥൻ സന്യസിക്കാനായി പിതാവിനോട് അനുവാദം ചോദിച്ചപ്പോൾ സന്തതിയുണ്ടായിക്കഴിഞ്ഞേ താൻ അനുവാദം നൽകൂ എന്ന് ശുദ്ധോധനൻ നിർബന്ധം പിടിച്ചു. (വർണ്ണാശ്രമധർമ്മ പ്രകാരം മകനുണ്ടായി ആ മകന്റെ വിവാഹം കഴിഞ്ഞാലേ പിതാവിന് വാനപ്രസ്ഥവും, സന്യാസവും അനുവദിച്ചിട്ടുള്ളൂ. അല്ലാതെ കുടുംബ ജീവിതം ഉപേക്ഷിക്കാൻ വകുപ്പില്ല. ഇവിടെ ചുരുങ്ങിയത് ഒരു മകൻ ഉണ്ടാവുകയെങ്കിലും ചെയ്യട്ടെ എന്ന് ശുദ്ധോധനൻ കരുതിക്കാണണം.) അങ്ങനെ സിദ്ധാർത്ഥൻ കഷ്ടപ്പെട്ട്, ബുദ്ധിമുട്ടി ഒരു മകനെ ഉണ്ടാക്കിയ ശേഷം കുടുംബ ജീവിതത്തിൽനിന്നു മുങ്ങിയതാണോ?

നമുക്ക് നമ്മുടെ വിഷയത്തിലേക്ക് വരാം... ബുദ്ധനിൽ മഹാപുരുഷ ലക്ഷണങ്ങൾ കാണുന്നുണ്ടോ എന്നറിയാൻ അംബത്തൻ ഒരു തേരിൽ കയറി കൂടെ കുറേ ബ്രാഹ്മണരുമായി ബുദ്ധന്റെ മുന്നിലെത്തുന്നു. ലേശം അഹങ്കാരിയായ അംബത്തൻ വേണ്ടത്ര ബഹുമാനമില്ലാതെയാണ് കാണുന്ന മാത്രയിൽത്തന്നെ ബുദ്ധനോടു പെരുമാറുന്നത്. താൻ ബ്രാഹ്മണനാണ് എന്ന അഹങ്കാരത്തിൽ

പ്രകോപനമൊന്നുമില്ലാതെ തന്നെ ശാക്യന്മാരെയും, ബുദ്ധനെയും കറുത്തവർ, താഴ്ന്ന പണികൾ ചെയ്യുന്നവർ, പാദത്തിൽ നിന്ന് ഉണ്ടായവർ (ശൂദ്രർ ബ്രഹ്മാവിന്റെ പാദത്തിൽനിന്നു ഉണ്ടായവരാണ് എന്ന (ക) പ്രസിദ്ധമായ പുരുഷസൂക്തതിലെ വരികളാണോ അംബത്തൻ സൂചിപ്പിക്കുന്നത്?) എന്നൊക്കെ വിളിച്ച് അപമാനിക്കുന്നു. ബുദ്ധന്റെ വംശക്കാരായ ശാക്യന്മാർ മൊത്തം അഹങ്കാരികളും, എട്ടുത്തുചാട്ട ക്കാരുമാണെന്നാണ് അംബത്തൻ പറയുന്നത്.[2]

അംബത്തന് ദേഷ്യം വരാൻ കാരണമുണ്ട്. ശാക്യന്മാർ ബ്രാഹ്മ ണരെ ബഹുമാനിക്കുന്നില്ല. മുൻപൊരിക്കൽ ശാക്യന്മാരുടെ ഇടയിൽ ചെന്നു പെട്ട ബ്രാഹ്മണനായ അംബത്തനെ അവർ വേണ്ടത്ര ബഹുമാ നിച്ചില്ല എന്നാണ് അദ്ദേഹം പറയുന്നത്. അംബത്തൻ അടുത്തുവന്ന പ്പോൾ ശാക്യന്മാർ അദ്ദേഹത്തെ ചൂണ്ടി എന്തോ പരസ്പരം പറഞ്ഞു ചിരിച്ചത്രെ. മറ്റു മൂന്ന് വർണ്ണങ്ങളും ബ്രഹ്മാവിന്റെ മുഖത്തുനിന്ന് ജനിച്ച ബ്രാഹ്മണർക്ക് താഴെയാണ് എന്നാണ് അംബത്തന്റെ അവകാശ വാദം. അതിനാൽ ശാക്യൻമാരിൽ നിന്ന് ഉണ്ടായ ഈ അപമാനം പൊറുക്കാവുന്നതല്ല.

ഇതിന് ബുദ്ധന്റെ മറുപടിയാണ് രസകരം. ശരിക്കും അംബത്തൻ എന്നത് ഒരു മിശ്രജാതിയാണ്. അദ്ദേഹത്തിന്റെ പൂർവ്വികർ ഒരു അടിമപ്പെണ്ണിന്റെ സന്തതി പരമ്പരയാണത്രെ. ഒരു ശാക്യ രാജാവിന് ഒരു അടിമ സ്ത്രീയിൽ ജനിച്ച ഒരു കറുത്ത കുട്ടിയാണ് അംബത്ത വംശത്തിന്റെ പൂർവികൻ. (സ്മൃതികളും, ചാണക്യന്റെ അർത്ഥശാസ്ത്ര വും ബ്രാഹ്മണ, വൈശ്യ മിശ്രജാതിയാണ് അംബത്തൻ എന്നാണ് പറയുന്നത്.) പക്ഷേ ശാക്യന്മാർ മിശ്രജാതിയല്ല. മറ്റു വർണ്ണങ്ങളു മായി അവർക്ക് ഒരിക്കലും കലർപ്പുണ്ടായിട്ടില്ല. അവർ കാലങ്ങളായി രാജരക്തം തന്നെയാണ്. അതിനാൽ അവർക്ക് അഹങ്കരിക്കാൻ ന്യായമുണ്ട്. ഒരിക്കലും രക്തശുദ്ധി നഷ്ടപ്പെടാതിരിക്കാൻ സ്വന്തം സഹോദരിമാരെ തന്നെ വിവാഹം കഴിച്ചവരാണ് ശാക്യവംശ ത്തിലെ പൂർവികർ.

മഹാവാസ്തു എന്ന ബുദ്ധിസ്റ്റ് ഗ്രന്ഥത്തിൽ ശരിക്കും സഹോദരി മാരെയല്ല, മറ്റൊരു അമ്മയിലുണ്ടായ അർദ്ധസഹോദരികളെയാണ് വിവാഹം കഴിച്ചത് എന്നാണു കാണുന്നത്. (പിൽകാലത്ത് സഹോദ രീവിവാഹത്തിൽ നാണക്കേട് തോന്നിയതുകൊണ്ട് അങ്ങനെ കുറച്ചു മയപ്പെടുത്തിയതാകാം. കുനാല ജാതക എന്ന ജാതകകഥയിൽ സ്വന്തം സഹോദരിമാരുമായി സഹവസിച്ചവർ എന്ന് കോലിയ രാജ്യക്കാർ ശാക്യരെ പരിഹസിക്കുന്നുണ്ട്.)[3]

അങ്ങനെ ഒരു തരത്തിലും വർണ്ണസങ്കരം വരാതിരിക്കാൻ ശാക്യ വൃക്ഷത്തേക്കാൾ കട്ടപ്പമുള്ള മനസ്സുറപ്പ് കാണിച്ചത് കൊണ്ടാണത്രെ അവർക്ക് ശാക്യന്മാർ എന്ന് പേര് വന്നത്. അപ്പോൾ ആരാണ് കൂടുതൽ മികച്ച ആളുകൾ? മിശ്രവിവാഹം കഴിച്ച് വർണ്ണസങ്കരം വന്ന പാരമ്പര്യമുള്ള അംബത്തനോ, അതോ ഒരിക്കലും വർണ്ണസങ്കരം വരാത്ത തങ്ങൾ ശാക്യന്മാരോ?

സ്വാഭാവികമായും അംബത്തന് ഉത്തരം മുട്ടി. ഇനിയാണ് വേറൊരു രസം. ഇനി താൻ ചോദിക്കുന്ന കാര്യങ്ങൾക്ക് ശരിയായ മറുപടി പറയാതിരിക്കുകയോ, വിഷയം മാറ്റുകയോ, മിണ്ടാതെ എഴുന്നേറ്റു പോകുകയോ ചെയ്താൽ അംബത്തന്റെ തല പൊട്ടിത്തെറിക്കും എന്ന് ബുദ്ധൻ ഭീഷണിപ്പെടുത്തുന്നു. പറഞ്ഞ പോലെ വജ്രപാണി എന്ന പേരുള്ള ഒരു യക്ഷൻ ചുട്ടു പഴുത്ത ഒരു ഇരുമ്പുലക്കയുമായി അംബത്തയുടെ തല തകർക്കാൻ പ്രത്യക്ഷപ്പെടുന്നു. (വജ്രായുധധാരിയായ ഈ വജ്രപാണി എന്ന യക്ഷൻ പിൽകാലത്തെ ബൗദ്ധ കൃതികളിൽ വേദങ്ങളിലെ ദേവരാജനായ ഇന്ദ്രനുമായി സാമ്യപ്പെട്ടു. ബ്രാഹ്മണരുടെ പ്രധാന ദൈവം പതുക്കെ ശാക്യമുനിയുടെ വെറും ആജ്ഞാനുവർത്തിയും, ഗുണ്ടയുമായി മാറി.) അംബത്തന്റെ കൈയിലിരുപ്പിന് അത് വേണ്ടതു തന്നെയാണ്. എന്നാലും അഹിംസാവാദി

The Budha engages an ascetic in his hut,a muscular Vajrapani,brandishing his side arm looks on. Photo taken at Peshawar Museum in Pkaistan by Stephen Jenkins.
From the book Budhist Warfare by michael jerryson and mark juergensmeyer

എന്ന് പുകഴ്പ്പെട്ട ബുദ്ധൻ ഇത് ചെയ്യാമോ? ആശയപരമായ ചർച്ച ക്കിടയിൽ ഒരു കാര്യവുമില്ലാതെ ഈ അക്രമ ഭീഷണി?

നാട്ടിലെ മറ്റു ഗുരുക്കളുമായി വാദപ്രതിവാദം നടത്തി ആവരെ തോൽപ്പിച്ച് അവരെയും അവരുടെ ശിഷ്യൻമാരെയും നേടിയെ ടുക്കുന്നത് അക്കാലത്തെ ഒരു സ്ഥിരം രീതിയായിരുന്നു എന്ന നേരത്തെ പറഞ്ഞല്ലോ. ബുദ്ധനും അങ്ങനെ ധാരാളം ശിഷ്യൻമാരെ സമ്പാദിച്ചിട്ടുണ്ട്. (ബുദ്ധൻ പ്രധാനപ്പെട്ട ഗുരുക്കന്മാരുമായൊന്നും നേരിട്ട് ഏറ്റുമുട്ടിയിട്ടില്ല. വലിയ മീനിനെ കാണുമ്പോൾ കൊക്ക് കണ്ണടക്കുന്നപോലെയാണ് ബുദ്ധൻ. തർക്കങ്ങളൊക്കെ ചെറുകിട ടീംസുമായി മാത്രം.) തോൽവി സമ്മതിപ്പിക്കാൻ തരം പോലെ ഭീഷണിയും ഉപയോഗിച്ചിരിക്കാം എന്നാണ് ബുദ്ധന്റെ ഗുണ്ടയായ വജ്രപാണിയുടെ സാന്നിദ്ധ്യം കാണിക്കുന്നത്.

തിരിച്ച് നമ്മുടെ കഥയിലേക്ക്..... പേടിച്ച് വിരണ്ട അംബത്തൻ തന്റെ പൂർവികർ മോശക്കാരായിരുന്നു എന്നു സമ്മതിക്കുന്നു. താൻ സങ്കര ജാതിയാണ്, ശരിക്കുള്ള ബ്രാഹ്മണനല്ല എന്ന കോംപ്ലക്സ് അംബത്തന് നേരത്തെ ഉണ്ടായിരുന്നിരിക്കണം. അതുകൊണ്ടാണ് നേരത്തെ ഒരിക്കൽ ശാക്യന്മാർ തന്നെ നോക്കി ചിരിച്ചത് തന്നെ പരിഹസിച്ചതാണ് എന്ന് അംബത്തന് തോന്നിയതും ദേഷ്യം വന്നതും. അംബത്തന്റെ കൂടെ വന്ന ബ്രാഹ്മണരും താണജാതിയുടെ പാരമ്പര്യം പറഞ്ഞു അയാളെ പരിഹസിക്കുന്നു (അവർക്ക് മുൻപ് ഈ രഹസ്യം അറിയില്ലായിരുന്നു.)

അംബത്തനെ സമാധാനിപ്പിക്കാനായി, അംബത്തന്റെ പൂർവ്വിക നായ, അടിമസ്ത്രീയുടെ പുത്രൻ വളരെ മഹാനായിരുന്നു എന്നും ശാക്യ വംശത്തിലെ ഒരു രാജാവിന്റെ മകളെയാണ് അദ്ദേഹം വിവാഹം കഴിച്ചത് എന്നും ബുദ്ധൻ വെളിപ്പെടുത്തുന്നു. മകളെ വിവാഹം ചെയ്തു കൊടുക്കാൻ രാജാവ് ആദ്യം എതിർത്തെങ്കിലും ഇദ്ദേഹത്തിന്റെ ജ്ഞാനത്തിൽ മതിപ്പ് തോന്നി വിവാഹത്തിന് സമ്മതിക്കുകയാ യിരുന്നു. (ഈ രാജാവിന്റെ തന്നെ ഒരു അടിമസ്ത്രീയുടെ മകനാണ് പുള്ളിക്കാരൻ. സ്വാഭാവികമായും അച്ഛൻ ഈ രാജാവ് തന്നെയാ വണം. എങ്കിൽ സ്വന്തം അർദ്ധ സഹോദരിയെയാണ് വിവാഹം ചെയ്തത് എന്ന് കരുതേണ്ടി വരും.)

ജന്മത്തിനു മാത്രമല്ല, കർമ്മത്തിലും പ്രാധാന്യമുണ്ട് എന്നാണ് ഈ കഥയിലൂടെ ബുദ്ധൻ പറയുന്നത്. അല്ലാതെ ഒരു ക്ഷത്രീയന് അടിമസ്ത്രീയിൽ (ശൂദ്ര?) ജനിച്ച കുട്ടിയുടെ സന്തതികൾ പിൽകാലത്ത് എങ്ങനെ ബ്രാഹ്മണരായി? അപ്പോൾ അക്കാലത്ത് വർണ്ണം വെറും ജന്മസിദ്ധം മാത്രമല്ല, വേണമെങ്കിൽ വർണ്ണമാറ്റം സാധ്യമായിരുന്നു

എന്നാണോ ബുദ്ധൻ തന്നെ പറയുന്ന ഈ കഥയിൽ നിന്ന് മനസ്സി ലാക്കേണ്ടത്?

ഇനിയാണ് ബുദ്ധന്റെ ഒരു ചോദ്യം. ഒരു ക്ഷത്രീയന് ഒരു ബ്രാഹ്മണ സ്ത്രീയിൽ മകനുണ്ടായാൽ ഈ മകനെ ബ്രാഹ്മണർ ബഹുമാനിക്കുമോ? ഉവ്വ് എന്ന് അംബത്തൻ ഉത്തരം പറയുന്നു. അവരുടെ കൂടെ ഭക്ഷണം കഴിക്കാനോ, ബ്രാഹ്മണരുടെ വേദങ്ങൾ പഠിക്കാനോ, അവരുടെ സ്ത്രീകളെ വിവാഹം കഴിക്കാനോ, ഈ സങ്കര സന്തതിക്ക് ബ്രാഹ്മണർ ഒരു വിലക്കും കൽപ്പിക്കില്ല. എല്ലാ അർത്ഥത്തിലും അയാളെ ഒരു ബ്രാഹ്മണൻ തന്നെയായി അവർ കണക്കാക്കും. മിശ്രവിവാഹവും, വർണ്ണസങ്കരവും അക്കാലത്തെ ബ്രാഹ്മണർക്ക് അത്രതന്നെ വലിയ കാര്യമൊന്നുമല്ല എന്നാണ് മനസ്സിലാകുന്നത്. എന്നാൽ ക്ഷത്രീയർ ഒരിക്കലും അങ്ങനെ ചെയ്യില്ല എന്നു ബുദ്ധൻ പറയുന്നു. ഈ സങ്കര സന്തതിയെ ക്ഷത്രീയർ അവരുടെ കൂട്ടത്തിൽ കൂട്ടില്ല. അയാളെ ഒരു ക്ഷത്രീയനായി അവർ കണക്കാക്കില്ല. കാരണം അമ്മയുടെ താവഴിയിൽ രക്തം ശുദ്ധമല്ല. (വർണ്ണ സങ്കരത്തേക്കുറിച്ചുള്ള ഭീതി ശരിക്കും ബ്രാഹ്മണരുടെതല്ല ക്ഷത്രീയരുടെതായിരുന്നു എന്നല്ലേ ഇത് കാണിക്കുന്നത്? ഭഗവത് ഗീതയിലും വർണ്ണ സങ്കരത്തേക്കുറിച്ചുള്ള ഭയം ക്ഷത്രീയനായ അർജ്ജുനനാണ്.)

ഇനി ഒരു ബ്രാഹ്മണന് ക്ഷത്രീയ സ്ത്രീയിൽ ഒരു മകൻ ജനിക്കുന്നു എന്നു കരുതുക. അവിടെയും ഈ മകനെ ബ്രാഹ്മണർ വേണമെങ്കിൽ തങ്ങളെപ്പോലെ ഒരു ബ്രാഹ്മണനായി കണക്കാക്കും. യാഗത്തിൽ കൂടെ കൂട്ടും, വേദം പഠിപ്പിക്കും, തങ്ങളുടെ കൂട്ടത്തിൽ നിന്നു വിവാഹവും കഴിപ്പിക്കും. എന്നാൽ ഇയാളെയും ക്ഷത്രീയർ അവരുടെ കൂടെ കൂട്ടില്ല എന്ന് ബുദ്ധൻ പറയുന്നു. കാരണം അച്ഛന്റെ താവഴിയിൽ ആ സന്തതിയുടെ രക്തം ശുദ്ധമല്ല. ഇനിയാണ് ബുദ്ധന്റെ ബോംബ്. ക്ഷത്രീയരാണ് ബ്രഹ്മണരേക്കാൾ ഉയർന്നവർ.[4]

ബ്രാഹ്മണർക്ക് വർണ്ണസങ്കരത്തിന്റെ കാര്യത്തിൽ അത്ര കടും പിടുത്തമൊന്നുമില്ല. ഇതൊക്കെ കടുകിട മാറാതെ വർണ്ണസങ്കരം ഒഴിവാക്കാൻ സ്വന്തം സഹോദരിയെ പോലും വിവാഹം കഴിച്ച ഞങ്ങൾ ക്ഷത്രീയരാണ് മികച്ചവർ...!!! ബുദ്ധൻ വീണ്ടും തുടരുന്നു. ഇനി എന്തെങ്കിലും തെറ്റ് ചെയ്ത ഒരു ബ്രാഹ്മണനെ തല മൊട്ടയടിച്ച് ചാരം പൂശി (cut dead with the ash-basket- ഭസ്മക്കൊട്ട കൊണ്ടു കൊല്ലുക വാചികാർത്ഥം. രസകരമായ ഈ പ്രയോഗം ശ്രദ്ധിക്കുക. മരിച്ചതായി കണക്കാക്കി അന്ത്യകർമ്മങ്ങൾ ചെയ്യുന്നതിനെ ആയിരിക്കാം സൂചിപ്പിക്കുന്നത്.) ഭ്രഷ്ട് കൽപ്പിച്ച് നാടു കടത്തി

എന്നു കരുതുക. അയാളെ ബ്രാഹ്മണർ ബഹുമാനിക്കുമോ എന്നാണ് അടുത്ത ചോദ്യം. പാവം അംബത്തൻ ഇല്ല എന്ന് മണിമണിയായി ഉത്തരം പറയുന്നു. (ഉത്തരം പറഞ്ഞില്ലെങ്കിൽ ബുദ്ധന്റെ ഗുണ്ടയായ വജ്രപാണി തല തല്ലിപ്പൊളിക്കാൻ റെഡിയായി നിൽപ്പുണ്ട്.) ബ്രാഹ്മണരുടെ കൂടെ യാഗത്തിൽ പങ്കെടുക്കാനോ, വേദം പഠിക്കാനോ, അവരുടെ സ്ത്രീകളെ വിവാഹം ചെയ്യാനോ, ഒന്നിനും കുറ്റവാളിയായി പുറത്താക്കപ്പെട്ട ഈ ബ്രാഹ്മണന് സാധിക്കില്ല.

എന്നാൽ ഇതേ തെറ്റിന്റെ പേരിൽ സ്വന്തക്കാരുടെ ഇടയിൽ നിന്ന് പുറത്താക്കപ്പെട്ട ഒരു ക്ഷത്രിയനെ ബ്രാഹ്മണർ ബഹുമാനിക്കും. അതായത് അവർ അയാളുടെ അപരാധിത്വം കാര്യമാക്കില്ല. (അക്കാലത്തെ രീതി അനുസരിച്ച് ഓരോ വർണ്ണങ്ങൾക്കും അവരുടെതായ വ്യക്തിനിയമങ്ങളും മറ്റും ഉണ്ട് എന്നാണ് മനസ്സിലാകുന്നത്. മറ്റുള്ള വർണ്ണങ്ങൾ പലപ്പോഴും ബാക്കി വർണ്ണങ്ങളുടെ വ്യക്തിനിയമങ്ങൾ അത്ര കാര്യമാക്കാറില്ല എന്നും തോന്നുന്നു.) ഒരു ക്ഷത്രിയൻ അവരുടെ ഒരു നിയമം തെറ്റിച്ചതിനെ ബ്രാഹ്മണർ എന്തിന് പരിഗണിക്കണം എന്നാണ് ബ്രാഹ്മണർ കരുതുന്നത്. എന്നാൽ ക്ഷത്രിയരുടെ ഇടയിലെ ഒരു നിയമം പാലിക്കാത്തതുകൊണ്ട് അവർ കൂട്ടത്തിൽ നിന്ന് പുറത്താക്കിയ ഒരാളെ ബ്രാഹ്മണർ ബഹുമാനിക്കുന്നത് ക്ഷത്രിയരുടെ മികവിന്റെ തെളിവാണ് (അല്ലാതെ ബ്രാഹ്മണരുടെ മാന്യതയല്ല) എന്നാണ് ബുദ്ധൻ പറയുന്നത്....!!.... അതായത് കുറേ കൂടി മാന്യമായി പെരുമാറുന്നതാണ് ബ്രാഹ്മണരുടെ തെറ്റ്.[5]

എന്ത് ഹീനകർമ്മം ചെയ്താലും ക്ഷത്രിയന്റെ പദവി താഴുന്നില്ല. എന്നുവച്ചാൽ ഏറ്റവും മോശം ക്ഷത്രിയൻ പോലും ബ്രഹ്മണനേക്കാൾ മികച്ചവനാണ് എന്ന്. ഇനി ഇതൊന്നും പോരെങ്കിൽ ക്ഷത്രിയന്റെ മഹത്വം വെളിപ്പെടുത്തുന്ന, ബ്രഹ്മാവിന്റെ പുത്രനായ സനത്കുമാരന്റെ വാക്കുകൾ ബുദ്ധൻ ഉദ്ധരിക്കുന്നു. താനും അത് അംഗീകരിക്കുന്നതായി ബുദ്ധൻ ആവർത്തിക്കുന്നു.[6] സംയുക്ത നികായയിൽ ഈ സനത്കുമാരൻ നേരിട്ട് വന്ന് ബുദ്ധനോടു തന്നെ ക്ഷത്രിയ മഹാത്മ്യം പറയുന്നതായി കാണാം. അവിടെയും ബുദ്ധൻ സനത് കുമാരൻ പറയുന്നത് ശരിവയ്ക്കുന്നുണ്ട്.[7]

മഹാഭാരതത്തിലെ വനപർവ്വത്തിലും സനത്കുമാരന്റെ ഈ അഭിപ്രായം കാണാം. (രണ്ടു മതങ്ങളും ഒരു പോലെ അംഗീകരിക്കുന്നതിൽ നിന്ന് ഈ സനത്കുമാരന്റേയും, അദ്ദേഹത്തിന്റെ അഭിപ്രായത്തിലെ ക്ഷത്രിയരുടെ അക്കാലത്തെ പ്രഥമ സ്ഥാനവും മനസ്സിലാക്കാവുന്നതാണ്.) പിന്നെ ബുദ്ധൻ പോലും ആരുടെ വാക്കുകളാണ് ആധികാരികമായി കണക്കാക്കുന്നത് എന്നു നോക്കുക. തന്റെ പല

അഭിപ്രായങ്ങൾക്കും പൂർവ്വാചാര്യന്മാർക്ക് ക്രെഡിറ്റ് കൊടുക്കാനും, അവരുടെ അഭിപ്രായം ശരി വയ്ക്കാനുമുള്ള ബുദ്ധന്റെ അത്യുത്സാഹം മറ്റു പലയിടത്തും കാണാം. (ബുദ്ധൻ വേദവിരോധിയായിരുന്നു, ബുദ്ധൻ പുതുതായി കണ്ടുപിടിച്ചതാണ് ബുദ്ധമതം എന്ന ധാരണ വച്ചു പുല ർത്തുന്നവർ നോട്ട് ദ പോയിന്റ്.)

നമ്മൾ നേരത്തെ കണ്ട, ആ മഹാപുരുഷ ലക്ഷണങ്ങൾ ബ്രാഹ്മണരുടെ വേദങ്ങളിലുള്ളതാണ് എന്ന് ബൗദ്ധസാഹിത്യത്തിൽ പലേടത്തും ആവർത്തിച്ചു സൂചിപ്പിക്കുന്നുണ്ട്. അതായത് ബുദ്ധൻ മഹാനാകുന്നത് വേദങ്ങളുടെ കൂടി അടിസ്ഥാനത്തിലാണ്. പല ജാതകകഥകളിലും ബോധിസത്വൻ തക്ഷശിലയിൽ പോയി മൂന്നു വേദങ്ങളും, പതിനെട്ടു ശാസ്ത്രങ്ങളും പഠിച്ച ആളായാണ്. (ഒരു ഉദാഹരണം: കോശിയ ജാതക No:130) തങ്ങൾക്കു താല്പര്യമുള്ള എന്തിനും ഏതിനും വേദങ്ങളെയും, ബ്രാഹ്മണരെയും പ്രമാണമായി ഉദ്ധരിക്കുന്ന ബൗദ്ധ ദർശനം വേദവിരുദ്ധമായിരുന്നു എന്ന ധാരണ എത്രമാത്രം ശരിയാണ് എന്നാലോചിക്കുക.

ബുദ്ധന്റെ ഈ വാദം appeal to authority എന്ന ലോജിക്കൽ ഫാലസിയാണ് എന്ന് പറഞ്ഞുകൊണ്ട് തൽക്കാലം അംബത്ത സുത്ത ഇവിടെ നിർത്താം. (അംബത്ത സുത്തയുടെ ബാക്കി ഭാഗം നമ്മൾ വീണ്ടും ചർച്ച ചെയ്യും. അംബത്തൻ ശരിക്കും ആ മുപ്പത്തിര ണ്ട് മഹാപുരുഷ ലക്ഷണങ്ങളും, പ്രത്യേകിച്ച് നമ്മൾ മുകളിൽ ചർച്ച ചെയ്ത ആ ലക്ഷണം കണ്ടു ബോധ്യപ്പെട്ടോ എന്നറിയണ്ടെ ;-))

ഇനി നമുക്ക് ബുദ്ധന്റെ അവതാര കഥ പറയുന്ന ലളിതവിസ്താരസൂത്രം നോക്കാം. ബുദ്ധൻ തന്റെ അവതാര കഥ ശിഷ്യന്മാർക്കും, ദേവ കൾക്കും മറ്റു വിശിഷ്ട വ്യക്തികൾക്കും വേണ്ടി പറഞ്ഞു കൊടുക്കുന്ന രീതിയിലാണ് ലളിതവിസ്താരം. തുസിത സ്വർഗ്ഗത്തിൽ വിശ്രമിക്കുന്ന ബോധിസത്വനോട് (ബുദ്ധനാകുന്നതിനു മുൻപുള്ള അവസ്ഥയാണ് ബോധിസത്വൻ) മറ്റു ദേവന്മാർ പുതിയ അവതാരമെടുക്കാൻ ആവശ്യപ്പെടുന്നതോടെയാണ് കഥ തുടങ്ങുന്നത്. ലോകത്ത് ദുരിതങ്ങൾ വർദ്ധിക്കുമ്പോഴാണല്ലോ അവതാരങ്ങളുടെ ആവശ്യം വരുന്നത്. (ഭഗവത് ഗീതയിലെ യഥാ യഥാഹി ധർമ്മസ്യ ഓർക്കുക) ഉടനെ ഒരു പുതിയ അവതാരത്തിന്റെ ആവശ്യകത ദേവന്മാർ ബോധിസത്വനെ ബോധ്യപ്പെടുത്തുന്നു.

പുതിയ അവതാരമെടുക്കാനുള്ള സാഹചര്യം ഉണ്ടായാൽ ജനിക്കാനുള്ള സമയം, സ്ഥലം, കുടുംബം, ഒക്കെ ബോധിസത്വൻ തീരുമാനിക്കും. അങ്ങനെ ഏതെങ്കിലും കുടുംബത്തിലൊന്നും ബുദ്ധൻ ജനിക്കില്ല. നല്ല അന്തസ്സുള്ള വംശത്തിൽ മാത്രം. ലളിതവിസ്താരത്തിൽ

നല്ല പച്ചയായിത്തന്നെ പറയുന്നുണ്ട്.... "a bodhisattva is not born into an inferior family, like a family of outcastes, flute makers, cartwrights, or servants." (അംബേദ്കറെ ഒരു ബോധിസത്വ നായി അവരോധിക്കുന്ന, അംബദ്കറുടെ ചരമം (ബുദ്ധനെപോലെ) അദ്ദേഹത്തിന്റെ പരിനിർവ്വാണമായി ആചരിക്കുന്ന അംബേദ്കർ ആരാധകർ ഇത് വല്ലോം അറിഞ്ഞോണ്ടാണോ? :-)) കണ്ട ചെമ്മാന്റേം, ചെരുപ്പുകുത്തിയുടെയുമൊന്നും വീട്ടിൽ ജനിക്കാൻ ബുദ്ധനെ കിട്ടില്ല. പുരോഹിത വംശത്തിലോ, രാജവംശത്തിലോ മാത്രമെ ബുദ്ധനുണ്ടാകൂ. അതായത് ബ്രാഹ്മണ, ക്ഷത്രീയ വംശങ്ങ ളിൽ മാത്രം. പുരോഹിതർക്ക് മേൽക്കൈ ഉള്ള കാലത്ത് അവരുടെ വംശത്തിൽ. ക്ഷത്രിയർക്കു പ്രാമുഖ്യം ഉള്ള കാലത്ത് ക്ഷത്രീയരുടെ ഇടയിൽ. വേറൊരു വർണ്ണത്തിലും ബോധിസത്വൻ ജനിക്കില്ല എന്ന് ലളിതവിസ്താരം അടിവരയിട്ടു പറയുന്നു.[8] ഇതേ കാര്യം തന്നെ മഹാവാസ്തു എന്ന ബുദ്ധിസ്റ്റ് ഗ്രന്ഥത്തിലും പറയുന്നുണ്ട്.[9]

(അത് ബുദ്ധൻ ഉദ്ദേശിച്ചത് അങ്ങനെയല്ല, ബ്രാഹ്മണർ അതിൽ തിരുത്തൽ വരുത്തിയതാണ് എന്നൊക്കെ പറഞ്ഞ് ബുദ്ധിസ്റ്റ് "വ്യാഖ്യാന ഫാക്ടറിക്കാർ" വരണ്ട. മറിച്ചൊരു വ്യാഖ്യാനവും സാധ്യമല്ലാത്ത തരത്തിൽ വളരെ വ്യക്തമായി തന്നെയാണ് ഇത് പല ആധികാരിക ഗ്രന്ഥങ്ങളിലും ആവർത്തിച്ചു പറഞ്ഞിരിക്കുന്നത്.) ബ്രാഹ്മണർക്ക് പ്രാമാണ്യം ഉള്ള കാലത്തും ദേശത്തും ബ്രഹ്മണനായി, ക്ഷത്രീയർക്ക് പ്രാമാണ്യം ഉള്ള കാലത്തും ദേശത്തും ക്ഷത്രീയനായും മാത്രമേ ബുദ്ധൻ ജനിക്കൂ. ദളിതനൊക്കെ അങ്ങട്ട് മാറി നിക്ക്വാ... നിങ്ങടെ ഇടയിലൊന്നും ബുദ്ധൻ ജനിക്കില്ല. അങ്ങനെ ജനിക്കു മെന്ന് നിങ്ങളെ ആരെങ്കിലും പറഞ്ഞു വിശ്വസിപ്പിച്ചിട്ടുണ്ടെങ്കിൽ, ബുദ്ധമതം ദളിത് സൗഹൃദ മതമാണ് എന്നു പറഞ്ഞിട്ടുണ്ടെങ്കിൽ അത് അവർ "കൈയ്യീന്ന് ഇട്ടതാണ്"എന്നു മാത്രമെ പറയാനാകൂ.

ബോധിസത്വൻ ഗൌതമ ബുദ്ധനായി അവതരിക്കാൻ പോകുന്ന കാലത്ത് ക്ഷത്രീയരാണ് മികച്ചവർ. അങ്ങനെ പുതിയ ബുദ്ധൻ ക്ഷത്രീയ വംശത്തിൽ തന്നെ എന്ന് ഉറപ്പിച്ചു. ഇനി കുടുംബം. ഏകദേശം ഒരു കല്യാണാലോചനയുടെ രീതിയിലാണ് അതിന്റെ ചർച്ച പോകുന്നത്.

ബോധിസത്വൻ ജനിക്കാൻ പോകുന്ന കുടുംബത്തിന് അറു പത്തിനാലു കൂട്ടം ഗുണങ്ങൾ വേണം. (മഹാവാസ്തു എന്ന ഗ്രന്ഥ ത്തിൽ അറുപത് എന്നാണു കാണുന്നത്. എന്തായാലും പ്രധാനം വംശഗുണം തന്നെ. ("It is of high birth and lineage, with a long and distinguished ancestry.") കണ്ടമാനം ധനധാന്യങ്ങൾ, ആട്, ആന,

കുതിര, ഒട്ടകം, ആണും പെണ്ണുമായി ധാരാളം ജോലിക്കാർ അങ്ങനെ പലതും. പുരോഹിതരെ ബഹുമാനിക്കുന്ന കുടുംബം ആകണം എന്നും പറയുന്നുണ്ട്.[10] (ബുദ്ധൻ അഥവാ ബുദ്ധിസം, ബ്രാഹ്മണ/പൌരോഹിത്യത്തിന് എതിരായിരുന്നു എന്നു കരുതുന്നവർ ഈ പോയിന്റ് ഓർമ്മ വച്ചോ.)

തനിക്കു ജനിക്കാൻ വേണ്ട കുടുംബത്തിന്റെ പ്രധാന ഗുണങ്ങൾ ലളിതവിസ്താരസൂത്രത്തിൽ ബോധിസത്വൻ വ്യക്തമായി പറയുന്നുണ്ട്. അവസാനം ബോധിസത്വൻ താൻ ചണ്ഡാള കുടുബത്തിൽ ജനിക്കാം എന്നു പറയും എന്ന ആന്റി ക്ലൈമാക്സ് പ്രതീക്ഷിക്കുന്ന ശുദ്ധഹൃദയർ നിരാശപ്പെടേണ്ടി വരും. തനിക്കു ജനിക്കാനുള്ള കുടുംബം നല്ല ജാതിയിലും, ഗോത്രത്തിലും പെട്ടതായിരിക്കണം. നല്ല ശുദ്ധിയുള്ള ആളുകളായിരിക്കണം. ശുദ്ധിയുള്ളത് എന്നാൽ ഏഴു തലമുറ വരെ വർണ്ണസങ്കലനം നടക്കാത്തത് എന്നാണ് അർത്ഥമാക്കുന്നത്.[11]

അക്കാലത്തെ പതിനാറു വൻകിട രാജവംശങ്ങളെയാണ് ബുദ്ധനു ജനിക്കാനായി പരിഗണിക്കുന്നത്. അതിൽ എട്ടെണ്ണം പ്രാഥമിക റൌണ്ടിൽ തന്നെ തള്ളിപ്പോയി. ബാക്കിയുള്ളവ ഓരോന്നും എടുത്തു പറഞ്ഞു വിശദമായ പരിശോധനയാണ് ഇനി.

വൈദേഹം :നല്ല പണക്കാരൊക്കെയാണ് വൈദേഹ രാജാവ്. പക്ഷേ രാജാവിന്റെയും, രാജപത്നിയുടെയും പാരമ്പര്യം ശുദ്ധമല്ല. പണ്ടെപ്പോഴോ അവരുടെ പൂർവ്വികരുടെ ഇടയിൽ വർണ്ണസങ്കരം ഉണ്ടായിട്ടുണ്ട്.

മഗധ : മഗധയിലെ വൈദേഹികുലം മാതൃപിതൃ ശുദ്ധിയില്ലാത്തതാണ്.

കോസലം : അവിടെയും രക്തശുദ്ധിയില്ലായ്മ തന്നെ പ്രധാന പ്രശ്നം. കോസല വംശം മാതംഗച്യുതിയിൽ നിന്നുണ്ടായതാണ്. മാതംഗച്യുതി എന്നാൽ ചണ്ഡാളരിൽ നിന്ന് ഉണ്ടായത് എന്നർത്ഥം. കോസല രാജാവിൽ ചണ്ഡാള പാരമ്പര്യമുണ്ട്.

വത്സരാജ്യം : രാജാവിന്റെ പാരമ്പര്യം മോശമാണ്. രാജാവ് നിയമപ്രകാരമല്ലാത്ത സന്താനമാണ് (എന്നു വച്ചാൽ സങ്കരവർണ്ണം). മാത്രമല്ല രാജാവ് വിധി വിശ്വാസിയാണ്.

വൈശാലി : അതും പോര. ധർമ്മാനുഷ്ഠാനം (വർണ്ണധർമ്മം തന്നെ) വേണ്ടത്ര പോര.

ഉജ്ജയിനി : രാജാവായ പ്രത്യോതന്റെ കുടുംബം: പോര.... സംസ്കാരമില്ലാത്തവർ.

മധുര : അവിടത്തെ സുഭാഹു രാജാവിന്റെ കുടുംബക്കാരുടെ വിശ്വാസങ്ങൾ ശരിയല്ല. അദ്ദേഹത്തിന്റേത് കുലീന കുടുംബവുമല്ല.

ഹസ്തിനപുരി: അവിടത്തെ പാണ്ഡു കുടുംബത്തിന്റെ രക്തശുദ്ധി സംശയാസ്പദമാണ്. പാണ്ഡുവിന്റെ മക്കൾക്ക് ഓരോരുത്തർക്കും ഓരോ പിതാക്കൻമാരാണ്. (ബ്രാഹ്മണർ ഒരു പ്രശ്നവുമില്ലാതെ അംഗീകരിച്ച കാര്യമാണ് പാണ്ഡുവിന്റെ മക്കളുടെ പാരമ്പര്യം.. പക്ഷേ ഇവിടെ ബോധിസത്വന് അതു പോര.)

മിഥില : അവിടത്തെ സുമിത്ര രാജാവ് വയസ്സനാണ്.

ഇപ്രകാരം പതിനാറു രാജ്യങ്ങളും ഒഴിവാക്കുന്നു.....

അവസാനം ചെറുതെങ്കിലും വേണ്ട ഗുണങ്ങളൊക്കെയുള്ള കുടുംബമാണ് ശാക്യന്മാരിലെ ശുദ്ധോദനന്റെ കുടുംബം എന്ന് തീരുമാനിക്കുന്നു. ഇക്ഷാകു ഗോത്രക്കാരായ അവർ ആദിത്യവംശമാണ്. (ശ്രീരാമന്റെ കുടുംബം) ഇപ്പോഴത്തെ രാജാവായ ശുദ്ധോദനൻ കർമ്മവിശ്വാസിയുമാണ്. "Its king, suddhodana, descends from pure families on both his mother's and father"s side. His wife as well is pure." അട്ടാണ് കാര്യം. മജ്ജിമ നികായയിലെ കങ്കി സുത്തയിൽ ബുദ്ധന്റെ മാതാപിതാക്കളുടെ കുടുംബത്തിൽ ഏഴു തലമുറ വരെ വർണ്ണസങ്കരം സംഭവിച്ചിട്ടില്ല എന്നു പറയുന്നുണ്ട്.

മറ്റൊരു കാര്യമുള്ളത്, ബുദ്ധനെ പ്രസവിച്ചു കഴിഞ്ഞാൽ പിന്നെ അമ്മ ജീവിച്ചിരിക്കാൻ പാടില്ല. ഏഴാം ദിവസം അവർ മരിക്കണം എന്നാണ് ദിഗ്ഗനികായയിലെ മഹാപദാന സുത്തയിൽ പറയുന്നത്.[12]

ബുദ്ധനെപ്പോലൊരു മഹാനെ പ്രസവിച്ചുകഴിഞ്ഞാൽ പിന്നെ അവർ ലൈംഗിക സുഖം അനുഭവിക്കാൻ പാടില്ല എന്നാണ് അതിനു കാരണമായി മഹാവാസ്തു എന്ന ഗ്രന്ഥത്തിൽ പറയുന്നത്. ബുദ്ധനെ ഗർഭം ധരിക്കുകയും പ്രസവിക്കുകയുമാണ് അവരുടെ ഏക ജോലി. അതിനു വേണ്ട മിനിമം ലൈംഗിക സുഖം മാത്രം അനുഭവിക്കാനേ അവർക്ക് അർഹതയുള്ളൂ. (ഇതിലെ സ്ത്രീവിരുദ്ധത ഫെമിനിസ്റ്റുകൾക്ക് വേണമെങ്കിൽ ചർച്ച ചെയ്യാം)

ഇനി ഗർഭപാത്രത്തിന്റെ ഉടമയായ രാജപത്നിയുടെ ഗുണങ്ങൾ. അത് മുപ്പത്തി രണ്ടെണ്ണമാണ്. സ്വഭാവം, സൗന്ദര്യം ഒക്കെ കൂടാതെ അവിടെയും ജാതിയും പ്രധാനമാണ്. "She must come from a good caste and a good family." ശുദ്ധോധനന്റെ ഭാര്യയും, സുപ്രബുദ്ധന്റെ മകളുമായ മായാദേവിയെയാണ് ബുദ്ധന്റെ അമ്മയാകാൻ

തിരഞ്ഞെടുക്കുന്നത്. അവർ അതിസുന്ദരിയും ഈ പറഞ്ഞ മുപ്പത്തി രണ്ടു ഗുണങ്ങളും തികഞ്ഞവളാണ്. അലൌകികമായ മായികസൗന്ദ ര്യമുള്ളതുകൊണ്ടാണത്രേ അവർക്ക് മായാദേവി എന്ന പേര് വന്നത്. അവർ വേറെ ആണൊരുത്തന്റെ മുഖത്തു നോക്കില്ല.(13)

ഇത്രയൊക്കെ മഹത്വമുള്ള മായാദേവിയുടെ ഗർഭപാത്രം പക്ഷേ വൃത്തികെട്ടതാണ്. ഒരു ബോധിസത്വൻ എങ്ങനെ പത്തു മാസം അതിൽ ജീവിക്കും? അതുകൊണ്ട് ഗർഭപാത്രത്തിനുള്ളിൽ രത്നം പതിച്ച ഒരു കൊട്ടാരത്തിലാണ് ബോധിസത്വൻ കഴിയുന്നത്.(14) ബുദ്ധനെ മായാദേവി പ്രസവിച്ചത് നിന്നിട്ടായിരുന്നു എന്നും ദിഗ്ഗ നിഖായയിലെ മഹാപദാന സുത്ത പറയുന്നു. (15) മാത്രമല്ലബുദ്ധന് അശുദ്ധിയുണ്ടാകാതിരിക്കാൻ പ്രസവം നടന്നത് സാധാരണ മാർഗ്ഗ ത്തിലൂടെയല്ലത്രെ.(16)

ഒരുപക്ഷേ ആദ്യത്തെ സിസേറിയൻ പ്രസവം...!!! :-) ആറ് കൊമ്പുള്ള വെളുത്ത ഒരു ആനയുടെ രൂപത്തിലാണ് ബോധിസത്വൻ ഗർഭപാത്രത്തിൽ പ്രവേശിക്കുന്നത്. അതൊക്കെ വേദങ്ങൾ പ്രകാ രമാണ് തീരുമാനിച്ചത് എന്ന് പ്രത്യേകം പറയുന്നുണ്ട്. കാരണം ബ്രാഹ്മണർക്ക് ലക്ഷണങ്ങൾ നോക്കി കുട്ടിയുടെ ഭാവി പ്രവചി ക്കേണ്ടതാണ്. അവിടെയും പ്രമാണം ബ്രാഹ്മണരുടെ വേദങ്ങൾ തന്നെയാണ്. ഇത് വായിച്ചിട്ട് ബുദ്ധിസത്തിന് വേദങ്ങളോട് എന്തെ ങ്കിലും എതിർപ്പുണ്ടായിരുന്നതായി തോന്നുന്നുണ്ടോ?ശുദ്ധോധനനും കൂട്ടരും വേദമതം പിന്തുടർന്നവരല്ല എന്നു വൃഥാ വാദിക്കുന്ന ബുദ്ധ ആരാധകരെ കണ്ടിട്ടുണ്ട്.(17)

ബുദ്ധൻ കറുത്തവനായിരുന്നു, ദ്രാവിഡനായിരുന്നു എന്നു പോലും വാദിക്കുന്ന ചിലരുണ്ട്. (ഇതുപോലുള്ള വങ്കത്തരങ്ങൾ എവിടെനിന്നു കിട്ടുന്നു എന്നു വ്യക്തമല്ല.) ബുദ്ധൻ നല്ല സ്വർണ്ണ നിറമുള്ള, നീല കണ്ണു കളുള്ള ആളായിരുന്നു എന്നതിന് ബുദ്ധന്റെ മഹാപുരുഷ ലക്ഷണ ങ്ങൾ തന്നെ തെളിവ് നൽകുന്നുണ്ട്. മഹാപുരുഷ ലക്ഷണങ്ങളിലെ 10, 28 നോക്കുക) ദിഗ്ഗ നിഖായയിലെ ലക്ഷണസുത്തയിൽ തനിക്കു സ്വർണ്ണ നിറം ഉണ്ടാകാനുള്ള കാരണം ബുദ്ധൻ തന്നെ പറയുന്നുണ്ട്. മുൻജന്മങ്ങളിൽ ആരോടും ദേഷ്യവും, വെറുപ്പും കാട്ടാതെ ദാനധർമ്മ ങ്ങൾ ചെയ്തു ജീവിക്കുകയും ചെയ്താൽ, പിന്നീട് ജനിക്കുമ്പോൾ നല്ല നിറമുണ്ടാകും.(18) (കറുത്ത നിറമുള്ള ബുദ്ധ ആരാധകർ ക്ഷമിക്കുക. നിങ്ങളുടെ നിറം കർമ്മഫലമാണ്.)

അംഗുത്തര നിഖായയിലെ വെനഗ സുത്തയിലും ബുദ്ധൻ സുവർണ്ണ നിറമായിരുന്നു എന്നു പറയുന്നുണ്ട്.(19) അതുപോലെ ദിഗ്ഗ നിഖായയിലെ സോനദാണ്ഡ സുത്തയിലും ബുദ്ധന്റെ നിറം

സൂചിപ്പിക്കുന്നുണ്ട്.[20] സുത്ത നിപാതയിലെ നളക സുത്തയിൽ ബുദ്ധൻ ജനിച്ച ഉടനെ അസിത മഹർഷി അദ്ദേഹത്തെ സന്ദർശിക്കുന്നുണ്ട്. അതിലെ ബുദ്ധശിശുവിന്റെ വർണ്ണനയിലും ബുദ്ധന്റെ സ്വർണ്ണ നിറം എടുത്തു പറയുന്നുണ്ട്.[21]

അതുപോലെ ബുദ്ധനെ അധഃകൃത സംരക്ഷകനാക്കാൻ നടക്കുന്നവവരുടെ മറ്റൊരു വാദമാണ്, ബുദ്ധൻ ജനിച്ച ശാക്യവംശം ആര്യ വംശമല്ല, ബുദ്ധൻ ക്ഷത്രീയനല്ല എന്നൊക്കെ. ദിഗ്ഗ നിഖായയിലെ മഹാപദാന സുത്തയിൽ ബുദ്ധൻ തന്നെ താൻ ക്ഷത്രീയനാണെന്നു വ്യക്തമായി പ്രസ്താവിക്കുന്നുണ്ട്. [22] അതിൽ കൂടുതൽ എന്തു വേണം?

ബുദ്ധന്റെ വംശമായ ശാക്യൻമാർ ക്ഷത്രീയരായിരുന്നു എന്നു മാത്രമല്ല, കടുത്ത വർണ്ണവെറിയൻമാർ കൂടിയായിരുന്നു. (വർണ്ണ സങ്കരം സംഭവിക്കാതിരിക്കാൻ അവർ സ്വന്തം സഹോദരിമാരെ തന്നെ വിവാഹം ചെയ്തു എന്നാണല്ലോ കഥ.) ഭടസാല ജാതക (No. 465) എന്ന ജാതകകഥയിൽ പസേനദി രാജാവ് ശാക്യന്മാരുമായി ബന്ധുത്വം സ്ഥാപിക്കാൻ അവരിൽ നിന്ന് ഒരു രാജകുമാരിയെ കല്യാണം കഴിച്ച സംഭവം വിവരിക്കുന്നുണ്ട്. പക്ഷേ ശാക്യന്മാർക്ക് പസേനദിയുടെ ആഗ്രഹത്തോടു താൽപര്യമില്ലായിരുന്നു. കാരണം പസേനദി വംശശുദ്ധിയുള്ള ക്ഷത്രീയനല്ല എന്നാണ് അവരുടെ അഭിപ്രായം. (പസേനദിയുടെ വംശം ചണ്ഡാളരിൽ നിന്ന് ഉത്ഭവിച്ചതാണ് എന്നാണ് കഥ. ബുദ്ധനു ജനിക്കാൻ പറ്റിയ വംശങ്ങൾ പരിഗണിക്കുമ്പോൾ കോസലത്തെ തള്ളുന്നത് അവിടത്തെ രാജ വംശത്തിനു വർണ്ണശുദ്ധിയില്ല എന്ന കാരണം പറഞ്ഞാണ്.) താൻ ജാതിയിൽ കുറഞ്ഞവനാണ് എന്ന ഈ "കോംപ്ലക്സ്" ആയിരിക്കാം വംശശുദ്ധിയുള്ള ശാക്യന്മാരുമായി ഒരു ബന്ധുത്വം ആഗ്രഹിക്കാനുള്ള കാരണം. പക്ഷേ ശാക്യന്മാരുടെ മഹാരാജാവാണ് പസേനദി എന്നതിനാൽ അദ്ദേഹത്തിന്റെ ആവശ്യം അവർക്ക് തള്ളിക്കളയാനുമാവില്ല. അവർ ശരിക്കുള്ള നല്ല രക്തശുദ്ധിയുള്ള ഒരു ക്ഷത്രീയ രാജകുമാരിയെ പസേനദിക്ക് വിവാഹം ചെയ്തു കൊടുക്കുന്നതിനു പകരം മഹാനാമ എന്നൊരു ക്ഷത്രീയന് ഒരു അടിമസ്ത്രീയിൽ ഉണ്ടായ മകളെ അദ്ദേഹത്തിനു വിവാഹം ചെയ്തു കൊടുക്കാൻ തീരുമാനിച്ചു.

വലിയ അഭിമാനികളായ ശാക്യൻമാർ ഒരു എതിർപ്പും കൂടാതെ ഇത്ര പെട്ടെന്ന് വിവാഹത്തിനു സമ്മതിച്ചത് പസേനദിയുടെ ദൂതൻമാരിൽ സംശയമുണ്ടാക്കി. ശാക്യൻമാരെ വിശ്വാസമില്ലാത്ത അവർ മഹാനാമയുടെ ഒപ്പം ഭക്ഷണം കഴിക്കുന്ന കുമാരിയെ മാത്രമേ തങ്ങൾ സ്വീകരിക്കൂ എന്ന വ്യവസ്ഥ വച്ചു. അതിനും ശാക്യൻമാർ പരിഹാരം കണ്ടു. മഹാനാമ ഭക്ഷണം കഴിക്കാൻ തുടങ്ങുമ്പോൾ ഈ

മകളെ അവിടേക്ക് ആനയിക്കും. രാജാവ് ഒരു ഉരുള വായിലേക്ക് ഇട്ടമ്പോഴേക്കും ഒരു സേവകൻ പ്രവേശിച്ച് അയൽരാജാവിന്റെ ഒരു സന്ദേശമുണ്ട് എന്നറിയിക്കും. രാജാവ് ഭക്ഷണം കഴിക്കാതെ അതിന്റെ കാര്യങ്ങളിൽ വ്യാപൃതനായിരിക്കുന്നതിനിടയിൽ കുമാരിയുടെ ഭക്ഷണം കഴിയും. അങ്ങനെ താഴ്ന്ന ജാതിക്കാരിയായ മകളുടെ കൂടെ ഭക്ഷണം കഴിക്കുന്നത് ഒഴിവാകാം. വർണ്ണാഭിമാനികളായ ക്ഷത്രീയർ വിശേഷിച്ചും ശാക്യർ താഴ്ന്ന ജാതിക്കാർക്കൊപ്പം (അത് സ്വന്തം മക്കളായാൽ പോലും) ഭക്ഷണം കഴിക്കുന്നതു പോലും ഒഴിവാക്കിയിരുന്നു എന്നാണ് ഈ കഥ സൂചിപ്പിക്കുന്നത്. അപ്പോൾ വർണ്ണാഭിമാനികളുടെ ഇടയിൽ മിശ്രഭോജനം അന്നേ നിഷിദ്ധമായിരിക്കണം.[23]

അങ്ങിനെ വിവാഹം കഴിഞ്ഞു, ഈ ബന്ധത്തിലുണ്ടായ മകൻ വിഡുഡഭൻ ഒരിക്കൽ അമ്മയുടെ രാജ്യം സന്ദർശിച്ചു. വിഡുഡഭൻ വരുന്നതറിഞ്ഞ ശാക്യൻമാർ അവരുടെ രാജകുമാരൻമാരെ കൊട്ടാരത്തിൽനിന്നു മാറ്റി. വംശശുദ്ധിയില്ലാത്ത വിഡുഡഭനെ ബഹുമാനിക്കാൻ ശാക്യൻമാരുടെ വർണ്ണവെറി സമ്മതിച്ചില്ല. വിഡുഡഭനാകട്ടെ അമ്മയുടെ വീട്ടിൽ ആരും തന്നെ ബഹുമാനിക്കുന്നില്ല എന്നു മനസ്സിലാക്കി. താൻ ഇരുന്ന ഇരിപ്പിടം പാലും, വെള്ളവും ഉപയോഗിച്ചു കഴുകുന്നത് അദ്ദേഹം കണ്ടു. താഴ്ന്ന ജാതിക്കാരിയുടെ മകൻ എന്ന് അവമതിപ്പോടെ അവർ തമ്മിൽ സംസാരിക്കുന്നതു കേട്ട വിഡുഡഭൻ താൻ രാജാവായാൽ താനിരുന്ന ഇരിപ്പിടം പാലു കൊണ്ട് കഴുകിയ ഇവിടം അവരുടെ ഹൃദയരക്തം കൊണ്ടു കഴുകും എന്നു പ്രതിജ്ഞ ചെയ്തു.

താൻ വഞ്ചിക്കപ്പെട്ടതറിഞ്ഞ പസേനദി വംശശുദ്ധിയില്ലാത്ത ഭാര്യയെയും, ആ ബന്ധത്തിലുണ്ടായ മകൻ വിഡുഡഭനെയും രാജപദവിയിൽ നിന്ന് തരംതാഴ്ത്തി. (തനിക്കു തന്നെ വംശശുദ്ധിയില്ല എന്ന് ശാക്യർ കരുതുന്നതു കൊണ്ടാണ് ഈ എടാകൂടമൊക്കെ സംഭവിച്ചത്. എന്നിട്ടാണ് വംശശുദ്ധിയില്ലാത്തതിന്റെ പേരിൽ ഭാര്യയേയും, സ്വന്തം മകനെയും പുറത്താക്കുന്നത്.) സ്വാഭാവികമായും ബുദ്ധൻ വിവരം അറിഞ്ഞു. ബുദ്ധൻ ജാതിക്കും, വർണ്ണത്തിനും എതിരെ ശക്തമായ ഒരു നിലപാടെടുക്കും, വർണ്ണത്തിന്റെ നിസ്സാരതയെക്കുറിച്ച് ഉടൻ അവിടെ ഒരു പ്രസംഗം കാച്ചും എന്നായിരിക്കും നമ്മുടെ "ബുദ്ധൻ ഫാൻസ്" കരുതുന്നുണ്ടാകുക. ബുദ്ധൻ അതൊന്നുമല്ല ചെയ്തത്. മക്കളുടെ വർണ്ണം തീരുമാനിക്കുന്നത് അച്ഛന്റെ വർണ്ണത്തിന്റെ അടിസ്ഥാനത്തിലാണ്, അമ്മയുടെ വർണ്ണത്തിനു പ്രസക്തിയില്ല, അമ്മയുടെവർണ്ണം അവഗണിക്കാവുന്നതാണ് എന്ന

പഴയകാല പണ്ഡിതന്മാരുടെ അഭിപ്രായത്തെ ഉദ്ധരിക്കുകയാണ് ബുദ്ധൻ ചെയ്തത്. (സ്ത്രീ വെറും കൃഷിയിടം മാത്രമാണ് എന്ന ബുദ്ധന്റെ ഈ വാദത്തിലെ സ്ത്രീ വിരുദ്ധതയും വേണ്ടവർക്ക് ചർച്ച ചെയ്യാം. ഇടക്കൊക്കെ മനുസ്മൃതിയും, ഗീതയും വിട്ടു പിടിക്കാം.) വിറകു പെറുക്കി നടന്ന ഒരു സ്ത്രീയെ പണ്ട് രാജ്ഞിയാക്കുകയും, അവരുടെ മകനെ രാജാവാക്കുകയും ചെയ്തിട്ടുണ്ട്.[24]

പസേനദിയെ സമാധാനിപ്പിക്കാൻ ബുദ്ധൻ പറയുന്ന ഈ വിറകു പെറുക്കി സ്ത്രീയുടെയും അവരുടെ മകന്റെയും കഥയാണ് കഥഹാരി ജാതക (No:7). ബനാറസ്സിലെ രാജാവായ ബ്രഹ്മദത്തൻ ഒരിക്കൽ വിറകു പെറുക്കുന്ന സ്ത്രീയെ കാണുന്നു. അവരിൽ ആകൃഷ്ടനായ ആദ്ദേഹത്തിന് അവരിൽ ഒരു പുത്രൻ ജനിക്കുന്നു. കുട്ടി വലുതാകുമ്പോൾ കൊട്ടാരത്തിൽ എത്തിക്കാൻ പറഞ്ഞ് രാജാവ് അടയാളമായി ഒരു മോതിരവും കൊടുത്ത് സ്ഥലം വിടുന്നു. തന്തയില്ലാത്തവൻ എന്നു പരിഹസിക്കപ്പെടുന്നതിന്റെ പേരിൽ ആ സ്ത്രീ ഒടുവിൽ കുട്ടിയുമായി കൊട്ടാരത്തിലെത്തുന്നു. എന്നാൽ കുട്ടി തന്റേതാണ് എന്നതിനു തെളിവില്ല എന്നു പറഞ്ഞു രാജാവ് മകനെ അംഗീകരിക്കാൻ മടിക്കുന്നു. (ശകുന്തളയുടെ കഥയുമായി ഇതിന് സാമ്യം തോന്നുന്നുണ്ടെങ്കിൽ അത് യാദൃശ്ചികമല്ല.) അവസാനം എന്തായാലും രാജാവ് മകനെ അംഗീകരിക്കുന്നു. കത്തവാഹനൻ എന്ന പേരിൽ ആ കുട്ടി അടുത്ത രാജാവാകുന്നു.

ബുദ്ധൻ ഈ കഥ പറഞ്ഞാണ് അച്ഛന്റെ പാരമ്പര്യമാണ് കുട്ടിയുടെ പാരമ്പര്യം എന്നു സ്ഥാപിക്കുന്നത്. അതിന്റെ ന്യായമോ, പുരാതന കാലം മുതൽക്കു തന്നെ ബ്രാഹ്മണ പണ്ഡിതർ അംഗീകരിച്ചതാണ് ഇത് എന്നും. ബ്രാഹ്മണരുടെ ഈ കഥയിലെ ആ കുട്ടി ഒരു ബോധിസത്വനാണ് എന്നും ബുദ്ധൻ പറയുന്നുണ്ട്. (ക്രിസ്തുമതത്തിലെ പ്രവാചകരെല്ലാം മുസ്ലീമാണ് എന്ന് മുഹമ്മദ് അവകാശപ്പെടുന്നപോലെയാണ് എല്ലാ മഹാൻമാരും ബോധിസത്വനാണ് എന്ന അവകാശവാദം.) ജാതിക്കെതിരെ ഉറച്ച നിലപാടെടുക്കാനുള്ള എത്ര നല്ല ഒരു അവസരമാണ് ബുദ്ധൻ പാഴാക്കിയത് എന്ന് നോക്കു. ബുദ്ധൻ ഇവിടെയും പുതിയതൊന്നും പറയാനില്ലാതെ, ബ്രാഹ്മണ പണ്ഡിതരുടെ അഭിപ്രായം തന്നെയാണ് തന്റെയും എന്ന് ആവർത്തിക്കുകയാണ് ചെയ്യുന്നത്. ഈ ബുദ്ധനെയാണ് ജാതിക്കെതിരെ ഒരു കൊടുങ്കാറ്റായി വീശിയടിച്ച എന്നൊക്കെ ചിലർ പുകഴ്ത്തുന്നത്.

ഇപ്പോഴത്തെ ബുദ്ധൻ മാത്രമല്ല അദ്ദേഹത്തിന്റെ മുൻപത്തെ ഇരുപത്തിനാല് അവതാരങ്ങളും ബ്രാഹ്മണനോ, ക്ഷത്രീയനോ ആയിട്ടായിരുന്നു എന്നു ബുദ്ധകൃതികളിൽ പ്രത്യേകം എടുത്തു പറയുന്നുണ്ട്.

ബുദ്ധന്മാരുടെ ലിസ്റ്റ് നോക്കൂ.... (ബുദ്ധവംശം- ഖുദ്ദക നികായ, സുത്ത പിടകം)

ദീപാങ്കരൻ- ബ്രാഹ്മണൻ

കൊണ്ടണ്ണ- ക്ഷത്രീയൻ

മംഗള- ബ്രാഹ്മണൻ

സുമന-ക്ഷത്രീയൻ

രേവത- ബ്രാഹ്മണൻ

ശോഭിത-ക്ഷത്രീയൻ

അനോമദസ്സി-ബ്രാഹ്മണൻ

പദ്മ-ക്ഷത്രീയൻ

നാരദൻ-ബ്രാഹ്മണൻ?

പദ്മുത്തര-ക്ഷത്രീയൻ

സുമേധ-ക്ഷത്രീയൻ

സുജാത-ക്ഷത്രീയൻ?

പിയാദസി- ബ്രാഹ്മണൻ?

അത്തദാസി-ക്ഷത്രീയൻ

ധമ്മദാസി-ക്ഷത്രീയൻ

സിദ്ധാർത്ഥൻ-ബ്രാഹ്മണൻ?

ടിസ്സ- ബ്രാഹ്മണൻ?

ഫുസ്സ-ക്ഷത്രീയൻ

വിപാസി-ക്ഷത്രീയൻ

ശിഖി-ക്ഷത്രീയൻ

വേശഭു-ക്ഷത്രീയൻ

കകുസന്ധ-ബ്രാഹ്മണൻ

കൊനാഗമന-ബ്രാഹ്മണൻ

കശ്യപൻ-ബ്രാഹ്മണൻ

ഗൌതമൻ-ക്ഷത്രീയൻ (നമ്മുടെ കഥാപാത്രം)

ഈ ബുദ്ധന്മാരെല്ലാം ബ്രാഹ്മണരോ, ക്ഷത്രീയരോ ആണെന്ന മാത്രമല്ല എല്ലാവരും ശുദ്ധ വർണ്ണം കൂടിയാണ്. അതായത് എല്ലാവരുടെയും മാതാപിതാക്കളും ഒരേ വർണ്ണമാണ്. ഒരിക്കലും വർണ്ണസങ്കരം ഉണ്ടായിട്ടില്ല. ബുദ്ധന്റെ ഇനി വരാൻ പോകുന്ന അവതാരമായ

മൈത്രേയൻ ഒരു ബ്രഹ്മണനായിരിക്കും എന്നും ബൗദ്ധ ഗ്രന്ഥങ്ങളിൽ പറയുന്നുണ്ട്. അക്കാലത്തെ രാജാവിന്റെ, നാലു വേദങ്ങളിലും പണ്ഡിതനും, ബ്രാഹ്മണനുമായ മന്ത്രിയുടെ മകനായാണ് നല്ല വെളുത്തു തുടുത്ത മൈത്രേയൻ ജനിക്കുക.[25]

സംയുക്ത നികായയിൽ ബുദ്ധൻ കാഴ്ചയിൽ ചെറുതെങ്കിലും ക്ഷത്രീയൻ, സർപ്പം, തീ, ഭിക്ഷു ഇവയെ ചെറുതെന്നു കരുതി അവഗണിക്കാനോ, പുച്ഛിക്കാനോ പാടില്ല എന്നു പറയുന്നുണ്ട്.[26] ക്ഷത്രീയരെ ഇതിൽ കൂടുതൽ പുകഴ്ത്താനുണ്ടോ?

ബുദ്ധൻ തന്റെ ക്ഷത്രീയത്വം ഒരിക്കലും നിരാകരിച്ചിട്ടില്ല. അംബത്തനോടുള്ള സംഭാഷണത്തിൽ അതു വ്യക്തമാണ്. ബുദ്ധൻ പരിനിർവ്വാണം പ്രാപിച്ച ശേഷം അദ്ദേഹത്തിന്റെ ശവദാഹം കഴിഞ്ഞപ്പോൾ ചുറ്റുമുള്ള രാജാക്കന്മാർ ബുദ്ധന്റെ തിരുശേഷിപ്പിനായി അവകാശം ഉന്നയിച്ചു. ബുദ്ധന്റെ പരിനിർവ്വാണം അറിഞ്ഞപ്പോൾ ലിച്ചാവി ദേശക്കാർ മല്ല ദേശത്തുള്ളവർക്ക് സന്ദേശം അയക്കുന്നത്, ബുദ്ധനും ഞങ്ങളെപ്പോലെ ക്ഷത്രീയനാണ്. തിരുശേഷിപ്പിന്റെ ഒരു ഭാഗത്തിന് ഞങ്ങൾക്കും അവകാശമുണ്ട് എന്നാണ്. (അല്ലാതെ ബുദ്ധന്റെ അനുയായികളായതുകൊണ്ട് തങ്ങൾക്ക് അതിൽ അവകാശമുണ്ട് എന്നല്ല.) ഈ തർക്കം ഒരു യുദ്ധത്തിനു അടുത്തു വരെ എത്തി.[27] ഈ വാദം ന്യായമാണെന്ന് എല്ലാവരും, ബുദ്ധശിഷ്യൻമാരടക്കം അംഗീകരിക്കുകയാണ് ചെയ്തത്. ബുദ്ധന്റെ “വിപ്ലവം” കാര്യമായ ഒരു മാറ്റവും ഉണ്ടാക്കിയില്ല എന്നതിന് ഇതിലും നല്ല തെളിവ് വേണോ?

മനുസ്മൃതിയിൽ പറയുന്നപോലെ ബ്രാഹ്മണമേധാവിത്വം അനുസരിച്ച് ജീവിച്ചിരുന്ന ഒരു ജനതയുടെ ചിത്രമൊന്നുമല്ല ബൗദ്ധ കൃതികളിൽ നിന്ന് ലഭിക്കുന്നത്. (ജൈന ഗ്രന്ഥങ്ങളിൽ നിന്നും കിട്ടുന്ന ചിത്രവും മറിച്ചല്ല.) തങ്ങളാണ് ഒന്നാമത്തെ വർണ്ണം എന്ന് ബ്രാഹ്മണർ അവകാശപ്പെടുന്നുണ്ടെങ്കിലും, ക്ഷത്രീയർ അത് സമ്മതിച്ചു കൊടുത്തിട്ടില്ല. ശരിക്കുള്ള വർണ്ണവെറിയൻമാർ ക്ഷത്രീയരായിരുന്നു. അവരായിരുന്നു വർണ്ണവിവേചനം നടപ്പിലാക്കിയിരുന്നത്. പിന്നെ ഇവിടെ ഒരു കാര്യം ശ്രദ്ധിക്കേണ്ടത്, ബ്രാഹ്മണനും, ക്ഷത്രീയനും തമ്മിൽ ഒന്നാം സ്ഥാനത്തിനു വേണ്ടി മാത്രമാണ് മത്സരം. തുല്യ പ്രാധാന്യമുള്ള രണ്ടാം സ്ഥാനം എതിർ പാർട്ടിക്ക് അനുവദിച്ചു കൊടുക്കാൻ രണ്ടു കൂട്ടർക്കും പരസ്പരം സമ്മതമാണ്. First among equals സ്ഥാനത്തിനാണ് അവർ പരസ്പരം അവകാശം ഉന്നയിക്കുന്നത്. മംഗലശ്ശേരി നീലകണ്ഠനും, മുണ്ടക്കൽ ശേഖരനും തമ്മിലുള്ള മത്സരം പോലെയാണ് അത്. ഒന്നാമൻ ആരാണ് എന്നേ തർക്കമുള്ളൂ. എതിരാളി തീരെ മോശമല്ല, രണ്ടാം സ്ഥാനത്തിന് എല്ലാംകൊണ്ടും

അർഹനാണ് എന്ന് രണ്ടു കൂട്ടരും പരസ്പരം സമ്മതിക്കുന്നുണ്ട്. അല്ലെങ്കിൽ ബുദ്ധന്റെ ജനനം ക്ഷത്രീയൻ, അല്ലെങ്കിൽ ബ്രാഹ്മണൻ ആയിട്ടായിരിക്കും എന്ന് ഉറപ്പിച്ചു പറയില്ലല്ലോ. മുൻപുണ്ടായിരുന്ന ബുദ്ധന്മാരിൽ പകുതിയോളം പേർ ബ്രാഹ്മണരാണ് എന്നും ശ്രദ്ധിക്കുക. മജ്ജിമ നിഖായയിലെ കനകതാല സുത്തയിൽ നാലു വർണ്ണങ്ങളിൽ ക്ഷത്രീയനും, ബ്രാഹ്മണനും പ്രത്യേകം ബഹുമാനം അർഹിക്കുന്നവരാണ് എന്ന് ബുദ്ധൻ തന്നെ പറയുന്നുണ്ട്.(28)

ബുദ്ധിസ്റ്റ് ഗ്രന്ഥങ്ങളിലെല്ലാം വർണ്ണങ്ങളുടെ ക്രമം പറയുമ്പോൾ ക്ഷത്രീയനാണ് ആദ്യം വരുന്നത് എന്നതും പ്രത്യേകം പ്രസ്താവ്യമാണ്. സത്യത്തിൽ ബുദ്ധമതത്തിനും, ജൈനമതത്തിനും ഉള്ളതായി പറയപ്പെടുന്ന ആ ബ്രാഹ്മണ വിരോധം ചർച്ച ചെയ്യേണ്ടത്, തങ്ങളാണ് മുൻപൻമാർ എന്ന ക്ഷത്രീയരുടെയും കൂടി അവകാശവാദത്തിന്റെ വെളിച്ചത്തിലാണ്. (ബ്രാഹ്മണർക്കുള്ള പ്രഥമ സ്ഥാനത്തിൽ എതിർപ്പ് പ്രകടിപ്പിക്കുന്ന ബുദ്ധനും, മഹാവീരനും രണ്ടു പേരും ക്ഷത്രീയരാണ് എന്നും ശ്രദ്ധിക്കുക.)

ബുദ്ധമതത്തിന്റെ (ജൈന മതത്തിന്റെയും) ഈ ക്ഷത്രീയ ചായ് വ് നമ്മുടെ ചർച്ചകളിൽ ഒരിക്കലും കടന്നു വരാറില്ല. ഹിന്ദു മതത്തിന്റെ ബ്രാഹ്മണ ചായ് വ് ചർച്ച ചെയ്യുന്ന നമ്മൾ ബുദ്ധമതത്തിന്റെ (ജൈന മതത്തിന്റെയും) ക്ഷത്രീയ ചായ് വിനു നേരെ കണ്ണടക്കുന്നതെന്തുകൊണ്ട്? ബുദ്ധൻ ക്ഷത്രീയനല്ല, ശാക്യന്മാർ ആചരിച്ചിരുന്നത് വേദമതമല്ല, മറ്റെന്തോ ആയിരുന്നു എന്നൊക്കെ ചുമ്മാ വാദിക്കുന്ന ചില അംബേദ്ക്കർ ആരാധകരുണ്ട്. ക്ഷത്രീയ ചായ് വ് അംഗീകരിക്കേണ്ടി വന്നാൽ പണ്ടു മുതലേ തന്നെ ഇവിടെ ബ്രാഹ്മണ മേധാവിത്തമായിരുന്നു എന്ന തിയറി മാറ്റിപ്പണിയേണ്ടി വരും. (അവർ പറയുന്ന ന്യായമാണ് ഏറ്റവും പരിഹാസ്യം. ശാക്യരെ ഇപ്പോൾ ഇന്ത്യാ ഗവൺമെന്റ് ഓബിസിയായാണ് കണക്കാക്കുന്നത്. അതിനാൽ പണ്ടും അവർ താഴ്ന്ന ജാതിയായിരുന്നു. ഗവൺമെന്റ് പലവിധ രാഷ്ട്രീയ കാരണങ്ങൾ കൊണ്ട് അങ്ങനെ തീരുമാനിക്കാം. അതിനെങ്ങിനെ മുൻകാല പ്രാബല്യം ഉണ്ടാകും? അങ്ങിനെയെങ്കിൽ ഗവൺമെന്റ് നാളെ ബ്രാഹ്മണരെ ഓബിസിയായി പ്രഖ്യാപിച്ചാൽ ശങ്കരാചാര്യർ പിന്നോക്കജാതിയാകുമോ?)

നമുക്ക് അംബത്തന്റെ കഥ തുടരാം....അദ്യ റൌണ്ടിൽ താന ടങ്ങുന്ന ക്ഷത്രീയരാണ് ബ്രാഹ്മണരേക്കാൾ മുന്തിയവർ എന്നു "തെളിയിച്ച്" ബുദ്ധൻ ലീഡ് ചെയ്യുകയാണ്. (ബുദ്ധൻ അംബത്തനെ മലർത്തിയടിച്ചത് യുക്തിപൂർവ്വം എന്തെങ്കിലും വാദങ്ങൾ ഉന്നയിച്ച ല്ല, പണ്ടത്തെ വേദ ബ്രാഹ്മണരുടെ അഭിപ്രായത്തിന്റെ പ്രാമാണ്യം

ഉദ്ധരിച്ച് "Appeal to authority" എന്ന യുക്തിയാഭാസം കൊണ്ടായിരുന്നു.) അംബത്തനാണെങ്കിൽ വന്ന കാര്യം, മഹാപുരുഷ ലക്ഷണങ്ങൾ എല്ലാം കാണാനുണ്ടോ എന്നു മനസ്സിലാക്കാൻ സാധിച്ചിട്ടുമില്ല. രണ്ടെണ്ണം ഒഴിച്ചു ബാക്കിയെല്ലാം ഇതിനിടക്ക് അംബത്തൻ ഉറപ്പിച്ചു കഴിഞ്ഞിരുന്നു. ഇനിയും അറിഞ്ഞു കൂടാത്ത രണ്ടു കാര്യങ്ങളിൽ ഒന്ന് "ഉറയുള്ള അവയവം" ബുദ്ധനുണ്ടോ എന്നാണ്. :-)

അംബത്തന്റെ ബ്രാഹ്മണഗുരുവായ പൊക്കാറസതി കൊള്ളരുതാത്തവനാണ് എന്നു പറഞ്ഞുകൊണ്ടാണ് ബുദ്ധന്റെ രണ്ടാമത്തെ ഇന്നിംഗ്സ് തുടങ്ങുന്നത്. അംബത്തന്റെ ഗുരുവായ പൊക്കാറസതി എന്ന ബ്രാഹ്മണന് കോസല രാജാവായ പസേനദി ധാരാളം സ്വത്തുവകകൾ ദാനമായി കൊടുത്തിട്ടുണ്ടെങ്കിലും ഒരിക്കലും പൊക്കാറസതിയെ നേരിട്ട് മുഖം കാണിക്കാൻ അനുവദിച്ചിട്ടില്ല. കൂടിക്കാഴ്ചകളെല്ലാം ഒരു കർട്ടന്റെ പുറകിൽ നിന്നു മാത്രം. അത്ര പുച്ഛമാണ് അദ്ദേഹത്തിന് ഈ ബ്രാഹ്മണരെ. (ചിലർ രാഷ്ട്രീയക്കാരോട് പെരുമാറുന്നപോലെ. സംഭാവനയൊക്കെ കൊടുക്കും. അവരോടു പുച്ഛമാണു താനും.) പസേനദി തന്നെ ഒരിക്കൽ ബുദ്ധനോട് തനിക്ക് ബ്രാഹ്മണരെ കുറിച്ചുള്ള അഭിപ്രായം പറയുന്നുണ്ട്. "Venerable one, I have seen those learned Brahmans, filled with pride in their learning, acting and speaking accordingly. I have seen their self -sufficiency and their intolerance for all other opinions." വളരെ പഠിപ്പുള്ള ബ്രാഹ്മണരെ പോലും ക്ഷത്രിയർ പുച്ഛത്തോടെയാണ് കണക്കാക്കുന്നതെന്ന് ബുദ്ധൻ അംബത്തനോട് പറയുന്നു. (പക്ഷേ അങ്ങനെയല്ലല്ലോ നമ്മുടെ ചരിത്രകാരന്മാർ നമ്മോടു പറഞ്ഞുതന്നിട്ടുള്ളത്? ഇവിടെ മുഴുവൻ ബ്രാഹ്മണ മേധാവിത്വമായിരുന്നു, ബ്രാഹ്മണർ രാജാക്കന്മാരെ അടക്കി ഭരിക്കുകയായിരുന്നു എന്നൊക്കെയല്ലേ?)

ഇനി അംബത്തനോട് ബുദ്ധന്റെ ചോദ്യം... ഒരു രാജാവ് ആനപ്പുറത്തോ, കുതിരപ്പുറത്തോ, തേരിലോ ഇരുന്നുകൊണ്ട് അദ്ദേഹത്തിന്റെ സാമന്തന്മാരോടോ, മറ്റു പ്രധാനികളോടോ, രാജ്യകാര്യങ്ങൾ സംസാരിക്കുകയാണ് എന്നു കരുതുക. രാജാവ് അവിടുന്നു മാറിയ തക്കത്തിന് ഒരു ശൂദ്രനോ, അടിമയോ ആ സ്ഥാനത്ത് കേറിയിരുന്ന് രാജാവിനെപോലെ നടിച്ചാൽ അയാൾക്ക് രാജാവിന് കിട്ടുന്ന ബഹുമാനം കിട്ടുമോ? ഒരിക്കലുമില്ല എന്ന് അംബത്തൻ. അതുപോലെയാണ് പണ്ടത്തെ ഋഷിമാരും, ബ്രാഹ്മണരും (വേദങ്ങളിലെ പ്രസിദ്ധരായ വാമകൻ, വാമദേവൻ, വിശ്വാമിത്രൻ, അംഗിരസ്സ്, ഭരദ്വാജൻ, വസിഷ്ഠൻ,കാശ്യപൻ, ഭൃഗു മുതലായവരെ ബുദ്ധൻ പേരെടുത്തു പറയുന്നുണ്ട്.) എഴുതിയതും, ചൊല്ലിയതുമായ വേദമന്ത്രങ്ങൾ കാണാതെ

പഠിച്ചതുകൊണ്ട് തങ്ങളും ഇവരുടെ അതേ നിലവാരത്തിലാണ് എന്ന് ഇപ്പോഴുള്ള ബ്രാഹ്മണർ ഭാവിക്കുന്നത്.

അപ്പോൾ അത്രയെ ഉള്ളൂ. കാര്യം. പണ്ടത്തെ ബ്രാഹ്മണനായിരുന്നു ബ്രാഹ്മണൻ. (ഇപ്പോഴത്തെ ബ്രാഹ്മണർ മോശക്കാരായതുകൊണ്ടാണല്ലോ ബുദ്ധൻ ഈ അവതാരമെടുക്കാൻ ക്ഷത്രീയ വർണ്ണം തിരഞ്ഞെടുത്തതു തന്നെ.) ഒരു തരം അമ്മാവൻ സിൻഡ്രോം. നമ്മുടെ പുരോഗമന ബുദ്ധിജീവികൾ പറയുന്ന പോലെ ഒരു ബ്രാഹ്മണവിരോധവും ബുദ്ധനില്ല. ബുദ്ധന് ബ്രാഹ്മണരോടുള്ള എതിർപ്പ് അവർ പണ്ടത്തെ ഋഷിമാരുടെ പോലെയല്ല ഇപ്പോൾ ജീവിക്കുന്നത് എന്നതു മാത്രമാണ്. ബ്രാഹ്മണർ അവരുടെ പൂർവ്വകാലം മറന്നു എന്നാണ് ബുദ്ധന്റെ പ്രധാന ആരോപണം. വേദങ്ങളേയോ അതെഴുതിയ പണ്ടത്തെ ഋഷിമാരെയോ കുറിച്ച് ബുദ്ധന് ഒരു എതിർപ്പുമില്ല എന്നു മാത്രമല്ല വളരെ ബഹുമാനമാണ് താനും. താൻ പുതുതായൊന്നും കണ്ടെത്തിയിട്ടില്ല എന്നും, പണ്ടുള്ളവർ കണ്ടെത്തിയതും ഇപ്പോൾ നഷ്ടപ്പെട്ടുപോയതുമായ കാര്യങ്ങൾ താൻ വീണ്ടെടുക്കുകയാണ് ചെയ്യുന്നത് എന്നും ബുദ്ധൻ പറഞ്ഞത് നേരത്തെ സൂചിപ്പിച്ചല്ലോ. (സംയുക്തനികായ 12.65 നഗരസുത്ത)

അപ്പോൾ വെറും ബ്രാഹ്മണ വിരോധമല്ല കാര്യം എന്നു മനസ്സിലാക്കാം. നമ്മുടെ സിനിമയിലൊക്കെ സ്ഥിരം കാണുന്ന ചില ക്ലീഷേ കഥാപാത്രങ്ങളില്ലെ?കടുത്ത കമ്യൂണിസ്റ്റ് അനുഭാവിയായിരിക്കും. പക്ഷേ ഇപ്പോളുള്ള കമ്യൂണിസ്റ്റുകാരെ പുച്ഛമാണ്. പണ്ടത്തെ കമ്യൂണിസ്റ്റുകാർ കട്ടൻചായ കുടിച്ചും, പരിപ്പുവട തിന്നും പാർട്ടി ആപ്പീസിലെ കാലൊടിഞ്ഞ ബെഞ്ചിൽ കിടന്നുറങ്ങിയത് അയവിറക്കും. അങ്ങനെ വേണം യഥാർത്ഥ കമ്യൂണിസ്റ്റുകൾ എന്ന് ഉത്ഘോഷിക്കും. അതുപോലൊരു “കമ്യൂണിസ്റ്റ് വിരുദ്ധനായ” കമ്യൂണിസ്റ്റാണ് ബുദ്ധൻ.

അംബത്തന്റെ ഗുരുവായ പൊക്കാറസതി ഒരു സാമുദ്രികലക്ഷണ ശാസ്ത്രക്കാരനാണ് എന്നതും ബുദ്ധന് അനിഷ്ടകരമായി തോന്നിയിരിക്കാം. ബ്രാഹ്മണർ ഇത്തരം ചില തൊഴിലുകൾ ചെയ്തു ജീവിക്കുന്നതിൽ ബുദ്ധന് താല്പര്യമില്ല. ജ്യോത്സ്യം, ലക്ഷണശാസ്ത്രം, കൈനോട്ടം, ഭാവിപ്രവചനം, സ്വപ്നവ്യാഖ്യാനം, മുഖലക്ഷണം, ഭാഗ്യരത്നങ്ങൾ ഉപദേശിക്കൽ, മന്ത്രവാദം, പൂജാകർമ്മങ്ങൾ, യാഗങ്ങൾ ഒക്കെ മോശം തൊഴിൽ മാർഗ്ഗങ്ങളാണ് എന്നാണ് ദിഗ്ഗ നികായയിലെ കേവത്ത സുത്തയിൽ ബുദ്ധൻ പറയുന്നത്.[29]

ഈ വിദ്യകളൊന്നും ഫലപ്രദമല്ല എന്നതുകൊണ്ടല്ല, മറിച്ച് അതൊക്കെ താഴ്ന്ന കഴിവുകളാണ് എന്നാണ് ബുദ്ധന്റെ അഭിപ്രായം

എന്നുകൂടി പറയേണ്ടതുണ്ട്. ഈ കേവത്ത സുത്തയിൽ കേവത്ത എന്ന ഗൃഹസ്ഥൻ കാഴ്ചക്കാരെ അത്ഭുതപ്പെടുത്താൻ ചില അത്ഭുത വിദ്യകൾ കാണിക്കാൻ ബുദ്ധനോട് ആവശ്യപ്പെടുമ്പോൾ അദ്ദേഹം പറയുന്നത് അത് തന്റെ രീതിയല്ല, കാരണം വെള്ളത്തിൽ നടക്കൽ, അപ്രത്യക്ഷമാകൽ, ഭിത്തിയിലൂടെ പ്രത്യക്ഷപ്പെടൽ, സൂര്യനെയും ചന്ദ്രനേയും കൈകൊണ്ട് തൊടൽ ഒക്കെ ചെയ്തു കാണിച്ചാൽ ആളുകൾ അത് സന്യാസിയുടെ ആത്മീയ ശക്തിയല്ല, വിലകുറഞ്ഞ മന്ത്രശക്തിയായി കരുതും. അതുകൊണ്ട് അത് താൻ ചെയ്യില്ല എന്നാണ്. (അല്ലാതെ ചെയ്യാൻ അറിയാഞ്ഞിട്ടല്ല.)(30)

"ശരിക്കുള്ള" ബ്രാഹ്മണർ പണ്ടായിരുന്നു എന്നാണ് അംബത്ത സുത്തയിൽ അംബത്തനോട് ബുദ്ധൻ സമർത്ഥിക്കുന്നത്. പണ്ടത്തെ ബ്രാഹ്മണർ നല്ലത്. ഇപ്പോഴത്തേത് എല്ലാം കള്ളന്മാർ എന്ന രീതി. പണ്ടത്തെ ഋഷിമാരൊന്നും താടിയും, മുടിയും ചീകി മിനുക്കി, സുഗന്ധ ദ്രവ്യങ്ങൾ പൂശി, മാലകളും രത്നങ്ങളും അണിഞ്ഞ് പഞ്ചേന്ദ്രിയങ്ങൾ നൽകുന്ന സുഖങ്ങളെല്ലാം അനുഭവിച്ചല്ല ജീവിച്ചത് എന്ന് ബുദ്ധൻ അംബത്തനോടു പറയുന്നു. (ഇപ്പോഴത്തെ ബ്രാഹ്മണർ ഇങ്ങനെയാണ് എന്നു വ്യംഗ്യം.) അംബത്തന്റെ ബ്രാഹ്മണഗുരുവായ പൊക്കാറസതി രാജാവിന്റെ ദയവിലാണെങ്കിലും (ബ്രഹ്മദയ) അത്യാഡംഭര പൂർവ്വം ജീവിക്കുന്നത് ബുദ്ധനു പിടിച്ചിട്ടില്ല എന്നദ്ദേഹം അംബത്തനോടു സൂചിപ്പിക്കുന്നുണ്ട്. പൊക്കാറസതിയുടെ ഒരു അപ്രന്റീസ് മാത്രമായ അംബത്തൻ പോലും ബുദ്ധനെ കാണാൻ വരുന്നത് തേരിൽ കയറിയാണ്. (അക്കാലത്തെ റോൾസ് റോയ്സിന് തുല്യമാണ് തേര്.) ഇപ്പോഴത്തെ ബ്രാഹ്മണർ/ വേദപണ്ഡിതർ (പൊക്കാറസ തിയും, അംബത്തനും അടക്കം) ഏറ്റവും മികച്ച അരി, അതിലെ കറുത്ത അരിയെല്ലാം മാറ്റിയത്, നല്ല മാംസവും, പലതരം കറികളും കൂട്ടിയാണ് ഭക്ഷിക്കുന്നത്. (പണ്ടുള്ളവർ അങ്ങനെയല്ലായിരുന്നു.) അവർക്ക് നല്ല വസ്ത്രം ധരിച്ച ദാസിമാരുണ്ട്. (പണ്ടത്തെ ബ്രാഹ്മണർ അങ്ങനെയല്ലായിരുന്നു.) അവർ സഞ്ചരിക്കാൻ നല്ല കുതിരകളെ പൂട്ടിയ തേരുകൾ ഉപയോഗിക്കുന്നു. വലിയ പട്ടണങ്ങളിൽ സുര ക്ഷിതമായ ഇടങ്ങളിൽ താമസിക്കുന്നു (അല്ലാതെ കാട്ടിൽ കുടില് കെട്ടിയല്ല അവർ താമസിക്കുന്നത്.) അതിനാൽ അംബത്തനും, അദ്ദേഹത്തിന്റെ ഗുരു പൊക്കാറസതിയും മറ്റു ബ്രാഹ്മണരുമൊക്കെ വേദോച്ചാരണം നടത്തുന്നുണ്ടെങ്കിലും ശരിയായ ബ്രാഹ്മണരല്ല. മഹാന്മാരായ ഋഷിമാർ (അത്തകൻ, വാമകൻ, വാമദേവൻ, വിശ്വാമി ത്രൻ, അംഗിരസ്സ്, ഭരദ്വാജൻ, വസിഷ്ഠൻ, യമതാഗി, കാശ്യപൻ, ഭൃഗു മുതലായവർ) ജീവിച്ചപോലെയല്ല അംബത്തനും, അദ്ദേഹത്തിന്റെ ഗുരുവും ജീവിക്കുന്നത്.(31)

അവർ രാജാവില്ലാത്ത തക്കം നോക്കി സിംഹാസനത്തിൽ കയറിയിരുന്ന് രാജാവിനെപ്പോലെ നടിക്കുന്ന ശൂദ്രൻമാർ മാത്രമാണ് എന്നാണ് ബുദ്ധന്റെ ഉപമ. ബ്രാഹ്മണരുടെ ആഡംബര ജീവിതത്തെക്കുറിച്ച് സമാനമായ അഭിപ്രായം ബുദ്ധൻ വേറെ ഇടങ്ങളിലും ആവർത്തിക്കുന്നുണ്ട്. നേരത്തെ സൂചിപ്പിച്ച കേവത്ത സുത്തയിലും ഇപ്പോഴത്തെ ബ്രാഹ്മണരെക്കുറിച്ച് സമാനമായ പരാതിയാണ് ബുദ്ധൻ ഉന്നയിക്കുന്നത്.[32]

എന്തായാലും നമ്മുടെ കഥയുടെ ഒടുവിൽ അംബത്തന് ബുദ്ധൻ പറഞ്ഞ കാര്യങ്ങൾ തൃപ്തിയായി. ബൈ ദി വേ, ബുദ്ധന് ഉറയുള്ള "അവയവം" ഉണ്ടോ എന്ന് മനസ്സിലാക്കാൻ അംബത്തന് കഴിഞ്ഞോ എന്നറിയാൻ ആകാംക്ഷാപൂർവ്വം കാത്തിരിക്കുന്നവരെ ഞാൻ നിരാശപ്പെടുത്തുന്നില്ല. ബുദ്ധൻ അതിന്റെ ഒരു മായാരൂപം അംബത്തന് കാണിച്ചു കൊടുക്കുകയും അദ്ദേഹം അത് കണ്ടു തൃപ്തിപ്പെടുകയും ചെയ്തു. :-)

റെഫറൻസ്:

(1) *In former days, in former births,*
Long-lost friends and relatives,
Companions too, he brought together,
Thus uniting them in joy.
This good deed brought heavenly birth,
Bliss and joy were his reward.
When he thence returned to earth,
Sheath-enclosed his organs were.
(Lakkhana Sutta-Digga Nikaya)

(2) "The Sakyan race is fierce, violent, hasty, and long- tongued. Though they are naught but men of substance, yet they pay no respect, honour, or reverence to brahmins. (Ambatha sutta-Digha Nikaya)

(3) The Koliya labourers said, "Be off with your people of Kapilavatthu men who like dogs, jackals, and such like beasts, cohabited with their own sisters. Kunala Jataka (No. 536)

(4) "Then, Ambattha, whether one compares women with women, or men with men, the Kshatriyas are higher and the Brahmans inferior." (Ambatha sutta-Digha Nikaya)

(5) "But thereby, Ambattha, the Kshatriya would have fallen into the deepest degradation, shaven as to his head, cut dead with the ash-basket, banished from land and township. So that, even when a Kshatriya has fallen into the deepest degradation, still it holds good that the Kshatriyas are higher, and the Brahmans inferior." (Ambatha sutta-Digha Nikaya)

(6) "The Kshatriya is the best of those among this folk who put their trust in lineage. But he who is perfect in wisdom and righteousness, he is the best among gods and men. I too approve it ; I also, Ambattha, say :" The Kshatriya is the best of those among this folk who put their trust in lineage. But he who is perfect in wisdom and righteousness, he is the best among gods and men."(Ambatha sutta-Digha Nikaya)

(7) *"As is the noble ranked best among*
The folk who pin their faith on breed and clan,
So he who walks in lore and conduct versed
Stands first in the worlds of gods or world of man."
(samyuktha nikhaya 6:2)

(8) "A bodhisattva is only born into one of two families—a priestly family or a family of the ruling class. When the priestly families are dominant in the world, the bodhisattva is born into a priestly family. When the ruling class families are dominant in the world, the bodhisattva is born into a ruling-class family." (Lalitavisthara Sutra)

(9) "Bodhisattvas are bom in one of two classes of families, either a noble or a brahman family. When the nobles dominate the earth, the Bodhisattvas are born in a noble family. When the brahmans dominate the earth, they are born in a brahman family."(Mahavastu)

(10) "They must respect their fathers, mothers, mendicants, and priests......... Indeed this family must be irreproachable when it comes to any accusations of faults related to one's birth, such as those found in this entire world with its gods, demons, and brahmas, mendicants and priests." (Lalitavisthara Sutra)

(11) "It must be of a good caste and good clan. It must have excellent marital unions, with excellent marital unions in the past, and marital unions between individuals who are pure. These marital unions must be between people who are both pure, well-known by all, and renowned for their great power."(Lalitavisthara Sutra)

(12) It is the rule that the Bodhisatta's mother dies seven days after his birth and is reborn in the Tusita heaven. That is the rule. (Mahapadana Sutta-Digga Nikaya)

(13) "She is disciplined and devoted to her husband, unconcerned with other men. Her head, ears, and nose are perfectly symmetrical." (Lalitavisthara Sutra)

(14) How could the pure Bodhisattva, who is free from bad-smelling odors, superior to the entire world, a jewel among beings, transmigrate from the divine realm of the Heaven of Joy and remain for ten months in the foul-smelling human body inside his mother's womb? (Lalitavisthara Sutra)

(15) It is the rule that whereas other women give birth sitting or lying down, it is not so with the Bodhisatta's mother, who gives birth standing up. That is the rule. (Mahapadana Sutta-Digga Nikaya)

(16) He did not pass through the portal of birth. (Lalitavisthara Sutra)

(17) The priests'mantras and the treatises of the Vedas mention the proper form for a bodhisattva to take when descending into the womb of his mother. It should be in the form of an excellent, great elephant with six tusks, covered with golden netting. Its head should be very red and exceedingly handsome. It should ooze fragrant fluids from its temples and have a glorious body. Someone who is learned in the Vedas and scriptures of the priests will then recognize such features and use them to predict the arrival of a person endowed with the thirty-two marks of a great man. (Lalitavistara Sutra)

(18) "Monks, in whatever former life. . .the Tathagata lived without anger, perfectly unruffled, and even after many words had been uttered was not abusive, or agitated, or wrathful, or aggressive, displaying neither anger nor hatred nor resentment, but was in the habit of giving away fine, soft rugs, cloaks, fine linen, cotton, silk and woollen stuffs,. . .on returning to this earth, he acquired this mark of the Great Man: a bright complexion, the colour of gold". (Lakkhava Sutta-Digga Nikaya)

(19) "It is astounding and amazing, Master Gotama, how Master Gotama's faculties are tranquil and the color of his skin is pure and bright. Just as a yellow jujube fruit in the autumn is pure and bright, so Master Gotama's faculties are tranquil and the color of his skin is pure and bright. Just as a palm fruit that has just been removed from its stalk is pure and bright, so Master Gotama's faculties are tranquil and the color of his skin is pure and bright. Just as an ornament of finest gold, well prepared by a skilled goldsmith and very skillfully wrought in the furnace, placed on red brocade, shines and beams and radiates, so Master Gotama's faculties are tranquil and the color of his skin is pure and bright. (Venaga Sutta-Anguttara Nikaya 3: 63)

(20) Well! Angaka, Sirs, is handsome, pleasant to look upon, inspiring trust, gifted with great beauty of complexion, fair in colour, fine in presence, stately to behold--none in this assembly is like unto him in colour, save only the Samana Gotama. (Sonadanda Sutta-Digga Nikaya)

(21) The Sakyans then showed to the seer named Asita their son, the prince, like gold aglow, burnished by a most skillful smith in the mouth of the furnace, blazing with glory, flawless in color. On seeing the prince blazing like flame, pure like the bull of the stars going across the sky— the burning sun, released from the clouds of autumn— he was exultant, filled with abundant rapture.

(Sutta Nipata-Nalaka Sutta)

(22) and I, monks, who am now the Arahant and fully-enlightened Buddha, was born of Khattiya race, and arose in a Khattiya family. (Mahapadana Sutta-Digga Nikaya)

(23) "These Sakyas are desperately proud, in matters of birth. Suppose they should send a girl who was not of them, and say that she was so? We will take none but one who eats along with them." So they replied, "Well, we will take her, but we will take one who eats along with you." (Bhadda-Sala-Jataka No. 465)

(24) "Wise men of old have said, what matters the mother's birth? The birth of the father is the measure: and to a poor wife, a picker of sticks, they gave the position of queen consort; and the son born of her obtained the sovereignty of Benares, twelve leagues in extent, and became King Kattha-vahana, the Wood-carrier:" (Bhadda-Sala-Jataka No. 465)

(25) "Maitreya will be born the son of a Brahmin priest, and will renounce the world and attain enlightenment in a single day, not requiring six long years. The world in this time will be politically neutralised, and therefore the warrior class and its martial virtues will be obsolete. Thus he will be born among the intellectuals, the priests, and his teaching will bring the gentler emotions to the fore.......

......His spiritual advisor will be a Brahmin, Subrahmana by name, a very learned man, well versed in the four Vedas, and steeped in all the lore of the Brahmins. And that Brahmin will have a wife, called Brahmavati, beautiful, attractive, handsome, and renowned. Maitreya, the best of men, will then leave the Tushita heavens, and go for his last rebirth into the womb of that woman. He will have a heavenly voice which reaches far; his skin will have a golden hue, a great splendour will radiate from his body, his chest will be broad, his limbs well developed, and his eyes will be like lotus petals." (The Maitreyavyankarna - "The Prophecy Concerning Maitreya")

(26) "There are four things, great king, that should not be despised and disparaged as 'young.' What four? A khattiya, great king, should not be despised and disparaged as 'young'; a snake should not be despised and disparaged as 'young'; a fire should not be despised and disparaged as 'young'; and a bhikkhu should not be despised and disparaged as 'young.' These are the four.........

"One should not despise as 'young'
A khattiya of noble birth,
A high-born prince of glorious fame:
A man should not disparage him.

(Samyutta Nikaya- Kosala)

(27) and the Lichchhavis of Vesali heard the news that the Exalted One had died at Kusinara. And the Lichchhavis of Vesali sent a messenger to the Mallas, saying : the Exalted One was a Kshatriya and, so are we. We are worthy to receive a portion of the relics of the Exalted One. (Maha-parinibbana Sutta-Digha Nikaya16)

(28) Venerable sir, there are four castes. They are warrior, Brahmin, one of the common grade and slaves. Great king, of these four castes, two are thought to be superior, that is the warrior and Brahmin castes, in the matter of revering, paying attention, clasping hands as respect, and to associate with respect. (Kannakatthala Sutta- Majjhima nikaya)

(29) Whereas some brahmans and contemplatives, living off food given in faith, maintain themselves by wrong livelihood, by such lowly arts as: reading marks on the limbs [e.g., palmistry]; reading omens and signs; interpreting celestial

events [falling stars, comets];interpreting dreams; reading marks on the body [e.g., phrenology]; reading marks on cloth gnawed by mice; offering fire oblations, oblations from a ladle, oblations of husks, rice powder, rice grains, ghee, and oil; offering oblations from the mouth; offering blood-sacrifices; making predictions based on the fingertips; geomancy; laying demons in a cemetery; placing spells on spirits; reciting house-protection charms; snake charming, poison-lore, scorpion-lore, rat-lore, bird-lore, crow-lore; fortune -telling based on visions; giving protective charms; interpreting the calls of birds and animals —he abstains from wrong livelihood, from lowly arts such as these.

Whereas some brahmans and contemplatives, living off food given in faith, maintain themselves by wrong livelihood, by such lowly arts as: calculating auspicious dates for marriages, betrothals, divorces; for collecting debts or making investments and loans; for being attractive or unattractive; curing women who have undergone miscarriages or abortions; reciting spells to bind a man's tongue, to paralyze his jaws, to make him lose control over his hands, or to bring on deafness; getting oracular answers to questions addressed to a mirror, to a young girl, or to a spirit medium; worshipping the sun, worshipping the Great Brahma, bringing forth flames from the mouth, invoking the goddess of luck — he abstains from wrong livelihood, from lowly arts such as these.

"Whereas some brahmans and contemplatives, living off food given in faith, maintain themselves by wrong livelihood, by such lowly arts as: promising gifts to devas in return for favors; fulfilling such promises; demonology; teaching house-protection spells; inducing virility and impotence; consecrating sites for construction; giving ceremonial mouthwashes and ceremonial bathing; offering sacrificial fires; preparing emetics, purgatives, expectorants, diuretics, headache cures; preparing ear-oil, eye-drops, oil for treatment through the nose, collyrium, and counter-medicines; curing cataracts, practicing surgery, practicing as a children's doctor, administering medicines and treatments to cure their after-effects — he abstains from wrong livelihood, from lowly arts such as these. This, too, is part of his virtue. (Digha Nikaya- Kevatta Sutta)

(30) Then the person without faith, without conviction, would say to the person with faith and with conviction: "Sir, there is a charm called the Gandhari charm by which the monk wielded manifold psychic powers... exercising influence with his body even as far as the Brahma worlds.' What do you think, Kevatta — isn't that what the man without faith, without conviction, would say to the man with faith and with conviction?"

"Yes, lord, that's just what he would say."

"Seeing this drawback to the miracle of psychic power, Kevatta, I feel horrified, humiliated, and disgusted with the miracle of psychic power. (Digha Nikaya- Kevatta Sutta)

(31) So then, Ambattha, neither are you a Rishi, nor your teacher, nor do you live under the conditions under which the Rishis lived. But whatever it may be, Ambattha, concerning which you are in doubt or perplexity about me, ask me

as to that. I will make it clear by explanation."(Ambatta Sutta-Digga Nikaya)

(32) "Whereas some brahmans and contemplatives, living off food given in faith, are addicted to high and luxurious furnishings such as these — over-sized couches, couches adorned with carved animals, long-haired coverlets, multi-colored patchwork coverlets, white woolen coverlets, woolen coverlets embroidered with flowers or animal figures, stuffed quilts, coverlets with fringe, silk coverlets embroidered with gems; large woolen carpets; elephant, horse, and chariot rugs, antelope-hide rugs, deer-hide rugs; couches with awnings, couches with red cushions for the head and feet — he abstains from using high and luxurious furnishings such as these. This, too, is part of his virtue.

"Whereas some brahmans and contemplatives, living off food given in faith, are addicted to scents, cosmetics, and means of beautification such as these — rubbing powders into the body, massaging with oils, bathing in perfumed water, kneading the limbs, using mirrors, ointments, garlands, scents, creams, face-powders, mascara, bracelets, head-bands, decorated walking sticks, ornamented water-bottles, swords, fancy sunshades, decorated sandals, turbans, gems, yak-tail whisks, long-fringed white robes — he abstains from using scents, cosmetics, and means of beautification such as these. This, too, is part of his virtue. (Digha Nikaya- Kevatta Sutta)

ബ്രാഹ്മണ ബുദ്ധൻ

In ancient India the Bramhins were the only educated class. They were also the Class which was claiming to be above all others. Buddha disputed their claim for supremacy and declared a war on the Brahmins.

(*Revolution and counter revolution* -Ambedker)

കടുത്ത വേദവിരോധിയും, ബ്രാഹ്മണ വിരോധിയും.... ഇതാണ് നമുക്കിടയിൽ ബുദ്ധന്റെ ഇമേജ്. ബുദ്ധൻ ഇത് രണ്ടും ആയിരുന്നില്ല എന്ന് ബൗദ്ധ പ്രമാണങ്ങൾ തന്നെ സാക്ഷി. ബുദ്ധൻ വർണ്ണ വ്യവസ്ഥയെ അംഗീകരിച്ചിരുന്നു എന്നു മാത്രമല്ല ഒരിക്കൽ പോലും അതിനെതിരായി ഒന്നും പറഞ്ഞിട്ടുമില്ല. അങ്ങനെ നോക്കിയാൽ സ്വന്തം തടിക്കു കേടു പറ്റുന്ന ഒരു ആദർശവും ബുദ്ധൻ പറഞ്ഞിട്ടില്ല. ബ്രാഹ്മണരാണ് ഒന്നാമത്തെ വർണ്ണം എന്ന് ബുദ്ധൻ അംഗീകരിച്ചിരുന്നില്ല എന്നതു സത്യമാണ്. എന്നു കരുതി വർണ്ണവ്യവസ്ഥയെ ബുദ്ധൻ തള്ളിപ്പറഞ്ഞിരുന്നു എന്നത് അതിവായനയാണ്. ബുദ്ധൻ ബ്രാഹ്മണർക്കെതിരെ യുദ്ധം പ്രഖ്യാപിച്ച എന്ന അംബേദ്കറുടെ അവകാശവാദത്തിന് വലിയ അടിസ്ഥാനമൊന്നുമില്ല. ഒരു യുദ്ധവും ഉണ്ടായിട്ടില്ല. സംഘത്തിൽ ചേരുന്നവരോട് ബുദ്ധൻ ജാതിവ്യത്യാസം കാണിച്ചിരുന്നില്ല. (അത് പക്ഷെ അക്കാലത്തെ മറ്റൊരു സന്യാസി സംഘങ്ങളിലും ഉണ്ടായിരുന്നില്ല. സന്യാസി/ഭിക്ഷുവിന്റെ നിർവ്വചനം തന്നെ ജനിച്ച വർണ്ണങ്ങളിൽ നിന്നു പുറത്തുപോയി അലഞ്ഞു തിരിഞ്ഞു ജീവിക്കുന്നവർ എന്നാണ്. അതിനാൽ തന്നെ അത് ബുദ്ധിസത്തിന്റെ മാത്രം മഹത്വമൊന്നുമല്ല.) എങ്കിലും ബുദ്ധനു വേണമെങ്കിൽ ഗൃഹസ്ഥരായി ജീവിക്കുന്ന തന്റെ ഭക്തരോട് (ഉപാസകർ) ജാതിവ്യത്യാസം ഉപേക്ഷിക്കാൻ ഉപദേശിക്കാമായിരുന്നു. ബുദ്ധൻ അതൊന്നും ചെയ്തിട്ടില്ല.

ബ്രാഹ്മണർ ബ്രഹ്മാവിന്റെ വായിൽ നിന്ന് ഉത്ഭവിച്ചവരാണ് എന്ന ബ്രാഹ്മണരുടെ അവകാശ വാദത്തെ ബുദ്ധൻ അംഗീകരിച്ചില്ല

എന്നതു സത്യമാണ്. ദിഗ്ഗ നിഖായയിലെ അഗന്ന സുത്തയിൽ ബ്രഹ്മാവിന്റെ വായിൽനിന്നാണ് ബ്രാഹ്മണരുടെ ഉത്ഭവം എന്ന വാദത്തെ ഖണ്ഡിക്കാൻ വസേത്ത എന്ന ബ്രാഹ്മണനോട് ബുദ്ധൻ പറയുന്നത്, ഈ ബ്രാഹ്മണരെല്ലാം ജനിക്കുന്നത് സാധാരണ കുട്ടികൾ ജനിക്കുന്ന പോലെ തന്നെയാണ്, ആരും വായിൽക്കൂടിയല്ല ജനിക്കുന്നതായി കാണുന്നത് എന്നാണ്.[1]

സത്യത്തിൽ ബുദ്ധന്റെ ഈ വാദം ഒരു ലോജിക്കൽ ഫാലസിയാണ്. ബ്രാഹ്മണരുടെ അവകാശവാദം ബ്രാഹ്മണ ജാതിയുടെ ഉത്ഭവം ബ്രഹ്മാവിന്റെ വായിൽ നിന്നാണ് എന്നാണ്. അല്ലാതെ ഇപ്പോഴുള്ള ഓരോ ബ്രാഹ്മണ കുട്ടിയും ജനിക്കുന്നത് ബ്രഹ്മാവിന്റെ വായിൽ നിന്നാണ് എന്നല്ല. ബുദ്ധൻ ഒരു വൈക്കോൽ മനുഷ്യനെ ഉണ്ടാക്കി അതിനെ തകർക്കുന്ന വാദമാണ് അവതരിപ്പിക്കുന്നത്. (അതിപ്പോൾ നിഷ്പക്ഷമായി നോക്കിയാൽ ബുദ്ധന്റെ പലേ വാദങ്ങളും ഇതുപോലെ വെറും വാചാടോപങ്ങൾ മാത്രമാണ്. കടുത്ത ഭക്തർക്ക് (ചില "ബുദ്ധിസ്റ്റ് യുക്തിവാദികൾക്കും" ;-), എന്തോ വലിയ കാര്യം പറഞ്ഞ പോലെ തോന്നും. അവർക്ക് കേട്ട് കയ്യടിക്കാം. അത്ര തന്നെ.)

ബുദ്ധന് ബ്രാഹ്മണ്യത്തോട് ഒരു വിരോധവും ഉണ്ടായിരുന്നില്ല. വിരോധം ആ കാലത്തുള്ള ബ്രാഹ്മണരോടു മാത്രമാണ്. അംബത്ത സുത്തയിൽ നമ്മളത് കണ്ടതാണ്. ബൗദ്ധ സാഹിത്യത്തിൽ എല്ലായിടത്തും ക്ഷത്രീയനാണ് ഒന്നാമത്തെ വർണ്ണം. ക്ഷത്രീയ, ബ്രാഹ്മണ, വൈശ്യ, ശൂദ്ര എന്നാണ് ക്രമം. ബുദ്ധിസ്റ്റ് വിശ്വാസപ്രകാരം മനുഷ്യരുടെ ആദ്യത്തെ രാജാവും, നിയമജ്ഞനും മഹാസമ്മതൻ എന്ന രാജാവാണ്. സൂര്യ വംശജനായ ഈ മഹാസമ്മതൻ ശാക്യരുടെ ആദിമ പൂർവ്വികനാണ്, ഒരു ബോധിസത്വനുമാണ്. ബുദ്ധിസ്റ്റ് വിശ്വാസപ്രകാരം ഈ ബോധിസത്വനാണ് ആളുകളെ നാലു വർണ്ണങ്ങളായി തിരിച്ചത്. മനുസ്മൃതി പോലെതന്നെ ഒരു നിയമ സംഹിതയും അദ്ദേഹം ഉണ്ടാക്കിയിട്ടുണ്ട്. (ബ്രാഹ്മണ കുഴലൂത്തുകാരനായ, നികൃഷ്ടനായ ആ മനു പോലെ തന്നെയാണ് ബുദ്ധമതത്തിന്റെ ഈ മഹാസമ്മതൻ. "ചാതുർവർണ്യം മയാ സൃഷ്ടത്തിന്റെ" ഈ ബുദ്ധിസ്റ്റ് അവകാശിയെ, ഈ വർണ്ണാശ്രമ പ്രേമിയെ കേട്ടിട്ടില്ല. അല്ലെ?;-))

ദിഗ്ഗ നിഖായയിലെ അഗാന്ന സുത്തയിൽ ബുദ്ധൻ മഹാസമ്മതന്റെയും, നാലു വർണ്ണങ്ങളുടെയും ഉത്ഭവകഥ പറയുന്നുണ്ട്. ആദ്യം പ്രപഞ്ചം ഉണ്ടാകുന്നതും, സസ്യങ്ങളും, മൃഗങ്ങളും, മനുഷ്യരും, ഉണ്ടാകുന്നതും വിവരിച്ച ശേഷം, മനുഷ്യർ നെൽകൃഷി തുടങ്ങുന്നത് വിവരിക്കുന്നു. ആളുകൾ ഭൂമി പകുത്തെടുത്ത് കൃഷി നടത്തുന്നു. അതോടെ

അവരുടെ ഇടയിൽ ആർത്തി വളരുന്നു. ചിലർ മറ്റുള്ളവരുടെ വിളവ് മോഷ്ടിക്കുന്നു. ഇതു വർദ്ധിച്ചതോടെ കള്ളന്മാരെ പിടികൂടി ശിക്ഷിക്കാനും മറ്റും സമയവും, അധ്വാനവും ചിലവാകുന്നതുകൊണ്ട് കൃഷിയിൽ ശരിക്ക് ശ്രദ്ധിക്കാൻ സാധിക്കുന്നില്ല എന്നവർ മനസ്സിലാക്കുന്നു. അതുകൊണ്ട് അവർ ഒരുമിച്ചു കൂടി കൂട്ടത്തിലെ ഏറ്റവും സുന്ദരനും, കഴിവുള്ളവനുമായ ഒരാളെ കുറ്റവാളികളെ ശിക്ഷിക്കാനായി നിയമിക്കുന്നു. അയാളുടെ സേവനങ്ങൾക്കു പ്രതിഫലമായി അവർ കൃഷി ചെയ്യുന്ന നെല്ലിൽനിന്ന് ഒരു ഭാഗം കൊടുക്കാനും തീരുമാനിക്കുന്നു. ഇങ്ങനെ ഭരിക്കാനായി എല്ലാവരുടെയും സമ്മതപ്രകാരം തിരഞ്ഞെടുക്കപ്പെട്ടവനാണ് മഹാസമ്മതൻ. "കൃഷിയിടത്തിന്റെ മേൽനോട്ടക്കാരൻ" എന്ന അർത്ഥത്തിൽ ക്ഷത്രീയൻ എന്ന പേരും അയാൾക്കു സിദ്ധിച്ചു. ധർമ്മം കൊണ്ട് ആളുകളെ സന്തോഷിപ്പിക്കുന്നവൻ എന്ന അർത്ഥത്തിൽ രാജാവ് അഥവാ രാജ എന്നും അയാൾ അറിയപ്പെട്ടു. ഇദ്ദേഹത്തിന്റെ പിന്മുറക്കാരാണ് ക്ഷത്രീയർ.[2]

ആളുകളുടെ ഇടയിൽ ഉണ്ടാകുന്ന കള്ളവും, ചതിയും ഇഷ്ടപ്പെടാത്ത ചിലർ എല്ലാം ഉപേക്ഷിച്ച് കാട്ടിൽ പോയി താമസിച്ച് ധ്യാനിക്കാൻ തീരുമാനിക്കുന്നു. ഇവരാണ് ബ്രാഹ്മണർ. (ഈ കഥയിൽ ക്ഷത്രീയർ ഉണ്ടായ ശേഷമാണ് ബ്രാഹ്മണർ ഉണ്ടാകുന്നത് എന്നു ശ്രദ്ധിക്കുക.) തിന്മയെ "ബഹിഷ്കരിക്കാൻ "(bahenti) തീരുമാനിച്ചവരാണ് ബ്രാഹ്മണർ. ബുദ്ധിസ്റ്റ് വ്യാഖ്യാനപ്രകാരം "ബഹിഷ്കരിക്കുക" എന്നർത്ഥത്തിൽ ഉപയോഗിച്ചിട്ടുള്ള bahenti യിൽ നിന്നാണ് ബ്രാഹ്മണൻ എന്ന വാക്കിന്റെ ഉൽപ്പത്തി. പാപത്തെ ബഹിഷ്കരിച്ചവരാണ് ബ്രാഹ്മണർ (bahitapapo brahmano). ഇവർ രണ്ടു തരമുണ്ട്. ഒരു കൂട്ടർ കാട്ടിൽ ഓലക്കുടിലുകൾ കെട്ടി പാർക്കുന്നു. ഭിക്ഷയെടുക്കാൻ മാത്രം പട്ടണത്തിൽ വരുന്നു. ഭിക്ഷ വാങ്ങിക്കഴിഞ്ഞാൽ തിരിച്ചു കാട്ടിൽ പോയി ധ്യാനത്തിൽ മുഴുകുന്നു. ധ്യാനിക്കുന്നവർ എന്നർത്ഥത്തിൽ അവരെ ജ്യായകർ എന്നു വിളിക്കുന്നു. അവർ അഗ്നിയെ ആരാധിക്കുന്നില്ല എന്ന് ബുദ്ധൻ പ്രത്യേകം പറയുന്നുണ്ട്. ഹോമാഗ്നിയില്ലാതെ എന്ത് ബ്രാഹ്മണൻ? യഥാർത്ഥ ബ്രാഹ്മണർ യാഗം ചെയ്യുന്നവരല്ല എന്നാണ് ബുദ്ധൻ പറഞ്ഞുവരുന്നത്.

ചിലർ ഇങ്ങനെ കാട്ടിൽപോയി ധ്യാനിക്കാതെ ഗ്രാമങ്ങളിലും, പട്ടണങ്ങളിലും തന്നെ താമസിച്ച് ഗ്രന്ഥങ്ങൾ എഴുതുകയും, വേദങ്ങൾ പാരായണം ചെയ്യുകയും ചെയ്യുന്നു. ധ്യാനിക്കാത്ത ഈ ബ്രാഹ്മണരെ അജ്യായകർ എന്നു വിളിക്കുന്നു. ആദ്യകാലങ്ങളിൽ ഇവരെ മികച്ചവരായി കരുതിയിരുന്നില്ല. എന്നാൽ ഇപ്പോൾ (ബുദ്ധന്റെ കാലത്ത്) അവരാണ് പ്രമാണിമാർ.[3]

ഇനി ചിലർ കുടുംബമായി താമസിച്ച് പലതരം കൈത്തൊഴിലുകൾ ചെയ്തും, കച്ചവടം ചെയ്തും ജീവിക്കാൻ തുടങ്ങി. അങ്ങനെ "പലതരം"ജോലികൾ ചെയ്യുന്നവരാണ് വൈശ്യർ. വേട്ടയാടി ജീവിക്കാൻ തീരുമാനിച്ചവരാണ് ശൂദ്രർ. "ഓടിച്ചു പിടിച്ചു ജീവിക്കുന്നവൻ" ആണ് ശൂദ്രൻ.[4]

ഈ നാലു വിഭാഗങ്ങളിൽ നിന്നും അവരവരുടെ വർണ്ണത്തെ വെറുത്ത് അതുപേക്ഷിച്ച ബ്രഹ്മചാരികളായി ജീവിക്കുന്നവരാണ് ശ്രമണർ.[5] ഇതിൽനിന്നു ഒരു കാര്യം വ്യക്തമാണ്. ബ്രാഹ്മണർക്ക് രണ്ടു തരത്തിലുള്ള ആധ്യാത്മിക ജീവിതം സാധ്യമാണ്. ഇലക്കുടിലുകളിൽ താമസിച്ച ധ്യാനിക്കുന്ന ശരിയായ ബ്രാഹ്മണ രീതിയായ ജ്യായകരായും, വീടും, കുടുംബവും ഉപേക്ഷിക്കുന്ന ശ്രമണരായും.

ബുദ്ധൻ ഉപസംഹരിക്കുന്നത് ഇങ്ങനെയാണ്. എല്ലാ വർണ്ണങ്ങളിൽ നിന്നും മികച്ചവർ ഉണ്ടാകാം. ഈ നാലു വർണ്ണങ്ങളിൽ നിന്നുള്ളവരും പാപം ചെയ്താൽ ഒരുപോലെ നരകത്തിൽ പോകും. ആ അർത്ഥത്തിൽ എല്ലാ വർണ്ണങ്ങളും തുല്യരാണ്. അതിനാൽ ബ്രാഹ്മണരാണ് മികച്ചവർ എന്ന് പറയുന്നതിൽ കാര്യമില്ല. നേരത്തെ അമ്പത്തനോട് പറഞ്ഞ കാര്യം തന്നെ ഇവിടെയും ആവർത്തിക്കുന്നുണ്ട്. ബ്രഹ്മാവിന്റെ പുത്രൻ സനത്കുമാരൻ പറയുന്നപോലെ ജന്മം കൊണ്ടാണെങ്കിൽ മികച്ചത് ക്ഷത്രിയൻ ആണെങ്കിലും, ധർമ്മം പാലിക്കുന്നവൻ ഏതു വർണ്ണമായാലും അതിനേക്കാൾ മികച്ചവനാണ്.[6]

ഹ്യയാൻ സാങ്ങ് (602–664 ACE) ഇവിടം സന്ദർശിക്കുന്ന കാലത്തും ബ്രാഹ്മണരിലെ ജ്യായകർ, അജ്യായകർ എന്ന വിഭജനം ഉണ്ടായിരുന്നതായി അദ്ദേഹം സൂചിപ്പിക്കുന്നുണ്ട്. ആദ്യത്തെ കൂട്ടർ അക്കാലത്തും വളരെ ബഹുമാനിക്കപ്പെടുന്നവരാണ്.[7]

മഞ്ജിമ നികായയിലെ അസ്സലായന സൂത്തയിൽ അസ്സലായന എന്ന ബ്രാഹ്മണൻ ബുദ്ധനെ സന്ദർശിക്കുന്ന കഥയുണ്ട്. നാലു വർണ്ണങ്ങളും ശുദ്ധിയുള്ളതാണ് എന്ന് ബുദ്ധൻ അഭിപ്രായപ്പെടുന്നതായി അദ്ദേഹം കേൾക്കുന്നു. എന്നാൽ ബ്രാഹ്മണർ തങ്ങൾ ഉയർന്ന വർണ്ണമാണ്, ബാക്കിയുള്ളവർ താഴെയാണ്, തങ്ങൾ വെളുത്തവരാണ്, ബാക്കി വർണ്ണങ്ങൾ കറുത്ത നിറമാണ്, തങ്ങൾ മാത്രമാണ് ശുദ്ധിയുള്ളവർ, തങ്ങൾ മാത്രമാണ് ബ്രഹ്മാവിന്റെ വായിൽ നിന്നു ജനിച്ചവർ എന്നൊക്കെ സ്വയം കരുതുന്നുണ്ട്. അതേക്കുറിച്ച് ബുദ്ധന് എന്താണ് പറയാനുള്ളത് എന്നാണ് അസ്സലായന ബ്രാഹ്മണനും, കൂടെയുള്ള മറ്റു ബ്രാഹ്മണർക്കും അറിയേണ്ടത്.

ബ്രാഹ്മണ സ്ത്രീകൾക്ക് ആർത്തവം ഉണ്ടാകുന്നതും, അവർ ഗർഭിണികളാകുന്നതും, പ്രസവിക്കുന്നതും, കുഞ്ഞിനെ പാലൂട്ടുന്നതും എല്ലാവരെയും പോലെ തന്നെയാണ്. പിന്നെങ്ങനെയാണ് അവർ മാത്രം മറ്റുള്ളവരേക്കാൾ വ്യത്യസ്തരാണ് എന്നു പറയുക എന്ന് ബുദ്ധൻ മറുപടി പറയുന്നു. (അഗാന്ന സുത്തയിൽ വസേത്ത എന്ന ബ്രാഹ്മണ നോടു പറയുന്ന അതേ ലോജിക്കൽ ഫാലസി. ഓരോ ബ്രാഹ്മണകു ട്ടിയും ബ്രഹ്മാവിന്റെ വായിൽനിന്നു ജനിക്കുന്നു എന്നല്ല അവരുടെ വാദം. ബുദ്ധൻ തന്നെ ഈ വാദം വിഴുങ്ങുന്ന ഒരു ഭാഗം താഴെ ചർച്ച ചെയ്യുന്നുണ്ട്.) അസ്സലായന ബ്രാഹ്മണനും കൂട്ടർക്കും എന്തായാലും ഈ വാദം ബോധിക്കുന്നില്ല.

അടുത്തതായി യവനരുടേയും, കാംബോജരുടെയും ഇടയിൽ ചാതുർവർണ്യം ഇല്ലെന്നും അവർക്കിടയിൽ രണ്ടു ജാതികൾ, അതായത് അടിമകളും, ഉടമകളും മാത്രമേ ഉള്ളൂ എന്നും, അടിമക്ക് വേണമെങ്കിൽ ഉടമയാകാനും സാധ്യമാണ്, അതുപോലെ തിരിച്ചും സംഭവിക്കാം എന്നും ബുദ്ധൻപറയുന്നു. അതിനാൽ ജന്മ ബ്രാഹ്മണ്യം എന്ന സങ്കല്പം മിഥ്യയാണ്. ഈ വാദവും അസ്സലായന ബ്രാഹ്മണനും കൂട്ടർക്കും സമ്മതമാകുന്നില്ല.

മോഷ്ടിച്ചും, കൊല ചെയ്തും ആഭാസനായി ജീവിക്കുന്ന ഒരു ക്ഷത്രിയനും, വൈശ്യനും, ശൂദ്രനും മാത്രമാണോ നരകം കിട്ടുക, അതോ അപ്രകാരം മോശം ജിവിതം നയിക്കുന്ന ബ്രാഹ്മണനും നരകം തന്നെയാണോ കിട്ടുക എന്ന് ബുദ്ധൻ ചോദിക്കുന്നു. മോശം ജീവിതം നയിക്കുന്ന എല്ലാവർക്കും വർണ്ണ വ്യത്യാസമില്ലാതെ നരകം തന്നെയാണ് കിട്ടുക എന്ന് അസ്സലായന ബ്രാഹ്മണൻ സമ്മതിക്കുന്നു. എങ്കിൽ ബ്രാഹ്മണർക്ക് പ്രത്യേക സവിശേഷതയൊന്നും ഇല്ലെന്നു ബുദ്ധനും വാദിക്കുന്നു. ഈ വാദവും അവർക്ക് ബോധ്യമാകുന്നില്ല.

നന്നായി ജീവിക്കുന്ന ബ്രാഹ്മണന് മാത്രമാണോ സ്വർഗ്ഗപ്രാപ്തി ഉണ്ടാകുക, അതോ ക്ഷത്രിയ, വൈശ്യ, ശൂദ്രർക്ക് നന്നായി ജീവിച്ചാൽ സ്വർഗ്ഗം കിട്ടില്ലെന്നുണ്ടോ എന്ന് ബുദ്ധൻ ചോദിക്കുന്നു. നന്നായി ജീവിക്കുന്ന എല്ലാവർക്കും വർണ്ണവ്യത്യാസമില്ലാതെ സ്വർഗ്ഗം ലഭിക്കും എന്ന് അസ്സലായന ബ്രാഹ്മണൻ സമ്മതിക്കുന്നു. എങ്കിൽ ജന്മ ബ്രാഹ്മണ്യത്തിൽ വലിയ കാര്യമില്ലെന്ന് ബുദ്ധൻ. ഇതും അവർക്ക് സമ്മതമാകുന്നില്ല. ബ്രാഹ്മണർക്ക് മാത്രമാണോ നന്മ ചെയ്യാൻ കഴിവുള്ളത്, കുളിച്ചാൽ ശരീരം ശുദ്ധിയാകുന്നത് എന്ന് ബുദ്ധൻ ചോദിക്കുന്നു. അവിടെയും എല്ലാ വർണ്ണത്തിലും പെട്ടവരുടെ കാര്യത്തിലും ഇതൊക്കെ ശരിയാണ് എന്നവർ സമ്മതിച്ചെങ്കിലും ഈ വാദവും അവർ അംഗീകരിക്കുന്നില്ല.

ഇനി ഒരു രാജാവ് എല്ലാ വർണ്ണത്തിലുള്ളവരെയും, അവർണ്ണരെയും (കുട്ട ഉണ്ടാക്കുന്നവർ, കൊല്ലൻമാർ, തോട്ടിപ്പണി ചെയ്യുന്നവർ) വിളിച്ചു കൂട്ടി അരണി കടഞ്ഞ് തീയുണ്ടാക്കാൻ കൽപ്പിച്ചാൽ അവരുണ്ടാക്കുന്ന തീ എല്ലാം ഒന്നു തന്നെ ആയിരിക്കുമോ? എല്ലാവരും ഉണ്ടാക്കുന്ന തീ ഒന്നുതന്നെയായിരിക്കും എന്ന് അസ്സലായന ബ്രാഹ്മണനും കൂട്ടരും സമ്മതിക്കുന്നു. എന്നാലും ബ്രാഹ്മണർ തന്നെയാണ് മുന്തിയവർ എന്ന വാദം ഉപേക്ഷിക്കാൻ അവർ തയ്യാറാകുന്നില്ല.

ഒരു ക്ഷത്രീയന് ഒരു ബ്രാഹ്മണ സ്ത്രീയിൽ പുത്രനുണ്ടായാൽ അയാളെ ക്ഷത്രീയൻ എന്നും, ബ്രാഹ്മണൻ എന്നും വിളിക്കാം. അതുപോലെ ഒരു ബ്രാഹ്മണന് ഒരു ക്ഷത്രീയ സ്ത്രീയിൽ പുത്രനുണ്ടായാൽ അയാളെ ബ്രാഹ്മണൻ എന്നും, ക്ഷത്രീയൻ എന്നും വിളിക്കാം. എന്നാൽ ഒരു പെൺ കുതിരക്ക് ഒരു കഴുതയിൽ നിന്നുണ്ടാകുന്ന കുട്ടി ഈ രണ്ടു വിഭാഗത്തിലും പെടില്ല. അത് കോവർ കഴുതയാണ്. കുതിരയും, കഴുതയും പോലെ രണ്ടു വർഗ്ഗങ്ങളല്ല ബ്രാഹ്മണരും, ക്ഷത്രീയരും എന്നാണ് ബുദ്ധൻ പറയുന്നത്. അസ്സലായന ബ്രാഹ്മണനും കൂട്ടർക്കും ഈ വാദവും തൃപ്തിയാകുന്നില്ല.

ഒരമ്മ പെറ്റ രണ്ടു ബ്രാഹ്മണ സഹോദരർ. ഒരാൾ ഉപനയനം കഴിഞ്ഞ പണ്ഡിതനാണ്. മറ്റേയാൾ നിരക്ഷരൻ. അയാൾ ഉപനയനം കഴിച്ചിട്ടുമില്ല. എങ്കിൽ ആദ്യത്തെ ആൾക്ക് എല്ലായിടത്തും ബഹുമാനം കിട്ടും. പഠിപ്പില്ലാത്തവന് ബഹുമാനം കിട്ടില്ല. ഇനി ഒരമ്മ പെറ്റ രണ്ടു ബ്രാഹ്മണ സഹോദരരിൽ ഉപനയനം കഴിഞ്ഞ പണ്ഡിതൻ സ്വഭാവദൂഷ്യമുള്ളവനും, പഠിപ്പില്ലാത്തവൻ സ്വഭാവശുദ്ധിയുള്ളവനും ആണെങ്കിൽ അയാൾക്കായിരിക്കും ബഹുമാനം കിട്ടുക, അല്ലാതെ പണ്ഡിതനല്ല. അതിനാൽ ജനനത്തിൽ മാത്രം കാര്യമില്ല എന്ന് ബുദ്ധൻ സ്ഥാപിക്കുന്നു.

ഇത് കേട്ടതോടെ അസ്സലായന ബ്രാഹ്മണൻ ഒതുങ്ങുന്നു. അതിനുശേഷം ബുദ്ധൻ ഒരു കഥ പറയുന്നു. ഒരിക്കൽ ഏഴു മുനിമാർക്ക് ബ്രാഹ്മണരാണ് ഏറ്റവും മുന്തിയ വർണ്ണം, അവർ വെളുത്തവരാണ്, ബ്രാഹ്മണർ മാത്രമാണ് ബ്രഹ്മാവിന്റെ പുത്രൻമാർ എന്ന അഭിപ്രായമുണ്ടായി. ദേവല എന്ന കറുത്ത മുനി ഇതു കേട്ട് അവരോട് ഈ വിവരം ചോദിക്കാൻ ചെന്നു. ഈ ഏഴു മുനിമാർ ദേവലനെ ശപിച്ചു ഭസ്മമാക്കാൻ ശ്രമിച്ചെങ്കിലും നടന്നില്ല. പരാജിതരായ അവരോട് ദേവലൻ ഇങ്ങനെ ചോദിക്കുന്നു. നിങ്ങളുടെ മാതാക്കളും അവരുടെ മുൻപുള്ള ഏഴു തലമുറയും ബ്രാഹ്മണരോടൊപ്പം മാത്രമേ പോയിട്ടുള്ളു, വേറെ ആരോടൊപ്പവും പോയിട്ടില്ല എന്ന് നിങ്ങൾക്കുറപ്പുണ്ടോ? അതുപോലെ നിങ്ങളുടെ അച്ഛനും, അദ്ദേഹത്തിന്റെ മുൻപത്തെ ഏഴു

തലമുറയും ബ്രാഹ്മണ സ്ത്രീകളോടൊപ്പം മാത്രമേ പോയിട്ടുള്ളൂ എന്ന് ഉറപ്പാണോ? അല്ല എന്നവർ മറുപടി പറയുന്നു. സ്വന്തം പാരമ്പര്യം പൂർണ്ണമായും ശുദ്ധമാണോ എന്ന് ആർക്കും ഉറപ്പിച്ചു പറയാൻ പറ്റില്ല. സ്ത്രീയും, പുരുഷനും, പുനർജ്ജനിക്കാനുള്ള ജീവനും (gandhabba) ഒരുമിച്ചു ചേരുമ്പോഴാണ് പുതിയ ഭ്രൂണം ഉണ്ടാകുന്നത്. ഇങ്ങനെ പുനർജ്ജനിക്കാൻ തയ്യാറായി വരുന്ന ജീവൻ ബ്രാഹ്മണനാണോ, ക്ഷത്രീയനാണോ എന്നൊന്നും അറിയാൻ സാധിക്കില്ല. അതിനാൽ ഒരാൾ താൻ ജനനം കൊണ്ട് ബ്രാഹ്മണനാണ് എന്ന് മേനി നടിക്കുന്നതിൽ കാര്യമില്ല. രക്തശുദ്ധി പരിഗണിക്കേണ്ടതില്ലാത്ത,അല്ലെങ്കിൽ അടിസ്ഥാനമില്ലാത്ത അവകാശവാദമാണ് എന്നല്ല ബുദ്ധൻ പറയുന്നത്. രക്തശുദ്ധി സംശയലേശമെന്യേ നൂറു ശതമാനം ഉറപ്പാക്കാൻ കഴിയാത്തതു കൊണ്ട് മികവ് തീരുമാനിക്കാൻ അത് പ്രയോജനപ്പെടില്ല എന്നാണ്. (അതായത് ഇന്നത്തെപോലെ ഡി.എൻ.എ ടെസ്റ്റ് നടത്താനുള്ള സൗകര്യം അന്നുണ്ടായിരുന്നെങ്കിൽ ബുദ്ധൻ വർണ്ണശുദ്ധിയെ മേന്മയായി അംഗീകരിക്കുമായിരുന്നു എന്നാണ് മനസ്സിലാക്കേണ്ടത്.)

അസ്സലായന സുത്തയിലെ ഈ ചർച്ചയിലും ബ്രാഹ്മണർ ക്ഷത്രീയരേക്കാൾ മികച്ചവരല്ല എന്നു മാത്രമാണ് ബുദ്ധൻ പ്രധാനമായും സ്ഥാപിക്കാൻ ശ്രമിക്കുന്നത്. മറ്റുള്ള വർണ്ണങ്ങളെക്കുറിച്ചോ, വർണ്ണത്തിന് പുറത്തുള്ളവരെക്കുറിച്ചോ ഇവിടെ പരാമർശിക്കുന്നുപോലുമില്ല. മാത്രമല്ല, ആര്യവ്യവസ്ഥക്കു പുറത്തുള്ള യവനൻമാരുടെയും, കാംബോജരുടേയും ഇടയിൽ ചാതുർവർണ്യം ഇല്ലെന്നും അവിടെ രണ്ടു വിഭാഗം ആളുകൾ (അടിമകളും, ഉടമകളും) മാത്രമേ ഉള്ളൂ എന്നും, സമൂഹത്തിൽ അവരുടെ സ്ഥാനങ്ങൾ മാറാവുന്നതുമാണ് എന്നും ബുദ്ധന് അറിവുണ്ട്. എന്നാൽ ഈ വ്യവസ്ഥ നല്ലതാണെന്നോ, പൂർണ്ണമായ ജാതിരഹിത സമൂഹത്തിലേക്കുള്ള വഴിയായി അത് സ്വീകരിക്കാനോ ബുദ്ധൻ ഒരിക്കലും പറയുന്നില്ല.

അതുപോലെ ദിഗ്ഗ നിഖായയിലെ തേവിജ സുത്തയിലും ബ്രാഹ്മണ്യത്തെക്കുറിച്ചുള്ള ചർച്ചയുണ്ട്. ഒരിക്കൽ ബുദ്ധൻ വളരെ പ്രമാണിമാരായ കുറേ ബ്രാഹ്മണർ വസിക്കുന്ന ഗ്രാമത്തിനടുത്തു താമസിക്കുന്ന കാലത്ത് വസേത്ത, ഭരദ്വാജൻ എന്നീ ബ്രാഹ്മണർ ബുദ്ധനെ കാണാൻ ചെല്ലുന്നു. ബ്രാഹ്മണർ ഓരോരുത്തരും ബ്രഹ്മപദത്തിലെത്താൻ വ്യത്യസ്ത വഴികളാണ് ഉപദേശിക്കുന്നത്. അതിൽ ശരിയായ വഴി ഏതാണ് എന്നാണ് ഇവർക്ക് അറിയേണ്ടത്. അതോ, പട്ടണത്തിലേക്കുള്ള വ്യത്യസ്ത വഴികൾ ഒടുവിൽ അവിടെ എത്തി ചേരുന്ന പോലെ ഈ വഴികളെല്ലാം ഒടുവിൽ ഒരാളെ ബ്രഹ്മപദത്തിലേക്ക് എത്തിക്കുമോ?[8]

മൂന്നു വേദങ്ങളും പഠിച്ച ഈ ബ്രാഹ്മണരോ, അവരുടെ ഏഴു തലമുറ അപ്പുറമുള്ള ഗുരുക്കന്മാരോ, ഇവരുടെ മന്ത്രങ്ങൾ ഉണ്ടാക്കിയ മഹത്തുക്കളോ (ഇവിടെ ബുദ്ധൻ അംബത്ത സുത്തയിലെപോലെ വേദമന്ത്രങ്ങൾ രചിച്ച വാമദേവൻ, വിശ്വാമിത്രൻ, അംഗിരസ്സ്, ഭരദ്വാജൻ, വസിഷ്ഠൻ, കാശ്യപൻ, ഭൃഗു മുതലായവരുടെ പേരെടുത്തു പറയുന്നുണ്ട്.) ബ്രഹ്മാവിന്റെ കാര്യങ്ങൾ തങ്ങൾക്ക് അറിവുണ്ട് എന്നു പറഞ്ഞിട്ടുണ്ടോ എന്നാണ് ബുദ്ധന്റെ ചോദ്യം. ഇല്ല എന്ന് വസേത്തയും, ഭരദ്വാജനും മറുപടി പറയുന്നു.[9]

അങ്ങിനെയെങ്കിൽ ബ്രഹ്മാവിലേക്ക് എത്താനുള്ള വഴി തങ്ങൾക്കറിയാം എന്ന് ഇപ്പോഴത്തെ ബ്രാഹ്മണർ അവകാശപ്പെടുന്നത് അടിസ്ഥാനരഹിതമല്ലേ? വസേത്തയും, ഭരദ്വാജനും അത് ശരിവയ്ക്കുന്നു. അന്ധൻമാർ അന്ധൻമാരെ നയിക്കുന്നപോലെയാണ് ഈ ബ്രാഹ്മണരുടെ പ്രവർത്തി. ഇന്നത്തെ ഈ ബ്രാഹ്മണർ അവർക്ക് അറിഞ്ഞുകൂടാത്ത വഴിയിലൂടെയാണ് ബാക്കിയുള്ളവരെ നയിക്കുന്നത്. മൂന്നു വേദങ്ങളും പഠിച്ച ബ്രാഹ്മണർ ബ്രാഹ്മണർ ചെയ്യേണ്ട കാര്യങ്ങളെ സ്ഥിരമായി അവഗണിക്കുകയും, ചെയ്യേണ്ടാത്ത കാര്യങ്ങൾ സ്ഥിരമായി ചെയ്യുകയും ചെയ്യുന്നു എന്നാണ് ബുദ്ധന്റെ ആരോപണം. ചെയ്യേണ്ട കാര്യങ്ങൾ ചെയ്യാതെ അവർ സോമൻ, വരുണൻ, ബ്രഹ്മാവ്, യമൻ മുതലായവരെ വിളിച്ച് അപേക്ഷിക്കുകയും, അവരെ പുകഴ്ത്തുകയും ചെയ്യുന്നു. അതായത് യാഗം ചെയ്യുന്നതല്ല ശരിയായ ബ്രാഹ്മണ രീതി എന്നാണ് ബുദ്ധൻ പറയുന്നത്. സംയുക്ത നികായയിലെ യജ്ഞസുത്തയിൽ പസേനദി രാജാവ് നടത്തുന്ന ഒരു യാഗത്തെ പരാമർശിച്ചു കൊണ്ട്, ശരിയായ പണ്ഡിതർ മൃഗ ബലിയിൽ പങ്കെടുക്കാറില്ല എന്നു പറയുന്നുണ്ട്.[10] അതുപോലെ അഗ്നിപൂജ ചെയ്യാത്തവരാണ് ശരിയായ ബ്രാഹ്മണർ എന്ന് മുകളിൽ ദിഗ്ഗ നികായയിലെ അഗാന്ന സുത്തയിൽ ബുദ്ധൻ പറയുന്നതും ഇതോടുകൂടി ചേർത്തു വായിക്കുക.

ഈ ബ്രാഹ്മണർ ചെയ്യുന്നപോലെ ദൈവങ്ങളെ വിളിച്ച് അപേക്ഷിക്കുന്നതല്ല "ആര്യൻ" രീതി. പഞ്ചേന്ദ്രിയങ്ങളെ ആനന്ദിപ്പിക്കുന്നതെല്ലാം തടസ്സങ്ങളാണ്. ആര്യമാർഗ്ഗത്തിൽ പറയുന്ന അഞ്ചു തടസ്സങ്ങളിൽ മുങ്ങി കിടക്കുന്ന ഈ ബ്രാഹ്മണർക്ക് മരണശേഷമുള്ള ബ്രഹ്മലോകത്തേക്കുള്ള വഴി അറിയില്ല.[11] ഇപ്പോഴത്തെ ബ്രാഹ്മണർക്ക് ഭാര്യമാരും, സ്വത്തുവകകളും ഉണ്ട്. അങ്ങനെയുള്ള ഭാരം ചുമക്കുന്ന ബ്രാഹ്മണർക്ക് ഇത്തരം ഭാരങ്ങളൊന്നും ഇല്ലാത്ത ബ്രഹ്മാവുമായി ഒരു ബന്ധവുമില്ല.[12]

എന്നാൽ തനിക്ക് ബ്രഹ്മലോകത്തേക്കുള്ള വഴി വ്യക്തമായി അറിയാം എന്ന് ബുദ്ധൻ പ്രഖ്യാപിക്കുന്നു. ലൌകിക ജീവിതത്തിന്റെ കെട്ടുപാടുകൾ ഇല്ലാത്ത ഒരു സന്യാസിക്കു മാത്രമേ ലൌകിക ജീവിതത്തിന്റെ കെട്ടുപാടുകളില്ലാത്ത ബ്രഹ്മാവിനെ അറിയാൻ സാധിക്കൂ. വസേത്തയും, ഭരദ്വാജനും അത് സമ്മതിക്കുന്നു.[13]

(ഇവിടെ ബുദ്ധന്റെ ഒരു ലോജിക്കൽ ഫാലസിയിലേക്ക് ശ്രദ്ധ ക്ഷണിക്കുകയാണ്. മറ്റു ബ്രാഹ്മണർക്ക് അറിവില്ല എന്ന് പ്രഖ്യാപിക്കുന്നത് അവരോട് നേരിട്ടു കാര്യങ്ങൾ ചോദിച്ച് മനസ്സിലാക്കിയിട്ടല്ല. വസേത്തയും, ഭരദ്വാജനും പറയുന്ന സെക്കന്റ് ഹാൻഡ് വിവരങ്ങൾ വച്ചിട്ടാണ്. എന്നാൽ തനിക്ക് എല്ലാ അറിവും ഉണ്ട് എന്ന് ബുദ്ധൻ അങ്ങ് സ്വയം പ്രഖ്യാപിക്കുകയാണ്. ആ ബ്രാഹ്മണരോട് ചോദിച്ചിരുന്നെങ്കിൽ അവരും തങ്ങൾക്ക് എല്ലാ അറിവും ഉണ്ടെന്ന് സ്വയം സർട്ടിഫൈ ചെയ്തേനെ.)

നേരത്തെ അംബത്ത സുത്തയിൽ കണ്ടപോലെ ഇവിടെയും ഇപ്പോഴത്തെ ബ്രാഹ്മണരുടെ സുഖജീവിതത്തോടു മാത്രമാണ് ബുദ്ധന് എതിർപ്പുള്ളത്. അല്ലാതെ വേദങ്ങളോടോ, ബ്രാഹ്മണ്യത്തോടോ അല്ല. യഥാർത്ഥ ബ്രാഹ്മണർ ഹോമം ചെയ്യുന്നവരല്ല. അതൊന്നും ശരിക്കുള്ള "ആര്യൻ" വിജ്ഞാനമല്ല എന്നു പോലും സൂചിപ്പിക്കുന്നുണ്ട്. പണ്ട് നഷ്ടപ്പെട്ടു പോയ ആ വിജ്ഞാനം താൻ പുനഃസ്ഥാപിക്കുകയാണ് എന്ന് ബുദ്ധൻ സംയുക്ത നിഖായയിലെ നഗര സുത്തയിൽ പറയുന്നതും ഇതോടുകൂടി ചേർത്തു വായിക്കണം. ഒരാൾ കാട്ടുമൂടിയ ഒരു പട്ടണം കണ്ടെത്തുകയും അത് എല്ലാ പ്രൌഢിയോടും കൂടി പുനർനിർമ്മിക്കുകയും ചെയ്യുന്നതുപോലെയാണ് തന്റെ പ്രവർത്തിയെന്ന് സംയുക്തനിഖായയിലെ നഗരസുത്തയിൽ ബുദ്ധൻ പറയുന്നത്.[14]

അംഗുത്തര നിഖായയിലെ സോന സുത്തയിൽ പണ്ടത്തെ ബ്രാഹ്മണർ ചെയ്തിരുന്നതും, ഇപ്പോൾ നായ്ക്കൾ മാത്രം ചെയ്യുന്നതുമായ അഞ്ചു കാര്യങ്ങൾ ബുദ്ധൻ പറയുന്നുണ്ട്. പണ്ടത്തെ ബ്രാഹ്മണർ ബ്രാഹ്മണ സ്ത്രീകളുമായി മാത്രമേ ലൈംഗികമായി ബന്ധപ്പെടാറുണ്ടായിരുന്നുള്ളൂ. അബ്രാഹ്മണ സ്ത്രീകളുമായി അവർ ബന്ധപ്പെടാറില്ല. ഇപ്പോളത്തെ ബ്രാഹ്മണർ എല്ലാ വർണ്ണങ്ങളിൽ നിന്നും ഭാര്യമാരെ സ്വീകരിക്കുന്നു. ഇപ്പോൾ നായ്ക്കൾ മാത്രമാണ് സ്വവർഗ്ഗത്തിലെ പെൺജാതിയുമായി മാത്രം ബന്ധപ്പെടുന്നത്. (മനുഷ്യരെല്ലാം ഒരൊറ്റ ജാതിയാണ് എന്ന ദിഗ്ഗ നിഖായയിലെ അഗാന്ന സുത്തയിലെ ബുദ്ധന്റെ നിലപാടിനു വിരുദ്ധമാണ് ഇത്. അബ്രാഹ്മണർ വേറെ ജാതിയാണ് എന്നാണ് ഇവിടെ സൂചന. ഒരുപക്ഷേ ഇപ്പോളുള്ള ബ്രാഹ്മണരെ നായ്ക്കളുമായി

താരതമ്യം ചെയ്ത് അപഹസിക്കുന്ന തിരക്കിൽ സ്വന്തം ഫാലസി ശ്രദ്ധിക്കാതെ പോയതാകാം.)

പണ്ടത്തെ ബ്രാഹ്മണർ അതിന്റെ സമയത്തും, കാലത്തും മാത്രമേ അവരുടെ ഭാര്യയുമായി ബന്ധപ്പെട്ടിരുന്നുള്ളൂ. ഇപ്പോൾ നായ്ക്കൾ മാത്രമാണ് അങ്ങനെ ചെയ്യുന്നുള്ളൂ. ഇപ്പോഴത്തെ ബ്രാഹ്മണർ സമയവും, കാലവും നോക്കാതെ സ്ത്രീകളുമായി ബന്ധപ്പെടുന്നു. പണ്ടത്തെ ബ്രാഹ്മണർ സന്താനോല്പാദനത്തിനായി സ്ത്രീകളെ വാങ്ങുകയും, വിൽക്കുകയും ചെയ്യുമായിരുന്നില്ല. പരസ്പരമുള്ള ആകർഷണത്തിന്റെ അടിസ്ഥാനത്തിലായിരുന്നു ബന്ധങ്ങൾ. ഇപ്പോളത്തെ ബ്രാഹ്മണർ സന്താനോല്പാദനത്തിനായി സ്ത്രീകളെ പണം കൊടുത്തു വാങ്ങുകയും, വിൽക്കുകയും ചെയ്യുന്നു. (സ്ത്രീധനം കൊടുക്കുകയും, വാങ്ങുകയും ആകാം ഉദ്ദേശിക്കുന്നത്.) ഇപ്പോൾ നായ്ക്കൾ മാത്രമാണ് പെൺപട്ടികളെ വാങ്ങുകയും വിൽക്കുകയും ചെയ്യാതെ പരസ്പരമുള്ള ആകർഷണത്തിന്റെ പേരിൽ ബന്ധപ്പെടുന്നത്. പണ്ടത്തെ ബ്രാഹ്മണർ ധനധാന്യങ്ങളും, സ്വർണ്ണവും മറ്റും കെട്ടിപ്പൂട്ടി സൂക്ഷിച്ചിരുന്നില്ല. ഇപ്പോൾ നായ്ക്കൾ മാത്രമാണ് അങ്ങനെ ധനം സംഭരിച്ചു വയ്ക്കാത്തത്. പണ്ടത്തെ ബ്രാഹ്മണർ രാവിലത്തെ ഭക്ഷണത്തിന് രാവിലെയും, വൈകീട്ടത്തെ ഭക്ഷണത്തിനായി വൈകീട്ടുമാണ് യാചിച്ചിരുന്നത്. ഇപ്പോളത്തെ ബ്രാഹ്മണർ മൂക്കറ്റം ഭക്ഷണം കഴിച്ച് വയറും വീർപ്പിച്ചു ബാക്കി ഭക്ഷണവും പൊതിഞ്ഞെടുത്തു കടന്നു കളയുന്നു. ഇപ്പോൾ നായ്ക്കൾ മാത്രമാണ് അതാതു നേരം മാത്രം ഭക്ഷണം തിരഞ്ഞു പോകുന്നത്.[15]

സുത്തനിപാതയിലെ കുലവഗ്ഗയിലെ ബ്രാഹ്മണധമ്മിക സുത്തയിൽ ശരിയായ ബ്രാഹമണരുടെ ലക്ഷണങ്ങളെക്കുറിച്ച് ബുദ്ധൻ ഉത്ബോധിപ്പിക്കുന്നുണ്ട്. ഒരിക്കൽ കോസലരാജ്യത്തെ കുറേ ബ്രാഹ്മണർ ബുദ്ധനെ സന്ദർശിച്ച് ഇപ്പോഴത്തെ ബ്രാഹ്മണരും, പണ്ടത്തെ ബ്രാഹ്മണരും തമ്മിലുള്ള വ്യത്യാസങ്ങൾ ചോദിക്കുന്നു. പണ്ടത്തെ ബ്രാഹ്മണർക്ക് കന്നുകാലികളോ, സ്വത്തുവകകളോ ഇല്ലായിരുന്നു. വിദ്യയായിരുന്നു അവരുടെ ധനം. അവർ സുഖലോലുപരായിരുന്നില്ല. എല്ലാവരും അവരെ ബഹുമാനിച്ചിരുന്നു. ധർമ്മത്തെ രക്ഷിക്കുന്ന ബ്രാഹ്മണരെ ധർമ്മം രക്ഷിച്ചിരുന്നു.[16]

(ഈ സുത്തയിൽ ധർമ്മത്തെ രക്ഷിക്കുന്ന ബ്രാഹ്മണരെ ധർമ്മം രക്ഷിക്കുന്ന എന്ന് ബുദ്ധൻ പറയുന്നുണ്ട്. അതേ കാര്യം തേരാഗാഥ 4.10 ലും കാണാം. [17] ബ്രാഹ്മണ സാഹിത്യമായ മഹാഭാരതത്തിലും, മനുസ്മൃതിയിലും[18] കാണുന്ന പ്രസിദ്ധമായ "ധർമ്മോ രക്ഷതി രക്ഷിത" ബൗദ്ധ സാഹിത്യത്തിലും കാണുന്നത് നമ്മുടെ ബുദ്ധിജീവികളെ

ചിലപ്പോൾ അസ്വസ്ഥരാക്കും.)

പണ്ടത്തെ ബ്രാഹ്മണർ നാല്പത്തെട്ടു വയസ്സു വരെ പഠനവും, വിജ്ഞാന സമ്പാദനവുമായി ആധ്യാത്മിക ജീവിതം നയിച്ചിരുന്നു എന്ന് ബുദ്ധൻ പറയുന്നു. അവർ വേറെ വർണ്ണത്തിൽ നിന്നു ഭാര്യമാരെ സ്വീകരിക്കുകയോ, അവരെ പണം കൊടുത്തു വാങ്ങുകയോ ചെയ്തിരുന്നില്ല. അതായത് ബുദ്ധന്റെ കാലത്ത് ബ്രാഹ്മണർ വർണ്ണസങ്കലന ഭീതിയൊന്നും കൂടാതെ വേറെ വർണ്ണത്തിലെ സ്ത്രീകളെ സ്വീകരിച്ചിരുന്നു എന്നാണ് മനസ്സിലാക്കേണ്ടത്. മുകളിലെ സോനസുത്തയിൽ നായ്ക്കളുമായി താരതമ്യം ചെയ്ത് ഇപ്പോഴത്തെ ബ്രാഹ്മണർ വർണ്ണം നോക്കാതെ ഭാര്യമാരെ തിരഞ്ഞെടുക്കുന്നു എന്ന് ബുദ്ധൻ പരാതിപ്പെടുന്നത് നോക്കുക. (വീണ്ടും, വർണ്ണസങ്കലനം ക്ഷത്രീയരുടെ വേവലാതിയായിരുന്നു. ബ്രാഹ്മണരുടേതായിരുന്നില്ല എന്നല്ലേ ഇത് കാണിക്കുന്നത്?) മാസമുറക്ക് ശേഷമുള്ള കാലത്തല്ലാതെ പണ്ടത്തെ ബ്രാഹ്മണർ ലൈംഗിക ബന്ധം പുലർത്തിയിരുന്നില്ല. അവരിലെ മികച്ചവർക്ക് സ്വപ്നസ്ഖലനം പോലും ഉണ്ടാകുമായിരുന്നില്ലത്രെ. ബുദ്ധൻ സോന സുത്തയിൽ പറയുന്ന കാര്യങ്ങൾ തന്നെയാണ് ഇത്.[19]

അവർ യാഗങ്ങളിൽ പശുഹത്യ ചെയ്തിരുന്നില്ല. പശുവിനെ കുടുംബത്തിലെ അംഗം പോലെ കരുതിയിരുന്നു. അത് ഔഷധം തരുന്നു. അവർ പശുവിനെ ഉപദ്രവിക്കാതിരുന്ന കാലത്തോളം ലോകം സന്തോഷമായിരുന്നു. പശു മാതാവാണ് എന്ന ആശയത്തിന്റെ തുടക്കം ശരിക്കും ബുദ്ധനിൽ നിന്നാകാം. ബ്രാഹ്മണരേക്കാൾ പശുഭക്തിയുടെ ആദ്യ അവകാശികളും ബുദ്ധമതക്കാരാകാം.അംബേദ്ക്കർ അവകാശപ്പെടുന്നപോലെ AD നാലാം നൂറ്റാണ്ടിൽ പെട്ടെന്ന് ഉണ്ടായതല്ല പശുസ്നേഹം.[20]

പിന്നീട് ഇതൊക്കെ മാറി. ബ്രാഹ്മണർ അത്യാഗ്രഹികളായി. രാജാവിനെ നിർബന്ധിച്ച് അശ്വമേധം, നരമേധം മുതലായവ ചെയ്യിച്ച് വൻ മാളികകളും, ആഭരണങ്ങളും, വസ്ത്രങ്ങളും സമ്പാദിക്കാൻ തുടങ്ങി. അങ്ങനെ ബ്രാഹ്മണരുടെ പ്രേരണ മൂലം രാജാവ് ആർക്കും ഒരു ദ്രോഹവും ചെയ്യാത്ത പശുക്കളെ കൊല്ലാൻ തുടങ്ങി.[21]

ഇത് ദൈവകോപത്തിന് ഇടയാക്കി. നേരത്തെ മൂന്നു ദോഷങ്ങൾ മാത്രമാണ് മനുഷ്യർക്കിടയിൽ ഉണ്ടായിരുന്നത്. അത്യാഗ്രഹം, വിശപ്പ്, വാർദ്ധക്യം. പശുക്കളോടുള്ള ദ്രോഹം മൂലം തൊണ്ണൂറ്റിയെട്ട് ദോഷങ്ങൾ കൂടി ഉണ്ടായി. അങ്ങനെ ധർമ്മച്യുതി ഉണ്ടായതുകൊണ്ടാണ് ആളുകൾ തമ്മിലും, ഭാര്യാഭർത്താക്കൻമാർ തമ്മിലും സ്പർധ ഉണ്ടായത്. അതുകൊണ്ടാണ് ആളുകൾ ഭോഗേച്ഛയിൽ

മയങ്ങി അവരുടെ വർണ്ണാശ്രമധർമ്മങ്ങൾ അനുസരിക്കാതായത്. (ആളുകൾ വർണ്ണധർമ്മം അനുസരിക്കാതായത് ബുദ്ധനെ വേവലാതിപ്പെടുത്തുന്നുണ്ട്. എന്നുവച്ചാൽ ബുദ്ധൻ വർണ്ണാശ്രമ ധർമ്മത്തെ അനുകൂലിക്കുന്നു എന്നു തന്നെയാണ് അർത്ഥം.[22] ഈ വർണ്ണാശ്രമ പ്രേമിയെ തന്നെയല്ലേ വർണ്ണവ്യവസ്ഥക്കെതിരെ പട പൊരുതി എന്ന് സങ്കൽപ്പിച്ച് ചിലർ എഴുന്നള്ളിച്ചു നടക്കുന്നത്. ആള് മാറീട്ടൊന്നുമില്ലല്ലോ?)

അംഗുത്തര നികായയിലെ ദോണ സുത്തയിൽ അഞ്ചു തരം ബ്രാഹ്മണരെക്കുറിച്ച് ദോണ എന്ന ബ്രാഹ്മണനോട് ബുദ്ധൻ പറയുന്നുണ്ട്. (I) ബ്രഹ്മ ബ്രാഹ്മണർ II) ദേവ ബ്രാഹ്മണർ (III) പരിധി ലംഘിക്കാത്ത ബ്രാഹ്മണർ (IV) പരിധി ലംഘിക്കുന്ന ബ്രാഹ്മണർ (V) ചണ്ഡാള ബ്രാഹ്മണർ.

ഇതിൽ ബ്രഹ്മ ബ്രാഹ്മണരുടെ പിതാവിന്റെയും, മാതാവിന്റെയും ഏഴു മുൻതലമുറകൾ ശുദ്ധമായിരിക്കും. എന്നുവച്ചാൽ വർണ്ണസങ്കരം സംഭവിച്ചിട്ടുണ്ടാകില്ല. (ഈ ബുദ്ധൻ തന്നെയല്ലേ മുകളിൽ അസ്സലായന സുത്തയിൽ രക്തശുദ്ധി സംശയലേശമെന്യെ തിരിച്ചറിയാൻ മാർഗ്ഗമില്ലാത്തതുകൊണ്ട് അതിൽ കാര്യമില്ല എന്നു പറഞ്ഞത്? ആരോടു ചോദിയ്ക്കാൻ?) ബ്രഹ്മ ബ്രാഹ്മണർ തികഞ്ഞ ബ്രഹ്മചര്യത്തോടെ നാൽപത്തെട്ടു വർഷം വേദമന്ത്രങ്ങൾ പഠിച്ചുകൊണ്ട് ആധ്യാത്മിക ജീവിതം നയിക്കുന്നു. അതിനു ശേഷം ഗുരുവിന് ധർമ്മാനുസരണം പ്രതിഫലം നൽകുന്നു. ധർമ്മാനുസരണം എന്നാൽ കൃഷിയോ, കച്ചവടമോ ചെയ്തോ, കന്നുകാലികളെ വളർത്തിയോ, രാജാവിനെ സേവിച്ചോ, എന്തെങ്കിലും തൊഴിൽ ചെയ്തോ സമ്പാദിച്ച ധനമല്ല, ഭിക്ഷയെടുത്തുള്ള പണം കൊണ്ടുവേണം ഗുരുദക്ഷിണ കൊടുക്കേണ്ടത്. അതിനു ശേഷം താടിയും, മുടിയും വടിച്ചു കളഞ്ഞ് ഭിക്ഷാപാത്രവുമായി ഒരു പോക്ക് പോകുക. മരണശേഷം ഇയാൾ ബ്രഹ്മലോകത്തെത്തും. ഇങ്ങനെ ബ്രഹ്മാവിനു സമനാകുന്ന കൂട്ടരാണ് ബ്രഹ്മ ബ്രാഹ്മണർ.

ദേവ ബ്രാഹ്മണൻ ഗുരുദക്ഷിണ കൊടുക്കുന്നതു വരെ മുകളിൽ പറഞ്ഞ പോലെത്തന്നെയാണ്. ദേവ ബ്രാഹ്മണൻ നാൽപത്തെട്ടു വർഷത്തെ ബ്രഹ്മചര്യത്തിനും, വിദ്യാഭ്യാസത്തിനും ശേഷം ഒരു ബ്രാഹ്മണ സ്ത്രീയെ ഭാര്യയായി സ്വീകരിക്കും. അതൊരിക്കലും ക്ഷത്രീയ, വൈശ്യ, ശൂദ്രരോ, ചണ്ഡാളർ, നായാടികൾ, ഋപ്പകാർ ഇവരിൽ പെട്ട സ്ത്രീകളോ ആയിരിക്കില്ല എന്നു പ്രത്യേകം പറയുന്നുണ്ട്. അതായത് വർണ്ണസങ്കരം ഉണ്ടാകില്ല.[23] ഇവർ ബന്ധപ്പെടുന്നത് സന്താനോൽപാദനത്തിനു മാത്രമായിരിക്കും, അല്ലാതെ ശാരീരിക

സുഖത്തിനല്ല.[24] സന്താനമുണ്ടായിക്കഴിഞ്ഞാൽ പിന്നെ താടിയും, മുടിയും വടിച്ച് ഭിക്ഷാപാത്രവുമായി ബ്രഹ്മ ബ്രാഹ്മണനെപ്പോലെ തെണ്ടാനിറങ്ങാം. മരണശേഷം ഇയാൾ ദേവലോകത്തെത്തും. ദേവനു സമനാകുന്ന ഇത്തരക്കാരാണ് ദേവ ബ്രാഹ്മണർ.

പരിധി ലംഘിക്കാത്ത ബ്രാഹ്മണൻ വിവാഹം കഴിക്കുന്നതു വരെ മുകളിൽ പറഞ്ഞതു തന്നെ. കുട്ടിയുണ്ടായിട്ടും കുടുംബം ഉപേക്ഷിക്കാതെ ഇയാൾ ഗൃഹസ്ഥനായി ജീവിക്കുന്നു. പണ്ടത്തെ ബ്രാഹ്മണരുടെ ചെയ്തികളുടെ പരിധി ലംഘിക്കാത്ത ഇയാളാണ് പരിധി ലംഘിക്കാത്ത ബ്രാഹ്മണൻ.

പരിധി ലംഘിക്കുന്ന ബ്രാഹ്മണൻ ഗുരുദക്ഷിണ കൊടുക്കുന്നതു വരെയുള്ള കാര്യങ്ങൾ പഴയപോലെതന്നെ. ഇവർ ഭാര്യയെ സ്വീകരിക്കുന്നത് മുകളിൽ കണ്ടപോലെ ധർമ്മാനുസരണം മാത്രമായിരിക്കില്ല. അവർ സ്ത്രീധനം വാങ്ങിയോ, കൊടുത്തോ ഭാര്യയെ സ്വീകരിക്കും. ഇവർ ജാതി നോക്കാതെ എല്ലാതരം സ്ത്രീകളേയും സ്വീകരിക്കും. (വർണ്ണസങ്കരം നടത്താൻ ഇവർക്ക് മടിയില്ല.) [25] ഇവരുടെ ബ്രാഹ്മണ ഭാര്യ സന്താനോത്പാദനത്തിനു മാത്രമല്ല, ശാരീരിക സുഖത്തിനും വിനോദത്തിനും കൂടിയാണ്.[26] പുരാതന ബ്രാഹ്മണരുടെ പരിധി ലംഘിക്കുന്ന ഇവരാണ് പരിധി ലംഘിക്കുന്ന ബ്രാഹ്മണർ. (ഇന്നത്തെ കണക്കിൽ ഡീസന്റായി ജീവിക്കുന്നത് ഈ പരിധി ലംഘിക്കുന്ന ബ്രാഹ്മണനാണ് എന്നു പറയാം.)

ചണ്ഡാള ബ്രാഹ്മണരുടെ വിദ്യാഭ്യാസകാലം നേരത്തെ പറഞ്ഞ പോലെ തന്നെയാണ്. പക്ഷേ ഇവർ ഗുരുദക്ഷിണ കൊടുക്കുന്നത് കൃഷിയോ, കച്ചവടമോ ചെയ്തോ, എന്തെങ്കിലും തൊഴിലെടുത്തോ ആയിരിക്കും, പിച്ചയെടുത്തു മാത്രമായിരിക്കില്ല. അതുപോലെ വിവാഹം ചെയ്യുന്നതും ധർമ്മാനുസരണം മാത്രമായിരിക്കില്ല. എല്ലാ തരം സ്ത്രീകളുമായി ഇവർ ബന്ധപ്പെടും. ഇവരുടെ ബ്രാഹ്മണ ഭാര്യ സന്താനോത്പാദനത്തിനു മാത്രമല്ല, ശാരീരിക സുഖത്തിനും വിനോദത്തിനും കൂടിയായിരിക്കും. ഇവർ ജീവിക്കാനായി എല്ലാ തരം ജോലികളും ചെയ്യും. അഗ്നി ശുദ്ധവും, അശുദ്ധവും ആയ എല്ലാം ദഹിപ്പിക്കുമ്പോഴും അതിനെ അശുദ്ധി ബാധിക്കാത്തപോലെയാണ് തങ്ങൾ എന്നാണ് ഇവരുടെ അവകാശവാദം. ഇവരാണ് ചണ്ഡാള ബ്രാഹ്മണർ.

ഇവിടെയൊക്കെ ബ്രാഹ്മണർ മറ്റു ജാതി സ്ത്രീകളുമായി ബന്ധപ്പെടുന്നതാണ്, അതായത് ബ്രാഹ്മണർ വർണ്ണസങ്കരം കാര്യമായി പരിഗണിക്കാത്തതാണ് അവരുടെ പദവി കുറക്കുന്നത്. നീചജാതി സ്ത്രീകളെ ഭാര്യയായി സ്വീകരിക്കുന്നവർ പരിധി ലംഘിച്ച ബ്രാഹ്മണരാണ്

എന്നാണ് ബുദ്ധൻ പറയുന്നത്. ചണ്ഡാളൻ എന്ന വാക്ക് ഏറ്റവും തരം താണവരെ സൂചിപ്പിക്കാനാണ് ബുദ്ധൻ ഉപയോഗിക്കുന്നത്. ഈ ബുദ്ധനെയാണ് നമ്മൾ ജാതീയതക്കെതിരെ പടപൊരുതി എന്നു പറഞ്ഞു കൊണ്ടുനടക്കുന്നത്. ബുദ്ധൻ തീരെ വിലകുറച്ചു കാണുന്ന ചണ്ഡാള ബ്രാഹ്മണനാണ് സത്യത്തിൽ ഈ കൂട്ടത്തിൽ ഏറ്റവും നല്ല രീതിയിൽ ജീവിക്കുന്നത്. അവർ ഇരന്നു ജീവിക്കാതെ പണിയെടുത്തു ജീവിക്കുന്നു. മിശ്രവിവാഹം കഴിച്ച് ഭാര്യയും, കുട്ടികളുമായി കുടുംബമായി സുഖമായി ജീവിക്കുന്നു. ഇരന്നു ജീവിക്കുന്ന, കുട്ടിയെ ഉണ്ടാക്കി കടന്നു കളയുന്നവനാണ് ബുദ്ധന്റെ ദേവ ബ്രാഹ്മണൻ. (ഈ നിർവ്വചനപ്രകാരം ബുദ്ധൻ ഒരു ദേവ ബ്രാഹ്മണനാണ് എന്നു പറയാം.)

ദശ ബ്രാഹ്മണ ജാതക (No. 495) എന്ന ജാതകകഥയിൽ പത്തു തരം ബ്രാഹ്മണരെക്കുറിച്ച് പറയുന്നുണ്ട്. കുരു രാജ്യത്തെ ഇന്ദ്രപ്രസ്ഥ എന്ന നഗരത്തിൽ കൗരവ കുലത്തിൽ പെട്ട യുധിട്ടിര രാജാവും, അദ്ദേഹത്തിന്റെ മന്ത്രിയും, ഉപദേഷ്ടാവുമായ വിദുരരുമാണ് ഈ കഥയിലെ കഥാപാത്രങ്ങൾ. (നമ്മുടെ മഹാഭാരതത്തിലെ ആളുകൾ തന്നെ.)

യുധിട്ടിര രാജാവ് ദാനധർമ്മങ്ങൾ ചെയ്യാനായി നല്ല ബ്രാഹ്മണരെ അന്വേഷിക്കുകയാണ്. നല്ല ബ്രാഹ്മണരെ രാജ്യത്ത് കിട്ടാനില്ലാതായിരിക്കുന്നു. ബ്രാഹ്മണർ പത്തു തരമുണ്ട് എന്ന് വിദുരർ പറയുന്നു. തോൾസഞ്ചിയിൽ മരുന്നു ചെടികളും, മന്ത്രവാദവും ഒക്കെയായി വൈദ്യവൃത്തി ചെയ്തു നടക്കുന്ന ബ്രാഹ്മണർ, രഥം ഓടിച്ചും, സന്ദേശവാഹകരായും, ഭൃത്യരായും പണിയെടുക്കുന്ന ബ്രാഹ്മണർ, രാജാവിന്റെ സ്തുതിപാഠകരായി നടക്കുന്ന ബ്രാഹ്മണർ, മുടിയും, നഖങ്ങളും വളർത്തി പിച്ചക്കാരെപ്പോലെ വൃത്തിയില്ലാതെ നടക്കുന്ന ബ്രാഹ്മണർ, പഴങ്ങളും, പലവക സാധനങ്ങളും വിൽപന നടത്തി കച്ചവടക്കാരെപ്പോലെ ജീവിക്കുന്ന ബ്രാഹ്മണർ, ആടിനെ വളർത്തിയും, പെണ്മക്കളെ സ്വർണ്ണത്തിനു പകരം വിറ്റും ജീവിക്കുന്ന വൈശ്യരെയും, അംബത്തജാതിയേയും പോലെ ജീവിക്കുന്ന ബ്രാഹ്മണർ (അംബത്തൻ മിശ്രജാതിയാണ് എന്നു നേരത്തെ പറഞ്ഞിരുന്നു. സ്മൃതികളും, ചാണക്യന്റെ അർത്ഥശാസ്ത്രവും പറയുന്നത് ബ്രാഹ്മണ പിതാവിന്റെയും, വൈശ്യ മാതാവിന്റെയും സന്തതിയാണ് അംബത്തൻ എന്നാണ്), ജ്യോത്സ്യൻമാരായും, മൃഗങ്ങൾക്ക് ചാപ്പ കുത്തിയും, അവയെ കൊന്നും, കശാപ്പുകാരായും ജീവിക്കുന്ന ബ്രാഹ്മണർ, വാളും, പരിചയും, പരശുവുമേന്തി കച്ചവട സംഘങ്ങളുടെ അകമ്പടിക്കാരായി, പടയാളികളെപ്പോലെ ജീവിക്കുന്ന ബ്രാഹ്മണർ,

കെണികൾ ഉണ്ടാക്കി മീനിനെയും, ആമയേയും, കാട്ടുപൂച്ചയെയും മറ്റും പിടിക്കുന്ന, വേട്ടക്കാരെപ്പോലെ ജീവിക്കുന്ന ബ്രാഹ്മണർ, പണത്തിനായി സോമയാഗത്തിൽ രാജാവിന്റെ കട്ടിലിനടിയിൽ രാജാവിനെ അഭിഷേകം ചെയ്യുന്ന വെള്ളം തലയിൽ സ്വീകരിക്കുന്ന ക്ഷുരകരെപ്പോലുള്ള ബ്രാഹ്മണർ, (സോമയാഗത്തിൽ രാജാവിന്റെ തലയിൽ അഭിഷേകം ചെയ്യുന്ന വെള്ളം സ്വീകരിക്കാൻ ഒരു ബ്രാഹ്മണൻ അടിയിൽ കിടക്കും. രാജാവിന്റെ കഴുകികളയുന്ന "പാപങ്ങൾ" സ്വീകരിക്കുന്ന ഇയാൾക്ക് അതിനുള്ള പ്രതിഫലം കിട്ടും.) ഇങ്ങനെ പലതരത്തിലുള്ള ബ്രാഹ്മണരുണ്ട്.

തനിക്കു വേണ്ടത് ഇത്തരം ബ്രാഹ്മണരെയല്ല എന്ന് രാജാവ് പറയുന്നു. ഇവരൊന്നും ശരിയായ ബ്രാഹ്മണരല്ല. ഇവരെല്ലാം അവരുടെ ബ്രാഹ്മണത്വം നഷ്ടപ്പെടുത്തിയിരിക്കുന്നു. ഇവരെല്ലാം പേരിൽ മാത്രമാണ് ബ്രാഹ്മണർ. ബുദ്ധിമാൻമാരും, ദുഷ്ടബുദ്ധികളുമല്ലാത്ത അവർ ഒരു നേരം മാത്രം ഭക്ഷണം കഴിക്കുന്ന, മദ്യപിക്കാത്ത, തപസ്സു ചെയ്യുന്ന നല്ല ബ്രാഹ്മണർ ദുർലഭമായെങ്കിലും ഉണ്ട്. അങ്ങനെ ഹിമാലയത്തിൽ തപസ്സു ചെയ്യുന്ന അത്തരം അഞ്ഞൂറു സന്യാസിമാരെ രാജാവ് കണ്ടെത്തി അവർക്ക് ഭക്ഷണം കൊടുത്തു സന്തോഷിപ്പിച്ചു എന്നാണ് കഥ. അക്കാലത്ത് ബ്രാഹ്മണർ എല്ലാതരം തൊഴിലുകളിലും ഏർപ്പെട്ടിരുന്നു എന്നും, അത് നിലവാരമില്ലാത്ത കാര്യമായി ബുദ്ധൻ കരുതിയിരുന്നു എന്നുമാണ് ഈ കഥ നൽകുന്ന സൂചന.

അപ്പോൾ കാര്യം വളരെ വ്യക്തമാണ്. ബുദ്ധന്റെ കാലത്തെ ബ്രാഹ്മണർ സുഖലോലുപരാണ്. (അവർ ഡീസന്റായി തൊഴിലെടുത്തു ജീവിക്കുന്നു എന്നും പറയാം.) അതു മാത്രമാണ് ബുദ്ധന്റെ പ്രശ്നം. പണ്ടത്തെ ബ്രാഹ്മണർ അങ്ങനെയൊന്നും ആയിരുന്നില്ല. ബുദ്ധൻ ധാരാളം ഇടങ്ങളിൽ "യഥാർത്ഥ ബ്രാഹ്മണൻ" ആരാണ് എന്നു പറയുന്നുണ്ട്. പട്ടിണികൊണ്ട് ഉണങ്ങി ചുരുണ്ട രൂപമായിരിക്കണം ഒരു ബ്രാഹ്മണന്റേത്. ധർമ്മപദത്തിലെ മുന്നൂറ്റി തൊണ്ണൂറ്റഞ്ചാം ശ്ലോകത്തിൽ ബുദ്ധൻ ഇതു പറയുന്നുണ്ട്. ദ്രവിച്ച വസ്ത്രങ്ങൾ ധരിച്ചും, മെലിഞ്ഞും, ദേഹത്ത് ധമനികൾ തെളിഞ്ഞും, വനത്തിലിരുന്നു ധ്യാനിച്ചും വരുന്ന ഒരാളെയാണ് ഞാൻ ബ്രാഹ്മണൻ എന്നു പറയുന്നത്.[27]

ധർമ്മപദത്തിലെ ഇരുപത്താറാം അധ്യായം മുഴുവനും (ആ അധ്യായത്തിന്റെ പേര് തന്നെ ബ്രാഹ്മണവഗ്ഗ എന്നാണ്) നാൽപത്തിൽ പരം ശ്ലോകങ്ങൾ (383 മുതൽ 423 വരെ) ബുദ്ധൻ ബ്രാഹ്മണനു നൽകുന്ന നിർവ്വചനങ്ങളാണ്. അതിലെ ചില ഉദാഹരണങ്ങൾ നോക്കൂ.

“ഒരു മനുഷ്യൻ ജട കൊണ്ടോ, ഗോത്രം കൊണ്ടോ, ജനനം കൊണ്ടോ ബ്രാഹ്മണനായിത്തീരുന്നില്ല. ഏതൊരുത്തനിൽ സത്യവും, ധർമ്മവും, ഉണ്ടോ അവനാകുന്നു പരിശുദ്ധൻ. അവൻ തന്നെയാണ് ബ്രാഹ്മണൻ.”[28]

“താമരയിലയിൽ വെള്ളമെന്ന പോലെയും സൂചിയുടെ അഗ്രത്തിൽ കടുകുമണി എന്ന പോലെയും ഏതൊരാളിൽ കാമാദികൾ പറ്റുന്നില്ലയോ അയാളെയാണ് ഞാൻ ബ്രാഹ്മണൻ എന്ന് പറയുന്നത്.”[29]

“പൂർവ്വ ജനനമരണ ജ്ഞാനമുള്ളവനായി,സ്വർഗ്ഗ നരക ജ്ഞാനമുള്ളവനായി, നിർമ്മല ജ്ഞാനകാരണമായ വിഷയാവാസനാരാഹിത്യമുള്ളവനായി,രാഗദ്വേഷാദി ദോഷരഹിതനായി,സിദ്ധശിരോമണി പരമഹംസനായിട്ടുള്ളവനെയാണ് ഞാൻ ബ്രാഹ്മണനെന്ന് പറയുന്നത്.”[30]

ബോധോദയത്തിനു ശേഷം ബുദ്ധന്റെ ആദ്യത്തെ സംഭാഷണം തന്നെ ആരാണ് ശരിയായ ബ്രാഹ്മണൻ എന്നതിനെക്കുറിച്ചായിരുന്നു. ബോധോദയം കിട്ടിയ സന്തോഷത്തിൽ ബുദ്ധൻ ഒരു ആൽമരച്ചോട്ടിൽ ഇരിക്കവെ (ഇടയന്മാരുടെ ആൽമരം-goatherd's tree) ഒരു ബ്രാഹ്മണൻ പിറുപിറുത്തുകൊണ്ട് ബുദ്ധന്റെ അടുത്തെത്തി ആരാണ് ബ്രാഹ്മണൻ, എന്താണ് ബ്രാഹ്മണ ലക്ഷണം എന്നു ചോദിച്ചു. ധർമ്മപദത്തിലെ ബ്രാഹ്മണവഗ്ഗയിൽ പറയുന്ന തരം നിർവ്വചനം തന്നെയാണ് ബുദ്ധൻ ഇദ്ദേഹത്തോടും പറയുന്നത്. നേരത്തെ ദിഗ്ഗനിഖായയിലെ അഗാന്ന സുത്തയിൽ കണ്ട, പാപത്തെ “ബഹിഷ്കരിക്കാൻ“ “(bahenti) തീരുമാനിച്ചവരാണ് ബ്രാഹ്മണർ എന്നാണ് ഇവിടെയും ബ്രാഹ്മണനു ബുദ്ധൻ നൽകുന്ന നിർവ്വചനം.[31] പാപത്തെ ബഹിഷ്കരിച്ചവരാണ് ബ്രാഹ്മണർ (bahitapapo brahmano).

ഒരിക്കൽ കൂട്ടം ഭിക്ഷുക്കളെ കണ്ടപ്പോൾ ബുദ്ധൻ അവരെ “ബ്രാഹ്മണരേ” എന്നു വിളിച്ചാണ് സ്വാഗതം ചെയ്തത്. ജന്മബ്രാഹ്മണനായ ഒരു ശിഷ്യൻ ബ്രാഹ്മണരല്ലാത്തവരും ഉൾപ്പെടുന്ന ആ കൂട്ടത്തെ ബ്രാഹ്മണർ എന്നു വിളിക്കുന്നതിൽ സംശയം പ്രകടിപ്പിച്ചപ്പോൾ ബുദ്ധൻ പറയുന്നത് ഇതേ കർമ്മ ബ്രാഹ്മണ്യത്തിന്റെ കാര്യം തന്നെയാണ്. പാപത്തെ ബഹിഷ്കരിച്ചവരാണ് ബ്രാഹ്മണർ. ദിഗ്ഗ നിഖായയിലെ അഗാന്ന സുത്തയിൽ കണ്ട, ദുഷ്ടതയെ ബഹിഷ്കൃതരാക്കിയവരാണ് ബ്രാഹ്മണർ എന്ന ആശയം തന്നെയാണ് ഇവിടെയും പറയുന്നത്. “ബ്രാഹ്മണൻ“, “ബാഹിത” എന്നീ വാക്കുകൾ കൊണ്ടുള്ള കളിയാണ് ഈ നിർവ്വചനങ്ങൾ.[32]

വേറെയും ഇടങ്ങളിൽ ഇങ്ങനെ ബ്രാഹ്മണൻ, ബാഹിത (ബഹിഷ്കരിക്കുക) എന്നീ വാക്കുകൾ കൊണ്ടുള്ള കളി ഉപയോഗിക്കുന്നുണ്ട്. ഉദാഹരണത്തിന് ധർമ്മപദത്തിലെ മുന്നൂറ്റിഎൺപത്തിയെട്ടാം ശ്ലോകം.[33]

ഉദാനയിലെ ഹ്ഹങ്ക സുത്തയിൽ ഒരു ബ്രാഹ്മണൻ ശരിയായ ബ്രാഹ്മണരുടെ ലക്ഷണങ്ങൾ ചോദിക്കുമ്പോഴും ബുദ്ധൻ സമാനമായ മറുപടിയാണ് നൽകുന്നത്. ഇവിടെ ജ്ഞാനത്തിന്റെ അഥവാ വേദത്തിന്റെ അറ്റം (വേദാന്തം) അറിഞ്ഞവനാണ് യഥാർത്ഥ ബ്രാഹ്മണൻ എന്നും ബുദ്ധൻ പറയുന്നുണ്ട്.[34] ബുദ്ധ ആരാധകർക്ക് ബുദ്ധന്റെ "വേദവിരോധം" നന്നായി മനസ്സിലായല്ലോ.അല്ലെ?

ബ്രാഹ്മണൻ എന്നത് ബുദ്ധിസത്തിൽ ഒരു വെറുക്കപ്പെട്ട വാക്കൊന്നും ആയിരുന്നില്ല. ബുദ്ധൻ തന്നെ തന്റെ ശിഷ്യനായ മഹാകാശ്യപനെ ബ്രാഹ്മണൻ എന്ന് വിശേഷിപ്പിക്കുന്നുണ്ട്.[35] ദിഗ്ഗനികായയിൽ ഒരിടത്ത് സപ്തർഷികളിലൊരാളും, ബ്രാഹ്മണനുമായ അംഗിരസ്സിനെ ബുദ്ധനുമായി തുല്യപ്പെടുത്തി പറയുന്നത് കാണാം.[36] അതുപോലെ സംയുക്ത നികായയിലും ബുദ്ധനെ അംഗിരസ്സുമായി ഉപമിക്കുന്നുണ്ട്. അതായത് ബ്രാഹ്മണർ, പണ്ടത്തെ ആണെങ്കിൽ ഒരു കുഴപ്പവുമില്ല.[37]

ഇതൊന്നും കൂടാതെ ബുദ്ധൻ സ്വയവും ബ്രാഹ്മണൻ എന്ന് വിശേഷിപ്പിച്ചിട്ടുണ്ട്.[38] ഇവിടെ ശിഷ്യരെല്ലാം തന്റെ വായിൽനിന്നു ജനിച്ചവരാണ് എന്നാണ് ബുദ്ധൻ പറയുന്നത്. അപ്പോൾ ഈ വായിൽനിന്നു ജനിക്കുക വാച്യാർഥത്തിൽ എടുക്കേണ്ടതല്ല എന്ന് ബുദ്ധന് അറിയായ്കയില്ല. അപ്പോൾ ബ്രാഹ്മണർ ബ്രഹ്മാവിന്റെ വായിൽ നിന്നാണ് ജനിക്കുന്നത് എന്ന അവകാശവാദത്തെ പ്രതിരോധിക്കാൻ തികച്ചും അസംബന്ധമായ ഒരു വാദം കൊണ്ടുവന്നതെന്തിനായിരുന്നു?

മിലിന്ദ പ്രശ്ന എന്ന ബുദ്ധിസ്റ്റ് ഗ്രന്ഥത്തിൽ മിലിന്ദ രാജാവ് ഉന്നയിക്കുന്ന ഒരു സംശയം തന്നെ ക്ഷത്രീയനായ ബുദ്ധൻ സ്വയം ബ്രാഹ്മണൻ എന്ന് വിശേഷിപ്പിച്ചത് എങ്ങനെ ശരിയാകും എന്നാണ്.[39]

നാഗസേനയുടെ ഇതിനുള്ള ഉത്തരം ബ്രാഹ്മണൻ എന്നതിന്റെ പുനർ നിർവ്വചനമാണ്. പരിഹാസ്യമായ "circular argument" എന്ന ന്യായ വൈകല്യമാണ് നാഗസേന പുറത്തെടുക്കുന്നത്. ആദ്യം ബ്രാഹ്മണൻ എന്ന വാക്കിനെ ബുദ്ധൻ എന്നു നിർവ്വചിച്ചു. ബുദ്ധൻ = ബ്രാഹ്മണൻ (this is the name of the Buddhas, the Blessed Ones) എന്നിട്ട് അതിൽനിന്നുള്ള നിഗമനം, ബുദ്ധൻ ഒരു ബ്രാഹ്മണനാണ്.....!!.. [40] അതാണ് ബുദ്ധിസ്റ്റ് ലോജിക്.

മിലിന്ദ പ്രശ്നത്തിൽ വേറെ ഒരിടത്തും ബുദ്ധൻ സ്വയം ബ്രാഹ്മണൻ എന്ന് വിശേഷിപ്പിച്ചതിനെ സാധൂകരിക്കുന്ന ഭാഗമുണ്ട്. ഇവിടെയും ബുദ്ധന്റേത് കർമ്മബ്രാഹ്മണ്യമാണ് എന്നാണ് നാഗസേന പറയുന്നത്.[41]

സ്വയം ബ്രാഹ്മണൻ എന്നു വിളിക്കുന്ന ബുദ്ധൻ ബ്രാഹ്മണ വിരോധിയാകുന്നതെങ്ങിനെ? ഈ പ്രശ്നം ഉള്ളതുകൊണ്ടാകാം, ബുദ്ധൻ ഒരിക്കലും സ്വയം ബ്രാഹ്മണൻ എന്ന് വിശേഷിപ്പിച്ചിട്ടില്ല, അതിനു ഒരു ഗ്രന്ഥത്തിലും തെളിവില്ല എന്ന് ഏതോ "അംബേദ്ക്കർ വിശ്വാസി" ചുമ്മാ തട്ടിമൂളിക്കുന്ന ഒരു ലേഖനം ഒരിക്കൽ കണ്ടിരുന്നു. (ബുദ്ധനെ ഒന്ന് വെളുപ്പിച്ചെടുക്കാൻ എന്തൊക്കെ മറച്ചു വയ്ക്കണം, വളച്ചൊടിക്കണം?) ബുദ്ധൻ സ്വയം ബ്രാഹ്മണൻ എന്ന് കരുതിയിരുന്നതായി തെളിഞ്ഞാൽ പിന്നെ ബ്രാഹ്മണവിരോധി എന്ന ലേബലിൽ ബുദ്ധനെ മാർക്കറ്റ് ചെയ്യാൻ പറ്റുമോ? മഞ്ജിമ നിഖായയിലെ ശുഭ സൂത്തയിൽ ബ്രാഹ്മണരുടെ ഗുണങ്ങളായി പറയുന്ന തപസ്സ്, സത്യസന്ധത, ബ്രഹ്മചര്യം, അധ്യയനം, ത്യാഗം മുതലായവ തന്നെയാണ് മഹാഭാരതത്തിലും ബ്രാഹ്മണരുടെ ഗുണങ്ങളായി പറഞ്ഞിട്ടുള്ളത്. അതിനാൽ ബുദ്ധൻ ബ്രാഹ്മണവിരോധിയായിരുന്നു എന്ന് പറഞ്ഞുകൊണ്ട് ദയവായി ഇനി ആരും വരരുത്.

വേദവിരുദ്ധമായ വിമത മതങ്ങളുടെ (മുഖ്യമായും ബുദ്ധ, ജൈന മതങ്ങൾ) പ്രവർത്തനഫലമായി നാലു വർണ്ണങ്ങളും, അവയിൽ പെടാത്ത പഞ്ചമരും കൂടാതെ വേറൊരു വിഭാഗം കൂടി പുരാതന ഇന്ത്യയിൽ ഉടലെടുത്തിരുന്നു. വർണ്ണം ഉപേക്ഷിച്ച സന്യാസജീവിതം നയിക്കുന്നവർ. ബ്രാഹ്മണ വർണ്ണത്തിൽ നിന്ന് അപ്രകാരം പുറത്തു പോകുന്നവരെ പരിവ്രാജകർ അല്ലെങ്കിൽ സാധു എന്നും, ബുദ്ധമതത്തിൽ ചേരുന്ന അത്തരക്കാരെ ഭിക്ഷു എന്നും, ജൈന വിശ്വാസം സ്വീകരിക്കുന്നവരെ യതി അല്ലെങ്കിൽ സാധു എന്നുമൊക്കെയാണ് വിളിച്ചിരുന്നത്. ഇവരെ പൊതുവായി ശ്രമണർ എന്നാണ് പറയുന്നത്. ഇവരുടെ ഉത്ഭവത്തെക്കുറിച്ച് ബുദ്ധൻ വിവരിക്കുന്നത് മുകളിൽ അഗാന്ന സുത്തയിൽ ചർച്ച ചെയ്തിരുന്നു. ഇവർ സമൂഹത്തിലെ എല്ലാവരാലും ഒരുപോലെ ബഹുമാനിക്കപ്പെട്ടിരുന്നു. സമുദ്രത്തിൽ ചേരുന്ന നദികൾ അവയുടെ വ്യത്യസ്ത പേരുകൾ ഉപേക്ഷിച്ച് ഒന്നാകുന്നപോലെ നാലു വർണ്ണങ്ങളിലും പെട്ടവർ ബുദ്ധമാർഗ്ഗത്തിൽ പ്രവേശിക്കുമ്പോൾ അവരുടെ കുടുംബനാമവും, വർണ്ണവും നഷ്ടപ്പെട്ട് ശ്രമണൻ ആകുന്നു.[42]

മെഗസ്തനീസും (BC350-290 BC) പുരാതന ഇന്ത്യയിൽ ഇങ്ങനെ രണ്ടു തരം തത്വജ്ഞാനികൾ ഉള്ളതായി പറയുന്നുണ്ട്. ബ്രാഹ്മണരും,

ശ്രമണരും. രണ്ടു കൂട്ടരും പുരാതന ഇന്ത്യയിൽ ഒരുപോലെ ബഹുമാനിക്കപ്പെട്ടുന്നവരായിരുന്നു.[43]

അതായത് വേദ വിശ്വാസികളായ പണ്ഡിതരായ ബ്രാഹ്മണരും, വേദ വിരുദ്ധ പണ്ഡിതരായ ശ്രമണരും. (ശ്രമണൻ എന്നാൽ സന്യാസി എന്നാണ് പൊതുവായ അർത്ഥം. ബുദ്ധന്റെ സന്യാസിമാരെ ശ്രമണ ശാക്യപുത്ര, ജൈന സന്യാസിമാരെ ശ്രമണ നിർഗ്രന്ഥ എന്നാണ് പാലി കൃതികളിൽ പറയുന്നത്.) ശ്രമണരുടെ കൂട്ടത്തിൽ ഏറ്റവും മികച്ച ആളുകൾ ഹൈലോബി എന്നറിയപ്പെട്ടുന്നവരാണെന്ന് മെഗസ്തനീസ് പറയുന്നു. ഹൈലോബി എന്നാൽ അലോഭി (ലോഭമില്ലാത്തവൻ), അതായത് ഭിക്ഷുക്കളിൽ ഏറ്റവും ഉയർന്ന സ്ഥാനമായ അർഹതൻ ആയിരിക്കാം എന്ന് അലക്സാണ്ടർ കണ്ണിങ്ഹാം അദ്ദേഹത്തിന്റെ The Bhilsa Topes; or Buddhist monuments of central India എന്ന പുസ്തകത്തിൽ അഭിപ്രായപ്പെട്ടുന്നുണ്ട്. അവർ കാട്ടിൽ മരവുരി ധരിച്ച് പഴങ്ങൾ ഭക്ഷിച്ചു ജീവിക്കുന്നതായി മെഗസ്തനീസ് പറയുന്നു.[44]

ബ്രാഹ്മണരിൽ യാഗം ചെയ്യുന്നവർ ഒരു ചെറിയ വിഭാഗമേയുള്ളൂ എന്ന് മെഗസ്തനീസ് സൂചിപ്പിക്കുന്നുണ്ട്. വ്യക്തികൾ സ്വന്തം നിലയിലും, പിന്നെ രാജാക്കന്മാരും അവരുടെ യാഗങ്ങൾ ചെയ്യാൻ ഇവരുടെ സേവനം ഉപയോഗിച്ചിരുന്നു. പണ്ഡിതരും, ശാസ്ത്രജ്ഞരും ഇവരായിരുന്നു. ആരെങ്കിലും മൂന്നു പ്രാവശ്യത്തിലധികം തെറ്റായ വിവരങ്ങൾ നൽകിയാൽ ശിക്ഷയും ഉണ്ടായിരുന്നു എന്ന് മെഗസ്തനീസ് പറയുന്നു.[45] ജനനം മുതൽ തന്നെ തത്വചിന്തകനാകാനുള്ള പരിശീലനത്തിലായിരിക്കും ഇവരെന്നാണ് മെഗസ്തനീസ് പറയുന്നത്. അതായത് ജന്മബ്രാഹ്മണർ തന്നെയാണ് മിക്കവാറും കർമ്മബ്രാഹ്മണരാകുന്നതും.[46]

ബ്രഹ്മചര്യം അനുഷ്ഠിക്കുന്ന പഠനകാലത്തിനു ശേഷം (മുപ്പത്തിയേഴു വയസ്സിനു ശേഷം) അവർ ഗൃഹസ്ഥാശ്രമത്തിലേക്ക് കടക്കുന്നു. ഗൃഹസ്ഥാശ്രമത്തിൽ അവർ ഭാര്യയും കുട്ടികളും ഒക്കെയായി സുഖലോലുപരായാണ് ജീവിക്കുന്നത്. ബ്രാഹ്മണർ അവരുടെ പഠനകാലത്ത് (ബ്രഹ്മചര്യ) മാത്രമേ മാംസം കഴിക്കാതിരിക്കുന്നുള്ളൂ എന്നാണ് മനസ്സിലാകുന്നത്. ഗൃഹസ്ഥാശ്രമത്തിൽ അവർ മാംസം കഴിക്കുന്നതായി മെഗസ്തനീസ് പറയുന്നുണ്ട്. പണിയെടുപ്പിക്കുന്ന മൃഗങ്ങളെ അവർ കഴിക്കാറില്ല എന്ന് പ്രത്യേകം പറയുന്നുണ്ട്.[47] ഗോമംസം ബ്രാഹ്മണർക്ക് അന്നേ നിഷിദ്ധമായിരുന്നിരിക്കാം എന്നതിന്റെ സൂചനയാകാം അത്. പണ്ടത്തെ ബ്രാഹ്മണർ ഗോഹത്യ ചെയ്യാറുണ്ടായിരുന്നില്ല എന്ന് ബുദ്ധൻ ബ്രാഹ്മണധമ്മിക സുത്തയിൽ പറയുന്നതും നോക്കുക.

ബൗദ്ധ സാഹിത്യത്തിൽ ഉടനീളം, ചാണക്യന്റെ അർത്ഥശാസ്ത്രത്തിൽ, അശോകന്റെ ശാസനങ്ങളിൽ, മെഗസ്തനീസിന്റ കുറിപ്പുകളിൽ, ഫാഹിയാന്റെ, ഹ്യയാങ്ങ് സാങ്ങിന്റെ യാത്രാവിവരണങ്ങളിൽ എല്ലാം ബ്രാഹ്മണൻ, ശ്രമണൻ എന്നീ പദങ്ങൾ എപ്പോഴും ഒരുമിച്ചാണ് കാണുന്നത് (Sramana and Brahmana, Sramana or Brahmana). പതഞ്ജലിയുടെ മഹാഭാഷ്യത്തിലും "ശ്രമണബ്രാഹ്മണം" എന്ന് പ്രയോഗിച്ചു കാണാം. ബോബനും, മോളിയും, രമേഷും, സുരേഷും എന്നപോലെ രണ്ട് തുല്യ പദങ്ങൾ. ഇവിടെയെല്ലാം ജനിച്ച വർണ്ണം എന്ന അർത്ഥത്തിലല്ലാതെ ബഹുമാനിക്കപ്പെടേണ്ട ആൾ എന്ന അർത്ഥത്തിലാണ് ബ്രാഹ്മണൻ എന്ന് ഉപയോഗിച്ചു കാണുന്നത്. ബ്രാഹ്മണൻ എന്ന വർണ്ണം ഉള്ളപ്പോൾ തന്നെ, ധാർമ്മികമായി ഏറ്റവും മികച്ച മനുഷ്യൻ എന്ന അർത്ഥത്തിൽ ശ്രമണനു തുല്യമായും ബ്രാഹ്മണൻ എന്ന് ഉപയോഗിച്ചു കാണുന്നുണ്ട്. ധർമ്മപദത്തിലെ ബ്രാഹ്മണവഗ്ഗയിലെ മുന്നൂറ്റി എൺപത്തിനാലാം ശ്ലോകം നോക്കുക. ഇവിടെ ബുദ്ധ ഭിക്ഷു എന്ന അർത്ഥത്തിൽ ബ്രാഹ്മണൻ എന്നാണ് ബുദ്ധൻ ഉപയോഗിക്കുന്നത്. ബ്രാഹ്മണൻ ദമവും, ധ്യാനവും എന്ന രണ്ടു ധർമ്മങ്ങളുടെയും മറുകരയിലെത്തിയാൽ, ജ്ഞാനിയായ അവനിൽനിന്ന് സർവ്വബന്ധങ്ങളും വിട്ടു പോകുന്നു.[49]

പസേനദി രാജാവിന്റെ മന്ത്രിയായ സന്തതി ബുദ്ധന്റെ ഉപദേശം സ്വീകരിച്ച് നിർവ്വാണം പൂകിയപ്പോൾ അവിടെ കൂടിയിരിക്കുന്ന ജനങ്ങൾ ബുദ്ധനോടു ചോദിച്ചു," ഇദ്ദേഹം ബ്രാഹ്മണനാണോ, ശ്രമണനാണോ?" അതിനുള്ള ബുദ്ധന്റെ മറുപടിയാണ് ധർമ്മപദത്തിലെ നൂറ്റിനാൽപ്പത്തി രണ്ടാം ശ്ലോകം. ഒരാൾ ശാന്തനും, ആശാതീതനും, ബ്രഹ്മചാരിയും, ആരോടും ശത്രുതയില്ലാത്തവനും ആണെങ്കിൽ അവൻ ബ്രാഹ്മണനും, ശ്രമണനും, ഭിക്ഷുവുമാണ്. ഈ ശ്ലോകത്തിൽ ബ്രാഹ്മണനും, ശ്രമണനും, ഭിക്ഷുവും ഒരേ ആശയം സൂചിപ്പിക്കുന്ന പര്യായപദങ്ങൾ പോലെയാണ് ഉപയോഗിച്ചിരിക്കുന്നത്.[50]

അതുപോലെ ധർമ്മപദത്തിലെ മുന്നൂറ്റി എൺപത്തിയെട്ടാമത്തെ ശ്ലോകം. ഇവിടെയും ബ്രാഹ്മണനും, ശ്രമണനും, പരിവ്രാജകനും (ബ്രാഹ്മണജാതിയിൽ ജനിച്ച സന്യാസി) ഒരേ അർത്ഥം തന്നെയാണ് ബുദ്ധൻ കൽപ്പിക്കുന്നത്. പാപങ്ങളെ ബഹിഷ്കരിച്ചതുകൊണ്ട് ബ്രാഹ്മണനെന്നും, സമാധാനത്തോടെ ജീവിക്കുന്നതു കൊണ്ട് ശ്രമണനെന്നും, തന്റെ അശുദ്ധിയെ കളയുന്നതുകൊണ്ട് ഒരുവനെ പരിവ്രാജകനെന്നും വിളിച്ചു വരുന്നു. ബ്രാഹ്മണ വർണ്ണത്തിൽ ജനിച്ച സന്യാസിമാരെയാണ് പൊതുവേ പരിവ്രാജകർ എന്ന് വിളിക്കുന്നത്. ഈ രണ്ടു ശ്ലോകങ്ങളിൽ നിന്ന് ഇവരെല്ലാം തുല്യരാണ് എന്ന

ബുദ്ധന്റെ അഭിപ്രായം വ്യക്തമാണ്. പിന്നെന്തു ബ്രാഹ്മണവിരുദ്ധത യാണ് ബുദ്ധനുള്ളത്? ബ്രാഹ്മണൻ എന്നാൽ തിന്മയെ ബഹിഷ്കരിച്ച വനാണ് എന്ന ആശയം ഇവിടെയും ആവർത്തിക്കുന്നുണ്ട്.[51]

പുരാണ കൃതികളിൽ ബ്രാഹ്മണൻ എന്ന വാക്ക് രണ്ട് അർത്ഥ ത്തിൽ ഉപയോഗിക്കുന്നുണ്ട്. ഒന്ന് ഒരാൾ ജനിച്ച വർണ്ണം എന്ന അർത്ഥത്തിൽ, പിന്നെ വേദ പണ്ഡിതൻ, സാത്വികൻ, തത്വജ്ഞാനി, ബഹുമാന്യൻ എന്നൊക്കെയുള്ള അർത്ഥത്തിലും.

"ഗോ ബ്രാഹ്മണേഭ്യ ശുഭമസ്തു നിത്യം ലോകാഃ സമസ്താഃ സുഖിനോ ഭവന്തു." (പശുക്കളും ബ്രാഹ്മണരും സുഖമായിരിക്കട്ടെ, ലോകത്തിനു മുഴുവൻ സുഖമുണ്ടാകട്ടെ.) എന്ന ശ്ലോകം കേൾക്കാത്തവരുണ്ടാകില്ല. ബുദ്ധിജീവികളാകട്ടെ, പശുക്കൾക്കും, ബ്രാഹ്മണർക്കും സുഖമുണ്ടാ യാലെ ലോകത്തിനു സുഖമുണ്ടാകു എന്ന് ഈ ശ്ലോകത്തിന് സ്വന്ത മായി അർത്ഥം നൽകി "ബ്രാഹ്മിൻ ബാഷിംഗ്" നടത്തി നിർവൃതി കൊള്ളും. ബ്രാഹ്മണൻ എന്നതിന് പണ്ഡിതൻ, ആചാര്യൻ, ഗുരു, നന്മയുള്ളവൻ എന്നിങ്ങനെ അനേകം അർത്ഥങ്ങൾ ബുദ്ധൻ തന്നെ നൽകുന്നത് നമ്മൾ കണ്ടല്ലോ. ഈ ശ്ലോകം അറിയപ്പെടുന്ന ഒരു ഹിന്ദു ഗ്രന്ഥങ്ങളിലും കാണുന്നില്ല എന്നാണ് പറയുന്നത്. എനിക്ക് തോന്നുന്നത് ഈ ശ്ലോകം ഏതോ ബൗദ്ധ ഗ്രന്ഥത്തിൽ ഉള്ളതാണ് എന്നാണ്. പശു സ്നേഹമായാലും, ബ്രാഹ്മണ സ്നേഹമായാലും അതൊന്നും ബ്രാഹ്മണരുടെ കുത്തകയായിരുന്നില്ല എന്നു കണ്ടല്ലോ. ഇനിയും പുറം ലോകം കാണാത്ത, ഇംഗ്ലീഷിൽ വിവർത്തനം ചെയ്യ പ്പെട്ടിട്ടില്ലാത്ത ധാരാളം ബുദ്ധിസ്റ്റ് ഗ്രന്ഥങ്ങളുണ്ട്. ഈ ശ്ലോകം അതിൽ എവിടെയെങ്കിലും ഉണ്ടാകും എന്നാണ് എന്റെ തോന്നൽ.

എന്തായാലും സമാനമായ ശാന്തി മന്ത്രങ്ങൾ ബുദ്ധമതത്തിൽ ഉണ്ട്. അതായത് ഞാൻ പറയുന്നത് തീരെ അസംഭവ്യമായ ഊഹമല്ല എന്നർത്ഥം. അംഗുത്തര നികായയിലെ അഹിന സുത്തയിൽ ലോകാഃ സമസ്താഃ സുഖിനോ ഭവന്തു എന്ന അവസാനവരിയെങ്കി ലും ഉണ്ട്.[52] അതുപോലെ സർവേപി സുഖിനഃ സന്തു സർവേ സന്തു നിരാമയാഃ സർവേ ഭദ്രാണി പശ്യന്തു മാ കശ്ചിത് ദുഃഖഭാക് ഭവേത് എന്ന പ്രസിദ്ധമായ ശാന്തിമന്ത്രം അംഗുത്തര നികായയിലെ സംസ പ്പാനിയ പര്യായ സുത്തയിൽ കാണാം.[53]

ബുദ്ധന്റെ കാലത്തെ ബ്രാഹ്മണർ പഠന കാലത്ത് മാത്രമേ ബ്രഹ്മ ചാരികളായി ജീവിക്കുന്നുള്ളൂ. അതിനുശേഷം ഗൃഹസ്ഥാശ്രമികളായി ജീവിച്ച്, മക്കളുണ്ടായി, ആ മക്കളുടെ വിവാഹം കഴിഞ്ഞ് അവർക്ക് കുട്ടികളുണ്ടായിക്കഴിഞ്ഞേ അവർക്ക് വാനപ്രസ്ഥവും, സന്യാസവും അനുവദിക്കപ്പെട്ടിട്ടുള്ളൂ. എന്നാൽ ശ്രമണരുടെ മുഴുവൻ ജീവിതവും

"ബ്രഹ്മചര്യ" തന്നെയാണ്. വിനയപിടകത്തിലെ സുത്തവിഭംഗ യിൽ ഒരിടത്ത് ഒരു ഭിക്ഷുവിന്റെ ജീവിതം മുഴുവൻ "ബ്രഹ്മചര്യ" തന്നെയാണ് എന്ന് സൂചിപ്പിക്കുന്നുണ്ട്.[(54)] അവർ ശ്രമണരെപ്പോലെ മുഴുവൻ സമയ ബ്രഹ്മചാരികളല്ല എന്നതാണ് ബുദ്ധന് പിടിക്കാത്തത് എന്നു തോന്നുന്നു. ദിഗ്ഗ നിഖായയിലെ സമ്മനഫലസുത്തയിൽ കുടും ബജീവിതം ഉപേക്ഷിച്ച് ബ്രഹ്മചാരിയായി ജീവിക്കുന്നതിന്റെ മേന്മ ബുദ്ധൻ വെളിപ്പെടുത്തുണ്ട്.[(55)] ബുദ്ധന്റെ അഭിപ്രായത്തിലുള്ള പൌരാ ണികമായ ആര്യൻ രീതിയിലുള്ള ജീവിതം എങ്ങനെയാണെന്ന് ദിഗ്ഗ നിഖായയിലെ സൻഗതി സുത്തയിൽ കാണാം. തെണ്ടിനടക്കൽ തന്നെ.[(56)]

ഇപ്പോഴത്തെ ബ്രാഹ്മണർ മുഴുവൻ സമയവും ബ്രഹ്മചര്യ അനുഷ്ഠി ക്കാതെ, പട്ടണങ്ങളിൽ സുഖലോലുപരായി ജീവിക്കുന്നു എന്നാണ് ബുദ്ധൻ എല്ലായിടത്തും ആവർത്തിക്കുന്ന പരാതി. അദ്ദേഹത്തിന്റേത് ബ്രാഹ്മണ്യത്തോടുള്ള പൊതുവായ എതിർപ്പല്ല. നേരത്തെകണ്ട തേവിജ സുത്തയിൽ ബ്രാഹ്മണർ കുടുംബജീവിതം നയിക്കുന്നു എന്നും, ജീവിതകാലം മുഴുവൻ സന്യാസ ജീവിതം നയിക്കുന്ന ശ്രമ ണന്റേതാണ് ശരിയായ മാർഗ്ഗം എന്നും ബുദ്ധൻ പറയുന്നുണ്ട്. ദിഗ്ഗ നിഖായയിലെ അഗാന്ന സുത്തയിൽ ബ്രാഹ്മണരിലെ ജ്യായകർ, അജ്യായകർ എന്നീ രണ്ടു വിഭാഗങ്ങളെക്കുറിച്ചും അവരിൽ പണ്ടുണ്ടാ യിരുന്ന, മുഴുവൻ സമയ ബ്രഹ്മചാരികളായി കാട്ടിൽ കഴിയുന്ന ബ്രാ ഹ്മണരാണ് കൂടുതൽ മികച്ചത് എന്ന് ബുദ്ധൻ പറയുന്നതും ഓർക്കുക.

ബുദ്ധന്റെ പ്രബോധനങ്ങളിൽ എല്ലായിടത്തും ഇപ്പോൾ കാണുന്ന ബ്രാഹ്മണർ ക്ഷത്രീയരെക്കാൾ മികച്ചവരല്ല എന്നു സ്ഥാപിക്കുന്നതി നാണ് ബുദ്ധൻ ഊന്നൽ കൊടുക്കുന്നത്. ഇപ്പോളത്തെ ബ്രാഹ്മണൻ, ക്ഷത്രീയനെക്കാൾ മുകളിൽ വരരുത് എന്നു മാത്രമേ ബുദ്ധനുള്ളൂ. പണ്ട് ഉണ്ടായിരുന്ന ബ്രാഹ്മണർ മികച്ചവരായിരുന്നു. ബുദ്ധന്റെ "ബ്രാഹ്മണ വിരോധം" അദ്ദേഹത്തിന്റെ ക്ഷത്രീയാഭിമാനത്തിന്റെ ഒരു രൂപം മാത്രമാണ്. സാങ്കേതികമായി ബുദ്ധനെ "ബ്രാഹ്മണ വിരോധി" എന്ന് പറയാമെങ്കിലും ബുദ്ധൻ സാധാരണ സങ്കൽപ്പിക്കുന്ന പോലുള്ള ഒരു ബ്രാഹ്മണ വിരോധിയൊന്നും ആയിരുന്നില്ല.

ബുദ്ധന്റെ ഈ കർമ്മസിദ്ധമായ ബ്രാഹ്മണ്യം എന്ന വാദം ഇപ്പോൾ നമ്മുടെ ബുദ്ധിജീവികൾ "സംഘി" വാദം എന്ന് ആക്ഷേ പിക്കുന്ന വാദം തന്നെയാണ്. ബ്രാഹ്മണൻ എന്ന വാക്കിന് ഒരാൾ ജനിക്കുന്ന വർണ്ണം എന്നതിനു പകരം നല്ല കർമ്മം കൊണ്ട് നേടാവുന്ന ഒരു പദവി എന്ന നിർവ്വചനം കൊടുത്തത്, അല്ലെങ്കിൽ അത്തരമൊരു അർത്ഥം വ്യാപകമായി പ്രചരിപ്പിച്ചതുപോലും

ഒരുപക്ഷേ ബുദ്ധനായിരിക്കാം. ബ്രാഹ്മണ്യം ജന്മം കൊണ്ടല്ല കർമ്മം കൊണ്ടാണ് സിദ്ധിക്കുന്നത് എന്ന ബുദ്ധന്റെ വാദം ബ്രാഹ്മണരും, ക്ഷത്രീയരും തമ്മിൽ ഒന്നാം സ്ഥാനത്തിനു വേണ്ടിയുള്ള മത്സരം നടക്കുന്ന ആ കാലഘട്ടത്തിൽ ക്ഷത്രീയനായ ബുദ്ധന്റെ ഒരു "coup de grace" ആയിരുന്നിരിക്കാം. ബ്രാഹ്മണൻ എന്നത് ഒരു വർണ്ണ നാമമല്ല, അത് ക്ഷത്രീയത പോലെ ജന്മനാ കിട്ടുന്ന ഒന്നല്ല എന്നു വരുത്തുക.

അങ്ങനെ വന്നാൽ ആർക്കും കർമ്മം കൊണ്ട് ബ്രാഹ്മണനാകാം. അങ്ങനെ ബ്രാഹ്മണ്യത്തിന്റെ അനന്യത (exclusivity) ബുദ്ധൻ തകർത്തു കളഞ്ഞു. എന്നാൽ ക്ഷത്രീയത്വം ജന്മം കൊണ്ടേ കിട്ടൂ. അതൊരിക്കലും മോശം കർമ്മം ചെയ്യതുകൊണ്ട് നഷ്ടപ്പെടുകയു മില്ല. അംബത്തന്റെ കഥയിൽ ക്ഷത്രീയരുടെ മേന്മക്ക് ബുദ്ധൻ പറയുന്ന ന്യായങ്ങൾ നോക്കുക. സത്യത്തിൽ ബ്രാഹ്മണരും, ക്ഷ ത്രീയരും തമ്മിലുള്ള മത്സരത്തിൽ ക്ഷത്രീയനായ ബുദ്ധന്റെ ഈ കൊനുഷ്ട വേലയാണ് ബുദ്ധൻ വർണ്ണ വ്യവസ്ഥക്കെതിരെ പോരാടി എന്നൊക്കെ നമ്മൾ പാടി നടക്കുന്നത്. ബുദ്ധന്റെ കർമ്മ ബ്രാഹ്മ ണ്യത്തോട് ജന്മ ബ്രാഹ്മണർക്കും എതിർപ്പുണ്ടായിരുന്നിരിക്കാൻ സാധ്യതയില്ല. തിന്മയെ ബഹിഷ്കൃതരാക്കിയവരാണല്ലോ ബുദ്ധന്റെ ബ്രാഹ്മണർ. തങ്ങളെല്ലാം പാപത്തെ ബഹിഷ്കരിച്ച് ബ്രാഹ്മണ്യം നേടിയവരാണ് എന്നാണല്ലോ ജന്മബ്രാഹ്മണർ സ്വയം കരുതുന്നുണ്ടാ കുക. അതാണ് ബുദ്ധന്റെ ബുദ്ധി. :-)) ബ്രാഹ്മണർ ഈ കെണിയിൽ വീണു എന്നു പറയേണ്ടതില്ലല്ലോ. അവരും ബ്രഹ്മത്തെ അറിഞ്ഞവ നാണ് ബ്രാഹ്മണൻ (" ബ്രഹ്മ ജ്ഞാനേന ബ്രാഹ്മണാ ") എന്നൊക്കെ ബ്രാഹ്മണ ശബ്ദത്തിന് സ്വന്തമായി നിർവ്വചനമുണ്ടാക്കി. ജൈനരും പ്രാകൃത ഭാഷയിൽ ബ്രാഹ്മണനെ സൂചിപ്പിക്കാൻ ഉപയോഗിക്കുന്ന വാക്കായ "മാഹനോ" മാ- ഹന (കൊല്ലരുത്) എന്ന് വ്യാഖ്യാനിച്ചു. ചുരുക്കിപ്പറഞ്ഞാൽ എല്ലാവരും ബ്രാഹ്മണരായി.

ജാതി വ്യവസ്ഥയെ വിമർശിച്ചുകൊണ്ട് ഒന്നാം നൂറ്റാണ്ടിൽ എഴുതിയത് എന്നു കരുതപ്പെടുന്ന ഒരു ബുദ്ധിസ്റ്റ് ഗ്രന്ഥമാണ് വജ്രസൂചി. ബുദ്ധമതാനുയായിയായ ആശ്വഘോഷൻ (ബുദ്ധചരിതം എഴുതിയ ആൾ) എഴുതിയതായിരിക്കാം ഇതെന്നു കരുതുന്നു. ഈ പുസ്തകത്തിന്റെ മറ്റൊരു രൂപം വജ്രസൂചികോപനിഷത്ത് എന്നപേ രിൽ ഹിന്ദുക്കളുടെ നൂറ്റിയെട്ടു ഉപനിഷത്തുക്കളുടെ കൂട്ടത്തിൽ ഉൾപ്പെ ടുത്തിയിട്ടുണ്ട്. ഈ രണ്ടു പുസ്തകങ്ങളും ഒരേ കാര്യം തന്നെയാണ് പറയുന്നത്. ബ്രാഹ്മണ്യം ജന്മസിദ്ധമല്ല. രണ്ടിലും വാദങ്ങളുടെയെല്ലാം അടിസ്ഥാനം ബ്രാഹ്മണരുടെ വേദങ്ങളും, പുരാണങ്ങളും, സ്മൃതികളും

തന്നെ. രണ്ടും സമാനമായ വാദങ്ങളാണ് അവതരിപ്പിക്കുന്നത്. വജ്രസൂചി ബ്രാഹ്മണ്യത്തിന്റെ ബുദ്ധിസ്റ്റ് വീക്ഷണം അവതരിപ്പിക്കുമ്പോൾ വജ്രസൂചികോപനിഷത്ത് അതിന്റെ വേദാന്തവീക്ഷണം അവതരിപ്പിക്കുന്നു.

ബ്രാഹ്മണനാണ് ഏറ്റവും ഉന്നതൻ എന്നു പറയുന്നത് അടിസ്ഥാനരഹിതമാണ് എന്നാണ് അശ്വഘോഷൻ ബ്രാഹ്മണരുടെ തന്നെ പ്രമാണങ്ങൾ ഉദ്ധരിച്ച് സമർത്ഥിക്കുന്നത്. ബ്രാഹ്മണ്യം എന്നാൽ എന്താണ്? അത് (I) ജീവനാണോ?(II) ജനിച്ച ജാതിയാണോ?(III) ശരീരമാണോ?IV) ജ്ഞാനമാണോ? (V) ആചാരങ്ങളാണോ?(VI) കർമ്മമാണോ? (VII) വേദങ്ങളിലുള്ള അറിവാണോ? തുടർന്ന് ഇവ ഓരോന്നും എന്തുകൊണ്ട് ബ്രാഹ്മണ്യം നൽകില്ല എന്ന് വേദങ്ങളും, പുരാണങ്ങളും, സ്മൃതികളും, മഹാഭാരതം പോലുള്ളവയിൽ പണ്ടത്തെ ജ്ഞാനികളുടെ അഭിപ്രായങ്ങളും അടിസ്ഥാനമാക്കി അശ്വഘോഷൻ സമർത്ഥിക്കുന്നു.

ബ്രാഹ്മണ്യം ജന്മം കൊണ്ടു കിട്ടുന്നതല്ല. കാരണം സ്മൃതികൾ പ്രകാരം ആനക്ക് പിറന്ന അചലമുനി, വവ്വാലിൽ നിന്ന് കേശപിംഗള മുനി, അഗത്തി വൃക്ഷത്തിന്റെ പൂവിൽനിന്നു പിറന്ന അഗസ്ത്യ മുനി, കുശപ്പുല്ലിൽ നിന്ന് ജനിച്ച കൗശിക മുനി, മൺകുടത്തിൽ നിന്ന് ജനിച്ച ദ്രോണാചാര്യർ, തിത്തിരി പക്ഷിയിൽ നിന്നുണ്ടായ തൈത്തിരി മുനി, പൊടിയിൽ നിന്ന് ജനിച്ച പരശുരാമൻ, മാനിൽ നിന്നു ജനിച്ച ഋഷ്യശൃംഗൻ, മദ്യ വിൽപ്പനക്കാരിയുടെ മകനായ നാരദ മുനി, മീൻകാരിയിൽ നിന്നുണ്ടായ വ്യാസൻ, ചണ്ഡാള സ്ത്രീയുടെ മകനായ വിശ്വാമിത്രൻ.... ഇവരൊക്കെ ബ്രാഹ്മണരാണ്. അതെങ്ങനെ സംഭവിച്ചു?

അപ്പോൾ ജന്മമല്ല, ബ്രാഹ്മണ്യത്തിന്റെ അടിസ്ഥാനം. ജ്ഞാനം ഒരാളെ ബ്രാഹ്മണനാക്കുമെങ്കിൽ അനേകം ശൂദ്രർ ബ്രാഹ്മണരാകേണ്ടതായിരുന്നു. അങ്ങനെ സംഭവിച്ചിട്ടില്ല. വേദം പഠിച്ചവർ ബ്രാഹ്മണനാകുമെങ്കിൽ നാലു വേദങ്ങളും പഠിച്ച രാവണൻ ബ്രാഹ്മണനാകേണ്ടതായിരുന്നു. രാവണന്റെ കാലത്ത് എല്ലാവരും വേദം പഠിച്ചിരുന്നു. എന്നിട്ടും അവരാരും ബ്രാഹ്മണരായില്ല എന്ന് അശ്വഘോഷൻ പറയുന്നു. (എന്ത്? അപ്പോൾ ചെവിയിൽ ഈയം ഉരുക്കി ഒഴിക്കലൊന്നും ഉണ്ടായിരുന്നില്ലേ?അങ്ങനൊരു കാലം എപ്പോഴെങ്കിലും ഉണ്ടായിരുന്നതിന്റെ സൂചന പോലും അശ്വഘോഷൻ നൽകുന്നില്ല.) മനുസ്മൃതി പ്രകാരം തന്നെ ബ്രാഹ്മണ്യം വ്യക്തമായി നിർവ്വചിക്കപ്പെട്ടിട്ടില്ല എന്ന് അശ്വഘോഷൻ സമർത്ഥിക്കുന്നു.

അപ്പോൾ എങ്ങനെയാണ് ബ്രാഹ്മണ്യം ലഭിക്കുന്നത്?

വേദപാരായണം, വംശം, കുലം, ആചാരനുഷ്ഠാനങ്ങൾ ഒന്നും ഒരാളെ ബ്രാഹ്മണനാക്കുന്നില്ലെങ്കിൽ ആരാണ്, അല്ലെങ്കിൽ എന്താണ് ബ്രാഹ്മണൻ? ഏതൊരുവന്റെ ജീവിതമാണ് സംശുദ്ധവും, ക്രോധരഹിതവുമായിരിക്കുന്നത്, അവൻ ബ്രാഹ്മണനാണ് എന്നാണ് വേദങ്ങൾ ഉദ്ധരിച്ചുതന്നെ അശ്വഘോഷൻ പറയുന്നത്. നേരത്തെ പറഞ്ഞ മുനിമാരെല്ലാം ബ്രാഹ്മണരായതു തപസ്സ് ചെയ്തിട്ടാണ്. അല്ലാതെ ജന്മം കൊണ്ടല്ല. എല്ലാ മനുഷ്യരും ഒരൊറ്റ ജാതിയാണ്. ജീവജാലങ്ങളിലെ വൈവിധ്യം കാഴ്ചയിൽ തന്നെ വ്യക്തമാണ്. ഒരു ആനയുടെ കാലു പോലെയല്ല ഒരു കുതിരയുടെ കാൽ. ഒരു മാനിന്റേതിൽ നിന്നു വ്യത്യസ്തമാണ് ഒരു കടുവയുടെ കാലുകൾ. എന്നാൽ ഒരു ബ്രാഹ്മണന്റെ കാൽ ഒരു ശൂദ്രന്റേതിൽ നിന്ന് വ്യതസ്തമാണെന്ന് ആരും കേട്ടിട്ടില്ല. കാള, കുതിര, കഴുത, ആന, ആട് തുടങ്ങി വ്യത്യസ്ത ജീവികളുടെ നിറം, ആകൃതി, ഗന്ധം, ശബ്ദം, ഒക്കെ വ്യത്യസ്തമാണെന്ന്. എന്നാൽ ഇക്കാര്യങ്ങളിലെല്ലാം തന്നെ ബ്രാഹ്മണരും, ക്ഷത്രീയരും, ശൂദ്രരും സമാനതയുള്ളവരാണ്. അതുപോലെ പക്ഷികളിലും, വൃക്ഷങ്ങളിലും സമാനമായ ഉദാഹരണങ്ങൾ അശ്വഘോഷൻ ചൂണ്ടിക്കാട്ടുന്നു. വൃക്ഷത്തിന്റെ വ്യത്യസ്ത കൊമ്പുകളിൽ ഉണ്ടാകുന്ന കായകളെ ബ്രാഹ്മണക്കായ, ശൂദ്രക്കായ എന്ന് വേർതിരിക്കാറുണ്ടോ? അങ്ങനെയെങ്കിൽ ബ്രഹ്മാവിൽ നിന്നുണ്ടായ മനുഷ്യരെ എങ്ങിനെയാണ് നാല് വ്യത്യസ്ത വിഭാഗങ്ങളായി വേർതിരിക്കാനാവുക?(ഈ ന്യായമൊന്നും ബുദ്ധൻ ബ്രാഹ്മണരെ നായയോട് ഉപമിച്ച് അവർ മറ്റു വർണ്ണങ്ങളിൽനിന്ന് ഭാര്യമാരെ സ്വീകരിക്കുന്ന എന്നാക്ഷേപിക്കുന്ന സമയത്ത് ആരും ബുദ്ധന് പറഞ്ഞുകൊടുക്കുന്നില്ല.)

ഇനി ബ്രാഹ്മണൻ വായിൽനിന്നാണ് ജനിച്ചതെങ്കിൽ ബ്രാഹ്മണസ്ത്രീയോ? അതും വായിൽനിന്നാണെങ്കിൽ അവർ സഹോദരങ്ങളല്ലെ? അവർ തമ്മിൽ വിവാഹബന്ധം എങ്ങനെ സാധിക്കും? ക്ഷത്രീയൻ, ബ്രാഹ്മണൻ, വൈശ്യൻ, ശൂദ്രൻ എന്നിങ്ങനേയുള്ള വേർതിരിവ് വ്യത്യസ്ത ആചാരങ്ങളുടെയും, തൊഴിലുകളുടേയും അടിസ്ഥാനത്തിലുള്ളതാണ്. ഇതിനു ഉദാഹരണമായി മഹാഭാരതത്തിൽ നിന്ന് വൈശാമ്പായന മഹർഷിയും, യുധിഷ്ഠിരനും തമ്മിലുള്ള ഒരു സംഭാഷണം ആശ്വഘോഷൻ ഉദ്ധരിക്കുന്നുണ്ട്.

ബ്രാഹ്മണ്യത്തിന്റെ ലക്ഷണങ്ങൾ എന്താണ് എന്ന യുധിഷ്ഠിരന്റെ സംശയത്തിന് വൈശാമ്പായന മഹർഷിയുടെ മറുപടി ഇങ്ങനെയാണ്.... ഒന്നാമത്തെ ലക്ഷണം അവൻ സ്വഭാവശുദ്ധിയുള്ളവനും, ഒരിക്കലും അക്രമവും തെറ്റും ചെയ്യാത്തവനും, ഒരു ചെറു ജീവിയെപോലും നോവിക്കാത്തവനും, മാംസം ഭക്ഷിക്കാത്തവനും

ആയിരിക്കും. രണ്ടാമതായി കളഞ്ഞു കിട്ടിയതായാൽ പോലും മറ്റൊരുവന്റെ ഒന്നും എടുക്കാത്തവനായിരിക്കും. മൂന്നാമതായി മോഹ മുക്തനും, തികച്ചും വിരക്തനും ആയിരിക്കും. നാലാമതായി അവൻ ലൈംഗിക തൃഷ്ണക്ക് കീഴ്പ്പെടാത്തവനായിരിക്കും. അഞ്ചാമതായി, സത്യം, ദയ, ഇന്ദ്രിയങ്ങൾക്ക് മേൽ നിയന്ത്രണം, പരഗുണകാംഷ, സന്യാസം എന്നീ അഞ്ചു ഗുണങ്ങളുണ്ടായിരിക്കും. ഇവയെല്ലാം ചേർന്ന ആളാണ് ബ്രാഹ്മണൻ. ഈ ഗുണങ്ങൾ ഇല്ലാത്തവൻ ശൂദ്രനാണ്. ഈ ഗുണങ്ങളുള്ള ചണ്ഡാളൻ ബ്രാഹ്മണനാണ്. അല്ലയോ യുധിഷ്ഠിരാ, ആദ്യകാലത്ത് ഒരൊറ്റ ജാതിയേ ഉണ്ടായിരുന്നുള്ളൂ. വ്യത്യസ്തമായ നാല് ജാതികളുണ്ടായത് ആചാരങ്ങളും, തൊഴിലിലെ വൈവിധ്യവും മൂലമായിരുന്നു. ഈ ജീവിതത്തിൽ നന്മ ചെയ്യുന്നവനും, പരഗുണകാംക്ഷിയും, എല്ലായ്പ്പോഴും നന്മ പ്രവർത്തിക്കുന്നവനും ആരാണോ അവൻ ബ്രാഹ്മണനാണ്. വൈശാമ്പായനന്റെ ഈ വാക്കുകൾ കൊണ്ടാണ് ഏതാനും പേജുകൾ മാത്രമുള്ള വജ്രസൂചി എന്ന ചെറു ഗ്രന്ഥം അവസാനിക്കുന്നത്.

കുമാരനാശാനിലൂടെ പ്രസിദ്ധമായ ചണ്ഡാലഭിക്ഷുകിയുടെ കഥ ദിവ്യാവദാനയിലെ ഒരു കഥയായ ശാർദ്ദൂലകർണ്ണാവദാനയിലാണ് വിവരിക്കുന്നത്. (265 ACE യിൽ ഇത് ചൈനീസ് ഭാഷയിലേക്ക് വിവർത്തനം ചെയ്യപ്പെട്ടിട്ടുള്ളതായി കാണുന്നു. അങ്ങിനെയെങ്കിൽ ഒറിജിനലിന് അതിനേക്കാൾ പഴക്കം കാണും എന്നു കരുതാം.) രവീന്ദ്രനാഥ ടാഗോർ ഇത് ചണ്ഡാലിക എന്ന പേരിൽ ഒരു നൃത്ത നാടകമാക്കിയിട്ടുണ്ട്. ചണ്ഡാലഭിക്ഷുകി സ്കൂളിലൊക്കെ പഠിക്കുകയും, പഠിപ്പിക്കുകയും ചെയ്യുന്നതുകൊണ്ട് ആ കഥ വിശദമായി വിവരിക്കാം.

ബുദ്ധൻ ശ്രാവസ്തിയിൽ ആനന്ദപിണ്ഡകൻ എന്ന ഉപാസകന്റെ (ഗൃഹസ്ഥനായ ബുദ്ധമത വിശ്വാസി) ആരാമത്തിൽ താമസിക്കുന്ന കാലത്താണ് കഥ നടക്കുന്നത്. ഒരിക്കൽ ഭിക്ഷാടനത്തിനിടക്ക് ഒരു ഗ്രാമത്തിലെത്തിയ ബുദ്ധ ശിഷ്യനായ ആനന്ദഭിക്ഷുവിന് കലശലായ ദാഹം തോന്നി. ഒരു പെൺകുട്ടി ഗ്രാമത്തിലെ കിണറ്റിൽനിന്നു വെള്ളം കോരുന്ന കണ്ട അദ്ദേഹം പെൺകുട്ടിയോട് അൽപ്പം വെള്ളം ആവശ്യപ്പെട്ടു. പെൺകുട്ടി പറഞ്ഞു," ഞാൻ മാതംഗരുടെ (മാതംഗർ ആനകളെ പിടിച്ചു മെരുക്കുന്ന ആളുകളാണ്.) രാജാവിന്റെ മകളായ 'പ്രകൃതി' എന്ന ചണ്ഡാള പെൺകുട്ടിയാണ്. ഞാൻ വെള്ളം തരട്ടെ?'" ആനന്ദൻ പറഞ്ഞു, "ഞാൻ നിങ്ങളുടെ ജാതിയല്ല ചോദിച്ചത്, കുറച്ച് വെള്ളമാണ്."

കുമാരനാശാന്റെ ചണ്ഡാള ഭിക്ഷുകിയിലെ "ദാഹിക്കുന്നു ഭഗിനി" എന്ന ആ ഡയലോഗ് അതി പ്രശസ്തമാണല്ലോ. പക്ഷേ ഇവിടെ ഒരു കാര്യമുണ്ട്. അക്കാലത്തെ എല്ലാ സന്യാസിമാരും, ശ്രമണ ജീവിതം നയിക്കുന്നവരും (ബുദ്ധ ഭിക്ഷുക്കൾ മാത്രമല്ല) ജാതിവ്യവസ്ഥയിൽ നിന്ന് സ്വയം പുറത്തു പോയവരുമാണ്. നേരത്തെ സൂചിപ്പിച്ച ദിഗ്ഗ നിഖായയിലെ അഗാന്ന സുത്തയിൽ അങ്ങനെയാണ് ബുദ്ധൻ തന്നെ അവരെ വിവരിക്കുന്നത്.[57]

അപ്പോൾ വർണ്ണവ്യവസ്ഥയെ ഒരു സന്യാസി അംഗീകരിച്ചില്ല എന്നത് വലിയൊരു കാര്യമൊന്നുമല്ല. അവർക്കെന്ത് ജാതി? അപ്പോൾ പിന്നെ ഇങ്ങനൊരു സംഭാഷണത്തിന്റെ പ്രസക്തി? പെൺകുട്ടി ഇവിടെ സ്വയം പരിചയപ്പെടുത്തുകയാണ് ചെയ്യുന്നത്. അച്ഛന്റെ പേരും, ജാതിയും, കുലവും പറഞ്ഞുകൊണ്ട് സ്വയം പരിചയപ്പെടുത്തുന്നതാണ് അക്കാലത്തെ രീതി. അല്ലാതെ സ്വയം താഴ്ന്ന ജാതിയാണ് എന്ന് ഏറ്റു പറയുകയല്ല. (ബുദ്ധിസ്റ്റ് കഥകളിലും, ഹിന്ദു പുരാണങ്ങളിലുമൊക്കെ എല്ലാവരും ആദ്യം കാണുമ്പോൾ സ്വയം പരിചയപ്പെടുത്തുന്നത് കുലവും, ജാതിയുമൊക്കെ പറഞ്ഞുകൊണ്ടാണ്. ഇവിടെ മാത്രം മറിച്ചൊരു വായന വേണോ?) അതിനു മറുപടിയായി ദാഹിച്ചു വലഞ്ഞിരിക്കുന്ന ആനന്ദഭിക്ഷു,"പരിചയപ്പെടുത്തലിന്റെ സാമ്പ്രദായിക ചടങ്ങുകളൊക്കെ അവിടെ നിക്കട്ടെ ആദ്യം വെള്ളം താ" എന്ന് തിരക്കു കൂട്ടുന്നു. (ഈ കഥ ഒരു പ്രത്യേക രീതിയിൽ തന്നെ വായിക്കണം എന്ന് നിർബന്ധമുള്ളവർക്ക് പക്ഷേ ഈ വായന പിടിക്കില്ല എന്നറിയാം.) സാധാരണ ഗതിയിൽ ഈ കഥ പറയുമ്പോൾ അപ്രധാനമായി കരുതി വിട്ടുപോകുന്ന ഒരു ഭാഗം ആകുമായിരുന്നു ശരിക്കും ഈ "ദാഹിക്കുന്നു ഭഗിനി". (ബൈബിളിൽ യേശു ഒരു ശമര്യക്കാരിയോടു വെള്ളം ചോദിക്കുന്നതും അവർ താൻ ശമര്യക്കാരിയാണെന്നും, താൻ യഹൂദന് വെള്ളം കൊടുക്കാൻ പാടുണ്ടോ എന്നും ചോദിക്കുന്ന സമാനമായൊരു കഥയുമുണ്ട്.[58] ക്രിസ്ത്യൻ മിഷനറിമാർ ബുദ്ധനും യേശുവും തമ്മിലുള്ള സാമ്യം ഉറപ്പിക്കാൻ ഈ സംഭാഷണം കൂടുതൽ പൊലിപ്പിച്ചിരിക്കാം. മാത്രമല്ല, ജാതിവിവേചനം ഇവിടെ പണ്ടേ ഉണ്ടായിരുന്നു എന്നും കാണിക്കേണ്ടതുണ്ടല്ലോ. കുമാരനാശാൻ താൻ ഈ കഥ എടുത്തത് ലക്ഷ്മി നരസുവിന്റെ The essence of buddhism എന്ന പുസ്തകത്തിൽ നിന്നാണ് എന്ന് സൂചിപ്പിക്കുന്നുണ്ട്. അതിൽ ഈ ഡയലോഗ് പൊലിപ്പിച്ചു കൊടുത്തിട്ടുണ്ട്. ചില കാര്യങ്ങൾ ഊന്നിപ്പറയാനായിരുന്നല്ലോ കുമാരനാശാനും ആ കൃതി രചിക്കുന്നത്.)

അതെന്തായാലും ശാർദ്ദൂലകർണ്ണാവദാന എന്ന ഈ കഥയുടെ പ്രധാന കാര്യം ഇതൊന്നുമല്ല. നമുക്ക് കഥ തുടരാം. ആനന്ദഭിക്ഷു വെള്ളം കുടിച്ചു. ആനന്ദനെ കണ്ട പ്രകൃതി എന്ന ആ പെൺകുട്ടിക്ക് അദ്ദേഹത്തോടു പ്രേമമുദിച്ചു. പെൺകുട്ടി അവളുടെ അമ്മയായ മഹാ വിദ്യാധരിയോട് അവരുടെ മന്ത്രശക്തി ഉപയോഗിച്ച് ആനന്ദനെ വശീകരിച്ച് തന്റെ അടുത്തെത്തിക്കാൻ ആവശ്യപ്പെട്ടു. ഒരു ബുദ്ധഭി ക്ഷുവിനെ വശീകരിക്കുന്നത് ബുദ്ധന്റെ വലിയ ഭക്തനായ രാജാവിന് (പസേനദി) ഇഷ്ടപ്പെടുമോ എന്നവർ ഭയന്നു. മാത്രമല്ല തന്റെ മന്ത്രം ബുദ്ധന്റെ സംരക്ഷണയിലുള്ള ശിഷ്യന്റെ (ആനന്ദൻ ബുദ്ധന്റെ അടുത്ത ബന്ധു കൂടിയാണ്.) മേൽ ഫലിക്കുമോ എന്നും അവർ സംശയിച്ചു. ഒടുവിൽ പ്രകൃതി ആത്മഹത്യ ഭീഷണി നടത്തിയപ്പോൾ അമ്മ സമ്മതിച്ചു. അവർ മന്ത്രം ചൊല്ലി ആനന്ദഭിക്ഷുവിനെ ആകർഷിച്ചു വരുത്തി. മന്ത്രശക്തിയാൽ ആകർഷിക്കപ്പെട്ട് ഹോമകുണ്ഡത്തിന്റെ മുന്നിൽ എത്തിയ ആനന്ദൻ രക്ഷപ്പെടാൻ നിവർത്തിയില്ലാതെ ബുദ്ധനെ വിളിച്ചു കരഞ്ഞു. ബുദ്ധന്റെ എതിർ മന്ത്രത്തിന്റെ ശക്തിയാൽ അനന്ദഭിക്ഷു മാനം പോകാതെ അവിടെനിന്നു രക്ഷപ്പെട്ടു. (ബൗദ്ധ കൃതികളിൽ ഉടനീളം യാഗത്തിനും, മന്ത്രത്തിനും ഫലമില്ലാത്തത ല്ല ബുദ്ധൻ അവയെ എതിർക്കാൻ കാരണം. ഇതുപോലുള്ള താഴ്ന്ന കാര്യങ്ങൾക്കേ അത് പറ്റൂ, കൂടുതൽ ഗൌരവമുള്ള കാര്യങ്ങൾക്ക് (നിർവ്വാണം) അവയെക്കാൾ കൂടുതൽ നല്ലത് തന്റെ മാർഗ്ഗമാണ് എന്നാണ് ബുദ്ധന്റെ പോയിന്റ്. ബുദ്ധൻ മന്ത്ര തന്ത്രങ്ങളെ തീർത്തും നിഷ്ഫലമായി കരുതിയിരുന്നു എന്നൊക്കെ നമ്മുടെ യുക്തിവാദികൾ ചുമ്മാ പറഞ്ഞു പരത്തിയതാണ്.)

ആനന്ദൻ രക്ഷപ്പെട്ടതറിഞ്ഞ പ്രകൃതി അദ്ദേഹത്തെ അന്വേഷിച്ചു ബുദ്ധന്റെ മുന്നിലെത്തി. ആനന്ദനെ തന്റെ ഭർത്താവായി നൽകാൻ ആവശ്യപ്പെട്ടു. അതൊരിക്കലും നടക്കില്ല, എന്നാൽ പ്രകൃതിക്ക് ആനന്ദനെ കണ്ടുകൊണ്ടെങ്കിലും ജീവിക്കാനുള്ള ഏക മാർഗം അവൾ ഒരു ഭിക്ഷുണി ആകുക മാത്രമാണ് എന്ന് ബുദ്ധൻ ശഠിച്ചു. അങ്ങനെ നിവർത്തിയില്ലാതെ പ്രകൃതി ഭിക്ഷുണിയായി. ബുദ്ധൻ "സർവ്വ ദുർഗതി ശോധന ധാരണി" എന്ന മന്ത്രം ചൊല്ലി അവളുടെ പാപങ്ങൾ നീക്കം ചെയ്തു. (വീണ്ടും, ബുദ്ധിസത്തിൽ മന്ത്രമോ? അതും ഈ പെൺകുട്ടിക്ക് ഇത്ര ചെറുപ്പത്തിൽ എന്ത് പാപം ഉണ്ടാകാൻ? മുജ്ജന്മ പാപം ആകണം.) ആ പാവം പെൺകുട്ടിയെ ഉപദേശിച്ചു വീട്ടിലേക്കു മടക്കി അയക്കുന്നതായിരുന്നു കൂടുതൽ ശരി. സ്വാഭാ വികമായും എട്ടും പൊട്ടും തിരിയാത്ത ഒരു പെൺകുട്ടിയെ പിടിച്ച് ഭിക്ഷുണിയാക്കിയ ബുദ്ധന്റെ ഈ പ്രവർത്തി നാട്ടിൽ വലിയ വിവാദമായി, ചർച്ചാവിഷയമായി. (ശകലം ബോധമുള്ള നാട്ടുകാർ അന്നും ഉണ്ടായിരുന്നു.)

രാജാവ് നാട്ടിലെ പ്രമാണിമാരോടൊപ്പം നേരിട്ടു തന്നെ വിവരം അന്വേഷിക്കാൻ ബുദ്ധന്റെ അടുത്തെത്തി. (ഇവിടെ കഥയിൽ രാജാവിനൊപ്പമുള്ള പ്രമാണിമാർ ഓരോരുത്തരും ബുദ്ധനോട് സ്വന്തം പേരും, കുലവും, മാതാപിതാക്കളുടെ പേരും പറഞ്ഞ് സ്വയം പരിചയപ്പെടുത്തുന്നുണ്ട്. നേരത്തെ സൂചിപ്പിച്ച പോലെ ചണ്ഡാള പെൺകുട്ടിയുടെ സ്വയം പരിചയപ്പെടുത്തലിൽ അസ്വാഭാവികത യില്ല എന്നതിന് തെളിവ്.)

തന്റെ പ്രവർത്തിയെ ന്യായീകരിക്കാൻ ബുദ്ധൻ പ്രകൃതി എന്ന ഈ പെൺകുട്ടിയുടെയും, ആനന്ദഭിക്ഷുവിന്റേയും പൂർവ്വകഥ പറയുന്നു. ഒരിക്കൽ ആനവേട്ടക്കാരായ പതിനായിരം പേരുടെ രാജാവായി (മാതംഗരുടെ രാജാവ്) ചണ്ഡാള കുലത്തിൽ പിറന്ന ത്രിശങ്കു എന്നൊ രാളുണ്ടായിരുന്നു. ഈ ത്രിശങ്കു മുജ്ജന്മത്തിൽ വേദങ്ങളും ഇതിഹാ സങ്ങളും ഒക്കെ പഠിച്ച, ഈ ജന്മത്തിലും ആ കാര്യങ്ങളൊക്കെ ഓർമ്മയുള്ള മഹാ പണ്ഡിതനാണ്. (ഹിന്ദു പുരാണങ്ങളിൽ ഇക്ഷാകു വംശത്തിൽ ജനിച്ച (ബുദ്ധനും ഇക്ഷാകു വംശജനാണ്) മഹാനായ ഒരു ത്രിശങ്കു ശാപം മൂലം ചണ്ഡാളനായി മാറുന്ന കഥയുണ്ട്. നമ്മുടെ ത്രിശങ്കു സ്വർഗ്ഗം ഫെയിം. രണ്ടും ഒരേ ആളാകുമോ?)

ഈ ത്രിശങ്കു രാജാവ് തന്റെ മകനായ ശാർദ്ദൂലകർണ്ണനെ തനി ക്കറിയുന്ന വേദങ്ങളിലെ അറിവുകളെല്ലാം പഠിപ്പിച്ചിട്ടുണ്ട്. ഒരിക്കൽ പ്രകൃതി എന്നൊരു ബ്രാഹ്മണ കന്യകയെക്കുറിച്ച് കേട്ടറിഞ്ഞ ത്രിശങ്കു തന്റെ മകനായ ശാർദ്ദൂലകർണ്ണന് അവളെ വധുവാക്കാൻ ആഗ്രഹി ച്ചു. ത്രിശങ്കു തന്നെ നേരിട്ട് പെണ്ണു ചോദിക്കാൻ കുറേ ആനകളും, മന്ത്രിമാരും, പരിവാരങ്ങളുമൊക്കെയായി അച്ഛനായ ബ്രാഹ്മണന്റെ അടുത്തെത്തുന്നു. പുഷ്കരശാരി എന്ന ഈ ബ്രാഹ്മണന് ഏഴു തലമുറ മുൻപുള്ള തന്റെ പൂർവ്വികരെക്കുറിച്ച് അറിവുണ്ട്. എന്നുവച്ചാൽ വംശ ശുദ്ധിയുള്ള പ്രമാണി എന്നർത്ഥം. കൂടാതെ മഹാ വേദപണ്ഡിതനും. കാര്യം കേട്ടപ്പോൾ സ്വാഭാവികമായും പുഷ്കരശാരിക്ക് ദേഷ്യം വന്നു. എന്ത് ധൈര്യത്തിലാണ് ഈ ചണ്ഡാളൻ മകനു വേണ്ടി തന്റെ മകളെ വിവാഹമാലോചിക്കുന്നത്?

തുടർന്ന് രണ്ടു പേരും തമ്മിൽ ജാതിവ്യവസ്ഥയെക്കുറിച്ച് ദീർഘമായ ചർച്ചയാണ്. വജ്രസൂചിയിലെ വാദങ്ങൾ (ബ്രാഹ്മണരുടെ വേദങ്ങളും പുരാണങ്ങളും മറ്റും അടിസ്ഥാനമാക്കിയവ) തന്നെയാണ് വേദ പണ്ഡിതൻ കൂടിയായ ത്രിശങ്കുവും (ബുദ്ധന്റെ ഒരു പൂർവ്വ ജന്മമാണ് ത്രിശങ്കു എന്ന് ബുദ്ധൻ പ്രഖ്യാപിക്കുന്നുണ്ട്) പറയുന്നത്.

സ്വർണ്ണവും, ചാരവും തമ്മിലോ, ഇരുട്ടും, വെളിച്ചവും തമ്മിലോ ഉള്ള വ്യത്യാസമൊന്നും ബ്രാഹ്മണരും, മറ്റു ജാതിക്കാരുമായും ഇല്ല

എന്ന് ത്രിശങ്കു തിരിച്ചടിച്ചു. ബ്രാഹ്മണൻ ഭൂമിയിൽനിന്നു മുളച്ചു വന്നതോ അരണി കടയുമ്പോൾ അഗ്നിയുണ്ടാകുന്നതുപോലെ ഉണ്ടായതോ ഒന്നുമല്ലല്ലോ, ചണ്ഡാളനെ പ്പോലെത്തന്നെ ഒരു ഗർഭപാത്രത്തിൽനിന്നു ഉണ്ടായതു തന്നെയല്ലേ? പിന്നെ അവർക്ക് എന്ത് ശ്രേഷ്ഠതയാണ് കൂടുതലുള്ളത്? ചത്തുകഴിഞ്ഞാലും എല്ലാവരും ഒരേപോലെ ചീഞ്ഞു നാറും. പിന്നെന്തു വ്യത്യാസം?

ബ്രാഹ്മണരുടെ ഇരട്ടത്താപ്പിനെ ത്രിശങ്കു വിമർശിക്കുന്നു. പറയുന്ന പോലെയല്ല അവരുടെ പ്രവർത്തികൾ. അവർക്ക് മാംസം കഴിക്കാൻ തോന്നുമ്പോൾ മന്ത്രം ചൊല്ലി ജീവികളെ കൊല്ലുന്നു. അവരുടെ മാം സക്കൊതിയാണ് ക്രൂരമായ മൃഗബലികൾക്ക് കാരണം. ഈ ബലി മൃഗങ്ങൾ ഭാഗ്യവാന്മാരാണ് അവ സ്വർഗ്ഗത്തിൽ പോകും എന്നാണ് പറച്ചിൽ. എങ്കിൽ ഈ ബ്രാഹ്മണർ എന്തുകൊണ്ട് അവരുടെ ഭാര്യയെയോ, മക്കളെയോ മാതാപിതാക്കളെയോ സഹോദരങ്ങ ളേയോ തീയിൽ ഹോമിക്കുന്നില്ല? മന്ത്രം ചൊല്ലി കൊന്നതുകൊണ്ട് ആട് സ്വർഗ്ഗത്തിൽ പോകില്ല. ഒക്കെ ഈ ദുഷ്ട ബ്രാഹ്മണർക്ക് ഇഷ്ടം പോലെ മാംസം ഭക്ഷിക്കാനുള്ള അടവാണ്. (ഇത് അക്കാലത്തെ വളരെ പോപ്പലറായ ഒരു വാദമായിരിക്കണം. ജൈനന്മാർ ഇതേ വാദം ഉന്നയിക്കുന്നതായി വിഷ്ണുപുരാണത്തിൽ കാണാം. ചാർവ്വാക രും ഇതേ വാദം ഉന്നയിച്ചു കണ്ടിട്ടുണ്ട്.)

പുഷ്കരശാരി ബ്രാഹ്മണരുടെ മികവു കാണിക്കാൻ നാലു വർണ്ണങ്ങ ളുടെയും ഉത്ഭവ കഥ പുറത്തെടുത്തു. ബ്രഹ്മാവിന്റെ ശരീര ഭാഗങ്ങളിൽ നിന്ന് ഓരോ വർണ്ണങ്ങൾ ഉണ്ടായ ആ കഥ. (ഈ കഥയുടെ മറ്റൊരു വേർഷനും നിലവിലുണ്ട് എന്ന് കഥയിലെ ഈ ഭാഗം സൂചിപ്പിക്കുന്നു. ബ്രഹ്മാവിന്റെ ശരീരഭാഗങ്ങളിൽ നിന്ന് ഉണ്ടായി എന്നല്ല, എല്ലാ വർണ്ണങ്ങളും ബ്രഹ്മാവിന്റെ മക്കളാണ് എന്നും കഥയുണ്ടത്രെ. മൂത്ത മകൻ ബ്രാഹ്മണൻ, രണ്ടാമത്തെ മകൻ ക്ഷത്രീയൻ അങ്ങനെ. അതായത് സഹോദരങ്ങൾ തമ്മിലുള്ള വ്യത്യാസമല്ലാതെ അവർ തമ്മിൽ വേറൊരു വ്യത്യാസവുമില്ല.) ക്ഷത്രീയൻ, ബ്രാഹ്മണൻ, വൈശ്യൻ, ശൂദ്രൻ ഒക്കെ ഓരോ പേരുകൾ മാത്രമാണ്. എല്ലാവ രുടെയും കൈയും, കാലും, നഖങ്ങളും ഒക്കെ ഒരുപോലെയാണ്. എല്ലാവരും ഒരേപോലെ മാംസനിർമ്മിതം തന്നെ. അല്ലാതെ നാല് വ്യത്യസ്ത ജീവികളൊന്നുമല്ല എന്ന് ത്രിശങ്കു വാദിക്കുന്നു. ഇവിടെ ത്രിശങ്കുവിന്റെ ഈ വാദങ്ങൾ ഷേക്ക്സ്പിയറുടെ മർച്ചന്റ് ഓഫ് വെനീസിലെ ഷൈലോക്കിന്റെ പ്രസിദ്ധമായ പ്രസംഗം ഓർമിപ്പി ക്കുന്നുണ്ട്.[59]

കുട്ടികൾ മണ്ണപ്പം ചുട്ടു കളിക്കുമ്പോൾ ഓരോ മണ്ണപ്പത്തിനേയും ഓരോ പലഹാരങ്ങളുടെ പേർ ചൊല്ലി വിളിക്കുന്നുണ്ടെങ്കിലും അവ ശരിക്കും ആ പലഹാരങ്ങളായി മാറുന്നില്ല. അതേപോലെ തന്നെയാണ് ഈ പേരുകളും. വർണ്ണങ്ങളൊക്കെ പരസ്പരം തിരിച്ചറിയാനുള്ള ഒരു മാർഗ്ഗം മാത്രമാണ്. പശു, കുതിര മുതലായ മൃഗങ്ങളും, പലതരം ഫല വൃക്ഷങ്ങളും തമ്മിൽ കാഴ്ചയിലുള്ള വ്യത്യാസം മനുഷ്യർ തമ്മിലില്ല. ചുരുക്കത്തിൽ മനുഷ്യൻ ഒരൊറ്റ സ്പീഷീസാണ് എന്ന വജ്രസൂചിയിൽ കണ്ട അതേ ആശയം തന്നെയാണ് ത്രിശങ്കുവും പറയുന്നത്. (പശുവിന് പശുത്വം പോലെയാണ് മനുഷ്യന് മനുഷ്യത്വം എന്ന് ശ്രീനാരായണ ഗുരുവും പറഞ്ഞത് ഇതേ ബൗദ്ധ ആശയമാണ്.) ശരിക്കും ബ്രാഹ്മണനിൽനിന്ന് ബ്രാഹ്മണൻ മാത്രം, ക്ഷത്രീയനിൽനിന്നു ക്ഷത്രീയൻ മാത്രം അങ്ങനെ ഓരോ വർണത്തിൽ നിന്നും അതേ വർണ്ണത്തിലുള്ള കുട്ടികൾ മാത്രമെ ഉണ്ടാകൂ എങ്കിൽ ഈ വർണ്ണങ്ങൾ തമ്മിൽ കാഴ്ചയിൽ എന്തെങ്കിലും വ്യത്യാസം കാണുമായിരുന്നു. (പരിണാമസിദ്ധാന്തത്തിലെ സ്പീസിയേഷൻ (speciation) എന്ന ആശയത്തിന്റെ ഒരു ആദ്യരൂപം ഈ വാദത്തിൽ വേണമെങ്കിൽ കാണാം.) ദേവന്മാർ തന്നെ ബ്രാഹ്മണ, ക്ഷത്രീയ, വൈശ്യ, ശൂദ്രന്മാരും യക്ഷന്മാരും, നാഗന്മാരും, അസുരന്മാരുമൊക്കെയായി ജനിക്കുന്നുണ്ട്.

നാലുജാതികൾക്കും നല്ല പ്രവർത്തികൾ ചെയ്താൽ സ്വർഗ്ഗം സിദ്ധിക്കും. അതിനൊന്നും ആർക്കും അവരുടെ ജാതി തടസ്സമല്ല. വയൽ ഉഴുതു വിത്തു വിതച്ച് കൃഷി ചെയ്യുന്നവർ ക്ഷത്രീയരാകും. ക്ഷേത്രം (നിലം, വയൽ) പരിപാലിക്കുന്നവനാണ് ക്ഷത്രീയൻ. (ദിഗ്ഗനികായയിലെ അഗാന്ന സുത്തയിൽ ക്ഷത്രീയരുടെ ഉത്ഭവകഥയും ക്ഷത്രീയൻ എന്ന പേരു കിട്ടിയതും നേരത്തെ വിവരിച്ചതു നോക്കുക. യുദ്ധം ഫുൾ ടൈം തൊഴിലല്ലല്ലോ. പുരുഷുവിന് യുദ്ധമൊന്നും ഇല്ലാത്തപ്പോൾ ചെയ്യുന്ന പണിയാണ് കൃഷി. ബുദ്ധൻ സന്യസിക്കാൻ ആഗ്രഹിച്ചപ്പോൾ ശുദ്ധോധനൻ മകനെ ഉപദേശിച്ചതും ക്ഷത്രീയന്റെ കുലവൃത്തിയായ കൃഷിയും, രാജ്യഭരണവും മറ്റുമായി കഴിയാനാണ്.) വിവാഹം കഴിക്കാതെ വനത്തിൽ പോയി ധ്യാനിക്കുന്നവർ ബ്രാഹ്മണരാകും. ബ്രാഹ്മണൻ എന്നാൽ തിന്മയെ ബഹിഷ്കരിക്കുന്നവർ (bahenti) എന്ന ബുദ്ധിസ്റ്റ് വ്യാഖ്യാനം നേരത്തെ അഗന്ന സുത്തയിലും മറ്റും കണ്ടതാണ്. (ബ്രഹ്മത്തെ അറിഞ്ഞവനാണ് ബ്രാഹ്മണൻ എന്നാണ് ബ്രാഹ്മണർ നൽകുന്ന വ്യാഖ്യാനം.) ബ്രാഹ്മണരിൽ മന്ത്രങ്ങൾ പഠിപ്പിക്കുന്നവരെ അധ്യാപകൻ എന്ന് വിളിക്കും. (വനത്തിൽ പോയി ധ്യാനിക്കുന്ന ബ്രാഹ്മണരെ ജ്യായകർ, അധ്യാപകരായി നഗരത്തിൽ തന്നെ വസിക്കുന്ന ബ്രാഹ്മണരെ അജ്യായകർ

എന്ന് ബുദ്ധൻ അഗന്ന സുത്തയിൽ വേർതിരിക്കുന്നതായി നേരത്തെ പറഞ്ഞിരുന്നു.)

ലാഭം ഉദ്ദേശിച്ച് വ്യവസായം ചെയ്യുന്നവർ വൈശ്യരാകും. ചെറുകിട പണികൾ ചെയ്തു ജീവിക്കുന്നവർ ശൂദ്രൻ. തേരുകളുടേയും, ആനകളുടെയും പണി ചെയ്യുന്നവർ മാതംഗരാകും. നിലം ഉഴുന്നവർ കർഷകരാകും. കച്ചവടം ചെയ്യുന്നവർ വണിക്കുകൾ എന്നറിയപ്പെടും. വീട് വിട്ടു സന്യാസം സ്വീകരിക്കുന്നവർ പരിവ്രാജകരാകും. നല്ല പെരുമാറ്റം കൊണ്ട് ജനങ്ങളെ പ്രീതിപ്പെടുത്തുന്നവർ രാജ എന്നറിയപ്പെടും. ഇങ്ങനെ വാദങ്ങൾ തുടർന്നപ്പോൾ പുഷ്കരശാരി ത്രിശങ്കുവിനോട് ഗായത്രിമന്ത്രം അറിയാമോ എന്ന് ചോദിച്ചു. ത്രിശങ്കു ഗായത്രി ചൊല്ലുക മാത്രമല്ല ഗായത്രി മന്ത്രത്തിന്റെ ഉത്ഭവം എങ്ങനെ എന്നതും പറഞ്ഞു. ഈ കഥ പ്രകാരം ബ്രാഹ്മണ, ക്ഷത്രീയ, വൈശ്യ, ശൂദ്രാദികൾക്ക് പ്രത്യേകം ഗായത്രികളുമുണ്ട്...!!..

ഒടുവിൽ ആത്മീയ കാര്യങ്ങളിലും, കലകളിലും, വാനശാസ്ത്രം അടക്കമുള്ള ശാസ്ത്രങ്ങളിലും ഉള്ള അറിവ് ത്രിശങ്കു പ്രകടിപ്പിച്ചപ്പോൾ ബ്രാഹ്മണൻ വിവാഹത്തിനു സമ്മതിച്ചു. അന്നത്തെ ആ ബ്രാഹ്മണ പുത്രിയായ പ്രകൃതി തന്നെയാണ് ഇപ്പോൾ ചണ്ഡാള കുലത്തിൽ പിറന്ന ഈ പ്രകൃതി, അന്നത്തെ ശാർദ്ദൂലകർണ്ണനാണ് ആനന്ദഭിക്ഷു, ആനവേട്ടക്കാരുടെ രാജാവായ ത്രിശങ്കു താനും ആയിരുന്നു എന്നു പറഞ്ഞ് ബുദ്ധൻ കഥ അവസാനിപ്പിക്കുന്നു. (സത്യം പറഞ്ഞാൽ ബുദ്ധൻ പറയുന്ന ഈ മുട്ടാപ്പോക്ക് കഥയുടെ ന്യായം എനിക്കു പിടി കിട്ടിയിട്ടില്ല. അന്നത്തെ ശാർദ്ദൂലകർണ്ണനാണ് ഇന്നത്തെ ആനന്ദനെങ്കിൽ അന്നത്തെപ്പോലെ ഇപ്പോഴും പ്രകൃതിയെയും, ആനന്ദനേയും വീണ്ടും വിവാഹം കഴിപ്പിക്കുകയല്ലെ ശരിക്കും വേണ്ടിയിരുന്നത്?ആ പെൺകുട്ടിയെപ്പിടിച്ചു ഭിക്ഷുണിയാക്കിയതെന്തിന്?)

ഈ കഥയിലും, വജ്രസൂചിയിലും, മറ്റൊരിടത്തും ബുദ്ധനടക്കം ആരും വർണ്ണവ്യവസ്ഥയെ എതിർക്കുന്നില്ല എന്നു ശ്രദ്ധിക്കുക. വർണ്ണം നിശ്ചയിക്കുന്നത് ജന്മമല്ല ഓരോരുത്തരുടെ കർമ്മമാണ് എന്നു മാത്രമാണ് പറയുന്നത്. ത്രിശങ്കുവും, പുഷ്കരശാരിയും രണ്ടു പേരും വേദം പഠിച്ചവരാണ്. അവർ മനസ്സിലാക്കിയത് രണ്ടു രീതിയിലാണെന്ന് മാത്രം. അതായത് കുഴപ്പം വേദത്തിന്റേയല്ല, ആളിന്റെയാണ്. ഹിന്ദു അപ്പോളജിസ്റ്റുകളുടെ വാദവും ഇതു തന്നെയല്ലേ? അപ്പോൾ അതും, ഈ ബുദ്ധമതവും തമ്മിൽ എന്തു വ്യത്യാസം?

ഇനി ബ്രാഹ്മണരുടെ യാഗങ്ങളെയും ബുദ്ധൻ എതിർത്തിരുന്നു എന്നതും അർദ്ധസത്യം മാത്രമാണ്. അവ മോക്ഷ മാർഗ്ഗങ്ങളാണ് (ബുദ്ധിസത്തിൽ നിർവ്വാണം) എന്ന അഭിപ്രായത്തെ മാത്രമാണ്

ബുദ്ധൻ എതിർത്തത്. ബ്രാഹ്മണരുടെ കർമ്മകാണ്ഡത്തിനോടു മാത്രമെ ബുദ്ധന് എതിർപ്പുണ്ടായിരുന്നുള്ളൂ. യാഗത്തെപ്പറ്റി സംയുക്ത നിഖായയിൽ സുന്ദരിക ഭാരദ്വാജൻ എന്ന ബ്രാഹ്മണനോട് പറയുന്ന ഈ അഭിപ്രായവും യാഗം മോശമാണ് എന്ന ധ്വനിയല്ല നൽകുന്നത്, അത് മോക്ഷം നൽകില്ല എന്നേ ബുദ്ധൻ പറയുന്നുള്ളൂ. അതും മുൻകാലത്തെ ജ്ഞാനികളുടെ അഭിപ്രായവും അപ്രകാരമായിരുന്നു എന്നു പ്രത്യേകം പറയുന്നുണ്ട്.[60] യാഗങ്ങളും, അഗ്നി ആരാധനയും മുൻപുള്ള ബ്രാഹ്മണർ ചെയ്തിരുന്നില്ല എന്ന് ബുദ്ധൻ തേവിജ സുത്തയിലും, അഗാന്ന സുത്തയിലും പറയുന്നത് മുകളിൽ ചർച്ച ചെയ്തത് ഓർക്കുക.

ദിഗ്ഗ നിഖായയിലെ കുത്തദന്ത സുത്തയിൽ ബുദ്ധൻ യാഗങ്ങളെക്കുറിച്ച് ചർച്ച ചെയ്യുന്നുണ്ട്. കുത്തദന്തൻ (കൂർത്ത ദന്തമുള്ളവൻ) എന്ന ബ്രാഹ്മണൻ ഒരു വലിയ യാഗം ചെയ്യാൻ തീരുമാനിക്കുന്നു. എഴുന്നൂറോളം കാളകളും, പശുക്കളും, ആടുകളും തയ്യാറായി. അതിനു മുൻപ് അദ്ദേഹം ബുദ്ധനെ ചെന്നു കണ്ടു ശരിയായ യാഗം ചെയ്യുന്ന മാർഗ്ഗങ്ങളെക്കുറിച്ച് ചോദിക്കുന്നു. ബുദ്ധൻ തന്റെ വേറൊരു ജന്മത്തിൽ രാജപുരോഹിതനായിരുന്ന താൻ മഹാവിജിത രാജാവിന് യാഗം ചെയ്യാനുള്ള ഉപദേശം നൽകിയ കഥ വിവരിക്കുന്നു. ആദ്യമായി യാഗത്തിന് നാട്ടിലെ ക്ഷത്രീയർ, സാമന്തൻമാർ, മന്ത്രിമാരും ഉപദേശകരും, ധനികരായ വൈശ്യർ മുതലായ പ്രമാണിമാരെ ക്ഷണിക്കണം. (ശൂദ്രർക്കും, പഞ്ചമർക്കും യാഗത്തിനു ക്ഷണമില്ല എന്ന് പ്രത്യേകം ശ്രദ്ധിക്കണം.) [61] യാഗം ചെയ്യുന്ന രാജാവ് മാതാവിന്റെയും, പിതാവിന്റെയും താവഴിയിൽ ഏഴു തലമുറ വർണ്ണ മിശ്രണം സംഭവിച്ചിട്ടില്ലാത്തവനായിരിക്കണം.[62]

അതുപോലെ രാജപുരോഹിതനും വർണ്ണ മിശ്രണം സംഭവിക്കാത്തവനും, യോഗ്യനുമായ ബ്രാഹ്മണനാകണം. അദ്ദേഹം മൂന്നു വേദങ്ങളും, വ്യാകരണവും, പുരാണങ്ങളും പഠിച്ചവനാകണം. ഹോമവസ്തുക്കൾ അർപ്പിക്കുന്ന കരണ്ടി പിടിക്കുന്നവരിൽ ഒന്നാമനോ, രണ്ടാമനെങ്കിലുമോ ആകണം രാജപുരോഹിതൻ.[63] (സംശയിക്കണ്ട, വർണ്ണശുദ്ധിയെ തരിമ്പും വിലവയ്ക്കാത്തവൻ എന്ന് ആരാധകർ പറഞ്ഞുനടക്കുന്ന ബുദ്ധൻ പച്ചക്കൊടി കാട്ടുന്ന യാഗം ചെയ്യാൻ വേണ്ട യോഗ്യതകൾ തന്നെയാണ് പറയുന്നത്.)

രാജാവ് യാഗത്തിന്റെ ചിലവിനെക്കുറിച്ച് ഖേദിക്കാൻ പാടില്ല. യാഗത്തിന് പല തരത്തിലുള്ള ആളുകളും വരും. നല്ലവരും, ചീത്തവരും. അവരെ അവരവരുടെ വിധിക്കു വിട്ടേക്കുക. പിന്നെ യാഗത്തിൽ മൃഗങ്ങളെ കൊല്ലരുത്. മരങ്ങൾ വെട്ടരുത്. അടിമകളെയും, ജോലിക്കാരെയും തല്ലിയോ, നിർബന്ധിച്ചോ യാഗത്തിന്റെ

പണികൾ ചെയ്യിപ്പിക്കരുത്. നെയ്യ്, എണ്ണ, വെണ്ണ, തൈര്, തേൻ, കരിമ്പു നീര് ഇവകൊണ്ടായിരിക്കണം യാഗം ചെയ്യേണ്ടത്.[64]

മൃഗബലിയോടുള്ള ബുദ്ധന്റെ എതിർപ്പ് വെറും ജന്തുസ്നേഹം കൊണ്ടു മാത്രമായിരുന്നില്ല. ഓരോരുത്തരും അവനവന്റെ കർമഫലം അനുഭവിക്കണം. കൈക്കൂലി കൊണ്ട് അതിൽ മാറ്റം വരുത്താനോ ചീത്ത കർമ്മഫലം ആ മൃഗത്തിലേക്ക് മാറ്റാനോ ആകില്ല. അത് ന്യായമല്ല,അത് കർമ്മസിദ്ധാന്തത്തിനു എതിരുമാണ്. യാഗങ്ങൾ ഒരു ഫലവും ഉണ്ടാക്കില്ല എന്നല്ല ബുദ്ധൻ പറയുന്നത്. കുറേക്കൂടി നല്ലത് സന്ന്യാസിമാർക്ക് ദാനം നൽകലാണ്. അതിനേക്കാൾ നല്ലതാണ് അവർക്ക് താമസിക്കാൻ കെട്ടിടം ഉണ്ടാക്കി നൽകൽ. അതിനേക്കാൾ നല്ലതാണ് ബുദ്ധനിലും, ധർമ്മത്തിലും, സംഘത്തിലും ശരണം പ്രാപിക്കുക എന്നത്. അതിനേക്കാൾ നല്ലതാണ് സംഘത്തിൽ ചേരുക എന്നത്.

ദാനം നൽകുമ്പോൾ പ്രഥമ പരിഗണന നൽകേണ്ടത് ബുദ്ധന്റെ ഭിക്ഷു സംഘത്തിനാണ്. ദാനം നൽകുന്നതിൽ ബുദ്ധന്റെ ഭിക്ഷുക്കൾക്ക് പ്രഥമ പരിഗണന നൽകാതെ മറ്റു സന്ന്യാസിമാരെ ആശ്രയിക്കുന്നവരെ ചണ്ഡാള ഉപാസകർ എന്നു ബുദ്ധൻ വിശേഷിപ്പിക്കുന്നത് നേരത്തെ ചർച്ച ചെയ്തിരുന്നു. (ചണ്ഡാള സുത്ത-അംഗുത്തര നിഖായ) അതുപോലെ ബുദ്ധഭിക്ഷുക്കൾക്കു കൊടുക്കാതെ മറ്റുള്ളവർക്ക് ദാനം കൊടുക്കുന്നവർ വിഡ്ഢികളാണ് എന്ന് അംഗുത്തര നിഖായയിലെ ഗിഹി സുത്തയിൽ പറയുന്നുണ്ട്.[65]

അംഗുത്തര നിഖായയിലെ ഉജ്ജയ സുത്തയിൽ ഉജ്ജയൻ എന്ന ബ്രാഹ്മണൻ ബുദ്ധനോട് താങ്കൾ യജ്ഞങ്ങളെ അനുകൂലിക്കുന്നുണ്ടോ എന്ന് നേരിട്ട് ചോദിക്കുന്നുണ്ട്. ബുദ്ധന്റെ മറുപടി താൻ എല്ലാ യജ്ഞങ്ങളെയും അനുകൂലിക്കുന്നില്ല, എന്നാൽ ചില യജ്ഞങ്ങളെ പുകഴ്ത്താതിരിക്കുന്നുമില്ല എന്നാണ്. മൃഗങ്ങളെ ബലികഴിക്കുന്ന യാഗങ്ങളെ താൻ എതിർക്കുന്നുണ്ടെങ്കിലും മൃഗഹത്യ ഇല്ലാത്ത യജ്ഞങ്ങളെ താൻ അനുകൂലിക്കുന്നുണ്ട്.[66]

ഇതുതന്നെയല്ലേ "സംഘി വാദം" എന്ന് ഇവിടെ ചിലർ പുച്ഛിക്കുന്നത്? സംയുക്ത നിഖായയിലെ യജ്ഞ സുത്തയിൽ പസേനദി രാജാവ് ഒരു യാഗം നടത്തുന്ന കഥയുണ്ട്. നൂറുകണക്കിന് കാളകൾ, പശുക്കൾ, ആടുകൾ ഒക്കെ പാവം ജനങ്ങളിൽനിന്ന് നിർബന്ധിച്ച പിടിച്ച വാങ്ങിയാണ് യാഗം നടത്തുന്നത്. (പസേനദി ഈ സമയത്ത് ബുദ്ധമതാനുയായിയാണ് എന്ന് പ്രത്യേകം ഓർക്കുക.) സാധു ജനങ്ങൾ കണ്ണീരോടെ അവരുടെ മൃഗങ്ങളെ വിട്ടുകൊടുത്ത് യാഗത്തിന് ഒരുക്കങ്ങളിൽ സഹായിക്കുന്നതു കണ്ടു വന്ന ശിഷ്യരോട്

ബുദ്ധന്റെ ഉപദേശം, ഇത്തരം ക്രൂരതയില്ലാത്ത യാഗങ്ങൾ ദേവ പ്രീതി നൽകും എന്നാണ്.[67]

(സംയുക്ത നികായയുടെ ഈ ഭാഗത്തെ ഒരു കമന്ററിയിൽ ആദ്യകാല യാഗങ്ങൾ വളരെ സമാധാനപൂർണ്ണമായിരുന്നു, പിൽകാലത്താണ് അവയിൽ ക്രൂരത കടന്നു കൂടിയത് എന്ന് പറയുന്നുണ്ട്. "സംഘി വാദം","വ്യാഖ്യാന ഫാക്ടറി" എന്നൊക്കെ ബുദ്ധിജീവികൾ പരിഹസിക്കുന്ന അതേ വാദം ബുദ്ധിസത്തിൽ ..!!.. :-))

പിന്നെ പലപ്പോഴും ബുദ്ധൻ ബലിയെ എതിർക്കുന്ന കഥകളിൽ ഇത്തരം ക്രൂരമായ ബലികൾ നടത്തുന്നവർ സ്വാർത്ഥരും, എതിരാളികളെ ദ്രോഹിക്കാനായി വേദങ്ങളെയും, യാഗങ്ങളെയും ദുരുപയോഗിക്കുകയും ചെയ്യുന്ന വില്ലൻ കഥാപാത്രങ്ങളാണ്. തക്കാരിയ ജാതക (No.481) എന്ന ജാതക കഥയിൽ ഒരു പുരോഹിതൻ തന്റെ ഭാര്യാകാമുകനായ ബ്രാഹ്മണനെ കൊല്ലാനാണ് അയാളെ ബലി കൊടുക്കാനുള്ള യാഗം നടത്തുന്നത്. ബുദ്ധന്റെ അവതാരമായ തക്കാരിയ ഒരു ചത്ത ആടിനെ പകരം വച്ച് ബ്രാഹ്മണനെ ബലിയിൽനിന്നു രക്ഷിക്കുന്നു. കണ്ടാല ജാതക (No. 542) എന്ന കഥയിൽ കണ്ടാല എന്ന ബ്രാഹ്മണൻ രാജകുമാരനോടുള്ള വിരോധം മൂലം രാജകുമാരനെ മാത്രമല്ല രാജാവിന്റെ കുടുംബം മുഴുവൻ ബലി നൽകാൻ രാജാവിനെ ഉപദേശിക്കുന്നു. വേദങ്ങളും, യാഗങ്ങളുമൊക്കെ നല്ലതു തന്നെ, പക്ഷെ ചില പുരോഹിതരാണ് വില്ലൻമാർ, അവരാണ് അതിനെ മോശമാക്കുന്നത് എന്ന ലൈൻ. (ഇതേ യുക്തി മുസ്ലീങ്ങളും പ്രയോഗിക്കാറുണ്ട്. മുഹമ്മദ് കാണിച്ച തന്നെ ഇസ്ലാം ഒരു ദോഷവും ഇല്ലാത്തത്. എന്തെങ്കിലും കുഴപ്പം ഉണ്ടെങ്കിൽ അത് ഇപ്പോൾ കൊണ്ടു നടക്കുന്ന പുരോഹിതവേഷധാരികളുടെ കുഴപ്പമാണ്.)

ബുദ്ധൻ വേദവിരോധിയായിരുന്നു എന്നതും അടിസ്ഥാനമില്ലാത്ത വെറും പറച്ചിൽ മാത്രമാണ്. പല ജാതകകഥകളിലും ബോധിസത്വൻ (ബുദ്ധന്റെ കഥാപാത്രം) തക്ഷശിലയിൽ പോയി മൂന്നു വേദങ്ങളും പഠിച്ച ആളാണ് എന്നു പ്രത്യേകം എടുത്തു പറയുന്നതു കാണാം. ബുദ്ധന് വേദങ്ങളോടുള്ള ബഹുമാനം പലയിടത്തും വ്യക്തമാക്കിയിട്ടുണ്ട്. വേദങ്ങളെ വ്യഭിചരിക്കുന്ന ആർത്തിപ്പണ്ടാരങ്ങളാണ് ഇപ്പോളത്തെ ബ്രാഹ്മണർ എന്നാണ് കുനാല ജാതക എന്ന കഥയിൽ പറയുന്നത്.[68]

പലതവണ അനേകം തെളിവുകളോടെ വ്യക്തമാക്കിയ കാര്യം തന്നെയാണ്, ബുദ്ധന്റെ അഭിപ്രായത്തിൽ ഇപ്പോളത്തെ ബ്രാഹ്മണർക്കു മാത്രമേ പ്രശ്നമുള്ളൂ. വേദങ്ങളും, പണ്ടത്തെ ബ്രാഹ്മണരും നല്ലതു തന്നെയാണ്. വേണ്ടരീതിയിൽ പരിപോഷിപ്പിക്കാതെ അത് നശിച്ച

പോയി എന്നാണ് ബുദ്ധന്റെ അഭിപ്രായം. കാടുകയറി ഉപേക്ഷിക്കപ്പെട്ടു കിടക്കുന്ന ഒരു നഗരം താൻ കണ്ടെത്തി പുനരുദ്ധരിക്കുന്നു എന്ന ബുദ്ധന്റെ അവകാശവാദം നോക്കുക. (നഗരസുത്ത-സംയുക്ത നിഖായ) വേദങ്ങളെക്കുറിച്ചുള്ള ബുദ്ധന്റെ അഭിപ്രായം ശ്വേതകേതു ജാതക (No: 377) എന്ന ജാതക കഥയിൽനിന്നു മനസ്സിലാക്കാം. (തൊട്ടുകൂടായ്മയെക്കുറിച്ചുള്ള വ്യക്തമായ ഒരു സൂചന കാണുന്നത് ഈ കഥയിലാണ്. ശ്വേതകേതു എന്ന ബ്രാഹ്മണൻ തനിക്ക് എതിരെ വരുന്ന ഒരു ചണ്ഡാളനോട് അയാളുടെ ദേഹത്ത് തട്ടിയ കാറ്റ് തന്റെ ദേഹത്ത് തട്ടാതിരിക്കാൻ വഴി മാറിപ്പോകാൻ പറയുന്നു. ചണ്ഡാളൻ മറുവാദങ്ങൾ പറഞ്ഞ് ശ്വേതകേതുവിനെ തോൽപ്പിക്കുന്നു. സമാനമായ ഒരു കഥ ശങ്കരാചാര്യരെക്കുറിച്ചും ഉണ്ട്.)

തട്ടിപ്പുകാരനായ ശ്വേതകേതു എന്നൊരു ബ്രാഹ്മണൻ കുറേ സന്യാസിമാരേയും കൂട്ടി ബനാറസ്സിലെത്തി അവിടത്തെ രാജാവിനെ പറ്റിച്ചു ജീവിക്കാം എന്ന് തീരുമാനിക്കുന്നു. (ഉപനിഷത്തുക്കളിലും മഹാഭാരതത്തിലും ഒരു സ്ഥിരം കഥാപാത്രമായ ശ്വേതകേതു എന്ന ഋഷിവര്യൻ വളരെ മഹാനായ ഒരു ബ്രാഹ്മണനാണ്. മഹാഭാരതം പ്രകാരം സ്ത്രീകൾക്ക് ഒരു ഭർത്താവ് മാത്രം എന്ന പാതിവ്രത്യ നിയമം കൊണ്ടുവന്നത് ഈ ശ്വേതകേതുവാണ്. ബ്രാഹ്മണരെ ഒന്ന് ചൊറിയാനായിരിക്കുമോ, ക്ഷത്രീയർ ഉണ്ടാക്കിയ ഈ കഥയിൽ തട്ടിപ്പുകാരനായ ബ്രാഹ്മണന് ശ്വേതകേതു എന്നുതന്നെ പേരിട്ടത്?) രാജാവ് കാണാനായി വരുമ്പോൾ ശ്വേതകേതു ഒരു പുസ്തകമൊക്കെ എടുത്തുവച്ചു പഠിപ്പിക്കുന്ന പോലെ ഇരുന്നു. മറ്റുള്ളവർ മുൾമെത്തയിൽ കിടക്കുക, പഞ്ചാഗ്നി മധ്യത്തിൽ തപസ്സു ചെയ്യുക, ഒറ്റക്കാലിൽ നിൽക്കുക, വേദം പാരായണം ചെയ്യുക തുടങ്ങിയ അഭ്യാസങ്ങളൊക്കെ കാണിക്കുന്നതു കണ്ടപ്പോൾ സ്വാഭാവികമായും രാജാവിന് ശ്വേതകേതുവിനോടു വളരെ മതിപ്പ് തോന്നി. പല്ലു തേക്കാതെയും, മുടി ജട പിടിച്ചും ആട്ടിൻ തോൽ ധരിച്ചും ഇരിക്കുന്ന ഈ സന്യാസിമാരെല്ലാം നല്ല വിജ്ഞാനികളാണെന്ന് രാജാവ് കരുതി. രാജാവ് അവരെ ബഹുമാനിക്കാൻ ഒരുങ്ങിയെങ്കിലും രാജാവിന്റെ പുരോഹിതൻ കേറി ഇടപെട്ടു. (ഈ രാജപുരോഹിതൻ ബുദ്ധന്റെ ഒരു പൂർവ്വ ജന്മമാണ്.) ഇതൊക്കെ തട്ടിപ്പായിരിക്കാം എന്ന് രാജാവിന് മുന്നറിയിപ്പു കൊടുത്തു.[69]

കാര്യം മനസ്സിലാക്കിയ രാജാവ് അഭിപ്രായം മാറ്റി. പുരോഹിതൻ എല്ലാം കുളമാക്കിയത് കണ്ട ശ്വേതകേതു, വേദങ്ങൾ നിഷ്പ്രയോജനങ്ങളാണെന്നാണ് പുരോഹിതൻ പറയുന്നത് എന്ന് ആരോപിച്ച് പ്രശ്നം ആളിക്കത്തിക്കാൻ നോക്കുന്നു. വേദങ്ങൾ തീരെ

നിഷ്പ്രയോജനമാണ് എന്നൊന്നും തനിക്കു അഭിപ്രായമില്ല, വേദം പഠിക്കുന്നത് നല്ലതൊക്കെത്തന്നെ എന്നാണ് അതിനു പുരോഹിതൻ മറുപടി കൊടുക്കുന്നത്.[70]

ഈ കഥയിൽ നിന്ന് ബുദ്ധന് വേദത്തെക്കുറിച്ചുള്ള അഭിപ്രായം വ്യക്തമാണ്. ഇതേ കഥ ഒട്ടും മാറ്റമില്ലാതെ മറ്റൊരു ജാതക കഥയിലും ആവർത്തിക്കുന്നുണ്ട്. ഉദ്ദാലക ജാതക (no.487). ഇതിലെ ബ്രാഹ്മണ കഥാപാത്രത്തിന്റെ പേര് ശ്വേതകേതു എന്നതിന് പകരം ഉദ്ദാലകൻ എന്നാണ്. (ഉപനിഷത്തുക്കളിൽ ഈ ഉദ്ദാലകനും, ശ്വേതകേതുവും അച്ഛനും, മകനുമാണ്. ഛാന്ദോഗ്യോപനിഷത്തിന്റെ ആറാമധ്യായ ത്തിൽ ഉദ്ദാലകനും, പുത്രനായ ശ്വേതകേതുവും തമ്മിൽ നടക്കുന്ന സംഭാഷണത്തിലാണ് "തത്വമസി" എന്ന പ്രസിദ്ധമായ ആശയം വരുന്നത്.) രാജപുരോഹിതന്റെ ഈ മറുപടി വരെ രണ്ട് കഥയും ഒരുപോലെയാണ്. ഉദ്ദാലക ജാതകയിൽ രാജപുരോഹിതന്റെ (ബുദ്ധന്റെ പൂർവ്വ ജന്മം) മറുപടി കേൾക്കുമ്പോൾ പുരോഹിതനെ വെറുപ്പിക്കുന്നതിൽ കാര്യമില്ല എന്ന് മനസ്സിലാക്കിയ ഉദ്ദാലകൻ താൻ ഈ രാജപുരോഹിതന്റെ മകനും, ബ്രാഹ്മണനുമാണ് എന്ന സത്യം വെളിപ്പെടുത്തുന്നു. (ഈ പുരോഹിതന് പണ്ട് ഒരു അടിമ സ്ത്രീയിലുണ്ടായ മകനാണത്രെ അദ്ദേഹം. ഈ കഥയുടെ തുടക്കത്തിൽ വർണ്ണ സങ്കരം മൂലമുണ്ടായ തന്റെ ഈ മകന് തന്റെ കുടുംബപ്പേര് നൽകാതെ അച്ഛനായ പുരോഹിതൻ തന്നെയാണ് ഉദ്ദാലകൻ എന്ന് പേരിടുന്നത്.)

തുടർന്ന് ഇവർ തമ്മിൽ ബ്രാഹ്മണൻ എന്നാൽ ആരാണ് എന്ന ചർച്ചയാണ്. ബ്രാഹ്മണൻ എന്നാൽ യാഗം നടത്തുന്ന ആൾ എന്നല്ല അർത്ഥം എന്ന് രാജപുരോഹിതൻ പറയുന്നു. കർമ്മം കൊണ്ടാണ് ഒരാൾ ബ്രാഹ്മണനാകുന്നത്.[71] ജന്മം കൊണ്ടുള്ള വർണ്ണത്തിൽ കാര്യമില്ല, കർമ്മം കൊണ്ട് ആർക്കും മികച്ചവനാകാം എന്നും പുരോഹിതൻ ഉദ്ദാലകനോടു പറയുന്നു. ക്ഷത്രീയൻ, ബ്രാഹ്മണൻ, വൈശ്യൻ, ശൂദ്രൻ, ചണ്ഡാളൻ, പുക്കാസ ഇവർക്കൊക്കെ നിർവ്വാണം നേടാൻ അവസരമുണ്ട്.[72] (ഇവിടെയും വർണ്ണങ്ങളുടെ ക്രമം പറയു മ്പോൾ ക്ഷത്രീയനാണ് ആദ്യം വരുന്നത്.) പല വർണ്ണത്തിലുള്ള തുണികൾ കൂട്ടിത്തയ്ച്ച കൂടാരം നൽകുന്നത് ഒരേ തണലാണ് എന്നും പുരോഹിതൻ പറയുന്നു.[73]

ചുരുക്കത്തിൽ ജന്മം കൊണ്ടു ബ്രാഹ്മണനാകാൻ സാധിക്കാ ത്തവർക്ക് പിൻവാതിലിലൂടെ ബ്രാഹ്മണനാകാനും അവർക്കു ലഭി ക്കുന്ന ബഹുമാനം നേടാനും ഒരു അവസരം. അതാണ് ബുദ്ധമതം നൽകുന്നത്. ബുദ്ധൻ ചാതുർവർണ്യത്തിനെതിരെ പ്രചാരണം

നടത്തി ("Buddha preached against Chaturvarnya"- Revolution and Counter-Revolution in Ancient India) എന്ന് അംബേദ്ക്കർ അവകാശപ്പെട്ടുന്നത് വെറും തെറ്റല്ല, പ്രൊഫസ്സർ എം. കൃഷ്ണൻനായർ പറയുന്നപോലെ ഒന്നാംതരം തെറ്റാണ്.

റഫറൻസ്:

(1) "We can see Brahmin women, the wives of Brahmins, who menstruate and become pregnant, have babies, and give milk. And yet these womb-born Brahmins talk about being born from Brahma's mouth...These Brahmins misrepresent Brahma, tell lies and earn much demerit." (Digha Nikaya- Agganna Sutta: 27)

(2) Then those beings came together and lamented the arising of these evil things among them: taking what was not given, censuring, lying and punishment. And they thought: "Suppose we were to appoint a certain being who would show anger where anger was due, censure those who deserved it, and banish those who deserved banishment! And in return, we would grant him a share of the rice." So they went to the one among them who was the handsomest, the best-looking, the most pleasant and capable, and asked him to do this for them in return for a share of the rice, and he agreed.

"The People's Choice" is the meaning of Maha-Sammata, which is the first regular title to be introduced. "Lord Of The Fields" is the meaning of Khattiya, the second such title. And "He Gladdens Others With Dhamma"is the meaning of Raja, the third title to be introduced. This, then, Vasetha, is the origin of the class of Khattiyas, in accordance with the ancient titles that were introduced for them. (Agganna Sutta-Digga Nikaya 27)

(3) Then some of these beings thought: "Evil things have appeared among beings, such as taking what is not given, censuring, lying, punishment and banishment. We ought to put aside evil and unwholesome things.""And they did so. "They Put Aside Evil And Uwholesome Things "is the meaning of Brahmin, which is the first regular title to be introduced for such people. They made leaf-huts in forest places and meditated in them. With the smoking fire gone out, with pestle cast aside, gathering alms for their evening and morning meals, they went away to a village, town or royal city to seek their food, and then they returned to their leaf-huts to meditate. People saw this and noted how they meditated. "They Meditate"is the meaning of Jhayaka, which is the second regular title to be introduced.

However, some of those beings, not being able to meditate in leaf-huts, settled around towns and villages and compiled books. People saw them doing this and not meditating. "Now These Do Not Meditate"is the meaning of Ajjhayaka, which is the third regular title to be introduced. At that time it was regarded as a low designation, but now it is the higher. This, then, Vasetha, is the origin of the class of Brahmins in accordance with the ancient titles that were introduced for them. (Agganna Sutta-Digga Nikaya 27)

(4) “And then, Vasetha, some of those beings, having paired off, adopted various trades, and this “Various” is the meaning of Vessa, which came to be the regular title for such people. This, then, is the origin of the class of Vessas, in accordance with the ancient titles that were introduced for them. Their origin was from among these very same beings...

“And then, Vasetha, those beings that remained went in for hunting. “They Are Base Who Live By The Chase”, and that is the meaning of Sudda, which came to be the regular title for such people. This, then, is the origin of the class of Suddas in accordance with the ancient titles that were introduced for them. (Agganna Sutta, Digga Nikaya 27)

(5) “And then, Vasetha, it came about that some Khattiya, dissatisfied with his own Dhamma, went forth from the household life into homelessness, thinking: “I will become an ascetic.””And a Brahmin did likewise, a Vessa did likewise, and so did a Sudda. And from these four classes the class of ascetics came into existence. (Agganna Sutta, Digga Nikaya 27)

(6) Vasettha, it was Brahma Sanankumara who spoke this verse: “The Khattiya’s best among those who value clan; He with knowledge and conduct is best of gods and men.”

This verse was rightly sung, not wrongly, rightly spoken, not wrongly, connected with profit, not unconnected. I too say, Vasettha: “The Khattiya’s best among those who value clan; He with knowledge and conduct is best of gods and men.” (Agganna Sutta, Digga Nikaya 27)

(7) There are some, deeply versed in antiquity, who devote themselves to elegant studies, and live apart from the world, and retain the simplicity of their character. These rise above mundane presents, and are as insensible to renown as to the contempt of the world. Their name having spread afar, the rulers appreciate them highly, but are unable to draw them to the court. The chief of the country honours them on account of their (mental) gifts, and the people exalt their fame and render them universal homage. This is the reason of their devoting themselves to their studies with ardour and resolution, without any sense of fatigue. They search for wisdom, relying on their own resources. Although they are possessed of large wealth, yet they will wander here and there to seek their subsistence. There are others who, whilst attaching value to letters, will yet without shame consume their fortunes in wandering about for pleasure, neglecting their duties. They squander their substance in costly food and clothing. Having no virtuous principle, and no desire to study, they are brought to disgrace, and their infamy is widely circulated. (Si-yu-ki Budhist records of the western world, Translated from the Chinese of Hiuen Tsiang by Samuel Beal)

(8) There are so many kinds of Brahmins who teach different paths: the Addhariya, the Tittiriya, the Chandoka, the Chandava, the Brahmacariya Brahmins — do all these ways lead to union with Brahma?Just as if there were near a town or village many different paths — do all these come together at that place? And

likewise, do the ways of the various Brahmins...lead the one who follows them to union with Brahma? (Tevijja Sutta-Digha Nikaya 13)

(9) "Well then, Vasettha, what about the early sages of those Brahmins learned in the Three Vedas, the makers of the mantras, the expounders of the mantras, whose ancient verses are chanted, pronounced and collected by the Brahmins of today, and sung and spoken about — such as Atthaka, Vamaka, Vamadeva,Vessamitta, Yamataggi, Angirasa, Bharadvaja, Vasettha, Kassapa, Bhagu- did they ever say: "We know and see when, how and where Brahma appears"?'"No, Reverend Gotama." (Tevijja Sutta-Digha Nikaya 13)

(10) "Well now, Vasettha, those Brahmins learned in the Three Vedas who persistently neglect what a Brahmin should do, and persistently do what a Brahmin should not do, declare: "We call on Indra, Soma, Varuna, Isana, Pajapati, Brahma, Mahiddhi, Yama." But that such Brahmins who persistently neglect what a Brahmin should do, ... will, as a consequence of their calling, begging, requesting or wheedling, attain after death, at the breaking-up of the body, to union with Brahma— that is just not possible. (Tevijja Sutta-Digha Nikaya 13)

"*The great seers of right conduct*
Do not attend that sacrifice
Where goats, sheep, and cattle
Of various kinds are slain".

(Yanna sutta-Samyutta Nikaya)

(11) "In the same way, Vasettha, in the Ariyan discipline these five hindrances are called obstacles, hindrances, coverings-up, envelopings. Which five? The hindrance of sensuality, of ill-will, of sloth-and-torpor, of worry-and-flurry, of doubt. These five are called obstacles, hindrances, coverings-up, envelopings. And these Brahmins learned in the Three Vedas are caught up, hemmed in, obstructed, entangled in these five hindrances. But that such Brahmins learned in the Three Vedas, who persistently neglect what a Brahmin should do... and who are caught up,... entangled in these five hindrances, should attain after death, at the breaking-up of the body, to union with Brahma - that is just not possible. (Tevijja Sutta-Digha Nikaya 13)

(12) That these encumbered Brahmins, learned in the Three Vedas, should after death, at the breaking-up of the body, be united with the unencumbered Brahma— that is just not possible. (Tevijja Sutta-Digha Nikaya 13)

(13) The Tathagata, on being asked about the Brahma world and the way to get there, would certainly not be confused or perplexed. For, Vasettha, I know Brahma and the world of Brahma, and the way to the world of Brahma, and the path of practice whereby the world of Brahma may be gained."

"Then, Vasettha, the monk is unencumbered, and Brahma is unencumbered. Has that unencumbered monk anything in common with the unencumbered Brahma?" "Yes indeed, Reverend Gotama."(Tevijja Sutta-Digha Nikaya 13)

(14) "It is just as if a man, traveling along a wilderness track, were to see an ancient path, an ancient road, traveled by people of former times. He would follow it. Following it, he would see an ancient city, complete with parks, groves, and ponds, walled, delightful.He would go to address the king or the king's minister, saying, 'Sire, you should know that while traveling along a wilderness track I saw an ancient path....... Sire, rebuild that city!' The king or king's minister would rebuild the city, so that at a later date the city would become powerful, rich, and well-populated, fully grown and prosperous.

"In the same way I saw an ancient path, an ancient road, traveled by the Rightly Self-awakened Ones of former times. (Samyuktha Nikhaya-Nagara sutta)

(15) In the past, brahman males mated only with brahman females and not with non-brahman females. At present, brahman males mate with brahman females and with non-brahman females. ....In the past, brahman males mated with brahman females only in-season and not out-of-season. At present, brahman males mate with brahman females in-season and out-of-season.......In the past, brahman males did not buy or sell brahman females, but took up cohabitation for the sake of reproduction simply through mutual attraction. At present, brahman males buy and sell brahman females, and take up cohabitation for the sake of reproduction simply through mutual attraction.......In the past, brahmans did not make a stash of wealth, grain, silver, or gold. At present, brahmans make stashes of wealth, grain, silver, and gold......In the past, brahmans searched for alms for their morning meal in the morning, and for their evening meal in the evening. At present, brahmans, having eaten as much as they like, swelling their bellies, leave taking the leftovers. (Sona Sutta-Anguttara Nikaya)

(16) Seers, before, were austere and restrained in mind. Abandoning the five strings of sensuality, they practiced for their own benefit. They had no cattle, no gold, no wealth. They had study as their wealth........ Brahmans protecting their principles, protected by law, were not to be violated, not to be beaten. (Brahmanadhammika Sutta-Sutta Nipata 2.7)

(17) The Dhamma protects those who live by the Dhamma. (Theragatha 4:10 Dhammika)

(18) Justice, being violated, destroys; justice, being preserved, preserves: therefore justice must not be violated, lest violated justice destroy us. (Manusmriti 8:15)

(19) Brahmans went to no other (caste), nor did they buy their wives. Living together from mutual love, having come together, they found joy together. Aside from the time after menstruation, brahmans didn't engage in copulation. They praised: the holy life, virtue, being straightforward, mild, austere, composed, harmless, enduring. The foremost brahman among them, firm in perseverance, didn't engage in copulation even in a dream. (Brahmanadhammika Sutta-Sutta Nipata 2.7)

(20) And in setting up the sacrifice, they didn't harm cows. "Like a mother, father, brother, or other relative, cows are our foremost friends. From them comes

medicine. They give food, strength,beauty, and happiness." Knowing this line of reasoning, they didn't harm cows. Delicate, with large bodies, beautiful, prestigious, brahmans were committed to standards of what should and shouldn't be done in line with their principles. As long as this lasted in the world, humanity prospered in happiness. (Brahmanadhammika Sutta-Sutta Nipata 2.7)

(21) Then the king, lord of charioteers, induced by the brahmans, killed in a sacrifice many hundred-thousands of cows. The cows— meek like sheep, giving milk by the bucket— hadn't, with their hooves or horns or anything else, done anyone any harm. But the king, grabbing them by the horns, killed them with a knife. (Brahmanadhammika Sutta-Sutta Nipata 2.7)

(22) Three were the diseases before then: desire, hunger, and aging. But from violence against cattle came ninety-eight. This injustice of violence has come down as ancient. The innocent are killed; the sacrificers fall away from the Dhamma. This tradition—ancient, vile— is criticized by the observant. Where people see such a thing, they criticize the sacrificer. With the Dhamma perishing in this way, merchants are split from workers noble warriors are split far apart, the wife despises the husband. Noble warriors, kinsman of Brahma, and any others protected by clan, repudiating the doctrine of their birth, fall under sensuality's sway. (Brahmanadhammika Sutta-Sutta Nipata 2.7)

(23) He couples only with a brahmin woman, not with a khattiya woman, a vessa woman , a sudda woman , or a candala woman, nor with a woman from a family of hunters, bamboo workers, chariot makers, or flower scavengers. (Dona Sutta- Amguttara Nikaya 5:192)

(24) Because his brahmin wife does not serve for sensual pleasure, amusement, and sensual delight, but only for procreation. (Dona Sutta- Amguttara Nikaya 5:192)

(25) He couples with a brahmin woman, a khattiya woman, a vessa woman, a sudda woman, and a candala woman, and a woman from a family of hunters, bamboo workers, chariot makers, or flower scavengers. (Dona Sutta- Amguttara Nikaya 5:192)

(26) His brahmin wife serves for sensual pleasure, amusement, and sensual delight, as well as for procreation. (Dona Sutta- Amguttara Nikaya 5:192)

(27) Him I call a brahmana who wears robes made from rags (picked up from a dust heap), who is lean with veins standing out, who meditates alone in the forest. (Dhammapada 395)

(28) Not by wearing matted hair, nor by lineage, nor by caste, does one become a brahmana; only he who realizes the Truth and the Dhamma is pure; he is a brahmana. (Dhammapada 393)

(29) Him I call a brahmana, who does not cling to sensual pleasures, just as water does not cling to a lotus leaf, or the mustard seed to the tip of an awl. (Dhammapada 401)

(30) Him I call a brahmana, who knows past existences, who sees the celestial as well as the lower worlds, who has reached the end of rebirths, who, with Magga Insight, has become an arahat and has accomplished all that is to be accomplished for the eradication of moral defilements. (Dhammapada 423)

(31) *"That brahmana who has barred wickedness,*
Not grumbling, free from blemish, self-restrained,
With perfect understanding, (and) the spiritual life accomplished,
Righteously he might speak a word about the Brahman,
For him there is no arrogance anywhere in the world."
(Maha vagga 1:2)

(32) *"Having banished evil qualities,*
those who go about ever mindful,
awakened, their fetters ended:
They, in the world,
are truly brahmans."
(Brahmana Sutta-Udana 1:5)

(33) Because he has discarded evil he is called a "brahmana"; because he lives calmly he is called a 'samana'; and because he gets rid of his impurities he is called a 'pabbajita'. (Dhammapada 388)

(34) Any brahman who has banished evil qualities, – not overbearing, not stained, his mind controlled – gone to the end of wisdom, the holy life completed: Rightly would that brahman speak the holy teaching. He has no swelling of pride anywhere in the world. (Huhunka Sutta-Udana 1:4)

(35) *Supporting no others,*
unknown,
tamed, established
in what is essential,
effluents ended,
anger disgorged:
He's what I call
a brahman.
(Kassapa Sutta- Udana 1:6)

(36) "Homage to Angirasa (the Buddha Gotama), the son of the Sakyas, who is full of radiance, and who proclaimed the Dhamma that dispels all suffering." (Atanatiya Sutta-Digha Nikaya 32)

(37*) Like the red lotus, sweet-scented, full blown'*
At dawn of day,unspent its perfume'st reasure,
Behold him ! the Angirasa shedding radiance
As shines the sun filling all heaven with glory.
(Samyuktha Nikhaya-kosala)

(38) "This was said by the Blessed One, said by the Arahant, so I have heard: "I am a brahman, responsive to requests, open-handed, bearing my last body, an unsurpassed doctor and surgeon. You are my children, my sons, born from

my mouth, born of the Dhamma, created by the Dhamma, heirs to the Dhamma, not heirs in material things." (Itivuttaka 100: Khuddaka Nikaya)

(39) "Venerable Nagasena, this too was said by the Blessed One:
"A Brahman am I, O brethren, devoted to self-sacrifice"
'But on the other hand he declared:
"A king am I, Sela."

'If, Nagasena, the Blessed One were a Brahman, then he must have spoken falsely when he said he was a king. But if he were a king, then he must have spoken falsely when he said he was a Brahman. He must have been either a Khattiya or a Brahman. For he could not have belonged, in the same birth, to two castes. This too is a double-edged problem, now put to you, which you have to solve.' (Milindapanha)

(40) "Because all evil qualities, not productive of merit, are in the Tathagata suppressed, abandoned, put away, dispelled, rooted out, destroyed, come to an end, gone out, and ceased, therefore is it that the Tathagata is called a Brahman. A Brahman , O king, means one who has passed beyond hesitation, perplexity, and doubt. And it is because the Tathagata has done all this, that therefore also is he called a Brahman.

A Brahman, O king, means one who has escaped from every sort and class of becoming, who is entirely set free from evil and from stain, who is dependent on himself, and it is because the Tathagata is all of these things, that therefore also is he called a Brahman. A Brahman, O king, means one who cultivates within himself the highest and best of the excellent and supreme conditions of heart . And it is because the Tathagata does this that therefore also is he called a Brahman.

A Brahman, O king, means one who carries on the line of the tradition of the ancient instructions concerning the learning and the teaching of sacred writ, concerning the acceptance of gifts, concerning subjugation of the senses, self-control in conduct, and performance of duty. And it is because the Tathagata carries on the line of the tradition of the ancient rules enjoined by the Conquerors regarding all these things, that therefore also is he called a Brahman.

A Brahman, O king, means one who enjoys the supreme bliss of the ecstatic meditation. And it is because the Tathagata does this, that therefore also is he called a Brahman. A Brahman, O king, means one who knows the course and revolution of births in all forms of existence. And it is because the Tathagata knows this, that therefore also is he called a Brahman. The appellation "Brahman," O king, was not given to the Blessed One by his mother, nor his father, not by his brother, nor his sister, not by his friends, nor his relations, not by spiritual teachers of any sort, no, not by the gods. It is by reason of their emancipation that this is the name of the Buddhas, the Blessed Ones. From the moment when, under the Tree of Wisdom, they had overthrown the armies of the Evil One, had suppressed in themselves all evil qualities not productive of merit, and had attained to the knowledge of the Omniscient Ones, it was from the acquisition of this insight, the appearance in them of this enlightenment, that this true designation became applied to them,--the name of "Brahman." And that is the reason why the Tathagata is called a Brahman. (Milindapanha)

(41) But the Blessed One, O king, surpassed them all in respect of uprightness, and of power of meditation, and of wisdom, and of emancipation, and of that insight which arises out of the knowledge of emancipation, and in all that lies within the scope of a Buddha. It was with reference to that, O king, that he said: "A Brahman am I, O brethren, devoted to self-sacrifice, pure-handed at every time; this body that I bear with me is my last, I am the supreme Healer and Physician."(Milindapanha 43)

(42) "Bhikshus, just as all the great rivers—that is to say, the Ganges, the Jumna, the Acira,vati the Sarabhu the Mahi—on reaching the ocean, they all lose their former names, and are simply reckoned as "the great ocean," even so, bhikshus, these four classes—the kshatriyas, the brahmins, the vaishyas, and the shudras—having gone forth from home into homelessness in this Dharma -Vinaya declared by the Tathagata, lose their former names and clans, and are reckoned simply as "recluses, sons of the Sakya"— (Cullavagga- Vinayapitika)

(43) Megasthenes makes a different division of the philosophers, saying that they are of two kinds-one of which he calls the Brachmanes, and the other the Sarmanes. (Ancient India as discribed by Megasthenes and Arrian by J.W McCrindle)

(44) Of the Sarmanes he tells us that those who are held in most honour are called the Hylobioi. They live in the woods, where they subsist on leaves of trees and wild fruits, and wear garments made from the bark of trees. They abstain from sexual intercourse and from wine. (Ancient India as discribed by Megasthenes and Arrian by J.W McCrindle)

(45) The philosophers are first in rank, but form the smallest class in point of number. Their services are employed privately by persons who wish to offer sacrifices or perform other sacred rites, and also publicly by the kings at what is called the Great Synod, wherein at the beginning of the new year all the philosophers are gathered together before the king at the gates, when any philosopher who may have committed any useful suggestion to writing, or observed any means for improving the crops and the cattle, or for promoting the public interests, declares it publicly. If any one is detected giving false information thrice, the law condemns him to be silent for the rest of his life, but he who gives sound advice is exempted from paying any taxes or contributions. (Ancient India as Described by Megasthenes and Arrian. Translated and edited by J. W. McCrindle)

(46) From the time of their conception in the womb they are under the guardian care of learned men, who go to the mother and, under the pretence of using some incantations for the welfare of herself and her unborn babe, in reality give her prudent hints and counsels. The women who listen most willingly

are thought to be the most fortunate in their children. After their birth the children are under the care of one person after another, and as they advance in age each succeeding master is more accomplished than his predecessor. The philosophers have their abode in a grove in front of the city within a moderate-sized enclosure. They live in a simple style, and lie on beds of rushes or (deer) skins. They abstain from animal food and sexual pleasures, and spend their time in listening to serious discourse, and in imparting their knowledge to such as will listen to them. (Ancient India as Described by Megasthenes and Arrian. Translated and edited by J. W. McCrindle)

(47) After living in this manner for seven-and-thirty years, each individual retires to his own property, where he lives for the rest of his days in ease and serenity. They then array themselves in fine muslin, and wear a few trinkets of gold on their fingers and in their ears. They eat flesh, but not that of animals employed in labour. They abstain from hot and highly seasoned food. They marry as many wives as they please, with a view to have numerous children, for by having many wives greater advantages are enjoyed, and, since they have no slaves, they have more need to have children around them to attend to their wants. (Ancient India as Described by Megasthenes and Arrian. Translated and edited by J. W. McCrindle)

(49) When the brahmana is well-established in the two dhammas (i.e., the practice of Tranquillity and Insight Meditation), then, in that knowing one, all fetters are destroyed. (Dharmapada 384)

(50) Though he is gaily decked, if he is calm, free from moral defilements, and has his senses controlled, if he is established in Magga Insight, if he is pure and has laid aside enmity (lit.,weapons) towards all beings, he indeed is a brahmana, a samana, and a bhikkhu. (Dharmapada142)

(51) Because he has discarded evil he is called a 'brahmana'; because he lives calmly he is called a 'samana'; and because he gets rid of his impurities he is called a 'pabbajita'. (Dharmapada 388)

(52) May all creatures, all breathing things all beings— each and every one —meet with good fortune. May none of them come to any evil. (Anguttara Nikaya-Ahina Sutta 4.67)

(53) "May these beings be free from hate!
May they be free from suffering!
May they be free from woe [trouble]!
May they continue to be happy!

(Samsappaniya Pariyaya Sutta-Anguttara Nikaya)

(54) Whatever monk, malignant, malicious and ill-tempered, should defame a monk with an unfounded charge involving defeat, thinking: 'Thus perhaps may I drive him away from this Brahma-life,'.....

(55) "The household life is close and dusty, the homeless life is free as air. It is not easy, living the household life, to live the fully-perfected holy life (Brahmacariya), purified and polished like a conch-shell. Suppose I were to shave off my hair and beard, don yellow robes and go forth from the household life into homelessness!" (Sanmannaphala Sutta Digga Nikaya)

(56) Four Ariyan lineages. Herein, brethren, a brother is content with whatever robes [he may have], commends contentment of this kind, and does not try to gain robes in improper unsuitable ways. And he is not dismayed if he gain no robe, but when he has gained one, he is not greedy, nor infatuated nor overwhelmed; he wears it heedful lest he incur evil and understanding its object. Finally, by this contentment as to any garment, he heither is puffed up nor disparages others. Now he that is expert, not slothful, heedful, mindful, is called, brethren, a brother who is true to the ancient distinguished lineage of the Ariyans.

The same is he who is similarly content with his alms, and with his lodging. (Sangiti-Sutta-Digga Nikaya 33)

(57) And, Vasettha, whoever of these four castes, as a monk, becomes an Arahant who has destroyed the corruptions, done what had to be done, laid down the burden, attained to the highest goal, completely destroyed the fetter of becoming, and become liberated by the highest insight, he is declared to be chief among them in accordance with Dhamma, and not otherwise. (Agganna Sutta-Digga Nikaya 27)

(58) The Samaritan woman said to him, "You are a Jew and I am a Samaritan woman. How can you ask me for a drink?" (For Jews do not associate with Samaritans) (John 4:9)

(59) "Hath not a Jew eyes, Hath not a Jew hands, organs, dimensions, senses, affections, passions? Fed with the same food, hurt with the same weapons, subject to the same diseases, healed by the same means, warmed and cooled by the same winter and summer as a Christian is? If you prick us, do we not bleed? If you tickle us, do we not laugh? If you poison us, do we not die? And if you wrong us, shall we not revenge? If we are like you in the rest, we will resemble you in that." The Merchant of Venice)

(60) "Think not, Brahmin that by laying wood can purity be gained.That is external. He who seeks it by such outward means will not be purified, so say the wise."(Samyuktha Nikhaya 7.1.9)

(61) Then let His Majesty, the King, send invitations to whomsoever there may be in his realm who are Khattiyas, vassals of his, either in the country or the towns; or who are ministers and officials of his, either in the country or the towns; or, who are householders of substance, either in the country or the towns, saying, I intend to offer a great sacrifice. Let the Venerable Ones give their sanction to what will be for me happiness and welfare for many days. (Kuttadanta Sutta-Digha nikaya)

(62) He was well born on both sides, on the mother's side and on the father's, of pure descent back through seven generations, and no slur was cast upon him, and no reproach, in respect of birth.He was handsome, pleasant in appearance, inspiring trust, gifted with great beauty of complexion, fair in colour, fine in presence, stately to behold. He was mighty, with great wealth, and large property, with stores of silver and gold, of aids to enjoyment, of goods and corn, with his treasure-houses and his granaries full. He was powerful, in command of an army, loyal and disciplined, in four divisions [of elephants, cavalry, chariots, and bowmen], burning up, I think, his enemies by his very glory. He was a believer,16 and a generous giver, a lord of gifts, keeping open house, a flowing spring from where Samaóas and Brahmans, the poor and wayfarers, beggars, and petitioners might draw, a doer of good deeds. He was learned in all kinds of knowledge. He knew the meaning of what had been said, and could explain,"This saying has such and such a meaning, and that such and such." He was intelligent, expert and wise, and able to think out things, present or past or future. (Kuttadanta Sutta-Digha nikaya)

(63) He was well born on both sides, on the mother's and on the father's, of pure descent back through seven generations, with no slur cast upon him, and no reproach in respect of birth. He was a Vedic scholar who knew the mystic verses by heart, master of the Three Vedas, with the indices, the ritual, the word-analysis [the Atharva Veda as a fourth, and the legends as a fifth], learned in the idiom and the grammar, versed in Lokayata [nature-lore] and in the marks on the body of a great man. He was virtuous, established in virtue, gifted with virtue that had grown great. He was intelligent, expert, and wise; foremost, or at least the second, among those who hold out the ladle. (Kuttadanta Sutta-Digha nikaya)

(64) And further, O Brahman, at the sacrifice no oxen were slain, nor goats, nor fowls, nor fatted pigs, nor were any kinds of living creatures put to death; no trees were cut down to be used as posts, no Dabbha grasses mown to strew around the sacrificial spot. The slaves, messengers, and workmen employed there were not coerced by rods nor fear, nor carried on their work weeping with tears upon their faces. Whoever chose to help he worked; whoever chose not to help, worked not. What each chose to do he did; what they chose not to do, that was left undone. With ghee, and oil, and butter and milk, and honey, and sugar only was that sacrifice accomplished. (Kuttadanta Sutta-Digha nikaya)

(65) Fools devoid of understanding, dull-witted, unlearned, do not attend on the holy ones but give their gifts to those outside. (Gihi Sutta-Anguttara Nikaya)

(66) *"No, brahmin,*
I do not praise every sacrifice.
Yet I would not withhold praise
from every sacrifice."
"But in whatever sacrifice, brahmin,
cows are not slaughtered
goats and sheep are not slaughtered,

poultry and pigs are not slaughtered
and divers living creatures
come not to destruction,
such sacrifice
not involving butchery
I do praise;"

(Anguthara Nikhaya- Ujjya sutta)

(67) But sacrifices free from violence, offered always in line with family custom, where goats, rams, and cattle of various kinds are not killed: Those of right conduct, great seers, attend that sacrifice. The wise person should offer that. This sacrifice bears great fruit. For one who offers this, things get better, not worse.The sacrifice is abundant, and the devatas are appeased.(Yanna Sutta-Samuktha Nikhaya)

(68) A brahmin cons his Vedas and his legendary lore,

Yet still he sacred knowledge lacks and craves for more and more. (Kunala jathaka No. 536)

(69) *"A learned sage may do ill deeds, O king:*
A learned sage may fail to follow right:
A thousand Vedas will not safety bring,
Failing just works, or save from evil plight."

(Setaketu Jataka-No. 377)

(70) "Nay, Vedas are not useless utterly:
Though works with self-restraint true doctrine is:
Study of Vedas lifts man's name on high,
But 'tis by conduct that he reaches Bliss."

(Setaketu Jataka-No. 377)

(71) "*He has no field, no goods, no wish, no kin,*
Careless of life, no lusts, no evil ways:
Even such a brahmin peace of soul shall win,
So as one true to duty men him praise."

(Uddalaka Jataka-No. 487)

(72) *"Khattiya, Brahmin, Vessa, Sudda, and Candala, Pukkusa,*
All these can be compassionate, can win Nirvana's bliss:
None among all the saints is found who worse or better is."

(Uddalaka Jataka-No. 487)

(73) "*With canvas dyed in many a tint pavilions may be made:*
The roof, a many-coloured dome: one colour is the shade.
Even so, when men are purified, so is it here on earth:
The good perceive that they are saints, and never ask their birth."

(Uddalaka Jataka-No. 487)

ബുദ്ധമതത്തിലെ കർമ്മ സിദ്ധാന്തം

Though he (Buddha) denied that Brahmanas were superior by birth to others, he did not preach against caste.

Sir Charles Eliot - *Hinduism and Budhism.*

ഹിന്ദു, ബുദ്ധ, ജൈന മതങ്ങളിൽ എല്ലാം തന്നെ കർമ്മ സിദ്ധാന്തവും, അതിന്റെ അടിസ്ഥാനത്തിലുള്ള പുനർജ്ജന്മവും പ്രത്യേകം എടുത്തു പറയേണ്ടതില്ലാത്ത, സർവ്വാംഗീകാരമുള്ള ഒരു കാര്യം എന്ന മട്ടിലാണ് അവതരിപ്പിക്കുന്നത്. ആയിരം പശുക്കൾക്കിടയിൽ നിന്ന് പശുക്കിടാവ് സ്വന്തം അമ്മയെ തിരിച്ചറിയുന്നത് പോലെയാണ് കർമ്മഫലം അത് പ്രവർത്തിച്ചയാളെ തേടിയെത്തുന്നത് എന്നാണ് മഹാഭാരതത്തിലെ അനുശാസനപർവ്വത്തിൽ വിദുരർ പറയുന്നത്.[1]

നല്ല നടപടിയും സ്വഭാവവും ഉള്ളവർ നല്ല ജന്മം, അതായത് ബ്രാഹ്മണന്റെയോ, ക്ഷത്രീയന്റെയോ, വൈശ്യന്റെയോ ജന്മം നേടുന്നു. ചീത്ത നടപടിയും സ്വഭാവവും ഉള്ളവരാകട്ടെ നായയുടെയോ, പന്നിയുടേയോ, ചണ്ഡാളന്റേയോ ജന്മമാണു നേടുക എന്ന് ഛാന്ദോഗ്യോപനിഷത്ത് (5:10:7) പറയുന്നു. നമ്മുടെ "ബുദ്ധൻ ഫാൻസ്" വിശ്വസിക്കാൻ പ്രയാസപ്പെട്ടുമെങ്കിലും, ഇതേ അഭിപ്രായം തന്നെയാണ് ബുദ്ധനും പറയുന്നത്. ബുദ്ധൻ തന്റെ സമകാലീനരായ ബ്രാഹ്മണരുടെ ഒന്നാം സ്ഥാനം അംഗീകരിച്ചില്ലെങ്കിലും (അതേസമയം പണ്ടത്തെ ബ്രാഹ്മണരുടെ പ്രഥമ ഗണനീയത അംഗീകരിക്കുകയും ചെയ്തിരുന്നു), ലോകവ്യവസ്ഥ വിശദീകരിക്കാൻ വർണ്ണസിദ്ധാന്തം തന്നെയാണ് ഉപയോഗിക്കുന്നത്. ദുഃഖത്തെക്കുറിച്ചുള്ള തന്റെ തിയറിയിൽ സഞ്ചിത കർമ്മവും, കർമ്മഫലവും ഒക്കെത്തന്നെയാണ് ബുദ്ധനും ഉപയോഗിക്കുന്നത്. ബ്രാഹ്മണ്യം കർമ്മഫലമാണ് എന്നാണ് മജ്ഝിമ നികായയിലെ വസേത്ത സുത്തയിൽ ബുദ്ധൻ പറയുന്നുണ്ട്[2] ചണ്ഡാള

ജന്മവും, ബ്രാഹ്മണ ജന്മവും കർമ്മഫലമാണ്. ഇതേ ആശയം സുത്ത നിപാതയിലെ വസല സുത്തയിലും അതുപോലെ ആവർത്തിക്കുന്ന കാണാം.[3]

ഈ വാക്യങ്ങൾ ബുദ്ധൻ ബ്രാഹ്മണരുടെ മികവ് അംഗീകരിച്ചില്ല, അദ്ദേഹം വർണ്ണവ്യവസ്ഥയെ തള്ളിക്കളഞ്ഞു എന്നതിന്റെ തെളിവായി ചിലർ ഉദ്ധരിച്ചു കാണാറുണ്ട്. എന്നാൽ അത് തെറ്റായ വായനയാണ്. ഇവിടെ ബുദ്ധൻ ഉദ്ദേശിക്കുന്നത് ഈ ജന്മത്തിലെ കർമ്മം കൊണ്ട് ഈ ജന്മത്തിൽ സ്ഥാനക്കയറ്റം കിട്ടും എന്നല്ല. മുൻജന്മത്തിലെ കർമ്മഫലമാണ് ഒരാളെ ഈ ജന്മത്തിൽ ബ്രാഹ്മണനും, ചണ്ഡാളനും ആക്കുന്നത് എന്നാണ് ഈ വരികളിൽ ബുദ്ധൻ പറയുന്നത്. ഈ ജന്മത്തിലെ ചണ്ഡാളന് ഈ ജന്മത്തിൽ തന്നെ ബ്രാഹ്മണനാകാൻ പറ്റില്ല. ഈ ജന്മത്തിലെ വർണ്ണമാറ്റത്തെക്കുറിച്ചല്ല ബുദ്ധൻ പറയുന്നത്. വസല സുത്തയിൽ ബുദ്ധൻ പറയുന്ന ഉദാഹരണത്തിൽ നിന്ന് അതു വ്യക്തമാകും. ഒരു ചണ്ഡാളന്റെ മകനായ സോപകൻ നല്ല പെരുമാറ്റം മൂലം ബ്രാഹ്മണരാലും, ക്ഷത്രീയരാലും ബഹുമാനിക്കപ്പെട്ട്, മാതംഗൻ എന്ന പേരിൽ സന്യാസിയായി പുണ്യം നേടി, പിന്നീട് ബ്രാഹ്മണനായി ജനിച്ചു. മരണശേഷം മാത്രമാണ് അദ്ദേഹത്തിന് ബ്രാഹ്മണനായി പുനർജന്മം കിട്ടുന്നത്. അതുപോലെ തന്നെ ഇപ്പോൾ ബ്രാഹ്മണജന്മം ലഭിച്ചവർക്ക് ജന്മത്തിന്റെ മികവു കൊണ്ട് മരണശേഷം നരകത്തിൽ പോകുന്നതിനെ തടയാൻ കഴിയില്ല എന്നാണ് ബുദ്ധൻ പറയുന്നത്. അടുത്ത ജന്മത്തിലാണ് അതിന്റെ കർമ്മഫലം അനുഭവിക്കുക.[4]

വസേത്ത സുത്തയിൽ കർമ്മഫലം പാകമാകുമ്പോഴാണ് (കർമ്മവിപാകം എന്നാണ് പ്രയോഗം. മുൻ ജന്മത്തിലെ കർമ്മങ്ങൾ ഒരു ഫലം പോലെ മൂത്തു പഴുക്കുന്നു എന്നാണ് സങ്കൽപ്പം.) ഓരോരുത്തർ ഈ ലോകത്ത് ബ്രാഹ്മണരായോ, അബ്രാഹ്മണരായോ, പലതരം തൊഴിലുകൾ ചെയ്യുന്നവരായോ ജനിക്കുന്നത് എന്ന് വളരെ വ്യക്തമായി പറയുന്നുണ്ട്. ഈ ലോകത്തെയും, ആളുകളെയും നടത്തുന്നത് അവരവരുടെ കർമ്മഫലമാണ്. ഒരു ചക്രത്തിന്റെ കറക്കത്തോടാണ് അതിനെ ഉപമിക്കുന്നത്.[5]

ചില ആളുകൾ മികച്ചവരും ചിലർ താഴ്ന്നവരുമായി ജനിക്കുന്നതെന്തുകൊണ്ട് എന്ന ചോദ്യത്തിന് മജ്ജിമ നികായയിലെ ചുലകമ്മവിഭംഗ സുത്തയിൽ ശുഭ തോടെയ്യപുത്ത എന്ന ബ്രാഹ്മണനോട് എല്ലാറ്റിനും കാരണം കർമ്മഫലമാണ് എന്ന് ബുദ്ധൻ നല്ല വൃത്തിയായി പറയുന്നുണ്ട്. എല്ലാ ജീവികളും അവരവരുടെ കർമ്മങ്ങളുടെ ഉത്തരവാദികളാണ്, അവരവരുടെ കർമ്മങ്ങളാൽ ബന്ധിക്കപ്പെട്ടവരാണ്.

ഇതേ കാര്യം തന്നെ മിലിന്ദ പ്രശ്ന എന്ന ബുദ്ധിസ്റ്റ് ഗ്രന്ഥത്തിൽ രാജാവിന്റെ ഒരു സംശയവും അതിന്റെ ഉത്തരവുമായി ആവർത്തിക്കുന്നുണ്ട്. പലതരം സസ്യങ്ങളും മൃഗങ്ങളും ഉണ്ടാകുന്നത് കർമ്മഫലം മൂലമാണ്. നമ്മുടെ ജൈവവൈവിധ്യത്തിന്റെ കാരണം തന്നെ ജീവികളുടെ കർമ്മഫലമാണ്.[6]

കുലകമ്മവിഭംഗ സുത്തയുടെ പശ്ചാത്തല കഥ കൂടി പറയാം. ശുഭ തോടയ്യപുത്ത (തോടയ്യന്റെ മകനായ ശുഭ) എന്ന ബ്രാഹ്മണന്റെ അച്ഛനായ തോടയ്യ പസേനദി രാജാവിന്റെ പുരോഹിതനായിരുന്നു. വലിയ ധനവാനെങ്കിലും മഹാ പിശുക്കനായ അദ്ദേഹം മരണശേഷം അതേ വീട്ടിൽ തന്നെ ഒരു പട്ടിയായി പുനർജ്ജനിച്ചു എന്നാണ് ബുദ്ധൻ പറയുന്നത്. മകനായ ശുഭക്ക് ആ പറഞ്ഞത് ഇഷ്ടപ്പെട്ടില്ല. തന്റെ അച്ഛൻ ബ്രഹ്മലോകത്താണ് എന്നാണ് ശുഭയുടെ വിശ്വാസം. നീരസപ്പെടുന്ന അദ്ദേഹത്തോട് ബുദ്ധൻ കർമ്മഫലങ്ങളെക്കുറിച്ച് വിശദീകരിക്കുന്നതാണ് ഈ സുത്ത. കുലകമ്മവിഭംഗ എന്നാൽ വലിയ കർമ്മത്തെക്കുറിച്ചുള്ള വിശകലനം എന്നർത്ഥം.

കഴിഞ്ഞ ജന്മത്തിൽ കൊല ചെയ്യുവന് ഈ ജന്മത്തിൽ അകാല മൃത്യു സംഭവിക്കും, കഴിഞ്ഞ ജന്മത്തിൽ ജീവികളെ പരിക്കേൽപ്പിക്കുകയും, ദ്രോഹിക്കുകയും ചെയ്യുന്നവൻ ഈ ജന്മത്തിൽ രോഗിയാകും, ("പൂർവ്വജന്മ കൃതം പാപം വ്യാധി രൂപേണ ജായതേ" എന്ന് ബ്രാഹ്മണ മതം പറയുന്നതു തന്നെയല്ലേ ഇത്?) [7] കഴിഞ്ഞ ജന്മത്തിൽ ആളുകളോടു ദേഷ്യപ്പെടുകയും, മോശമായി പെരുമാറുകയും ചെയ്യുന്നവൻ ഈ ജന്മത്തിൽ വിരൂപനായി ജനിക്കും എന്നൊക്കെയാണ് കുലകമ്മവിഭംഗ സുത്തയിൽ ബുദ്ധൻ പറയുന്നത്. ബ്രാഹ്മണർക്കും, സന്യാസിമാർക്കും ഭക്ഷണം, വസ്ത്രം മുതലായവ നല്കാത്തവർ പിന്നീട് ദരിദ്രരായി ജനിക്കും.[8]

ഇനി ചിലർ താഴ്ന്ന ജാതിയിൽ ജനിക്കുന്നതിനു കാരണം അറിയാമോ? ബ്രാഹ്മണ വിരോധിയും, കൊമ്പത്തെ അധഃകൃത സംരക്ഷകനും എന്നു പുകഴ് പെറ്റ ബുദ്ധൻ പറയുന്നത് ബഹുമാനിക്കേണ്ടവരെ ബഹുമാനിക്കാത്തവരാണ് പിന്നീട് താഴ്ന്ന ജാതിയിൽ ജനിക്കുന്നത് എന്നാണ്.[9] ബഹുമാനിക്കേണ്ടവർ ബ്രാഹ്മണരും, സന്യാസിമാരുമാണ് എന്നും പറഞ്ഞിട്ടുണ്ട്. ഈ സുത്തയിൽ ബ്രാഹ്മണരെയും സന്യാസിമാരെയും സമീപിച്ച് അറിവു നേടാത്തവർ വിഡ്ഢികളായി ജനിക്കും എന്നും ബുദ്ധൻ പറയുന്നുണ്ട്. ഈ വക കാര്യങ്ങൾ പറഞ്ഞു തരാൻ കഴിവുള്ളവർ തന്നെയാണ് ബ്രാഹ്മണർ എന്ന് ബുദ്ധൻ സമ്മതിക്കുകയാണ് ഇവിടെ.[10]

അംഗുത്തര നിഖായയിലെ സംസപ്പാനിയ പര്യായ സുത്തയിൽ നല്ല കർമ്മങ്ങളുടെയും, ചീത്ത കർമ്മങ്ങളുടെയും ഫലങ്ങൾ ബുദ്ധൻ ചർച്ച ചെയ്യുന്നുണ്ട്. ജന്തുക്കളോടു വക്രതയുള്ള മനോഭാവം (ക്രൂരത) കാണിക്കുന്നവർ ഒന്നുകിൽ നരകത്തിൽ പോകും. അല്ലെങ്കിൽ വക്ര ഗതിയിൽ സഞ്ചരിക്കുന്ന വല്ല പഴുതാര, തേള്, പാമ്പ് മുതലായ ജന്തു ക്കളായി പുനർജ്ജനിക്കും. കാരണം അവരുടെ ശരീരവും, വാക്കും, മനസ്സും വക്രഗതിയിലാണ്. ജീവികൾ അവരുടെ കർമ്മത്തിന്റെ അവകാശികളാണ്.[11]

ഇങ്ങനെ പലതരം ദുഷ്കർമ്മങ്ങളെയും, അതു മൂലമുണ്ടാകുന്ന മൃഗജന്മങ്ങളെയും കുറിച്ച് വിവരിച്ച ശേഷം നല്ല കർമ്മഫലത്തെ ക്കുറിച്ചു പറയുന്നു. നല്ല കർമ്മങ്ങൾ ചെയ്യുന്നവരുടേത് ഋജുവായ ജീവിതമാണ്. അതിനാൽ അവരുടെ പുനർജ്ജന്മവും മികച്ചതായി രിക്കും. അവർക്ക് ഒന്നുകിൽ സ്വർഗ്ഗം കിട്ടും, അല്ലെങ്കിൽ അവർ പ്ര മാണിമാരും, ധനവാൻമാരുമായ, ക്ഷത്രീയർ, ബ്രാഹ്മണർ, വൈശ്യർ എന്നിവരുടെ കൂട്ടത്തിൽ പുനർജ്ജനിക്കും.[12] ഈ ലിസ്റ്റിൽ ശൂദ്രർ ഇല്ല എന്ന് പ്രത്യേകം ശ്രദ്ധിക്കണം. ഇവിടെയും വർണ്ണങ്ങളുടെ ക്രമം പറയുമ്പോൾ ക്ഷത്രീയരെ ആദ്യം പറയുന്നതും നോക്കുക. മുജ്ജന്മ സുകൃതം ഉള്ളവർ ശൂദ്രരായി ജനിക്കില്ല എന്നാണ് മനസ്സിലാക്കേ ണ്ടത്. ഓർക്കുക, ജീവികൾ അവരുടെ കർമ്മഫലം അനുഭവിക്കേണ്ട വരാണ്. (അപ്പോൾ ബുദ്ധമതം എന്താണെന്നാ ഇവിടെ ചിലരൊക്കെ പ്രചരിപ്പിക്കുന്നത്? ശൂദ്രമതം അല്ലെ? ;-))

ഇതൊക്കെതന്നെ വീണ്ടും മജ്ജിമ നിഖായയിലെ ബാലപണ്ഡിത സുത്തയിലും ആവർത്തിക്കുന്നുണ്ട്. വിഡ്ഢികളുടെയും, ബുദ്ധിമാൻമാ രുടെയും ലക്ഷണങ്ങളാണ് ഇവിടെ ചർച്ച ചെയ്യുന്നത്. വിഡ്ഢികൾ മോശം കർമ്മഫലം മൂലം മൃഗങ്ങളായി പുനർജ്ജനിക്കും. നല്ല തികഞ്ഞ വിഡ്ഢികൾ കുറേ മൃഗജന്മങ്ങൾക്കു ശേഷം മനുഷ്യജ ന്മം കിട്ടിയാലും അതൊക്കെ താഴ്ന്ന കുടുംബത്തിൽ ആയിരിക്കും. അതായത് നേരത്തെ കണ്ട ചണ്ഡാളർ, നായാടികൾ, മുള നെയ്യുന്ന വർ, വണ്ടിപ്പണിക്കാർ, തൂപ്പുകാർ എന്നീ അഞ്ചു തരം കുടുംബങ്ങളിൽ. മാത്രമല്ല, ഇവർ വികലാംഗരും, വിരൂപരും, ദരിദ്രരും ആയിരിക്കും.[13]

അതുപോലെ നല്ല കർമ്മങ്ങൾ ചെയ്യുന്നവർ സ്വർഗ്ഗത്തിൽ പോകും. അവർ ബുദ്ധിമാൻമാരാണ്. അവരിൽ കൂടുതൽ മികച്ചവർ സ്വർഗ്ഗവാസവും കഴിഞ്ഞ് ഭൂമിയിൽ നല്ല ക്ഷത്രീയ, ബ്രാഹ്മണ, വൈശ്യ കുടുംബങ്ങളിൽ ജനിക്കും. അവർ ധനവാൻമാരും, അംഗ വൈകല്യങ്ങളില്ലാത്ത, വെളുത്തുതുടുത്ത സുന്ദരപുരുഷൻമാരുമായി രിക്കും.[14]

ഏതാണ്ട് ഇതേ കാര്യങ്ങൾ തന്നെ അംഗുത്തര നിഖായയിലെ ഗിഹി സുത്തയിലും ആവർത്തിക്കുന്നുണ്ട്. ഏതു ജാതിയിൽ ജനിച്ചാലും മോശം കർമ്മങ്ങൾ ചെയ്താൽ നരകത്തിൽ പോകും, അല്ലെങ്കിൽ മൃഗജാതിയായി ജനിക്കും. നല്ല കർമ്മങ്ങൾ ചെയ്താൽ സ്വർഗ്ഗം കിട്ടും. (നല്ല കർമ്മങ്ങൾ എന്നുവച്ചാൽ ബുദ്ധന്റെ ഭിക്ഷുക്കൾക്ക് സമ്മാനങ്ങൾ കൊടുക്കുക.[15] ബുദ്ധഭിക്ഷുക്കൾക്കു കൊടുക്കാതെ മറ്റുള്ളവർക്ക് കൊടുക്കുന്നവർ വിഡ്ഢികളാണ്.) അവർക്ക് മൃഗജന്മങ്ങളിൽ നിന്ന് രക്ഷപ്പെടാം. ഒരു കാള ഏതു നിറമായാലും മടികൂടാതെ ഭാരം വലിക്കുന്നപ്പോലെ അനുസരണയോടെ ബുദ്ധനിലും, ധർമ്മത്തിലും, സംഘത്തിലും വിശ്വാസമർപ്പിച്ച് ജീവിക്കാനാണ് ബുദ്ധന്റെ ഉപദേശം. എങ്കിൽ അടുത്ത ജന്മത്തിൽ നല്ല കുടുംബത്തിൽ ജനിക്കാം. പടിപടിയായാണ് നിർവ്വാണം കിട്ടുക എന്നും സൂചിപ്പിക്കുന്നുണ്ട്.[16]

ശങ്കരാചാര്യർ വിവേകചൂഡാമണിയിൽ അഭിപ്രായപ്പെടുന്ന പോലെ മൃഗജന്മം മോശമാണെന്നും, ബ്രാഹ്മണജന്മം മികച്ചതാണെന്നുമുള്ള അഭിപ്രായം തന്നെയാണ് സംസപ്പാനിയ പര്യായ സുത്തയിലും, ബാലപണ്ഡിത സുത്തയിലും, ഗിഹി സുത്തയിലുമെല്ലാം ബുദ്ധനും പ്രകടിപ്പിക്കുന്നത്. ബുദ്ധമതത്തിൽ ബ്രാഹ്മണരേക്കാൾ ശകലം മുന്തിയത് ക്ഷത്രിയരാണ് എന്നു മാത്രമേ വ്യത്യാസമുള്ളൂ.

ജന്തൂനാം നരജന്മ ദുർലഭ, മതഃ പുംസ്ത്വം, തതോ വിപ്രതാ,
തസ്മാദ് വൈദികധർമമാർഗപരതാ, വിദ്വത്ത്വമസ്മാത്പരം,
ആത്മാനാത്മവിവേചനം സ്വനുഭവോ ബ്രഹ്മാത്മനാ സംസ്ഥിതിർ–
മുക്തിർനോ ശതകോടി ജന്മസുകൃതൈഃ പുണ്യൈർ വിനാ ലഭ്യതേ

ജന്തുക്കളിൽ മനുഷ്യജന്മം കിട്ടുന്നതു പുണ്യം ചെയ്തവർക്കേ ഉള്ളൂ. ബാക്കി ജന്തുക്കളൊക്കെ അധമർ! മനുഷ്യരിൽ പുരുഷന്മാരാണ് മഹത്ത്വമുള്ളവർ. സ്ത്രീകളൊക്കെ പാപികൾ! പുരുഷന്മാരിൽ ബ്രാഹ്മണന്മാരാണ് മഹാന്മാർ. ബാക്കി ജാതിക്കാരൊക്കെ നിന്ദ്യർ! അവരിൽ വൈദികകർമ്മങ്ങൾ ചെയ്യുന്നവർ കേമർ. ബാക്കി ജോലിയൊക്കെ അധമം! (ശങ്കരാചാര്യർ – *വിവേകചൂഡാമണി*)

ഒരിക്കൽ ഭിക്ഷു സംഘത്തിലെ കൊണ്ടധാന എന്നൊരു ഭിക്ഷുവിന്റെ കൂടെ സ്ഥിരമായി ഒരു ഭിക്ഷുണിയെ കൂടി കാണുന്നു എന്ന് ആളുകൾ അപവാദം പറയാൻ തുടങ്ങി. ഈ ഭിക്ഷുണിയെ മറ്റ് ആളുകൾ മാത്രമേ കാണുന്നുള്ളൂ. കൊണ്ടധാന ഒന്നും കാണുന്നില്ല. ഒരു മായാരൂപമാണ് കൊണ്ടധാനയെ സ്ഥിരമായി അനുഗമിക്കുന്നത്.

ഇത് വലിയ വിവാദമായപ്പോൾ, ഭിക്ഷുവിനുണ്ടായ ഈ അനുഭവത്തെ ബുദ്ധൻ വിശദീകരിക്കുന്നത്, കൊണ്ടധാന കഴിഞ്ഞ ജന്മത്തിൽ ഒരു ദേവനായിരുന്നു എന്നും, സുഹൃത്തുക്കളായ വേറെ രണ്ടു പേരെ തമ്മിൽ തെറ്റിക്കാൻ അദ്ദേഹം ഒരു പെണ്ണായി വേഷം കെട്ടിയതിന്റെ കർമ്മഫലമാണ് ഒരു സ്ത്രീയുടെ ഛായ ഈ ജന്മത്തിൽ പിന്തുടരുന്നതിലൂടെ അദ്ദേഹം അനുഭവിക്കുന്നത് എന്നാണ്. ഈ സംഭവമാണ് ധർമ്മപദത്തിലെ 133,134 ശ്ലോകങ്ങളിൽ സൂചിപ്പിക്കുന്നത്.[17]

ബുദ്ധ സംഘത്തിലെ പ്രധാനിയായിരുന്ന മഹാ മൊഗല്ലാനയെ ജൈനർ ഏർപ്പാടാക്കിയ കൊലയാളികൾ കൊന്ന സംഭവത്തിലും ബുദ്ധൻ കർമ്മഫലം കൊണ്ടുവരുന്നുണ്ട്. പരമ സാത്വികനായ അദ്ദേഹത്തിന് ഇത്തരത്തിൽ ദാരുണമായ മരണം ഉണ്ടായതിൽ ദുഃഖിക്കുന്ന മറ്റു ഭിക്ഷുക്കളോട് മൊഗല്ലാനയുടെ മുൻജന്മത്തിലെ പാപത്തിന്റെ കഥ പറയുകയാണ് ബുദ്ധൻ ചെയ്യുന്നത്. മുൻജന്മത്തിൽ അദ്ദേഹം സ്വന്തം മാതാപിതാക്കളെ തല്ലിക്കൊന്നിട്ടുണ്ടത്രെ.[18] ഈ ജന്മത്തിൽ എത്ര സാത്വിക ജീവിതം നയിച്ചിട്ടും കാര്യമില്ല. ശാരീരിക വേദന, കുഷ്ഠം പോലുള്ള രോഗങ്ങൾ, ബന്ധു നാശം, ധനനഷ്ടം, രാജകോപം തുടങ്ങി ഇവിടെ അനുഭവിക്കേണ്ടി വരുന്ന എല്ലാ വേദനകൾക്കും കാരണം കഴിഞ്ഞ ജന്മത്തിലെ കർമ്മഫലമാണ്. ഇതെല്ലാം കഴിഞ്ഞ് മരണശേഷം നരകത്തിലും ശിക്ഷയുണ്ട്. ധർമ്മപദത്തിലെ 137മുതൽ140 വരെയുള്ള ശ്ലോകങ്ങളുടെ അടിസ്ഥാനം മഹാ മൊഗല്ലാനയുടെ ഈ അനുഭവമാണ്.[19]

സംയുക്ത നിഖായയിലെ ലക്ഷണസംയുക്തയിൽ ബുദ്ധൻ തനിക്കുണ്ടായ ഒരു ദർശനം വിവരിക്കുന്നുണ്ട്. ഒരു അസ്ഥികൂടം ആകാശത്തു കൂടെ പറന്നു പോകുന്നു കാക്കകളും, കഴുകൻമാരും അതിനെ പിൻതുടർന്ന് കൊത്തിപ്പറിക്കുന്നു. അത് രാജഗൃഹത്തിൽ തന്നെയുള്ള ഒരു കശാപ്പുകാരനാണെന്ന് ബുദ്ധൻ വെളിപ്പെടുത്തുന്നു. ജീവഹത്യ ചെയ്തതിന്റെ കർമ്മഫലം നരകത്തിൽ അനുഭവിച്ച ശേഷം അതിന്റെ ബാക്കി കൂടി അനുഭവിച്ചുകൊണ്ടിരിക്കുകയാണ് അയാൾ.[20] അതുപോലെ ആരാച്ചാർ, മൃഗങ്ങളെ പരിശീലിപ്പിക്കുന്നവൻ തുടങ്ങിയവരുടെയും വിവരണങ്ങളുണ്ട്. തീയിൽ പൊള്ളിക്കരിഞ്ഞ ഒരു വൃത്തികെട്ട സ്ത്രീരൂപവും ബുദ്ധൻ വിവരിക്കുന്നുണ്ട്. അത് കലിംഗ രാജ്യത്തെ രാജാവിന്റെ ഭാര്യയാണ്. അസൂയ മൂലം അവർ രാജാവിന്റെ ഒരു വെപ്പാട്ടിയുടെ മേൽ തീ വാരിയെറിഞ്ഞതിന്റെ ശിക്ഷയാണ് അവർ അനുഭവിക്കുന്നത്.[21] തലയില്ലാത്ത ഒരു ശരീരം ആകാശമാർഗ്ഗം സഞ്ചരിക്കുന്നത് രാജഗൃഹത്തിലെ ഹാരിക എന്ന ആരാച്ചാരാണ്. ഇവരൊക്കെ കർമ്മഫലമാണ് അനുഭവിച്ചുകൊണ്ടിരിക്കുന്നത്.[22]

സംയുക്ത നിഖായയിലെ കോസല സംയുക്തയിലെ പുഗ്ഗലോ സുത്തയിൽ ബുദ്ധൻ നാലു തരം ആളുകളെക്കുറിച്ച് പറയുന്നുണ്ട്. ഇരുട്ടിൽനിന്ന് ഇരുട്ടിലേക്കു തന്നെ പോകുന്നവർ, ഇരുട്ടിൽനിന്ന് വെളിച്ചത്തിലേക്കു പോകുന്നവർ, വെളിച്ചത്തിൽനിന്ന് ഇരുട്ടിലേക്കു പോകുന്നവർ, വെളിച്ചത്തിൽ നിന്ന് കൂടുതൽ വെളിച്ചത്തിലേക്കു പോകുന്നവർ. ഇരുട്ടിൽനിന്ന് ഇരുട്ടിലേക്കു പോകുന്നവരുടെ ഉദാഹരണമായി ബുദ്ധൻ ചൂണ്ടിക്കാട്ടുന്നത് ശാരീരിക വൈകല്യങ്ങളുള്ള, ചണ്ഡാള കുലത്തിൽ ജനിച്ച ഒരു ദരിദ്രവാസിയെയാണ്.[23] ഇപ്പോഴേ ഇരുട്ടിൽ കഴിയുന്ന അയാൾ ബ്രാഹ്മണരെയും, ശ്രമണരെയും ബഹുമാനിക്കുന്നില്ല. സർവ്വപുച്ഛക്കാരനായ അയാൾ മരിക്കുമ്പോൾ നരകത്തിൽ പതിക്കുന്നു. അതിനാൽ അയാൾ ഇരുട്ടിൽനിന്ന് ഇരുട്ടിലേക്കു തന്നെ പോകുന്നവനാണ്.[24]

ഇരുട്ടിൽനിന്ന് വെളിച്ചത്തിലേക്ക് പോകുന്നവൻ ഇതേപോലെ മോശം അവസ്ഥയിൽ ശാരീരിക, സാമ്പത്തിക ബുദ്ധിമുട്ടുകളോടെ ജനിച്ച ചണ്ഡാളൻ തന്നെയാണ്. പക്ഷേ അയാൾ ബ്രാഹ്മണരെയും, സന്യാസിമാരെയും എഴുന്നേറ്റുനിന്ന് ബഹുമാനിക്കും. അവരോടു നന്നായി പെരുമാറും. ഇയാൾ മരിച്ചു കഴിഞ്ഞാൽ സ്വർഗ്ഗത്തിലെത്തും. അയാൾ ഇരുട്ടിൽനിന്ന് വെളിച്ചത്തിലേക്കു പോകുന്നവനാണ്.

പിന്നീട് വെളിച്ചത്തിൽനിന്ന് ഇരുട്ടിലേക്ക് പോകുന്നവരെയും, വെളിച്ചത്തിൽ നിന്ന് കൂടുതൽ വെളിച്ചത്തിലേക്ക് പോകുന്നവരെയും കുറിച്ച് പറയാൻ ഉദാഹരണമാക്കുന്നത് ശാരീരിക വൈകല്യങ്ങളില്ലാത്ത സുന്ദരൻമാരും ധനവാൻമാരുമായ ക്ഷത്രീയ, ബ്രാഹ്മണ, വൈശ്യരെയാണ്. അല്ലാതെ ശാരീരിക വൈകല്യങ്ങളുള്ള ചണ്ഡാളനെയല്ല. അതായത് അവരുടെ ഈ ജന്മം അവരുടെ മികവിനെ സൂചിപ്പിക്കുന്നു. ഇത്രയും സൗഭാഗ്യങ്ങളോടെ ജനിച്ചവർ ബ്രാഹ്മണരെയും, സന്യാസിമാരെയും ബഹുമാനിച്ചില്ലെങ്കിൽ മരണശേഷം നരകത്തിൽ പോകും. അവരാണ് വെളിച്ചത്തിൽ നിന്ന് ഇരുട്ടിലേക്ക് പോകുന്നവർ. ഈ ജന്മത്തിൽ സൗഭാഗ്യങ്ങൾ സിദ്ധിച്ചവർ ബ്രാഹ്മണരെയും, സന്യാസിമാരെയും ബഹുമാനിച്ചാൽ ഇഹലോകത്തെ സുഖജീവിതം കഴിഞ്ഞാൽ അവർ സ്വർഗ്ഗത്തിലെത്തും. അവർ വെളിച്ചത്തിൽ നിന്ന് വെളിച്ചത്തിലേക്കു സഞ്ചരിക്കുന്നു.[25]

ബുദ്ധൻ ഉദ്ദേശിക്കുന്നത് വളരെ വ്യക്തമാണ്. ഈ അഞ്ചു തരം കുടുംബങ്ങളിൽ ജനിക്കുന്നവർ അതായത് ചണ്ഡാളർ, നായാടികൾ, മുളപ്പണിക്കാർ, വണ്ടികൾ വണ്ടിപ്പണിക്കാർ (ആശാരി, കൊല്ലൻ?) പുല്ലുകാർ തുടങ്ങിയവർ ഇരുട്ടിൽ ജീവിക്കുന്നവരാണ്. (പുല്ലുകാർ എന്നു പറയുന്നത് അമ്പലത്തിലെ പൂക്കൾ അടിച്ചു വാരി

വൃത്തിയാക്കുന്നവരെയാണ്.) ഇവരുടെ ഇഹലോകത്തെ ദുരിതങ്ങളും, ശാരീരിക വൈകല്യങ്ങളും മുജ്ജന്മ കർമ്മഫലവുമാണ്. ഈ ജന്മത്തിൽ അതൊക്കെ സഹിച്ച് ബ്രാഹ്മണരെയും, സന്യാസിമാരെയും പൂജിച്ച ജീവിച്ചാൽ സ്വർഗ്ഗം കിട്ടും. അതിനു ശേഷം നല്ല ധനസ്ഥിതിയുള്ള, സുന്ദരൻമാരായ ക്ഷത്രിയ, ബ്രാഹ്മണ, വൈശ്യരായി ജനിക്കാം.

അംഗുത്തര നികായയിൽ ബുദ്ധൻ ഇതേ ആശയം തന്നെ അല്പം വികസിപ്പിച്ച് ആറു തരത്തിൽ ആളുകളെ വർഗ്ഗീകരിക്കുന്നുണ്ട്. ഇവിടെയും കറുത്ത വിഭാഗം വികലാംഗരായ, ദരിദ്രരായ അധഃകൃതരാണ്. (ചണ്ഡാളർ, നായാടികൾ, മുളപ്പണിക്കാർ, വണ്ടിപ്പണിക്കാർ, തൂപ്പുകാർ) കർമ്മഫലം മൂലം മോശം അവസ്ഥയിൽ ജനിച്ച ഇവർ മോശം ജീവിതത്തിലൂടെ അതേ അവസ്ഥയിൽതന്നെ തുടരുന്നു.[26] വെളുത്ത വിഭാഗം പതിവു പോലെ ധനികരും, സുന്ദരൻമാരുമായ ക്ഷത്രിയ, ബ്രാഹ്മണ, വൈശ്യരാണ്. അവർ ചീത്ത പ്രവർത്തി മൂലം കറുത്ത വിഭാഗത്തിൽ പുനർജ്ജനിക്കുകയോ, നല്ല പ്രവർത്തി മൂലം വീണ്ടും വെളുത്ത വിഭാഗത്തിൽ പുനർജ്ജനിക്കുകയോ ചെയ്യാം.[27]

ജാതക കഥകളിൽ എല്ലായിടത്തും ഒരാളുടെ ഈ ജന്മത്തിലെ അവസ്ഥയുടെ കാരണം അയാളുടെ കർമ്മഫലമാണ് എന്ന് എടുത്തു പറയുന്നുണ്ട്. മഹാകപി ജാതക (ജാതക No. 516) എന്ന ജാതക കഥയിൽ ഒരു ബ്രാഹ്മണൻ പാപകർമ്മം മൂലം ഈ ജന്മത്തിൽ തന്നെ കുഷ്ഠരോഗിയായി മാറുന്നതായി പറയുന്നുണ്ട്. ഏഴു വർഷത്തോളം ഇത് അനുഭവിച്ച ശേഷം അയാൾ നരകത്തിലും പോകുന്നു. ചിത്തസംഭൂത ജാതക (No. 498) എന്ന കഥയിൽ രണ്ടു ചണ്ഡാളർ കർമ്മഫലം മൂലമാണ് തങ്ങൾ ചണ്ഡാളരായി ജനിക്കേണ്ടിവന്നത് എന്ന് പറയുന്നുണ്ട്.[28]

"എത്ര ജന്മം മലത്തിൽ കഴിഞ്ഞതും
എത്ര ജന്മം ജലത്തിൽ കഴിഞ്ഞതും
എത്ര ജന്മങ്ങൾ മണ്ണിൽ കഴിഞ്ഞതും
എത്ര ജന്മം മരങ്ങളായ് നിന്നതും
എത്ര ജന്മം അരിച്ചു നടന്നതും
എത്ര ജന്മം മൃഗങ്ങൾ പശുക്കളായ്
അതു വന്നിട്ടിവണ്ണം ലഭിച്ചൊരു
മർത്ത്യ ജന്മത്തിൻ മുമ്പേ കഴിച്ചു നാം"

പൂന്താനം പറയുന്ന ഇതാണ് ഹിന്ദു രീതി. പല പല ജന്മങ്ങൾ എടുത്തു വേണം അവസാനം മനുഷ്യനാകാൻ. ബുദ്ധമതത്തിലുള്ള ഏക വ്യത്യാസം പുഴുവായും, കൃമികീടങ്ങളുമായൊക്കെ അനേകം

ജന്മങ്ങൾ എടുക്കേണ്ടിയിരുന്നത് ബുദ്ധിസ്റ്റ് മാർഗ്ഗത്തിൽ വേണമെങ്കിൽ ഈ ഒരു ജന്മം കൊണ്ടും തീർക്കാം എന്നതു മാത്രമാണ്. ബുദ്ധമതത്തിൽ ഒറ്റത്തവണ തീർപ്പാക്കൽ സാധ്യമാണ്. അതു മാത്രമാണ് ബ്രാഹ്മണമതവും, ബുദ്ധമതവും തമ്മിലുള്ള വ്യത്യാസം. പല ജന്മങ്ങളിലൂടെ സമ്പാദിച്ച മൊത്തം പാപം (സഞ്ചിതപാപം) എന്ന ആശയം തന്നെയാണ് രണ്ടിടത്തും. ഈ ജന്മത്തിലെ മോശം ജീവിതം രണ്ടിടത്തും കർമ്മഫലം തന്നെയാണ്. ബ്രാഹ്മണ മതത്തിൽ അത് മോശം കർമ്മത്തിന്റെ ശിക്ഷയാണ്. ബുദ്ധമതത്തിൽ അത് ശിക്ഷയൊന്നുമല്ല. കർമ്മത്തിന്റെ സ്വാഭാവിക ഫലം മാത്രം. ഒരു കായ അതിന്റെ സമയമാകുമ്പോൾ പഴുക്കുന്നപോലെ. (രണ്ടായാലും അനുഭവിക്കുന്നവന് എന്തു വ്യത്യാസം?) ഒരാൾ മോശം കർമ്മം ചെയ്യാൻ വിചാരിച്ചു. എന്നാൽ സന്ദർഭവശാൽ അത് ചെയ്തില്ലെങ്കിൽ പോലും മോശം കർമ്മഫലം പിന്തുടരും. അതായത് ശരിക്കുള്ള പ്രവർത്തിയിൽനിന്ന് വിചാരത്തിലേക്ക് കർമ്മഫലം മാറ്റി. ഫലം വേണമെന്ന ചിന്തയോടു (ലോഭം) കൂടി ചെയ്യുന്ന എല്ലാ പ്രവർത്തികളും കർമ്മഫലം ഉണ്ടാക്കും. അതായത്, കർമ്മഫലത്താൽ ബന്ധിക്കപ്പെടാതിരിക്കാൻ നിഷ്ക്കാമ കർമ്മം ചെയ്യുക.[29] ഇതു തന്നെയല്ലേ കൃഷ്ണൻ ഗീതയിൽ "കർമ്മണ്യേ വാധികാരസ്ഥേ" എന്ന് പറഞ്ഞത്.

ബുദ്ധൻ അംഗുത്തര നികായയിലെ ലോനഫാല സുത്തയിൽ കർമ്മത്തെക്കുറിച്ച് വിചിത്രമായ ഒരു കാര്യം പറയുന്നുണ്ട്. വളരെ നിസ്സാരമായ ഒരു തെറ്റ് തന്നെ ചിലരിൽ ഭീകരമായ കർമ്മഫലവും, വേറെ ചിലരിൽ നിസ്സാരമായ കർമ്മഫലവും ഉണ്ടാക്കാം. ഒരു കപ്പിലെ വെള്ളത്തിൽ അൽപ്പം ഉപ്പ് കലർത്തുന്നു എന്നു കരുതുക. ആ വെള്ളത്തിന് ഉപ്പുരസമുണ്ടാകും. എന്നാൽ അത്രയും ഉപ്പു തന്നെ ഗംഗാനദിയിൽ കലർത്തിയാൽ അതിലെ വെള്ളത്തിന് ഉപ്പുരസമുണ്ടാകില്ല. അതായത് നേരത്തെ തന്നെ കുറച്ചു മാത്രം മുജ്ജന്മ സുകൃതം മാത്രമുള്ള ഒരാൾക്ക് ഈ ജന്മത്തിലെ ചെറിയൊരു തെറ്റുകൊണ്ടു തന്നെ അതൊക്കെ നഷ്ടപ്പെട്ട് നരകം കിട്ടാം. അൽപ്പം വെള്ളത്തിൽ ഉപ്പു കലരുന്നപോലെയാണ് അത്. അതേസമയം നേരത്തെതന്നെ കൂടുതൽ "മേന്മ പോയിന്റുകൾ" നേടിയിട്ടുള്ള ആൾക്ക് ഈ ജന്മത്തിലെ ഒരു ചെറിയ തെറ്റു കൊണ്ട് വലിയ ദോഷമൊന്നും ഉണ്ടാകില്ല. ഗംഗാനദിയിൽ അല്പം ഉപ്പു കലരുന്ന പോലെയേ ഉള്ളൂ അത്.

വേറെയും ഉദാഹരണങ്ങൾ ബുദ്ധൻ പറയുന്നുണ്ട്. ഒരു ദരിദ്രവാസി അല്പം പണം മോഷ്ടിച്ചാൽ അയാളെ ജയിലിലിടക്കും. എന്നാൽ അതേ ചെറിയ മോഷണത്തിന് ഒരു സമ്പന്നനെ ആരും ശിക്ഷിക്കില്ല. അതുപോലെ ഒരു ദരിദ്രൻ ഒരു കശാപ്പുകാരന്റെ ആടിനെ

മോഷ്ടിച്ചാൽ ഉടമസ്ഥന് അയാളെ അടിക്കാൻ പറ്റും. എന്നാൽ ഒരു പണക്കാരൻ അതു ചെയ്താൽ ആടിനെയോ, അതിന്റെ വിലയോ തരാൻ കൈകൂപ്പി അപേക്ഷിക്കാനേ പറ്റൂ. അല്ലാതെ അയാളെ ശിക്ഷിക്കാൻ പറ്റില്ല. അതുപോലെ "മേന്മ പോയിന്റുകൾ" കുറവുള്ളവരുടെ നിസ്സാരമായ തെറ്റുകൾക്ക് നരകശിക്ഷ കിട്ടുമ്പോൾ, കൂടുതൽ "മേന്മ പോയിന്റുകൾ" നേടി ഉന്നതകുലത്തിൽ ജനിച്ചവരുടെ അതേ ചെറിയ തെറ്റുകൾ ഇഹലോകത്തു തന്നെ തീർപ്പാകും.[30]

ചുരുക്കിപ്പറഞ്ഞാൽ ബൈബിളിൽ മത്തായിയുടെ സുവിശേഷത്തിൽ പറയുന്ന പോലെ ഉള്ളവന് ഇനിയും കൂടുതൽ കിട്ടും, ഇല്ലാത്തവന്റെ ഉള്ളതുകൂടി നഷ്ടപ്പെടും.[31] അതായത് ഈ ജന്മത്തിൽ അടിമയോ, ചണ്ഡാളനോ ആയി ജനിക്കുന്ന ആൾക്ക്, നിസ്സാരമായ ഒരു വീഴ്ച കൊണ്ട് ഉള്ളതുകൂടി നഷ്ടപ്പെട്ട് വീണ്ടും ചണ്ഡാള ജന്മം തന്നെ കിട്ടാൻ സാധ്യത കൂടുതലാണ്. എന്നാൽ നല്ല കർമ്മഫലത്തോടെ ഉയർന്നകുടുംബത്തിൽ ജനിച്ച ആൾക്ക് അത്തരം ചെറിയ തെറ്റുകൾ കൊണ്ട് കാര്യമായ ദോഷമൊന്നും സംഭവിക്കുകയുമില്ല. (സമൂഹത്തിലെ പ്രമാണിമാരെ സന്തോഷിപ്പിക്കാനുള്ള ഒരു അടവാണോ ഇത് എന്ന് ന്യായമായും സംശയിക്കാം. ഈ വകുപ്പ് ഉദ്ധരിച്ച് പ്രമാണിമാരെ അവരുടെ പാപങ്ങളിൽ നിന്ന് നിസ്സാരമായി ഊരികൊടുക്കാം. അവരുടെ തെറ്റുകളെല്ലാം ഗംഗാനദിയിൽ അൽപ്പം ഉപ്പു കലർന്നപോലയെ ഉള്ളൂ.)

അംബേദ്ക്കർ ആരാധകർ ബുദ്ധമതത്തെ എത്ര വെള്ള പൂശിയാലും ഹിന്ദു അപ്പോളജിസ്റ്റുകളുടെ വാദം, "ചണ്ഡകർമ്മങ്ങൾ ചെയ്തവർ ചാകുമ്പോൾ ചണ്ഡാല കുലത്തിങ്കൽപ്പിറക്കുന്നു." എന്ന് പൂന്താനം പറയുന്ന കാര്യം, അവരുടെ ഭാഷയിൽ "സവർണ്ണ സംഘി" വാദം തന്നെയാണ് ബുദ്ധനും പറഞ്ഞത് എന്നത് ഇല്ലാതാവില്ല. ചുരുക്കത്തിൽ വർണ്ണവ്യവസ്ഥ ബ്രാഹ്മണ തിയറി മാത്രമൊന്നുമായിരുന്നില്ല. അത് എത്രത്തോളം ബ്രാഹ്മണ തിയറി ആയിരുന്നോ, അത്രത്തോളം തന്നെ ബുദ്ധിസ്റ്റ് തിയറിയും ആയിരുന്നു. ഈ ജന്മത്തിലെ വർണ്ണ വ്യത്യാസങ്ങൾ മുൻജന്മങ്ങളിലെ സഞ്ചിതപാപങ്ങളുടെ ഫലമാണ് എന്നുതന്നെയാണ് ബുദ്ധിസവും പഠിപ്പിക്കുന്നത്.

ബാങ്കോക്കിലെ വേശ്യാലയങ്ങളിൽ തായ് ലാന്റിലെ പാവപ്പെട്ട പെൺകുട്ടികളെ എത്തിച്ചു കൊടുക്കുന്നതിൽ അവിടത്തെ ചില ഭിക്ഷുക്കൾക്കും, സന്യാസമഠങ്ങൾക്കും പങ്കുള്ളതായി എസ്. ധമ്മികയുടെ *The broken Buddha- Critical Reflections on Theravada and a Plea for a New Buddhism* എന്ന പുസ്തകത്തിൽ പറയുന്നു. ഈ വേശ്യാലയങ്ങളാണ് ബുദ്ധ മഠങ്ങളിലെ ആഘോഷങ്ങളുടെ

സ്പോൺസർമാർ. അവിടെയെത്തുന്ന പെൺകുട്ടികളെ ഭിക്ഷുക്കൾ പറഞ്ഞു തിരിച്ച് വേശ്യാലയങ്ങളിലെത്തിക്കും. വേശ്യയാകേണ്ടിവരുന്നത് അവരുടെ മുൻജന്മ കർമ്മഫലമാണ് എന്നവരെ വിശ്വസിപ്പിക്കും. വേശ്യാവൃത്തിയിൽ നിന്നു ലഭിക്കുന്നതിൽ ഒരു പങ്ക് ബുദ്ധമഠത്തിന് അയച്ചു കൊടുത്താൽ മതി. കർമ്മഫലത്തിൽനിന്ന് അവർ രക്ഷപ്പെടും. ഇതൊന്നും കൂടാതെ മഠത്തിന്റെ അധിപൻ തലയെണ്ണി വേശ്യാലയങ്ങളിൽ നിന്ന് ബ്രോക്കർ കാശു വാങ്ങുകയും ചെയ്യും. കർമ്മസിദ്ധാന്തം ഇത്ര ക്രീയേറ്റീവായി ഉപയോഗിക്കുന്നത് വേറെ കണ്ടിട്ടുണ്ടോ?

ഇനി ബുദ്ധമതത്തെക്കുറിച്ചുള്ള വേറെ തെറ്റിദ്ധാരണകൾ. നാസ്തികമതം അഥവാ ദൈവമില്ലാത്ത മതം എന്നാണ് ബുദ്ധമതം അറിയപ്പെടുന്നത്. അത് "നാസ്തികത" എന്ന വാക്ക് തെറ്റിദ്ധരിച്ച് ഏതോ മണ്ടൻ യുക്തിവാദി തീരുമാനിച്ചതാകാനാണ് സാധ്യത. നാസ്തികത എന്നാൽ വേദങ്ങളെ അംഗീകരിക്കാതിരിക്കൽ എന്നേ അർത്ഥമുള്ളൂ. (നാസ്തികോ വേദനിന്ദകഃ) തന്റെ ബുദ്ധന്റെ കാര്യത്തിൽ അതുപോലും പൂർണ്ണമായി സത്യമല്ല.) മിക്ക സമകാലിക ചിന്തകരെയും പോലെത്തന്നെ ബുദ്ധനും ദൈവങ്ങളിൽ വിശ്വസിച്ചിരുന്നു. ബുദ്ധമതത്തിൽ ആവശ്യത്തിനു ദൈവങ്ങളുണ്ട്. അതും വേദങ്ങളിൽ പറയുന്ന ദൈവങ്ങൾ തന്നെ. നിർവ്വാണം പ്രാപിക്കാൻ ദൈവത്തിന്റെ സഹായം ആവശ്യമില്ല, അവനവന്റെ ശ്രമം മാത്രം മതി എന്നേ ബുദ്ധമതം പറയുന്നുള്ളൂ.

ദൈവമില്ലാത്ത മതം എന്ന പദവി ആർക്കെങ്കിലും കൊടുക്കണമെങ്കിൽ അത് ബുദ്ധമതത്തേക്കാൾ കൂടുതൽ യോജിക്കുക ജൈനമതത്തിനായിരിക്കും. ജൈനമതത്തിൽ തീർത്ഥങ്കരനും, അർഹതനായ ഒരു ജൈന സന്യാസിയും ഒരുപോലെയാണ്. എന്നാൽ ബുദ്ധമതത്തിൽ അങ്ങനെയല്ല. ബുദ്ധമതത്തിലെ അർഹതനെക്കാൾ ഉയർന്ന പദവിയാണ് അതിൽ ബുദ്ധന്റേത്. ഇനി ബുദ്ധൻ സ്വയം ദൈവമായോ അല്ലെങ്കിൽ ആൾദൈവമായോ ഭാവിച്ചിരുന്നോ എന്നാണെങ്കിൽ മജ്ജിമ നികായയിലെ തേവിജവചഗോത്ത സുത്തയിൽ ബുദ്ധൻ തന്നെ തന്റെ കഴിവുകളെക്കുറിച്ച് പറയുന്നുണ്ട്. താൻ ത്രികാലജ്ഞാനിയാണ് എന്ന് ബുദ്ധൻ തന്നെ പറയുന്നു.[32] ബുദ്ധൻ മഹാപുരുഷ ലക്ഷണങ്ങൾ തികഞ്ഞവനാണ്. വിഷ്ണുവിനെയും, കൃഷ്ണനെയും വിളിക്കുന്ന "ഭഗവത്" എന്ന സംജ്ഞക്ക് അർഹനുമാണ്. ഇതേപോലെ ദിഗ്ഗ നികായയിലെ തേവിജ സുത്തയിലും ബുദ്ധൻ സ്വന്തം കഴിവുകൾ വിവരിക്കുന്നുണ്ട്.[33] ഇത്തരം കഴിവുകൾ ഉള്ള ആൾ ദൈവമല്ലെങ്കിൽ പിന്നാരാണ് ദൈവം?

ബുദ്ധമതത്തിൽ നിന്ന് ആദ്യകാലത്തുതന്നെ വിഘടിച്ചു പോയ മഹാസാംഘികരും, അവരുടെ തുടർച്ചയായ മഹായാനക്കാരും ബുദ്ധന്മാർ മനുഷ്യരല്ല എന്നാണ് കരുതുന്നത്. മനുഷ്യരോടുള്ള അതിരറ്റ സ്നേഹത്താൽ ഭൂമിയിൽ ജന്മമെടുക്കുന്ന അതീന്ദ്രിയ ജീവികളാണ് അവർ. മെഗസ്തനീസിന്റെ (350-290 BC) കാലത്തു തന്നെ ബുദ്ധൻ ഏതാണ്ട് ദൈവമായിട്ടുണ്ട് എന്നതിനു സൂചനകളുണ്ട്.[34]

ബുദ്ധമതം ദൈവമില്ലാത്ത മതമാണ് എന്നതുപോലെ മറ്റൊരു വലിയ തെറ്റിദ്ധാരണയാണ് ബുദ്ധമതത്തിൽ സ്വർഗ്ഗനരകങ്ങൾ ഇല്ല എന്നതും. വേദങ്ങളിലെപ്പോലെ മേരുപർവ്വതത്തിന്റെ മുകളിൽ വസിക്കുന്ന ദേവരാജാവായ ഇന്ദ്രനും, മുപ്പത്തി മൂന്നു സഹദൈവങ്ങളും തന്നെയാണ് ബുദ്ധമതത്തിലും ഉള്ളത്. ഹിന്ദുമതമാകട്ടെ ഈ വേദ ദൈവങ്ങളെ കൂടാതെ, പ്രാദേശികമായ അനേകം അവർണ്ണ ദൈവങ്ങളെയും, ഈ പറഞ്ഞ ബുദ്ധനെപോലും തങ്ങളുടെ ദൈവങ്ങളുടെ കൂട്ടത്തിൽ സ്വീകരിക്കുകയും ചെയ്തു.

സുമേരു പർവ്വതത്തിന്റെ മുകളിലുള്ള ഇന്ദ്രലോകമാണ് താവാതിംസ സ്വർഗ്ഗം. അഷ്ട വസുക്കൾ എട്ടു പേർ, പതിനൊന്ന് രുദ്രന്മാർ, പന്ത്രണ്ട് ആദിത്യന്മാർ, പിന്നെ രണ്ട് അശ്വിനീ ദേവകൾ. അങ്ങനെ മുപ്പത്തിമൂന്ന് ദേവന്മാരും ബുദ്ധമതത്തിൽ ഉണ്ട്. (മുപ്പത്തി മൂന്നു കോടി ദേവൻമാർ എന്നും ചിലയിടത്തുകാണാം.) മനുഷ്യരുടെ അൻപതു വർഷമാണ് ദേവൻമാരുടെ ഒരു ദിവസം. അത്തരം അഞ്ഞൂറു വർഷമാണ് ദേവൻമാരുടെ ആയുസ്സ് എന്നാണ് ബുദ്ധന്റെ അധ്യാപനം.[35] (ഹിന്ദു പുരാണങ്ങളിൽ കാണുന്ന കാര്യങ്ങൾ തന്നെ.)

താവാതിംസ സ്വർഗ്ഗത്തിലെ നിവാസികൾക്ക് ആയിരത്തഞ്ഞൂറു അടി ഉയരമുണ്ടായിരിക്കും. മനുഷ്യരുടെ നൂറു വർഷമാണ് അവരുടെ ഒരു ദിവസം. അങ്ങനെ ആയിരം വർഷം അവർ ജീവിക്കും. എന്നു വച്ചാൽ ആ ലോകത്തു പ്രവേശനം ലഭിക്കുന്ന മനുഷ്യന് അത്രയും കാലം ആ സ്വർഗ്ഗത്തിൽ ആർമ്മാദിക്കാം. താവാതിംസ സ്വർഗ്ഗം പോലെ പ്രധാനപ്പെട്ട വേറൊരു സ്വർഗ്ഗമാണ് തുസിത സ്വർഗ്ഗം. മനുഷ്യരുടെ നാനൂറു വർഷമാണ് തുസിത സ്വർഗ്ഗത്തിൽ ഒരു ദിവസം. ബോധിസത്വന്മാർ ജീവിക്കുന്നത് ഇവിടെയാണ്. സാധന കൊണ്ട് ഇവിടെ എത്താം. ദാനധർമ്മങ്ങൾ ചെയ്യുന്നവർ മരണശേഷം ഇവിടെയെത്തും. അവർക്ക് പിന്നെ പുനർജന്മമില്ല എന്ന് അംഗുത്തര നിഖായയിലെ ദാന സുത്ത പറയുന്നു.[36]

ത്രിപിടകങ്ങളിലെ സുത്ത പിടകത്തിലെ ഖുദ്ദക നിഖായയിലെ ഒരു ഭാഗമാണ് വിമാനവാത്തു. സ്വർഗ്ഗത്തിലെ ഒരു രമ്യഹർമ്മ്യമാണ് വിമാനം. നല്ല കർമ്മങ്ങൾ ചെയ്തവർക്ക് അവിടെ കിട്ടുന്ന

സുഖസൗകര്യങ്ങൾ വിവരിക്കുന്ന എൺപത്തിമൂന്നു കഥകളാണ് ഈ വിഭാഗത്തിലുള്ളത്. മറ്റെല്ലാ മതങ്ങളിലും പോലെത്തന്നെ പഞ്ചനക്ഷത്ര സൗകര്യങ്ങളുള്ളതാണ് ബുദ്ധിസ്റ്റ് സ്വർഗ്ഗവും.

ബുദ്ധിസത്തിൽ ആറു ലോകങ്ങളെക്കുറിച്ച് പറയുന്നുണ്ട്....

(I) **ദേവഗതി:** (ദേവൻമാരുടെ ലോകം) ദേവൻമാരുടെ ജീവിതകാലം മനുഷ്യരേക്കാൾ കൂടുതലാണെങ്കിലും, അവരും പ്രായമായി മരിക്കും. അവർക്കും പുനർജ്ജന്മം എന്ന പീഡനം അനുഭവിക്കേണ്ടി വരും.

(II) **അസുരഗതി:** (അസുരൻമാരുടെ ലോകം) ദേവൻമാർ സുമേരു പർവ്വതത്തിന്റെ മുകളിൽ വസിക്കുമ്പോൾ ദേവലോകത്തു നിന്നു പുറത്താക്കപ്പെട്ട അസുരന്മാർ സുമേരുവിന്റെ താഴത്താണ് വസിക്കുന്നത്. ദേവൻമാരുടെ ശത്രുക്കളാണ് അവർ. വെറുപ്പും, അസൂയയും മൂലം അവർക്കും പുനർജ്ജന്മം വേണ്ടിവരും. (ദ്രാവിഡരെയും, ബുദ്ധമതവിശ്വാസികളെയുമാണ് "മറ്റവന്മാർ" അസുരന്മാർ എന്നു വിളിച്ചിരുന്നത് എന്നൊക്കെയുള്ള വികല സിദ്ധാന്തങ്ങൾ അവതരിപ്പിക്കുന്ന നമ്മുടെ പുരോഗമന ബുദ്ധിജീവികൾ എന്തു പറയുന്നു?)

(III) **പ്രേതഗതി:** (പ്രേതങ്ങളുടെ ലോകം) ഒടുങ്ങാത്ത ആർത്തിയും, വിശപ്പുമാണ് പ്രേതങ്ങളുടെ പ്രത്യേകത. സൂചിപ്പഴുതു പോലുള്ള വായും, മെലിഞ്ഞ കഴുത്തുമുള്ള ഈ ജീവികൾക്ക് വിഴുങ്ങാനാകില്ല. ആഗ്രഹപൂർത്തീകരണം സാധ്യമാകാത്ത ജീവികളാണ് ഇവ.

സുത്ത പിടകത്തിലെ ഖുദ്ദക നിഖായയിലെ മറ്റൊരു ഭാഗമാണ് പേതവാത്തു. ദുഷ്കർമ്മങ്ങൾ ചെയ്തവർ പ്രേതലോകത്ത് അനുഭവിക്കേണ്ടി വരുന്ന കാര്യങ്ങളാണ് ഇതിലെ അൻപത്തൊന്നു കഥകളിലായി ബുദ്ധൻ ശിഷ്യന്മാർക്കായി വിവരിക്കുന്നത്. പേതവാത്തുവിൽനിന്ന് ഒരു സാമ്പിൾ കഥ. ഒരിക്കൽ നന്ദസേന എന്നൊരു നല്ലവനായ ബുദ്ധ ഉപാസകൻ ഉണ്ടായിരുന്നു. അദ്ദേഹത്തിന്റെ ഭാര്യയായ നന്ദ പക്ഷേ വിശ്വാസിയായിരുന്നില്ല. അവർ ഭർത്താവിനെ ബഹുമാനിക്കുകയോ അനുസരിക്കുകയോ ചെയ്യാറുണ്ടായിരുന്നില്ല. സ്വാഭാവികമായും മരിച്ചു കഴിഞ്ഞപ്പോൾ അവർ പ്രേതലോകത്ത് പുനർജ്ജനിച്ചു. ഒരു ദിവസം അവർ നന്ദസേനയുടെ മുന്നിൽ പ്രത്യക്ഷപ്പെട്ടു. തന്റെ മുന്നിൽ പ്രത്യക്ഷപ്പെട്ട വികൃതരൂപം ഭാര്യയായിരുന്ന നന്ദയാണ് എന്ന് അദ്ദേഹത്തിനു മനസ്സിലായി. പ്രേതലോകത്തു നിന്ന് തന്നെ രക്ഷിക്കാൻ ഭിക്ഷുക്കൾക്ക് ദാനങ്ങൾ നൽകാൻ അവർ ആവശ്യപ്പെട്ടു. നന്ദസേന ഭിക്ഷുക്കൾക്ക് കണ്ടമാനം സമ്മാനങ്ങൾ ദാനം ചെയ്തു. ആ പുണ്യം

നന്ദയുടെ അക്കൌണ്ടിൽ ക്രെഡിറ്റ് ചെയ്യപ്പെട്ട ഉടനെ അവർ ഒരു ദേവതയായി മാറി. (നന്ദ- പേത-വാത്ഥു-വന്നന)

(IV) നരകഗതി: (നരക ലോകം) നിയന്ത്രിക്കാത്ത കോപവും, ആക്രമണത്വരയും ഉള്ളവരാണ് നരകത്തിൽ.

(V) തിര്യക്ക് യോനി ഗതി: (മൃഗങ്ങളുടെ ലോകം) വകതിരിവും, അറിവും ഇല്ലാത്ത ജന്തുക്കളുടെ ലോകം.

(VI) മനുഷ്യഗതി: (മനുഷ്യ ലോകം) സംസാരദുഃഖത്തിൽ നിന്ന് രക്ഷപ്പെടാവുന്ന ഏക ലോകം ഇതാണ് എന്ന് ബുദ്ധിസ്റ്റ് തത്വശാസ്ത്രം പറയുന്നു.

ബുദ്ധമതത്തിൽ ചുരുങ്ങിയത് പതിനാറ് വലിയ നരകങ്ങളും, അത്രയും തന്നെ ചെറുകിട നരകങ്ങളും ഉണ്ട്. ക്രിസ്ത്യൻ, ഇസ്ലാമിക് നരകങ്ങളിൽ നിന്ന് ഹിന്ദു, ബുദ്ധിസ്റ്റ് നരകങ്ങൾക്ക് ചില വ്യത്യാസങ്ങളുണ്ട്. ഇവിടെ നരകത്തിലെത്തുന്നത് ഏതെങ്കിലും ദൈവം ശിക്ഷ വിധിക്കുന്നതല്ല. അവനവന്റെ കർമ്മഫലം അവരെ അവിടെയെത്തിക്കുന്നതാണ്. പിന്നെയുള്ള വ്യത്യാസം, ക്രിസ്ത്യൻ, ഇസ്ലാമിക് നരകങ്ങളെപ്പോലെ അനന്തകാലം അവിടെ കിടക്കേണ്ടി വരില്ല. കർമ്മഫലം അനുഭവിച്ചു കഴിഞ്ഞാൽ നരകത്തിൽനിന്നു പുറത്തു കടക്കാം. ബുദ്ധമതത്തിലെ നരകങ്ങളെക്കുറിച്ച് മജ്ജിമ നിഖായയിലെ ദേവദൂത സുത്തയിൽ ബുദ്ധൻ വിശദമായി വർണ്ണിക്കുന്നുണ്ട്.

അവിടെയെത്തുന്ന മരിച്ചവരെ യമദേവൻ വിശദമായി ചോദ്യം ചെയ്യും. ഒരാൾ കുറ്റവാളിയാണ് എന്നു കണ്ടാൽ പിന്നെ യമൻ നിശബ്ദനാകും. വിധി പ്രഖ്യാപനമോ, ശിക്ഷ വിധിക്കലോ ഒന്നും ഇല്ല. ബുദ്ധിസ്റ്റ്/ ഹിന്ദു രാജാക്കന്മാരും വധശിക്ഷയോ, പീഡനമോ പ്രഖ്യാപിക്കാറില്ല. ഒരാളെ കുറ്റവാളിയാണെന്നു കണ്ടാൽ അവർ മൌനം പാലിക്കുകയാണ് ചെയ്യുക. (ആധുനിക കാലത്ത് ജഡ്ജിമാർക്ക് വധശിക്ഷ പ്രഖ്യാപിക്കാതിരിക്കാൻ പറ്റാത്തതു കൊണ്ട് അവർ വധശിക്ഷ വിധിച്ചു കഴിഞ്ഞാൽ ആ പേന കുത്തിയൊടിച്ചു കളയുന്ന ഒരു കീഴ്വഴക്കമുണ്ട്.) കുറ്റവാളിയുടെ കർമ്മഫലം സ്വയം നടപ്പിലാവുകയാണ് ചെയ്യുന്നത്. കർമ്മഫലം അതിന്റെ ഉടമയെ തേടിയെത്തുകയാണ് എന്ന മഹാഭാരതത്തിലെ ആശയം തന്നെയാണ് ഇത്. നരകത്തിലെ ഉദ്യോഗസ്ഥർ ആളെ കൊണ്ടുപോയി പലവിധത്തിൽ പീഡിപ്പിക്കും. കൈയ്യിലും, കാലിലും, നെഞ്ചത്തും, ചുട്ടുപഴുത്ത ആണികൾ അടിച്ചു കയറ്റും. വാളുകൾ കൊണ്ട് വെട്ടിക്കീറും. തേരിൽ കെട്ടി തീയിലൂടെ വലിക്കും. കാലിൽ തൂക്കിയെടുത്ത് ഉരുകിയ ചെമ്പിൽ മുക്കിയെടുക്കും. ഇതൊക്കെയായാലും മോശം കർമ്മം തീരുന്നതുവരെ അയാൾ മരിക്കില്ല.[37]

ഇതു കഴിഞ്ഞാൽ വേറെ വലിയ നരകമുണ്ട്. ദുഷ്കർമ്മങ്ങൾ ഇനിയും തീരാത്തവർ അവിടേക്കു പോകും. നൂറു യോജന വലുപ്പമുള്ള, ചുട്ടുപഴുത്ത ഇരുമ്പ് കൊണ്ടുള്ള ചുവരും, മേൽക്കൂരയും ഉള്ള ഒന്നാണ് അത്. അതിനുള്ളിൽ കിടന്നു തൊലി പൊള്ളിക്കരിയും. അതും കഴിഞ്ഞാൽ മലം നിറഞ്ഞ നരകമാണ്. അതിൽ വീണു കഴിഞ്ഞാൽ സൂചി പോലുള്ള വായുള്ള ജന്തുക്കൾ ശരീരം തുളച്ച് അസ്ഥികളിലെ മജ്ജ വരെ ഭക്ഷിക്കും. എന്നിട്ടും ദുഷ്കർമ്മം തീരാത്തവർ ചൂടുള്ള ചാരത്തിൽ വീണു വേദനകൊണ്ട് പുളയും. അടുത്തത് ഒരു യോജന ഉയരമുള്ളതും പതിനാറ് അംഗുലം നീളമുള്ള മുള്ളുകൾ നിറഞ്ഞതു മായ മരങ്ങളുള്ള ഒരു കാടാണ് (Simbali Forest) കൂർത്ത മുള്ളുകളുള്ള ഇവിടുത്തെ മുള്ളുമുരിക്കിൽ തുടർച്ചയായി കയറിയിറങ്ങണം.

ഇവിടത്തെ ശിക്ഷ കഴിഞ്ഞാൽ വാളുകൾ പോലുള്ള ഇലകൾ നിറഞ്ഞ ഒരു കാടാണ്. കാറ്റിൽ ഇളകുന്ന ഈ ഇലകൾ ശരീരം കീറിമുറിക്കും. അതിനടുത്ത് ക്ഷാരജലം ഒഴുകുന്ന ഒരു നദിയാണ് (Lye-water River). തൊലി പൊള്ളിപ്പോകുന്ന ഈ നദിയിലൂടെ തുട ർച്ചയായി നീന്തിക്കും. വിശന്നാൽ ചുട്ടുപഴുത്ത ചവണകൾ കൊണ്ട് വായ വലിച്ചു തുറന്നു ചുട്ടുപഴുത്ത ചെമ്പു ഗോളം വായിൽ തള്ളിക്ക യറ്റും. അത് വയറും കുടലും പൊള്ളിച്ചുകൊണ്ട് മറുഭാഗത്തുകൂടെ പുറത്തു വരും. ദാഹിച്ചാൽ ചുട്ടുപഴുത്ത ചവണകൾ കൊണ്ട് വായ വലിച്ചു തുറന്നു ഉരുകിയ ചെമ്പ് വായിലൊഴിക്കും. അതും വയറും, കുടലും പൊള്ളിച്ചുകൊണ്ട് മറുഭാഗത്തുകൂടെ പുറത്തു വരും. ഇത്രയും ആയിട്ടും ദുഷ്കർമ്മങ്ങൾ തീർന്നിട്ടില്ലെങ്കിൽ വീണ്ടും തിരിച്ച് വലിയ നരകത്തിലേക്ക്. അവിടെ ഈ ശിക്ഷകൾ ആദ്യം മുതൽ വീണ്ടും ആവർത്തിക്കും.

മജ്ജിമ നികായയിലെ ബാലപണ്ഡിത സുത്തയിലും നല്ലൊരു നരകവർണ്ണനയുണ്ട്. ഏതാണ്ട് മുകളിൽ വിവരിച്ചിരിക്കുന്ന കാര്യ ങ്ങളൊക്കെ തന്നെ ഇവിടെയും ആവർത്തിക്കുന്നു.[38]

പിതൃഘാതകർക്കും,[39] മാതൃഘാതകർക്കും[40] നരകത്തിൽ ലഭിക്കാൻ പോകുന്ന ശിക്ഷയെക്കുറിച്ച് സംകിക്ക ജാതക (No:530) എന്ന ജാതകകഥയിൽ വിശദമായി പറയുന്നുണ്ട്. അതുപോലെ നിമി ജാതക എന്ന ജാതക കഥയിൽ വളരെ വലിയൊരു നരക വർണ്ണന യുണ്ട്. മാതാപിതാക്കളെ കൊല്ലുന്നവർ നരകത്തിൽ രക്തവും, ചലവും കുടിക്കേണ്ടി വരും.[41] ബ്രാഹ്മണരോടും, ഭിക്ഷുക്കളോടും ക്രൂരത കാട്ടു ന്നവരെ പട്ടികളും, കഴുകൻമാരും, കാക്കകളും കൊത്തി വലിക്കും.[42] ഭർത്താക്കൻമാരോട് വിശ്വാസവഞ്ചന കാണിക്കുന്ന ഭാര്യമാരെ അര വരെ മണ്ണിൽ കുഴിച്ചിട്ട് കത്തിക്കും.[43]

ഇതുപോലുള്ള വിവരണങ്ങൾ കുറച്ചൊന്നുമല്ല ബുദ്ധിസത്തിൽ ഉള്ളത്.അപ്പോൾ സ്വർഗ്ഗനരകങ്ങളില്ലാത്ത ബുദ്ധമതം തീർപ്പാക്കിയ സ്ഥിതിക്ക് ഇനി ബുദ്ധമതത്തിലെ മന്ത്രങ്ങളെക്കുറിച്ച് പറയാം. അതും ബുദ്ധൻ തന്നെ അംഗുത്തര നികായയിലെ അഹിന സുത്തയിൽ ഉപദേശിച്ചിട്ടുണ്ട്. ഒരിക്കൽ ഒരു ഭിക്ഷുപാമ്പു കടിച്ചു മരിച്ചു എന്നറിഞ്ഞ ബുദ്ധൻ, അദ്ദേഹം നാഗ ദൈവങ്ങളെ വേണ്ടവിധം പ്രീതിപ്പെടുത്തിയിട്ടുണ്ടാകില്ല എന്നാണ് പറഞ്ഞത്. സംരക്ഷണക്കായി നാല് നാഗകുടുംബങ്ങളുടെയും പ്രീതി ഉദ്ദേശിച്ചുള്ള പ്രാർഥനയും പഠിപ്പിച്ചു കൊടുത്തു.[44]

മറ്റൊരു അവസരത്തിലും യക്ഷൻമാർ തുടങ്ങിയ അമാനുഷ ശക്തികളിൽനിന്ന് സംരക്ഷണം നേടാൻ ബുദ്ധൻ മന്ത്രം (പ്രാർത്ഥന) ഉപദേശിച്ചു കൊടുക്കുന്നുണ്ട്. കഴിഞ്ഞു പോയ ആറു ബുദ്ധൻമാർ അടക്കം ഏഴു ബുദ്ധൻമാരുടെ പേരു ചൊല്ലിക്കൊണ്ടുള്ള പ്രാർത്ഥനയാണ് അതാനത മന്ത്രം. അത് ചൊല്ലിപ്പഠിക്കാനും ബുദ്ധൻ ഉപദേശിക്കുന്നു.[45]

ഹിന്ദു മതത്തിലെ അർജ്ജുനൻ, ഫൽഗുനൻ പോലുള്ള ഒരു പ്രാർത്ഥന തന്നെയാണ് ഇത്. ബുദ്ധമതത്തിൽ ദൈവങ്ങളില്ല, സ്വർഗ്ഗ, നരകങ്ങളില്ല, മന്ത്രതന്ത്രങ്ങളില്ല എന്നൊക്കെയുള്ളത് ചില "പാതി വെന്ത" ബുദ്ധ ആരാധകർ ഇവിടെ പ്രചരിപ്പിച്ചതാണ്. ഇവിടെ മറ്റു മതങ്ങളിൽ നിലവിലുണ്ടായിരുന്ന ആചാരവിശ്വാസങ്ങൾ തന്നെയാണ് ബുദ്ധമതത്തിലും ഉള്ളത്.

എസ്. ധമ്മിക The broken Buddha- Critical Reflections on Theravada and a Plea for a New Buddhism എന്ന പുസ്തകത്തിൽ രസകരമായ ഒരു സംഭവം വിവരിക്കുന്നുണ്ട്. ബർമ്മയിലെ പ്രധാനപ്പെട്ട ഒരു ഭിക്ഷു അദ്ദേഹത്തെ സമീപിച്ച് അമേരിക്കയിൽ ഒരു ഫണ്ടു ശേഖരണം നടത്താൻ വേണ്ട സഹായസഹകരണങ്ങൾ ആവശ്യപ്പെട്ടു. ബുദ്ധമതത്തിൽ പറയുന്നപോലെ ചന്ദ്രനിൽ ശരിക്കും ഒരു മുയൽ ഉണ്ട് എന്നു തെളിയിക്കാനായി ചന്ദ്രനിലേക്ക് ഒരു ഗവേഷകസംഘത്തെ അയക്കാനാണ് അദ്ദേഹത്തിന്റെ ഉദ്ദേശ്യം..!!. ചന്ദ്രനിൽ ഒരു മുയലുണ്ട് എന്ന് വിശ്വസിക്കുന്ന ബുദ്ധമതം ഒരുപക്ഷേ നിങ്ങൾക്ക് അവിശ്വസനീയമായി തോന്നാം. വിശ്വസിച്ചേ പറ്റൂ. കാരണം യഥാർത്ഥ ബുദ്ധമതം ഇങ്ങനെയൊക്കെയാണ്.

ബുദ്ധമതത്തിന് മരണത്തോടും, രോഗത്തോടും, അറപ്പിനോടും, ചീഞ്ഞളിഞ്ഞ ശവങ്ങളോടുമൊക്കെയുള്ള അനാരോഗ്യകരമായ താല്പര്യം ചർച്ചകളിൽ ഒട്ടും വരാറില്ല. ബുദ്ധൻ തന്നെ വീടു വിട്ടുപോകുന്നത് ഇത്തരം കാഴ്ച കണ്ടതുകൊണ്ടാണ് എന്നാണല്ലോ കഥകൾ.

അംഗുത്തര നികായയിലെ ഗണ്ട സുത്തയിൽ ബുദ്ധൻ നവദ്വാരങ്ങളിലൂടെ ചലം വമിക്കുന്ന ഒരു പരുവിനോടാണ് ശരീരത്തെ ഉപമിക്കുന്നത്. അതിനാൽ ശരീരത്തെ വെറുക്കുക.[46] ശരീരം ചലം നിറഞ്ഞ ഒരു പരു മാത്രമാണ് എന്ന ആശയം ധർമ്മപദത്തിലും കാണാം.[47]

ശരീരത്തോടു വെറുപ്പുണ്ടാകാൻ (സംവേഗം അഥവാ ഞെട്ടൽ എന്നു പറയും) ചീഞ്ഞഴുകിയ മൃതദേഹങ്ങൾ കണ്ടും, അതിനെ സങ്കൽപ്പിച്ചും കൊണ്ടുള്ള അശുഭ ഭാവന എന്നൊരു ധ്യാനരീതി ബുദ്ധൻ തന്നെ പഠിപ്പിച്ചതായി നേരത്തെ സൂചിപ്പിച്ചിരുന്നു. പാലി പ്രമാണങ്ങളിൽ ധ്വത്തിംസകര (dvattimsakara) എന്നൊരു ഭാഗമുണ്ട്. ശരീരത്തിലെ അറപ്പുളവാക്കുന്ന മുപ്പത്തിരണ്ടു ശരീരഭാഗങ്ങളുടെ ഒരു പട്ടികയാണത്. ശരീരത്തോട് അറപ്പും, ജുഗുപ്സയും ഉണ്ടാകാൻ ഓരോന്നിനെയും കുറിച്ച് ധ്യാനിക്കാനുള്ളതാണ് ഈ പട്ടിക.[48]

ഥേരവാദയിലെ ഒരു പ്രധാന ഗ്രന്ഥമാണ് ബുദ്ധഘോഷൻ എഴുതിയ വിശുദ്ധിമഗ്ഗ. അതിൽ പേജുകണക്കിനാണ് ചീഞ്ഞളിഞ്ഞ ശവങ്ങളുടെയും മറ്റും സൂക്ഷ്മവർണ്ണന. പണ്ടു കാലത്ത് ഫോട്ടോയും വീഡിയോയും ഇല്ലാത്തതുകൊണ്ടാണ് ഈ പുഴുവരിച്ച ശവത്തിന്റെയും മറ്റും ഓക്കാനം വരുത്തുന്ന തരത്തിലുള്ള വാങ്ങ്മയ ചിത്രങ്ങൾ അതിൽ വേണ്ടിവന്നത്. തായ് ലാന്റിലെ സാധാരണ ബൗദ്ധ മഠങ്ങളിൽ പോലും പോലീസ് ഡിപ്പാർട്ടുമെന്റിൽ നിന്ന് ശേഖരിക്കുന്ന ചീഞ്ഞു വീർത്ത ശവങ്ങളുടെയും, കൊലകളുടെയും ബീഭത്സമായ ചിത്രങ്ങളുടെ ശേഖരം ഉണ്ടാകും. സാങ്കേതിക വിദ്യകളുടെ ഒരു ഉപയോഗം നോക്കണേ. ശ്രീലങ്കയിലെയും മറ്റും ഒരു അസ്ഥികൂടമെങ്കിലും സൂക്ഷിച്ചിട്ടില്ലാത്ത ബൗദ്ധ ധ്യാനകേന്ദ്രങ്ങൾ ഉണ്ടാകില്ല. Treasury of Truth എന്ന പേരിൽ ഇംഗ്ലീഷിൽ ധർമ്മപദത്തിന്റെ ഒരു സചിത്ര വിവർത്തനമുണ്ട്. അതിൽ അഞ്ചിലൊന്ന് ചിത്രങ്ങളെങ്കിലും അസ്ഥികൂടങ്ങളുടെയും, ശവങ്ങളുടെയും ചിത്രങ്ങളാണ്. (ഈ പുസ്തകം നെറ്റിൽ ലഭ്യമാണ്.) ബുദ്ധന്റെ ധർമ്മോപദേശം എന്ന് സാധാരണക്കാർ ധരിക്കുന്ന ആ പുസ്തകത്തിൽ പോലും ഇത്രമാത്രം ജുഗുപ്സ തിരുകിക്കയറ്റാൻ കഴിയുന്നത് എങ്ങനെ എന്നാലോചിക്കുമ്പോഴാണ് ശവപ്രേമം (necrophilia) ബുദ്ധമതത്തിന്റെ അടിസ്ഥാന സ്വഭാവം തന്നെയാണ് എന്ന് ബോധ്യമാകുന്നത്. ഇവിടുത്തെ ആഘോരികളുടെയും കാപാലികരുടെയും മറ്റും താത്വിക അടിത്തറ ബുദ്ധൻ പഠിപ്പിച്ച അശുഭഭാവന എന്ന ധ്യാനരീതി തന്നെയാണ്.

റെഫറൻസ്:

(1) *യഥാ ധേനു സഹസ്രേഷു*
വത്സോ വിന്ദതി മാതരം,
തഥാ പൂർവ്വകൃതം കർമ്മ
കർത്താരം അനുഗച്ഛദി
(അനുശാസനപർവ്വം-മഹാഭാരതം)

(2) Not by birth is one a brahmin, not by birth is one a non-brahmin; one is a brahmin by deed [karma], one is a non-brahmin by deed. (Vasettha Sutta- Majjihima Nikaya)

(3) "Not by birth is one an outcast; not by birth is one a brahman. By deed one becomes an outcast, by deed one becomes a brahman. (Vasala Sutta-Sutta Nipata)

(4) "His (lowly) birth did not prevent him from being reborn in the Brahma realm. There are brahmans born in the family of preceptors, kinsmen of (veda) hymns."They are often seen committing evil deeds. In this life itself they are despised, in the next they are born in an evil state of existence. High birth does not prevent them from falling into a woeful state, or from censure. (Vasala Sutta-Sutta Nipata)

(5) One is a farmer by deed, by deed is one a craftsman, one is a trader by deed,by deed is one a servant.

One is a thief, too, by deed, one is a mercenary by deed, too, by deed is one a sacrificer, one is a rajah, too, by deed.

So it is according to reality, the wise see a deed [karma], see dependent arising, wisely knowing karma and its fruits.

The world turns on karma, people go by their karma. Beings are bound by their karma like a linchpin to the chariot as it goes. (Vasettha Sutta- Majjihima Nikaya)

(6) "What is the reason why, master Gotama, what is the cause that there is inferiority and superiority amongst humans?"

"Young brahmin, beings are owners of karma, heirs to karma, born in karma, bound by karma, have karma as their refuge. It is karma that differentiates beings, that is to say, by way of inferiority and excellence. (Culakammavibhanga Sutta- manjjima nikhaaya)

"Why is it, Nagasena, that all men are not alike; some are short-lived and some long-lived, some sickly and some healthy, some ugly and some handsome, some powerful and some powerless, some poor and some rich, some lowborn and some noble, some foolish and some wise?"

"Why is it that all plants are not alike?"

"Because they come from different seeds."

"Just so, O king, it is because of the variety of kammas that beings are not all the same. For this was said by the Blessed One, "All beings have kamma as their own property, are heirs to it, born from it, are relatives of their kamma and have kamma as their refuge; whatever kamma they do divides them into high and low states"' (Milinda panha)

(7) "Here, young brahmin, a certain woman or man kills living beings, cruel, bloody -handed, given to violence and killing, merciless to living beings.Through such karma, thus accomplished, thus undertaken, with the body's breaking up, after death, one re-appears in a plane of misery, an evil destination, a lower realm, in hell. And if, with the body's breaking up, after death, one does not re-appear in a plane of misery, an evil destination, a lower realm, in hell, if one returns to a human state, then wherever one is reborn, one is short-lived. (Culakammavibhanga Sutta- manjjima nikhaaya)

Here, young brahmin, a certain woman or man habitually injures living beings with a clod of earth, with a stick, or with a sword. Through such karma, thus accomplished, thus undertaken, with the body's breaking up, after death, one re-appears in a plane of misery, an evil destination, a lower realm, in hell. And if, with the body's breaking up, after death, one does not re-appear in a plane of misery, an evil destination, a lower realm, in hell, if one returns to a human state, then wherever one is reborn, one is sickly [constantly ill]. This, young brahmin, is the way leading to sickliness, namely, one habitually injures beings with a clod of earth, with a stick, or with a sword. (Culakammavibhanga Sutta- manjjima nikhaaya)

(8) Here, young brahmin, a certain woman or man is angry, often irritable; even over a trivial remark, becomes cross, shaken, vexed, stubborn, and shows temper, anger and sulkiness [bitterness]. Through such karma, thus accomplished, thus undertaken, with the body's breaking up, after death, one re-appears in a plane of misery, an evil destination, a lower realm, in hell.

And if, with the body's breaking up, after death, one does not re-appear in a plane of misery, an evil destination, a lower realm, in hell, if one returns to a human state, then wherever one is reborn, one is ugly. (Culakammavibhanga Sutta- manjjima nikhaaya)

Here, young brahmin, a certain woman or man [being stingy] is not a giver of food, drinks, cloth, vehicles, garlands, scents, ointments, beds, dwelling, and lightings, to recluses and brahmins.

Through such karma, thus accomplished, thus undertaken, with the body's breaking up, after death, one re-appears in a plane of misery, an evil destination, a lower realm, in hell. And if, with the body's breaking up, after death, one does not re-appear in a plane of misery, an evil destination, a lower realm, in hell, if one returns to a human state, then wherever one is reborn one is poor. (Culakammavibhanga Sutta- manjjima nikhaaya)

(9) Here, young brahmin, a certain woman or man is callous and arrogant, to one worthy of homage, one pays no homage; before one worthy of rising up to, one does not rise up; to one worthy of a seat, one offers no seat; for one worthy of being given way to, one does not give way; to one worthy of honour, one honours not; for one worthy of esteem, one shows no esteem; to one worthy of respect, one respects not; to one worthy of veneration, one venerates not. Through such karma, thus accomplished, thus undertaken, with the body's breaking up, after death, one re-appears in a plane of misery, an evil destination, a lower realm, in hell. And if, with the body's breaking up, after death, one does not re-appear in a plane of misery, an evil destination, a lower realm, in hell, if one returns to a human state, then wherever one is reborn, one is of a low family. (Culakammavibhanga Sutta- manjjima nikhaaya)

(10) "Here, student, some man or woman does not visit a recluse or a brahmin and ask: 'Venerable sir, what is wholesome? What is unwholesome? What is blameable? What is blameless? What should be cultivated? What should not be cultivated? What kind of action will lead to my harm and suffering for a long time? What kind of action will lead to my welfare and happiness for a long time?' Because of performing and undertaking such action.. .he reappears in a state of deprivation.. .But if instead he comes back to the human state, then wherever he is reborn he is stupid. This is the way, student, that leads to stupidity, namely, one does not visit a recluse or brahmin and ask such questions." (Culakammavibhanga Sutta- manjjima nikhaaya)

(11) Here, bhikshus, someone kills living beings, cruel, bloody-handed, given to violence and killing, merciless to all living beings. He crawls with his body; he crawls with his speech; he crawls with his mind. His bodily action is crooked; his verbal action is crooked; his mental action is crooked; his destiny is crooked; his rebirth is crooked. Furthermore, bhikshus, for those whose destiny is crooked, I say, there is either of two destinies, that is, utter suffering in hell, or in an animal womb as those that crawl. And what, bhikshus, is the animal womb, those that crawl?Snakes, scorpions, centipedes, mongooses, cats, rats, owls, or whatever beings born of the animal womb that crawls away on seeing humans. Such indeed it is, bhikshus, a being's rebirth is due to the being [to his past]. As he acts, so he is reborn. When reborn, sense-contacts touch him. So I say, bhikshus, "Beings are heirs to karma". (Samsappaniya Pariyaya Sutta-Anguttara Nikaya)

(12) "He does not crawl with his body; he does not crawl with his speech; he does not crawl with his mind. His bodily action is straight; his verbal action is straight; his mental action is straight; his destiny is straight; his rebirth is straight. Furthermore, bhikshus, for one whose destiny is straight, I say, there is either of two destinies, that is, utter bliss in the heavens, or in high kshatriya families of great halls, or brahmin families of the great halls, house lord families of great halls, of great wealth, with great treasures, abundant in gold, silver and money, wealthy, with great treasures, great in goods and means, abundant in riches and grains. Such indeed it is, bhikshus, a being's rebirth is due to the

being [to his past]. As he acts, so he is reborn. When reborn, sense-contacts touch him. So I say, bhikshus, "Beings are heirs to karma." (Samsappaniya Pariyaya Sutta-Anguttara Nikaya)

(13) Bhikshus, even after a long time, were the fool to regain the human state, he is born into a low family—such as the outcastes, the hunters, the bamboo -weavers, the cartwrights, or the rubbish collectors—one that is poor, with little to eat and drink, where food and clothing are found with difficulty. Moreover, he is ugly, unsightly, misshapen, sickly, blind, crippled or paralyzed. He gets no food, no drinks, no clothes, no vehicles, no garlands, no scents, no cosmetics, no bed, no dwelling, no light. [Furthermore,] he misconducts himself in body, in speech and in mind.

Because he misconducts himself in body, in speech and in mind, with the body's breaking up, after death, he reappears in a plane of misery, an evil destination, a lower realm, in hell. (Majjhima Nikaya- Bala Pandita Sutta)

(14) Bhikshus, even after a long time, the wise man were to regain the human state, he is born into a high family—well-to-do kshatriyas, well-to-do brahmins, well-to-do houselords—one that is rich,wealthy, having much possessions, with abundant gold and silver, with much assets and means, with much money and grain [food]. He is handsome, comely, graceful, possessing the best complexion. He gets food, drinks, clothes, vehicles, garlands, scents, cosmetics, bed, dwelling and light. He conducts himself well in body, in speech and in mind, with the body's breaking up, after death, reappears in a happy destination, in a heavenly world. (Majjhima Nikaya- Bala Pandita Sutta)

(15) this Sangha of the Blessed One's disciples is worthy of gifts, worthy of hospitality, worthy of offerings, worthy of reverential salutation, the unsurpassed field of merit for the world. (Gihi Sutta-Anguttara Nikaya)

(16) Among cattle of any sort, whether black, white, red, or golden, mottled, uniform , or pigeon-colored, the tamed bull is born, the one that can bear the load, possessing strength, advancing with good speed. They yoke the burden just to him; they are not concerned about his color. So too, among human beings it is in any kind of birth— among khattiyas, brahmins, vessas, suddas, candalas, or scavengers— among people of any sort that the tamed person of good manners is born: one firm in Dhamma, virtuous in conduct, truthful in speech, endowed with moral shame; one who has abandoned birth and death, consummate in the spiritual life, with the burden dropped, detached, who has done his task, free of taints; who has gone beyond all things [of the world] and by non-clinging has reached nibbana: an offering is truly vast when planted in that spotless field. Fools devoid of understanding, dull-witted, unlearned, do not attend on the holy ones but give their gifts to those outside. Those, however, who attend on the holy ones, on the wise ones esteemed as sagely, and those whose faith in the Fortunate One is deeply rooted and well established, go to the world of the devas or are born here in a good family. Advancing in successive steps, those wise ones attain nibbana. (Gihi Sutta-Anguttara Nikaya)

(17) "You were a deva in your last existence. During that time, there were two bhikkhus who were very much attached to each other. But you tried to create trouble between the two, by assuming the appearance of a woman and following one of the bhikkhus. For that evil deed you are now being followed by the image of a woman. So, my son, in future do not argue with other bhikkhus any more; keep silent like a gong with the rim broken off and you will realize Nibbana."

Do not speak harshly to anyone; those who are thus spoken to will retort. Malicious talk is indeed the cause of trouble (dukkha) and retribution will come to you.

If you can keep yourself calm and quiet like a broken gong which is no longer resonant, you are sure to realize Nibbana, there will be no harshness in you. (Dhammapada 133,134)

(18) "Bhikkhus! Considering that Moggallana had lived a noble life in this existence, he should not have met with such a death. But in one of his past existences, he had done a great wrong to his own parents, who were both blind. In the beginning, he was a very dutiful son, but after his marriage, his wife began to make trouble and she suggested that he should get rid of his parents. He took his blind parents in a cart into a forest, and there he killed them by beating them and making them believe that it was some thief who was beating them. For that evil deed he suffered in niraya for a long time; and in this existence, his last, he has died at the hands of assassins. Indeed, by doing wrong to those who should not be wronged, one is sure to suffer for it."

(19) He who does harm with weapons to those who are harmless and should not be harmed will soon come to any of these ten evil consequences: He will be subject to severe pain, or impoverishment, or injury to the body (i.e., loss of limbs), or serious illness (e.g., leprosy), or lunacy, or misfortunes following the wrath of the king, or wrongful and serious accusations, or loss of relatives, or destruction of wealth, or the burning down of his houses by fire or by lightning. After the dissolution of his body, the fool will be reborn in the plane of continuous suffering (niraya). (Dhammapada 137-140)

(20) "That being, bhikkhus, used to be a cattle butcher in this same Rajagaha. Having been tormented in hell for many years, for many hundreds of years, for many thousands of years, for manyhundreds of thousands of years as a result of that kamma, as a residual result of that same kamma he is experiencing such a form of individual existence." (Lakkhanasamyutta, Nidana Vagga- Samyutta Nikaya)

(21) "I saw a woman, her body roasting, sweltering, sooty, moving through the air, while she uttered cries of pain.. . ."That woman was the chief queen of the king of Kalgga. Of a jealous character, she poured a brazier of coals over one of the king's consorts.. . ." (Lakkhanasamyutta, Nidana Vagga- Samyutta Nikaya)

(22) "I saw a headless trunk moving through the air; its eyes and mouth were on its chest. Vultures, crows, and hawks, following it in hot pursuit, were stabbing at it and tearing it apart while it uttered cries of pain.. .." "That being was an

executioner named Harika in this same Rajagaha.. . (Lakkhanasamyutta, Nidana Vagga- Samyutta Nikaya)

(23) Here some person has been reborn in a low family-a family of candalas, bamboo workers, hunters, cartwrights, or flower-scavengers-a poor family in which there is little food and drink and which subsists with difficulty, one where food and clothing are obtained with difficulty; and he is ugly, unsightly, deformed, chronically ill-purblind or cripple-handed or lame or paralyzed." (Samyutta Nikaya- Puggalo Sutta)

(24) "The person, O king, who is poor, Lacking in faith, stingy, Niggardly, with bad intentions, Wrong in views, disrespectful, Who abuses and reviles ascetics, Brahmins, and other mendicants;A nihilist, a scoffer, who hinders Another giving food to beggars: When such a person dies, O king, He goes, lord of the people, To the terrible hell, Heading from darkness to darkness. (Samyutta Nikaya- Puggalo Sutta)

(25) Here some person has been reborn in a high family an affluent khattiya family, an affluent brahmin family, or an affluent householder family-one which is rich, with great wealth and property, with abundant gold and silver, abundant treasures and commodities, abundant wealth and grain; and he is handsome, attractive, graceful, possessing supreme beauty of complexion. (Samyutta Nikaya- Puggalo Sutta)

(26) Here, someone has been reborn in a low family— a family of candalas, hunters, bamboo workers, cart makers, or flower scavengers— one that is poor, with little food and drink, that subsists with difficulty, where food and clothing are obtained with difficulty; and he is ugly, unsightly, dwarfish, with, much illness— blind, crippled, lame, or paralyzed. (Amguttara Nikaya 6:57)

(27) Here, som eone has been reborn in a high fam ily— an affluent khattiya family, an affluent brahmin family, or an affluent householder family— one that is rich, with great w ealth and property , abundant gold and silver, abundant treasures and commodities, abundant wealth and grain; and he is handsom e, attractive, graceful, possessing supreme beauty of complexion.(Amguttara Nikaya 6:57)

(28) "*The lowest race that go upon two feet*
Are the Candalas, meanest men on earth,
When all our deeds were ripe, as guerdon meet
We both as young Candalas had our birth.

(29) any action performed with non-greed... performed with non-aversion... performed with non-delusion— born of non-delusion, caused by non-delusion, originating from non-delusion: When delusion is gone, that action is thus abandoned, its root destroyed, made like a palmyra stump, deprived of the conditions of development, not destined for future arising. (Nidana Sutta -Anguttara Nikaya)

(30) In the same way, there is the case where a trifling evil deed done by one individual takes him to hell; and there is the case where the very same sort of trifling deed done by the other individual is experienced in the here and now, and for the most part barely appears for a moment. (Lonaphala Sutta-Anguttara Nikaya)

(31) For whosoever has, to him shall be given, and he shall have more abundance: but whosoever has not, from him shall be taken away even what he has. (Matthew 13:12)

(32) Vaccha, whenever I desire, I recollect the manifold previous births, such as one birth, two births, with all modes and all details, thus I recall the manifold previous births. Vaccha, when I desire, with the purified heavenly eye beyond human, see beings disappearing and appearing, in un-exalted and exalted states, beautiful and ugly, in good and bad states—I see beings, according their actions. Vaccha, destroying desires, my mind released and released through wisdom, here and now by myself realizing I abide. Vaccha, if it is said, the recluse Gotama knows the three knowledge's, saying it thus, you would be saying the right thing and not blaming me falsely". (Tevijjavacchagotta Sutta-Majjhima Nikaya 71)

(33) fully-enlightened Buddha, endowed with wisdom and conduct, Well-Farer, Knower of the worlds, incomparable Trainer of men to be tamed, Teacher of gods and humans, enlightened and blessed. He, having realised it by his own super-knowledge, proclaims this world with its devas, maras and Brahmas, its princes and people. He preaches the Dhamma which is lovely in its beginning, lovely in its middle, lovely in its ending, in the spirit and in the letter, and displays the fully-perfected and purified holy life. A disciple goes forth, practises the moralities, attains the first jhana. (Tevijja Sutta Digha Nikaya 13)

(34) Among the Indians are those philosophers also who follow the precepts of Boutta, whom they honour as a god on account of his extraordinary sanctity. (Ancient India as described by Megasthenes and Arrian by Mccrindle, J. W)

(35) That which among men is fifty years, Visakha, is one night and day of the devas of the Four Great Kings, their month has thirty of those days, their year twelve of those months; the lifespan of the devas of the Four Great Kings is five hundred of those heavenly years. (Visakhuposatha Sutta-Anguttara Nikaya 8.43)

(36) on the break-up of the body, after death, he reappears in the company of Brahma's Retinue. Then, having exhausted that action, that power, that status, that sovereignty, he is a non-returner. He does not come back to this world. (Dana Sutta-Anguttara Nikaya 7.49)

(37) Then the hell-wardens torture [the evil-doer] with what's called a five-fold imprisonment. They drive a red-hot iron stake through one hand, they drive a red-hot iron stake through the other hand, they drive a red-hot iron stake through one foot, they drive a red-hot iron stake through the other foot, they

drive a red-hot iron stake through the middle of his chest. There he feels painful, racking, piercing feelings, yet he does not die as long as his evil kamma is not exhausted.

Then the hell-wardens lay him down and slice him with axes. Then they hold him feet up and head down and slice him with adzes. Then they harness him to a chariot and drive him back andforth over ground that is burning, blazing, and glowing. Then they make him climb up and down a vast mountain of embers that is burning, blazing,and glowing. Then they hold him feet up and head down and plunge him into a red-hot copper cauldron that is burning, blazing, and glowing. There he boils with bubbles foaming. And as he is boiling there with bubbles foaming, he goes now up, he goes now down, he goes now around. There he feels painful, racking, piercing feelings, yet he does not die as long as his evil kamma is not exhausted. (Devaduta Sutta-Majjihima Nikaya)

(38) Now, bhikshus, the hell wardens torture him with the fivefold pinion.They drive a red-hot iron rod through one hand, and then another red-hot iron rod through the other hand. They drive [another] redhot iron rod through one foot, and then another red-hot iron rod through the other foot.. They drive (another) red-hot iron rod through his belly. There he feels suffers sharp, piercing, racking pains. Yet he does not die so long as the result of that evil action is not exhausted.

Next, bhikshus, the hell wardens throw him down and pare him with axes. There he suffers sharp, piercing, racking pains. Yet he does not die so long as the result of that evil action is not exhausted.

Next, bhikshus, the hell wardens set him upside down and pare him with adzes. There he suffers sharp, piercing, racking pains. Yet he does not die so long as the result of that evil action is not exhausted.

Next, bhikshus, the hell wardens harness him to a chariot and drive him back and forth across fiery, blazing, glowing ground. There he suffers sharp, piercing, racking pains. Yet he does not die so long as the result of that evil action is not exhausted.

Next, bhikshus, the hell wardens make him climb up and down a great mound of fiery, blazing, glowing coals. There he suffers sharp, piercing, racking pains. Yet he does not die so long as the result of that evil action is not exhausted.

Next, bhikshus, the hell wardens seize him upside down and plunge him into a fiery, blazing, glowing metal cauldron. He is cooked there in a swirl of froth. And as he is being cooked there in a swirl of froth, he is swept now up, now down, now across. There he suffers sharp, piercing, racking pains. Yet he does not die so long as the result of that evil action is not exhausted.

Next the hell wardens throw him down into the Great Hell.Now as regards that Great Hell, monks:
It has four corners and four doors,
One on each side, equally proportioned,

Walled up all around in iron
And shut in with an iron roof.
Its floor is made of iron
Glowing with burning heat,
Spreading a hundred leagues
around it stands at all times.

Bhikshus, I could tell you about Niraya in many ways, but, bhikshus, it is hard to fully describe the suffering in it. (Bala Pandita Sutta- Majjhima Nikaya)

(39) *In iron cauldron boiled till he shall peel,*
The parricide is pierced with shafts of steel,
Then blinded and on filth condemned to feed
He's plunged in brine, to expiate his deed.
Then goblins 'twixt his jaws, lest they should close,
Hot iron ball or ploughshare interpose,
These fixed with cords his mouth so firmly prop,
They into it a stream of filth can drop.
Vultures, both black and brown, and ravens too,
And birds with iron beaks, a motley crew,
Rending his tongue to many a fragment small,
Devour the quivering morsel, blood and all.
The goblins flitting to and fro
Assail the wretch with many a blow,
On his charred breast or broken limb
With cruel glee they buffet him.
The joy is theirs, but woes abide
With all that in such hell reside
For earthly crime of parricide.

(*Samkicca jathaka* No: 530)

(40) *The son that slays his mother straight to Yama's realm is sent,*
In retribution for his deed to reap due punishment.
There powerful demons seize upon the guilty matricide,
And plough with iron shares his back in furrows deep and wide.
The blood like molten copper from his wounds that flows they take,
And give it to the guilty wretch, his burning thirst to slake.
He stands plunged in a crimson lake as 'twere of clotted blood,
Breathing foul stench of carrion vile or evil smelling mud.
Enormous worms with iron mouths, piercing their victim's skin,
Devour his flesh right greedily and suck the blood within.
In hell one hundred fathoms deep behold the victim sinks,
While for a hundred leagues around dead carcase like he stinks.

(*Samkicca jathaka* No:530)

(41) "*They who have slain a mother or a father,*
Whom they should reverence; excommunicate
These cruel creatures begat sin, and they

Are those who yonder drink the draught of blood."
(Nimi Jataka No. 541)

(42) *"These are the churls, the misers, foul of tongue*
To brahmins and ascetics, that do hurt;
These cruel creatures begat sin, and they
Are those you see of ravens here the prey."
(Nimi Jataka No. 541*)*

(43) *"They were of noble birth when in the world,*
Lived lives unclean, did deeds of wickedness,
Were traitors, left their husbands, and besides
Did other things to satisfy their lust;
They spent their lives in dalliance; therefore now
Stand blazing, waist-deep buried in the earth."
(Nimi Jataka No. 541)

(44) Then it's certain, monks, that that monk didn't suffuse the four royal snake lineages with a mind of good will. For if he had suffused the four royal snake lineages with a mind of good will, he would not have died after having been bitten by a snake..........

I allow you, monks, to suffuse these four royal snake lineages with a mind of good will for the sake of self-protection, self-guarding, self-preservation. (Ahina Sutta-Anguttara Nikaya 4.67)

(45) Homage to Vipassi (the Buddha) possessed of the eye (of wisdom) and splendor. Homage to Sikhi (the Buddha) compassionate towards all beings. Homage to Vessabhu (the Buddha) free from all defilements and possessed of ascetic energy. Homage to Kakusanda (the Buddha), the conqueror of (the five-fold) host of Mara. Homage to Konagamana (the Buddha) who has shed all defilements, and had lived the holy life. Homage to Kassapa (the Buddha) who is fully freed from all defilements. Homage to Angirasa (the Buddha Gotama), the son of the Sakyas, who is full of radiance, and who proclaimed the Dhamma that dispels all suffering.Those in the world, who have extinguished (the flames of passion), and have perceived through insight (meditation), things as they really are, they never slander anyone; they are mighty men who are free from fear. Gotama (the Buddha) dear to gods and men, endowed with knowledge and virtue, mighty and fearless, all do homage to him (homage be to him.....

Learn by heart, monks, the Atanata protection, constantly make use of it, bear it in mind. This Atanata protection, monks, pertains to your welfare, and by virtue of it, monks and nuns, laymen and laywomen may live at ease, guarded, protected, and unharmed. (Atanatiya Sutta-Digha Nikaya 32)

(46) Imagine monks, a boil that has been gathering for many years which might have nine open wounds, nine natural openings, and whatever might ooze out from this, foulness would certainly ooze out, stech would certainly ooze out, loathsomeness would certainly ooze out; whatever might be brought forth,

foulness would certainly be brought forth; stench would certainly be brought forth; loathsomeness would certainly be brought forth.

This boil, monks,is an apt metaphor for the body which is made up of the four great elements, begotten of mother and father, formed from a heap of boiled rice and sour gruel, subject to impermenence, concealment, abrasion, dissolution and disintegration, with nine gaping wounds, nine natural openings, and whatever might ooze out from this, foulness would certainly ooze out..... Therefore, monks, you should be disgusted with this body. (Ganda Sutta -Anguttara Nikaya 9.15)

(47) Behold this body — a painted image, a mass of heaped up sores, infirm, full of hankering — of which nothing is lasting or stable! Fully worn out is this body, a nest of disease, and fragile. This foul mass breaks up, for death is the end of life. (Dharmmapada 11-Jaravagga 147,148)

(48) There are in this body head-hairs, body-hairs, nails, teeth, skin, flesh, sinews, bones, marrow, kidneys, heart, liver, pleura, spleen, lungs, intestines, intestinal tract, stomach, feces, bile, phlegm, pus, blood, sweat, fat, tears, grease, saliva, nasal mucus, synovium (oil lubricating the joints), urine, and brain in the skull. (dvattimsakara-Khuddakapatha)

അഹിംസാഗീത

It is a well-known fact that the first of all the commandments of the Buddhist creed is "Thou shalt not kill" [but] Chinese books contain various passages relating to Buddhist monks who freely indulged in carnage and butchery and took an active part in military expeditions of every description, thus leaving no room for doubt that warfare was an integrate part of their religious profession for centuries.

—J. J. M. de Groot

അഹിംസാവാദിയായ കൃഷ്ണന് പകരം അർജ്ജുനന്റെ സാരഥിയെങ്കിൽ? ആഹിംസാവാദിയായ ബുദ്ധൻ ഇടപെട്ട് യുദ്ധം ഒഴിവാക്കുമായിരുന്നു എന്നൊക്കെ ചില ബുദ്ധ ആരാധകർ തള്ളിവിടുന്നത് കണ്ടിട്ടുണ്ട്. ഒരു അഹിംസാഗീത തന്നെ ഉണ്ടാകുമായിരുന്നത്രെ. ബുദ്ധമത രാജാക്കന്മാരെല്ലാം അക്രമം വെടിഞ്ഞാണ് രാജ്യം ഭരിച്ചിരുന്നത് എന്നത് നമ്മുടെ "ചരിത്രകാരന്മാർ" പറഞ്ഞു പരത്തിയ ഒരു തെറ്റിദ്ധാരണയാണ്. ബുദ്ധമതത്തിലെ അഹിംസ കാരണമാണ് ബുദ്ധമതം ഇന്ത്യയിൽ ക്ഷയിച്ചത് എന്നൊരു വഷളൻ സിദ്ധാന്തം പോലും നമ്മുടെ ചരിത്രപുസ്തകങ്ങളിൽ എഴുതിപ്പിടിപ്പിച്ചിട്ടുണ്ട്. രാജാക്കന്മാർ യുദ്ധം ഉപേക്ഷിച്ചതുകൊണ്ട് വിദേശികൾ വന്ന് എല്ലാം കീഴടക്കിയത്രെ. യുദ്ധം മറന്ന ക്ഷത്രീയരെ ഉത്തേജിപ്പിക്കാനാണ് ഭഗവത് ഗീത എഴുതപ്പെട്ടത് എന്നൊരു പൊട്ട സിദ്ധാന്തം പോലും വന്നു. :-) A chain is only as strong as its weakest link എന്നാണല്ലോ. ബുദ്ധമതം കാരണം ഇവിടെ അഹിംസ പൂത്തുലഞ്ഞിരുന്നു എന്നു തെളിഞ്ഞാലല്ലേ ഇത്തരം മുട്ടുശാന്തി തിയറികൾ ആവശ്യമുള്ളൂ.

മഹാഭാരതത്തിലെ ഗീതോപദേശത്തിനു സമാനമായി ബുദ്ധന്റെ കാലത്തുതന്നെ നടന്ന ഒരു സംഭവം പറയാം. ഒരിക്കൽ ബിംബിസാരന്റെ കുറേ പടയാളികൾക്ക് യുദ്ധം ചെയ്യാൻ മട്ടപ്പുണ്ടായി.

മഹാഭാരതത്തിൽ നമ്മുടെ അർജ്ജുനനു സംഭവിച്ചതു തന്നെ. ഒരു അർജ്ജുന വിഷാദയോഗം. യുദ്ധത്തിലെ ക്രൂരതകൾ മടുത്ത അവർ പട്ടാളം വിട്ടുപോയി ബുദ്ധമതത്തിൽ ചേർന്നു. രാജാവ് ആവശ്യപ്പെട്ടാൽ ക്ഷത്രിയർ യുദ്ധം ചെയ്യാൻ പോയിരിക്കണം. യുദ്ധത്തിൽ നിന്ന് ഒളിച്ചോടുന്നവർക്ക് കനത്ത ശിക്ഷയാണ്. മഹാഭാരതത്തിലെ ശാന്തിപർവ്വത്തിൽ യുദ്ധത്തിനു വൈമുഖ്യം കാണിക്കുന്ന ക്ഷത്രിയർക്കുള്ള ശിക്ഷ പറയുന്നുണ്ട്.[1]

വർണ്ണ ധർമ്മം താഴ്ന്ന വർണ്ണത്തോടു മാത്രമുള്ള അനീതിയാണ്, ഉയർന്ന വർണ്ണക്കാർ സുഖിച്ചു ജീവിക്കുകയായിരുന്നു എന്ന നമ്മുടെ പൊതു ബോധത്തിന്റെ മുനയൊടിക്കുന്നതാണ് ഇത്. ക്ഷത്രിയന്റെ പണി അത്ര എളുപ്പമൊന്നുമല്ലായിരുന്നു. എന്തായാലും സൈന്യത്തിൽ നിന്നുള്ള കൂട്ടമായ ഈ കൊഴിഞ്ഞു പോക്ക് ബിംബിസാരൻ അറിഞ്ഞു. അതിർത്തിയിൽ താൻ ഉദ്ദേശിക്കുന്ന ഒരു പട്ടാളനീക്കത്തിന് ആവശ്യത്തിനു സൈനികരില്ല. (ഈ സംഭവം നടക്കുമ്പോൾ ബിംബിസാരൻ ബുദ്ധമത വിശ്വാസിയാണ്. അതായത് അഹിംസാവാദി. അദ്ദേഹമെന്തിനാ അയൽ രാജ്യം ആക്രമിക്കാൻ പോകുന്നത്? അദ്ദേഹത്തിന് സൈന്യമെന്തിനാ?)

കാര്യം ബുദ്ധനും, ബിംബിസാരനും "അടേം ചക്കരേം" പോലാണ്. പക്ഷേ അതു വേറെ, ഇതു വേറെ. ബിംബിസാരൻ നേരെ ബുദ്ധനെ ചെന്നു കണ്ടു ബഹുമാനപൂർവ്വം തൊഴുതു വണങ്ങിയ ശേഷം നല്ല നൈസായി ബുദ്ധനെ അങ്ങ് ഭീഷണിപ്പെടുത്തി. മേലാൽ ഇത്തരം പണി കാണിക്കരുത്. ഇത്തരം സന്യാസിമാരിലൊന്നും വിശ്വാസമില്ലാത്ത രാജാക്കൻമാർ ഭിക്ഷുക്കളെ പല വിധത്തിൽ ഉപദ്രവിക്കാറുണ്ട്. എന്നെക്കൊണ്ട് അതൊന്നും ചെയ്യിക്കരുത്...!![2]

കിട്ടേണ്ടതു കിട്ടിയപ്പോൾ ബുദ്ധന് കാര്യം പിടികിട്ടി. രാജാവിനെ പിണക്കിയാൽ പ്രശ്നമാണ്. രാജാവിന്റെ സേവകരെ ബുദ്ധസംഘത്തിൽ ചേർക്കുന്നവർക്ക് നരകമാണ് വിധിച്ചിട്ടുള്ളത് എന്ന് ബുദ്ധൻ പ്രഖ്യാപിച്ചു. പാവം സൈനികരുടെ വിഷാദയോഗമൊന്നും ബുദ്ധൻ കൂട്ടാക്കിയില്ല. "സ്വധർമ്മോ നിധനം ശ്രേയഃ പരധർമ്മോ ഭയാവഹഃ" സ്വധർമ്മം ചെയ്യുന്നതാണ് നിനക്ക് നല്ലത്, അന്യന്റെ ധർമ്മം ഭയാനകമാണ് എന്ന് കൃഷ്ണൻ അർജ്ജുനനോട് പറഞ്ഞത് തന്നെയാണ് ഇവിടെ ബുദ്ധനും ആ സൈനികരോട് പറയാതെ പറയുന്നത്. യുദ്ധം മടുത്ത സൈനികർക്കു വേണ്ടി ബിംബിസാരനോട് ഒരു അഹിംസാഗീത ഉപദേശിക്കാനൊന്നും ബുദ്ധൻ മിനക്കെട്ടില്ല. ഒരു അഹിംസാഗീത ഉണ്ടാവുന്നെങ്കിൽ അതിന് ഇതിനേക്കാൾ പറ്റിയ വേറൊരു സമയമില്ല. സൈനികർക്കെന്താ നിർവ്വാണത്തിന് അർഹതയില്ലേ?

അങ്ങനെ രാജസേവകർക്ക് ബുദ്ധമതത്തിൽ ചേരാനാകില്ല എന്ന നിയമം വന്നു. ഈ ആധുനിക കാലത്തുപോലും ബുദ്ധമതത്തിൽ ചേരാൻ ആഗ്രഹിക്കുന്നവരോട് അയാൾ രാജസേവകനാണോ എന്നൊരു ചോദ്യമുണ്ട്. (എങ്കിൽ നമ്മുടെ ബാലചന്ദ്രൻ ചുള്ളിക്കാട് ബുദ്ധമതത്തിൽ ചേർന്നപ്പോൾ ഈ ചോദ്യത്തിനു എന്തു മറുപടി കൊടുത്തിരിക്കും? അദ്ദേഹത്തിന്റെ ഗവൺമെന്റ് ജോലി രാജസേവനമായി കൂട്ടുമോ?)

അക്കാലത്തെ മൂന്നു മഹാരാജാക്കന്മാർ -കോസലത്തിലെ പസേനദി, മഗധയിലെ ബിംബിസാരൻ, തുടർന്ന് രാജാവായ അദ്ദേഹത്തിന്റെ മകൻ അജാതശത്രു- ഇവർ ബുദ്ധന്റെ അനുയായികളായിരിക്കെ തന്നെ ഇഷ്ടം പോലെ യുദ്ധങ്ങൾ ചെയ്തിട്ടുണ്ട്. അജാതശത്രുവും, സഹോദരനുമായും അടിപിടികൾ നടത്തിയിട്ടുണ്ട്. ആ കഥ രസമാണ്. ഇവരുടെ പിതാവായ ബിംബിസാര രാജാവിന് സുഗന്ധ ജലം തുമ്പിക്കൈയിലൂടെ ചീറ്റാൻ ശീലിപ്പിക്കപ്പെട്ട ഒരു ആനയുണ്ടായിരുന്നത്രെ. (ശരിക്കും പനിനീര് തളിക്കുന്ന ആന. :-)) ഈ ആനയും, വിലപിടിപ്പുള്ള ഒരു രത്നമാലയുമായി സഹോദരൻ കടന്നു കളഞ്ഞു. രാജപ്രതാപത്തിന്റെ ചിഹ്നങ്ങളായ ഇവകൾക്ക് വേണ്ടിയായിരുന്നു യുദ്ധം.

ബന്ധുക്കളായിരുന്ന പസേനദിയും, അജാതശത്രുവും തമ്മിൽ തന്നെ ഒന്നിൽകൂടുതൽ തവണ പരസ്പരം യുദ്ധം ചെയ്തിട്ടുണ്ട്. ഒരിക്കൽ അജാതശത്രു പസേനദിയുടെ കോസലം ആക്രമിക്കുന്നതിനു മുൻപ് ബുദ്ധനെ ചെന്ന് കണ്ടു ഉപദേശം ചോദിക്കുന്നുപോലുമുണ്ട്. എന്നിട്ടും ഒരു ബുദ്ധഗീത മാത്രം ഉണ്ടായില്ല. ബുദ്ധന്റെ അടുത്ത സുഹൃത്തുക്കളായ പസേനദിയും, ബിംബിസാരനും സ്വന്തം മക്കളുടെ കൈകൊണ്ടാണ് മരിക്കുന്നത്. ബുദ്ധന്റെ ജീവിതകാലത്തുതന്നെയാണ് ശാക്യന്മാരുടെ വംശം തന്നെ ഉന്മൂലനം ചെയ്ത് പസേനദിയുടെ മകനായ വിധുധഭൻ ശാക്യരുടെ രാജ്യം കോസലത്തോടു ചേർക്കുന്നത്. ബുദ്ധൻ വിചാരിച്ചാൽ ഒരുപക്ഷേ അതൊക്കെ തടയാൻ കഴിയേണ്ടതായിരുന്നു. പക്ഷേ വിചാരിക്കണം.

തീർച്ചയായും ബുദ്ധന്റെ നാല്പത്തഞ്ചു വർഷത്തെ മത പ്രചരണത്തിനിടക്ക് ഒരു അഹിംസാഗീതയുടെ ആവശ്യമുള്ള സന്ദർഭങ്ങൾ ഇഷ്ടം പോലെയുണ്ടായിരുന്നു. ബുദ്ധനെക്കൊണ്ട് ഒരു ചുക്കും നടക്കില്ലായിരുന്നു എന്നതാണ് സത്യം. രാജാക്കൻമാർ ബുദ്ധനോട് വളരെ അനുഭാവപൂർവ്വം പെരുമാറിയിരുന്നതുകൊണ്ട് ബുദ്ധനും തിരിച്ച് അവരെ പിണക്കാതിരിക്കാൻ ശ്രമിച്ചു. രാജകാര്യങ്ങളിൽ ഇടപെട്ടു രാജാക്കന്മാർക്ക് ബുദ്ധിമുട്ടുണ്ടാക്കാതിരിക്കാൻ ബുദ്ധൻ

ശ്രദ്ധിച്ചിരുന്നു. ബുദ്ധൻ തന്റെ ശിഷ്യൻമാരോട് പക്ഷം പിടിക്കലു കളിൽ നിന്ന് വിട്ടു നിൽക്കാൻ ആവശ്യപ്പെട്ടുന്നുണ്ട്. എന്നു മാത്രമല്ല രാജാവിനെ അനുസരിക്കണം എന്ന് ഭിക്ഷുക്കൾക്ക് പ്രത്യേക നിർദ്ദേ ശവും കൊടുത്തിരുന്നു.(3)

പസേനദി രാജാവിന്റെ ജോലിക്കാരനായ ഒരാളെ ബുദ്ധൻ തന്റെ മതത്തിൽ ചേർക്കുന്നത് രാജാവിനോടു അനുവാദം വാങ്ങിച്ച ശേഷമാണ് എന്ന് അവദാനശതകത്തിൽ കാണാം. ഒരിക്കൽ ബിംബിസാര രാജാവിന്റെ രാജ്യത്ത് താമസിക്കവേ പസേനദി രാജാവ് ബുദ്ധനെ കാണാൻ ആഗ്രഹം പ്രകടിപ്പിച്ചപ്പോൾ ബിംബിസാര രാജാവ് അനുവദിച്ചാൽ മാത്രമെ ആശ്രിതനായ താൻ വരൂ എന്ന് ബുദ്ധൻ പറഞ്ഞതായും അവദാനശതകത്തിൽ പറയുന്നുണ്ട്. രാജാവിനോട് അത്രമാത്രം വിധേയത്വം കാണിക്കു ന്ന ബുദ്ധന് രാജാവിനെ ഉപദേശിച്ച് ഒരു യുദ്ധം ഒഴിവാക്കാനുള്ള ആമ്പിയറുണ്ടാകുമോ?

ബുദ്ധനും, ബിംബിസാരനും "ക്ലോസ് ഗഡീസ്" ആയിരുന്നു. ആ ബിംബിസാരനെ മകൻ അജാതശത്രു പട്ടിണിക്കിട്ട് കൊന്നപ്പോൾ പോലും ബുദ്ധൻ കമാന്ന് മിണ്ടീട്ടില്ല. ബുദ്ധിസ്റ്റ് ഗ്രന്ഥങ്ങളിൽ തന്നെ പറയുന്നത്, പിതൃഹത്യ ചെയ്ത അജാതശത്രുവിനെ ജനങ്ങൾ കലിരാജാവ് എന്നാണ് വിളിച്ചിരുന്നത് എന്നാണ്. അദ്ദേഹത്തി ന്റെ അച്ഛനായ ബിംബിസാരനെയാകട്ടെ ധർമ്മരാജാവ് എന്നും. ധർമ്മരാജാവിന്റെ കാലം കഴിഞ്ഞപ്പോൾ ബുദ്ധൻ ആശ്രിതത്വം കലിരാജാവിലേക്ക് മാറ്റി.

അംഗുത്തര നിഖായയിലെ പരികുപ്പ സുത്തയിൽ ലിസ്റ്റ് ചെയ്തിരി ക്കുന്ന, ഒരു തരത്തിലും മാപ്പ് കിട്ടാത്ത അഞ്ചു തെറ്റുകളിൽ പെട്ടതാണ് (I) മാതൃഹത്യ (II) പിതൃഹത്യ (III) അർഹതഹത്യ (ഥേരവാദ ബുദ്ധി സത്തിൽ നിർവ്വാണത്തിനു അർഹത നേടിയ മഹാത്മാവാണ് അർഹതൻ ....one who is worthy.) (IV) ഒരു ബുദ്ധന്റെ രക്തം ചിന്താൻ ഇടവരുത്തുക (V) ഭിക്ഷുസംഘത്തിൽ പിളർപ്പുണ്ടാക്കൽ എന്നിവ. (ഇതിൽ അവസാനത്തെ രണ്ടും ദേവദത്തനെ ഉദ്ദേശി ച്ചാണ് എന്നു തോന്നുന്നു. ദേവദത്തൻ ഒരിക്കൽ ഒളിച്ചിരുന്ന് ഒരു കല്ല് ഉരുട്ടിവിട്ടു ബുദ്ധനെ മുറിവേൽപ്പിച്ചിരുന്നു. ബുദ്ധസംഘത്തിൽ പിളർപ്പുണ്ടാക്കിയതും ഇദ്ദേഹം തന്നെ.) ആറാമതൊന്നു കൂടി ഈ ഭാഗത്തെ ചില കമന്ററികളിൽ കാണുന്നുണ്ട്. മറ്റൊരു ഗുരുവിനെ സ്വീകരിക്കൽ. മതം മാറ്റം എന്നും പറയാം. ഈ തെറ്റുകൾക്ക് ഏറ്റവും മോശം നരകത്തിൽ അനവധി കാലം വസിക്കേണ്ടി വരും. അതിൽ ഒരു നീക്കുപോക്കും ഉണ്ടാകില്ല.(4) ഇതേ കാര്യം തന്നെ അംഗുത്തര

നിഖായയിലെ കമ്മവരാനത സുത്തയിലും ആവർത്തിക്കുന്നുണ്ട്. ഇത്തരക്കാർ ധർമ്മോപദേശം കേട്ടാൽ പോലും രക്ഷപ്പെടില്ല.(5)

അച്ഛനെ കൊന്നതിൽ പശ്ചാത്താപം തോന്നിയ അജാതശത്രു പിന്നീട് അക്കാലത്തെ മറ്റ് ആറു ഗുരുക്കൻമാരെയും കണ്ടെങ്കിലും ആശ്വാസം കിട്ടിയില്ല. (ഈ ഗുരുക്കൻമാരെ നേരത്തെ പരിചയപ്പെട്ടിരുന്നു. പുരാണ കാശ്യപൻ, മഖാലി ഗോശാലൻ, അജിത കേശകമ്പിളി, പക്രുത കാത്യായണൻ, നിഗന്ത നാദപുത്രൻ, സഞ്ജയ ബലേട്ടപുത്രൻ.) പശ്ചാത്താപ വിവശനായ അദ്ദേഹം ഒടുവിൽ ബുദ്ധന്റെ അടുത്തെത്തി. പശ്ചാത്താപം തോന്നിയതു തന്നെ വലിയ കാര്യമാണ് എന്നുപറഞ്ഞ് ബുദ്ധൻ അജാതശത്രുവിനെ സമാധാനിപ്പിച്ചു വിട്ടു. (സന്മനഫല സുത്ത, ദിഗ്ഗ നിഖായ) അങ്ങനെ ഏറ്റവും വലിയ പാപമായ പിതൃഹത്യയിൽ നിന്നാണ് വിശാലഹൃദയനായ ആശാൻ ക്ഷമിച്ചിരിക്കുന്നു എന്നും പറഞ്ഞ് അജാതശത്രുവിനെ ബുദ്ധൻ ഊരിക്കൊടുത്തത്. നരകത്തിന്റെ കാര്യമൊന്നും അവിടെ പറഞ്ഞില്ല.[6]

ഉറച്ച ധാർമ്മികബോധമുള്ള ഒരു ലോകഗുരുവിൽ നിന്ന് ഉണ്ടാകേണ്ടിയിരുന്ന പ്രതികരണമായിരുന്നില്ല ബുദ്ധന്റേത്. മാതൃപിതൃഹത്യയോട് അംഗുത്തര നിഖായയിൽ പറയുന്ന തരത്തിലുള്ള വെറുപ്പൊന്നും ബിംബിസാരനെ കൊന്ന അജാതശത്രുവിനോടും, പസേനദിയെ കൊന്ന വിധുധഭനോടും ബുദ്ധൻ കാണിച്ചിട്ടില്ല. രണ്ടുപേരും ബുദ്ധന്റെ അടുത്ത സുഹൃത്തുക്കൾ പോലുമായിരുന്നു എന്നോർക്കണം. അപ്പോൾ ബുദ്ധന് താടിയുള്ള അപ്പനെ പേടിയുമുണ്ട്.

ഒരിക്കൽ തന്റെ അനുയായിയായിരിക്കേ തന്നെ പസേനദി രാജാവ് നൂറുകണക്കിന് മൃഗങ്ങളെ കൊന്നു മൃഗബലി നടത്തുന്നതറിഞ്ഞ ബുദ്ധൻ അതിനെതിരെ പ്രതികരിക്കാനൊന്നും പോയില്ല. വേറൊരിക്കൽ പസേനദി രാജാവ് ബുദ്ധനെ കാണാൻ വരുന്ന വഴിയിൽ ഒളിച്ചിരുന്ന് രാജാവിനെ ആക്രമിക്കാൻ കുറേ കൊള്ളക്കാർ പദ്ധതിയിട്ടു. വിവരം മണത്തറിഞ്ഞ രാജാവ് അവരെ പിടികൂടി ക്രൂരമായി പീഡിപ്പിച്ചു. ബുദ്ധന്റെ ആശ്രമത്തിലേക്കുള്ള വഴിയുടെ ഇരുവശത്തുമായി അവരെ ശൂലത്തിൽ തറച്ചു.

അങ്ങിനെ ചിത്രവധത്തിൽ നേരിട്ട് പങ്കെടുത്ത ശേഷം രക്തപങ്കിലമായി തന്നെ പസേനദി രാജാവ് ബുദ്ധനെ സന്ദർശിച്ചപ്പോൾ ബുദ്ധൻ മനഃപ്പൂർവ്വം ഒന്നും കാണാത്ത ഭാവം നടിച്ചു. അഹിംസയെക്കുറിച്ചൊഴിച്ച് ബാക്കിയെല്ലാം സംസാരിച്ചു. (സംയുക്ത നിഖായ -കോസലം) ബുദ്ധൻ അത് ഉന്നതമായ എന്തോ ഉദ്ദേശം വച്ചാണ്

അങ്ങനെ ചെയ്തത് എന്നാണ് ബുദ്ധിസ്റ്റുകൾ വ്യാഖ്യാനിച്ചു തള്ളു ന്നത്. (അതിന് ഉപായ-കൌശലം എന്നൊക്കെ മനോഹരമായ പേരുമുണ്ട്.) തന്റെ ആശ്രമത്തിലേക്കുള്ള വഴിയിലെങ്കിലും ഈ മാതിരി പോക്രിത്തരം ഒഴിവാക്കാൻ ബുദ്ധന് രാജാവിനോട് ആവശ്യ പ്പെടാമായിരുന്നു. (എനിക്ക് തോന്നുന്നത്, അവർ കൊള്ളക്കാരൊന്നു മായിരുന്നില്ല, രാജാവിന്റെ ബുദ്ധനോടുള്ള അമിത വിധേയത്വത്തിൽ എതിർപ്പുള്ള അക്കാലത്തെ നക്സലേറ്റുകളോ, മാവോവാദികളോ ആയിരുന്നു എന്നാണ്.)

അപ്പോൾ എന്തുകൊണ്ട് നമുക്ക് ഒരു ബുദ്ധഗീത ഉണ്ടായില്ല എന്ന് മനസ്സിലായില്ലേ? വായിൽ കോലിട്ടുകുത്തിയാൽ പോലും ബുദ്ധൻ തന്റെ പക്ഷത്തുള്ള രാജാവിനെതിരെ മിണ്ടില്ല. ബുദ്ധൻ നമ്മുടെ എ.കെ.ആന്റണി, വി.എം. സുധീരൻ ടൈപ്പ് ആദർശവാദിയാണ്. സ്വന്തമായി പ്രസംഗം മാത്രമേ ഉള്ളൂ. എന്തു വേണേൽ ചെയ്തോ. ഒന്നും എന്റെ മേലേക്ക് എടുക്കാതിരുന്നാൽ മതി. എല്ലാം കഴിഞ്ഞാൽ എങ്ങനെയും വ്യാഖ്യാനിക്കാവുന്ന പ്രസംഗം ഉണ്ടാകും. അതും ശിഷ്യ ൻമാരോട്. അതാവുമ്പോൾ ആരും തിരിച്ചൊന്നും ചോദിക്കില്ലല്ലോ. (ചില മക്കളില്ലേ, അച്ഛനോടു പറയാനുള്ള ഡയലോഗെല്ലാം ഉമ്മറ ത്ത് അച്ഛനില്ല എന്ന് ഉറപ്പാക്കിയ ശേഷം അടുക്കളയിൽ പോയി അമ്മയോട് പറയും. അതുപോലെ. :-))

യോദ്ധജീവ സുത്തയിൽ (സംയുക്ത നികായ 42:3) രസകരമായ ഒരു കഥയുണ്ട്. ഒരു പടയാളി ബുദ്ധനോട് ഒരു സംശയം ചോദി ക്കുന്നു. "യുദ്ധത്തിൽ മരിക്കുന്ന പടയാളികൾക്ക് സ്വർഗ്ഗം കിട്ടും എന്ന് പറഞ്ഞു കേൾക്കുന്നതിൽ (ഭഗവത് ഗീതയിൽ കൃഷ്ണൻ ഈ സ്വർഗ്ഗലാഭത്തെ സൂചിപ്പിക്കുന്നുണ്ട്.) സത്യമുണ്ടോ?" ബുദ്ധൻ ഉത്തരം പറയാതെ ഒഴിഞ്ഞു മാറി. സൈനികൻ വിട്ടില്ല. ആവർത്തിച്ചു ചോദിച്ച് ബുദ്ധനെ ബുദ്ധിമുട്ടിച്ചു. ഒടുവിൽ നിവർത്തിയില്ലാതെയാണ് ബുദ്ധൻ ഉത്തരം പറയാൻ തയ്യാറാകുന്നത്. എതിരാളിയെ കൊല്ലു ണമെന്ന വിചാരത്തോടെയിരിക്കെ മരിക്കുന്ന ആൾക്ക് നരകമാണ് കിട്ടുക.(7)

കൊല്ലണമെന്ന ചിന്തയില്ലാതെ യുദ്ധം ചെയ്യാം എന്നു വേണ മെങ്കിൽ ഇതിനെ വ്യാഖ്യാനിക്കാം. വെറുതെയാണോ ശ്രീകൃഷ്ണനും നിഷ്കാമ കർമ്മം ഉപദേശിക്കുന്നത്? മനസ്സിൽ ഫലചിന്ത പാടില്ല. "കർമ്മണ്യേ വാധികാരസ്ഥേ......" എന്നു തന്നെയാണ് ബുദ്ധന്റെ നിലപാടും. യുദ്ധം നല്ലതല്ലെങ്കിലും എല്ലാ മാർഗ്ഗങ്ങളും അടഞ്ഞു കഴിഞ്ഞാൽ യുദ്ധം ചെയ്യുന്നതിൽ പ്രശ്നമില്ല. യുദ്ധത്തിനു പോകുന്ന വർ തങ്ങൾ കൊല്ലപ്പെടാനും സാധ്യതയുണ്ട് എന്ന് മനസ്സിലാക്കണം.

അതിൽ പരാതിപ്പെടാനാകില്ല. കാരണം അതയാളുടെ വിധിയാണ്. വിജയിക്കുന്നവൻ അമിതമായി ആഹ്ലാദിക്കാനും പാടില്ല. അതുകൊണ്ട് മിതത്വം പാലിച്ച് മനസ്സിൽ വെറുപ്പില്ലാതെ ഹിംസ നടത്താം. ആര്യ-ബോധിസത്വ-ഗോചര-ഉപായവിഷയ-വികുർവാന -നിർദ്ദേശ സൂത്ര എന്ന മഹായാന ഗ്രന്ഥത്തിൽ ഇങ്ങനെ ആർദ്രത യോടെ യുദ്ധം ചെയ്യാം എന്നു പറയുന്നുണ്ട്.[8]

യുദ്ധത്തെ ന്യായീകരിക്കാൻ കൃഷ്ണൻ പതിനെട്ട് അധ്യായങ്ങ ളിൽ പരത്തിപ്പറഞ്ഞ കാര്യം തന്നെയാണ് ഇത്. പിന്നെ ആ പുസ്തകത്തിന്റെ പേര് കേട്ടു പേടിക്കണ്ട. വളരെ പ്രധാനപ്പെട്ട ഒരു മഹായാന ഗ്രന്ഥമാണ്. ഇംഗ്ലീഷിൽ "The Noble Teaching through Manifestations on the Subject of Skillful Means in the Bodhisattva's Field of Activity." എന്ന് അർഥം പറയാം. എന്തായാലും ഇതിന്റെ വെളിച്ചത്തിൽ നോക്കിയാൽ, ബുദ്ധിസം ഉണ്ടായിരുന്നെങ്കിൽ മഹാഭാരത യുദ്ധം നടക്കില്ലായിരുന്നു എന്നൊക്കെ "ബുദ്ധ ഫാൻസ്" തള്ളിമറിക്കുന്നത് വെറുതെയാണ്.

ബുദ്ധിസത്തിലെ അഹിംസ പോലും കൊല്ലപ്പെടുന്ന ജീവിയോ ടുള്ള കരുണയല്ല, കൊന്നാൽ അത് തന്റെ കർമ്മഫലത്തെയും, പുനർജന്മത്തെയും ദോഷകരമായി ബാധിക്കും എന്ന ചിന്തയാണ് മുന്നിൽ നിൽക്കുന്നത്. അതേപോലെ ബ്രാഹ്മണൻ മൃഗത്തെ വെട്ടിക്കൊന്ന് യാഗം നടത്തുന്നത് കൊല്ലപ്പെടുന്ന ജീവിയോടുള്ള കരുണയില്ലാഞ്ഞിട്ടല്ല, അത് തന്റെ കർമ്മഫലത്തെയും, പുനർജ ന്മത്തെയും ഗുണകരമായി ബാധിക്കും എന്ന ചിന്തയിലാണ്. രണ്ടു ചിന്തയും അടിസ്ഥാനപരമായി സ്വാർത്ഥത തന്നെയാണ്. യാഥാ സ്ഥിതികരായ ഥേരാവാദക്കാരുടെ ഈ നിലപാടിനെ മഹായാനക്കാർ പണ്ടേ എതിർത്തിട്ടുണ്ട്. (നമ്മുടെ മനസ്സിൽ നല്ല ബുദ്ധമതം അഥവാ യഥാർത്ഥ ബുദ്ധമതം ഥേരാവാദമാണ് എന്നതാണ് രസം. മഹായാന പിൽകാലത്ത് വന്ന കലർപ്പും.)

ബുദ്ധമതം ചുമ്മാ യുദ്ധം ചെയ്യുന്നതിനെ ന്യായീകരിക്കുന്നില്ല. ഹിന്ദു ധർമ്മശാസ്ത്രങ്ങളിലും (മനുസ്മൃതി) ചാണക്യന്റെ അർത്ഥശാസ്ത്രത്തിലും ചർച്ച ചെയ്യുന്ന ചതുരുപായങ്ങൾ തന്നെയാണ് ബുദ്ധിസ്റ്റ് ചിന്തകളി ലും. സാമ, ദാന, ഭേദങ്ങൾ പരീക്ഷിച്ചു നോക്കി പരാജയപ്പെട്ടാൽ പിന്നെ ദണ്ഡം ന്യായീകരിക്കത്തക്കതാണ്. ധർമ്മശാസ്ത്രങ്ങളിലും (അർത്ഥശാസ്ത്രത്തിലും) ദണ്ഡം അവസാനം വരുന്നത് യുദ്ധത്തിന്റെ ഫലം പ്രവചിക്കാനാവില്ല, ഇനി ജയിച്ചാലും കനത്ത നഷ്ടങ്ങൾ വരാം എന്ന പ്രായോഗിക ബുദ്ധിയാണ് പ്രവർത്തിക്കുന്നതെങ്കിൽ ബുദ്ധിസം അവസാന കൈയ്യായി ദണ്ഡം പ്രയോഗിക്കുന്നതിനു

കാരണം കൊല ഒഴിവാക്കാനാകുമെങ്കിൽ നല്ലതല്ലേ എന്ന ചിന്ത കൊണ്ടുകൂടിയാണ്. രണ്ടും ഏറ്റമുട്ടൽ പൂർണ്ണമായും ഒഴിവാക്കാനല്ല, ജയിക്കാനുള്ള സുരക്ഷിത മാർഗ്ഗം തേടുക മാത്രമാണ് ചെയ്യുന്നത്. അതായത് തിയറി അല്പം വ്യത്യാസമുണ്ടെങ്കിലും, പ്രായോഗികമായി രണ്ടും ഒരേ കാര്യമാണ് പറയുന്നത്. ആവശ്യമെങ്കിൽ യുദ്ധം ചെയ്യാം. അങ്ങനെ നോക്കിയാൽ മഹാഭാരത യുദ്ധം ബുദ്ധിസം പ്രകാരവും ന്യായമായിരുന്നു. അനുരഞ്ജനത്തിനുള്ള എല്ലാ സാധ്യതകളും അടഞ്ഞ ശേഷമാണ് ഒടുവിൽ യുദ്ധം ചെയ്യാൻ തീരുമാനിക്കുന്നത്. ബുദ്ധിസ്റ്റ് ചിന്ത പ്രകാരം അത്തരം യുദ്ധം മോശം കർമ്മഫലം ഉണ്ടാക്കില്ല.

അംഗുത്തര നിഖായയിലെ അട്ടക നിപാതയിൽ ഒരു സൈന്യാധിപനായ സിംഹ ബുദ്ധനെ സന്ദർശിക്കുന്ന കഥയുണ്ട്. ബുദ്ധനെക്കുറിച്ച് കേട്ടറിഞ്ഞ് ജൈന വിശ്വാസിയായ അദ്ദേഹം ബുദ്ധനെ കാണാൻ പോകാൻ മഹാവീരനോട് അനുവാദം ചോദിച്ചു. എന്നാൽ ബുദ്ധനെ കാണാൻ പോകണ്ട എന്നായിരുന്നു മഹാവീരന്റെ മറുപടി. (ഒരേ കളത്തിൽ പയറ്റുന്ന എതിരാളിയോടുള്ള അസൂയയായിരിക്കാം.) എന്തായാലും സിംഹ മഹാവീരന്റെ അനുമതി ഇല്ലാതെതന്നെ ബുദ്ധനെ കാണാൻ പോയി.

സിംഹയുടെ പ്രധാന സംശയം ഇതായിരുന്നു. താനൊരു യോദ്ധാവാണ്. നിയമം നടപ്പിലാക്കാനും, യുദ്ധം ചെയ്യാനും രാജാവ് നിയോഗിച്ച ഒരാൾ. കുറ്റവാളികളെ ശിക്ഷിക്കാൻ ബുദ്ധൻ അനുവദിക്കുന്നുണ്ടോ എന്നാണ് അദ്ദേഹത്തിന്റെ അറിയേണ്ടിയിരുന്നത്. ജൈനവിശ്വാസത്തിന്റെ ഭാഗമായ അഹിംസയും, തന്റെ തൊഴിലും ഒരുമിച്ച് പോകില്ല എന്നതുകൊണ്ട് എന്തെങ്കിലും ഒരു ലൂപ്പ് ഹോൾ അന്വേഷിച്ചായിരിക്കാം അദ്ദേഹം ബുദ്ധനെ കാണാൻ ചെന്നത്. ബുദ്ധൻ ഒരു ലൂപ്പ് ഹോൾ കൊടുക്കുന്നുമുണ്ട്. അതായത് തഥാഗതൻ യുദ്ധത്തെ അനുകൂലിക്കുന്നില്ലെങ്കിലും, ശിക്ഷ അർഹിക്കുന്നവർക്ക് അതു കൊടുക്കാം.

അതായത് ബുദ്ധന്റെ വീക്ഷണപ്രകാരം ഒരാൾ പീഡനം അനുഭവിക്കേണ്ടി വരുന്നത് അയാളുടെ കർമ്മഫലം മൂലമാണ്. അല്ലാതെ ശിക്ഷിക്കുന്ന ആളുടെ ദ്രോഹബുദ്ധി മൂലമല്ല. വധശിക്ഷ വിധിക്കുമ്പോളും ന്യായാധിപന്റെ മനസ്സിൽ അയാളോട് വെറുപ്പുണ്ടാകാൻ പാടില്ല. പീഡനം അനുഭവിക്കുന്നയാൾ അത് തന്റെ കർമ്മഫലമായിരുന്നു എന്ന് കരുതണം. അത് തന്റെ ആത്മാവിനെ ശുദ്ധീകരിക്കും എന്നറിഞ്ഞ് അയാൾ സന്തോഷിക്കുകയാണ് വേണ്ടത്. എത്ര വളഞ്ഞു ചുറ്റിയാണ് ബുദ്ധൻ മറുപടി പറയുന്നതെന്നു നോക്കു. വെറുപ്പോടുകൂടിയല്ലാതെയുള്ള ഹിംസ കൊണ്ടുള്ള ഒരു ദോഷവും

ഹിംസിക്കുന്നയാളെ ബാധിക്കില്ല. കുറ്റവാളികളോടുള്ള ക്രൂരത രാജാവിന് പറഞ്ഞിട്ടുള്ളതാണ്. പീഢിപ്പിക്കാൻ അവകാശമുള്ള വനാണ് രാജാവ്.[9] കുറ്റവാളി അവന്റെ പ്രവർത്തിയുടെ ഫലമാണ് അനുഭവിക്കുന്നത്. ഈ ക്രൂരതകൾ ഏൽപ്പിക്കുന്നതിൽ രാജാവിന് ഉത്തരവാദിത്വമില്ല. മിലിന്ദ പ്രശ്ന എന്ന ബുദ്ധിസ്റ്റ് ഗ്രന്ഥത്തിൽ ഈ കാര്യം വ്യക്തമായി പറയുന്നുണ്ട്.[10]

ഥേരാവാദ ബുദ്ധിസ്റ്റ് രാജ്യങ്ങളിലെല്ലാം ഇപ്പോഴും വധശിക്ഷ നിലവിലുണ്ട്. നൂറ്റാണ്ടുകളായി വധശിക്ഷ ഉണ്ടായിരുന്നു. ഒരിടത്തു പോലും പൊതുജനങ്ങളുടേയോ, അവിടത്തെ ബുദ്ധസംഘത്തിന്റെയോ ഭാഗത്തുനിന്ന് വധശിക്ഷ നിർത്തലാക്കണമെന്നുള്ള ആവശ്യം ഉണ്ടായിട്ടില്ല. "അഹിംസാമതത്തിന് " അതിൽ യാതൊരു വൈരുദ്ധ്യവും കാണാൻ കഴിയുന്നില്ല എന്നതാണ് സത്യം. യുദ്ധത്തിനു പോകുന്ന ശ്രീലങ്കൻ പട്ടാളത്തിന് ബുദ്ധമതത്തിലെ പഞ്ചശീലങ്ങൾ (അതിൽ ആദ്യത്തേതു തന്നെ കൊല്ലരുത് എന്നാണ്) ഉപദേശിച്ച് അവരെ യാത്രയാക്കുന്നതിൽ അവിടത്തെ ഭിക്ഷുക്കൾ (അത് കേൾക്കുന്ന ബുദ്ധ വിശ്വാസികളായ പട്ടാളക്കാരും) ഒരു പ്രശ്നവും കാണുന്നില്ല.

ബുദ്ധമതാനുയായികളായ രാജാക്കന്മാരൊക്കെ അഹിംസാവാദികളായിരുന്നു എന്നത് വലിയൊരു തെറ്റിദ്ധാരണയാണ്. മർദ്ദനം, കൈകാലുകൾ, ചെവി, മൂക്ക് എന്നിവ മുറിച്ചു കളയുക, തിളപ്പിക്കുക, കുന്തത്തിൽ കോർക്കുക, തിളച്ച എണ്ണ കോരിയൊഴിക്കുക, നായ്ക്കൾക്ക് ഇട്ടു കൊടുക്കുക അങ്ങനെ കുറ്റവാളികൾക്ക് നൽകിയിരുന്ന പലവിധ പീഡനങ്ങൾ ബുദ്ധമത ഗ്രന്ഥങ്ങളിൽ തന്നെ വിവരിക്കുന്നുണ്ട്. അക്കാലത്തെ വിവിധതരം ചിത്രവധങ്ങളുടെ ഒരു ലിസ്റ്റ് മജ്ജിമ നികായയിലെ മഹാദുഃഖാന്ത സുത്തയിൽ കാണാം.[11]

പസേനദി രാജാവ് ശാക്യരുടെ കൂട്ടത്തിൽ നിന്ന് ഒരു വിവാഹം കഴിച്ചതും, ഭാര്യ ഉന്നതകുലജാതയല്ല എന്നറിഞ്ഞ പസേനദി ഭാര്യയേയും മകനായ വിഡൂഡഭനേയും തരംതാഴ്ത്തിയ കഥയും നേരത്തെ സൂചിപ്പിച്ചിരുന്നല്ലോ. വിഡൂഡഭൻ പിന്നീട് പസേനദിയെ അധികാരത്തിൽ നിന്നു പുറത്താക്കി രാജാവായി. പസേനദി മഹാരാജാവ് ഒരു അനാഥനെപ്പോലെ വഴിയിൽകിടന്ന് തണുത്തു വിറച്ചു ചത്തു. (സ്വന്തം മകന്റെ കൈകൊണ്ടു മരിച്ച സുഹൃത്തും, അനുയായിയും ഒക്കെയായ ബിംബിസാരനെപ്പോലെത്തന്നെ, പസേനദിക്ക് വേണ്ടിയും ബുദ്ധൻ എന്തെങ്കിലും മിണ്ടിയതായി കാണുന്നില്ല.) തന്റെ പഴയ പ്രതികാര പ്രതിജ്ഞ പ്രകാരം കപിലവാസ്തു അക്രമിച്ച് താൻ മിശ്രജാതിയാകാൻ കാരണക്കാരായ ശാക്യന്മാരെ കൊന്നൊടുക്കാൻ വിഡൂഡഭൻ തീരുമാനിച്ചു. (വിഡൂഡഭന്റെ ലോജിക് നല്ല രസമാണ്.

അവർ നല്ലൊരു രാജകുമാരിയെ പസേനദിക്ക് വിവാഹം കഴിച്ചു കൊടുത്തിരുന്നെങ്കിൽ മകനായ താൻ നല്ല ക്ഷത്രീയനായി ജനിക്കുമായിരുന്നു. ഒരു സിനിമയിൽ സലിംകുമാർ ശരിക്കുള്ള തന്നെ ഒരു നേഴ്സ് കോഴ വാങ്ങി മാറ്റിക്കളഞ്ഞു. അല്ലെങ്കിൽ ഈയിരിക്കുന്ന താൻ ശരിക്കും നല്ല വെളുത്തു തുടുത്ത ഒരു പണക്കാരനായി ജീവിച്ചേനെ എന്ന് പറയും പോലെ.:-)) വിധുധഭന്റെ മനം മാറ്റാൻ ബുദ്ധൻ ഒരു അഹിംസാഗീത ഉപദേശിച്ചിരിക്കും എന്ന് തോന്നുന്നുണ്ടോ?

ബുദ്ധൻ ആകെ ചെയ്തത് വിധുധഭൻ യുദ്ധത്തിനു പോകുന്ന വഴിയിൽ സത്യാഗ്രഹമിരുന്നു എന്നതാണ്. എന്തിനാണ് ഇങ്ങനെ വെയിലു കൊള്ളുന്നത് എന്ന് വിധുധഭന്റെ ചോദ്യത്തിന് , "എന്റെ തണൽ എന്റെ സ്വന്തക്കാരാണ്" എന്നായിരുന്നു ബുദ്ധന്റെ മറുപടി. ബുദ്ധന്റെ ആഗ്രഹം മനസ്സിലാക്കിയ വിധുധഭൻ ശാക്യന്മാരോടു യുദ്ധം ചെയ്യാതെ തിരിച്ചു പോയി. ആ സംഭവം ബദ്ധ സാല ജാതക (No. 465) എന്ന കഥയിൽ വിവരിക്കുന്നുണ്ട്.[12]

അവിടെയും കനപ്പെട്ട തത്വചിന്തയൊന്നുമില്ല. വല്യ ഡെക്കറേഷനൊന്നുമില്ലാതെ പറഞ്ഞാൽ, എന്റെ സ്വന്തക്കാരെ കൊല്ലല്ലേ..... അത്ര മാത്രം. അന്ന് വെയിലു കൊണ്ട് ബുദ്ധന് ഒരു തലവേദന വന്നത് പിന്നെ മരണം വരെ മാറിയില്ല എന്നാണ് കഥ (ഉദാന 265). ഇങ്ങനെ മൂന്നു പ്രാവശ്യം വിധുധഭൻ ശാക്യന്മാരോടു യുദ്ധം ചെയ്യാൻ പുറപ്പെട്ടു തിരിച്ചു പോയി. നാലാമത്തെ പ്രാവശ്യം ബുദ്ധൻ വെയിലുകൊള്ളാനും പോയില്ല, വിധുധഭൻ ശാക്യന്മാരെ മുഴുവൻ, കൊച്ചു കുട്ടികളെയടക്കം കൊന്നു തള്ളുകയും ചെയ്തു. ഒരു പക്ഷേ ചരിത്രത്തിലെ ആദ്യത്തെ വംശഹത്യ എന്ന് പറയാം. (ഫാഹിയാൻ തന്റെ സഞ്ചാരങ്ങളിൽ ബുദ്ധൻ സത്യാഗ്രഹം ഇരുന്ന സ്ഥലത്ത് സ്മാരകമായി ഒരു സ്തൂപം കണ്ടതായി രേഖപ്പെടുത്തുന്നുണ്ട്.)

യുദ്ധത്തിൽ വിധുധഭൻ ധാരാളം ശാക്യ പെൺകുട്ടികളെ തടവുകാരികളായി പിടിച്ചു. അവർ വിധുധഭനെ ബഹുമാനിക്കാൻ കൂട്ടാക്കിയില്ല. അഥവാ വിധുധഭന് അങ്ങനെ തോന്നി. (വംശശുദ്ധി ഇല്ലാത്തവനാണല്ലോ വിധുധഭൻ) വിധുധഭൻ അവരെയെല്ലാം കൈകാലുകൾ വെട്ടിയരിഞ്ഞ് വഴിയിൽ തള്ളാൻ ആജ്ഞാപിച്ചു. അഹിംസാവാദിയായ ബുദ്ധൻ അതും തടയാനൊന്നും പോയില്ല. പക്ഷേ ഒരു കാര്യം ചെയ്തു. കരചരണങ്ങളറ്റ് നരകിച്ചു ചാവാൻ കിടക്കുന്നവരുടെ അടുത്ത് മതം പ്രസംഗിക്കാൻ ഒരു ശിഷ്യനെ അയച്ചു. അവർക്കൊക്കെ അദ്ദേഹം സ്വർഗ്ഗം വാഗ്ദാനം ചെയ്തു. (ഇവിടെയും ഒരു സ്മാരകസ്തൂപം കണ്ടതായി ഫാഹിയാൻ രേഖപ്പെടുത്തുന്നുണ്ട്.)

മറ്റെല്ലാ മതങ്ങളെയും പോലെ ബുദ്ധിസത്തിലും ഹിംസയും,

അതിനെ ന്യായീകരിക്കലും ഒക്കെ ഉണ്ട് എന്നതാണ് സത്യം. ബുദ്ധിസം അധികാരത്തോടു ചേർന്ന നിന്നപ്പോളൊക്കെ അത് ഹിംസയെ ന്യായീകരിച്ചിട്ടുണ്ട്, അഥവാ അതിനു നേരെ കണ്ണടച്ചിട്ടുണ്ട്. അതിനു താത്വികമായ ന്യായീകരണങ്ങൾ ചമച്ചിട്ടുണ്ട്. ബുദ്ധന്റെ കാലം മുതൽക്കു തന്നെ. ബുദ്ധമതം ചെന്ന് പെട്ട എല്ലാ രാജ്യങ്ങളിലും, എല്ലാതരം ഭരണാധികാരികളെയും (ഇന്ത്യയിലെ ഹിന്ദു രാജാക്കന്മാർ, ചൈനയിലെ ചക്രവർത്തിമാർ, മംഗോളിയയിലെ ഖാൻമാർ, ജപ്പാനിലെ സമുറായ് യുദ്ധപ്രഭുക്കൾ) സ്വാധീനിച്ച് വിജയിച്ചത്, നിലവിലുള്ള സാമൂഹ്യക്രമങ്ങളെയൊന്നും തകിടം മറിക്കാൻ തയ്യാറാകാതെ അവരുടെ എല്ലാ ചെയ്തികൾക്കും "യെസ്" മൂളിയതുകൊണ്ടുകൂടിയായിരുന്നു. ബുദ്ധന്റെ "മധ്യമാർഗ്ഗം" പലപ്പോഴും വേണ്ട സമയത്ത് ഉറച്ച നിലപാടെടുക്കാതെ വഴുതിക്കളിക്കലാണ്. നമ്മുടെ "ബുദ്ധിസ്റ്റ് യുക്തിവാദികൾ" പോലും ബുദ്ധിസത്തിൽ ശരിക്കും ഫുൾ അഹിംസയാണ്, ബർമ്മയിലും മറ്റും ഇപ്പോൾ നടക്കുന്ന ഹിംസകൾ ഇപ്പോൾ വന്ന ദൂഷിപ്പുകളാണ്, അതിനു ബുദ്ധിസത്തിൽ താത്വികമായ ഒരു ന്യായീകരണവുമില്ല എന്നൊക്കെ വൃഥാ വാദിക്കുന്നതു കാണാം. (രസമെന്തെന്നാൽ മുസ്ലിം അപ്പോളജിസ്റ്റുകൾ ഇതേ വാദം ഉന്നയിക്കുമ്പോൾ, അതായത് മുഹമ്മദ് ശരിക്കും വളരെ നല്ലവനായിരുന്നു, ദൂഷിപ്പുകളൊക്കെ ഇപ്പോളത്തെ ആളുകൾ കൊണ്ടുവന്നതാണ് എന്നു വാദിക്കുമ്പോൾ അവരെ കടിച്ചു കുടയാൻ ഇവർക്ക് വലിയ ഉത്സാഹവുമാണ്. :-))

പുരാതന ചൈനയിൽ ബുദ്ധിസ്റ്റ് സന്യാസിമാർക്ക് നികുതിയിളവുണ്ടായിരുന്നു. അവർക്ക് പട്ടാള സേവനം വേണ്ട. അതുപോലെ മറ്റു പല ആനുകൂല്യങ്ങളും ഉണ്ടായിരുന്നു. പകരമായി അവർ ചക്രവർത്തിയുടെ സാമ്രാജ്യത്വ മോഹങ്ങൾക്ക് താത്വികമായ ന്യായീകരണങ്ങൾ ചമച്ചു കൊടുത്തു. ഉദാഹരണം താന്ത്രിക ബുദ്ധിസത്തിലെ രത്നസൂത്ര (diamond sutra) പോലുള്ളവ. ചൈനയിൽ ആറാം നൂറ്റാണ്ടിലെ ചില "ബുദ്ധിസ്റ്റ് യുദ്ധങ്ങളുടെ" ന്യായീകരണം അതൊക്കെ ബുദ്ധനും അദ്ദേഹത്തിന്റെ പരമ്പരാഗത ശത്രുവായ മാരനും തമ്മിലുള്ള യുദ്ധമാണ് എന്നായിരുന്നു. സ്വന്തം നേതാവ് ബുദ്ധന്റെ അവതാരമായ മൈത്രെയനുമാണ് എന്ന് സങ്കൽപ്പിച്ചാൽ പ്രശ്നം തീർന്നു. മൈത്രെയന്റെ അവതാരം ആഹ്വാനം ചെയ്താൽ പിന്നെ കൊല ചെയ്യാൻ എന്താ പ്രശ്നം? മാരനെ കീഴടക്കാനല്ലേ? യുദ്ധമാകാം.

ഒരാളെ കൊല്ലുന്ന സൈനികൻ ബോധിസത്വ പദവിയിലേക്കുള്ള ആദ്യ ഘട്ടം കടക്കും. പത്താമത്തെ ആളെ കൊല്ലുന്നതോടെ അയാൾ പൂർണ്ണമായി ബോധിസത്വനാകും എന്നൊക്കെയുള്ള

തിയറികളുണ്ടായി.

ടോക്കിയോവിലെ കുപ്രസിദ്ധമായ ഓം ഷിൻറിക്യോ കൊലപാതകങ്ങൾക്കു (വിഷവാതകം) പിന്നിലും ബുദ്ധമത ന്യായീകരണമുണ്ടായിരുന്നു. ഓം ഷിൻറിക്യോ തത്വശാസ്ത്രം ഭാഗികമായിട്ടെങ്കിലും മഹായാന ബുദ്ധിസത്തിലെ "ലോട്ടസ് സൂത്ര" അടിസ്ഥാനപ്പെടുത്തിയായിരുന്നു. (സസ്യഭക്ഷണത്തെ കാര്യമായി പ്രോത്സാഹിപ്പിക്കുന്ന ഒരു പ്രധാന മഹായാന ഗ്രന്ഥമായ നിർവ്വാണസൂത്രത്തിൽ തന്നെ ആശ്രമത്തിലെ സ്വത്തുവകകൾ സംരക്ഷിക്കാൻ ആവശ്യമെങ്കിൽ കൊലപാതകം പോലും ചെയ്യാം എന്നു പറയുന്നുണ്ട്. അത്രയ്ക്കുണ്ട് മൃഗഹത്യ നിരുത്സാഹപ്പെടുത്തുന്ന ഗ്രന്ഥങ്ങളിൽ പോലും അഹിംസയോടുള്ള പ്രതിപത്തി.)

ഒരു തുള്ളി രക്തം പോലും ചിന്താത്ത മതമാണ് ബുദ്ധമതം എന്നൊക്കെ ആത്മാർത്ഥമായി വിശ്വസിക്കുന്ന സാധുക്കളുണ്ട്. ശ്രീലങ്കയിൽ ബുദ്ധമതക്കാരല്ലാത്ത തമിഴ് രാജാക്കൻമാരോട് യുദ്ധം ചെയ്താണ് 101 BCE ൽ ദുത്തഗാമിനി രാജാവാകുന്നത്. "മതത്തിനു വേണ്ടിയുള്ള യുദ്ധം" എന്നതായിരുന്നു ദുത്തഗാമിനിയുടെ മുദ്രാവാക്യം. സൈന്യത്തിന് ആത്മവിശ്വാസം നൽകാൻ ഭിക്ഷുക്കൾ യുദ്ധമുന്നണിയിൽ അണിനിരന്നു. മഞ്ഞവസ്ത്രം അഴിച്ചു വച്ച് യുദ്ധത്തിൽ നേരിട്ടു പങ്കെടുത്ത മുതിർന്ന ഭിക്ഷുക്കൾ പോലുമുണ്ട്. ദുത്തഗാമിനി പത്തുലക്ഷം തമിഴൻമാരെ കൊന്നതായി ശ്രീലങ്കയിലെ ബുദ്ധമത ചരിത്രം വിവരിക്കുന്ന മഹാവംശം പറയുന്നു. തീർച്ചയായും പത്തുലക്ഷം എന്നത് അതിശയോക്തിയായിരിക്കാം. പക്ഷേ കൊലചെയ്തവരുടെ എണ്ണം വലിയ ഗമയിൽ പെരുപ്പിച്ചു പറയുന്ന അഹിംസാമതത്തിന്റെ ഭിക്ഷുക്കളെക്കുറിച്ച് എന്തു തോന്നുന്നു? (അൽപമെങ്കിലും ലജ്ജ ഉണ്ടായിരുന്നെങ്കിൽ കൊന്നവരുടെ എണ്ണം കുറച്ചു പറയുകയായിരുന്നു വേണ്ടിയിരുന്നത്. നിവർത്തികേടുകൊണ്ട് കുറച്ചു പേർക്ക് ജീവഹാനി വരുത്താൻ ഇടയായി എന്നൊന്നുമല്ല മഹാവംശം പറയുന്നത്.)

എന്തായാലും അധികാരം കിട്ടിക്കഴിഞ്ഞപ്പോൾ അശോകനെപ്പോലെ ദുത്തഗാമിനിക്കും പശ്ചാത്താപം വന്നു. ഭിക്ഷുക്കൾ വിടുമോ? രാജാവ് കൊന്നത് വെറും മൃഗതുല്യരായ അവിശ്വാസികളെയാണ്. അതിന്റെ പേരിൽ രാജാവിന് മോശം കർമ്മഫലം അനുഭവിക്കേണ്ടിവരില്ല എന്ന് ഭിക്ഷുക്കൾ ആശ്വസിപ്പിച്ചതായി മഹാവംശം പറയുന്നു.[13] അവിശ്വാസികൾ എന്ന പ്രയോഗം ശ്രദ്ധിക്കുക. ഇനി മൃഗങ്ങൾ ആണെങ്കിൽതന്നെ കൊല്ലാമോ? എന്തായാലും ഇതു കേട്ടതോടെ രാജാവിനു സന്തോഷമായി. താൻ ഭിക്ഷുക്കൾക്കു

ആദ്യം കൊടുക്കാതെ ഒരിക്കൽ ഒരു മുളക് തിന്നുപോയിട്ടുണ്ട് എന്ന് രാജാവ് ഓർമ്മിച്ചു. അതിന്റെ പ്രായശ്ചിത്തമായി ഒരു ലക്ഷത്തി തൊണ്ണൂറായിരം ഭിക്ഷുക്കൾക്കും, ഭിക്ഷുണികൾക്കും വിലപിടിപ്പുള്ള സമ്മാനങ്ങൾ നൽകി.

ശ്രീലങ്കയിലെ ബുദ്ധിസ്റ്റ് പാർട്ടിയായ ജനതാ വിമുക്തി പെരമുന (JVP) അവരുടെ കൊലകളെ ന്യായീകരിക്കുന്നത് മഹാവംശത്തിന്റെ അടിസ്ഥാനത്തിലാണ്. കൊല്ലപ്പെടുന്ന ശത്രുക്കൾ വെറും മൃഗങ്ങളാണ്. ദുത്തഗാമിനിക്ക് ആകാമെങ്കിൽ ഇപ്പോളത്തെ ബുദ്ധിസ്റ്റുകൾക്കും കൊലകൾ ആകാം. ദുത്തഗാമിനി ശ്രീലങ്കയിലെ സിംഹളരുടെ ഹീറോയാണ്.

1959 ൽ ശ്രീലങ്കൻ പ്രധാനമന്ത്രി എസ്. ഡബ്ളിയു. ആർ. ഡി. ബണ്ഡാരനായകെയെ വധിച്ചത് സോമരാമ തേര എന്നൊരു ബുദ്ധ ഭിക്ഷുവായിരുന്നു. പ്രധാനമന്ത്രി വധത്തിലെ പ്രധാന ഗൂഢാലോചനക്കാരൻ അവിടത്തെ പ്രധാന ബുദ്ധമഠമായ കെലാനിയ രാജ മഹാവിഹാരത്തിലെ പ്രധാന പുരോഹിതനായ ബുദ്ധരക്കിത തേരയും. ജയിലിലായ ബുദ്ധരക്കിതക്കു വേണ്ടി ജയിൽ നിയമങ്ങളിൽ മാറ്റം വരുത്തിയിരുന്നു. ഭിക്ഷുക്കൾക്ക് ഉച്ച തിരിഞ്ഞ ശേഷം ഭക്ഷണം കഴിക്കാൻ പാടില്ല. ഇത്ര കർശനമായി മതനിയമങ്ങൾ പാലിക്കുന്ന ആളാണ് കൊലപാതകത്തിനു ഗൂഢാലോചന നടത്തിയത് എന്നത് വിരോധാഭാസമാണ്. ബുദ്ധരക്കിതക്ക് അധോലോകവുമായി ബിസിനസ്സ് ബന്ധങ്ങൾ ഉണ്ടായിരുന്നു. ഇദ്ദേഹത്തിന്റെ കമ്പനിക്ക് ചില പ്രധാനപ്പെട്ട സർക്കാർ കരാറുകൾ കൊടുക്കാതിരുന്നതാണ് പ്രധാനമന്ത്രിയുടെ കൊലപാതകത്തിലേക്കു നയിച്ചത്. ഇദ്ദേഹത്തിനു വഴിവിട്ട സ്ത്രീ ബന്ധങ്ങളും ഉണ്ടായിരുന്നു. (ബുദ്ധന്റെ പഞ്ചശീലങ്ങളിൽ മൂന്നാമത്തേത് സ്ത്രീവിഷയങ്ങളിൽ അച്ചടക്കം പാലിക്കാനാണ് പറയുന്നത്.)

വിയറ്റ്നാമിൽ ബോംബു വർഷിക്കാൻ പോകുന്ന അമേരിക്കൻ വിമാനങ്ങളെ തായ് ലാൻഡിലെ യൂബോൺ എയർ ഫോഴ്സ് താവളത്തിൽ പുണ്യജലം തളിച്ച് ആശീർവദിക്കുന്ന തായ് ലാൻഡിലെ അന്നത്തെ പ്രധാന ബുദ്ധപുരോഹിതന്റെ (സംഘരാജ) ചിത്രമുണ്ട്. ആ ചിത്രം കണ്ട വളരെക്കുറച്ചു പേർക്കേ ഇതിൽ വൈരുദ്ധ്യം തോന്നിയിരിക്കുകയുള്ളൂ. ഈ അഹിംസാവാദികൾ എങ്ങനെയായിരിക്കും ഇതൊക്കെ ന്യായീകരിച്ചിരിക്കുക?

ഷാവോലിൻ സന്യാസിമാരുടെ കുങ്ഫൂ സാധുക്കളായ ബുദ്ധസന്യാസിമാരുടെ വ്യായാമമുറകളാണ് എന്നാണ് പൊതുവായ ധാരണ. എന്നാൽ മഠങ്ങളിൽ സ്വത്തുവകകൾ കുമിഞ്ഞു കൂടിയതോടെ

അതൊക്കെ സംരക്ഷിക്കാനും, പ്രാദേശിക ഭരണകൂടങ്ങളെ തങ്ങളുടെ വഴിക്കു കൊണ്ടുവരാനും അൽപസ്വൽപ്പം ഗുണ്ടായിസവും വേണ്ടിവന്നതിന്റെ ഫലമാണ് ആയോധനമുറകൾ. സത്യത്തിൽ ഈ സന്യാസി സംഘം രാഷ്ട്രീയമായി വളരെ പ്രബലരായിരുന്നു. ജപ്പാനിൽ അവിടത്തെ പ്രമാണികൾ ബുദ്ധിസത്തെ അനുകൂലിച്ചതോടൊപ്പം അവർ കൂടുതൽ വളരാതിരിക്കാനും ശ്രദ്ധിച്ചിരുന്നു. സന്യാസിമാർക്ക് വിലപിടിപ്പുള്ള വസ്തുക്കളോ, ഭൂമിയോ കൈവശം വയ്ക്കാൻ പാടില്ല, കച്ചവടങ്ങൾ പാടില്ല, അങ്ങനെ സമ്പത്ത് കേന്ദ്രീകരിക്കുന്ന ഒരു വിധ പ്രവർത്തനങ്ങളും അവർ അനുവദിച്ചിരുന്നില്ല. എന്നിട്ടും നിയമവിരുദ്ധ മാർഗ്ഗങ്ങളിലൂടെ അവർ സ്വത്ത് സമ്പാദിച്ചിരുന്നു, കൊള്ള പലിശക്ക് പണം കടം കൊടുത്തിരുന്നു. ഇവരുടെ ശല്യം കാരണം കമ്മു ചക്രവർത്തിക്ക് (781-806 CE) 784 ൽ രാജ്യത്തിന്റെ തലസ്ഥാനം തന്നെ മാറ്റി സ്ഥാപിക്കേണ്ടി വന്നു.

നേരത്തെ സംയുക്ത നികായയിലെ യോദ്ധജീവ സുത്തയിൽ കണ്ട, കൊല ചെയ്യുന്നവർ നരകത്തിൽ പോകും എന്ന വാചകം പോലും വ്യാഖ്യാനിച്ച് യുദ്ധത്തിന് അനുകൂലമാക്കിയെടുക്കാം. ഇതു പ്രകാരം യുദ്ധത്തിൽ പങ്കെടുക്കുന്ന ഒരു പടയാളിയുടെ ഈ ജന്മം മാത്രമല്ല ഇനിയുള്ള ജന്മങ്ങളും നാശകോശമാകാൻ സാധ്യതയുണ്ട് എന്നതിനാൽ യുദ്ധത്തിൽ പങ്കെടുക്കുന്ന ഒരു ബൗദ്ധ വിശ്വാസിയായ സൈനികൻ കൂടുതൽ ധീരനാണ്. അയാൾക്ക് നഷ്ടപ്പെടാൻ കൂടുതലുണ്ടല്ലോ. അയാൾ "മഹത്തായ" ഒരു ലക്ഷ്യത്തിനു വേണ്ടി ഈ ജന്മം മാത്രമല്ല ഇനിയുള്ള അനേകം ജന്മങ്ങളും ത്യജിക്കാൻ തയ്യാറാകുന്നു. മഹാധീരൻ തന്നെ....!!.. ഇത്തരം ന്യായീകരണ കസർത്തുകൾക്ക് ബുദ്ധിസത്തിൽ ഉപായം-കൌശലം (upaya -skillful means) എന്നാണ് പേര്. പഴയ "ലക്ഷ്യം മാർഗ്ഗത്തെ സാധൂകരിക്കും" തന്നെ. ഉപായം ഉപയോഗിച്ച് എന്തും വ്യാഖ്യാനിച്ചു ശരിപ്പെടുത്താം.(14)

മഹായാന തത്വപ്രകാരം ബോധോദയം കിട്ടാത്തവർ എന്തായാലും വീണ്ടും ജനിക്കും. അതിനാൽ അത്തരക്കാരെ കൊല്ലുന്നത് ജീവൻ നശിപ്പിക്കുന്നതായി കരുതാനാവില്ല. ആരും ആരെയും കൊല്ലുന്നില്ല. വീണ്ടും പുനർജ്ജനിക്കാൻ അൽപ്പം നേരത്തെ ഇവിടുന്നു പറഞ്ഞയച്ചു സഹായിക്കുകയാണ് ചെയ്യുന്നത്. അതെ.... ശരിക്കും അവരെ സഹായിക്കുകയാണ് ചെയ്യുന്നത്...!!.. പെട്ടെന്ന് പോയി വേറെ ജന്മമെടുക്കാമല്ലോ...!!!..

ആരും ആരെയും "ശരിക്കും" കൊല്ലുന്നില്ല എന്ന ന്യായം ശ്രീകൃഷ്ണൻ ഭഗവത് ഗീതയിൽ (2:19) അർജ്ജുനനോടും പറയുന്നുണ്ട്. ആത്മാവ് അനശ്വരമാണ്, അതിനെ ആർക്കും കൊല്ലാനാകില്ല,നശ്വരമായ

ശരീരം പോകുന്നെങ്കിൽ പോട്ടെ എന്നാണ് കൊലക്കുള്ള ഗീതാകാരന്റെ ന്യായീകരണം. ആത്മാവേ ഇല്ല, പിന്നെ കൊന്നാലെന്താ എന്ന് ബുദ്ധിസ്റ്റ് ന്യായീകരണം.[15] അങ്ങനെ ആത്മാവ് ഉണ്ടെങ്കിലും, ഇല്ലെങ്കിലും കൊലക്ക് ന്യായീകരണമായി.

കൃഷ്ണൻ കൊലക്കുറ്റം ചെയ്ത ഒരാളുടെ വക്കീലായി കോടതിയിലെത്തി ഭഗവത്ഗീതയിലെ ന്യായം പറഞ്ഞാൽ അദ്ദേഹത്തെ പിടിച്ച് ഭ്രാന്താശുപത്രിയിലടക്കും എന്ന് അംബേദ്ക്കർ പരിഹസിക്കുന്നുണ്ട്.[16] എങ്കിൽ അദ്ദേഹം ബൗദ്ധരുടെ ഈ ന്യായത്തെക്കുറിച്ച് എന്തു പറയും?

ഈ ജീവിതം ദുഃഖമയമാണെന്നാണല്ലോ ബുദ്ധന്റെ അധ്യാപനം തന്നെ. ഒരുത്തന്റെ കഴുത്ത് വെട്ടി അയാളുടെ ദുഃഖം നേരത്തെ തീർത്തുകൊടുക്കുന്നത് ഒരു തെറ്റാണോ? അതൊരു സഹായമല്ലേ? കൊലപാതകം മാത്രമല്ല ആത്മഹത്യയും ബുദ്ധമതത്തിൽ ചർച്ച ചെയ്യപ്പെട്ടിട്ടുണ്ട്. (ഇത്തരം ഹിംസകൾ മാത്രമല്ല, ഗർഭഛിദ്രവും പ്രമാണങ്ങളെ അടിസ്ഥാനമാക്കി തന്നെ ബുദ്ധമതത്തിൽ അപ്പോളത്തെ ആവശ്യം പോലെ ന്യായീകരിക്കപ്പെട്ടിട്ടുണ്ട്.) ബുദ്ധ സന്യാസിമാരുടെ ആത്മഹത്യ അപൂർവ്വമൊന്നുമല്ല. ശരീരത്തോട്ട വെറുപ്പുണ്ടാകാൻ, ദുഷിച്ച ശരീരത്തിന്റെ നശ്വരതയെക്കുറിച്ച് ബോധമുണ്ടാകാൻ (സംവേഗം അഥവാ ഞെട്ടൽ എന്നാണ് ബുദ്ധിസ്റ്റ് ഭാഷ) ഉണ്ടാകാൻ ശ്മശാനത്തിൽ പോയി ചീഞ്ഞഴുകിയ മൃതദേഹങ്ങൾ കണ്ടും, അവയെ സങ്കൽപ്പിച്ചും കൊണ്ടുള്ള ഒരു തരം ധ്യാനം (അശുഭ ഭാവന) ബുദ്ധൻ പഠിപ്പിച്ചതായി പാലി പ്രമാണങ്ങളിൽ കാണാം.

സംയുക്ത നികായയിലെ വെസാലി സുത്തയിലെ വിവരണം അനുസരിച്ച് ശ്മശാനത്തിലെ ചീഞ്ഞ മൃതദേഹങ്ങളെ സങ്കൽപ്പിച്ചുകൊണ്ടുള്ള ധ്യാനത്തെക്കുറിച്ചു പഠിപ്പിച്ച ശേഷം ബുദ്ധൻ രണ്ടാഴ്ച്ച ഏകാന്തധ്യാനത്തിനായി പോയി. ധ്യാനം തലയ്ക്കു പിടിച്ച് ശരീരത്തോടുള്ള വെറുപ്പു മൂത്ത ഭിക്ഷുക്കൾ കൂട്ടമായി ആത്മഹത്യ ചെയ്യാൻ തുടങ്ങി. ദിവസവും പത്തും, മുപ്പതും പേർ വരെ സ്വയം മരണം വരിച്ചു. അങ്ങനെ ശരീരത്തിന്റെ നശ്വരതയേയും, ആ ശരീരത്തെ വെറുക്കേണ്ടതിന്റെ ആവശ്യകതയേയും കുറിച്ചുള്ള ബുദ്ധന്റെ പ്രസംഗം കേട്ട നൂറോളം ഭിക്ഷുക്കൾ ആത്മഹത്യ ചെയ്തതായി പറയപ്പെടുന്നു.[17]

ആത്മഹത്യ ചെയ്യാൻ ധൈര്യം തോന്നാത്ത ചിലർ തങ്ങളെ ഒന്ന് കൊന്നു കൊടുക്കാനായി മിഗലാന്തിക എന്നൊരു ഭിക്ഷുവിനെ പറഞ്ഞു ചട്ടം കെട്ടുക പോലും ചെയ്തു. പക്ഷേ ആദ്യമാദ്യം ഇങ്ങോട്ട് ആവശ്യപ്പെട്ടവരെ മാത്രം (ഇഹലോകത്തിൽ അവരുടെ ഏക സമ്പാദ്യമായ പുതപ്പും, ഭിക്ഷാപാത്രവും കൂലിയായി വാങ്ങിക്കൊണ്ട്)

അവരുടെ കഴുത്തു കണ്ടിച്ച് കൊടുത്തിരുന്ന മിഗലാന്തിക പിന്നീട് താൻ വലിയൊരു നന്മയാണ് ചെയ്യുന്നതെന്നു ധരിച്ച് ആശ്രമങ്ങൾ കയറിയിറങ്ങി കണ്ണിൽകണ്ട എല്ലാ ഭിക്ഷുക്കളേയും കൊന്ന് അവർക്ക് നിർവ്വാണം കൊടുക്കാൻ തുടങ്ങി. ഇങ്ങനെ ഒരു ദിവസം തന്നെ അയാൾ അറുപതു ഭിക്ഷുക്കളെ കൊന്നതായി പറയുന്നു (സുത്ത വിഭംഗ 3:1).

മറ്റുള്ളവരെ ആത്മഹത്യക്ക് സഹായിച്ച ഈ ഭിക്ഷുവിനു മാത്രമേ പാപമുള്ളു എന്നായിരുന്നു ബുദ്ധന്റെ തീരുമാനം. ആത്മഹത്യക്ക് സഹായിക്കുന്നത് പാപമാണെങ്കിലും, ആത്മഹത്യയോടുള്ള സമീപനം ബുദ്ധന്റെ കാലത്തുതന്നെ കുറേ കൂടി ഉദാരമായിരുന്നു എന്നാണ് ഇതു കാണിക്കുന്നത്. വക്കാലി എന്ന ഭിക്ഷു ബുദ്ധന്റെ അനുവാദത്തോടെ തന്നെ സ്വന്തം കഴുത്ത് കണ്ടിച്ച് ആത്മഹത്യ ചെയ്യുന്നുണ്ട്. ബുദ്ധന്റെ മഹാപരിനിർവ്വാണം പോലും ഒരുതരത്തിൽ ആത്മഹത്യയാണ് എന്ന് കരുതുന്നവരുണ്ട്. കേട്ടുവന്ന പന്നി മാംസമാണ് താൻ കഴിക്കുന്നത് എന്ന് ബുദ്ധന് അറിയാമായിരുന്നത്രെ. നാഗാർജ്ജുനന്റെ അഭിപ്രായത്തിൽ (Mahaprajnjaparamitopadesa) ആത്മഹത്യ, കൊലപാതകം പോലെ പാപമല്ല. കാരണം അത് മറ്റൊരു ജീവൻ നശിപ്പിക്കലല്ലല്ലോ. കൂടുതൽ നല്ല കാര്യങ്ങൾക്ക് വേണ്ടി നശ്വരമായ ശരീരം ഉപേക്ഷിക്കുന്നത് തെറ്റല്ല എന്നാണ് ബുദ്ധിസ്റ്റ് ന്യായം. വിയറ്റ്നാം യുദ്ധകാലത്തെ ത്തിച് ക്വാങ്ങ് ഡൂക് (Thich Quang Duc) എന്ന ബുദ്ധ സന്യാസിയുടെ പ്രകടനം കവച്ചുവയ്ക്കാൻ ആർക്കാകും?1963 ജൂൺ 11ന് സൈഗോണിൽ സ്വയം തീകൊളുത്തി ആത്മാഹുതി ചെയ്ത മഹായാന ബുദ്ധസന്യാസിയാണ് ത്തിച് ക്വാങ്ങ് ഡൂക്. (വിയറ്റ്നാം യുദ്ധത്തിനെതിരെ "സമാധാനപൂർവ്വമായ" പ്രതിഷേധമായിരുന്നു ഇതെന്നു തെറ്റിദ്ധരിക്കുന്നവരുണ്ട്. എന്നാൽ സൗത്ത് വിയറ്റ്നാമിലെ റോമൻ കത്തോലിക്ക അനുകൂല ഗവൺമെന്റിന്റെ ബുദ്ധമതപീഢനത്തിൽ പ്രതിഷേധിച്ച് സ്വന്തം മതത്തിന്റെ ശക്തിപ്രകടനമായിരുന്നു ഈ ആത്മഹത്യ എന്നതാണ് സത്യം.)

ബുദ്ധ രാജാക്കൻമാരെല്ലാം പുണ്യാത്മാക്കളായ സമാധാന പ്രേമികളായിരുന്നു എന്നത് നമ്മുടെ ചരിത്രകാരന്മാർ പ്രചരിപ്പിച്ച ഒരു മിത്താണ്. ബർമ്മയിൽ ബുദ്ധമതം രാജ്യത്തിന്റെ ഔദ്യോഗിക മതമാക്കിയ അനവർത്ത രാജാവ് (1044-77) അയൽരാജ്യങ്ങൾ ആക്രമിച്ച അവിടത്തെ ബുദ്ധസ്തൂപങ്ങളിലെ തിരുശേഷിപ്പുകൾ തന്റെ തലസ്ഥാനത്തേക്കു കടത്തിക്കൊണ്ടാണ് ആരംഭിച്ചത്. രാജാവിന്റെ ഈ കൊലകൾ അവിടത്തെ ബുദ്ധിസ്റ്റ് രേഖകളിൽ നിസ്സാര സംഭവങ്ങളായാണ് രേഖപ്പെടുത്തി കാണുന്നത്. ശരിക്കും പ്രധാനപ്പെട്ട

കാര്യങ്ങൾ രാജാവ് വിഹാരങ്ങൾ സ്വർണ്ണം കൊണ്ടു മൂടിയതും, എത്ര ആയിരം ഭിക്ഷുക്കളെ ദിവസവും തീറ്റിപ്പോറ്റിയിരുന്നു എന്നതുമാണ്.

ഇന്ത്യയിലും ബുദ്ധമാർഗ്ഗം സ്വീകരിച്ച രാജാക്കന്മാരുടെ വയലൻസിനെപ്പറ്റി ധാരാളം ചരിത്രരേഖകളുണ്ട്. ബുദ്ധമത വിശ്വാസിയായിരുന്ന ഹർഷന് അയ്യായിരം ആനകളും, ഇരുപതിനായിരം കുതിരകളും, അൻപതിനായിരം കാലാളുമുള്ള സുസജ്ജമായ സൈന്യമുണ്ടായിരുന്നു. അഹിംസയുടെ കാര്യത്തിൽ അശോകനെ അനുകരിക്കാൻ ശ്രമിച്ച മഹാരാജാവായ ഹർഷൻ അഹിംസയുടെ പേരിൽ ഹിംസ നടത്തുന്നതിൽ ഒരു തെറ്റും കാണാത്ത ആളായിരുന്നു. ഹർഷൻ തന്റെ രാജ്യത്തെ12000 മ്ലേച്ഛ പണ്ഡിതരെ കൊന്നുകളഞ്ഞതായി ബുദ്ധിസ്റ്റ് ചരിത്രകാരനായ താരാനാഥൻ രേഖപ്പെടുത്തിയിട്ടുണ്ട്. എതിർ മതത്തിന്റെ പണ്ഡിതരെയെല്ലാം വിളിച്ചുകൂട്ടി അവരെയും, അവരുടെ പുസ്തകങ്ങളെയും ഒരുമിച്ച് തീയിടുകയായിരുന്നത്രെ. എന്നിട്ട് ആ പാപം പോകാൻ നാലു സന്യാസി മഠങ്ങൾ സ്ഥാപിക്കുകയും ചെയ്തു. (Taranatha's History of buddhism in India.) മഹാരാജാവായ ഹർഷൻ ബോധിസത്വനായ അവലോകിതേശ്വരന്റെ സഹായത്തോടെയാണ് ബുദ്ധവിരുദ്ധരായ മ്ലേച്ഛരെ കീഴടക്കി രാജ്യത്ത് ബുദ്ധമതം സ്ഥാപിച്ചത് എന്ന് ഹ്യുയാൻ സാങ്ങ് രേഖപ്പെടുത്തുന്നു. (വാളുകൊണ്ട് പ്രചരിച്ച ബുദ്ധമതം എന്ന അറിവ് നമ്മുടെ ബുദ്ധി ജീവികൾക്ക് ചിലപ്പോൾ ദഹിച്ചേക്കില്ല.)

പ്രസിദ്ധമായ ബുദ്ധിസ്റ്റ് സർവ്വകലാശാലയായ നളന്ദയിൽ അത് പണിയാൻ ധനസഹായം ചെയ്ത രാജാവിനെക്കുറിച്ചുള്ള ലിഖിതത്തിൽ ശത്രുക്കളുടെ ഭാര്യമാരെ വിധവകളാക്കുന്ന അദ്ദേഹത്തെ പുകഴ്ത്തുന്നുണ്ട്. "King Devapaladeva who was the preceptor for initiating into widowhood the wives of all the enemies......) ആ ലിഖിതത്തിൽ തന്നെ അദ്ദേഹത്തെക്കുറിച്ചുള്ള വേറെയും ബഹുമതികളുണ്ട്..... "illustrious tormentor of brave foes".....when the king frowned in anger, the fortunes of the enemies also broke down simultaneously with their hearts."......... "He has the foremost warrior in the battlefields and his fame was equal to that earned by Yudishtira, Paracara, Bhimasena, Karna and Arjuna. The multitude of dust of the earth, raised by the feet of his army, moving in the field of battle, was first blown up to the sky by the wind"........"expert in crushing the pride of all the rulers of the world"....

പല രാജ്യങ്ങളിൽനിന്നും ആളുകളെത്തുന്ന ഈ പാഠശാല യിൽ ഒരു മടിയും കൂടാതെ പരസ്യമായി ഇത് എഴുതി വച്ചിരുന്നു എന്നതിൽനിന്നു തന്നെ രാജാക്കന്മാരുടെ ഹിംസ, അവർ നമ്മുടെ ആളാണെങ്കിൽ ബുദ്ധിസ്റ്റുകളെ ഒട്ടും ആലോസരപ്പെടുത്തിയിരുന്നില്ല എന്നതിന്റെ സൂചനയാണ്. മറ്റൊരു രസവുമുണ്ട്. ഈ നളന്ദ സർവ്വക ലാശാലയെയും, അത് പണിത ബുദ്ധിസ്റ്റ് രാജാക്കന്മാരുടേയും കാര്യം പറയുന്ന ചരിത്ര പുസ്തകത്തിന്റെ തൊട്ടടുത്ത പേജിൽ തന്നെ അതേ ബുദ്ധിസ്റ്റ് രാജാക്കന്മാരുടെ അഹിംസയെക്കുറിച്ചും, അതുകാരണം ആ പാവം ബുദ്ധമതം ഇവിടെ അന്യം നിന്നു പോയതിനെക്കുറിച്ചു മുള്ള നമ്മുടെ ചരിത്രകാരന്മാരുടെ വിലാപവും കാണാം. അഹിംസ കാരണം ശത്രു രാജാക്കന്മാർ കേറി ഞെരങ്ങി ബുദ്ധമതത്തെ ഉന്മൂലനം ചെയ്ത കഥ. :-)

അശോകന്റെ അഹിംസയെക്കുറിച്ചു കേൾക്കാത്തവരില്ലല്ലോ. അശോകൻ കലിംഗ യുദ്ധത്തിൽ പശ്ചാത്തപിച്ച് ബുദ്ധമതത്തിൽ ചേർന്ന ശേഷം അക്രമം ഉപേക്ഷിച്ചു എന്നാണ് കഥ. എച്ച്. ജി. വെൽസ് തന്റെ ലോകചരിത്ര ഗ്രന്ഥമായ A short history of the world ൽ എഴുതി വച്ചത് ചുമ്മാ പകർത്തുകയായിരുന്നു നമ്മുടെ ചരിത്രകാരന്മാരും.[18]

അശോകൻ ബുദ്ധമതാനുയായി ആയതോടെ അഹിംസാ പാർട്ടിക്കാരനായി എന്നാണ് നമ്മുടെ ചരിത്രകാരന്മാരുടെ ഭാഷ്യം. അശോകനെക്കുറിച്ചു നമുക്ക് അറിയുന്നതിൽ അധികവും ബുദ്ധമത ഗ്രന്ഥങ്ങളിൽ കാണുന്ന അതിശയോക്തി കഥകളാണ്. സത്യം വളരെ വ്യത്യസ്തമാവാനാണിട. അശോകൻ എത്ര മാത്രം ബൗദ്ധ ആശയങ്ങൾ സ്വീകരിച്ചിരുന്നു എന്നു പോലും സംശയമാണ് എന്ന് ചില ചരിത്രകാരന്മാർ പറയുന്നുണ്ട്. ശിലാശാസനങ്ങളിൽ നിന്ന് അശോകനെക്കുറിച്ച് കാര്യമായൊന്നും അറിയാൻ കഴിയില്ല. ഒന്നുരണ്ടിടത്തൊഴിച്ച് അശോകൻ എന്ന പേരു പോലും ഇല്ല. ഒരു പിയാദസിയാണ് അതിൽ സംസാരിക്കുന്നത്. ഈ ശിലാലിഖിത ങ്ങൾ സ്ഥാപിച്ച പിയാദസിയും, സിലോണിൽ നാലാം നൂറ്റാണ്ടിൽ എഴുതപ്പെട്ടത് എന്നുകരുതുന്ന ദ്വീപവംശം എന്ന ബുദ്ധിസ്റ്റ് കൃതിയിൽ കാണുന്ന ബിംബിസാര രാജാവിന്റെ രണ്ടാമത്തെ ഭാര്യയുടെ പുത്രനും, അശോകൻ എന്ന് പിൽക്കാലത്ത് അറിയപ്പെട്ടവനുമായ പിയാദസിയും ഒരാളാണ് എന്നാണ് നിലവിലെ അനുമാനം. പത്തൊൻപതാം നൂറ്റാണ്ടിൽ സായിപ്പ് ഈ ശിലാശാസനങ്ങൾ കണ്ടെത്തുന്നതിനു മുൻപ് ആരും അശോകൻ എന്നൊരു ചക്രവ ർത്തിയെക്കുറിച്ച് കേട്ടിട്ടുപോലും ഇല്ലായിരുന്നു. (വിഷ്ണുപുരാണത്തിൽ

മൌര്യന്മാർ137 വർഷം മഗധ ഭരിച്ചതായും, ചന്ദ്രഗുപ്തന്റെ ചെറുമകനായി ഒരു അശോകവർദ്ധനൻ ഭരിച്ചിരുന്നതായും പറയുന്നുണ്ട്. അദ്ദേഹത്തെക്കുറിച്ച് വേറെ കാര്യമായൊന്നും അതിൽ പറയുന്നില്ല. അതിൽ അശോകൻ ഒരു അപ്രധാന രാജാവ് മാത്രമാണ്.) ചാൾസ് അലന്റെ Ashoka: The Search for India's Lost Emperor ശിലാലിഖിതങ്ങളിലെ പിയാദസി ബിംബിസാര പുത്രനായ അശോകനാണ് എന്ന് പലവിധ സൂചനകളിലൂടെ കണ്ടെത്തുന്നത് ഒരു കുറ്റാന്വേഷണ കഥ പോലെ രസകരമായി വിവരിക്കുന്നുണ്ട്.

അശോകന്റെ ശിലാലിഖിതങ്ങൾ മാത്രം ആധാരമാക്കിയാൽ അതിൽ സംസാരിക്കുന്ന പിയാദസി ഒരു ബുദ്ധവിശ്വാസി മാത്രമാണെന്ന് പറയാനാവില്ല. ബുദ്ധിസ്റ്റ് ഗ്രന്ഥങ്ങളിൽ കാണുന്ന അശോകനല്ല ശിലാശാസനങ്ങളിൽ കാണുന്ന അശോകൻ. ശിലാശാസനങ്ങളിലെ അശോകൻ ബുദ്ധപക്ഷപാതി എന്നതിനേക്കാൾ ഒരു സർവ്വമത തല്പരനാണ്.[19] സർവ്വ മതങ്ങളെയും ഒരുപോലെ പ്രീണിപ്പിക്കുന്ന, ഇന്നത്തെ അർത്ഥത്തിലുള്ള സെക്യുലാർ ഭരണാധികാരിയാണ് ശിലാശാസനങ്ങളിൽ കാണുന്ന അശോകൻ. സ്വന്തം മതത്തെ അതിരു കവിഞ്ഞു പുകഴ്ത്തുന്നതും, മറ്റുള്ളവരുടെ മതങ്ങളെ ഇകഴ്ത്തുന്നതും അദ്ദേഹം തടഞ്ഞിരുന്നു.[20]

അശോകന്റെ ശിലാശാസനങ്ങളിൽ ഒരിടത്തുപോലും ബുദ്ധന്റെ പേരു പറയുന്നില്ല എന്നതും ശ്രദ്ധേയമാണ്. അതിലൊന്നും പലരും കരുതുന്നപോലെ ബുദ്ധിസ്റ്റ് ആശയ പ്രചരണവുമില്ല. നന്മ ചെയ്യണം, എല്ലാ മതങ്ങളും വഴക്കടിക്കാതെ നടക്കണം, രാജാവിന് പ്രജകളെല്ലാം മക്കളെപ്പോലെയാണ് എന്നൊക്കെയുള്ള പൊതുവായ ചില ഉപദേശങ്ങളും പ്രസ്താവനകളും മാത്രമേ ഉള്ളൂ. ശിലാലിഖിതങ്ങളിൽ ആവർത്തിച്ച് കാണുന്ന "ധമ്മ" എന്ന വാക്ക് കടമ എന്ന അർത്ഥത്തിൽ ഹിന്ദു, ജൈന വിശ്വാസങ്ങളിൽ എല്ലാം ഉപയോഗിക്കുന്നതാണ്. ബുദ്ധിസ്റ്റ് ഗ്രന്ഥങ്ങൾ അശോകൻ അവരുടെ ആളാണ് എന്ന് പറയുന്നതുകൊണ്ട് ശിലാലിഖിതങ്ങളിലെ അശോകനും ബുദ്ധദർശനത്തെക്കുറിച്ചാണ് സംസാരിക്കുന്നത് എന്നു നമ്മൾ ഊഹിക്കുന്നതാണ്. അദ്ദേഹം എല്ലാ വിഭാഗങ്ങൾക്കും ഒരു വിവേചനവും കാണിക്കാതെ ധാരാളം സഹായങ്ങൾ ചെയ്തിരുന്നു. അശോകന് ജൈന വിശ്വാസിയായ ഭാര്യയുണ്ടായിരുന്നു എന്ന് ജൈനർ വാദിക്കുന്നുണ്ട്. മൃഗബലി തടഞ്ഞതാണ് അദ്ദേഹം ബൗദ്ധ വിശ്വാസിയാണ് എന്നു കരുതപ്പെടാനുള്ള പ്രധാന കാരണം.[21]

എന്നാൽ അശോകൻ പ്രചരിപ്പിക്കുന്ന ജന്തുസ്നേഹം ബുദ്ധമതത്തെക്കാൾ ജൈനമതത്തിന്റെ വിശ്വാസമാണ്. പ്രസിദ്ധമായ

അശോകചക്രം പോലും ജൈനമത സൂചനയാണ് നൽകുന്നത് എന്ന് അഭിപ്രായമുണ്ട്. ചക്രം ജൈനമതത്തിലും കാണാം. അശോകചക്രത്തിലെ ഇരുപത്തിനാല് ആരക്കാലുകൾ ഇരുപത്തിനാല് ജൈന തീർത്ഥങ്കരൻമാരെ സൂചിപ്പിക്കുന്നതാണ് എന്നും പറയാം. അശോകസ്തംഭത്തിലെ സിംഹങ്ങളും ബുദ്ധമതത്തിനു മാത്രം അവകാശപ്പെട്ടതല്ല. അതൊക്കെ ജൈനമതത്തിനും ചേരും. കൽഹണന്റെ രാജതരംഗിണിയിൽ അശോകൻ ജിനന്റെ തത്വങ്ങൾ സ്വീകരിച്ച ആളാണെന്നും, അദ്ദേഹം ശിവന് ക്ഷേത്രങ്ങൾ പണിതു നൽകിയതായും പറയുന്നുണ്ട്. (ജിനൻ (വിജയിച്ചവൻ) എന്ന വാക്ക് സ്വന്തം മതസ്ഥാപകനെ വിശേഷിപ്പിക്കാൻ ബുദ്ധനു മുൻപെ തന്നെ ജൈനരടക്കമുള്ള മറ്റു വേദവിരുദ്ധ വിഭാഗങ്ങളെല്ലാം ഉപയോഗിച്ചിരുന്നതാണ്. അതിനാൽ ജിനൻ ബുദ്ധൻതന്നെ ആകണമെന്നില്ല.) ഭൂതേശനെ (ശിവനെ) പ്രീതിപ്പെടുത്തിയാണ് അദ്ദേഹത്തിന് ജലൂക എന്നൊരു പുത്രനുണ്ടായത് എന്നും രാജതരംഗിണിയിൽ കാണാം.

അശോകന്റെ ബുദ്ധിസത്തിലേക്കുള്ള "മതംമാറ്റം" റോമില ഥാപ്പറിനെ പോലുള്ളവർ ഇപ്പോൾ അംഗീകരിക്കുന്നില്ല. (Asoka and the Decline of the Mauryas - Romila Thapar) പ്രശസ്തമായ കലിംഗ യുദ്ധം പോലും എത്രത്തോളം സത്യമാണ് എന്നു സംശയമാണ്. അശോകന്റെ അപദാനങ്ങൾ വാഴ്ത്തുന്ന അശോകാവദാനയിൽ ഈ കലിംഗ യുദ്ധത്തെക്കുറിച്ചോ, പശ്ചാത്താപം മൂലമാണ് അശോകൻ ബുദ്ധമതം സ്വീകരിച്ചതെന്നോ പറയുന്നില്ല. ഒരു ബുദ്ധിസ്റ്റ് ഗ്രന്ഥവും അശോകന്റെ മതം മാറ്റത്തെ ഏതെങ്കിലും യുദ്ധവുമായി ബന്ധിപ്പിക്കുന്നില്ല. അശോകന്റെ മനഃസ്താപത്തെക്കുറിച്ച് കലിംഗ രാജ്യത്തു നിന്നു കണ്ടുകിട്ടിയിട്ടുള്ള ശിലാലിഖിതങ്ങളിൽ ഒരു സൂചനയും ഇല്ലാത്തതും അത്ഭുതമാണ്. കലിംഗയുദ്ധത്തിനു ശേഷമുള്ള മനഃസ്താപത്തിന്റെ വിവരണം വേറെ ദൂരസ്ഥലങ്ങളിലാണ് എഴുതി വച്ചിട്ടുള്ളത്. ശരിക്കും അങ്ങനെ സംഭവിച്ചിട്ടുണ്ടെങ്കിൽ അത് ആ നാട്ടിലെ ജനങ്ങളോടല്ലേ പറയേണ്ടത്? പൊതുവേ കരുതുന്നപോലെ യുദ്ധത്തിനു ശേഷമല്ല ബുദ്ധിസത്തോട് അനുഭാവം ഉണ്ടാകുന്നത്. കലിംഗ യുദ്ധത്തിനു (262 ബി.സി) ചുരുങ്ങിയത് രണ്ടു കൊല്ലം മുൻപെങ്കിലും സ്ഥാപിക്കപ്പെട്ട ശാസനങ്ങളിൽ അശോകന് ആത്മീയ താൽപര്യം വന്നതായി സൂചനകളുണ്ട്.

അശോക ചക്രവർത്തി ബുദ്ധമതം സ്വീകരിച്ചു എന്ന് പറയുന്നുണ്ടെങ്കിലും അദ്ദേഹം നല്ല ഒന്നാംതരം ക്ഷത്രീയാഭിമാനി തന്നെയായിരുന്നു. അശോകൻ അവസാനകാലത്ത് അസുഖം വന്നപ്പോൾ മരുന്നായി പോലും ഉള്ളി ഉപയോഗിക്കാൻ തയ്യാറായില്ല എന്ന്

ദിവ്യാവദാനയിൽ പറയുന്നുണ്ട്. ക്ഷത്രീയർ ഉള്ളി കഴിക്കാൻ പാടില്ല എന്നാണ് വിശ്വാസം.

ഒരിക്കൽ അശോക ചക്രവർത്തിക്ക് ഗുരുതരമായ ഒരു അസുഖം ബാധിച്ചു. രോഗത്തിന്റെ കാഠിന്യം മൂലം വായിൽക്കൂടി മലം വരാൻ തുടങ്ങി എന്നാണ് പറയപ്പെടുന്നത്. (His excrement came out of his mouth.) രോഗത്തിന്റെ കാഠിന്യം കാണിക്കുന്ന അതിശയോക്തിപരമായ പ്രസ്താവന ആയിരിക്കാം. എന്തായാലും കൊട്ടാരം വൈദ്യന്മാരെല്ലാം രോഗം ഭേദമാക്കുന്നതിൽ പരാജയപ്പെട്ടു. ഒടുവിൽ രാജ്ഞിയായ തിഷ്യരക്ഷിത ഇടപെട്ടു. ആദ്യം തന്നെ കൊട്ടാരം വൈദ്യന്മാരെയെല്ലാം രാജാവിനെ ചികിത്സിക്കുന്നത് നിർത്തി വയ്പ്പിച്ചു. എന്നിട്ട് അവരോട് രാജ്യത്ത് ഇതേ രോഗ ലക്ഷണങ്ങളുമായി ആരെങ്കിലും അവരെ സമീപിക്കുന്നെങ്കിൽ തന്നെ വിവരമറിയിക്കാൻ ആജ്ഞാപിച്ചു. അങ്ങനെയിരിക്കെ ആട്ടിടയന്മാരുടെ ജാതിയിൽപെട്ട ഒരാൾ ഇതേ രോഗലക്ഷണങ്ങൾ കാണിക്കുന്നുണ്ട് എന്ന് അറിവുകിട്ടി. രാജ്ഞി രഹസ്യമായി അയാളെ വിളിച്ചു വരുത്തി കൊലപ്പെടുത്തി. എന്നിട്ട് അയാളുടെ വയറു കീറി പരിശോധിച്ചു. (ചരിത്രത്തിലെ ആദ്യത്തെ പോസ്റ്റ് മോർട്ടം പരിശോധന. :-)) അപ്പോൾ അതാ അയാളുടെ വയറ്റിൽ ഒരു വലിയ പുഴു. ഈ പുഴു കുടലിലൂടെ മുകളിലേക്ക് നീങ്ങുമ്പോൾ മലം വായിലേക്ക് വരുന്നു. താഴേക്ക് നീങ്ങുമ്പോൾ അശുദ്ധ വസ്തുക്കൾ താഴെക്കൂടെ പോകുന്നു. രാജ്ഞി കുരുമുളക് പൊടിയും, ഇഞ്ചി നീരുമെല്ലാം പുഴുവിന്റെ മേൽ പ്രയോഗിച്ചു നോക്കി. പുഴുവിന് ഒരു കുലുക്കവുമില്ല. ഒടുവിൽ ഉള്ളിനീര് ഉപയോഗിച്ചപ്പോൾ പുഴു ചത്തുപോയതായി കണ്ടു. രാജ്ഞി ഉടനെ അശോകനോട് ചികിത്സാർത്ഥം ഉള്ളി കഴിക്കാൻ ആവശ്യപ്പെട്ടു. എന്നാൽ അശോകൻ ആദ്യം ഉള്ളി കഴിക്കാൻ കൂട്ടാക്കിയില്ല. താൻ ക്ഷത്രീയനാണ്. ഉയർന്ന ജാതിക്കാർ (ദ്വിജന്മാർ) ഉള്ളി കഴിക്കാൻ പാടില്ലത്രേ. ഇത് അക്കാലത്തെ ഒരു പോപ്പുലർ നിയമമായിരിക്കണം. പില്ക്കാലത്തെ സഞ്ചാരികളായ ഫാഹിയാനും, ഹ്യയാൻ സാങ്ങും ഇവിടത്തെ ആളുകളിൽ ചണ്ഡാളർ ഒഴിച്ച് ആരും ഉള്ളി കഴിക്കാറില്ല എന്ന് പറയുന്നുണ്ട്. മനുസ്മൃതിയിലും ഈ നിയമം പറയുന്നുണ്ട്.[22] ജീവൻ പോയാലും ബ്രാഹ്മണരുടെ നിയമം അനുസരിക്കാൻ ബുദ്ധമതാനുയായിയായ അശോകന്റെ ആവേശം നോക്കൂ. എന്തായാലും ഒടുവിൽ നിർബന്ധത്തിനു വഴങ്ങി ക്ഷത്രീയനായ ആ ബുദ്ധ ഉപാസകൻ ഉള്ളി കഴിച്ചു. രോഗം മാറി.

(മൌര്യ വംശം ക്ഷത്രീയ വംശമല്ല (അതുകൊണ്ട് അശോകനും ക്ഷത്രീയനല്ല) എന്നു വാദിക്കുന്ന ചിലരെ കണ്ടിട്ടുണ്ട്. ബുദ്ധനുമായി

ബന്ധപ്പെട്ടവരെല്ലാം ജാതിയിൽ താഴ്ന്നവരായിരുന്നു എന്നു സ്ഥാപിക്കാനുള്ള വ്യഗ്രതയാകാം. അശോകന്റെ മുത്തച്ഛനായ ചന്ദ്രഗുപ്ത മൌര്യന്റെ മോറിയ വംശം പിപ്പലിവാനത്തിലെ ഭരണാധികാരികളും ക്ഷത്രീയരും ആണെന്ന് മഹാപരിനിർവ്വാണ സുത്തയിൽ പറയുന്നുണ്ട്. സിലോണിലെ മഹാവംശവും മോറിയക്കാർ ക്ഷത്രീയരാണ് എന്ന് സ്ഥിരീകരിക്കുന്നുണ്ട്. ദിവ്യാവധാനയിൽ ബിന്ദുസാരനും ക്ഷത്രീയ പാരമ്പര്യം അവകാശപ്പെടുന്നതായി കാണാം. മൈസൂരിലെ ഒരു ലിഖിതത്തിൽ ചന്ദ്രഗുപ്തൻ ക്ഷത്രീയനാണ് എന്ന് പറയുന്നുണ്ട്. അതുപോലെ രാജാവാകാൻ നല്ലത് അഭിജാതനാണ് എന്ന് കൌടില്യൻ അർത്ഥശാസ്ത്രത്തിൽ പറയുന്നതും വച്ച് നോക്കിയാൽ അദ്ദേഹം ഉയർത്തിക്കൊണ്ടു വന്ന ചന്ദ്രഗുപ്തൻ ക്ഷത്രീയനാകാനാണ് സാധ്യത.)

അശോകനെ ആഹിംസാവാദിയും, ശ്രദ്ധനുമായ ഒരു ബുദ്ധമതാനുയായിയായി കാണുന്നതിനു പകരം മുത്തച്ഛനായ ചന്ദ്രഗുപ്ത മൌര്യന്റെ മന്ത്രിയായിരുന്ന ചാണക്യന്റെ സൂത്രങ്ങൾ മുഴുവൻ പ്രയോഗത്തിൽ വരുത്തിയ, വളരെ കുശാഗ്രബുദ്ധിയായ ഒരു രാജാവായി കാണുന്നതായിരിക്കും ശരി. അല്ലാതെ ഇത്ര വലിയ ഒരു സാമ്രാജ്യം എങ്ങനെ കൊണ്ടുനടക്കാനാകും? ബൗദ്ധരുടെ പുകഴ്ത്തൽ ചരിത്രത്തിൽ നമുക്ക് നഷ്ടപ്പെട്ടുപോയത് അശോകൻ എന്ന പൊളിറ്റിക്കൽ ജീനിയസ്സിനെയാണ് എന്നു വരാം. രാജ്യം പിടിച്ചെടുത്ത് നാലു വർഷമെങ്കിലും കഴിഞ്ഞാണ് അശോകന് കിരീടധാരണം നടത്താൻ സാധ്യമാകുന്നത്. കൊട്ടാരത്തിൽ അധികാര വടംവലികൾ നടന്നിരുന്നു എന്നത് വ്യക്തം. അശോകൻ തന്റെ സഹോദരങ്ങളെ വധിച്ച് അധികാരം പിടിക്കുമ്പോൾ മുത്തച്ഛൻ ചന്ദ്രഗുപ്ത മൌര്യന്റെ ഇഷ്ടക്കാരായ ജൈനരും, അച്ഛൻ ബിന്ദുസാരന്റെ ഇഷ്ടക്കാരായ അജീവകരും (ബിന്ദുസാരൻ ബ്രാഹ്മണ വിശ്വാസിയായിരുന്നു എന്നാണ് മഹാവംശം പറയുന്നത്.) ഉൾപ്പെട്ട കൊട്ടാരത്തിലെ ഉപജാപസംഘത്തെ നിലക്കു നിർത്താൻ ബൗദ്ധരുടെ സഹായം തേടിയിട്ടുണ്ടാകാം. അതാവാം അദ്ദേഹം ബുദ്ധമതത്തിൽ ചേർന്നു എന്നു ബൗദ്ധർ പ്രചരിപ്പിക്കുന്നതിന്റെ പുറകിലെ സത്യം. അശോകൻ ആദ്യം ജൈനവിശ്വാസിയായിരുന്നു, ശിവന്റെ ആരാധകനായിരുന്നു എന്നൊക്കെ കഥകളുണ്ട്. അധികാരം ഉറപ്പിക്കാൻ ഇവരുടെ സഹായം നേടുന്നതിൽ പരാജയപ്പെട്ടപ്പോളായിരിക്കാം ബുദ്ധമതത്തോട് അനുഭാവം കാണിക്കുന്നത്. അശോകൻ ബുദ്ധമതത്തെ പ്രോത്സാഹിപ്പിച്ചത് അദ്ദേഹത്തിന്റെ ചാണക്യബുദ്ധി തന്നെയാണ് എന്നു കരുതുന്നതാണ് ന്യായം. കീഴടക്കപ്പെട്ട ജനങ്ങളോട് എങ്ങനെ പെരുമാറണം എന്നൊക്കെ ചാണക്യൻ പറയുന്നുണ്ട്. അതൊക്കെയാണ് അശോകൻ ചെയ്യുന്നതും.[23]

കൊട്ടാരത്തിൽ നേരത്തെ തന്നെ സ്ഥാനം പിടിച്ചിട്ടുള്ള ഉപജാപസംഘങ്ങളെ, മുത്തച്ഛന്റെ സിൽബന്ധികളായ ജൈനരെയും, അച്ഛന്റെ സിൽബന്ധികളായ അജീവകരെയും, അശോകൻ ധാരാളം സമ്മാനങ്ങൾ നൽകി പ്രീതിപ്പെടുത്തുന്നുണ്ട്. ക്രൂരത മൂലം ആദ്യ കാലത്ത് "ചണ്ഡശോകൻ" എന്നറിയപ്പെട്ടിരുന്ന അദ്ദേഹത്തിന്റെ കലിംഗ യുദ്ധത്തിലുള്ള മനഃസ്താപം എന്നു നമ്മൾ മനസ്സിലാക്കുന്ന ശിലാശാസനം തനിക്കു കൊലയൊന്നും പുത്തരിയല്ല, നിലക്ക് നിന്നാൽ നിങ്ങൾക്കു കൊള്ളാം എന്നുള്ള ഒളിച്ചു വച്ചുള്ള ഒരു ഭീഷണി പോലെ മനസ്സിലാക്കുകയായിരിക്കും ശരി. അല്ലെങ്കിൽ കലിംഗയുദ്ധത്തിനു ശേഷമുള്ള മനഃസ്താപത്തിന്റെ വിവരണം വേറെ നാട്ടുകാരോടു പറയേണ്ട കാര്യമെന്ത്? അശോകന്റെ പ്രസിദ്ധമായ കുറ്റബോധം പ്രകടിപ്പിക്കുന്ന ശിലാശാസനത്തിൽ തന്നെ ആളുകളെ ഭീഷണിപ്പെടുത്തുന്നുമുണ്ട്. കലിംഗ യുദ്ധത്തിൽ നടന്ന കൊലകളിൽ ദുഃഖം പ്രകടിപ്പിച്ച ശേഷം, എന്നു കരുതി തലയിൽ കയറരുത് എന്ന് പറയുന്നുണ്ട്. താൻ മര്യാദക്കെങ്കിൽ മര്യാദക്ക്. വെറുതെ തന്നെക്കൊണ്ടു ടൂൾസ് എടുപ്പിക്കരുത്.[24]

ആ ശാസനം വായിച്ചാൽ ഭീഷണിക്ക് ശക്തി കിട്ടാനാണ് ആദ്യം സമാധാന മുഖം കാണിച്ചത് എന്നു തോന്നും. പണ്ട് ധാരാവിയിലെ ചേരി ഒരൊറ്റ രാത്രികൊണ്ട് ഒഴിപ്പിച്ചിട്ടുള്ള തനിക്ക് ഇതൊക്കെ ഒരു പൂ പറിക്കുന്നപോലെയാണ് എന്നൊരു ധ്വനിയാണ് ഈ ലിഖിതം നൽകുന്നത്. വേറൊരു ശിലാശാസനത്തിൽ ഇങ്ങനെ കാണാം. അവനവന്റെ ജോലി ശരിക്ക് ചെയ്യുക. രാജാവിന്റെ പ്രീതി സമ്പാദിക്കുക. രാജാവിനോടുള്ള കടമ നിറവേറ്റുക. പൊതുവേ അശോകന്റെ ശാസനങ്ങളുടെ ധ്വനി നിങ്ങൾക്ക് എന്തു മതത്തിലും വിശ്വസിക്കാം. പക്ഷേ ഞാൻ അനുവദിക്കുന്ന പോലെ നടന്നുകൊള്ളണം. ഞാൻ പറയുന്നപോലെ നടക്കാനുള്ള എല്ലാ സ്വാതന്ത്ര്യവും നിങ്ങൾക്കുണ്ട്. [25]

അശോകൻ ബുദ്ധമതം സ്വീകരിച്ച ശേഷം ("ചണ്ഡശോകൻ" മാറി "ധർമ്മശോകൻ" ആയശേഷം) ചുരുങ്ങിയത് മൂന്നു കൂട്ടക്കൊലകളെങ്കിലും നടത്തിയിട്ടുണ്ട് എന്ന് ബുദ്ധിസ്റ്റ് ഗ്രന്ഥങ്ങൾ തന്നെ അഭിമാനപൂർവ്വം പറയുന്നു. (അശോകന്റെ മകനായ കുനാലൻ അന്ധനാകാൻ കാരണക്കാരിയായ രാജ്ഞി തിഷ്യരക്ഷിതയെ ക്രൂരമായി ചിത്രവധം ചെയ്തു കൊന്നത് കണക്കിൽ പെടുത്തിയിട്ടില്ല.) ഈ കൂട്ടക്കൊലകൾ ഒന്നും രാജ്യദ്രോഹം പോലുള്ള കുറ്റങ്ങൾക്കൊന്നുമല്ല, തീരെ നിസ്സാരമായ കാര്യങ്ങൾക്കാണ് എന്നതാണ് രസം.

ഒരിക്കൽ ഒരു ജൈനവിശ്വാസി, മഹാവീരന്റെ കാൽക്കൽ ബുദ്ധൻ നമസ്കരിക്കുന്നതായി കാണിക്കുന്ന ഒരു ചിത്രം വരച്ചത്രെ. ബുദ്ധനെ ഇപ്രകാരം "കൊച്ചാക്കിയതിൽ" (മഹാവീരന്റെ വെറും ശിഷ്യനാണ് ബുദ്ധൻ എന്നാണല്ലോ സൂചന) കോപിച്ച അശോകൻ അവരിൽ18000 പേരുടെ തല വെട്ടി എന്നാണ് അശോകാവദാന എന്ന ഗ്രന്ഥത്തിൽ അശോകന്റെ ബുദ്ധമതത്തോടുള്ള താല്പര്യം എത്രമാത്രമാണ് എന്നു കാണിക്കാൻ അവർ തന്നെ വളരെ അഭിമാനപൂർവ്വം എഴുതിവച്ചിരിക്കുന്നത്..!!!..

(അശോകാവദാനയിൽ പറയുന്നത് 18000 അജീവകരുടെ തലവെട്ടി എന്നാണ്. ഒരു ജൈന വിശ്വാസി ബുദ്ധനെ "അപമാനിച്ചതിന്" അജീവകരുടെ തല വെട്ടുന്നതെന്തിന്? ആജീവകർ തികച്ചും വേറൊരു ഗ്രൂപ്പാണല്ലോ. ഒരു പക്ഷേ ഈ അവദാന എഴുതിയവന് ഈ വ്യത്യാസമൊന്നും വലിയ പിടിയുണ്ടാകില്ലായിരിക്കാം.) ഒടുവിൽ അശോകന്റെ സ്വന്തം സഹോദരനും ഒരു ബുദ്ധഭിക്ഷുവുമായ വിത്തശോകന്റെ തല കൂടി അബദ്ധത്തിൽ വെട്ടിപ്പോയപ്പോഴാണ് അശോകൻ ഈ കൊലകൾ നിർത്തിയതത്രേ. എന്തോ അസുഖം മൂലം വിത്തശോകൻ ആ സമയത്ത് മറ്റു ബുദ്ധഭിക്ഷുക്കളേപോലെ തല മൊട്ടയടിച്ചിരുന്നില്ല. അതാണത്രെ ഈ കൺഫ്യൂഷൻ പറ്റിയത്. (ഭരണം പിടിച്ചെടുക്കാൻ അശോകൻ സ്വന്തം സഹോദരങ്ങളെ കൊന്നു തള്ളിയപ്പോൾ ഇദ്ദേഹത്തെ മാത്രമാണ് ബാക്കി വച്ചത്. ആ പാവം ജീവൻ രക്ഷിക്കാൻ ബുദ്ധസന്യാസിയായി മാറിയതാകാനാണ് സാധ്യത.)

മറ്റൊരു അവസരത്തിലും ഇതുപോലെ ബുദ്ധനെ അപമാനിച്ച ചിത്രം വരച്ചു എന്ന പേരിൽ അശോകൻ ജൈനരെ കൂട്ടക്കൊല ചെയ്തിട്ടുണ്ട് എന്ന് ഇതേ പുസ്തകത്തിൽ പറയുന്നുണ്ട്. ശ്രദ്ധിക്കേണ്ട കാര്യം ബുദ്ധിസ്റ്റ് ഗ്രന്ഥങ്ങളിൽ മാത്രമാണ് അശോകന്റെ ബുദ്ധിസത്തോടുള്ള അനുഭാവം കാണുന്നത്. ശിലാലിഖിതങ്ങൾ പ്രകാരം ആജീവകരെയും, ജൈനരെയും (അവരെ മാത്രമല്ല, ബ്രാഹ്മണരടക്കമുള്ള എല്ലാ മതവിഭാഗങ്ങളെയും) നന്നായി ബഹുമാനിച്ചിരുന്ന ആളാണ് അശോകൻ. ശിലാശാസനങ്ങളിൽ കാണുന്ന അശോകൻ ഒരു സർവ്വമത വിശ്വാസിയാണ്. വെറും ബൗദ്ധ വിശ്വാസിയല്ല. ഒരുപക്ഷേ നേരത്തെ സൂചിപ്പിച്ചപോലെ അശോകൻ അധികാരം പിടിച്ചെടുത്തപ്പോൾ മുത്തച്ഛന്റെയും, അച്ഛന്റെയും സിൽബന്ധികളായി കൊട്ടാരത്തിൽ സ്ഥാനം പിടിച്ചിരുന്ന ജൈനരുടേയും, അജീവകരുടേയും നേർക്ക് തരം പോലെ സാമ, ദാന, ഭേദ, ദണ്ഡങ്ങൾ ഒക്കെ പ്രയോഗിച്ചിരിക്കാം. അതിനെയായിരിക്കാം ബൗദ്ധർ ഇങ്ങനെ കഥകളുണ്ടാക്കി പ്രചരിപ്പിച്ചത്.

പിന്നൊരിക്കൽ അന്തഃപുരത്തിലെ ഒരു അശോകവൃക്ഷം വെട്ടിക്കളഞ്ഞതിന് (തന്റെ പേരുള്ള മരം) അന്തഃപുരത്തിലെ നാനൂറോളം സ്ത്രീകളെ അഹിംസാവാദിയും, വളരെ ദയാലുവും എന്നു പറയപ്പെടുന്ന അശോകൻ കൊന്നുകളഞ്ഞിട്ടുണ്ട് എന്നും അശോകാവദാന എന്ന പുസ്തകത്തിൽ പറയുന്നു. വെറും പ്രാണികളുടെ ജീവൻ പോലും പരിപാവനമായി കണക്കാക്കിയിരുന്ന അശോകൻ തന്റെ രാജ്യത്ത് വധശിക്ഷയൊക്കെ നടപ്പിലാക്കിയിരുന്നു എന്നതിന് ശിലാശാസനങ്ങൾ തന്നെ തെളിവുണ്ട്. മുൻഗാമികളിൽ നിന്ന് ഒരുപക്ഷേ ഒരു വ്യത്യാസം മരണശിക്ഷക്ക് മൂന്നു ദിവസത്തെ സാവകാശം കൊടുത്തു എന്നതാണ്. ഉടനെ കൊല്ലില്ല. മൂന്നു ദിവസങ്ങൾക്കുള്ളിൽ ബന്ധുക്കൾക്ക് വേണമെങ്കിൽ അപ്പീൽ കൊടുക്കാം. ബന്ധുക്കൾ ഇല്ലാത്തവർക്ക് ആ സമയം കൊണ്ട് ദാനധർമ്മങ്ങൾ ചെയ്ത് പുണ്യം നേടാം. അതൊരു വലിയ കാര്യം പോലെയാണ് അവതരിപ്പിക്കുന്നത്.[26]

അശോകന്റെ അഹിംസാ താല്പര്യം കാണിക്കാൻ നമ്മുടെ ചരിത്രകാരന്മാർ എടുത്തുകാട്ടുന്ന തെളിവുകൾ നല്ല രസമാണ്. വളരെ പ്രസിദ്ധമായ ഒന്ന് 257 BCE ലെ ശാസനമാണ്. അഹിംസ ചർച്ച ചെയ്യുന്ന എല്ലായിടത്തും വലിയ കാര്യമായി ഈ ശിലാശാസനം ഉദ്ധരിച്ചിരിക്കുന്നത് കാണാം. നേരത്തെ അശോകന്റെ അടുക്കളയിൽ ദിവസവും ആയിരക്കണക്കിനു മൃഗങ്ങളെ കൊന്നിരുന്നത് ഇപ്പോൾ രണ്ടു മയിലും ഒരു മാനും മാത്രമാക്കിയിരിക്കുന്നു. അതിൽ തന്നെ മാൻ എപ്പോഴുമില്ല. ഭാവിയിൽ അതുതന്നെ നിർത്താൻ പോകുകയാണ്.[27]

തീർച്ചയായും ദിവസവും ആയിരക്കണക്കിന് മൃഗങ്ങളെ കൊന്നിരുന്നത് അശോകനു മാത്രം കഴിക്കാനായിരിക്കില്ലല്ലോ. സേവകർക്കും, സിൽബന്ധികൾക്കും കൂടിയായിരിക്കാം. അപ്പോൾ നിലവിൽ കൊന്നുകൊണ്ടിരിക്കുന്ന ആ രണ്ടു മയിലുകളുടെയും, ഒരു മാനിന്റെയും മാംസം ആർക്കു വേണ്ടിയാണ്? രാജാവ് മാംസം ഭക്ഷിക്കുന്നില്ലെങ്കിൽ ബാക്കിയുള്ളവർ ഭക്ഷിക്കുമോ? അത് അശോകനു വേണ്ടിയായിരിക്കും എന്ന് അനുമാനിക്കുന്നതാണ് യുക്തിസഹം. അതായത് ബാക്കിയുള്ള തന്റെ ആശ്രിതർക്ക് ഉടനടി മാംസഭക്ഷണം നിരോധിച്ചു. മയിലിറച്ചിയും, ഇടക്കൊക്കെ മാനിറച്ചിയും ഇനി മുതൽ അശോകൻ ഒറ്റയ്ക്ക് തട്ടും. ഇത് പണ്ടത്തെ ഒരു തറവാട്ടുകാരണവർ ചെലവ് കുറക്കാൻ തനിക്കു മാത്രം മൂന്നു നേരം ചോറും അനന്തിരവന്മാർക്കൊക്കെ ഒരു നേരം കഞ്ഞിയും ഏർപ്പാടാക്കിയ പോലെയാണ്. ചില കുടിയന്മാർ താൻ ഉടനെ കുടി നിർത്തും എന്ന് പറയുന്നപോലെ താനും ഭാവിയിൽ കുറേശ്ശേയായി മാംസ ഭക്ഷണം നിർത്താൻ ആലോചിക്കുന്നുണ്ട് എന്നും ശിലാശാസനത്തിൽ

പറയുന്നുണ്ട്. (ഇങ്ങനെ കുറേശ്ശെയായി മാറുന്നതിനും ബുദ്ധിസത്തിൽ വകുപ്പുണ്ട്. അതിന് "അനുക്രമ മാർഗ്ഗം" (gradual doctrine) എന്ന് നല്ലൊരു ഗംഭീരൻ പേരുമുണ്ട്. എത്രകാലം വേണമെങ്കിലും കുറേശ്ശെ നിർത്താൻ പോകുന്നു എന്നു വിചാരിച്ചുകൊണ്ട് കഴിയാം. അതിനു ങ്ങനെ സമയപരിധി ഒന്നുമില്ല. എത്രയോ പേർ അങ്ങനെ സിഗര റ്റുവലിയും മദ്യപാനവും നിർത്താൻ തീരുമാനിക്കുന്നുണ്ട്. അല്ലേ?)

റെഫറൻസ്:

(1) "He who desires to save his own life-breaths by deserting his comrades, should be slain with sticks or stones or rolled in a mat of dry grass for being burnt to death. Those amongst the Kshatriyas that would be guilty of such conduct should be killed after the manner of killing animals. (Shanthi parva-97)

(2) "Lord, there are unbelieving kings who are disinclined (to the faith); these might harass the Bhikkhus even on trifling occasions. Pray, Lord, let their reverences not confer the pabbagga ordination on persons in royal service.' (Mahavagga 1:40)

(3) "I prescribe, O Bhikkhus, that you obey kings." (mahavagga 3.4.3)

(4) "Bhikkhus, there are these five incurable lesions that lead to the plane of misery, that lead to hell. W hat five? One deprives one's mother of life; one deprives one's father of life; one

deprives an arahant of life; with a mind of hatred one sheds the Tathagata's blood; one creates a schism in the Sahgha. These are the five incurable lesions that lead to the plane of misery, that lead to hell. (Parikuppa Sutta-Anguttara Nikaya)

(5) Bhikkhus, possessing six qualities, even, while listening to the good Dhamma one is incapable of entering upon the fixed course [consisting in] rightness in wholesome qualities. What six? (1) One has d ep rived One's mother of life; (2) one has deprived one's father of life; (3) one has deprived an arahant of life; (4) with a mind of hatred one has shed the Tathagata's blood; (5) one has created a schism in the Sangha; (6) one is unwise, stupid, obtuse. Possessing these six qualities, even while listening to the good Dhamm a one is incapable of entering upon the fixed course [consisting in] rightness in wholesom e qualities. (Kammavaranata Sutta-Anguttara Nikaya)

(6) "But because you see your transgression as such and make amends in accordance with the Dhamma, we accept your confession. For it is a cause of growth in the Dhamma and Discipline of the noble ones when, seeing a transgression as such, one makes amends in accordance with the Dhamma and exercises restraint in the future." (Samannaphala Sutta-Digga Nikaya)

(7) "If others then strike him down and slay him while he is thus striving and exerting himself in battle, then with the breakup of the body, after death, he is reborn in the hell called the realm of those slain in battle." (Samyuktha Nikhaya 42:3)

(8) "A king, who is well prepared for battle, having used skillful means in this way, even if he kills or wounds opposing troops, has little moral fault or demerit and there will certainly be no bad karmic result. Why is that? It is because that action was conjoined with intentions of compassion and not abandoning. On the basis of having sacrificed himself and his wealth to protect living things and for the sake of his family, wife and children, there is immeasurable merit; it even strongly increases." (Arya-Bodhisattva-gocara-upayavisaya-vikurvana-nirdesa Sutra.)

(9) "Those who administer torture and maiming are called kings". (Suttavibhanga)

(10) The Blessed One said, "'Doing no injury to anyone, dwell full of love and kindness in the world. Yet he also said, Restrain him who deserves restraint and encourage him who deserves encouragement.'Now, restraint means the cutting off of hands and feet, imprisonment and so forth.............

"Now you have come round to the sense in my question. For how, venerable Nagasena, is a robber to be subdued?"

"Thus, great king: if deserving rebuke let him be rebuked, if deserving a fine let him be fined, if deserving banishment let him be banished, if deserving death let himbe put to death."

"Is then, Nagasena, the execution of robbers part of the doctrine laid down by the Tathagata?

"Certainly not, O king. Whosoever may be put to death, he does not suffer execution by reason of the opinion put forward by the Tathagata. He suffers by reason of what he himself has done."(Milinda panha)

(11) "They flog them with whips, beat them with canes, beat them with clubs. They cut off their hands, cut off their feet, cut off their hands and feet. They cut off their ears, cut off their noses, cut off their ears and noses. They subject them to the 'porridge pot,' the 'polished-shell shave,' the 'Rahu's mouth,' the 'flaming garland,' the 'blazing hand,' the 'grass-duty (ascetic),' the 'bark-dress (ascetic),' the 'burning antelope,' the 'meat hooks,' the 'coin-gouging,' the 'lye pickling,' the 'pivot on a stake,' the 'rolled-up bed.' They have them splashed with boiling oil, devoured by dogs, impaled alive on stakes. They have their heads cut off with swords, so that they incur death or deadly pain." (Majjhima Nikaya: Maha-dukkhakkhandha Sutta)

(12) having past through the air to a spot near Kapilavatthu, sat beneath a tree that gave scanty shade. Hard by that place, a huge and shady banyan tree stood on the boundary of Vidudabha's realms. Vidudabha seeing the Master approached and saluting him, said, "Why, Sir, are sitting under so thin a tree in all this heat? Sit beneath this shady banyan, Sir." He replied, "Let be, O king! the shade of my kindred keeps me cool."–"The Master," thought the other, "must have come here to protect his clansmen." So he saluted the Master, and returned again to Savatthi. And the Master rising went to Jetavana. (Bhadda-sala-Jataka No. 465)

(13) "Unbelievers and men of evil life were the rest, not more to be esteemed than beasts. But as for thee, thou wilt bring glory to the doctrine of the Buddha in manifold ways; therefore cast away care from thy heart, O ruler of men!" Thus exhorted by them the great king took comfort." (Mahavamsa 25:109-112)

(14) "If others then strike him down and slay him while he is thus striving and exerting himself in battle, then with the breakup of the body, after death, he is reborn in the hell called the realm of those slain in battle." (Samyuktha Nikhaya 42:3)

(15) "Since the living being [sattva] does not exist, neither does the sin of murder. And since the sin of murder does not exist, there is no longer any reason to forbid it. . . . In killing then, given that the five aggregates are characteristically empty, similar to the visions of dreams or reflections in a mirror, one commits no wrong doing." (Mahaprajnjaparamitopadesa)

(16) If Krishna were to appear as a lawyer acting for a client who is being tried for murder and pleaded the defence set out by him in the Bhagvat Gita there is not the slightest doubt that he would be sent to the lunatic asylum. (Revolution and Counter-Revolution in Ancient India)

(17) Then the monks — [thinking,] "The Blessed One, with many lines of reasoning, has given a talk on the unattractiveness [of the body], has spoken in praise of [the perception of] unattractiveness, has spoken in praise of the development of [the perception of] unattractiveness" — remained committed to the development of [the perception of] unattractiveness in many modes & manners. They — ashamed, repelled, and disgusted with this body — sought for an assassin. In one day, ten monks took the knife. In one day, twenty monks took the knife. In one day, thirty monks took the knife. (Vesali Sutta-Samyutta Nikaya 54.9)

(18) He would have no more of it (the cruelty and horror of war). He adopted the peaceful doctrines of Buddhism and declared that henceforth his conquests would be conquests of religion..... Such was Ashoka, greatest of kings. (A Short History of the World by H.G. Wells)

(19) I have also ordered that they should be occupied with the affairs of the Brahmans and the Ajivikas. I have ordered that they be occupied with the Niganthas. In fact, I have ordered that different Mahamatras be occupied with the particular affairs of all different religions. (Pillar edict No:7)

(20) Growth in essentials can be done in different ways, but all of them have as their root restraint in speech, that is, not praising one's own religion, or condemning the religion of others without good cause. And if there is cause for criticism, it should be done in a mild way. But it is better to honor other religions for this reason. By so doing, one's own religion benefits, and so do other religions, while doing otherwise harms one's own religion and the religions of others. Whoever praises his own religion, due to excessive devotion, and condemns others with the thought "Let me glorify my own religion," only harms his own religion. Therefore contact (between religions) is good. One should listen to

and respect the doctrines professed by others. Beloved-of-the-Gods, King Piyadasi, desires that all should be well-learned in the good doctrines of other religions. (Pillar edict No: 12)

(21) Here (in my domain) no living beings are to be slaughtered or offered in sacrifice. Nor should festivals be held, for Beloved-of-the-Gods, King Piyadasi, sees much to object to in such festivals, although there are some festivals that Beloved-of-the-Gods, King Piyadasi, does approve of. (Pillar edict No:1)

(22) "Garlic, leeks and onions, mushrooms and (all plants), springing from impure (Substances), are unfit to be eaten by twice-born men". (Manusmrithi 5:5)

"A twice-born man who knowingly eats mushrooms, a village-pig, garlic, a village-cock, onions, or leeks, will become an outcast". (Manusmrithi 5:19)

(23) Having aquired new territory, the conqueror shall substitute his virtues for the enemy's vices and where the enemy was good, he shall be twice as good. He shall follow policies that are pleasing and beneficial by acting according to his dharma and by granting favours and exemptions, giving gifts and bestowing honours. (Arthashasthra)

(24) Even the forest people, who live in Beloved-of-the-Gods' domain, are entreated and reasoned with to act properly. They are told that despite his remorse Beloved-of-the-Gods has the power to punish them if necessary, so that they should be ashamed of their wrong and not be killed. Truly, Beloved-of-the-Gods desires non-injury, restraint and impartiality to all beings, even where wrong has been done. (Rock edict No: 13)

(25) Those who are bored with the administration of justice will not be promoted; (those who are not) will move upwards and be promoted. Whoever among you understands this should say to his colleagues: "See that you do your duty properly. Such and such are Beloved-of-the-Gods' instructions." Great fruit will result from doing your duty, while failing in it will result in gaining neither heaven nor the king's pleasure. Failure in duty on your part will not please me. But done properly, it will win you heaven and you will be discharging your debts to me.

This edict is to be listened to on Tisa day, between Tisa days, and on other suitable occasions, it should be listened to even by a single person. Acting thus, you will be doing your duty.

This edict has been written for the following purpose: that the judicial officers of the city may strive to do their duty and that the people under them might not suffer unjust imprisonment or harsh treatment. (Kalinga rock edict No:1)

(26) I even go this far, to grant a three-day stay for those in prison who have been tried and sentenced to death. During this time their relatives can make appeals to have the prisoners' lives spared. If there is none to appeal on their behalf, the prisoners can give gifts in order to make merit for the next world, or observe fasts. Indeed, it is my wish that in this way, even if a prisoner's time is limited, he can prepare for the next world, and that people's Dhamma

practice, self-control and generosity may grow. (Pillar edict 4)

(27) Formerly, in the kitchen of the king, hundreds of thousands of animals were killed every day to make curry. But with the writing of this Dhamma edict only three creatures, two peacocks and a deer, are killed and the deer not always. And in time, not even these three creatures will be killed. (Rock edict No:1)

വെജിറ്റേറിയൻ ബുദ്ധൻ

"Me he (mam sah)" will devour in the next (world), whose flesh I eat in this (life); the wise declare this (to be) the real meaning of the word "flesh"

(mamsah). (Manusmriti 5: 55)

അപ്പോൾ ബുദ്ധിസം ശരിക്കും സസ്യാഹാരം പ്രോത്സാഹിപ്പിച്ചിരുന്നോ? ബുദ്ധൻ വെജിറ്റേറിയൻ ആയിരുന്നു അഥവാ ബുദ്ധൻ സസ്യഭക്ഷണ ശീലം പ്രോത്സാഹിപ്പിച്ചിരുന്നു എന്നത് വ്യാപകമായ ഒരു തെറ്റിദ്ധാരണയാണ്. ബുദ്ധിസം കണ്ടു പേടിച്ചിട്ടാണ് ബ്രാഹ്മണർ മാംസഭക്ഷണം നിർത്തിയത് എന്നാണ് നമ്മുടെ പോപ്പുലർ തിയറി. വേദങ്ങളിലും, മഹാഭാരതത്തിലും, രാമായണത്തിലും, മാംസഭക്ഷണം ചികഞ്ഞു പോകുന്ന ബുദ്ധിജീവി ബുദ്ധിസത്തിൽ മാംസ ഭക്ഷണം ഇല്ലേ, ഇല്ല എന്നു മുൻപേ ഉറപ്പിച്ച പോലെയാണ്. ബുദ്ധിസത്തിലെ പ്രമാണങ്ങളായ ത്രിപിടകങ്ങളിൽ ഒരിടത്തും, ഭിക്ഷുക്കളോ ഗൃഹസ്ഥരായ തന്റെ അനുയായികളോ മാംസം കഴിക്കുന്നത് ഒഴിവാക്കണം എന്നു ബുദ്ധൻ പറഞ്ഞിട്ടില്ല. ബുദ്ധൻ തന്നെ മാംസം ഭക്ഷിച്ചിരുന്നതായി ധാരാളം ഇടങ്ങളിൽ പറയുന്നുമുണ്ട്. ബുദ്ധൻ മരിച്ചതു തന്നെ പന്നി മാംസത്തിൽ നിന്നുണ്ടായ വിഷബാധ മൂലമായിരുന്നു എന്നാണ് കഥ. മഹാപരിനിർവ്വാണ സുത്തയിൽ ആ സംഭവം വിവരിക്കുന്നുണ്ട്. ചെമ്പ് പണിക്കാരനായ കുണ്ട എന്ന ഉപാസകൻ ബുദ്ധന് "സൂകര മാർദ്ദവം" എന്ന വിഭവം വിളമ്പുന്നു. അത് കേടായി എന്നു മനസ്സിലായതുകൊണ്ടാകാം, ആ വിഭവം വേറെ ആർക്കും വിളമ്പാതെ കൊണ്ടുപോയി കുഴി കുത്തി മൂടാൻ ബുദ്ധൻ കുണ്ടയോടു നിർദ്ദേശിക്കുന്നു. താമസിയാതെ ഭക്ഷ്യവിഷബാധ മൂലം ബുദ്ധൻ മരിച്ചു പോകുന്നു.

ഈ "സൂകര മാർദ്ദവം" എന്താണ് എന്നതിനെ ചൊല്ലി ധാരാളം തർക്കങ്ങൾ നടക്കുന്നുണ്ട്. അത് പന്നിമാംസമാണ് എന്നൊരു കൂട്ടർ വാദിക്കുമ്പോൾ, അത് ഒരു തരം കിഴങ്ങ്, കൂൺ, മുളയുടെ കൂമ്പ്,

മധുരമുള്ള ചോറ് അങ്ങനെ എന്തോ വെജിറ്റേറിയൻ ഭക്ഷണമാണെന്നാണ് മറ്റൊരു കൂട്ടരുടെ വാദം. ഈ സംഭവത്തിന് സംശയത്തിന്റെ ആനുകൂല്യം കൊടുത്താൽ പോലും, വേറെയും ഇടങ്ങളിൽ ബുദ്ധൻ മാംസം ഭക്ഷിച്ചതായി പറയുന്നുണ്ട്. ഉഗ്ഗ എന്ന ഉപാസകൻ ബുദ്ധന് പന്നിമാംസവും, ഇലന്തപ്പഴവും ചേർന്ന ഒരു വിഭവം വിളമ്പിയതായി അംഗുത്തര നികായയിലെ പഞ്ചക നിപാതയിൽ സൂചിപ്പിക്കുന്നുണ്ട്. ഇവിടെ സൂകരം അതായത് പന്നി എന്നുതന്നെ അർത്ഥശങ്കക്കിടയില്ലാത്ത വിധം വ്യക്തമാണ്.[1]

ബുദ്ധഭിക്ഷുക്കളും ഭിക്ഷുണികളും ഒഴിവാക്കേണ്ട ചില മംസങ്ങളെപ്പറ്റി വിനയ പിടകത്തിൽ പറയുന്നുണ്ട് (Vinaya I, 218-8). അതായത് മറ്റുള്ളവ കഴിക്കുന്നതിനു വിരോധമില്ല എന്നാണല്ലോ മനസ്സിലാക്കേണ്ടത്. മരുന്നായി മാംസരസവും (Vinaya I,206) മത്സ്യം, മുതല, പന്നി, കരടി ഇവകളുടെ നെയ്യും ഉപയോഗിക്കുന്നതിനെക്കുറിച്ചും ബൗദ്ധ ഗ്രന്ഥങ്ങളിൽ സൂചനകളുണ്ട് (Vinaya I,200) വിനയ പിടകത്തിൽ ഒരിടത്ത് കുറേ ഭിക്ഷുക്കൾ ഒരു സിംഹം കൊന്നു ബാക്കിയിട്ട മാംസം പാകം ചെയ്തു ഭക്ഷിച്ച സംഭവം വിവരിക്കുന്നുണ്ട്.[2] അവർക്ക് പിന്നീട് മനഃപ്രയാസം തോന്നിയെങ്കിലും അവർ ചെയ്തത് ഒരു തെറ്റല്ല എന്നായിരുന്നു ബുദ്ധന്റെ വിധി. മൃഗങ്ങളിൽ നിന്ന് തട്ടിയെടുക്കുന്നത് പാപമല്ല. അതുപോലെ ഒരിക്കൽ ഒരു ഭിക്ഷു മാംസം തൊണ്ടയിൽ കുടുങ്ങി മരിച്ചു പോയ കാര്യം പറയുന്നുണ്ട്.[3] ഭിക്ഷുക്കൾ മാംസം കഴിച്ചിരുന്നു, ബുദ്ധന് മാംസഭക്ഷണത്തോടു എതിർപ്പില്ലായിരുന്നു എന്ന് ഇതിൽനിന്നൊക്കെ വളരെ വ്യക്തമാണ്.

ബുദ്ധൻ മാംസഭക്ഷണം നിരോധിച്ചിട്ടില്ല എന്നു മാത്രമല്ല, അതിന്റെ പേരിലാണ് ബന്ധുവായ ദേവദത്തൻ സംഘം വിട്ടു പോകുന്നതു തന്നെ. മത്സ്യമാംസാദികൾ നിരോധിക്കണം എന്നായിരുന്നു ദേവദത്തന്റെ ഒരു ആവശ്യം.[4] ദേവദത്തന്റെ അഭിപ്രായം മാനിക്കാൻ ബുദ്ധൻ കൂട്ടാക്കിയില്ല. മൃഗത്തെ തങ്ങൾക്കു വേണ്ടി പ്രത്യേകം കൊന്നതാണ് എന്ന് കാണുകയോ, കേൾക്കുകയോ, സംശയിക്കുകയോ അരുത് എന്നു മാത്രമെ ബുദ്ധന് അഭിപ്രായമുണ്ടായിരുന്നുള്ളൂ. അങ്ങനെ "മൂന്നു വിധം ശുദ്ധിയുള്ള" മാംസം കഴിക്കാം. മജ്ജിമ നികായയിലെ ജീവകസുത്തയിൽ ബുദ്ധൻ അത് വ്യക്തമാക്കുന്നുണ്ട്.[5]

തങ്ങൾക്കു വേണ്ടിയാണ് മൃഗങ്ങളെ കൊല്ലുന്നത് എന്നറിഞ്ഞാൽ ഭിക്ഷുക്കൾ ആ മാംസം ഭക്ഷിക്കരുത് എന്ന ബുദ്ധന്റെ വിലക്കു പോലും വെറും വാചകമടി മാത്രമായിരുന്നിരിക്കാൻ സാധ്യതയുണ്ട്. കാരണം ബുദ്ധനു വേണ്ടി സേനാനായകനായ സിംഹ ഒരുക്കുന്ന വിരുന്നിൽ

മൃഗങ്ങളെ കശാപ്പ ചെയ്യുന്നു. തനിക്കു വേണ്ടിയാണ് കശാപ്പ് നടന്നത് എന്നറിഞ്ഞിട്ടും ബുദ്ധൻ അത് കഴിക്കാൻ പോകുന്നേ എന്ന് എതിരാളികളായ ജൈനർ തെരുവുകൾ തോറും വിളിച്ചു പറഞ്ഞു പരിഹസിച്ചു നടന്നതായി അംഗുത്തര നികായയിൽ കാണാം.[6]

സൈന്യാധിപനായ ഈ ജനറൽ സിംഹയെ നമ്മൾ നേരത്തെ പരിചയപ്പെട്ടതാണ്. ആദ്യം ജൈന വിശ്വാസിയായിരുന്ന അദ്ദേഹം പിന്നീട് ബുദ്ധന്റെ പക്ഷത്തേക്കു മാറുകയായിരുന്നു. പണക്കാരനും, പ്രമാണിയുമായ തങ്ങളുടെ രക്ഷാധികാരി മറുകണ്ടം ചാടിയതിന്റെ ചൊരുക്കു കൂടിയാണ് ബുദ്ധനെ പരിഹസിച്ചുകൊണ്ട് ജൈനർ തീർക്കുന്നത്. (ബുദ്ധമതവും, ജൈനമതവും തമ്മിലുള്ള ഈ ശത്രുതയും, മത്സരവും നമ്മുടെ ചരിത്രകാരന്മാർ ചർച്ച ചെയ്തു കണ്ടിട്ടുണ്ടോ ആരെങ്കിലും? അവ രണ്ടും സഹോദര മതങ്ങളും, ബ്രാഹ്മണർ അവരുടെ ശത്രുക്കളും ആയിരുന്നു എന്നാണ് നമ്മെ പഠിപ്പിച്ചു വച്ചിരിക്കുന്നത്.) മാംസ ഭക്ഷണത്തിന്റെ പേരിൽ ജൈനർ ബുദ്ധനെ പരിഹസിക്കുന്ന സംഭവത്തിൽ നിന്ന് അക്കാലത്ത് മാംസഭക്ഷണ ശീലം സമൂഹത്തിൽ ഉണ്ടായിരിക്കാമെങ്കിലും, ഉയർന്ന ആധ്യാത്മിക പദവി അവകാശപ്പെടുന്നവർ മാംസം കഴിക്കുന്നത് നിലവാരം കുറഞ്ഞ പ്രവർത്തിയാണെന്ന ധാരണയും ജനങ്ങൾക്കിടയിൽ പ്രബലമായിരുന്നു എന്നു കരുതാം.

എല്ലാതരം ജീവികളേയും സ്നേഹിക്കുന്നു എന്ന് വാചകമടിച്ച ശേഷം മൃഗത്തെ കൊല്ലുന്നത് ഞാൻ കണ്ടില്ല, കേട്ടില്ല, അറിഞ്ഞില്ല എന്ന ന്യായം പറഞ്ഞ് വയറു നിറയെ ഇറച്ചി വരട്ടിയത് തട്ടുന്നത് ജൈനർ പരിഹസിച്ചതിൽ ഒരു അത്ഭുതവുമില്ല. അല്ലെങ്കിൽ തന്നെ മൃഗത്തെ കൊല്ലുന്നത് ഞാൻ കണ്ടില്ല, കേട്ടില്ല, അറിഞ്ഞില്ല എന്നത് ഒരു ബുദ്ധഭിക്ഷുവിന് പറയാൻ കൊള്ളുന്ന ന്യായമാണോ? ബുദ്ധമതത്തിൽ ജന്തുഹത്യ പാപമാണെങ്കിലും, കശാപ്പുകാരിൽ നിന്ന് മാംസം വാങ്ങി കഴിക്കുന്നവന് പാപമില്ല എന്നതാണ് രസം. ശരിക്കും ചർച്ച ചെയ്യപ്പെടേണ്ട ഒരു ഇരട്ടത്താപ്പാണ് ഈ വിഷയത്തിൽ ബുദ്ധമതത്തിനുള്ളത്.

മാംസ ഭക്ഷണത്തെക്കുറിച്ച് പ്രത്യേകം ചർച്ച ചെയ്യുന്ന ഒരു ഭാഗമാണ് സുത്ത നിപാതയിലെ ആമഗന്ധ സുത്ത. ആമഗന്ധ എന്നൊരു സസ്യഭക്ഷണവാദിയായ ബ്രാഹ്മണ സന്യാസി ബുദ്ധനോട് അദ്ദേഹം ആമഗന്ധ കഴിക്കാറുണ്ടോ എന്ന് ചോദിക്കുന്നു. (ആമഗന്ധ എന്നാൽ ചീഞ്ഞ നാറ്റം എന്നാണ് വാച്യാർത്ഥം.) എന്താണ് ആമഗന്ധ എന്ന ബുദ്ധന്റെ ചോദ്യത്തിന് മത്സ്യമാംസാദികൾ കഴിക്കാറുണ്ടോ എന്നാണ് താൻ ഉദ്ദേശിക്കുന്നത് എന്ന്

ബ്രാഹ്മണൻ പറയുന്നു. മത്സ്യമാംസാദികളല്ല ആമഗന്ധ, മോശം പ്രവർത്തികളെയാണ് അങ്ങിനെ വിളിക്കേണ്ടത് എന്നു ബുദ്ധൻ മറുപടി പറയുന്നു. തുടർന്ന് ടിസ്സ എന്ന സന്യാസി മുൻപത്തെ ബുദ്ധനായ കാശ്യപബുദ്ധനോട് ഇതേ ചോദ്യം ചോദിച്ചിരുന്നു എന്ന് പറഞ്ഞു കൊണ്ട് ബുദ്ധൻ ആ കഥ വിവരിക്കുന്നു.

ടിസ്സ എന്ന സന്യാസി കാശ്യപബുദ്ധനോട് ആമഗന്ധ കഴിക്കാറുണ്ടോ എന്ന് ചോദിക്കുന്നു. ഇല്ലെന്ന് കശ്യപ ബുദ്ധൻ മറുപടി പറയുന്നു. എന്നാൽ കാശ്യപബുദ്ധൻ മാംസം കഴിക്കുന്നതു കാണുന്ന ടിസ്സ അതിനെ ചോദ്യം ചെയ്യുന്നു. അതിനു മറുപടിയായി മാംസം ഭക്ഷിക്കുന്നതല്ല ആമഗന്ധ പ്രവർത്തികൾ, മറ്റു ചിലതാണ് എന്ന് കാശ്യപബുദ്ധൻ വിവരിച്ചു കൊടുക്കുന്നു. ജീവഹത്യ, വേട്ടയാടൽ, മോഷണം, ചതി, വഞ്ചന, അർത്ഥമില്ലാത്ത വേദപാരായണം, മറ്റുള്ളവരുടെ ഭാര്യമാരുമായി ബന്ധപ്പെടൽ ഇതൊക്കെയാണ് നാറുന്ന പ്രവർത്തികൾ. അല്ലാതെ മാംസഭക്ഷണമല്ല.[7] മത്സ്യമാംസാദികൾ ഉപേക്ഷിക്കുന്നവർക്ക് പ്രത്യേക മികവൊന്നും ഇല്ല എന്ന് കാശ്യപബുദ്ധൻ സമർഥിക്കുന്നു. ആമഗന്ധ പ്രവർത്തികളിൽ പെട്ട ജീവഹത്യയും, വേട്ടയാടലും ഇല്ലാതെ ഒരാൾക്ക് എങ്ങനെ മാംസഭക്ഷണം സാധ്യമാകും എന്ന് എന്നോടു ചോദിക്കരുത്. ടിസ്സയും അത് കാശ്യപബുദ്ധനോടു ചോദിച്ചതായി കാണുന്നില്ല. നമ്മുടെ ബുദ്ധനും ഈ സുത്തയിൽ അതേക്കുറിച്ച് ഒന്നും പറയുന്നില്ല. അതേസമയം ജീവഹത്യ ചെയ്യുന്നവർ അധഃകൃതരാണ് എന്ന് ബുദ്ധൻ തന്നെ പ്രഖ്യാപിക്കുകയും ചെയ്തിട്ടുണ്ട്.[8]

മാംസം ഉത്പാദിപ്പിക്കുന്നതും, വിൽക്കുന്നതും പാപമാണെങ്കിൽ അതു വാങ്ങി ഭക്ഷിക്കുന്നതും പാപമല്ലേ? മൃഗഹത്യയും, വേട്ടയാടലും മാത്രമാണ് ആമഗന്ധ പ്രവർത്തികൾ. അതു ചെയ്യുന്നവരിൽ നിന്ന് മാംസം വാങ്ങി തരുന്നത് ആമഗന്ധ പ്രവർത്തിയല്ല. കശാപ്പുകാരൻ മൃഗത്തെ കൊല്ലുന്നത് അതിന് ആവശ്യക്കാരുണ്ട് എന്നറിയുന്നതുകൊണ്ടാണ്. ആളുകൾ മാംസം കഴിക്കുന്നതു നിർത്തിയാൽ കശാപ്പുകാരൻ കശാപ്പും നിർത്തും എന്നറിയാൻ വയ്യാത്തവനാണോ ബുദ്ധൻ? മാംസം ഭക്ഷിക്കാനുള്ള തീരുമാനമല്ലേ മൃഗഹത്യ തുടർന്നു പോകുന്നതിനു കാരണം?

കൊല്ലുന്ന ആളും, മാംസം ഭക്ഷിക്കുന്ന ആളും രണ്ടു പേരാണല്ലോ. ഒരാളുടെ കർമ്മഫലം വേറൊരാളെ ബാധിക്കില്ല എന്നൊക്കെ അഭിധർമ്മ പിടകത്തിൽ കൊണ്ടുപിടിച്ചുള്ള ന്യായീകരണങ്ങൾ കാണാം. (അതിനു ബുദ്ധമതത്തിൽ പ്രവർത്തി ചെയ്യാനും, അതിന്റെ ഫലം അനുഭവിക്കാനും ആത്മാവ് എന്നൊരു സംഗതി ഇല്ലല്ലോ

എന്നൊന്നും എന്നോടു ചോദിക്കരുത്. ഇങ്ങനെ തരം പോലെ ഓരോരോ ന്യായീകരണങ്ങൾ ചമക്കേണ്ടിവരുമ്പോൾ ഇങ്ങനെയുള്ള പരസ്പരവൈരുദ്ധ്യങ്ങളും, യുക്തിഭംഗങ്ങളും സ്വാഭാവികം.)

ഗഹപതി ജാതക (No. 199) എന്ന കഥയിൽ ബുദ്ധന്റെ പൂർവ്വജന്മമായ ബോധിസത്വൻ കാളയുടെ മാംസം ഭക്ഷിച്ചതായി പറയുന്നുണ്ട്. അതുപോലെ മഹാബോധി ജാതക (No. 528) എന്ന കഥയിൽ ബോധിസത്വൻ ഒരു കുരങ്ങിന്റെ മാംസം കഴിക്കുന്നുണ്ട്.

(ചിലർ ബുദ്ധൻ മാംസഭക്ഷണം നിരോധിച്ചിട്ടില്ല എന്ന് മനസ്സില്ലാമനസ്സോടെ സമ്മതിച്ച ശേഷം ഭിക്ഷുക്കൾക്ക് ഭിക്ഷയായി കിട്ടുന്നതെന്തും കഴിക്കൽ നിർബന്ധമായതുകൊണ്ടാണ് ബുദ്ധൻ മാംസഭക്ഷണം നിരോധിക്കാതിരുന്നത് എന്നൊരു വികല ന്യായം പറയാറുണ്ട്. ഇത്തരക്കാരോട് ഒരു സിനിമയിൽ ഇന്നസൻറ് ചോദിക്കുന്ന പോലെ, കുറച്ച ആട്ടിൻകാട്ടം എടുത്ത് ഉണക്ക മുന്തിരിയാണെന്ന് പറഞ്ഞു തന്നാൽ തിന്നുമോ എന്ന ചോദിക്കാനേ പറ്റൂ. ഭിക്ഷുക്കൾ ആര് എന്തുകൊടുത്താലും അവർ അതൊക്കെ കഴിക്കണം എന്നൊന്നും നിയമമില്ല.)

അപ്പോൾ ബുദ്ധൻ മാംസം കഴിച്ചിരുന്നു. അദ്ദേഹം മാംസഭക്ഷണം നിരോധിച്ചിട്ടില്ല. ആദ്യകാല ബുദ്ധിസ്റ്റുകൾ (അതായത് ഥേരാവാദക്കാർ, "ഒറിജിനൽ" ബുദ്ധിസ്റ്റുകൾ) മാംസഭക്ഷകരായിരുന്നു. അവർ മാംസഭക്ഷണം നിലനിർത്താൻ പരിഹാസ്യമായ പല ന്യായീകരണങ്ങളും ചമയ്ക്കുകയും ചെയ്തിരുന്നു. എങ്കിൽ, എങ്ങിനെ, എപ്പോഴാണ് ബുദ്ധമതം വെജിറ്റേറിയൻ മതമായത്? ബ്രാഹ്മണർ മാംസഭക്ഷണം ഉപേക്ഷിച്ചത് ബുദ്ധമതത്തിന്റെ പ്രേരണ മൂലമാണ് എന്നാണ് നമ്മുടെ പോപ്പുലർ തിയറി. പക്ഷേ ബ്രാഹ്മണരെങ്ങിനെ മാംസം കഴിക്കുന്ന ബൗദ്ധരെ അനുകരിച്ച് സസ്യഭക്ഷകരാകും? അല്ലെങ്കിൽതന്നെ ബ്രാഹ്മണർക്ക് മാംസം ഉപേക്ഷിക്കാൻ എന്തിനാ ബുദ്ധമതത്തിൽ നിന്നൊരു പ്രേരണ? ബ്രാഹ്മണർക്കെന്താ സ്വയം ആലോചിച്ച് അത്തരമൊരു തീരുമാനത്തിൽ എത്തിക്കൂടെ? നല്ലതൊക്കെ വരേണ്ടത് ബുദ്ധിസ്റ്റ് സ്വാധീനം മൂലമായിരിക്കണം എന്നാണ് "ബുദ്ധിജീവി" തീരുമാനം. (പക്ഷേ മോശം എന്തെങ്കിലും ഉണ്ടെങ്കിൽ അതിന്റെ പൂർണ്ണ ഉത്തരവാദിത്വം ബ്രാഹ്മണർക്കു മാത്രമാണ്. :-))

ബ്രാഹ്മണ മതം പോലും മാംസ ഭക്ഷണം പ്രോത്സാഹിപ്പിച്ചിരുന്നില്ല എന്നതാണ് സത്യം. ബ്രാഹ്മണർ അവരുടെ യാഗങ്ങളുടെ ഭാഗമായി മൃഗഹത്യ ചെയ്തിരുന്നു എന്നതാണ് വലിയ തെളിവായി പറയാറുള്ളത്. പക്ഷേ ബ്രാഹ്മണരുടെ ഗ്രന്ഥങ്ങളിൽ തന്നെ ജന്തുബലിയെ നിരുത്സാഹപ്പെടുത്തുന്ന ഭാഗങ്ങളുണ്ട്. ഉദാഹരണത്തിന്

മുണ്ടകോപനിഷത്തിലെ രണ്ടാം കാണ്ഡത്തിലെ ഏഴാമത്തെ മന്ത്രം[9]

ഇനി അതല്ലെങ്കിലും, ബ്രാഹ്മണരുടെ യാഗങ്ങളിലെ മൃഗഹത്യ അവർ പതിവായി മാംസം ഭക്ഷിച്ചിരുന്നു എന്നതിന്റെ തെളിവായി എടുക്കാൻ സാധിക്കില്ല. ആചാരപരമായി ഒരു മൃഗത്തെ കൊന്ന് പ്രസാദം പോലെ അതിന്റെ ഇറച്ചി കഴിക്കുന്നതും, ഭക്ഷണാവശ്യത്തിനായി സ്ഥിരമായി മൃഗങ്ങളെ കൊല്ലുന്നതും തമ്മിൽ വ്യതാസമുണ്ട്. ഉദാഹരണത്തിന്, ചില ഗോത്രങ്ങളിൽ കാണുന്ന നരമാംസഭോജനം (cannibalism) നോക്കുക. പലരും ധരിക്കുന്നപോലെ വിശപ്പടക്കാൻ മനുഷ്യമാംസം കഴിക്കുന്നതല്ല അത്. പലപ്പോഴും യുദ്ധവിജയം ആഘോഷിക്കാൻ ശത്രുക്കളുടെ മാംസം കഴിക്കുന്ന ആചാരമാണ് അത്. മരിച്ച യോദ്ധാവിന്റെ ശക്തി പകർന്നുകിട്ടും എന്ന വിശ്വാസമാണ് അതിന്റെ പിന്നിൽ. ചില ഗോത്രങ്ങൾ അവരുടെ തന്നെ മരിച്ചുപോയ ബന്ധുക്കളുടെ ശരീരം ആഹരിക്കാറുണ്ട് എന്നു പറയുന്നു. ഇവിടെയും അയാളുടെ ഗുണങ്ങൾ കിട്ടും എന്ന വിശ്വാസമാണ് ഇതിനു പിന്നിൽ. അല്ലാതെ അതൊന്നും വിശപ്പടക്കാനുള്ള മാർഗ്ഗമല്ല. (കൂട്ടത്തിൽ പറയട്ടെ, പല നരവംശ ശാസ്ത്രജ്ഞരും ചരിത്രകാരൻമാരും, നരമാംസഭോജനം അത്രയൊന്നും വ്യാപകമായി ഉണ്ടായിരുന്നു എന്നു കരുതുന്നില്ല.) ഈ ഗോത്രങ്ങളിലൊക്കെ ആളെ കൊല്ലേണ്ടതെങ്ങിനെ, മാംസം പങ്കുവയ്ക്കേണ്ട രീതികൾ, അതിന്റെ ആചാരങ്ങൾ, കീഴ്വഴക്കങ്ങൾ ഒക്കെ ഉണ്ടായിരിക്കും. മാംസം വീതിക്കാൻ അധികാരപ്പെട്ടവർ ഉണ്ടായിരിക്കും.അതൊക്കെ തെളിവായി എടുത്ത് അവർ പതിവു ഭക്ഷണമായി ആളെകൊന്നു തിന്നിരുന്നു എന്ന നിഗമനത്തിലെത്തുന്നത് മണ്ടത്തരമാണ്. അതായത് വിശ്വാസത്തിന്റെ ഭാഗമായി ആചാരപരമായി മാംസം കഴിക്കുന്നത് അതവരുടെ പതിവു ഭക്ഷണമായിരുന്നു എന്നർത്ഥമാകുന്നില്ല. ഡി.എൻ. ഝാ ഈ യുക്തിരഹിത വാദം നീട്ടിപ്പരത്തി ഒരു പുസ്തകം തന്നെ എഴുതിയിട്ടുണ്ട്. The myth of holy cow.

മനുസ്മൃതിയിൽ വ്യക്തമായി പറയുന്നുണ്ട്, മാംസഭക്ഷണം യാഗത്തിന്റെ ഭാഗമായി മാത്രമേ അനുവദിക്കപ്പെട്ടിട്ടുള്ളൂ. മറ്റവസരങ്ങളിൽ ഒരു കാരണവശാലും മാംസം കഴിക്കരുത്.[10] മാത്രമല്ല, യാഗത്തിലെ മാംസം കഴിക്കാതിരിക്കലും പാപമാണ്. മാംസഭക്ഷണത്തോടു താൽപര്യമില്ലാത്ത ആളുകളും അക്കാലത്ത് ഉണ്ടായിരുന്നു എന്നതിന്റെ സൂചനയാണ് ഇത്. മാംസം കഴിക്കാൻ അത്ര ആർത്തിയാണെങ്കിൽ ധാന്യമാവു കൊണ്ട് മൃഗരൂപത്തെ ഉണ്ടാക്കി അത് കഴിക്കാനാണ് നിർദ്ദേശം. "ന്യായമായ" കാര്യത്തിനല്ലാതെ മൃഗങ്ങളെ കൊല്ലുന്നത് പാപമാണ്.[11]

ഇതിനു തൊട്ടു താഴെ തന്നെ മാംസഭക്ഷണത്തെ നിരുത്സാഹപ്പെടുത്തുന്ന വേറെയും വാക്യങ്ങളുണ്ട്.[12] അസുഖങ്ങൾ ഒഴിവാക്കാൻ അതാണ് നല്ലത്. ഈ ജന്മത്തിൽ താൻ ഭക്ഷിക്കുന്ന ശരീരത്തിന്റെ ഉടമസ്ഥൻ അടുത്ത ജന്മത്തിൽ തന്റെ മാംസം കഴിക്കാൻ ഇടവരട്ടെ എന്നാണത്രെ മാംസം എന്ന വാക്കിന്റെ അർത്ഥം.[13] അഹിംസ നാലു വർണ്ണങ്ങൾക്കും ബാധകമായ നിയമമായാണ് മനുസ്മൃതിയിൽ പറയുന്നത്.[14]

അതുപോലെ വിഷ്ണുസ്മൃതിയിലും ദ്വിജൻമാർ (ബ്രാഹ്മണ, ക്ഷത്രീയ, വൈശ്യൻമാർ) അതിഥി സൽക്കാരത്തിനും, ആരാധനക്കുമല്ലാതെ മൃഗങ്ങളെ കൊല്ലാൻ പാടില്ല എന്ന് വ്യക്തമായി പറയുന്നുണ്ട്.[15]

ഇവിടെയും മനുസ്മൃതിയിലെപോലെതന്നെ മൃഗങ്ങളെ കൊല്ലാൻ പാടില്ല എന്നും, മാംസഭക്ഷണം ഒഴിവാക്കണം എന്നും ആവർത്തിച്ച് പറയുന്നുണ്ട്. മൃഗങ്ങളെ കൊല്ലാതെ മാംസം കിട്ടില്ല. ആ പാപം ആലോചിച്ചാൽ മാംസം കഴിക്കാനാവില്ല.[16] (ഇനി ഇതും, മൃഗത്തെ കൊല്ലരുത്, എന്നാൽ വേറെ ആരെങ്കിലും കൊന്നുതന്നാൽ മാംസം തട്ടാം എന്ന ബുദ്ധന്റെ നിലപാടുമായി താരതമ്യം ചെയ്തു നോക്കുക.) അപ്പോൾ കാര്യം വ്യക്തമാണ്. ആചാരപരമായ മൃഗഹത്യയല്ലാതെ ഭക്ഷണത്തിനു വേണ്ടിയുള്ള മൃഗഹത്യ ഉയർന്ന വർണ്ണങ്ങളുടെ ഇടയിലെങ്കിലും പ്രോത്സാഹിപ്പിക്കപ്പെട്ടിരുന്നില്ല. അതായത് അഹിംസാവാദികളായ ബൗദ്ധർ മാംസം കഴിക്കുന്നതിനു താത്വികമായ ന്യായീകരണങ്ങൾ ചമയ്ക്കുന്ന കാലത്ത്, മൃഗഹത്യ ചെയ്യുന്ന ബ്രാഹ്മണർ മാംസം വർജ്ജിക്കുന്നതിനുള്ള താത്വിക ന്യായീകരണങ്ങൾ ചമയ്ക്കുകയായിരുന്നു.

മാംസവർജ്ജനം ബുദ്ധന്റെ സ്വാധീനം മൂലമാണ് എന്നു വാദിക്കുന്നവർ ആ ക്രെഡിറ്റ് ശരിക്കും ബുദ്ധമതത്തിന്റെ ശത്രുക്കളായ ജൈനമതത്തിനും, ദേവദത്തന്റെ സന്യാസി സമൂഹത്തിനും കൊടുക്കുന്നതാണ് നല്ലത്. അതൊരിക്കലും ബുദ്ധമതത്തിന് അവകാശപ്പെട്ടതല്ല. മൃഗഹത്യയും, മാംസ ഭക്ഷണവും ആദ്യം മുതൽക്കു തന്നെ ജൈനമതത്തിൽ വിലക്കപ്പെട്ടിരുന്നു. മാംസവിരോധിയായിരുന്ന ദേവദത്തനും ഒട്ടും സ്വാധീനം ഒട്ടും കുറവല്ലാത്ത വ്യക്തിയായിരുന്നു എന്നതിന് സൂചനകളുണ്ട്. അശോക ചക്രവർത്തി ദേവദത്തന്റെ കൂട്ടർക്ക് സഹായങ്ങൾ ചെയ്തതായി ശിലാശാസനങ്ങളിൽ കാണാം. AD 405 ൽ ഫാഹിയാൻ ഇന്ത്യ സന്ദർശിക്കുമ്പോൾ ശ്രാവസ്തിയിൽ ദേവദത്തന്റെ അനുയായികളായ സന്യാസിമാരെ കണ്ടതായി പറയുന്നുണ്ട്. അതുപോലെ ഏഴാം നൂറ്റാണ്ടിൽ ഹുയാൻ സാങ്ങും ദേവദത്തന്റെ സന്യാസി മഠങ്ങളെക്കുറിച്ച് പറയുന്നുണ്ട്.

അതായത് ഭൂരിഭാഗം സാധാരണ ജനങ്ങളും മാംസം കഴിച്ചിരുന്നു എന്നു കരുതിയാലും, ഗണ്യമായ ഒരു വിഭാഗം ജനങ്ങൾ മാംസഭക്ഷണത്തെ എതിർക്കുന്നവരായും അക്കാലത്തു തന്നെ ഉണ്ടായിരുന്നു. അംബേദ്ക്കർ പറയുന്നപോലെ മാംസഭക്ഷണ ശീലം ബ്രാഹ്മണരും, ബൗദ്ധരും തമ്മിലുള്ള പ്രശ്നമായിരുന്നില്ല. വേറെയും കളിക്കാർ ഫീൽഡിൽ ഉണ്ടായിരുന്നു. അംബേദ്ക്കറുടെ സാങ്കൽപ്പിക ലോകത്ത് മാംസം തിന്നുന്ന ബ്രാഹ്മണരും, അവരുടെ ശത്രുക്കളായി ബൗദ്ധരും മാത്രമേ ഉള്ളൂ. മാംസഭക്ഷണത്തെ എതിർക്കുന്ന ജൈനരോ, ദേവദത്തന്റെ സന്യാസ സമൂഹമോ, മറ്റു ശ്രമണ വിഭാഗങ്ങളോ, ലോകായതരോ ഒന്നുമില്ല.

എപ്പോഴായിരിക്കണം, എങ്ങനെയായിരിക്കണം അപ്പോൾ എല്ലാവരും സസ്യഭക്ഷണക്കാരായത്? അശോകചക്രവർത്തി ബുദ്ധമതത്തെ ഏറ്റെടുത്തപ്പോൾ ബുദ്ധന്റെ അധ്യാപനങ്ങളിൽ പെടാത്തതും, ജൈന വിശ്വാസത്തിൽ പെടുന്നതുമായ വെജിറ്റേറിയനിസം കൂടി അതിൽ കലർത്തിയാണ് പ്രചരിപ്പിച്ചത്. (നേരത്തെ കണ്ടതുപോലെ അശോകൻ ബുദ്ധമത വിശ്വാസിയായിരുന്നു എന്നത് ബൗദ്ധ ഗ്രന്ഥങ്ങളിൽ മാത്രം കാണുന്നതാണ്. ചരിത്രത്തിലെ അശോകൻ തികച്ചും വേറൊരു വ്യക്തിയാണ്. ശിലാശാസനങ്ങളും മറ്റും സൂചിപ്പിക്കുന്നത് അദ്ദേഹം ഒരു സർവ്വമത വിശ്വാസിയായിരുന്നു എന്നാണ്.) ബുദ്ധമതത്തിന്റെ പേരിൽ അശോകൻ കാണിക്കുന്ന തരം ജന്തുസ്നേഹത്തിന് ബുദ്ധമതത്തെക്കാൾ ജൈനമതത്തോടാണ് കൂടുതൽ അടുപ്പം. ബുദ്ധമതത്തിന്റെ ജന്തുസ്നേഹം സത്യത്തിൽ ബ്രാഹ്മണരുടെ ജന്തുബലിയോടുള്ള എതിർപ്പു മാത്രമാണ്. അല്ലാതെ മാംസഭക്ഷണത്തോടുള്ള എതിർപ്പല്ല. അശോകന്റെ അഹിംസാ പ്രേമം 243 BCE യിലെ ശിലാശാസനത്തിൽ കൂടുതൽ ശക്തമാകുന്നതായി കാണാം. എല്ലാ വിഭാഗം ജനങ്ങൾക്കും ബാധകമായ കർശന നിയമങ്ങൾ വരുന്നു. ഭക്ഷണത്തിന് പ്രയോജനമില്ലാത്തവ കൂടാതെ ചില തരം പക്ഷിമൃഗാദികളെയും, മത്സ്യങ്ങളെയും മറ്റും ഒരു സാഹചര്യത്തിലും കൊല്ലാൻ പാടില്ല. ചിലവയെ കൊല്ലുന്നതിനു കടുത്ത നിയന്ത്രണങ്ങൾ വരുന്നു. വർഷത്തിൽ മൊത്തം അൻപത്താറു വിശേഷ ദിവസങ്ങളിൽ മൃഗങ്ങളെ കൊല്ലാനോ ഉപദ്രവിക്കാനോ പാടില്ല.[17]

അശോകൻ നിരോധിക്കുന്ന ഈ മൃഗങ്ങളിൽ പലതിനെയും കൃത്യമായി തിരിച്ചറിഞ്ഞിട്ടില്ലെങ്കിലും ആ മൃഗങ്ങളുടെ പേര് കൊടുത്തിരിക്കുന്ന ക്രമം ജൈനർ മൃഗങ്ങളെ തരംതിരിക്കുന്ന രീതിയിലാണ്. ആകാശത്ത് ചരിക്കുന്നവ, വെള്ളത്തിൽ ചരിക്കുന്നവ, ഭൂമിയിൽ ചരിക്കുന്നവ (അതിൽ തന്നെ ഇഴയുന്നവ, കൈകൊണ്ട് സഞ്ചരിക്കുന്നവ)

അഞ്ചു ഇന്ദ്രിയങ്ങൾ ഉള്ളവ ഇങ്ങനെ പല വിഭാഗത്തിൽ പെട്ട ജീവികളെയാണ് സംരക്ഷിക്കുന്നത്. (അശോകന്റെ ജൈനമത താൽപര്യത്തിന് മറ്റൊരു തെളിവ് കൂടി.) ഇവിടെ ശ്രദ്ധേയമായ ഒരു കാര്യം അശോകന്റെ അടുക്കളയിൽ അപ്പോഴും കൊല്ലപ്പെട്ടു കൊണ്ടിരിക്കുന്ന മയിലുകൾ ഈ ലിസ്റ്റിൽ ഇല്ല എന്നതാണ്. (ദാ, നിർത്താൻ പോകുന്നു എന്ന് ചുമ്മാ പറഞ്ഞതായിരുന്നു. മയിൽ അശോകന്റെ ഇഷ്ട മാംസം ആയിരിക്കണം. :-) അദ്ദേഹം അതൊഴിച്ച് ഒക്കെ നിരോധിച്ചു കളഞ്ഞു.

അശോകന്റെ ഉത്തരവുകൾ നടപ്പാക്കാൻ പ്രത്യേകം ഉദ്യോഗസ്ഥരും ഉണ്ടായിരുന്നു. രാജാവിന്റെ പ്രത്യേക പ്രതിനിധികളായ പുളിസാനി (pulisani, pillar edict 6, അർത്ഥശാസ്ത്രത്തിൽ പറയുന്ന രാജപുരുഷൻമാർ), പതിവേടകർ എന്ന പേരിൽ അറിയപ്പെടുന്ന ചാരൻമാർ (pativedakas, rock edict 6), ധർമ്മം പ്രചരിപ്പിക്കാനുള്ള ധർമ്മ-മഹാമാത്രർ (dhamma-Mahamatras) തുടങ്ങി സ്ത്രീകളുടെ കാര്യം നോക്കാനുള്ള സദാചാര പോലിസിനെ വരെ (itijhakha -Mahamatras) അശോകൻ നിയമിച്ചിരുന്നു. ഇവരൊക്കെ രാജാവിന് നേരിട്ടു നിയന്ത്രണമുള്ള ഉദ്യോഗസ്ഥരായിരുന്നു. ശിക്ഷണാധികാരമുള്ള ഈ ഉദ്യോഗസ്ഥർ സർവ്വ വ്യാപികളുമായിരുന്നു. കുടുംബക്കാരും, ബന്ധുക്കളും വരെ സദാ നിരീക്ഷണത്തിലായിരുന്നു എന്ന് അശോകന്റെ ശിലാശാസനങ്ങൾ തന്നെ തെളിവു നൽകുന്നു.(18)

തീർത്തും ഒരു ഏകാധിപതിയെപ്പോലെ തന്നെയായിരിക്കും അശോകൻ രാജ്യം ഭരിച്ചിട്ടുണ്ടാകുക എന്നു വ്യക്തം. അശോകന്റെ ശിലാശാസനങ്ങളിൽ അതു വ്യക്തമാണ്. നിങ്ങൾക്ക് ഏതു വിശ്വാസവും ആകാം. പക്ഷേ ഞാൻ പറയുന്നപോലെ, ഞാൻ അനുവദിച്ച രീതിയിൽ തന്നെ ജീവിച്ചുകൊള്ളണം. ധർമ്മം ആചരിക്കുന്നുണ്ടോ എന്നു നോക്കാൻ അശോകൻ പ്രത്യേകം നിയമിച്ച ഉദ്യോഗസ്ഥർ ജനങ്ങളുടെ ജീവിതം കൂടുതൽ ബുദ്ധിമുട്ടിലാക്കിയിരിക്കാനാണ് സാധ്യത. ഈ ശിക്ഷകരുടെ കണ്ണു വെട്ടിച്ച് മാംസം കഴിക്കുന്നതു പോയിട്ട് അനങ്ങാൻ തന്നെ പറ്റിയിട്ടുണ്ടാകില്ല. എല്ലാവരും മാംസഭക്ഷണം നിർത്താൻ നിർബന്ധിതരായിട്ടുണ്ടാകും. (ഇത് സൗദി അറേബ്യയിലെ മതപോലീസ് പോലൊരു സംവിധാനമായിരുന്നിരിക്കാൻ സാധ്യതയുണ്ട്.) എല്ലാവരെയും ദൈവങ്ങളുമായി അടുപ്പിച്ചു എന്നും അശോകൻ അഭിമാനപൂർവ്വം പറയുന്നതും ഇതോടുകൂടി കൂട്ടിവായിക്കാം. അന്നത്തെ നാസ്തികരുടെയും, അശോകനെ അനുസരിക്കാത്തവരുടെയും അവസ്ഥ ഊഹിച്ചാൽ മതി.[19]

പുറകെ വന്ന മറ്റു ബുദ്ധ രാജാക്കന്മാരും അഹിംസ പ്രചരിപ്പിക്കുന്ന കാര്യത്തിൽ അശോകന്റെ "ബലപ്രയോഗം" തന്നെയാണ് മാതൃകയാക്കിയത്. അശോകനെപ്പോലെ തന്നെ കടുത്ത ബുദ്ധമത വിശ്വാസിയായിരുന്ന ഹർഷൻ. ബുദ്ധമതം പ്രചരിപ്പിക്കാൻ അക്ഷരാർത്ഥത്തിൽ തന്നെ ഊണും ഉറക്കവും ഉപേക്ഷിച്ചു പ്രവർത്തിച്ച ഇദ്ദേഹം മാംസാഹാരികളെ വധിക്കാനും മടിച്ചിരുന്നില്ല എന്ന് ഹുയാൻ സാങ്ങ് രേഖപ്പെടുത്തുന്നു.[20]

സഞ്ചാരിയായിരുന്ന ഹുയാൻ സാങ്ങ് ബുദ്ധഭക്തനായ ഹർഷനെക്കുറിച്ച് പറയുന്നത്, ചെറിയ പ്രാണികൾക്കു പോലും ജീവഹാനി സംഭവിക്കാതിരിക്കാൻ അദ്ദേഹം തന്റെ കുതിരകൾക്കും, ആനകൾക്കും കൊടുക്കുന്ന വെള്ളം അരിച്ചാണ് കൊടുത്തിരുന്നത് എന്നാണ്. (ഇത് ശരിക്കും ബുദ്ധമതത്തേക്കാൾ ജൈന രീതിയാണ്.) അഹിംസ നടപ്പിലാക്കാനുള്ള വ്യഗ്രതയിൽ അവരുടെ ജന്തുസ്നേഹം പലപ്പോഴും മനുഷ്യസ്നേഹത്തോളം എത്തിയില്ല എന്നതാണ് ചരിത്രത്തിൽനിന്ന് മനസ്സിലാകുന്നത്.[21] അഹിംസ തലയ്ക്കു പിടിച്ച് മാംസം ഭക്ഷിക്കുന്നവനെ കൊല്ലുന്ന ആചാരം ഇന്നത്തെപ്പോലെ അന്നും ഉണ്ടായിരുന്നു[22]

ജൈന രാജാക്കന്മാരും അഹിംസ പ്രചരിപ്പിക്കുന്ന കാര്യത്തിൽ അശോകന്റെ അതേ മാതൃക തന്നെയാണ് പിൻതുടർന്നത് എന്നു കാണാം. ജൈനരും അശോകനെ അനുകരിച്ച് അഹിംസാസിദ്ധാന്തം "ഓവറാക്കി ചളമാക്കി" എന്നതിന് തെളിവുകളുണ്ട്. പന്ത്രണ്ടാം നൂറ്റാണ്ടിൽ ഗുജറാത്തിലെ രാജാവായ കുമാരപാലൻ, ഒരു വ്യാപാരി ഒരു പേനിനെ കൊന്നതിന് അയാളുടെ സ്വത്തുവകകൾ പിടിച്ചെടുത്തതായി വിൻസന്റ് സ്മിത്ത് The early History of India എന്ന പുസ്തകത്തിൽ രേഖപ്പെടുത്തുന്നു. തലസ്ഥാനത്തേക്ക് മാംസം കടത്തിയതിന് വേറൊരാളുടെ തല വെട്ടുകയും ചെയ്തിട്ടുണ്ടത്രെ.[23]

അപ്പോൾ ഇവിടെയുള്ളവർ സസ്യഭുക്കുക്കളായിട്ടുണ്ടെങ്കിൽ അതിനു പിന്നിൽ മാംസഭക്ഷകനായ ബുദ്ധന്റെ സ്വാധീനമല്ല, പുരാതന കാലം മുതൽ തന്നെ ജൈനരടക്കമുള്ള ഒരു പ്രബല വിഭാഗം ജനങ്ങൾ പ്രധാനമായി കരുതിയിരുന്ന മാംസവർജ്ജനം അശോകനെപ്പോലുള്ള രാജാക്കന്മാർ ബുദ്ധമതത്തിന്റെ ഭാഗമാക്കി ഗൌരവത്തോടെ (ഒരുപക്ഷേ അമിതമായ ഗൌരവത്തോടെ) പ്രചരിപ്പിക്കാൻ ശ്രമിച്ചതാണ്. എല്ലാവരും സസ്യാഹാരികളാകാൻ തീരുമാനിച്ചതിന്റെ പ്രധാന കാരണം തല പോകുമെന്ന് പേടിച്ചു തന്നെയാകാം. പേടിപ്പിക്കാൻ അശോകനെപ്പോലുള്ള രാജാക്കൻമാരില്ലാതിരുന്ന കേരളക്കാർ പൊതുവേ മാംസവിരോധികളായതുമില്ല.

സാധാരണ ജനങ്ങൾ മാംസം കഴിക്കുമായിരുന്നു എങ്കിലും മാംസഭോജനത്തോടുള്ള മതിപ്പില്ലായ്മയും ഇവിടെ പണ്ടു മുതലേ ഉണ്ടായിരുന്നതാണ്. പ്രത്യേകിച്ച് ഉയർന്ന വർണ്ണങ്ങളുടെ ഇടയിൽ. മാറിയ സാഹചര്യത്തിൽ ആ മതിപ്പില്ലായ്മ കൂടുതൽ വ്യാപകമായ തോടെ, അഥവാ അതിനു കൂടുതൽ മാന്യത കൈവന്നതോടെ, മാംസഭക്ഷണത്തിന് താത്വികമായ ന്യായീകരണങ്ങൾ ചമച്ച ബൗദ്ധർ വെട്ടിലായി. മാംസഭക്ഷണത്തിന്റെ പേരിൽ ബുദ്ധവിശ്വാസികൾ പരിഹസിക്കപ്പെട്ടിട്ടുണ്ടാകാം. കാരണം മഹായാന വിഭാഗക്കാർ മാംസവർജ്ജനത്തെ കൂടുതൽ ഗൌരവമായി എടുക്കാൻ തുടങ്ങി. മഹായാനക്കാരുടെ ലങ്കാവതാര സുത്തയുടെ അവസാനഭാഗത്ത് മാംസഭക്ഷണത്തെ നിഷേധിക്കുന്ന (പിൽകാലത്ത് എഴുതിചേർത്തത് എന്നു കരുതുന്ന) ഒരു ഭാഗമുണ്ട്. അതിൽ തങ്ങളേക്കാൾ മികവു കുറഞ്ഞ ലോകായതർ അടക്കമുള്ള അക്കാലത്തെ വിമത വിഭാഗങ്ങൾ പോലും എതിർക്കുന്ന മാംസഭക്ഷണം തങ്ങൾ തുടരുന്നതു ശരിയല്ല എന്നു പറയുന്നുണ്ട്.[24]

മറ്റുള്ളവർ തങ്ങളെ പരിഹസിക്കുന്നതിന്റെ ജാള്യത അതിൽ വളരെ വ്യക്തമാണ്. ഈ ഭാഗം പിൽകാലത്ത് കൂട്ടിചേർക്കാനുള്ള കാരണവും അതാകാം. മറ്റുള്ളവരെല്ലാം മാംസഭക്ഷണം ഏറെക്കുറേ ഉപേക്ഷിച്ചു കഴിഞ്ഞിരിക്കണം. ഈ സൂത്രയിൽ ആളുകൾ ബുദ്ധനെ മാംസഭക്ഷകനാണ് എന്ന് തെറ്റിദ്ധരിക്കുന്നതിൽ അദ്ദേഹം അതൃപ്തി പ്രകടിപ്പിക്കുന്ന ഭാഗം തന്നെ എഴുതി ചേർത്തിട്ടുണ്ട്.[25]

മാംസം വൃത്തികെട്ടതാണ്, അത് ശരീരത്തിനെയും മനസ്സിനെയും മലിനപ്പെടുത്തും, മൃഗസ്വഭാവം ഉണ്ടാകും എന്നൊക്കെതന്നെയാണ് ഇതിൽ ബുദ്ധന്റെ വാദങ്ങൾ. മാംസഭക്ഷണം ഒഴിവാക്കാൻ ബുദ്ധൻ പറയുന്ന കാരണങ്ങൾ ഇപ്പോഴത്തെ "സംഘികൾ" പറയുന്ന വാദങ്ങൾ തന്നെയാണ്. [26] താൻ ഒരു കാലത്തും മാംസഭക്ഷണം അനുവദിച്ചിട്ടില്ല എന്ന് ലങ്കാവതാര സൂത്രയിൽ ബുദ്ധൻ തീർത്തു പറയുന്നുണ്ട്. താൻ മാംസം ഭക്ഷിച്ചിരുന്നു എന്ന് തന്നെ അപമാനിക്കുന്നവർ നരകത്തിൽ പോകും.[27]

മഹായാനക്കാരുടെ അംഗുലീമാല സുത്തയിൽ ബുദ്ധൻമാർ മാംസം ഭക്ഷിക്കാറില്ല എന്നു പറയുന്നുണ്ട്. (ഇതിന്റെ ഹീനയാന വേർഷനിൽ പക്ഷേ അങ്ങനെ കാണുന്നുമില്ല.) അതുപോലെ മഹായാനക്കാരുടെ മഹായാന മഹാപരിനിർവ്വാണ സൂത്രയിൽ മാംസഭക്ഷണത്തെക്കുറിച്ച് ബോധിസത്വ കാശ്യപനും, ബുദ്ധനും തമ്മിൽ ദീർഘമായൊരു ചർച്ചയുണ്ട്.[28] ഇവിടെയും മാംസം കഴിച്ചാൽ നാറ്റമുണ്ടാകും, മറ്റു ജീവികൾക്ക് നമ്മിൽ ഭയമുണ്ടാക്കും എന്നൊക്കെയാണ് കാരണങ്ങൾ പറയുന്നത്.[29]

അപ്പോൾ യാഥാസ്ഥിക ബുദ്ധമതക്കാർ ഒഴികെ, ജൈനരും, ദേവദത്തന്റെ അനുയായികളും, ഇവരെല്ലാം പുച്ഛത്തോടെ കാണുന്ന ലോകായതർ അടക്കമുള്ളവർ പോലും മാംസ ഭക്ഷണത്തെ അനുകൂലിച്ചിരുന്നില്ല എന്നാണ് മനസ്സിലാക്കേണ്ടത്. ബൗദ്ധർക്ക് അക്കാലത്ത് ഉണ്ടായിരുന്നു എന്നു പറയപ്പെടുന്ന ഉന്നത സ്ഥാനം തട്ടിയെടുക്കാനാണ് ബ്രാഹ്മണർ മാംസഭക്ഷണം ഉപേക്ഷിച്ചത് എന്നൊക്കെയുള്ള അംബേദ്ക്കറുടെ വാദം തീരെ പരിഹാസ്യമാണ്.

സമൂഹത്തിൽ മംസാഹാരത്തോടുള്ള മതിപ്പ് കുറഞ്ഞതോടെയാണ് ബുദ്ധമതത്തിന്റെ വീണത് വിദ്യ എന്നമട്ടിലുള്ള താത്വികമായ വിശദീകരണങ്ങളൊക്കെ വന്നുതുടങ്ങിയത്. ഇന്ത്യയിലെ വെജിറ്റേറിയനിസം, പാശ്ചാത്യ രാജ്യങ്ങളിലെ വെജിറ്റേറിയനിസത്തിൽ നിന്നും വ്യത്യസ്തമാകുന്നതിന്റെ ഒരു കാരണം ഇതാകാം. വിദേശങ്ങളിൽ പൊതുവേ ആളുകൾ വെജിറ്റേറിയൻ ആകുന്നത്, മൃഗങ്ങളെ കൊന്നു തിന്നുന്നതിനോടുള്ള മടികൊണ്ടാണ്. എന്നാൽ ഇവിടെ വെജിറ്റേറിയനിസം തങ്ങൾ മറ്റേ വിഭാഗത്തേക്കാൾ പുണ്യവാൻമാരാണ് എന്നു കാണിക്കാനുള്ള വ്യഗ്രതയുടെ ഭാഗമായാണ്.

ബുദ്ധിസം ശരിക്കും സസ്യഭക്ഷണത്തെ പ്രോത്സാഹിപ്പിക്കുന്ന മതമാണ്, മഹാപരിനിർവ്വാണ സുത്തയിൽ ബുദ്ധൻ കഴിച്ചതായി പറയുന്ന "സൂകരമാർദ്ദവം" മൃദുവായ പന്നിമാംസമല്ല, അത് കിഴങ്ങാണ്, ഒരുതരം കൂൺ ആണ് എന്നൊക്കെയുള്ള വ്യാഖ്യാനങ്ങൾ വരുന്നത് ബാക്കിയുള്ളവർ മാംസഭക്ഷണം ഉപേക്ഷിച്ചു കഴിഞ്ഞ ഈ കാലത്താണ്. "സൂകരമാർദ്ദവം" എന്ന വാക്ക് പാലി പ്രമാണങ്ങളിൽ വേറെ എവിടെയും ഉപയോഗിച്ചു കാണുന്നില്ല. മൃദുവായ പന്നി മാംസം എന്നായിരുന്നു ചുരുങ്ങിയത് അഞ്ചാം നൂറ്റാണ്ടു വരെയെങ്കിലും "സൂകര മാർദ്ദവം" എന്ന വാക്കിന്റെ അർത്ഥം. ബുദ്ധഘോഷൻ മഹാപരിനിർവ്വാണ സുത്തയുടെ വ്യാഖ്യാനത്തിൽ പന്നിമാംസം എന്നുതന്നെയാണ് പറയുന്നത്. മിലിന്ദ പ്രശ്ന എന്ന ഗ്രന്ഥത്തിലും ബുദ്ധൻ കഴിച്ചത് പന്നിമാംസമായിരുന്നു എന്നാണു പറയുന്നത്. അതായത് മാംസം ഭക്ഷിക്കുന്നത് മോശം കാര്യമായി അക്കാലം വരെയെങ്കിലും ബൗദ്ധർ കരുതിയിരുന്നില്ല. പിൽകാലത്ത് മാംസ ഭക്ഷണം ഫാഷനല്ലാതായപ്പോഴാണ് ആ വാക്കിന് മധുരമുള്ള ചോറ്, ഒരു തരം കിഴങ്ങ്, മുളയുടെ കൂമ്പ്, കൂൺ എന്നെല്ലാമുള്ള "വെജിറ്റേറിയൻ" വ്യാഖ്യാനങ്ങൾ ഉണ്ടായത്.

ബ്രാഹ്മണരും അപ്പോഴേക്കും വൻകിട യാഗങ്ങളൊക്കെ മിക്കവാറും ഉപേക്ഷിച്ച് അക്കാലത്ത് ഉയർന്നു വരുന്ന ശൈവ, വൈഷ്ണവ ആരാധനയിലേക്ക് തിരിഞ്ഞു (Puranic Hinduism). അതിനുശേഷം

ചരിത്രത്തിൽ വെറും മൂന്നു തവണ മാത്രമേ ആശ്വമേധം നടത്തിയതായി കാണുന്നുള്ളൂ. (പുഷ്യമിത്രൻ, പിന്നെ ഗുപ്ത വംശത്തിലെ സമുദ്രഗുപ്തൻ, അദ്ദേഹത്തിന്റെ ചെറുമകൻ കുമാരഗുപ്തൻ അങ്ങനെ മൂന്നു പേർ മാത്രം.) കഥകളിൽ പോലും ഏതാനും തവണ മാത്രമാണ് ആശ്വമേധം പോലുള്ള വൻകിട യാഗങ്ങൾ പരാമർശിക്കപ്പെടുന്നത്. ഈ കാലത്തു തന്നെ പശു പതുക്കെ ഗോമാതാവായി ബഹുമാനിക്കപ്പെട്ടു തുടങ്ങുന്നതിന്റെ സൂചനകളും കാണാം. പശുവിന്റെ ചാണകം ശുദ്ധിയുള്ള വസ്തുവായി കരുതിയിരുന്നതായി ഹ്യയാൻ സാങ് സൂചിപ്പിക്കുന്നുണ്ട്.[30]

പശുവിനെ ആദ്യം വിശുദ്ധ മൃഗമാക്കിയതും ബ്രാഹ്മണരല്ല, ബൗദ്ധരാണ് എന്നു കൂടി പറയേണ്ടി വരും. പണ്ടത്തെ ബ്രാഹ്മണർ ഗോഹത്യ ചെയ്യാറില്ല എന്നും, പശു കുടുംബത്തിലെ അംഗം പോലെയാണെന്നും ബുദ്ധൻ ബ്രാഹ്മണധമ്മിക സുത്തയിൽ പറയുന്ന കാര്യം നേരത്തെ ചർച്ച ചെയ്തതാണ്.[31] പശുഹത്യ ചെയ്യുന്നതു കൊണ്ടാണ് തൊണ്ണൂറ്റെട്ടു തരം രോഗങ്ങൾ ഉണ്ടാകുന്നതെന്നും, വർണ്ണസങ്കരത്തിനു പോലും കാരണം പശുഹത്യയാണെന്നും ബുദ്ധൻ അഭിപ്രായപ്പെടുന്നുണ്ട്.[32] മാറിയ സാഹചര്യത്തിൽ ബുദ്ധന്റെ ഈ പശുസ്നേഹത്തിന് അവർ തന്നെ കൂടുതൽ പ്രചാരം കൊടുത്തിരിക്കാനും സാധ്യതയുണ്ട്. (ബ്രാഹ്മണരും, ബൗദ്ധരും ശത്രുക്കളായിരുന്നു എന്ന വാദം മുഖവിലക്കെടുത്താൽ, ബ്രാഹ്മണർ കൊല്ലുന്ന മൃഗത്തെ ബൗദ്ധർ ആഘോഷപൂർവ്വം പുണ്യമൃഗമായി ഏറ്റെടുത്തു എന്നും വേണമെങ്കിൽ വാദിക്കാം.) ഗൃഹസ്ഥരായ ബ്രാഹ്മണർ മാംസം ഭക്ഷിക്കുമെങ്കിലും, അവർ കന്നുകാലികളുടെ മാംസം ഭക്ഷിക്കാറില്ല എന്നാണ് മെഗസ്തനീസ് സൂചിപ്പിക്കുന്നത്. പശുസ്നേഹം കുറേ പഴയതാണ് എന്നർത്ഥം[33]

പശുവിനേ കൊല്ലുന്നത് മഹാപാതകമായത് ഗുപ്ത രാജാക്കൻമാരുടെ കാലത്താണ് എന്നാണ് അംബേദ്കർ പറയുന്നത്. ചന്ദ്രഗുപ്തൻ രണ്ടാമന്റെ (CE 375-415) ഒരു ലിഖിതത്തിൽ ഗോഹത്യയെ ബ്രാഹ്മണഹത്യക്കു തുല്യമായ കുറ്റമായി അവതരിപ്പിക്കുന്നുണ്ട്. ഇത് ബ്രാഹ്മണരുടെ നിർബന്ധത്തിനു വഴങ്ങി ഹിന്ദുവായ രാജാവ് ചെയ്തതാണ് എന്നാണ് അദ്ദേഹത്തിന്റെ വാദം.

വളരെ പരിഹാസ്യമായ ഒരു വാദമാണ് ഇതെന്നു പറയാതെ വയ്യ. ഈ ലിഖിതം സാഞ്ചിയിലെ ബുദ്ധസ്തൂപത്തിന്റെ കൈവരിയിലാണ് കൊത്തിവച്ചിട്ടുള്ളത്. അതുതന്നെ ഇത് ബ്രാഹ്മണരുമായി ബന്ധമുള്ള കാര്യമല്ല എന്നതിന്റെ വ്യക്തമായ സൂചനയാണ്. സൂര്യചന്ദ്രൻമാർ ഉള്ള കാലത്തോളം അഞ്ചു ഭിക്ഷുക്കൾക്ക് ഭക്ഷണം കൊടുക്കാനും,

വിളക്കു തെളിയിക്കാനും ഉള്ള വക ദാനം ചെയ്യുന്ന കാര്യമാണ് ഈ ലിഖിതത്തിൽ പറയുന്നത്. ഇതിനു തടസ്സം ഉണ്ടാക്കുന്നവരെ ഗോ, ബ്രാഹ്മണഹത്യക്കു തുല്യമായ പാപികളായി പ്രഖ്യാപിക്കുന്നു. അത് അഞ്ചു മഹാപാതകങ്ങൾക്കു തുല്യമാണ് എന്നും പറയുന്നുണ്ട്.[34]

എന്താണ് ഈ ലിഖിതത്തിൽ സൂചിപ്പിക്കുന്ന അഞ്ചു മഹാപാതകങ്ങൾ? ബുദ്ധമതത്തിലെ അഞ്ചു മഹാപാപങ്ങൾ നമ്മൾ മുൻപ് കണ്ടതാണ്. അംഗുത്തര നികായയിലെ പരികുപ്പ സുത്തയിലും,[35] കമ്മവരാനത സുത്തയിലും[36] ബുദ്ധമതത്തിലെ അഞ്ചു മഹാപാപങ്ങളെക്കുറിച്ച് പറയുന്നുണ്ട്. (I) മാതൃഹത്യ (II) പിതൃഹത്യ (III) അർഹതഹത്യ, (IV) ഒരു ബുദ്ധന്റെ രക്തം ചിന്താൻ ഇടവരുത്തുക (V) ഭിക്ഷുസംഘത്തിൽ പിളർപ്പുണ്ടാക്കൽ എന്നിവയാണ് ആ പാപങ്ങൾ.

അതായത് ഒരു ബൗദ്ധ സ്മാരകത്തിൽ ബുദ്ധഭിക്ഷുക്കൾക്കു നൽകുന്ന ദാനത്തെയും, അവരുടെ തന്നെ വിശ്വാസവുമായി ബന്ധപ്പെട്ട അഞ്ചു മഹാപാതകങ്ങളെയും പറ്റി പറയുന്നതിനിടക്ക് കാണുന്ന ബ്രാഹ്മണൻ എന്ന വാക്ക് ബ്രാഹ്മണ ജാതിയെയാണ് സൂചിപ്പിക്കുന്നത് എന്നത് തീർത്തും തെറ്റായ വായനയാണ്. ബുദ്ധൻ തന്നെ ബ്രാഹ്മണനു നൽകുന്ന നിർവ്വചനങ്ങളും, ഒരു വർണ്ണനാമം ആയിട്ടല്ലാതെ സാത്വികൻ എന്നർത്ഥത്തിൽ ബ്രാഹ്മണൻ എന്ന വാക്ക് ബുദ്ധൻ പലവട്ടം ഉപയോഗിക്കുന്നതും നമ്മൾ ചർച്ച ചെയ്തതാണ്. ബുദ്ധന്റെ/ബുദ്ധമതത്തിന്റെ പശു സ്നേഹവും നമ്മൾ മുകളിൽ കണ്ടതാണ്. സാഞ്ചിയിലെ ബുദ്ധസ്തൂപത്തിൽ കാണുന്ന ഗോഹത്യ, ബ്രാഹ്മണഹത്യ എന്നിവയ്ക്ക് വേറെ വിശദീകരണങ്ങളൊന്നും ആവശ്യമില്ല.

ഇന്ത്യയിൽ മഹായാനക്കാരും, അവരിൽനിന്ന് ബുദ്ധമതം സ്വീകരിച്ച ചൈനയിലെ ബുദ്ധിസ്റ്റുകളും പൊതുവേ വെജിറ്റേറിയൻ രീതി സ്വീകരിച്ചപ്പോൾ, അഹിംസക്ക് അമിത പ്രാധാന്യം കൊടുത്ത രാജാക്കന്മാരുടെ സ്വാധീനം കുറഞ്ഞ ടിബറ്റിലേയും, മംഗോളിയയിലെയും, ബൂട്ടാനിലെയും, ജപ്പാനിലെയും ബുദ്ധിസ്റ്റുകൾ മാംസഭക്ഷണത്തിന് ബുദ്ധവചനങ്ങളിൽ നിന്നു തന്നെ ന്യായീകരണങ്ങൾ കണ്ടെത്തി. കണ്ടില്ല, കേട്ടില്ല, അറിഞ്ഞില്ല ("മൂന്നു വിധത്തിൽ ശുദ്ധി"യുള്ള മാംസം) എന്ന ന്യായം പിന്നീട് നേർപ്പിച്ച്, സ്വയം ചത്തതോ, വേറൊരു ജന്തു കൊന്നതോ ആയ ജീവികളുടെ മാംസം കൂടി ഭക്ഷിക്കാം എന്നാക്കി. അങ്ങനെ ശുദ്ധിയുടെ എണ്ണം അഞ്ചായപ്പോൾ ബുദ്ധൻ പറഞ്ഞ "മൂന്നു വിധത്തിൽ ശുദ്ധി" എന്ന കണക്കു നിലനിർത്താൻ ആദ്യത്തെ മൂന്നും ഒരൊറ്റ ശുദ്ധിയായി കണക്കാക്കി. (ഭിക്ഷുക്കൾ ഏതാ മൊതല്? :-))

അതുതന്നെ പിന്നീട് ഒൻപത് വിധമായി പിന്നെയും മാറി എന്ന് പറയപ്പെടുന്നു. ഉലക്ക വീണ ചത്ത കോഴിയുടെ ചാറു കൂട്ടാം, ചാറിന്റെ കൂടെ വീഴുന്ന കഷ്ണവും തിന്നാം എന്ന് പണ്ടൊരു മൊല്ലാക്ക പറഞ്ഞതായി ഒരു നാടൻ തമാശയുണ്ട്. ശരിക്കും അതുപോലുള്ള പരിഹാസ്യമായ ന്യായീകരണങ്ങൾ ബുദ്ധമതത്തിൽ കാണുന്നത് പലർക്കും അമ്പരപ്പുണ്ടാക്കിയേക്കാം. ഭിക്ഷയായി മാംസം ചോദിച്ച് വാങ്ങരുത് എന്നായിരുന്നു ആദ്യം നിയമം. ഇത് പിന്നീട് ഭിക്ഷ നൽകുന്നയാൾ ഇനി എന്തെങ്കിലും കൂടെ വേണോ എന്നു ചോദിച്ചാൽ, വേണമെങ്കിൽ മാംസം നൽകാൻ ആവശ്യപ്പെടാം എന്നാക്കി. ഇതൊന്നും പോരാഞ്ഞിട്ട് ബുദ്ധൻ തന്നെ അനുവദിച്ച "അനുക്രമ മാർഗ്ഗം" (gradual doctrine) ഉണ്ട്. അശോക ചക്രവർത്തി ചെയ്തുപോലെ "കുറേശ്ശെ" നിർത്താൻ തീരുമാനിക്കാം. അതിനങ്ങനെ സമയപരിധി ഒന്നുമില്ല. മാറ്റത്തിലേക്കുള്ള വഴിയിൽ എത്ര കാലം വേണമെങ്കിലും നിങ്ങൾക്ക് കഴിയാം.

ഹുയാൻ സാങ്ങ് 629 - 645 കാലഘട്ടത്തിൽ ഇന്ത്യ സന്ദർശിക്കുമ്പോൾ "മൂന്ന് വിധത്തിൽ ശുദ്ധമായ" (കണ്ടില്ല, കേട്ടില്ല, അറിഞ്ഞില്ല) മാംസം ഭക്ഷിക്കുന്ന പാരമ്പര്യവാദികളിൽ പെടുന്ന, സർവ്വസ്ഥിതിവാദി വിഭാഗത്തിലെ സന്യാസിമാരെ കണ്ടതായി പറയുന്നുണ്ട്. തങ്ങൾ ഇപ്പോഴും "അനുക്രമ മാർഗ്ഗത്തിൽ" തന്നെയാണ് എന്ന് ലജ്ജയോടെ അവർ സമ്മതിക്കുന്നു. (ഏത്, ആയിരത്തോളം വർഷങ്ങൾ കഴിഞ്ഞ ശേഷവും.) മഹായാന വിശ്വാസിയായ ഹുയാൻ സാങ്ങ് വലിയ മതിപ്പോടെയല്ല ഈ കാര്യം പറയുന്നത്. (ചൈനയിലെ മഹായാന ബുദ്ധമത വിശ്വാസിയായ ഹുയാൻ സാങ്ങ് സസ്യഭക്ഷകനാണ്.)

കണ്ടില്ല, കേട്ടില്ല, അറിഞ്ഞില്ല എന്ന കണ്ണടച്ച് ഇരുട്ടാക്കൽ ന്യായം കൂടാതെ മാംസം ഭക്ഷിക്കുന്നത് കൊണ്ട് മോശം കർമ്മഫലം ഉണ്ടാകില്ല എന്നും തീരുമാനിച്ചു. ആര് തീരുമാനിച്ചു? മാംസം ഭക്ഷിക്കുന്നവർ തന്നെ തീരുമാനിച്ചു. കൊല്ലുന്നവന്റെ കർമ്മഫലം തിന്നുന്നവനെ ബാധിക്കില്ല. (ഈ കൊന്നാൽ പാപം തിന്നാൽ തീരും എന്ന ചൊല്ല് ഇങ്ങനെ ഉണ്ടാക്കിയതാണോ ആവോ?) മഹായാനവിഭാഗം പൊതുവേ മാംസഭക്ഷണം നിഷിദ്ധമാക്കിയെങ്കിലും, മഹായാന വിഭാഗങ്ങളിൽ ചിലർ പാൽ പോലും ഉപയോഗിക്കില്ലെങ്കിലും അതിലെ ചില വിഭാഗങ്ങൾ മാംസം കഴിക്കും. വാത്ത, മുരിക്കുട്ടൻ, മാൻ ഇവയുടെ മാംസം ചില വിഭാഗങ്ങളുടെ വിശ്വാസപ്രകാരം "ശുദ്ധമായ" ഭക്ഷണമാണ്. ചില വിഭാഗങ്ങളിൽ മാംസ ഭക്ഷണം തീരെ നിസ്സാരമായ ഒരു കുറ്റം മാത്രമാണ്. വജ്രയാന ബുദ്ധിസ്റ്റുകളും

മാംസ ഭക്ഷകരാണ്. ശ്രീലങ്കയിലെ ബുദ്ധിസ്റ്റുകൾ മാംസം കഴിക്കില്ലെങ്കിലും ചിലർ മത്സ്യം കഴിക്കും. ചിലർ പശു ഇറച്ചി ഒഴിവാക്കി മറ്റുള്ള മാംസങ്ങൾ കഴിക്കും. ബർമ്മ, തായ് ലാൻഡ്, കംബോഡിയ എന്നിവിടങ്ങളിലെ ബൗദ്ധർ പൊതുവേ മാംസ ഭക്ഷകരാണ്.

ബർമ്മയിലെ ബുദ്ധിസ്റ്റുകൾ പശു, പോത്ത് മുതലായ വലിയ മൃഗങ്ങളെ കൊല്ലില്ല. വലിയ ജീവികളെ കൊന്നാൽ വലിയ പാപം. അത് താങ്ങാനാവില്ല. എന്നുവച്ച് അവയുടെ ഇറച്ചി തിന്നുന്നതിന് വിരോധവുമില്ല. വലിയ മൃഗങ്ങളെ കൊല്ലുന്ന പണി മുസ്ലീംങ്ങളെ ഏൽപ്പിക്കും. അതിന്റെ പേരിൽ അവരോടു വെറുപ്പാണ് താനും. എന്നാൽ കോഴി, താറാവ് തുടങ്ങിയവയെ കൊന്നാൽ ചെറിയ പാപമേ ഉള്ളൂ. അത് അവനവനു തന്നെ കൈകാര്യം ചെയ്യാം. അതുകൊണ്ട് അവയെ തനിയെ കൊല്ലും.

നേരത്തെ കണ്ടപോലെ ബുദ്ധൻ വർണ്ണ വ്യവസ്ഥ അടിസ്ഥാനമാക്കിയുള്ള കർമ്മ സിദ്ധാന്തത്തെ അനുകൂലിക്കുകയും, പ്രചരിപ്പിക്കുകയും മാത്രമല്ല ചെയ്തത്, ചില തൊഴിലുകളെയും, അതിൽ ഏർപ്പെടുന്ന ആളുകളെയും മോശമായി കണക്കാക്കുകയും ചെയ്തിരുന്നു. ബുദ്ധൻ മാംസ ഭക്ഷണം വിലക്കിയില്ലെങ്കിലും ജീവഹത്യയുമായി ബന്ധപ്പെട്ട തൊഴിലുകൾ ചെയ്യുന്ന കശാപ്പുകാർ, നായാട്ടുകാർ, മുക്കുവർ, ആരാച്ചാർമാർ തുടങ്ങിയവരൊക്കെ ധർമ്മാനുഷ്ഠാനമില്ലാത്തവരായാണ് അദ്ദേഹം കണക്കാക്കിയത്. ബുദ്ധമതത്തിൽ കശാപ്പ്, നായാട്ട്, മീൻ പിടുത്തം മുതലായവയൊക്കെ തരം താണ ജോലികളാണ്. മജ്ജിമ നിഖായയിലെ കണ്ടകാര സുത്തയിൽ ഇത്തരം തൊഴിലുകൾ ചെയ്യുന്നവർ പരപീഡനം നടത്തുന്നവരാണ് എന്ന് പറയുന്നുണ്ട്.[37]

ഇത് ഇവിടെ മാത്രമല്ല, മജ്ജിമ നികായയിലെ അപന്നക സുത്തയിലും[38], അംഗുത്തര നിഖായയിലെ അതൻതാപ സുത്തയിലും[39] ഇതുതന്നെ ആവർത്തിക്കുന്നുണ്ട്. കശാപ്പുകാർ, നായാട്ടുകാർ, മുക്കുവർ, ആരാച്ചാർമാർ ഇവരൊക്കെ നികൃഷ്ടരാണ്. അപന്നക സുത്തയുടെ ബർമ്മീസ് പതിപ്പിൽ പശുവിനെ കൊല്ലുന്നവരെ പ്രത്യേകം എടുത്തു പറയുന്നുമുണ്ട്. (ഗോമാതാവ് ബ്രാഹ്മണരുടെ മാത്രമൊന്നുമല്ല എന്ന് മനസ്സിലായില്ലേ? ബർമ്മയിലെവിടെ ബ്രാഹ്മണർ?) ഇനിയും ഇതുതന്നെ മജ്ജിമ നിഖായയിലെ ഗോതമുഖ സുത്തയിൽ ഗോതമുഖൻ എന്ന ബ്രാഹ്മണനോട് ബുദ്ധശിഷ്യനായ ഉദേന പറയുന്നതായും കാണാം. കശാപ്പുകാർ, വേട്ടകാർ, മുക്കുവർ, ആരാച്ചാർമാർ ഇവരൊക്കെ നികൃഷ്ടരാണ്.[40]

സംയുക്ത നിഖായയിലെ ലക്ഷണസംയുക്തയിൽ ബുദ്ധൻ തനിക്കുണ്ടായ ഒരു ദർശനം വിവരിക്കുന്നുണ്ട്. ഒരു അസ്ഥികൂടം ആകാശത്തു

ക്കൂടെ പറന്നു പോകുന്നു. കാക്കകളും, കഴുകൻമാരും അതിനെ പിൻതുടർന്ന് കൊത്തിപ്പറിക്കുന്നു. അത് രാജഗൃഹത്തിൽ തന്നെ ജീവിച്ചിരുന്ന ഒരു കശാപ്പുകാരനാണെന്ന് ബുദ്ധൻ വെളിപ്പെടുത്തുന്നു. ജീവഹത്യ ചെയ്തതിന്റെ കർമ്മഫലം നരകത്തിൽ അനുഭവിച്ച ശേഷം അതിന്റെ ബാക്കി ഇപ്പോഴും അനുഭവിക്കുകയാണ്.[41]

തേരിഗാഥയിൽ ഒരിടത്ത് ജീവഹത്യ ചെയ്യേണ്ടിവരുന്ന ജോലികൾ ജീവിതമാർഗ്ഗമാക്കുന്നവരെ കള്ളന്മാരും, കൊലപാതകികളുമായി തുലനപ്പെടുത്തുന്നതു കാണാം. പുണ്യ നദിയിൽ കുളിച്ചാൽ പാപം പോകും എന്ന് വിശ്വസിക്കുന്ന സോത്തിയ എന്ന ബ്രാഹ്മണനുമായി പുന്ന എന്ന ഭിക്ഷുണി തർക്കിക്കുന്നിടത്ത് ഇത് പറയുന്നുണ്ട്[42] ചില നികൃഷ്ട ജോലികളുണ്ടെന്നും അത് ചെയ്യുന്നവരെ കള്ളന്മാരും, കൊലപാതകികളുമായി തുലനപ്പെടുത്തുന്നതും കാണുക. ബുദ്ധമതത്തിൽ യാതൊരു തൊഴിൽ/ജാതി വിവേചനവും ഇല്ലായിരുന്നു എന്നൊക്കെ വിശ്വസിക്കുന്ന ലളിത ബുദ്ധികൾ ശ്രദ്ധിക്കുക.

നിമി ജാതക (No. 541) എന്ന ജാതകകഥയിൽ ഇത്തരം നികൃഷ്ട ജോലികൾ ചെയ്യുന്നവർക്ക് മരണശേഷം ലഭിക്കുന്ന നരകശിക്ഷയുടെ വിവരണമുണ്ട്. അവർ കണ്ടം തുണ്ടമായി വെട്ടിയരിയപ്പെടും.[43]

മഹായാനബുദ്ധമതത്തിലെ ഒരു പ്രധാന ഗ്രന്ഥമായ ലോട്ടസ് സൂത്രയിൽ പന്നി, പട്ടി മുതലായ മൃഗങ്ങളെ വളർത്തുന്നവർ, നായാടികൾ, മീൻ പിടുത്തക്കാർ മുതലായവർ ദുഷ്ട സ്വഭാവമുള്ളവരാണ്, അവരുമായി ഒരു ബോധിസത്വൻ അടുത്ത ബന്ധം പുലർത്താൻ പാടില്ല എന്നു പറയുന്നുണ്ട്.[44] ബോധിസത്വൻ ബന്ധപ്പെടാൻ പാടില്ലാത്ത വേറൊരു കൂട്ടർ സ്ത്രീകളാണ്.[45] (ദുഷ്ടസ്വഭാവികളെയും സ്ത്രീകളെയും സമീകരിച്ച് പറയുന്നതിനെക്കുറിച്ച് ബുദ്ധ ആരാധകർക്ക് വല്ലതും പറയാനുണ്ടോ?)

മഹയാനക്കാരുടെ ലങ്കാവതാരസൂത്രയിലും കശാപ്പുകാർ, നായാട്ടുകാർ, മുക്കുവർ മുതലായവർ നികൃഷ്ടരാണ് എന്ന ഇതേ ആശയം പറയുന്നുണ്ട്.[46]

ബുദ്ധന്റെ സമകാലികനായ ഗുരു പുരാണ കാശ്യപനും (ഇദ്ദേഹവും വേദങ്ങളിൽ നിന്ന് തെറ്റിപ്പോയ സമാന്തര ചിന്തയുടെ ആളാണ്.) ഈ തൊഴിലുകൾ ചെയ്യുന്നവരെ നികൃഷ്ടരായാണ് കണക്കാക്കുന്നത്. കറുത്ത ജാതി എന്നാണ് പുരാണ കാശ്യപൻ അത്തരക്കാരെ വിശേഷിപ്പിക്കുന്നതെന്ന് അംഗുത്തര നികായയിൽ പറയുന്നു.[47] ഹിംസ ചെയ്യുന്നവർ/അനുബന്ധ തൊഴിലുകൾ ചെയ്യുന്നവർ അധഃകൃതരാണ് എന്ന ധാരണ പണ്ടേ ഉണ്ടായിരുന്നു എന്നർത്ഥം. (അംബേദ്ക്കർ പറയുന്നപോലെ ബ്രാഹ്മണർ മാംസഭക്ഷണം നിർത്തിയ

ശേഷമൊന്നുമല്ല ഇവിടെ അധഃകൃത ജനങ്ങൾ ഉണ്ടാകുന്നത്.)

കർമ്മസിദ്ധാന്തം വിവരിക്കുന്ന ഭാഗത്ത് അഞ്ചു തരം തൊഴിലുകൾ ചെയ്യുന്ന ആളുകളെയാണ് (ചണ്ഡാളർ, നായാടികൾ, മുള നെയ്ത്തുകാർ, വണ്ടിപ്പണിക്കാർ, തൂപ്പുകാർ) ബുദ്ധൻ നീചരായി കണക്കാക്കുന്നത് എന്നു നമ്മൾ കണ്ടതാണ്. ഇവർ ദരിദ്രരും, അംഗവൈകല്യമുള്ള വരും, കറുത്തവരും ആയിരിക്കും എന്നും ബുദ്ധൻ പറയുന്നുണ്ട് (സംയുക്ത നിഖായയിലെ പുഗ്ഗലോ സുത്ത). ജീവഹത്യ ചെയ്യുന്നവർ അധഃകൃതരാണ് എന്നാണ് വസലസുത്തയിൽ പറയുന്നതെന്നും മുകളിൽ സൂചിപ്പിച്ചിരുന്നു.[48]

അംഗുത്തര നിഖായയിലെ ദോണ സുത്തയിൽ മറ്റു വർണ്ണങ്ങളി ൽനിന്ന് പത്നിമാരെ സ്വീകരിക്കുകയും, എല്ലാ തരം തൊഴിലുകളിലും ഏർപ്പെടുകയും ചെയ്യുന്ന ബ്രാഹ്മണരെ ബുദ്ധൻ ഏറ്റവും മോശമായ "ചണ്ഡാള ബ്രാഹ്മണർ" എന്നു വിളിക്കുന്നതും ഓർക്കുമല്ലോ.[49] അതുപോലെ ബുദ്ധൻ ബുദ്ധഭിക്ഷുക്കൾക്ക് പ്രഥമ പരിഗണന കൊടു ക്കാത്ത ഉപാസകരെ (ഗൃഹസ്ഥരായ വിശ്വാസികൾ) ചണ്ഡാളർ (ഉപാസക ചണ്ഡാളർ) എന്ന് അംഗുത്തര നിഖായയിലെ ചണ്ഡാള സുത്തയിൽ വിശേഷിപ്പിക്കുന്നതും നമ്മൾ നേരത്തെ പറഞ്ഞിരു ന്നു[50] ചണ്ഡാളരോടുള്ള ബുദ്ധമതത്തിന്റെ മനോഭാവം മനസ്സിലാ ക്കാൻ ഇതുപോരെ?

പാലി പ്രമാണങ്ങൾ കഴിഞ്ഞാൽ ഥേരാവാദ ബുദ്ധമതത്തിന്റെ പ്രധാന ഗ്രന്ഥമാണ് അഞ്ചാം നൂറ്റാണ്ടിൽ ശ്രീലങ്കയിൽ ബുദ്ധഘോ ഷൻ എഴുതിയ വിശുദ്ധി മഗ്ഗ. ഈ ഗ്രന്ഥത്തിൽ പല സ്ഥലത്തും ബുദ്ധഘോഷൻ ശരീരത്തോടുള്ള അറപ്പ് വിശദീകരിക്കാൻ ചണ്ഡാള ജാതികളെയാണ് ഉപമയായി ഉപയോഗിക്കുന്നുണ്ട്.[51] (ബ്രാഹ്മണർ ഇല്ലാത്ത ശ്രീലങ്കയിലും ചണ്ഡാളരെ ഉപമയായി ചൂണ്ടിക്കാട്ടുന്നതിൽ നിന്ന് അവരുടെ സഹായമില്ലാതെയും അവിടെ അത്തരം ആളുകൾ ഉണ്ടായിരുന്നു എന്നും ആളുകൾ അവരെ നികൃഷ്ടരായി കണക്കാക്കി യിരുന്നു എന്നും തെളിയുന്നു.)

ബൗദ്ധ കാലഘട്ടത്തിൽ ചണ്ഡാളരോടുള്ള പെരുമാറ്റം എങ്ങനെ യായിരുന്നു എന്ന് ജാതകകഥകളിൽ കാണാം. ശ്വേതകേതു ജാതക (No: 377) എന്ന ജാതക കഥയിൽ ശ്വേതകേതു എന്ന ബ്രാഹ്മണൻ തനിക്ക് എതിരെ വരുന്ന ഒരു ചണ്ഡാളനോട് അയാളുടെ ദേഹത്ത് തട്ടിയ കാറ്റ് തന്റെ ദേഹത്ത് തട്ടാതിരിക്കാൻ വഴി മാറിപ്പോകാൻ പറയുന്നുണ്ട്.[52] (സമാനമായ ഒരു കഥ പിൽകാലത്ത് ശങ്കരാചാര്യ രെക്കുറിച്ചും ഉണ്ടായിട്ടുണ്ട്.)

മാതംഗ ജാതകയിൽ (No: 497) എന്ന കഥയിൽ ഒരു ധനിക സ്ത്രീ ഒരു ചണ്ഡാളനെ കാണാനിടയായതിൽ തന്റെ കണ്ണുകൾ സുഗന്ധജലം കൊണ്ട് കഴുകുകയും, ആ ചണ്ഡാളനെ മർദ്ദിച്ച് അവശനാക്കുകയും ചെയ്യുന്നുണ്ട്.[53] സമാനമായ ഒരു സംഭവം ചിത്ത സംഭൂത്ത ജാതക (No. 498) എന്ന കഥയിലും ആവർത്തിക്കുന്നുണ്ട്. രണ്ടു ചണ്ഡാളരെ കാണാനിടയാകുന്ന ഒരു സ്ത്രീ അവരുടെ കണ്ണുകൾ സുഗന്ധജലം കൊണ്ട് ശുദ്ധിയാക്കുന്നുണ്ട്. ചുറ്റും കൂടുന്ന ആളുകൾ ചണ്ഡാളരെ മർദ്ദിക്കുകയും ചെയ്യുന്നു.[54] ഇതേ കഥയിൽ തന്നെ ഒരാൾ ഈ ചണ്ഡാളരെ ജാതിദോഷം വന്നവർ എന്ന് ആക്ഷേപിക്കുന്നുമുണ്ട്.[55]

ഈ കഥയിൽ തന്നെ രണ്ടു കാലിൽ നടക്കുന്ന ജീവികളിൽ ഏറ്റവും നികൃഷ്ടർ ചണ്ഡാളരാണ് എന്ന് പറയുന്നുണ്ട്. മുജ്ജന്മത്തിലെ കർമ്മങ്ങളാണ് അത്തരമൊരു ജന്മത്തിനു കാരണം.[56]

ചണ്ഡാളരേയും, നിഷാദരേയും തൊട്ടുകൂടാത്തവരായി തന്നെയാണ് ബുദ്ധിസം കരുതിയത് എന്ന് ചരിത്രകാരനായ ഡി.എൻ. ഝാ പറയുന്നുണ്ട്. (ഞാനിട്ടാൽ വള്ളിക്കളസം എന്ന് തോന്നുന്നവർക്ക് ഇതാ ചരിത്രകാരനായ ഡി.എൻ. ഝായുടെ ബർമുഡ. :-)) എന്നിട്ട് ഇതൊന്നും The myth of holy cow ൽ കാണാത്തത് ആ പുസ്തകം ചില പ്രത്യേക താൽപര്യങ്ങളുടെ പുറത്ത് എഴുതിയതാണ് എന്നു കാണിക്കുന്നു. നല്ല ഒന്നാംതരം ബൗദ്ധിക സത്യസന്ധതയില്ലായ്മയാണ് അത്.[57]

അംഗുത്തര നികായയിലെ വാണിജ്യ സുത്തയിൽ ബുദ്ധൻ തന്റെ ഗൃഹസ്ഥരായ അനുയായികൾക്ക് നിഷിദ്ധമായ അഞ്ചു തൊഴിലുകളെക്കുറിച്ചു പറയുന്നുണ്ട്. (I) ആയുധങ്ങളുടെ നിർമ്മാണവും, വ്യാപാരവും (II) അടിമകച്ചവടം (III) മാംസ വ്യാപാരം (IV) മദ്യ വ്യാപാരം (V) വിഷങ്ങളുടെ ഉത്പാദനവും വ്യാപാരവും.(58)

ഏറ്റവും നികൃഷ്ടമായ ഈ തൊഴിലുകൾ ചെയ്യുന്നവർ സമൂഹത്തിൽ നിന്ന് ബഹിഷ്കൃതരാണ്. ഇവർക്കൊന്നും ബുദ്ധമതത്തിൽ സ്ഥാനമില്ല. എന്തുകൊണ്ടാണ് ഈ തൊഴിലുകൾ മോശമാകുന്നത്? എല്ലാം ജീവനെടുക്കുന്ന (കള്ളിന്റെ കാര്യത്തിൽ ബോധം എടുക്കുന്ന) തൊഴിലുകളാണ്. ബുദ്ധന്റെ ആര്യ അഷ്ട മാർഗ്ഗങ്ങളിൽ പെട്ട ഒന്നാണ് ശരിയായ ഉപജീവന മാർഗ്ഗം തേടുക എന്നത്. (കേരളത്തിൽ പരമ്പരാഗതമായ കള്ളു ചെത്തുകാരായ ഈഴവർ ബുദ്ധമതാനുയായികളായിരുന്നു എന്നാണ് നമ്മുടെ ചില ചരിത്രകാരന്മാർ പറയുന്നത്. എങ്കിൽ ബുദ്ധൻ സംശയലേശമെന്യേ പുറംതള്ളിയ മദ്യവ്യാപാരം ചെയ്യുന്നവർ എങ്ങനെ ബൗദ്ധരായി?) ആയുധമുണ്ടാക്കുന്ന

കൊല്ലൻ ആരെയും കൊല്ലാനുള്ള ദ്രോഹചിന്തയോടെയല്ല ഒരു അമ്പുണ്ടാക്കുന്നതെങ്കിലും അതൊരു ജീവനെടുക്കാൻ സാധ്യതയുണ്ട്. അതുകൊണ്ട് കൊല്ലപ്പണിയും, അയാൾ ഉണ്ടാക്കുന്ന ആയുധങ്ങൾ വില്പന നടത്തുന്നതും ഒരു മോശം തൊഴിലാണ്. എന്നാൽ ആയുധം വാങ്ങുന്നവനോ, കൈവശം വയ്ക്കുന്നവനോ (അതായത് ശരിക്കും ദ്രോഹചിന്ത ഉണ്ടാകാൻ സാധ്യതയുള്ള ആൾക്ക്) അത്തരം പാപമൊന്നും ഏൽക്കുന്നതായി ബുദ്ധൻ പറയുന്നുമില്ല. മൃഗഹത്യ ചെയ്യുന്നവനെ ഒഴിവാക്കാതെ മാംസം വാങ്ങി ഭക്ഷിക്കുന്നവനെ പാപത്തിൽ നിന്ന് ഒഴിവാക്കിയിരിക്കുന്ന പോലെത്തന്നെ. ആയുധം കൈവശം വയ്ക്കുന്നവർ ക്ഷത്രിയരായിരിക്കുമല്ലോ. ബുദ്ധൻ പ്രമാണിമാർക്ക് ആയുധം കൊണ്ടുനടക്കാനും, ഇഷ്ടം പോലെ മാംസം കഴിക്കാനും ഒരു ലൂപ്പ് ഹോൾ ഇട്ടിരിക്കുകയാണ്.

സഞ്ചാരിയായ ഫാഹിയാൻ (AD 400) ബുദ്ധിസ്റ്റ് രാജാക്കന്മാർ ഭരിക്കുന്ന രാജ്യങ്ങളിലെ അധഃകൃതരെ കുറിച്ച് വിവരിക്കുന്നുണ്ട്. ചണ്ഡാളരല്ലാതെ ആരും ജന്തുഹത്യ ചെയ്യുകയോ, മദ്യപിക്കുകയോ ചെയ്യുന്നില്ല എന്നാണ് അദ്ദേഹം പറയുന്നത്. അവർ നഗരത്തിനു പുറത്താണ് താമസിക്കുന്നത്. നഗരത്തിൽ പ്രവേശിക്കാൻ അവർ ശബ്ദമുണ്ടാക്കണം. ചണ്ഡാളർ മാത്രമാണ് മത്സ്യമാംസാദികൾ കച്ചവടം നടത്തുന്നത്.[59]

ഇതായിരുന്നു ബുദ്ധിസ്റ്റ് ഇന്ത്യയിലെ ചണ്ഡാളരുടെ അവസ്ഥ. ബുദ്ധിസം ഇവിടെ ചുവടുറപ്പിച്ചു കഴിഞ്ഞ് നൂറ്റാണ്ടുകൾക്കു ശേഷമാണ് ഫാഹിയാൻ ഇന്ത്യയിലെ ബുദ്ധിസ്റ്റ് രാജ്യങ്ങൾ സന്ദർശിക്കുന്നത് എന്നാലോചിക്കണം. “തുല്യതയുള്ള ജാതിരഹിത സമൂഹം” ഇവിടെ ഉണ്ടായിരുന്നു എന്ന് നമ്മുടെ ബുദ്ധിജീവികൾ പറയുന്ന കാലം. ആ കാലത്തു നടക്കുന്ന സംഭവങ്ങളാണ് ചിലർ ബ്രാഹ്മണരുടെ തലയിൽ കെട്ടിവയ്ക്കുന്നത്. ഫാഹിയാൻ പ്രത്യേകം എടുത്തു പറയുന്ന ഒരു കാര്യം അദ്ദേഹം സഞ്ചരിച്ച ദേശങ്ങളിൽ ബുദ്ധന്റെ കാലം മുതൽ ഇതുവരെ (ഫാഹിയാന്റെ കണക്കു പ്രകാരം ആയിരത്തോളം വർഷങ്ങൾ) ബുദ്ധമാർഗ്ഗം തടസ്സമില്ലാതെ ആചരിക്കപ്പെട്ടിരുന്നു എന്നതാണ്. യമുനയുടെ കിഴക്ക് ബുദ്ധവിശ്വാസിയല്ലാത്ത ഒരൊറ്റ രാജാവിനെപ്പോലും കണ്ടില്ല എന്നാണ് ഫാഹിയാൻ പറയുന്നത്. അങ്ങനെ ആയിരത്തോളം വർഷങ്ങൾ ഇടതടവില്ലാതെ ബുദ്ധമാർഗ്ഗം ആചരിച്ചിരുന്ന നാട്ടിലാണ് നഗരത്തിനു പുറത്ത് ചില ജാതികൾ താമസിക്കുന്നത്. അവർക്ക് നഗരത്തിലേക്ക് കടക്കാൻ പ്രത്യേകം ശബ്ദമുണ്ടാക്കേണ്ടി വരുന്നത്. മനുസ്മൃതിയിലും ചണ്ഡാളർ നഗരത്തിനു പുറത്താണ് താമസിക്കേണ്ടത് എന്നു പറയുന്നുണ്ട്.[60]

ഹ്യയാങ്ങ് സാങ്ങ് (602–664) എത്തുന്ന കാലത്ത് ഇവിടെ ബുദ്ധമതം ക്ഷയിച്ചു തുടങ്ങിയിരുന്നു എങ്കിലും ബുദ്ധവിശ്വാസിയല്ലാത്ത രണ്ടു രാജാക്കന്മാരെ മാത്രമാണ് അദ്ദേഹവും സൂചിപ്പിക്കുന്നത്. ഉള്ളി, വെളുത്തുള്ളി പോലുള്ളവയും, ചില തരം മാംസങ്ങൾ കഴിക്കുന്നവരും സമൂഹത്തിൽ നിന്നു ബഹിഷ്കൃതരായിരുന്നു എന്ന് അദ്ദേഹവും സൂചിപ്പിക്കുന്നുണ്ട്. അദ്ദേഹവും ചണ്ഡാളർ നഗരത്തിനു പുറത്താണ് വസിക്കുന്നതെന്ന കാര്യം പറയുന്നുണ്ട്.[61]

എല്ലാ ബുദ്ധിസ്റ്റ് രാജ്യങ്ങളിലും (ഥേരാവാദ, മഹായാന, ടിബറ്റൻ ബുദ്ധിസം ഇവയിൽ ഏതായാലും) പൊതുവായുള്ള ഒരു കാര്യമുണ്ട്. അവിടെയെല്ലാം അധഃകൃരായ ആളുകളുണ്ട്. ഇവർ എല്ലാവരും തന്നെ ജീവഹത്യയുമായി ബന്ധപ്പെട്ട, ബുദ്ധൻ നിഷിദ്ധമായി കണക്കാക്കുന്ന തൊഴിലുകൾ ചെയ്യുന്ന നായാടികൾ, മുക്കുവർ, കൊല്ലപ്പണിക്കാർ, കശാപ്പുകാർ, ആരാച്ചാർ, തുകൽപ്പണിക്കാർ മുതലായവരാണ്. അവരെല്ലാം പൊതുസമൂഹത്തിൽ നിന്ന് നിഷ്കാസനം ചെയ്യപ്പെട്ടിരുന്നു. അവരെല്ലാം അവിടങ്ങളിലെ ദളിതരാണ്. പലരും കരുതുന്ന പോലെ അസ്പൃശ്യരായ ജനവിഭാഗങ്ങൾ ഇന്ത്യയിൽ മാത്രമൊന്നുമല്ല ഉണ്ടായിരുന്നത്. ലഡാക്കിലെ ബീഡകൾ, ജപ്പാനിലെ ബുറാക്കുമിൻ (Burakumin), ടിബറ്റിലെ റാഗ്യപ്പ (Ragyapa), കൊറിയയിലെ പീക്ക്ചോംഗ് (Paekchong), ശ്രീലങ്കയിലെ റോഡിയ (Rodiya) ഒക്കെ ഇത്തരം "നികൃഷ്ട" ജോലികൾ ചെയ്തിരുന്ന അധഃകൃരാണ്. അസ്പൃശ്യരുള്ള ഈ രാജ്യങ്ങളിലൊന്നും ബ്രാഹ്മണർ ഉണ്ടായിരുന്നുമില്ല.

അതായത് ചില തരം മാംസം കഴിക്കുന്നവരും (പശു, പന്നി) ജീവഹത്യയുമായി ബന്ധപ്പെട്ട തൊഴിലുകൾ ചെയ്യുന്നവരും (കൊല്ലൻ, നായാടി, കശാപ്പുകാരൻ, തുകൽപ്പണിക്കാരൻ മുതലായവർ) ബുദ്ധിസ്റ്റ് ലോകത്ത് എല്ലായിടത്തും അധഃകൃതരായിരുന്നു. അവർ സമൂഹത്തിൽ നിന്ന് നിഷ്കാസനം ചെയ്യപ്പെട്ടിരുന്നു. ഇങ്ങനെ ചിലരെ ബഹിഷ്കൃതരാക്കിയവർ ആരായിരിക്കും?

"ബുദ്ധിസ്റ്റ് ഇന്ത്യയിൽ"(ബുദ്ധിസം ഇന്ത്യയിൽ, വിശേഷിച്ചും അശോകന്റെ ഒക്കെ കാലത്തും അതിനു ശേഷവും ഏറെ കാലം വെന്നിക്കൊടി പാറിച്ചിരുന്നു എന്നാണല്ലോ പറയപ്പെടുന്നത്. (Buddhism was at one time the religion of the majority of the people of India. It continued to be the religion of the masses for hundreds of years. It attacked Brahmanism on all sides as no religion had done before എന്ന് അംബേദ്കർ.) ചില വിഭാഗം ജനങ്ങൾ അധഃകൃതരായതിനു പിന്നിൽ ബുദ്ധിസ്റ്റ് സ്വാധീനം

എത്രമാത്രം ഉണ്ടായിരുന്നിരിക്കും?

ബുദ്ധിസം ചെന്നിടത്തെല്ലാം അതിന്റെ കർമ്മസിദ്ധാന്തവും, അതിന്റെ അടിസ്ഥാനത്തിലുള്ള ആവർത്തിക്കുന്ന പുനർജ്ജന്മങ്ങളും ജനങ്ങളെ വിഭജിച്ചു. ഉദാഹരണത്തിന്, കൊറിയയിൽ ബുദ്ധമതം എത്തുന്നത് 372 CEയിൽ ചൈനയിൽനിന്നാണ്. ഇവിടെയും ആദ്യകാല ബുദ്ധസന്യാസിമാർ ആ സമൂഹത്തിലെ പ്രമാണിമാരായിരുന്നു. കൊറിയൻ ചരിത്രകാരനായ ജിൻവങ്ങ് കിം പറയുന്നപോലെ ഇവിടെയും ജാതിശ്രേണികളുടെ ന്യായീകരണമായി ബുദ്ധിസത്തിലെ കർമ്മസിദ്ധാന്തവും, അതിലെ പുനർജ്ജന്മങ്ങളും വർത്തിച്ചു.[62]

അവിടെയും സാധാരണക്കാർക്ക് ബുദ്ധമതത്തിൽ വലിയ സ്ഥാനമൊന്നും ഉണ്ടായിരുന്നില്ല. അവർ അവിടെയും അവർ വെള്ളം കോരികളും, വിറകു വെട്ടികളുമായി ഒതുങ്ങിപ്പോയി. അധികാര സ്ഥാനങ്ങൾ പ്രമാണിമാർ കയ്യടക്കി. പാവപ്പെട്ടവർക്ക് ബുദ്ധിസത്തോടുണ്ടായ ആകർഷണം ഇപ്പോൾ അടങ്ങിയൊതുങ്ങി കഴിഞ്ഞാൽ അടുത്ത ജന്മത്തിൽ കൂടുതൽ മികച്ച സ്ഥാനം ലഭിച്ചേക്കാം എന്ന വാഗ്ദാനം മാത്രമായിരുന്നു. കൊറിയയിൽ ഗോറിയോ സാമ്രാജ്യകാലത്ത് (918 CE to 1392) ഭിക്ഷുക്കൾക്ക് സംഘത്തിൽ ചേരാൻ എൻട്രൻസ് പരീക്ഷ പോലും ഉണ്ടായിരുന്നു എന്നു പറയപ്പെടുന്നു. അതായത് പഠിപ്പും, വിവരവും ഉള്ളവർക്കു മാത്രം പ്രവേശനമുള്ള ഒരു ക്ലബ്. ശ്രീലങ്കയിലെ സിയാം നിഖായയിൽ (ഒരു ബുദ്ധ വിഭാഗം) ഉന്നതജാതർക്കു മാത്രമേ ഇപ്പോഴും പ്രവേശനമുള്ളൂ. അതുപോലെ കാഠ്മാണ്ഡു താഴ്വരയിലെ നിവാരി ബുദ്ധിസ്റ്റുകൾ മറ്റു ജാതിക്കാരെ അവരുടെ അമ്പലങ്ങളിൽ പ്രവേശിപ്പിക്കുക പോലുമില്ല.

കൊറിയയിൽ നിന്ന് ആറാം നൂറ്റാണ്ടിലാണ് ജപ്പാനിൽ ബുദ്ധമതം എത്തുന്നത്. തട്ടുകളായുള്ള സമൂഹത്തെ അനുകൂലിക്കുന്നതുകൊണ്ട് അവിടെയും ബുദ്ധമതം പ്രമാണിമാരുടെ ഇഷ്ടം പിടിച്ചുപറ്റി. ഉന്നതർക്ക് തങ്ങൾ അനുഭവിക്കുന്ന വിശേഷാവകാശങ്ങൾ മുൻജന്മത്തിലെ മികവാണ് എന്നവകാശപ്പെടാൻ അത് ന്യായീകരണം നൽകി.

എല്ലാ ബുദ്ധിസ്റ്റ് രാജ്യങ്ങളിലും ബുദ്ധിസം കൊണ്ട് അയിത്തവും, വിവേചനവും ഉണ്ടാകാമെങ്കിൽ ഇവിടെ മാത്രം ഈ കാര്യം വിശദീകരിക്കേണ്ടി വരുമ്പോൾ എന്തുകൊണ്ടാണ് ബുദ്ധിസത്തെ ഒഴിവാക്കുന്നത്? ചണ്ഡാളരെ സൃഷ്ടിച്ചതിന്റെ ഉത്തരവാദിത്വം എങ്ങിനെയാണ് ബ്രാഹ്മണരുടെ മാത്രമാകുന്നത്? "First of all the outcast is a creation of Brahmanism" എന്ന് അംബേദ്കർ പറയുന്നതിന് ഒരു

അടിസ്ഥാനവുമില്ല. ബ്രാഹ്മണർ ഉള്ള സ്ഥലങ്ങളിൽ മാത്രമൊന്നുമല്ല അധഃകൃത ജനങ്ങൾ ഉണ്ടായിരുന്നത്. എല്ലായിടത്തും പൊതുവായി ഉണ്ടായിരുന്നത് ബുദ്ധിസമാണ്. ബുദ്ധിസം ഉണ്ടായിരുന്ന രാജ്യങ്ങളി ലെല്ലാം അസ്പൃശ്യരുണ്ടായിരുന്നു എന്നത് ഒരു വിരോധാഭാസമാണ്. കാരുണ്യത്തിന്റെ മതം എന്നൊക്കെ പുകഴ്ത്തപ്പെടുന്ന ബുദ്ധിസം ഉള്ളിടത്തൊക്കെ അധഃകൃത ജനങ്ങളുണ്ടാകുന്നത് എങ്ങനെ വിശ ദീകരിക്കും?

അശോക ചക്രവർത്തിയെപ്പോലുള്ളവർ അമിതാവേശത്തോടെ മൃഗഹത്യ നിരോധിച്ചപ്പോൾ കശാപ്പും, അനുബന്ധ തൊഴിലുകളും ചെയ്യുന്നവർക്ക് എന്തു സംഭവിച്ചിരിക്കും? അതു ചെയ്തിരുന്നവർ അത്തരം തൊഴിലുകൾ ഉപേക്ഷിച്ചിരിക്കും എന്നു കരുതുന്നത് അബദ്ധമായിരിക്കും. അഹിംസയോട് അമിതാവേശം കാണിച്ച രാജാക്കന്മാർ പോലും എല്ലാവരും ഇത്തരം തൊഴിലുകൾ അവസാ നിപ്പിക്കണം എന്നു കരുതില്ല. എല്ലാവരും മൃഗഹത്യ ഉപേക്ഷിക്കണം എന്ന് തത്വത്തിൽ ആഗ്രഹിച്ചാൽ പോലും അത് പൂർണ്ണമായി പ്രാവർത്തികമാക്കാൻ ബോധമുള്ള ഒരു രാജാവും ശ്രമിക്കില്ല. കാരണം കുതിരക്കോപ്പുകളും, യുദ്ധത്തിനുള്ള പടച്ചട്ടകളും, പരിചകളും (ഇവിടത്തെ പടയാളികൾ ഇടതു കൈയ്യിൽ തുകൽ കൊണ്ടു നിർമ്മി ച്ച, ശരീരത്തോളം നീളമുള്ള, വീതി കുറഞ്ഞ ഒരു തരം പരിച ധരിക്കാ റുള്ളതായി മെഗസ്തനീസ് പറയുന്നുണ്ട്. സാഞ്ചിയിലെ സ്തൂപങ്ങളിലും അത്തരം പരിചകൾ ധരിച്ച പടയാളികളുടെ രൂപങ്ങൾ കാണാം.) ഉണ്ടാക്കാൻ തുകൽ ഉത്പാദനവും, അതിനുള്ള വിദഗ്ദ്ധ പണിക്കാരു മൊക്കെ രാജ്യത്ത് ആവശ്യത്തിനുണ്ട് എന്ന് ഉറപ്പു വരുത്തണ്ടേ? (മുസ്ലിം ഭരണാധികാരികൾ നിർബന്ധിത മതം മാറ്റം നടത്തിയിരു ന്നെങ്കിൽ ഉത്തരേന്ത്യയിൽ ഒരൊറ്റ ഹിന്ദുവും ഉണ്ടാകില്ലായിരുന്നു എന്നു വാദിക്കുന്ന മുസ്ലിം അപ്പോളജിസ്റ്റുകളുണ്ട്. ഇവിടെയും ഇതേ തത്വം തന്നെയാണ്. എല്ലാവരും മുസ്ലീമായാൽ ജസിയ എന്ന നികുതി കൊടുക്കാൻ ആളില്ലാതെയാകും. അതായത് വരുമാനം കുറയാത്ത രീതിയിൽ മാത്രമേ ഇത്തരം കാര്യങ്ങൾ നടക്കൂ.)

എത്ര വലിയ അഹിംസാവാദിയായ രാജാവായാലും ഇത്തരം തൊഴിലുകൾ ചെയ്യുന്നവരെ നിലനിർത്താൻ ശ്രദ്ധിച്ചിരിക്കും. ചണ്ഡാളർ സാമൂഹ്യമായി ബഹിഷ്കൃതരായിരുന്നു എങ്കിലും മറ്റു രീതികളിൽ രാജ്യത്ത് സുരക്ഷിതരായിരുന്നു എന്നാണ് ദിവ്യാവദാന് പോലുള്ള ബുദ്ധിസ്റ്റ് ഗ്രന്ഥങ്ങളിൽ നിന്ന് മനസ്സിലാകുന്നത്. ഇവരുടെ ഗിൽഡുകൾ ആവശ്യത്തിന് അംഗങ്ങളുമൊക്കെയായി സാമാന്യം പുരോഗതിയിലായിരുന്നു എന്നാണ് മനസ്സിലാക്കാനാകുന്നത്.

സമൂഹത്തിലെ പ്രമാണിമാർ (ദ്വിജൻമാർ അതായത് ക്ഷത്രീയ, ബ്രാഹ്മണ, വൈശ്യർ) മാത്രം അഹിംസയുടെ പാതയിൽ മതി എന്ന് നിശ്ചയിച്ച്, ചണ്ഡാളരുടെ കാര്യത്തിൽ അവർ കണ്ണടക്കുകയും ചെയ്തു എന്നു കരുതുന്നതാകും ശരി. (ബുദ്ധനും ഈ മൂന്നു കൂട്ടരുടെ നിർവ്വാണത്തിന്റെ കാര്യം മാത്രമേ സംസാരിക്കുന്നുള്ളൂ.) നേരത്തെ തന്നെ പൊതുസമൂഹത്തിൽ വലിയ മതിപ്പൊന്നും അവകാശപ്പെടാനില്ലാതിരുന്ന അവർ കൂടുതൽ ഒറ്റപ്പെട്ട്, ഇത്തരം തൊഴിലുകൾ തന്നെ "രഹസ്യമായി" ചെയ്ത് സമൂഹത്തിനു പുറത്തു ജീവിക്കുകയും ചെയ്തിരിക്കും.

ഇവിടുത്തെ സംസ്കാരത്തിലെ കൊള്ളാവുന്ന കാര്യങ്ങൾക്കെല്ലാം ബുദ്ധിസത്തിന്റെ സ്വാധീനം അംഗീകരിക്കുന്ന ബുദ്ധിജീവികൾ അയിത്തത്തിന്റെയും മറ്റും ഉത്തരവാദിത്വം ബ്രാഹ്മണരുടെയും, മനുസ്മൃതിയുടെയും മാത്രം തലയിലിടുകയാണ് പതിവ്. ചിലതരം തൊഴിലുകളോടുള്ള ബുദ്ധിസത്തിന്റെ അതിരു കവിഞ്ഞ വെറുപ്പാണ് ബുദ്ധിസ്റ്റ് രാജാക്കന്മാർക്ക് ചിലരെ സമൂഹത്തിൽനിന്നു പുറത്താക്കാനുള്ള താത്വികമായ ന്യായീകരണം നൽകിയത്. അതാണ് അധഃകൃതരെ ഉണ്ടാക്കിയത്/നിലനിർത്തിയത്. അല്ലാതെ ബ്രാഹ്മണിസമല്ല. അഹിംസാ സിദ്ധാന്തത്തിന്റെ വിചിത്രമായ ഒരു പരിണിതഫലമായിരുന്നു ഹിംസ ചെയ്യുന്നവർ/അനുബന്ധ തൊഴിലുകൾ ചെയ്യുന്നർ സമൂഹത്തിൽ തരം താഴ്ത്തപ്പെട്ടത്. അതിനൊക്കെ ബുദ്ധവചനങ്ങളുടെ പിന്തുണ ഉണ്ടു താനും. അസ്പൃശ്യതയുടെ താത്വിക വശം ബുദ്ധിസത്തിന്റെ സംഭാവനയാണ്. ഇത് നമ്മൾ പഠിച്ചുവച്ചിരിക്കുന്ന ചരിത്രത്തിൽ നിന്ന് വളരെ വ്യത്യസ്തമാണ്. ബ്രാഹ്മണർ ജന്തുഹത്യ ചെയ്തിരുന്നു എന്ന വാദം അംഗീകരിച്ചാൽ, അവരെന്തിന് ജന്തുഹിംസ ചെയ്യുന്ന വേറെ വിഭാഗങ്ങളെ അറപ്പോടെ മാറ്റിനിർത്തണം?

ബുദ്ധിസമുണ്ടായിരുന്ന എല്ലാ രാജ്യങ്ങളിലും ബുദ്ധിസം കൊണ്ട് അയിത്തവും, വിവേചനവും ഉണ്ടാകാമെങ്കിൽ, ബുദ്ധവചനങ്ങളിൽ തന്നെ അതിനുള്ള വ്യക്തമായ സൂചനകളുള്ളപ്പോൾ, അയിത്തത്തിന്റെ കാര്യകാരണങ്ങൾ പറയുമ്പോൾ എന്തുകൊണ്ടാണ് ബുദ്ധിസത്തെ ഒഴിവാക്കുന്നത്? ബുദ്ധിസത്തിന്റെ ചരിത്രത്തെക്കുറിച്ചുള്ള പുസ്തകങ്ങളിലെല്ലാം ബുദ്ധിസ്റ്റ് രാജ്യങ്ങളിലെ അധഃകൃതരെക്കുറിച്ച പറയുന്നുണ്ട്. ആഹിംസയോടുള്ള പ്രതിപത്തി മൂലം അവർ ചില തൊഴിലുകൾ നികൃഷ്ടമായി കരുതിയിരുന്നു എന്നും പറയുന്നുണ്ട്. എന്നാൽ രണ്ടും തമ്മിൽ യോജിപ്പിച്ച് ഇതിന്റെ ഉത്തരവാദി ബുദ്ധമതമാണ് എന്നു പറയുന്നില്ല എന്നതാണ് രസം. ബുദ്ധിസത്തിൽ അപ്പടി നന്മയാണ് എന്ന, ചോദ്യം ചെയ്യാൻ പാടില്ലാത്തതായ മുൻവിധി ഉള്ളതായിരിക്കാം കാരണം.

ജാതി വിവേചനം സത്യത്തിൽ രണ്ടു തരമുണ്ട്. ഒന്ന് വിവാഹബന്ധത്തിൽ. എല്ലാവരും അവരവരുമായി ഏറ്റവും കൂടുതൽ സാമ്യമുള്ള ആളുകളുമായി മാത്രമേ വിവാഹബന്ധത്തിൽ ഏർപ്പെടുകയുള്ളൂ. Endogamy എന്ന് പറയും. സമ്പത്ത്, വിദ്യാഭ്യാസം, താൽപര്യങ്ങൾ, ജീവിതവീക്ഷണം, സൗന്ദര്യം, ഉയരം, നിറം, തുടങ്ങി സങ്കൽപ്പിക്കാവുന്ന എല്ലാം തന്നെ പരമാവധി ഒരുപോലെയാക്കാൻ ശ്രമിക്കും. അത് ലോകത്ത് എല്ലായിടത്തും അങ്ങനെതന്നെയാണ്. ഇത് മനുഷ്യരുടെ ഇടയിൽ മാത്രമൊന്നുമല്ല എന്നതാണ് രസം. മൃഗങ്ങൾ പോലും അങ്ങനെയാണ് ഇണയെ കണ്ടെത്തുന്നത്. ബയോളജിയിൽ ഇതിനെ Assortative mating എന്ന് പറയും. അതായത് ഇണയെ സ്വീകരിക്കുന്ന കാര്യത്തിലുള്ള "ജാതി വിവേചനം" മൃഗങ്ങളിൽ പോലും ഉള്ളതാണ്.

ഇനി രണ്ടാമത്തെ ജാതി വിവേചനമായ അസ്പൃശ്യത. ചില തൊഴിലുകൾ ചെയ്യുന്ന ആളുകൾ നികൃഷ്ടരാണ്. അവരെ അകറ്റി നിർത്തണം. അതിന്റെ താത്വിക വശം മുഴുവൻ ബുദ്ധമതത്തിന്റെ സംഭാവനയാണ്. മൃഗബലി നടത്തുന്ന ബ്രാഹ്മണർ എങ്ങനെ മൃഗഹത്യ പാപമാക്കും? ബ്രാഹ്മണർ നല്ല കശാപ്പുകാരായിരുന്നു എന്നാണ് അംബേദ്ക്കർ തന്നെ പറയുന്നത്.[63] എങ്കിൽ കശാപ്പുകാരെന്തിന് വേറെ കശാപ്പുകാരെ മാറ്റിനിർത്തണം?

ബ്രാഹ്മണർക്ക് യാഗത്തിന്റെ ഭാഗമായ മൃഗഹിംസ നിഷിദ്ധമായിരുന്നില്ല എങ്കിൽ അവരെന്തിന് ഹിംസ ചെയ്യുന്ന വേറെ ചില വിഭാഗം ആളുകളെ മാറ്റിനിർത്തണം എന്നും വിശദീകരിക്കേണ്ടേ?ഏതാണ് കൂടുതൽ സാധ്യത, ഹിംസ ചെയ്യുന്നവർ ഹിംസ ചെയ്യുന്ന മറ്റൊരു കൂട്ടരെ മാറ്റിനിർത്തി എന്നതാണോ അതോ അഹിംസയുടെ വ്യക്താക്കൾ ഹിംസ ചെയ്യുന്നവരെ മാറ്റി നിർത്തി എന്നതോ? ബുദ്ധമതം ഇന്ത്യ മുഴുവൻ കാട്ടുതീ പോലെ പടർന്നു പിടിച്ചു എന്ന് അംബേദ്ക്കർ പറയുന്നു.[64] അതു വിശ്വസിക്കാമെങ്കിൽ ഇതിന്റെ ഉത്തരവാദിത്വവും ബുദ്ധമതം തന്നെ ഏൽക്കേണ്ടിവരും.

വിചിത്രമാണ് നമ്മുടെ നിലപാടുകൾ. കൊള്ളാവുന്ന എന്തെങ്കിലും ഉണ്ടെങ്കിൽ അതൊക്കെ ബുദ്ധിസ്റ്റ് സ്വാധീനം മൂലവും, അല്ലാത്തതൊക്കെ സ്മൃതി, ബ്രാഹ്മണരും മൂലവും. മറിച്ചുള്ള സൂചനകൾ പോലും നമ്മുടെ "തോട്ട് പോലിസ്" അനുവദിക്കില്ല. :-) കൂട്ടുപ്രതി മരിച്ചുപോയതുകൊണ്ട് എല്ലാ ഉത്തരവാദിത്വവും പിടിയിലാകുന്ന മറ്റേ പ്രതിക്കു മാത്രം ചാർത്തിക്കിട്ടുന്ന പോലെയാണ് ഇപ്പോൾ ബുദ്ധിസം ഇല്ലാത്തതുകൊണ്ട് ഉത്തരവാദിത്വം മുഴുവൻ ഹിന്ദുമതവും, മനുസ്മൃതിയും പേറേണ്ടി വരുന്നത്.

റഫറൻസ്:

(1) Bhante, in the presence of the Blessed One I heard and learned this:"The giver of what is agreeable gains what is agreeable. Bhante, my pork embellished with jujubes is agreeable. Let the Blessed One accept it from me, out of compassion." The Blessed One accepted, out of compassion. (Pancaka Nipata-Anguttara Nikaya)

(2) At one time a company of monks, descending from the slopes of the Vulture's Peak, seeing the remains of a lion's kill, had it cooked and ate it. Because of this they were remorseful. ..." Monks, there is no offence in (this matter of) the remains of a lion's kill." (Vinaya Pitaka, Suttavibhanga)

(3) At one time while a certain monk was eating, some meat stuck in his throat. (Vinaya Pitaka, Suttavibhanga)

(4) "For as long as life lasts, let them not eat fish or meat (maccha mamsam). Whoever does so would be stained by a fault."(Vinaya II,197)

(5) "Jivaka, I say there are three occasions in which meat should not be eaten: when it is seen, heard or suspected that the living being has been killed for sake of a Bhikku. I say: Meat should not be eaten on these three occasions. I say that there are three occasions in which meat may be eaten: when it is not seen, not heard, and not suspected, that the living being has been killed for the sake of the Bhikku, I say: Meat may be eaten on these three occasions." (Jivaka Sutta- Majjhima Nikaya: 55)

(6) "Now on that occasion a number of Niganthas [went] from street to street and from square to square in Vesal!, thrashing their arms about and crying out: "Today Siha the general has slain a plump animal to prepare a meal for the ascetic Gotama! The ascetic Gotama knowingly uses meat [obtained from an animal killed] especially for his sake, the act being done on his account."(Anguttara Nikaya-Atthaka Nipata12)

(7) *Killing living beings,*
hunting, cutting, binding,
theft, lying, fraud, deceptions,
useless recitations,
associating with the wives of others:
This is a raw stench,
not the eating of meat.
(Amagandha Sutta-Sutta Nipata)

(8) "Whosoever in this world kills living beings, once born or twice born, in whom there is no sympathy for living beings — know him as an outcast". (Vasala Sutta-Sutta Nipata)

(9) All the sacrifices performed by the eighteen people connected with them are transient and unsafe boats in crossing this Samsara. These actions are inferior.

Those ignorant ones who glorify and consider asgood these actions go to birth and death again and again. (Mundaka Upanishad 1.2.7)

(10) The consumption of meat (is befitting) for sacrifices, that is declared to be a rule made by the gods; but to persist (in using it) on other (occasions) is said to be a proceeding worthy of Rakshasas. He who eats meat, when he honours the gods and manes, commits no sin, whether he has bought it, or himself has killed (the animal), or has received it as a present from others. (Manusmriti 5: 31,32)

(11) If he has a strong desire (for meat) he may make an animal of clarified butter or one of flour, (and eat that); but let him never seek to destroy an animal without a (lawful) reason. As many hairs as the slain beast has, so often indeed will he who killed it without a (lawful) reason suffer a violent death in future births. (Manusmriti 5: 37,38)

(12) Having well considered the (disgusting) origin of flesh and the (cruelty of) fettering and slaying corporeal beings, let him entirely abstain from eating flesh. He who, disregarding the rule (given above), does not eat meat like a Pisaka, becomes dear to men, and will not be tormented by diseases. He who permits (the slaughter of an animal), he who cuts it up, he who kills it, he who buys or sells (meat), he who cooks it, he who serves it up, and he who eats it, (must all be considered as) the slayers (of the animal). There is no greater sinner than that (man) who, though not worshipping the gods or the manes, seeks to increase (the bulk of) his own flesh by the flesh of other (beings). (Manusmriti 5: 49-52)

(13) 'Me he (mam sah)' will devour in the next (world), whose flesh I eat in this (life); the wise declare this (to be) the real meaning of the word 'flesh' (mamsah). (Manusmriti 5: 55)

(14) Abstention from injuring (creatures), veracity, abstention from unlawfully appropriating (the goods of others), purity, and control of the organs, Manu has declared to be the summary of the law for the four castes. (Manusmriti 10: 63)

(15) When honouring a guest, at a sacrifice, or when worshipping the manes, or the gods, a man may slay cattle, but not otherwise on any account. That twice-born man who, knowing the exact truth (promulgated) in the Veda, slays cattle for the sacrifices (ordained in the Veda), will convey himself and the cattle (slain by him) to a blissful abode. A self-controlled man of a twice-born caste, whether he be a householder, or be dwelling with his spiritual teacher, or in the forest, must never slay an animal in opposition to the precepts of the Veda, even in cases of distress.That slaughter which is in accordance with the precepts of the Veda, and has been fixed for this world of movable and immovable creatures, should be considered as no slaughter at all; because it is from the Veda that law shines forth. (Vishnu Smriti 51, 64-67)

(16) Meat cannot be obtained without injuring an animal, and the murder of animals excludes the murderer from heaven, therefore must meat be avoided. Reflecting

upon the origin of flesh and upon the (sin of) hurting or confining animated creatures, he must abstain from animal food of any kind. He who transgresses not the law and eats not flesh like a Pisaka, is beloved by men and remains free from disease. (Vishnu Smriti 51, 70-73)

(17) Beloved-of-the-Gods, King Piyadasi, speaks thus: Twenty-six years after my coronation various animals were declared to be protected - parrots, mainas, aruna, ruddy geese, wild ducks, nandimukhas, gelatas, bats, queen ants, terrapins, boneless fish, vedareyaka, gangapuputaka, sankiya fish, tortoises, porcupines, squirrels, deer, bulls, okapinda, wild asses, wild pigeons, domestic pigeons and all four-footed creatures that are neither useful nor edible.Those nanny goats, ewes and sows which are with young or giving milk to their young are protected, and so are young ones less than six months old. Cocks are not to be caponized, husks hiding living beings are not to be burnt and forests are not to be burnt either without reason or to kill creatures. One animal is not to be fed to another. On the three Caturmasis, the three days of Tisa and during the fourteenth and fifteenth of the Uposatha, fish are protected and not to be sold. During these days animals are not to be killed in the elephant reserves or the fish reserves either. On the eighth of every fortnight, on the fourteenth and fifteenth, on Tisa, Punarvasu, the three Caturmasis and other auspicious days, bulls are not to be castrated, billy goats, rams, boars and other animals that are usually castrated are not to be. On Tisa, Punarvasu, Caturmasis and the fortnight of Caturmasis, horses and bullocks are not be branded. (Pillar edict 5)

(18) They work here, in outlying towns, in the women's quarters belonging to my brothers and sisters, and among my other relatives. They are occupied everywhere. (Rock edict 5)

(19) Beloved-of-the-Gods speaks thus: It is now more than two and a half years since I became a lay-disciple, but until now I have not been very zealous. But now that I have visited the Sangha for more than a year, I have become very zealous. Now the people in India who have not associated with the gods do so. This is the result of zeal and it is not just the great who can do this. (Minor rock edict 1)

(20) He then pratcised to the utmost the rules of temperance and sought to plant the tree of religious merit to such an extent that he forgot to sleep and eat. He forbade the slaughter of any living thing, or the use of flesh as food throughout the "Five Indies" under pain of death without hope of pardon. (Si-Yu-Ki Buddhist Records of the Western World: Samuel Beal)

(21) In practice, this system must have led to much espionage and tyranny; and, if we may judge from the proceedings of kings in later ages, who undertook a similar task, the punishments inflicted for breach of the imperial regulations must have been terribly severe. It is recorded by contemporary testimony that in the seventh century King Harsha, who obviously aimed at copying closely the institutions of Asoka, did not shrink from inflicting capital punishment without

hope of pardon on any person who dared to infringe his commands by slaying any living thing, or using flesh as food in any part of his dominions. (The early History of India by Vincent Smith)

(22) It is easy to understand that believers in ideas of this kind may be led logically to regard the life of an insect as entitled to no less respect than that of a man. In practice, indeed, the sanctity of animal was placed above that of human life ; and the absurd spectacle was sometimes witnessed of a man being put to death for killing an animal, or even for eating meat. (The early History of India by Vincent Smith)

(23) In the twelfth century, Kumarapala, king of Gujarat in and of Western India, after his conversion to Jainism in A.D 1159, took up the doctrine of the sanctity of animal life with the most inordinate zeal, and imposed savage penalties upon violators of his rules. An unlucky merchant, who had committed the atrocious crime of cracking a louse, was brought before the special court at Anhihvara and punished by the confiscation of his whole property, the proceeds of which were devoted to the building of a temple. Another wretch, who had outraged the sanctity of the capital by bringing in a dish of raw meat, was put to death. The special court constituted by Kumarapala had functions similar to those of Asoka's Censors, and the working of the later institution sheds much light upon the unrecorded proceedings of the earlier one. (The early History of India by Vincent Smith)

(24) "even worldly philosophers and teachers from other spiritual traditions who are attached to the dualism of being and non being, to nihilism, or to eternalism, will still prohibit animal flesh eating and will themselves refrain from eating animal flesh. How much more should the World Teacher, who cultivates the one taste of mercy and who is fully enlightened, prohibit the eating of animal flesh both for himself and for others?" (Lankavatara Sutra chapter 8)

(25) For instance, Mahamati, there are some who speak ill of the Buddha Dharma and say, "Why are those who are living the life of Sramana or Brahmin reject the diet of the ancient Rishis andchoose to live like carnivores who fly in the sky, live in the water, or move on the earth? Why do they wander the Earth thoroughly terrifying sentient beings, disregarding the life of a Sramanaand destroying the vows of a Brahmin? There is no Dharma and no discipline in them."There are many adverse minded people who speak ill of the Buddha Dharma in this manner. (Lankavatara Sutra chapter 8)

(26) "Recognizing the mouth will produce a foul odour, even while living this life, let the Bodhisattva, whose nature is compassion, totally refrain from animal flesh eating. Those who eat animal flesh sleep uneasily and when they awaken in the morning are distressed. They dream of disturbing events that make their hair stand on end. They are left alone in empty huts. They live a solitary life. Their spirits are seized by demons. Frequently they are struck with terror. They tremble without knowing why. There is no order to their eating. They are never satisfied. Their diet is not attuned to what is appropriate in taste,

digestion, and nourishment. Their intestines are filled with worms and other impure creatures. They harbour the causes of leprosy. They cease tobelieve that they can become free from all diseases and do not have a clear aversion towards all the causes of diseases."(Lankavatara Sutra chapter 8)

(27) "all animal flesh eating in any form, in any manner, and in any place, in unconditionally and for all time, prohibited for all. Thus, Mahamati, animal flesh eating I have not permitted to anyone. I do not permit animal flesh eating. I will not permit animal flesh eating. Animal flesh eating, I tell you, is not appropriate for homeless monks and nuns. There may be some who would say that animal flesh was eaten by the Tathagata, thinking that this would slander him and undermine the words shared in this Sutra. Such unconscious people will follow their own karmic tendencies and may fall into places where long nights are passed without benefits and without happiness."(Lankavatara Sutra chapter 8)

(28) Then Bodhisattva Kasyapa said to the Buddha: "O World-Honoured One! To one who eats flesh, we should not give flesh. Why not? I see a great virtue arising out of abstention from eating flesh." The Buddha praised Kasyapa and said: "Well said, well said! You now come to know my mind well. A Bodhisattva who protects Dharma should be thus. O good man! From now on, I do not permit my sravaka disciples to eat meat. When receiving from a danapati a pristine dana [gift] of faith, think that one is eating the flesh of one's own son." Bodhisattva Kasyapa said further to the Buddha: "O World-Honoured One! Why is it that the Tathagata does not allow us to eat meat?" "O good man! "One who eats meat kills the seed of great compassion." (Mahayana Mahaparinirvana Sutra 7)

(29) "O Kasyapa! When one eats meat, this gives out the smell of meat while one is walking, standing, sitting or reclining. People smell this and become fearful. This is as when one comes near a lion. One sees and smells the lion, and fear arises. O good man! When one eats garlic, the dirty smell is unbearable. Other people notice it. They smell the bad smell. They leave that person and go away. Even from far off, people hate to see such a person. They will not come near him. It is the same with one who eats meat. It is a similar situation with all people who, on smelling the meat, become afraid and entertain the thought of death. All living things in the water, on land and in the sky desert such a person and run away. They say that this person is their enemy. Hence the Bodhisattva does not eat meat. (Mahayana Mahaparinirvana Sutra 7)

(30) The walls are covered with lime and mud, mixed with cow's dung for purity. (Si-yu-ki Budhist records of the western world, Translated from the Chinese of Hiuen Tsiang by Samuel Beal)

(31)And in setting up the sacrifice, they didn't harm cows. "Like a mother, father, brother, or other relative, cows are our foremost friends. From them comes medicine. They give food, strength, beauty, and happiness." Knowing this line of reasoning, they didn't harm cows. Delicate, with large bodies, beautiful, prestigious, brahmans were committed to standards of what should and shouldn't be done in line with their principles. As long as this lasted in the world, humanity prospered in happiness. (Sutta Nipata 2.7-Brahmanadhammika Sutta)

(32) Three were the diseases before then: desire, hunger, and aging. But from violence against cattle came ninety-eight. This injustice of violence has come down as ancient. The innocent are killed; the sacrificers fall away from the Dhamma. This tradition—ancient, vile— is criticized by the observant. Where people see such a thing, they criticize the sacrificer. With the Dhamma perishing in this way, merchants are split from workers noble warriors are split far apart, the wife despises the husband. Noble warriors, kinsman of Brahma, and any others protected by clan, repudiating the doctrine of their birth, fall under sensuality's sway. (Sutta Nipata 2.7- Brahmanadhammika Sutta)

(33) They eat flesh, but not that of animals employed in labour. (Ancient India as Described by Megasthenes and Arrian. Translated and edited by J. W. McCrindle)

(34) let the same number of five Bhikshus be fed, and (let) a lamp (burn) in the jewel -house.Whosoever shall interfere with this his arrangement,- he shall become invested with (the guilt of) the slaughter of a cow or of a Brahman, and with (the guilt of) the five sins that entail immediate retribution!The year 90 (and) 3; (the month) Bhadrapada; the day 4. (Sanchi inscription of Chandragupta II)

(35) "Bhikkhus, there are these five incurable lesions that lead to the plane of misery, that lead to hell. What five? One deprives one's mother of life; one deprives one's father of life; one deprives an arahant of life; with a mind of hatred one sheds the Tathagata's blood; one creates a schism in the Sahgha. These are the five incurable lesions that lead to the plane of misery, that lead to hell. (Parikuppa Sutta-Anguttara Nikaya)

(36) Bhikkhus, possessing six qualities, even, while listening to the good Dhamma one is incapable of entering upon the fixed course [consisting in] rightness in wholesome qualities. What six? (1) One has dep rived One's mother of life; (2) one has deprived one's father of life; (3) one has deprived an arahant of life; (4) with a mind of hatred one has shed the Tathagata's blood; (5) one has created a schism in the Sangha; (6) one is unwise, stupid, obtuse. Possessing these six qualities, even while listening to the good Dhamm a one is incapable of entering upon the fixed course [consisting in] rightness in wholesom e qualities. (Kammavaranata Sutta-Anguttara Nikaya)

(37) "And, bhikshus, what kind of person torments others, is intent on tormenting others?

Here, bhikshus, a certain person is a sheep slaughterer, pig slaughterer, bird trapper (fowler), game hunter (animal stalker), hunter, fisherman, thief, thief killer (executioner), cattle killer, jailer, or one who performs any of such bloody deeds." (Kandaraka Sutta-Majjhima Nikaya)

(38) And which is the individual who torments others and is devoted to the practice of torturing others? There is the case where a certain individual is a butcher

of sheep, a butcher of pigs, a butcher of fowl, a trapper, a hunter, a fisherman, a thief, an executioner, a prison warden, or anyone who follows any other bloody occupation. (Apannaka Sutta-Majjhima Nikaya 60)

(39) "And how is a person one who torments others and pursues the practice of torturing others? Here, a certain person is a butcher of sheep, a butcher of pigs, a fowler, a trapper of wild beasts, a hunter, a fisherman, a thief, an executioner, a prison warden, or one who follows ariy other such bloody occupation. It is in this way that a person is one who torments others and pursues the practice of torturing others. (Attantapa Sutta-Anguttara Nikaya 4:198)

(40) And what person mortifies others, committed to the practice of mortifying others? It's when a person is a slaughterer of sheep, pigs, poultry, or deer, a hunter or fisher, a bandit, an executioner, a butcher of cattle, a jailer, or has some other cruel livelihood. This is called a person who mortifies others, being committed to the practice of mortifying others.(Ghotamukha Sutta-Majjhima Nikaya 94)

(41) "That being, bhikkhus, used to be a cattle butcher in this same Rajagaha. Having been tormented in hell for many years, for many hundreds of years, for many thousands of years, for manyhundreds of thousands of years as a result of that kamma, as a residual result of that same kamma he is experiencing such a form of individual existence." (Lakkhanasamyutta, Nidana Vagga- Samyutta Nikaya)

(42) "Only an ignorant person can have declared to you, the ignorant, that bathing frees one from (the consequences of) evil deeds. If that were so, then fish turtles, frogs, water snakes and crocodiles- whatever lives in water-would go straight to heaven. All those who perform evil deeds (or follow impure trade) such as sheep- pig- butchers, huntsmen, fishermen, thieves and murderers would be freed from bad karma by sprinkling themselves with water! Besides if these rivers were to wash away the evil you have done,they would also wash away your religious merits, leaving you behind, hollow and empty." (Therigatha 240-3)

(43) "*Fishers and butchers, hunters of the boar,*
Slayers of cattle, bulls, and goats, who slew
And laid the corpses in the slaughter-house,
These cruel creatures begat sin, and they
Are lying yonder torn in little bits."
(Nimi Jataka No. 541)

(44) ..with persons engaged in raising pigs, sheep, chickens or dogs, or those who engage in hunting or fishing or those with evil conduct. They must not associate with slaughterers or flesh-carvers, those who hunt animals or catch fish, or kill to do harm for profit, or those who display women and sell their favours. (Lotus sutra 14)

(45) "If he enters the house of another person, he should not engage in talk with the young girls, unmarried women or widows. Nor should he go near the five

types of unmanly men or have any close dealings with them". (Lotus Sutra-14)

(46) people lusting for the taste of meat lay traps and nets to catch their prey. With such devices, hunters, butchers, fishermen, and their like take the lives of innocent creatures dwelling on the earth or in the air and water. Cruel folk such as these, devoid of pity like demonic rakshasas, who kill animals and devour them, such people will never generate compassion." (Lankavatara Sutra)

(47) "He has described the black class as butchers of sheep, pigs, poultry, and deer; hunters and fishermen; thieves, executioners, and prison wardens; or those who follow any other such cruel occupation." (Anguthara Nikhaya -Chakka Nipata 57)

(48) "Whosoever in this world kills living beings, once born or twice born, in whom there is no sympathy for living beings- know him as an outcast. (Vasala Sutta- Sutta Nipata)

(49) He couples with a brahmin woman, a khattiya woman, a vessa woman, a sudda woman, and a candala woman, and a woman from a family of hunters, bamboo workers, chariot makers, or flower scavengers. (Dona Sutta- Amguttara Nikaya 5:192)

(50) Bhikkhus, possessing five qualities, a lay follower is a candala of a lay follower, a stain of a lay follower, the last among lay followers. What five? (1) He is devoid of faith; (2) he is immoral;(3) he is superstitious and believes in auspicious signs, not in kamma; (4) he seeks outside here for a person worthy of offerings; and (5) he first does [meritorious] deeds there. Possessingthese five qualities, a lay follower is a candala of a lay follower, a stain of a lay follow er, the last among lay followers. (Candala Sutta- Anguttara Nikaya)

(51) Just as in the summer time when it rains in torrents various things issue from the body (such as urine, dung, hide, bones, strips of sinews, saliva, snot, blood and the like) are carried along by the water and fall into a pool by the gate of a village of outcastes...... so there in the stomach the various kinds of things to eat and drink that were crushed by the pestle of the teeth.... get mixed with families of worms and, sending up foam and bubbles, reach an absolutely vile, foul-smelling disgusting state.(Vishudhimagga)

(52) "Who are you?" he said. "I am a candala." He feared the wind after striking the candala's body might touch his own body, so he cried, "Curse you, you ill-omened candala, get to leeward," and went quickly to windward, but the candala was too quick for him and stood to windward of him. Then he abused and reviled him the more, "Curse you, ill-omened one." (Setaketu jataka No: 377)

(53) "Who is that?" "A Candala, my lady." "Bah," says she, "I have seen something that brings bad luck," and washing her eyes with scented water she turned back. The people with her cried out, "Ah, vile outcast, you have lost us free food and liquor to-day!" In rage they pummelled Matanga the wise with hands

and feet, and made him senseless, and went away. (Matanga Jataka No: 497)

(54) "This is an evil omen to see!" they said, and after washing their eyes with perfumed water, they returned back. Then the multitude cried, "O vile outcasts, you have made us lose food and strong drink which would have cost us nothing!" They belaboured the two kinsmen, and did them much misery and mischief. (Citta-Sambhuta jathaka (No. 498)

(55) "Away! the blot's in the blood. Be off! (Citta-Sambhuta jathaka (No. 498)

(56) "*The lowest race that go upon two feet*
Are the Candalas, meanest men on earth,
When all our deeds were ripe, as guerdon meet
We both as young Candalas had our birth.

(57) In spite of the protestant character of Buddhism and Jainism neither waged any powerful struggle against caste system and untouchability. On the contrary, Buddhism like brahmanical religion seems to have recognized the phenomenon of untouchability, which originated in the post vedic period and remains to this day an appalling feature of Indian social life. The Chandalas and Nishadas, originally aboriginals, were recognized as untouchables by Buddhism. At one place the Buddha himself equates the food earned by unlawful means with the leavings of a Chandala. This is in tune with attitude of the early brahmanical law givers, who prescribed bathing as essential for such members of higher castes as a touch of Chandala. The Jataka stories describe Chandala as amongst the meanest being on caste and regard even contact with air that touches their body as pollution. We are told in one story that the daughter of a setthi of Banaras washed her eyes that were contaminated by the mere sight of a Chandal. The new religions therefore did not try to abolish the existing social differentiation they strongly refuted, lower the importance of caste for attaining nirvana. (Ancient India: An Introductory Outline-DN Jha)

(58) "Bhikkhus, a lay follower should not engage in these five trades. What five? Trading in weapons/trading in living beings, trading in m eat, trading in intoxicants, and trading in poisons. A lay follow er should not engage in these five trades." (Vanijja Sutta-Anguttara Nikaya 5.177)

(59) Throughout the country the people kill no living thing nor drink wine, nor do they eat garlic or onions, with the exception of Chandalas only. The Chandalas are named "evil men" and dwell apart from others; if they enter town or market, they sound a piece of wood in order to seperate themselves; then men knowing who they are, avoid coming in contact with them. In this country they do not keep swine nor fowls, and do not deal in cattle; they have no shambles or wine shops in their market places......The Chandalas only hunt and sell fish. (Si-yu-ki: Buddhist Records of the Western World-Translated from the Chinese of Hiuen Tsiang by Samuel Beal)

(60) But the dwellings of Kandalas and Svapakas shall be outside the village, they must be made Apapatras, and their wealth (shall be) dogs and donkeys. (Manusmriti10.51)

(61) Onions and garlic are little grown; and few persons eat them; if anyone uses them for food, they are expelled beyond the walls of the town. The most usual food is milk, butter, cream, soft sugar, sugar-candy, the oil of the mustard-seed, and all sorts of cakes made of corn are used as food. Fish, mutton, gazelle, and deer they eat generally fresh, sometimes salted; they are forbidden to eat the flesh of the ox, the ass, the elephant, the horse, the pig, the dog, the fox, the wolf, the lion, the monkey, and all the hairy kind. Those who eat them are despised and scorned, and are universally reprobated; they live outside the walls, and are seldom seen among men. (Si-yu-ki: Buddhist Records of the Western World-Translated from the Chinese of Hiuen Tsiang by Samuel Beal)

Butchers, fishers, dancers, executioners, and scavengers, and so on, have their abodes without the city. In coming and going these persons are bound to keep on the left side of the road till they arrive at their homes. Their houses are surrounded by low walls, and form the suburbs. (Si-yu-ki: Buddhist Records of the Western World-Translated from the Chinese of Hiuen Tsiang by Samuel Beal)

(62) The Buddhist teaching of an endless cycle of reincarnation, a rebirth based on karma, retribution for the deeds of a former life, justified strict social stratification. Buddhism was a doctrine that justified the privileged position of the establishment, and for this reason, it was adamantly welcomed by the king, the royal house, and the aristocracy. (Jinwung Kim, A History of Korea"Land of the Morning Calm" to States in Conflict)

(63) "no further evidence seems to be necessary to support the statement that the Brahmins were not merely beef-eaters but they were also butchers". (The untouchables Volume 1: Dr B.R. Ambedkar)

(64) His religion spread like wild fire. It soon became the religion of the whole of India. (Revolution and Counter-Revolution in Ancient India)

ബുദ്ധമതത്തിലെ സ്ത്രീവിരുദ്ധത

In fact, Theravada's exclusion of women from a meaningful role in the spiritual life has been even more complete than that of Islam's. There have been at least a few Muslim women saints, poets and theologians; in Theravada until the 20th century there have been none that I know of.

(S. Dhammika- *The broken Buddha-Critical Reflections on Theravada and a Plea for a New Buddhism*)

ബുദ്ധമതം സ്ത്രീകളുടെ പദവി ഉയർത്തി എന്നാണ് അംബേദ്ക്കർ അവകാശപ്പെടുന്നത്.[1] എന്നാൽ അതിൽ എത്രത്തോളം വാസ്തവമുണ്ട്? മനുസ്മൃതിയിലെയും, ഭഗവത് ഗീതയിലെയും, രാമായണത്തിലെയും സ്ത്രീവിരുദ്ധത ചികഞ്ഞു കണ്ടുപിടിക്കുന്ന ബുദ്ധിജീവി ബുദ്ധിസത്തിലെ സ്ത്രീവിരുദ്ധതകളെ കണ്ടഭാവം നടിക്കാറില്ല. ബുദ്ധമതം സ്ത്രീസൗഹൃത മതമാണ് എന്നത് പ്രത്യേക തെളിവൊന്നും വേണ്ടാത്ത ഒരു കാര്യമാണെന്ന മട്ടിൽ ബുദ്ധനെ പുകഴ്ത്തുകയാണ് നമ്മുടെ പതിവ്. അംബേദ്ക്കർ പറഞ്ഞാൽ പിന്നെ അപ്പീലില്ല. എന്നാൽ യഥാർഥത്തിൽ ബുദ്ധന് സ്ത്രീകളെ സംഘത്തിൽ ചേർക്കുന്നതിൽ ഒട്ടും താൽപര്യമുണ്ടായിരുന്നില്ല. കാരണം സ്ത്രീകളോടു വലിയ മതിപ്പില്ല, അത്രതന്നെ. സ്ത്രീകളെക്കുറിച്ചുള്ള തന്റെ മതിപ്പില്ലായ്മ ബുദ്ധൻ പലപ്പോഴും വെളിപ്പെടുത്തിയിട്ടുണ്ട്. സ്ത്രീകൾക്ക് ഒരിക്കലും ഉയർന്ന പദവിയിൽ എത്താൻ പറ്റില്ല എന്നാണ് അംഗുത്തര നിഖായയിൽ ബുദ്ധൻ പറയുന്നത്.[2] അതുപോലെ മജ്ജിമ നിഖായയിലെ ബഹുധാതുകസുത്തയിലും സ്ത്രീകൾ പുരുഷൻമാരെക്കാൾ താഴ്ന്നവരാണ് എന്നു വളരെ വ്യക്തമായിതന്നെ ബുദ്ധൻ പറയുന്നുണ്ട്.[3] മഹാപരിനിർവ്വാണ സുത്തയിൽ എല്ലാവരും പുരുഷൻമാരായി ജനിക്കാനാണ് ആഗ്രഹിക്കുക എന്നും ബുദ്ധൻ അഭിപ്രായപ്പെടുന്നതു കാണാം. കാരണം സ്ത്രീകൾ പാപത്തിന്റെ കൂടാണ്.[4]

അംഗുത്തര നിഖായയിലെ മാതാ-പുത്ത സുത്തയിൽ ഒരു അമ്മ യുടെയും മകന്റെയും കഥയുണ്ട്. ആശ്രമത്തിൽ ഭിക്ഷുവും, ഭിക്ഷുണി യുമായി കഴിയുന്ന ഒരു അമ്മയ്ക്കും, മകനും ഇടയിൽ എങ്ങിനെയോ അരുതാത്ത വികാരങ്ങൾ കടന്നുവരുകയും ഈ അമ്മയും, മകനും തമ്മിൽ ലൈംഗികബന്ധം പുലർത്തുകയും ചെയ്തു. സ്വാഭാവികമായും ഇത് വൻ വിവാദമായി, ബുദ്ധൻ വിവരം അറിയുകയും ചെയ്തു. ഈ സംഭവത്തെ രണ്ടു വ്യക്തികൾക്ക് തുല്യ ഉത്തരവാദിത്വമുള്ള ഒരു തെറ്റ് എന്നു കണക്കാക്കുന്നതിനു പകരം സ്ത്രീവർഗ്ഗത്തെ മൊത്തം അധിക്ഷേപിക്കാനാണ് ബുദ്ധൻ ഈ അവസരം ഉപയോഗിക്കുന്നത്. ഈ സുത്ത മുഴുവൻ സ്ത്രീകളോടുള്ള അധിക്ഷേപങ്ങളാണ്. കുറ്റം മുഴുവൻ സ്ത്രീകളുടെയാണ്. സ്ത്രീകൾ മാരന്റെ കുടുക്കാണ്. മരണാസ ന്നയായി കിടക്കുന്ന ഒരു സ്ത്രീയെ പോലും പേടിക്കണം. ഒരു സ്ത്രീയുടെ കൂടെ തനിച്ചാകുന്നത് കാളസർപ്പത്തെ സമീപിക്കുന്നതിനേക്കാൾ അപകടകരമാണ്.[5]

ബുദ്ധൻ നിർവ്വാണത്തോടടുക്കുന്ന സമയത്ത് ശിഷ്യനായ ആനന്ദൻ സ്ത്രീകളോടുള്ള സമീപനം എങ്ങനെയായിരിക്കണം എന്നു ചോദിച്ചപ്പോൾ ബുദ്ധന്റെ പറഞ്ഞത് അവരെ നോക്കാതിരിക്കുക എന്നായിരുന്നു. അഥവാ നോക്കിയാലും അവരോടു സംസാരിക്കാതി രിക്കുക. ഇനി അവർ ഇങ്ങോട്ടു വല്ലതും സംസാരിച്ചാൽ ധ്യാനത്തിൽ മുഴുകുക.[6]

ഒരിക്കൽ പസേനദി രാജാവിന് ഒരു പെൺകുഞ്ഞു ജനിച്ചു. ആൺകുട്ടിയെ ആഗ്രഹിച്ചിരുന്ന രാജാവ് നിരാശയിലായി. പെൺകു ട്ടികൾ ഭർതൃമാതാവിനെ ബഹുമാനിക്കുന്ന നല്ലൊരു ഭാര്യയും, മികച്ച ഒരു മകന്റെ അമ്മയും ആയേക്കാം എന്നു പറഞ്ഞാണ് അദ്ദേഹ ത്തെ ബുദ്ധൻ ആശ്വസിപ്പിക്കുന്നത്. സ്ത്രീകളിൽ ബുദ്ധൻ കാണുന്ന ഏക മികവ് അവർ നല്ല മരുമകളും, നല്ലൊരു പുത്രന്റെ അമ്മയും ആയേക്കാം എന്നു മാത്രമാണ്.[7]

ഏഴു തരം ഭാര്യമാരെക്കുറിച്ച് അംഗുത്തര നിഖായയിലെ സുജാത സുത്തയിൽ ബുദ്ധൻ പറയുന്നുണ്ട്. ഒരിക്കൽ ആനന്ദപിണ്ഡികന്റെ വീട്ടി ലെത്തിയ ബുദ്ധൻ അദ്ദേഹത്തിന്റെ മരുമകളായ സുജാത വേലക്കാരെ ശാസിക്കുന്നതു കേൾക്കാനിടയായി. ബുദ്ധൻ സുജാതയെ വിളിച്ച് ഭാര്യമാർ എപ്രകാരമാണ് പെരുമാറേണ്ടത് എന്നതിനെക്കുറിച്ച് ഒരു പ്രസംഗം നടത്തി. ഏഴു തരം ഭാര്യമാർ ഉള്ളതിൽ ഭർത്താവിനോട് അടിമയെപ്പോലെ പെരുമാറുന്ന ഭാര്യയാണ് മികച്ചത്. ഭർത്താവിന്റെ ശാരീരികോപദ്രവങ്ങൾ പോലും കൂട്ടാക്കാതെ അയാളെ അനുസരിച്ചു ജീവിക്കുന്ന ഭാര്യയാണ് ഏറ്റവും മികച്ച ഭാര്യ.[8] നമ്മുടെ "കാര്യേഷു

മന്ത്രി, കരണേഷു ദാസി" തന്നെ.

സ്ത്രീ സംസർഗ്ഗം ഭിക്ഷുക്കളുടെ തപശ്ശക്തി നശിപ്പിക്കും എന്നാണ് ബുദ്ധന്റെ അഭിപ്രായം. "മുൻഭാര്യയുമായി" ലൈംഗികബന്ധത്തിൽ ഏർപ്പെട്ട ഒരു ശിഷ്യനെ ഉപദേശിക്കാൻ ബുദ്ധൻ പറഞ്ഞ ഒരു ജാതക കഥയുണ്ട്. (നളിനിക ജാതക No: 526) വളരെ തപശ്ശക്തി യുള്ള ഒരു ബ്രാഹ്മണൻ ഹിമാലയത്തിൽ തപസ്സ ചെയ്യുന്നുണ്ടായിരു ന്നു. ഒരിക്കൽ അദ്ദേഹത്തിന്റെ ശുക്ലം വിഴുങ്ങാനിടയായ ഒരു മാൻ പ്രസവിച്ച് അദ്ദേഹത്തിന് ഇസിസിംഗൻ എന്നൊരു മകനുണ്ടായി. സ്ത്രീകളെ കാണാതെ വളരുന്ന ഈ മകനും വലിയ തപസ്വിയായി. ഇദ്ദേഹത്തിന്റെ തപശ്ശക്തികൊണ്ട് ഇന്ദ്രന് രാജ്യത്ത് മഴ പെയ്യി ക്കാൻ കഴിയാതായി. ഇസിസിംഗന്റെ തപസ്സ മുടങ്ങിയാൽ മഴ പെയ്യും എന്നു മനസ്സിലാക്കിയ രാജാവ് തന്റെ മകളായ നളിനികയെ ഇസിസിംഗന്റെ തപസ്സ മുടക്കാൻ അയക്കുന്നു.

നളിനിക ഇസിസിംഗനെ കാണുന്നു. സ്ത്രീകളെ കണ്ടുപരിചയമി ല്ലാത്ത ഇസിസിംഗന്റെ തപസ്സ് തെറ്റുന്നു. ഇസിസിംഗന്റെ തപശ്ശക്തി നഷ്ടപ്പെട്ടതോടെ ഇന്ദ്രൻ മഴ പെയ്യിക്കുന്നു. (അതേന്ന്...ഇത് നമുക്ക് പരിചയമുള്ള ആ കഥ തന്നെ. ഇസിസിംഗൻ തന്നെ ഋഷ്യശൃംഗൻ.) പക്ഷേ ഈ കഥയിൽ നമുക്കു പരിചയമുള്ളപോലെ മുനിപുത്രൻ രാജ കുമാരിയെ വിവാഹം കഴിച്ച് ഗൃഹസ്ഥനായി ജീവിക്കുകയല്ല. ഇവിടെ അബദ്ധം തിരച്ചറിഞ്ഞ്, സ്ത്രീകൾ അപകടകാരികളാണ് എന്നു മനസ്സിലാക്കിയ ഇസിസിംഗൻ പൂർവ്വാധികം ശക്തിയോടെ തപസ്സ ചെയ്തു നഷ്ടപ്പെട്ട തപശ്ശക്തി വീണ്ടെടുത്തു. അതാണ് കഥയിലെ ഗുണപാഠം.

ഇതേ കഥ ചെറിയ വ്യത്യാസത്തോടെ "വഴി തെറ്റിയ" മറ്റൊരു ശിഷ്യനെ ഉപദേശിക്കുന്ന രീതിയിൽ തന്നെ വേറൊരു ജാതകകഥ യിൽ ആവർത്തിക്കുന്നുണ്ട്. (അലംബുഷ ജാതക No: 523) ഇവിടെ മഴപെയ്യിക്കാൻ കഴിയാതായ ഇന്ദ്രന്റെ നിർദ്ദേശപ്രകാരം അലംബുഷ എന്നൊരു അപ്സരസ്സാണ് ഇസിസിംഗന്റെ തപസ്സ മുടക്കാൻ പോകുന്നത് . ഇവിടെയും അബദ്ധം പറ്റിയ ഇസിസിംഗൻ അപ്സര സ്സിന്റെ വലയിൽ പെടാതെ രക്ഷപ്പെട്ട് ബുദ്ധമാർഗ്ഗത്തിൽ സഞ്ചരിച്ച് വലിയ നേട്ടങ്ങൾ ഉണ്ടാക്കുന്നു. ഈ കഥയിൽ ഇസിസിംഗന്റെ പിതാവായി ജനിച്ചിരിക്കുന്ന ബുദ്ധൻ നൽകുന്ന ഉപദേശം സ്ത്രീകൾ അനർത്ഥകാരികളാണ് എന്നാണ്.[9]

ഇനി വേറൊരു ജാതകകഥ പറയാം (കുനാല ജാതക No. 536). ഒരിക്കൽ കാശി രാജാവ് കോസലം ആക്രമിച്ചു കീഴടക്കി, അവിടത്തെ രാജാവിന്റെ ഭാര്യയെ പിടിച്ചുകൊണ്ടുപോയി. ആ

സമയം ഗർഭിണിയായിരുന്ന രാജ്ഞി ഒരു പെൺകുട്ടിയെ പ്രസവിച്ചു. കനിഹ എന്ന ഈ പെൺകുട്ടിയെ കാശി രാജാവ് സ്വന്തം മകളായി വളർത്തി. അങ്ങനെ വളർത്തുമകൾ പ്രായപൂർത്തിയായി, മകളുടെ സ്വയംവരത്തിന്റെ സമയമായി. സ്വയംവരത്തിൽ കനിഹ പാണ്ഡുരാജാവിന്റെ മക്കളായ അഞ്ച് രാജകുമാരൻമാരെയും ഭർത്താക്കൻമാരായി വേണമെന്ന് ആവശ്യപ്പെടുന്നു. അഞ്ചു പേരെയും ഭർത്താക്കൻമാരാക്കുന്ന പരിപാടി രാജാവിനെ വിഷമിപ്പിച്ചെങ്കിലും മകളുടെ ഏത് ആഗ്രഹവും സാധിച്ചു കൊടുക്കാമെന്ന് രാജാവ് വരം കൊടുത്തിരുന്നതുകൊണ്ട് മനസ്സില്ലാമനസ്സോടെ അദ്ദേഹം അതിനു സമ്മതിക്കുന്നു. എന്നാൽ കനിഹ രാജകുമാരിയാകട്ടെ അഞ്ചു ഭർത്താക്കൻമാരും പോരാഞ്ഞിട്ട് കൂനനും, വികലാംഗനുമായ ഒരു ഭൃത്യനെയും കൂടി കാമുകനാക്കിയത്രെ. ഈ വഞ്ചനയിൽ മനം നൊന്ത് അഞ്ചു ഭർത്താക്കൻമാരും സ്ത്രീ വിരോധികളായി കുടുംബജീവിതം ഉപേക്ഷിച്ചു ഹിമാലയത്തിൽ പോയി തപസ്സു ചെയ്ത് പുണ്യം നേടി. ആ അഞ്ചു ഭർത്താക്കൻമാരുടെയും പേരുകൾ അർജ്ജുനൻ, നകുലൻ, ഭീമസേനൻ, യുധിഷ്ഠിരൻ, സഹദേവൻ എന്നാണ്. (അതേ, അതുതന്നെ. പാഞ്ചാലിയുടെയും പാണ്ഡവരുടെയും കഥതന്നെ. ഈ കഥയിൽ പക്ഷേ അർജ്ജുനനാണ് മൂത്ത ആൾ. മഹാഭാരതത്തിലെ പാഞ്ചാലി പതിവ്രതകളിൽ പെട്ട ആളാണ്. എന്നാൽ ഈ കഥയിലെ കനിഹ അമിത ലൈംഗികാസക്തിയുള്ള, കൂനനായ ഒരു കുള്ളനുമായി വ്യഭിചാരത്തിൽ ഏർപ്പെട്ട വഞ്ചകിയായ സ്ത്രീയാണ്.)[10]

ഒരു സ്ത്രീ തെറ്റുകാരിയാകുന്നത് നല്ല വസ്ത്രം ധരിച്ച്, മദ്യപിച്ച്, ഉദ്യാനങ്ങളിലും, കൂട്ടുകാരുടെ വീട്ടിലും കറങ്ങി നടന്ന്, വാതിൽക്കൽ കടാക്ഷം വിതറിക്കൊണ്ട് അങ്ങനെ ഒൻപതു തരത്തിലാണ് എന്നാണ് ഈ കഥയിൽ പറയുന്നത്.[11] സ്ത്രീ ഭർത്താവിന്റെ കഴുത്തു കണ്ടിച്ച് രക്തം കുടിക്കുന്നവളാണ്, നുണ പറയുന്നവളാണ്, വിശ്വസിക്കാൻ കൊള്ളാത്തവളാണ്, സ്വർണ്ണം മോഹിച്ച് അപഥസഞ്ചാരം നടത്തുന്നവളാണ്.[12]

വീട്ടിലെ പണികൾ ചെയ്യാതെ മടി കാണിക്കുന്ന ഭാര്യയെ കൈകാര്യം ചെയ്യേണ്ടത് എങ്ങിനെയെന്ന് കോശിയ ജാതക (No: 130) എന്ന കഥയിൽ ബുദ്ധൻ പഠിപ്പിക്കുന്നുണ്ട്. (ഇതൊന്നും ബുദ്ധന്റെ സാരോപദേശ കഥ എന്ന പേരിൽ കിട്ടുന്ന ജാതകകഥകളിൽ കാണില്ല.) വളിച്ച പാൽ ഉൽപ്പന്നങ്ങളും, പലതരം പഴങ്ങളും ഒരു പുതിയ ചെമ്പു പാത്രത്തിൽ ശേഖരിക്കുക. ആ മിശ്രിതത്തിന് ലോഹത്തിന്റെ ചുവ വരണം. ഇനി ഇത് ഭാര്യയെ നിർബന്ധമായി തീറ്റിക്കുക. കഴിക്കാൻ വിസമ്മതിച്ചാൽ മുടിയിൽ പിടിച്ചു

വലിച്ചിഴക്കുകയും, ഇടിക്കുകയും ചെയ്യാം.[13]

എന്നിട്ട് ഇത്ര സ്ത്രീവിരുദ്ധനായ ബുദ്ധൻ സംഘത്തിൽ സ്ത്രീകളെ ചേർത്തല്ലോ എന്ന ന്യായം പറയുന്നവർക്കായി.... വളർത്തമ്മ യായ മഹാപ്രജാപതി ഗൌതമി അഞ്ഞൂറ് ശാക്യസ്ത്രീകളോട്ടു കൂടി ബുദ്ധനെ സമീപിച്ച് സംഘത്തിൽ ചേർക്കാൻ നിർബന്ധിച്ചപ്പോൾ പോലും ആദ്യം ബുദ്ധൻ സമ്മതിച്ചില്ല. ഒടുവിൽ നിവർത്തിയി ല്ലാതെ, ആനന്ദന്റെ കൂടി ശുപാർശയിൽ എട്ടു പ്രത്യേക നിബന്ധ നകളോട്ടു കൂടിയാണ് ബുദ്ധൻ സ്ത്രീകളെ സംഘത്തിൽ ചേർക്കാൻ സമ്മതിക്കുന്നത്. ഒരു ഭിക്ഷുണിക്ക് ഒരു ഭിക്ഷുവിനെ ശാസിക്കാൻ അവകാശമില്ല, എന്നാൽ ഒരു ഭിക്ഷുവിന്, അയാൾ എത്ര പ്രായം കുറഞ്ഞ ആളായാലും ഭിക്ഷുണിയെ ശാസിക്കാൻ അവകാശമുണ്ട്. ബുദ്ധസംഘത്തിൽ ഏറ്റവും പ്രായമുള്ള ഭിക്ഷുണിയുടെ പോലും സ്ഥാനം, ഏറ്റവും ജൂനിയറായ ഭിക്ഷുവിനേക്കാൾ താഴെയായിരുന്നു. ഇതൊക്കെയായാലും സ്ത്രീകൾക്ക് സംഘത്തിൽ സ്ഥാനം കൊടുത്ത തുകൊണ്ട് തന്റെ ധർമ്മം ആയിരം വർഷം നിലനിൽക്കേണ്ടതിനു പകരം അഞ്ഞൂറു വർഷം മാത്രമെ നിലനിൽക്കൂ എന്ന് ബുദ്ധൻ പതം പറയുന്നുമുണ്ട്.[14]

സംഘത്തിൽ ഭിക്ഷുക്കൾക്കായി ഇരുന്നൂറ്റി ഇരുപത്തേഴ നിയമ ങ്ങൾ ഉള്ളപ്പോൾ, ഭിക്ഷുണികൾ അനുസരിക്കേണ്ടുന്ന നിയമങ്ങൾ മുന്നൂറ്റിപതിനൊന്നെണ്ണമാണ്. സ്ത്രീ സംസർഗ്ഗം ഉണ്ടാകുന്ന ഭിക്ഷു പരാജിതനാണ്. ഭിക്ഷുക്കൾക്ക് “വേണ്ടാതീനം” തോന്നിപ്പിക്കാ തിരിക്കേണ്ടതിന്റെ ഉത്തരവാദിത്വവും സ്ത്രീകൾക്കാണ്. സ്ത്രീകളോട് ആകർഷണം തോന്നുന്നത് ഭിക്ഷുവിന്റെ തെറ്റല്ല, സ്ത്രീകളുടെ തെറ്റാണ്. സ്ത്രീകൾ ഭിക്ഷുക്കളെ വഴിതെറ്റിക്കാൻ നടക്കുന്നവരാണ് എന്ന ആശയം പാലി പ്രമാണങ്ങളിൽ ഉടനീളം കാണാം.

പലപ്പോഴും പുരുഷന്മാർ അവരുടെ ഭാര്യയേയും കുടുംബത്തെയും ഉപേക്ഷിച്ചായിരിക്കും ഭിക്ഷുസംഘത്തിൽ ചേരുക. ജീവിതമാർഗ്ഗം ഇല്ലാതാകുന്ന ഈ സ്ത്രീകൾ പലപ്പോഴും ഭർത്താക്കൻമാരെ തിരിച്ചു പിടിക്കാൻ നോക്കും. സംഗമാജി എന്ന ഭിക്ഷുവിന്റെ മുൻ ഭാര്യയും മകനും അദ്ദേഹത്തെ സന്ദർശിക്കാൻ എത്തിയപ്പോൾ അദ്ദേഹം അവരെ പൂർണ്ണമായും അവഗണിച്ചതിനെ ബുദ്ധൻ പുകഴ്ത്തിയ കഥ ഞാൻ നേരത്തെ സൂചിപ്പിച്ചിരുന്നു. ആ ഏഭ്യൻ ഭർത്താവിനെ ബ്രാഹ്മണൻ എന്നു വിളിച്ച് അഭിനന്ദിക്കുകയാണ് ബുദ്ധൻ ചെയ്തത്. സുത്തവിഭംഗയിൽ സുധിമ എന്നൊരു സന്യാസിയുടെ കഥയുണ്ട്. വലിയ ധനികനായ ഒരു വ്യാപാരിയുടെ പുത്രനായ സുധിമ ബന്ധു ക്കളുടെ കഠിനമായ എതിർപ്പ് വകവയ്ക്കാതെയാണ് ഭാര്യയേയും,

കുടുംബത്തെയും ഉപേക്ഷിച്ച് സന്യാസിയാകുന്നത്. സന്താനങ്ങൾ ഇല്ലാതിരുന്ന സുധിമ ഭാര്യയുടെയും, അമ്മയുടെയും നിർബന്ധം കാരണം (സന്തതി ഇല്ലെങ്കിൽ സ്വത്തുക്കൾ രാജാവിനു പോകും.) സന്തതിയുണ്ടാകാനായി ഭാര്യയുമായി മൂന്നു തവണ ബന്ധപ്പെട്ടു. ആത്മീയ സാധനയിൽ പിഴവു പറ്റിയതിൽ (പരാജിതൻ) നിരാശനായ സുധിമയെ ബുദ്ധൻ "അത്" കാളസർപ്പത്തിന്റെ വായിൽ തിരുകുകയായിരുന്നു ഇതിലും ഭേദം എന്ന് കഠിനമായി ആക്ഷേപിക്കുകയാണ് ചെയ്തത്.[15] സ്ത്രീസംസർഗ്ഗം ഉണ്ടാകുന്ന ഭിക്ഷുവിന് മരിച്ചാൽ പോലും രക്ഷ കിട്ടില്ല. ലൈംഗിക ബന്ധത്തിൽ ഏർപ്പെടുന്നവൻ പരാജിതനാണ്. അവൻ സംഘത്തിനു പുറത്താണ്.

ഒരാൾ സ്വന്തം ഭാര്യയുമായി പരസ്പര സമ്മതത്തോടെ ബന്ധപ്പെട്ടതിന് ഇത്രമാത്രം ബഹളം ഉണ്ടാക്കിയ സംഭവവുമായി താരതമ്യം ചെയ്യാൻ വേറൊരു സംഭവം പറയാം. ഒരിക്കൽ ഒരു ഭിക്ഷു ഒരു പെൺകുട്ടിയെ പീഡിപ്പിച്ചു. ആ കുട്ടി മരിച്ചുപോയി. ഒരു പെൺകുട്ടിയെ പീഡിപ്പിച്ചു കൊന്നയാൾ പരാജിതനല്ല. അയാളെ പുറത്താക്കില്ല. അത് അല്പം ചെറിയ പാപമാണ്. പശ്ചാത്താപം തോന്നി സംഘത്തിന്റെ മുന്നിൽ ഏറ്റുചൊല്ലി മാപ്പു പറഞ്ഞാൽ മതി.[16] പശ്ചാത്താപം കൊണ്ടൊന്നും കാര്യമില്ലാത്ത, പരാജിതനായി സംഘത്തിൽ നിന്നു പുറത്താകുന്ന രണ്ടു പാപങ്ങൾ കൂടി പറയാം. ജസ്റ്റ് ഫോർ ദി ഹൊറാർ.

Now at that time a certain monk had a supple back.Tormented by chafing, he took hold of his own male organ. On account of this he was remorseful ... "... involving defeat."

Now at that time a certain monk was able to bend down his male organ. Tormented by chafing, he committed a perversion. On account of this, he was remorseful ... "... involving defeat." (Vinaya Pitaka, Suttavibhanga)

ആദ്യത്തെയാൾ ഒരു നർത്തകനായിരുന്നു എന്ന് കമന്ററിയിൽ പറയുന്നുണ്ട്. അതാണ് അയാൾക്ക് അത്ര മെയ്‌വഴക്കം കിട്ടാൻ കാരണം. രണ്ടാമത്തെ ആൾ ചെയ്തത് ഞാൻ വിശദീകരിക്കുന്നില്ല. സ്വയം ആലോചിച്ചുനോക്കിയാൽ മതി. :-)

മറ്റെല്ലാ മതങ്ങളിലും കാണുന്നപോലെ സ്വയംഭോഗവും ബുദ്ധന് വെറുപ്പുള്ള കാര്യമാണ്. ഒരിക്കൽ ശ്രേയസ്കൻ എന്ന ഭിക്ഷുവിന് കഠിനമായ വിഷാദരോഗം ബാധിച്ചു. അയാൾ ക്ഷീണിച്ചു മെലിഞ്ഞു. മറ്റൊരു ഭിക്ഷു അദ്ദേഹത്തോട് മതിയാവോളം തിന്നാനും, ഉറങ്ങാനും, ഇഷ്ടം പോലെ വെള്ളത്തിൽ കുളിക്കാനും നിർദേശിച്ചു. ഇതുകൊണ്ടും

ഫലം കിട്ടുന്നില്ലെങ്കിൽ സ്വയംഭോഗം ചെയ്യാനും ഉപദേശിച്ചു. ശ്രേയസ്സൻ അതുപ്രകാരം സ്വയംഭോഗം ചെയ്ത് വിഷാദ രോഗം മാറ്റി. ക്ഷീണം മാറി സന്തോഷമായിരിക്കുന്ന ഭിക്ഷുവിനെ കണ്ട മറ്റുള്ളവർ കാര്യം അന്വേഷിച്ചപ്പോൾ ശ്രേയസ്സൻ കാര്യം പറഞ്ഞു. അവർ ഇത് ബുദ്ധനെ അറിയിച്ചു. ബുദ്ധൻ ശ്രേയസ്സനെ വിഡ്ഢി എന്നു വിളിച്ച് കഠിനമായി ശാസിക്കുകയാണ് ചെയ്തത്. അത് സംഘം വിളിച്ചുകൂട്ടി ശിക്ഷ തീരുമാനിക്കേണ്ട ഗൌരവമുള്ള കുറ്റമാണ് എന്ന് പ്രഖ്യാപിച്ചു.[17]

ഥേരാവാദ ബുദ്ധമതം നിലനിൽക്കുന്ന ബർമ്മ, തായ് ലാൻഡ്, ശ്രീലങ്ക മുതലായ രാജ്യങ്ങളിൽ ഒരു ഥേരാവാദ ഭിക്ഷു പത്രത്തിലോ മാസികയിലോ ഉള്ള സ്ത്രീ ചിത്രങ്ങൾ അറിയാതെ പോലും തൊടാൻ പാടില്ലത്രെ. അഥവാ അത്ര കഠിനമായി മതനിഷ്ഠ പുലർത്തുന്നവർ ആ രാജ്യങ്ങളിൽ ഉണ്ട്. അത്രയ്ക്കുണ്ട് ആ മതത്തിൽ സ്ത്രീകളോടുള്ള വെറുപ്പ്. ഥേരാവാദയിലാണ് അൽപമെങ്കിലും ഒറിജിനൽ ബുദ്ധമതം ബാക്കിയുള്ളത് എന്നൊക്കെ ധരിച്ചിരിക്കുന്ന നമ്മുടെ ബുദ്ധിസ്റ്റ് ക്ഷമാപണ വാദികൾ (apologists) മനസ്സിലാക്കേണ്ട കാര്യം ബുദ്ധൻ പറഞ്ഞതും ചെയ്തതുമായ കാര്യങ്ങളുടെ ഒരു വിപുലീകരണം മാത്രമാണ് ഈ ആധുനിക കാലത്തെ ഭിക്ഷുക്കൾ ചെയ്യുന്നത് എന്നാണ്.

എസ്. ധമ്മിക ഒരു സംഭവം വിവരിക്കുന്നുണ്ട്. യൂറോപ്പിലെ ഒരു ബുദ്ധിസ്റ്റ് സംഘം ഒരു തായ് പുരോഹിതനെ പ്രസംഗിക്കാൻ ക്ഷണിച്ചു കൊണ്ടുപോയി. തായ് ഭാഷ അറിയുന്ന ഒരു സ്ത്രീയായിരുന്നു അദ്ദേഹത്തിന്റെ പ്രസംഗം മൊഴിമാറ്റം നടത്തിയത്. പുരോഹിതന്റെ വാക്കുകളെ “സ്പർശിക്കാൻ“ ഒരു സ്ത്രീയെ അനുവദിക്കുക വഴി അദ്ദേഹത്തിന്റെ മതനിഷ്ഠ തെറ്റാൻ ഇടയാക്കി അദ്ദേഹത്തെ അപമാനിച്ചു എന്ന് ആ പരിപാടിയിൽ പങ്കെടുത്ത തായ് അംബാസിഡർ ആരോപിച്ചത്രെ. (S. Dhammika- The broken Buddha-Critical Reflections on Theravada and a Plea for a New Buddhism)

സ്വാഭാവികമായും ബുദ്ധൻ മുക്കിയും, മൂളിയും വളരെ വിഷമിച്ച് അനുവാദം കൊടുത്ത ഭിക്ഷുണി സംഘം ഥേരാവാദ വിഭാഗത്തിൽ (അതായത് “ഒറിജിനൽ“ ബുദ്ധമതത്തിൽ) കുറ്റിയറ്റു പോയി. ഇന്നും ഭിക്ഷുണികൾ ബാക്കിയുള്ളത് ബുദ്ധന്റെ ആശയങ്ങളിൽ വെള്ളം ചേർത്തു എന്നാരോപിക്കപ്പെടുന്ന മഹായാന വിഭാഗങ്ങളിൽ മാത്രമാണ്.

മറെല്ലാ മതങ്ങളിലും എന്നപോലെ ബുദ്ധമതത്തെയും താങ്ങി നിർത്തുന്നതും സഹായിക്കുന്നതും സ്ത്രീജനങ്ങൾ ആണെങ്കിലും സ്ത്രീ ഉപാസകർക്ക് ഏറ്റവും താഴെയാണ് ബുദ്ധമതത്തിൽ സ്ഥാനമുള്ളൂ. സത്യത്തിൽ മുസ്ലിം സ്ത്രീകളെക്കാൾ മോശമാണ് ബുദ്ധമതത്തിലെ

സ്ത്രീകളുടെ അവസ്ഥ. കാരണം സ്ത്രീകൾ സ്വതവേ തന്നെ അശുദ്ധയാണ് എന്നാണ് വിശ്വാസം. തായ് ലാൻഡിലെ ഭിക്ഷുക്കൾ സ്ത്രീകളുടെ കയ്യിൽനിന്ന് ഒന്നും സ്വീകരിക്കില്ല. മറ്റൊരു ബുദ്ധ രാജ്യമായ ബർമ്മയിൽ മാസമുറയുള്ള സ്ത്രീകളുള്ള വീട്ടിൽ ബുദ്ധഭിക്ഷുക്കൾ പ്രവേശിക്കുക പോലുമില്ല. മാസമുറ സമയത്ത് സ്ത്രീകൾ അമ്പലത്തിലോ, വിഹാരങ്ങളിലോ പ്രവേശിക്കാൻ പാടില്ല. ബർമ്മയിലും, തായ് ലാൻഡിലും ചില അമ്പലങ്ങളിൽ സ്ത്രീകൾ പ്രവേശിക്കാനോ, അവിടെയുള്ള ബുദ്ധരൂപങ്ങളിൽ തൊടാനോ പാടില്ല. സ്ത്രീകൾക്ക് പ്രവേശനമില്ല എന്ന ബോർഡു പോലും ചിലയിടങ്ങളിൽ കാണാം.

സ്ത്രീകളെ,വിശേഷിച്ചും മാസമുറയുള്ള സമയത്ത് അമ്പലത്തിൽനിന്നു വിലക്കുന്ന ആചാരം ബുദ്ധമതത്തിൽ ഉള്ളതാണ് എന്ന അറിവ് ഇന്ന് ശബരിമലയിൽ സ്ത്രീകളെ പ്രവേശിപ്പിക്കാൻ ബഹളം കൂട്ടുന്ന ബുദ്ധിജീവികളെ അസ്വസ്ഥപ്പെടുത്തിയേക്കാം. ശബരിമല അല്ലെങ്കിൽ പലേ ഹിന്ദു ക്ഷേത്രങ്ങളും ബുദ്ധവിഹാരങ്ങളായിരുന്നു എന്നു വാദിക്കുന്നവർ സ്ത്രീകളെ വിലക്കുന്ന ഈ സമ്പ്രദായം ആ അമ്പലങ്ങൾ പണ്ട് ബൗദ്ധ കേന്ദ്രമായിരുന്നു എന്നതിനു തെളിവായി സ്വീകരിക്കുമോ?ഹിന്ദു മതത്തിലെ മറ്റുപലതും പോലെ ഹിന്ദു ദൈവങ്ങളുടെ "തീണ്ടാരിപ്പേടി" വന്നതും ബുദ്ധമതം വഴിയായിരിക്കാം എന്നു സമ്മതിക്കുമോ? നല്ലത് വല്ലതുമുണ്ടെങ്കിൽ അതിന്റെ ക്രെഡിറ്റ് ബുദ്ധമതത്തിനും, സകല മോശം കാര്യങ്ങളും ഹിന്ദുക്കൾ തന്നത്താൻ കണ്ടുപിടിച്ചതും. അതാണല്ലോ നമ്മുടെ ഒരു രീതി.

ഇനി ബുദ്ധമതത്തിന് ഭിന്നലിംഗക്കാരോടുള്ള മനോഭാവം കൂടി നോക്കാം. എല്ലാതരം ന്യൂനപക്ഷങ്ങളുടേയും അത്താണിയായിരുന്നു ബുദ്ധമതം എന്നാണല്ലോ വയ്പ്പ്. പൊതുവേ LGBTQ ആളുകളെ സൂചിപ്പിക്കാൻ ബൗദ്ധ സാഹിത്യത്തിൽ ഉപയോഗിക്കുന്ന വാക്കാണ് പണ്ഡക (Pandaka). "പുരുഷൻമാരല്ലാത്ത പുരുഷൻമാർ" എന്നാണ് പണ്ഡകകളെ കണക്കാക്കുന്നത്. അതൊരു വൈകല്യമാണ്. നപുംസകങ്ങൾ, ഷണ്ഡന്മാർ, സ്വവർഗ്ഗസ്നേഹികൾ, ലൈംഗികശേഷി ഇല്ലാത്തവർ, ഒളിഞ്ഞുനോട്ടക്കാർ അഥവാ മറ്റുള്ളവർ ലൈംഗികബന്ധത്തിൽ ഏർപ്പെടുന്നതു കാണുമ്പോൾ മാത്രം വികാരം ഉണ്ടാകുന്നവർ ഇങ്ങനെ പണ്ഡകകൾ അഞ്ചു തരം ഉണ്ടത്രെ. ഇവർക്കൊന്നും ബുദ്ധമതത്തിൽ സ്ഥാനമില്ല.

ബുദ്ധൻ പണ്ഡകകളെ ഒഴിവാക്കാൻ കാരണമായ ഒരു സംഭവമുണ്ട്. ഒരിക്കൽ ഒരു പണ്ഡകയെ ഭിക്ഷുസംഘത്തിൽ ചേർത്തു. ഇദ്ദേഹം മറ്റു ഭിക്ഷുക്കളെ ലൈംഗിക ബന്ധത്തിനു ക്ഷണിച്ചുകൊണ്ട് അവരുടെ പുറകെ നടന്ന് ശല്യം ചെയ്യാൻ തുടങ്ങി. അവർ ഒഴിഞ്ഞു

മാറിയപ്പോൾ അയാൾ അടുത്തുള്ള ആനക്കൊട്ടിലിൽ പോയി ആനക്കാരുമായി ലൈംഗികബന്ധത്തിൽ ഏർപ്പെട്ടു. ബുദ്ധന്റെ ഭിക്ഷുക്കളും, പണ്ടകകളും, യാതൊരു മര്യാദയും ഇല്ലാത്തവരാണ് എന്ന് ആളുകൾ കോപത്തോടെ മുറുമുറുക്കാൻ തുടങ്ങി. ഇതുകേട്ട ഭിക്ഷുക്കൾ ബുദ്ധനെ വിവരമറിയിച്ചു. ഇനി മുതൽ പണ്ടകകളെ സംഘത്തിൽ ചേർക്കണ്ട എന്നും ഇപ്പോൾ ഉള്ളവരെ പുറത്താക്കാനും ബുദ്ധൻ കൽപ്പിച്ചു.[18] മഹാവഗ്ഗ 1.68 ലും ഉഭയലിംഗ വ്യക്തികളെ പുറത്താക്കാൻ പറയുന്നുണ്ട്.

നാട്ടുകാരുടെ ചിലവിൽ ജീവിക്കുന്നകൊണ്ടാകാം, പൊതുജന സമ്മതിയില്ലാത്ത കിട്ടാത്ത കാര്യത്തിനും ബുദ്ധനെ കിട്ടില്ല. മിലിന്ദപ്രശ്ന എന്ന ഗ്രന്ഥത്തിൽ പണ്ടകകൾ പൂർണ്ണതയില്ലാത്തവരാണ്, അതിനാൽ അവർ വിശ്വസിക്കാൻ കൊള്ളാത്തവരാണ് എന്നു പറയുന്നുണ്ട്.[19]

ഈ കാര്യങ്ങളിലെല്ലാം തന്നെ നമ്മുടെ ഏതു ലോക്കൽ മതപണ്ഡിതന്റേയും അഭിപ്രായങ്ങൾ തന്നെയാണ് ബുദ്ധന്റേതും. ബുദ്ധമതത്തിലെ പതിവു ന്യായം തന്നെയായ മുജ്ജന്മപാപം തന്നെയാണ് ഇത്തരത്തിൽ ജനിക്കാൻ കാരണം. മുൻപ് വേറൊരാളുടെ ഭാര്യയെ വശീകരിച്ചതുകൊണ്ട് ആണും പെണ്ണുമല്ലാതെ ജനിക്കേണ്ടിവന്ന ഒരാളുടെ കഥ തേരിഗാഥയിൽ പറയുന്നുണ്ട്.[20]

അംഗുത്തര നിഖായയിൽ ഒരു ഭിക്ഷു ഇത്തരം ആളുകളുമായി കൂടെക്കൂടെ സമ്പർക്കം പുലർത്തുന്നത് അയാൾ നല്ലവനായിരുന്നാൽ പോലും പാപിയായി കരുതപ്പെടാൻ ഇടയാക്കും എന്ന് പറയുന്നുണ്ട്[21] ഒരു ബോധിസത്വൻ സ്ത്രീകളെയും, "പുരുഷൻമാരല്ലാത്ത പുരുഷൻമാരെയും" സമീപിക്കാനേ പാടില്ല എന്ന് പ്രധാനപ്പെട്ട ഒരു മഹായാന ഗ്രന്ഥമായ സാധർമ്മ പുണ്ഡരിക സൂത്ര (ലോട്ടസ് സൂത്ര) പറയുന്നു.[22]

ബോധിസത്വൻ സമീപിക്കാനെ പാടില്ലാത്ത വേറൊരു കൂട്ടരെ മുൻപ് സൂചിപ്പിച്ചിരുന്നു. പന്നി, പട്ടി മുതലായ മൃഗങ്ങളെ വളർത്തുന്നർ, നായാടികൾ, മീൻ പിടുത്തക്കാർ മുതലായ "നികൃഷ്ട" തൊഴിലുകൾ ചെയ്യുന്നവർ.[23] (ഭഗവത് ഗീതയിൽ ഒരു ശ്ലോകത്തിൽ ശൂദ്രരെയും, സ്ത്രീകളെയും സമീകരിച്ചു പറയുന്നു എന്നു ബഹളം കൂട്ടുന്ന ബുദ്ധിജീവികൾക്ക് സമയം കിട്ടുമ്പോൾ ഇതും ചർച്ച ചെയ്യാം.)

സംഘത്തിൽ ചേർക്കുന്നതിനുമുൻപ് ഈ പറഞ്ഞ ദോഷങ്ങളൊന്നും ഇല്ല എന്ന് ചോദിച്ച് ഉറപ്പുവരുത്തണം എന്നാണ് നിയമം. പുരുഷനാണോ?പുരുഷത്വമുണ്ടോ എന്നു ചോദിച്ച് ഉറപ്പു വരുത്തിയ ശേഷം മാത്രമാണ് സംഘത്തിലേക്കുള്ള പ്രവേശനം.[24] കുഷ്ഠരോഗികൾക്കും, രാജസേവകർക്കും, അടിമകൾക്കും, കടക്കാർക്കും

ബുദ്ധസംഘത്തിൽ പ്രവേശനമില്ല എന്നത് നമ്മൾ മുൻപ് ചർച്ച ചെയ്തതാണ്. മൂന്നാം ലിംഗത്തിൽ പെട്ടവരുടെ അവകാശത്തെപ്പറ്റി വ്യാകുലപ്പെടുന്ന ബുദ്ധിസ്റ്റുകൾ ഉണ്ടോ ഈ കൂട്ടത്തിൽ? എങ്കിൽ പണ്ടകകൾക്ക് ബുദ്ധമതത്തിലുള്ള സ്ഥാനം ഒരു മുഴുവൻ ദിവസ സെമിനാറിൽ ചർച്ച ചെയ്യാൻ മാത്രമുണ്ട്.

റെഫറൻസ്:

(1) "The elevation of the status of the Shudras and women was so much the result of the gospel of Buddhism that Buddhism was called by its enemies as the Shudra religion (i.e. the religion of the low classes") (Ambedker- Revolution and counter revolution.)

(2) "It is impossible and inconceivable, bhikkhus, that a woman could be an arahant who is a perfectly enlightened Buddha" (anguthara nikhaya 1:12)

(3) It is possible that a single Universal Monarch should be born in the world element at one time. It is impossible that a woman should be the perfect rightfully Enlightened One. It is possible that a man should be the perfect rightfully Enlightened One. It is impossible that a woman should be the Universal Monarch. It is possible that a man should be the Universal Monarch. It is impossible that a woman should be the King of Gods. It is possible that a man should be the King of Gods.It is impossible that a woman should be the King of Death. It is possible that a man should be the King of Death. It is impossible that a woman should be Brahmaa. It is possible that a man should be Brahmaa. (Bahudhatukasutta-Manjima nikhaya)

(4) "All good men and women desire to be born as a man. Why so? Because females are the nests of evil". (Maha-parinibbana Sutta-Digha Nikaya 16)

(5) "Monks, I see no other single form so enticing, so desirable, so intoxicating, so binding, so distracting, such a hindrance to winning the unsurpassed peace from effort – that is to say, monks,as a woman's form.

Monks, whosoever clings to a woman's form –infatuated, greedy, fettered, enslaved, enthralled –for many a long day shall grieve, snared by the charms of a woman's form.

Monks, I know no other single sound so enticing, so desirable, so intoxicating, so binding, so distracting, such a hindrance to winning the unsurpassed peace from effort – that is to say, monks, as a woman's sound.

Monks, whosoever clings to a woman's sound – infatuated, greedy, fettered, enslaved, enthralled – for many a long day shall grieve, snared by the charms of a woman's sound.

Monks, I know no other single perfume so enticing, so desirable, so intoxicating, so binding, so distracting, such a hindrance to winning the unsurpassed peace from effort – that is to say, monks, as a woman's perfume.

Monks, whosoever clings to a woman's perfume —infatuated, greedy, fettered, enslaved, enthralled — for many a long day shall grieve, snared by the charms of a woman's perfume.

Monks, I know no other single taste so enticing, so desirable, so intoxicating, so binding, so distracting, such a hindrance to winning the unsurpassed peace from effort — that is to say, monks, as a woman's taste.

Monks, whosoever clings to a woman's taste — infatuated, greedy, fettered, enslaved, enthralled — for many a long day shall grieve, snared by the charms of a woman's taste.

Monks, I know no other single touch so enticing, so desirable, so intoxicating, so binding, so distracting, such a hindrance to winning the unsurpassed peace from effort — that is to say, monks, as a woman's touch.

Monks, whosoever clings to a woman's touch —infatuated, greedy, fettered, enslaved, enthralled — for many a long day shall grieve, snared by the charms of a woman's touch.

Monks, a woman, even when going along, will stop to ensnare the heart of a man; whether standing, sitting or lying down, laughing, talking or singing, weeping, stricken or dying, a woman will stop to ensnare the heart of a man.

Monks, if ever one would rightly say; "It is wholly a snare of Mara", — verily, speaking rightly, one may say of womanhood: "It is wholly a snare of Mara."

Go parley with a man with sword in hand; Use question with a goblin; sit ye close Beside then venomed snake, whose bite is death; But never alone with a lone female talk!" (Mata-Putta Sutta- Anguttara Nikaya)

(6) Then the Venerable Ananda said to the Blessed One: "How, Lord, should we conduct ourselves towards women?"

"Do not see them, Ananda."
"But, Lord, if we do see them?"
"Do not speak, Ananda."
"But, Lord, if they should speak to us?"
"Then, Ananda, you should establish mindfulness".
(Maha-parinibbana Sutta-Digha Nikaya 16)

(7) *"A woman, O lord of the people,*
May turn out better than a man:
She may be wise and virtuous,
A devoted wife, revering her mother-in-law.
"The son to whom she gives birth
May become a hero, O lord of the land.
The son of such a blessed woman
May even rule the realm."
(Samyutta Nikaya- Kosala)

(8) "One who remains patient and calm, when threatened with violence by the rod, who tolerates her husband with a m ind free of hate, patient, submissive to her husband's will: a wife like this is called a wife and a slave". (Sujata sutta-Anguttara Nikaya 7:63)

(9) *"Of woman's budding charms beware,*
Beware the danger that lurks there".
(Alambusha Jathaka No: 523)

(10) *"In ancient story Kanha, it is said,*
A single maid to princes five was wed,
Insatiate still she lusted for yet more
And with a hump-backed dwarf she played the whore".
(*Kunala Jataka* No. 536)

(11) *A woman drest in smart cloth vest, dram-drinking, apt to roam*
In pleasance, park, by river side, to friend's or stranger's home,
Standing before her door, to stare about with idle gaze,
In nine such ways corrupted soon from path of virtue strays.
Shun women in highways and lordly hall,
In royal city or in township small,
A man of insight, would he happy be,
Avoids the snare thus laid by Namuci
(Kunala Jataka No. 536)

(12) *Women are pleasure-seekers all and unrestrained in lust,*
Transgressors of the moral law: in such put not your trust.
A wife may feign unbounded love before her husband's face;
Distrust her: women common are as any landing place.
Ready to mutilate or slay, from nothing do they shrink,
And after having cut his throat they even his blood would drink:
Let no man fix his love on them, creatures of passions base,
Licentious and as common as some Ganges landing place.
In speech they no distinction make betwixt the false and true,
As kine the choicest herbage pick, rich lovers they pursue.
One man they tempt with looks and smiles, another by their walk,
Some they attract by strange disguise, others by honeyed talk.
Dishonest, fierce and hard of heart, as sugar sweet their words,
Nothing there is they do not know to cheat their wedded lords.
Surely all womenfolk are vile, no limit bounds their shame,
Impassioned and audacious they, devouring as a flame.
Women like flames devour their prey,
Women like floods sweep all away,
Women are pests, like thorns are they,
Women for gold oft go astray.
(Kunala Jataka No. 536)

(13) Collect the stalings of cows and there in souse five kinds of fruit and so forth, and let the lot pickle in a new copper pot till the whole savours of the metal. Then take a rope or cord or stick and go to your wife, and tell her plainly she must either swallow the safe cure you have brought her, or else work for her food. (And here you will repeat certain lines which I will tell you.) If she refuses the remedy, then threaten to let her have a taste of the rope or stick, and to drag her about for a time by the hair, while you pummel her with your fists. You will find that at the mere threat she will be up and about her work. (Kosiya Jathaka No: 130)

(14) "But, Ananda, if women had not obtained the Going-forth from the home life into homelessness in the doctrine and discipline made known by the Tathagata, the holy life would have lasted long, the true Dhamma would have lasted 1,000 years. But now that they have gotten to go forth... this holy life will not last long, the true Dhamma will last only 500 years. Just as a clan in which there are many women and few men is easily plundered by robbers and thieves, in the same way, in whatever doctrine and discipline women get to go forth, the holy life does not last long..." (Cullavagga 10.1.6)

(15) It were better for you, foolish man, that your male organ should enter the mouth of a terrible and poisonous snake, than that it should enter a woman. It were better for you, foolish man, that your male organ should enter the mouth of a black snake, than that it should enter a woman. It were better for you, foolish man, that your male organ should enter a charcoal pit, burning, ablaze, afire, than that it should enter a woman..... But for this reason, foolish man, at the breaking up of the body after death, you would pass to the waste, the bad bourn, the abyss, hell.(Suttavibhanga-Vinaya Pitaka)

(16) Now at one time a certain monk as he was wandering for alms, seeing a little girl lying on her back, was enamoured of her and made his thumb enter her, and she died. On account of this he was remorseful . . .". . . Monk, there is not an offence involving defeat; there is an offence entailing a formal meeting of the Order," he said. (Suttavibhanga-Vinaya Pitaka)

(17) "It is not fit, foolish man, it is not becoming, it is not suitable, it is not worthy of a recluse, it is not right, it is not to be done. How can you, foolish man, emit semen using your hand ? Foolish man, have I not uttered dhamma in many ways for the stilling of passion..." (Suttavibhanga-Vinaya Pitaka)

(18) "Let a eunuch, O Bhikkhus, who has not received the upasampada ordination, not receive it; if he has received it, let him be expelled (from the fraternity)". (Mahavagga 1.61)

(19) "There are nine kinds of people, Nagasena, who let out a secret that has been talked over with them, and treasure it not up in their hearts. And who are the nine? The lustful man reveals it in obedience to some lust, the ill-tempered man in consequence of some ill-will, the deluded man under some mistake. The timid man reveals it through fear, and the man greedy for gain to get something out of it. A woman reveals it through infirmity, a drunkard in his

eagerness for drink, a eunuch (Paandka) because of his imperfection, and a child through fickleness". (Milindapanha)

(20) "Then I was born of a household slave in the street, neither as a woman or a man, because of having seduced another's wife". (Theregatha)

(21) Bhikkhus, on five grounds a bhikkhu is suspected and distrusted as "an evil bhikkhu", though he be of unshakable character. What five? Here, a bhikkhu often visits prostitutes, widows, unmarried women , eunuchs, or bhikkhunis. On these five grounds a bhikkhu is suspected and distrusted as "an evil bhikkhu" though he be of unshakable character." (Anguttara Nikaya 5:103)

(22) "If he enters the house of another person, he should not engage in talk with the young girls, unmarried women or widows. Nor should he go near the five types of unmanly men or have any close dealings with them". (Lotus Sutra-14)

(23) ..with persons engaged in raising pigs, sheep, chickens or dogs, or those who engage in hunting or fishing or those with evil conduct. They must not associate with slaughterers or flesh-carvers, those who hunt animals or catch fish, or kill to do harm for profit, or those who display women and sell their favours. (Lotus sutra 14)

(24) At that time ordained Bhikkhus were seen who were afflicted with leprosy, boils, dry leprosy, consumption, and fits.

They told this thing to the Blessed One.

'I prescribe, O Bhikkhus, that he who confers the upasampada ordination, ask (the person to be ordained) about the Disqualifications (for receiving the ordination). And let him ask, O Bhikkhus, in this way:
'Are you afflicted with the following diseases, leprosy, boils, dry leprosy, consumption, and fits?
'Are you a man?
'Are you a male?
'Are you a freeman?
'Have you no debts?
'Are you not in the royal service?
'Have your father and mother given their consent?
'Are you full twenty years old?
'Are your alms-bowl and your robes in due state?
'What is your name?
'What is your upagghaya's name?'

(*Mahavagga* 1.76)

ബുദ്ധമതത്തിന്റെ സാമൂഹ്യ ആഘാതങ്ങൾ

Buddhism, the middle path, has always been concerned with the maintenance of social order and since the Buddha's time the sangha has never claimed to provide a universal vehicle for the spiritual liberation of all individuals in society, explicitly excluding those who are considered to reflect badly on the monkhood in terms of prevailing social norms and attitudes.

(Male Homosexuality and Transgenderism in the Thai Buddhist Tradition-Peter Jackson)

ചാതുർവർണ്ണ്യം കൊണ്ട് പൊറുതി മുട്ടിയ പാവപ്പെട്ടവരും, അധഃസ്ഥിതരും ബുദ്ധിസത്തിൽ ആകൃഷ്ടരായി അതിലേക്ക് തള്ളിക്കയറുകയായിരുന്നു എന്നും അതുവഴി ബ്രാഹ്മണർക്ക് ബുദ്ധിസത്തോടു വിരോധമുണ്ടായി എന്നുമാണ് നമ്മുടെ അംഗീകൃത തിയറി. പക്ഷേ അതിൽ എത്രമാത്രം വാസ്തവമുണ്ട്?

സത്യത്തിൽ തുടക്കം മുതൽ തന്നെ ബുദ്ധമതം പണക്കാരുടെയും പ്രമാണിമാരുടെയും ഒരു എക്സ്ക്ലൂസീവ് ക്ലബ് പോലെയായിരുന്നു. ഈ അധഃകൃതർക്ക് ബുദ്ധമതത്തിൽ വലിയ സ്ഥാനമൊന്നുമുണ്ടായിരുന്നില്ല. അക്കാലത്തെ ഒരു ലയൻസ്, റോട്ടറി ക്ലബ് ആയിരുന്നു ബുദ്ധമതം. അന്നത്തെ രണ്ടു പ്രധാനപ്പെട്ട മഹാരാജാക്കന്മാർ (മഗധ ഭരിക്കുന്ന ബിംബിസാരൻ, കോസലം ഭരിക്കുന്ന പസേനദി) ബുദ്ധന്റെ അനുയായികളായതോടു കൂടി ആ നാടുകളിലെ പ്രമാണിമാരെല്ലാം "ദീപസ്തംഭം മഹാശ്ചര്യം" എന്നു പറഞ്ഞു ബുദ്ധന്റെ പുറകെ കൂടി. എന്തു പിണ്ണാക്കായാലും രാജാവിന്റെ ഗുഡ് ബുക്കിൽ കയറിപ്പറ്റാൻ ഇതിൽപ്പരം നല്ല വഴിയുണ്ടോ?

തിരിച്ചും പറയാം. രാജാവിന്റെ/രാജ്യത്തിന്റെ പ്രധാന

വരുമാനമാർഗ്ഗം അക്കാലത്തെ ഉയർന്നു വരുന്ന കച്ചവട/വ്യവസായ സമൂഹങ്ങളിൽനിന്നുള്ള നികുതികൾ ആയിരുന്നു. (ചാണക്യന്റെ അർത്ഥശാസ്ത്രം -അർത്ഥത്തിന്റെ ശാസ്ത്രം-ഇക്കണോമിക്സ്- രാജാവിന്റെ ഭരണ നിർവ്വഹണത്തേക്കുറിച്ചുള്ള ഗ്രന്ഥം കൂടിയാകുന്നത് ശ്രദ്ധിക്കുക.) അതുകൊണ്ട് കച്ചവടക്കാരായ പ്രമാണികൾ അനുകൂലിക്കുന്ന കൾട്ടുകളെ രാജാവ് പിൻതാങ്ങുന്നതുമാകാം. പ്രമാണിമാരുടെ അതാതുകാലത്തെ ഫാഷനു പുറകെ രാജാവ് പോകുന്നു. രാജാവിനു പുറകെ പ്രമാണിമാരും, അവരുടെ പുറകെ പ്രജകളും പോകുന്നു.

ആദ്യ മാസങ്ങളിൽ ബുദ്ധസംഘത്തിൽ ചേർന്ന അറുപതോളം പേരിൽ ഭൂരിഭാഗവും ഭാര്യയും, മക്കളും, തൊഴിലും എല്ലാമുള്ള ഗൃഹസ്ഥരായിരുന്നു. കുടുംബത്തിന്റെ അനുവാദം ഒന്നും വാങ്ങാതെയായിരുന്നു ആദ്യം ബുദ്ധ സംഘത്തിൽ ആളെ ചേർത്തിരുന്നത്. ബുദ്ധന്റെ ഏറ്റവും ആദ്യത്തെ ശിഷ്യന്മാരിലൊരാൾ നാട്ടിലെ വലിയ കച്ചവടക്കാരനും കച്ചവടക്കാരുടെ ഗിൽഡിലെ ഒരു പ്രധാനിയുമായ ഒരാളുടെ മകനായ യാസ ആയിരുന്നു. സുഖലോലുപനായി ജീവിച്ച് ഒടുവിൽ അതിലും മടുപ്പു തോന്നി എന്നാൽ ഇനി സ്വൽപ്പം സന്യാസമാവാം എന്ന മട്ടിൽ ബുദ്ധന്റെ അടുത്തുവന്ന ഒരാളായിരുന്നു ഈ യാസ. മൂന്നു നേരവും ബിരിയാണി തിന്നു മടുത്തവൻ ഇനി കുറച്ചു കാലം കഞ്ഞി കുടിച്ചു കഴിയാം എന്നു കരുതുന്നപോലെ. (യാസയുടെ സമ്പൽസമൃദ്ധിയെക്കുറിച്ച് പറയുമ്പോൾ, ശുദ്ധോധനന്റെ കൊട്ടാരത്തിലെ തന്റെ ജീവിതം ബുദ്ധൻ വിവരിക്കുന്ന, വേനൽ കാലത്തും ശരത്കാലത്തും മാറി മാറി താമസിക്കാൻ മൂന്ന് കൊട്ടാരങ്ങൾ, അതിൽ നിറയെ സ്ത്രീകൾ, കാശിയിൽ നെയ്തെടുത്ത പട്ടുവസ്ത്രങ്ങൾ മാത്രമെ ധരിക്കു ഒക്കെ അതേപോലെ ആവർത്തിക്കുന്നുണ്ട്.)

മകൻ സന്യാസിയായതറിഞ്ഞ് മകനെ തിരഞ്ഞു വന്ന യാസയുടെ അച്ഛന്റെ എതിർപ്പ് ബുദ്ധൻ കൂട്ടാക്കിയില്ല. ഒടുവിൽ അദ്ദേഹം ബുദ്ധന്റെ ഗൃഹസ്ഥനായ അനുയായിയായി (ഉപാസകൻ) മാറി. അഥവാ ബുദ്ധൻ മാറ്റി. മകനെ സന്യാസിയാക്കരുത് എന്ന് അച്ഛൻ കരഞ്ഞു പറഞ്ഞെങ്കിലും ബുദ്ധൻ സമ്മതിച്ചില്ല. യാസയുടെ അമ്മയും, യാസ ഭിക്ഷുവിന്റെ "മുൻ ഭാര്യയും" ബുദ്ധന്റെ ഉപാസകരായി മാറേണ്ടിവന്നു. (ഭർത്താവ് നഷ്ടപെട്ട ആ സ്ത്രീക്ക് വേറെന്തു നിവൃത്തി?) യാസ ബുദ്ധമതത്തിൽ ചേർന്നതറിഞ്ഞ് അയാളുടെ അൻപതിലധികം വൈശ്യ സുഹൃത്തുക്കളും ബുദ്ധന്റെ അനുയായികളായി. (അസ്തിത്വദുഃഖവും, ദാരിദ്ര്യത്തിന്റെ കാൽപനിക സൗന്ദര്യവുമൊക്കെ ഇന്നത്തെ പോലെ അന്നും വറ്റ് എല്ലിനിടയിൽ കുത്തുന്നവരെ ആകർഷിച്ചിരുന്നു.)

ഭിക്ഷുക്കളാവുന്നവരുടെ കുടുംബത്തെപ്പറ്റി ബുദ്ധന് ഒരു വേവലാതിയും ഇല്ലായിരുന്നു. (വിവാഹം കഴിച്ച് മക്കളുണ്ടായി, ആ മക്കൾക്ക് പ്രായപൂർത്തിയായി, അവരുടെ വിവാഹം കഴിഞ്ഞാൽ മാത്രം വാനപ്രസ്ഥവും, സന്യാസവും അനുവദിക്കുന്ന ബ്രാഹ്മണ രീതിയുമായി ഇത് താരതമ്യം ചെയ്തു നോക്കുക.) "ഭിക്ഷുക്കളുടെ വിധവ"കളെയും കുട്ടികളെയും അവരുടെ മറ്റു ബന്ധുക്കൾ നോക്കട്ടെ. ഇനി അഥവാ ആരും നോക്കാനില്ലെങ്കിൽ അത് അവരുടെ വിധി. എന്തായാലും അവരുടെ പ്രയാസം ഒരിക്കലും ഭിക്ഷുവാകുന്ന ഒരാൾക്ക് കിട്ടാൻ പോകുന്ന നേട്ടത്തേക്കാൾ വലുതല്ല. ഒരിക്കൽ സംഗമാജി എന്ന ഭിക്ഷുവിനെ തേടി അയാളുടെ മുൻ ഭാര്യയും, മകനും കരഞ്ഞു കൊണ്ട് എത്തി. തന്നെ സംരക്ഷിച്ചില്ലെങ്കിലും, മകന് ചിലവിനുള്ള വകയെങ്കിലും ഏർപ്പാടാക്കാൻ അവർ അഭ്യർത്ഥിച്ചു. അയാൾ അവരെ തിരിഞ്ഞു നോക്കിയതു പോലുമില്ല. ഭാര്യയുടെ "മര്യാദ കെട്ട" പെരുമാറ്റത്തെ ധൈര്യപൂർവ്വം അതിജീവിച്ച സംഗമാജിയെ ബുദ്ധൻ പുകഴ്ത്തുകയാണ് ചെയ്തത്. നീചമായ ഈ പെരുമാറ്റമാണത്രെ ബ്രാഹ്മണ ലക്ഷണം.[1]

ബുദ്ധന് കുടുംബ ജീവിതത്തോടുണ്ടായിരുന്ന, ഒരു പക്ഷേ ഒരു മാനസിക രോഗത്തോളമെത്തുന്ന വെറുപ്പ് കാണിക്കുന്ന ഒരു സംഭവം പറയാം. ഒരിക്കൽ കുറേ ആളുകളെ പസേനദി രാജാവ് പിടികൂടി ചങ്ങലക്കിട്ടിരിക്കുന്ന വിവരം ശിഷ്യൻമാർ പറഞ്ഞറിഞ്ഞപ്പോളുള്ള ബുദ്ധന്റെ പ്രതികരണം, ഇതൊക്കെ എന്ത്? ഭാര്യയുടെയും, മക്കളുടെയും കാര്യം നോക്കി ലൌകിക ജീവിതം നയിക്കുന്നവരുടെ കെട്ടുപാടുകൾ നോക്കുമ്പോൾ ഈ ചങ്ങലകൾ ഒന്നുമല്ല എന്നായിരുന്നു.[2]

ഭാര്യടെയും മക്കളുടെയും കാര്യം നോക്കി മര്യാദക്ക് നടക്കുന്നതാണത്രെ ഇതിനേക്കാൾ വലിയ പീഡനം. തന്റെ അനുയായി എന്നു പറഞ്ഞുനടക്കുന്ന പസേനദി രാജാവിനോട് ഈ തടവുകാരെക്കുറിച്ച് സംസാരിക്കുകയോ, ചുരുങ്ങിയപക്ഷം അവരോട് സഹതാപം പ്രകടിപ്പിക്കുന്നില്ലെന്നതോ പോട്ടെ, അനവസരത്തിലുള്ള ഒരു താരതമ്യവും. ഈ മാതിരി ചെറ്റ വർത്തമാനം പറയാനുള്ള സന്ദർഭമാണോ അത്? ബുദ്ധന് ബ്രാഹ്മണരോടുള്ള പ്രധാന പരാതിതന്നെ അവർ ജീവിതകാലം മുഴുവൻ ബ്രഹ്മചര്യം തുടരുന്നില്ല, ഇടക്കു ഗാർഹസ്ഥ്യ ജീവിതം അനുഷ്ഠിച്ച ശേഷമാണ് അവർ വാനപ്രസ്ഥവും, തുടർന്ന് സന്യാസവും സ്വീകരിക്കുന്നത് എന്നതാണ് കെട്ടുപിണഞ്ഞു വളരുന്ന മുളംകാട് പോലെയാണ് ഭാര്യയുടെയും, കുട്ടികളുടെയും കാര്യത്തിലുള്ള താല്പര്യം. കുടുംബം ഉപേക്ഷിച്ച് സ്വതന്ത്രനായി അലഞ്ഞു നടക്കുന്നതാണ് ഏറ്റവും നല്ലത് എന്നാണ് ബുദ്ധന്റെ ഉപദേശം.[3]

ബുദ്ധൻ ബോധോദയത്തിന് ശേഷം ആദ്യമായി സ്വന്തം നാടായ കപിലവാസ്തു സന്ദർശിച്ചപ്പോൾ സ്വന്തം പിതാവിനെയും അത്രയും കാലം ഒരു "സന്യാസിയുടെ വിധവ"യായി ജീവിച്ച സ്വന്തം ഭാര്യ യശോധരയെയും സങ്കടത്തിലാഴ്ത്തിക്കൊണ്ട് തന്റെ എട്ടു വയസ്സുള്ള മകൻ രാഹുലനെയും പിടിച്ച് സന്യാസിയാക്കി. അതുവരെ മകനെ തിരിഞ്ഞു നോക്കാത്ത ആളാണ് ഇതു ചെയ്യുന്നതെന്ന് ഓർക്കണം. ഭാവിയിലെങ്കിലും രക്ഷിതാക്കളുടെ അനുവാദമില്ലാതെ ആരേയും സന്യാസിയാക്കരുതെന്ന് ശുദ്ധോധനന് മകനോട് അപേക്ഷിക്കേണ്ടിവന്നു. ബുദ്ധൻ അതിനുശേഷം മാതാപിതാക്കളുടെ അനുവാദമില്ലാതെ മക്കളെ ഭിക്ഷുവാക്കുന്നത് നരക ശിക്ഷ കിട്ടാവുന്ന പാപമാണ് എന്നൊരു പ്രസ്താവനയിറക്കി.[4] അപ്പോഴും സന്യാസിയാകാൻ ഭർത്താവിന് ഭാര്യയുടെ അനുവാദം വേണ്ട.

ബുദ്ധൻ തന്റെ അർദ്ധസഹോദരനായ നന്ദനെയും അദ്ദേഹത്തിന്റെ വിവാഹദിവസം തന്നെ നിർബന്ധിച്ച് സന്യാസിയാക്കി. (അന്നു തന്നെ അദ്ദേഹത്തിന്റെ കിരീടധാരണവും നടക്കാനിരുന്നതാണ്.) സന്യാസത്തിൽ ഒരു താൽപര്യവും ഇല്ലാതിരുന്ന നന്ദനെ ബുദ്ധൻ താവാതിംസ സ്വർഗ്ഗത്തിലെ (ഇന്ദ്രലോകം) അപ്സരസ്സുകളെ കാണിച്ചുകൊടുത്ത്, സന്യാസം സ്വീകരിച്ചാൽ അത്തരം അഞ്ഞൂറ് അപ്സരസ്സുകളെ ലഭിക്കുമെന്നതിനു താൻ ഉറപ്പു നൽകാമെന്നു പ്രലോഭിപ്പിച്ചു[5] അപ്സരസ്സുകളെ കണ്ടു മയങ്ങിയ നന്ദൻ സന്യാസം സ്വീകരിക്കാൻ സമ്മതിച്ചു. (ഹൂറികളെ കാണിച്ച് മതത്തിലേക്ക് ആളെ പിടിക്കുന്ന ബുദ്ധൻ പലർക്കും ഒരു പുതിയ അറിവായിരിക്കും.)

മഗധയിലെ രാജാവായ ബിംബിസാരൻ ബുദ്ധന്റെ ആരാധകനായപ്പോൾ ബുദ്ധന്റെ ഭിക്ഷുക്കളെ ആരും ഉപദ്രവിക്കാൻ പാടില്ല എന്നൊരു ഉത്തരവിറക്കിയിരുന്നു.[6] അതോടെ നാട്ടിലെ സകല കള്ളന്മാരും തട്ടിപ്പുകാരും ശിക്ഷയിൽനിന്ന് രക്ഷപ്പെടാൻ ബുദ്ധന്റെ അനുയായികളായി നടക്കാൻ തുടങ്ങി. അവരെ ആരും തൊടില്ല. ഇത് ജനങ്ങൾക്കിടയിൽ അതൃപ്തിയുണ്ടാക്കി. കുപ്രസിദ്ധ കൊള്ളക്കാരനും കൊലയാളിയുമായിരുന്ന അംഗുലീമാലൻ അങ്ങനെ കാഷായവസ്ത്രം ധരിച്ചതുകൊണ്ട് മാത്രം ശിക്ഷയിൽനിന്ന് ഒഴിവായ ഒരാളാണ്.[7] (അക്കാലത്തെ ഒരു പരമ്പര കൊലയാളിയായിരുന്നു ശിവഭക്തനായിരുന്ന അംഗുലീമാലൻ. കൊല ചെയ്യാനുള്ള താല്പര്യം കൊണ്ടു മാത്രം കൊലകൾ ചെയ്യുന്നവൻ. കൊല ചെയ്തവരുടെ വിരലുകൾ വെട്ടിയെടുത്തു മാലയായി ധരിക്കുന്നവൻ. അയാളുടെ ആവർത്തിച്ചുള്ള കൊലകൾ കാരണം ഗ്രാമങ്ങളും, പട്ടണങ്ങളും മൊത്തമായി തന്നെ ജനവാസമില്ലാത്തതായി എന്നാണ് കഥ.)

ഇതുപോലെ നിരവധി സംഭവങ്ങൾ ആവർത്തിച്ചതോടെ ബുദ്ധനും, അനുയായികളും ജനങ്ങളുടെ വ്യാപകമായ അപ്രീതിക്കു പാത്രമായി. ഒടുവിൽ കുറ്റവാളികളെ സംഘത്തിൽ ചേർക്കുന്നത് ശരിയല്ല, ചേർക്കുന്നവന് പാപം കിട്ടും എന്ന് ബുദ്ധന് പ്രസ്താവിക്കേണ്ടിവന്നു. (അപ്പോൾ നേരത്തെ അംഗുലീമാലനെ ചേർത്ത ബുദ്ധനോ?) അതുപോലെ അക്കാലത്ത് കടം വാങ്ങിയവർ പണം തിരിച്ചു കൊടുക്കാതിരിക്കാൻ പോയി ബുദ്ധമതത്തിൽ ചേരുന്ന രീതിയും ഉണ്ടായി. ഭിക്ഷുവായാൽ പിന്നെ ഒരുത്തനും തൊടാൻ ധൈര്യം വരില്ലല്ലോ. അതും വലിയ പ്രശ്നമായി. ഒടുവിൽ കടക്കാരെ ബുദ്ധമതത്തിൽ ചേർക്കുന്നത് "ദുഃഖത്ത" നരകത്തിൽ പോകുന്ന പാപമാണ് എന്ന് ബുദ്ധൻ പ്രഖ്യാപിച്ചു.[8] (ബുദ്ധമതത്തിൽ സ്വർഗ്ഗ നരകങ്ങളൊന്നുമില്ല എന്നൊക്കെ വിശ്വസിക്കുന്ന നമ്മുടെ "പാതി വെന്ത" ബുദ്ധിസ്റ്റുകൾ ശ്രദ്ധിക്കുക.)

അങ്ങനെ കടക്കാരനും ബുദ്ധമതത്തിൽ നിന്ന് പുറത്തായി. ഇനി മുതൽ ബുദ്ധമതത്തിൽ ചേരാൻ കടം പാടില്ല. (ജനന മരണങ്ങളിൽനിന്നു രക്ഷ നേടി നിർവ്വാണം പ്രാപിക്കാൻ ക്രെഡിറ്റ് ഇൻഫർമേഷൻ റിപ്പോർട്ട് വേണ്ടി വരുന്ന ആദ്യത്തെ മതമായിരിക്കും ഇത്. :-) ഒരിക്കൽ ഒരു അടിമ ഒളിച്ചോടി ബുദ്ധമതത്തിൽ ചേർന്നതോടെ അടിമകളെ ബുദ്ധമതത്തിൽ ചേർക്കുന്നതും പാപമായി. അല്ലാതെ അടിമ വ്യവസ്ഥ മാറ്റാനൊന്നുമല്ല ബുദ്ധൻ തുനിഞ്ഞത്. നിലവിലുള്ള സാമൂഹ്യ ക്രമങ്ങളെയും, നാട്ടുനടപ്പുകളെയും അല്പം പോലും മാറ്റാൻ ബുദ്ധൻ ഒരിക്കലും ധൈര്യം കാണിച്ചില്ല. തന്റെ ക്ലബ്ബിൽ അംഗങ്ങളായ രാജാവിനെയോ, പണക്കാരായ വൈശ്യരെയോ (അവരാണല്ലോ അടിമകളുടെ ഉടമകൾ) പിണക്കാൻ ബുദ്ധൻ ധൈര്യപ്പെട്ടില്ല എന്നതുതന്നെ കാരണം. രാജാവിനെ പ്രീതിപ്പെടുത്താൻ ആത്മീയ താല്പര്യമുണ്ടെങ്കിലും രാജസേവകരെയും പട്ടാളക്കാരെയും ബുദ്ധൻ തന്റെ മതത്തിൽ നിന്ന് ഒഴിവാക്കിയതും നേരത്തെ കണ്ടല്ലോ. ഈ സാധനമാണ് അധ്വാനിക്കുന്നവർക്കും ഭാരം ചുമക്കുന്നവർക്കും പണ്ടു മുതലേ അത്താണിയായിരുന്നു എന്നൊക്കെ ഇവിടെ ചിലർ പ്രചരിപ്പിക്കുന്നത്.[9]

അതെന്താ അടിമകൾക്ക് നിർവ്വാണം വേണ്ടേ? അതായത് ഒരിക്കൽ ഒരാൾ അടിമയായിപ്പോയാൽ പിന്നെ അയാൾ ഒരിക്കലും രക്ഷപ്പെടില്ല. അയാളുടെ നീച ജന്മം അയാളുടെ കർമ്മഫലമാണ്. അതയാൾ അനുഭവിച്ചേ പറ്റൂ. മാത്രമല്ല ഇവിടെ വേറൊരു കുരുക്കുള്ളത് നേരത്തെ ബുദ്ധമതത്തിലെ കർമ്മസിദ്ധാന്തം ചർച്ച ചെയ്യുന്ന സമയത്ത് സൂചിപ്പിച്ചിരുന്നു. (ലോനഫാല സുത്ത-അംഗുത്തര

നിഖായ) അതായത് വളരെ കുറച്ചു മുജ്ജന്മ സുകൃതം മാത്രമുള്ള ഒരാൾക്ക് (അയാളാണ് ഈ ജന്മത്തിൽ അടിമയായി ജനിക്കേണ്ടി വരുന്നത്) ഈ ജന്മത്തിൽ പറ്റുന്ന ചെറിയ തെറ്റുകൊണ്ടു തന്നെ ഉള്ള ചെറിയ പുണ്യം പോലും നഷ്ടപ്പെട്ട് നരകത്തിൽ പോകാം. "മേന്മ പോയിന്റുകൾ" കുറവുള്ള ഒരാളുടെ നിസ്സാരമായ തെറ്റുകൾക്ക് നരകശിക്ഷ കിട്ടുമ്പോൾ, കൂടുതൽ "മേന്മ പോയിന്റുകൾ" നേടി ഉന്നതകുലത്തിൽ ജനിച്ചവരുടെ അതേ ചെറിയ തെറ്റുകൾ ഗൌരവമുള്ള പ്രശ്നങ്ങൾ ഉണ്ടാക്കില്ല.[10]

അംഗുലീമാലൻ മനം മാറ്റം വന്ന് സന്യാസിയായിക്കഴിഞ്ഞും ഒരിക്കൽ നാട്ടുകാരെല്ലാം കൂടി ഭിക്ഷുവായ അംഗുലീമാലനെ തല്ലി പഞ്ചറാക്കിയപ്പോൾ ബുദ്ധൻ പറഞ്ഞത് അത് കർമ്മഫലമാണ്, അനുഭവിച്ചോളാനാണ്. ഇപ്പോൾ അനുഭവിച്ചു തീർത്താൽ നരകത്തിൽ അത്രയും കുറച്ച് അനുഭവിച്ചാൽ മതി എന്ന്.[11] (കർമ്മഫലം കൊണ്ട് നീച ജന്മം എടുക്കേണ്ടിവരുന്നത് ബ്രാഹ്മണ മതത്തിന്റേതാണ്, ഞങ്ങുടെ ബുദ്ധമതത്തിൽ അങ്ങനൊന്നുമല്ല എന്ന് വിശ്വസിക്കുന്ന ലളിത ബുദ്ധികൾ കണ്ണു തുറന്നു വായിക്കുക.)

ബുദ്ധമതത്തിന്റെ തുടക്കം ഇവിടെ ചിലർ സങ്കൽപിക്കുന്നപോലെ കുറേ നിരാലംബർ ജാതിവ്യവസ്ഥ കൊണ്ട് പൊറുതിമുട്ടി വന്ന് ബുദ്ധമതത്തിൽ ചേരുന്നതൊന്നുമല്ല. നിരാലംബർക്കും മറ്റും ബുദ്ധമതത്തിൽ കാര്യമായ സ്ഥാനവുമുണ്ടായിരുന്നില്ല. പലരും വാദിക്കുന്നപോലെ ബുദ്ധൻ ഒരു സാമൂഹ്യ പരിഷ്കർത്താവൊന്നും ആയിരുന്നില്ല എന്നു മാത്രമല്ല, പൊതുജനങ്ങളുടെ പ്രീതി ലഭിക്കാൻ അക്കാലത്തെ പരമാവധി പിൻതിരിപ്പൻ ധാരണകളെ പിൻതുണക്കുകയും ചെയ്തിരുന്നു ബുദ്ധൻ. തുടക്കത്തിൽ ഒരുപക്ഷേ എല്ലാതരം ആളുകളെയും സംഘത്തിൽ പ്രവേശിപ്പിച്ചിരിക്കാമെങ്കിലും സാധാരണ ജനങ്ങളുടെ പിൻതുണയും (അവർ നൽകുന്ന ഭിക്ഷയും) ഇല്ലാതെ നിലനിൽക്കാനാകില്ല എന്നറിയാവുന്ന ബുദ്ധൻ പൊതുജന താല്പര്യമനുസരിച്ച് സംഘ നിയമങ്ങൾ മാറ്റിക്കൊണ്ടിരുന്നു.

കാണുന്നവർക്ക് അറപ്പു തോന്നിപ്പിക്കുന്ന ആർക്കും സംഘത്തിൽ പ്രവേശനമില്ല. അംഗഭംഗം വന്നവർ, തളർവാതം വന്നവർ, വയസ്സന്മാർ, അന്ധർ, ബധിരർ, കുള്ളൻ, കൂനൻ, മന്തുരോഗം ബാധിച്ചവർ എന്നു വേണ്ട എന്തെങ്കിലും രീതിയിൽ ആളുകൾക്ക് വെറുപ്പു തോന്നുന്ന ആർക്കും സംഘത്തിൽ പ്രവേശനമില്ല. ഏതെങ്കിലും തരത്തിൽ ആലംബം വേണ്ട ആർക്കും "ആലംബഹീനരുടേത്" എന്ന് പുകഴ്പ്പെട്ട ബുദ്ധമതത്തിൽ സ്ഥാനമില്ല.[12] പാവപ്പെട്ടവരുടേയും അധഃസ്ഥിതരുടേയും ആശ്രയമായിരുന്ന ബുദ്ധമതം എന്നത്

നല്ലൊരു മുട്ടൻ നുണയാണ്.(കൂട്ടത്തിൽ പറയട്ടെ, ബുദ്ധനു മാത്രമല്ല, പഴയ നിയമത്തിലെ യഹോവയ്ക്കും, വികലാംഗരെ കണ്ടുകൂടാ. അവർ യഹോവയുടെ അടുത്തു വരുന്നതു വിലക്കിയിട്ടുണ്ട്.[13] ക്രിസ്തുമത വിമർശനം നടത്തുന്ന ബുദ്ധിസ്റ്റ് യുക്തിവാദിക്ക് സമയം കിട്ടുമ്പോൾ ഇതും നോക്കാം.)

വികലാംഗരെ സഹായിക്കാൻ ശ്രമിക്കുന്ന ഭിക്ഷുവിന് നരക ശിക്ഷയാണ് ലഭിക്കുക എന്ന് ബുദ്ധൻ പറയുന്നു. ഈ അംഗവൈക ല്യങ്ങൾ ചിലതൊക്കെ കുറ്റകൃത്യങ്ങൾക്ക് ശിക്ഷയായി കിട്ടിയതായി രിക്കാമെന്നതു കൊണ്ട്, ഒരിക്കൽ കുറ്റം ചെയ്തു അതിനു ശിക്ഷ അനുഭ വിച്ചവർക്ക് അവർ പിന്നീട് പശ്ചാത്തപിച്ചാൽ പോലും സംഘത്തിൽ പ്രവേശനം കിട്ടില്ല എന്നു വേണം കരുതാൻ. അതായത് ഒരിക്കൽ ഒരു കുറ്റത്തിനു ശിക്ഷിക്കപ്പെട്ടാൽ അയാൾക്ക് പിന്നെ ജനന മരണ ങ്ങളിൽ നിന്ന് മോചനം കിട്ടാൻ പ്രയാസമാണ്. പാവപ്പെട്ടവർക്ക് ഉള്ള പുണ്യം പോലും നഷ്ടപ്പെടാൻ സാധ്യത കൂടുതലാണ് എന്നു നേരത്തെ കണ്ടല്ലോ (ലോനഫാല സുത്ത-അംഗുത്തര നികായ). സ്വന്തം അമ്മയെ കൊന്നതിന് പിന്നീട് പശ്ചാത്താപം പ്രകടിപ്പി ച്ച ഒരാളെപോലും പുറത്താക്കാൻ ബുദ്ധൻ ആവശ്യപ്പെടുന്നുണ്ട്[14] അതുപോലെ അച്ഛനെ കൊന്ന ആളെയും പുറത്താക്കുന്നുണ്ട്. (മഹാവഗ്ഗ 1.65)

ബിംബിസാരൻ ബുദ്ധന്റെ അനുയായിയായപ്പോൾ അദ്ദേഹത്തി ന്റെ കൊട്ടാരം വൈദ്യനായ ജീവകനും ബുദ്ധന്റെ അനുയായിയായി. (ജീവകൻ ബിംബിസാരന്റെ സ്വന്തം ചികിത്സകനായ കഥയുണ്ട്. അന്നത്തെ രാജാക്കന്മാരുടെ ജീവിതവും, അവരുടെ കുടുംബത്തിലെ പ്രശ്നങ്ങളും കൗതുകകരമാണ്. ബിംബിസാരന് കലശലായ മൂല ക്കുരുവിന്റെ അസുഖമുണ്ടായിരുന്നു. വസ്ത്രത്തിൽ ചോര കാണുന്ന രാജ്ഞിമാർ ആദ്ദേഹത്തെ പരിഹസിച്ചത്രെ.[15] അങ്ങനെ വളരെ ദുഃഖിതനായാണ് ബിംബിസാരൻ ജീവകനെ സമീപിക്കുന്നതും, ജീവകൻ അസുഖം മാറ്റിക്കൊടുക്കുന്നതും.)

ബുദ്ധനോടുള്ള ബഹുമാനാർഥം ജീവകൻ ഭിക്ഷുക്കൾക്ക് സൗജ ന്യമായി ചികിത്സ നൽകാം എന്നു പ്രഖ്യാപിച്ചു. ആയിടക്ക് നാട്ടിൽ പകർച്ചവ്യാധികൾ പടർന്നു പിടിച്ചു. ആളുകൾ ജീവകന്റെ അടുത്ത് ചികിത്സക്കെത്തി. എന്നാൽ ബിംബിസാര രാജാവിനെയും, ഭിക്ഷു ക്കളെയും ചികിത്സിക്കാനുള്ള ഉത്തരവാദിത്വം ഉള്ളതു കൊണ്ട് ജീവകൻ അവരെ ഒഴിവാക്കി. ഇതോടെ ജീവകന്റെ സൗജന്യ ചികിത്സയും, ശുശ്രൂഷയും മോഹിച്ച് അഞ്ചു തരം രോഗികൾ ("five diseases"- leprosy, boils, dry leprosy, consumption, and fits)

ബുദ്ധസംഘത്തിലേക്ക് ഇടിച്ചു കയറാൻ തുടങ്ങി. സൗജന്യ രോഗികളെക്കൊണ്ട് ബുദ്ധിമുട്ടിലായ ജീവകൻ അഞ്ചു തരം രോഗികളെ ഒഴിവാക്കാൻ ബുദ്ധനോട് അപേക്ഷിച്ചു. അതു പ്രകാരം അഞ്ചു തരം രോഗികളെ സംഘത്തിൽ ചേർക്കുന്നത് നരക ശിക്ഷ കിട്ടുന്ന പാപമായി ബുദ്ധൻ പ്രഖ്യാപിച്ചു.[16]

അംബേദ്ക്കർ അദ്ദേഹത്തിന്റെ *Buddha and his Dhamma* എന്ന പുസ്തകത്തിൽ ബുദ്ധസംഘത്തിന്റെ തുല്യതാമനോഭാവം കാണിക്കാൻ സുപ്രബുദ്ധൻ എന്നൊരു കുഷ്ഠരോഗിയെ ബുദ്ധൻ സംഘത്തിൽ ചേർത്തു എന്നു പറയുന്നുണ്ട്. ഞാൻ നോക്കിയിട്ട് അങ്ങനൊരു സംഭവം നടന്നതായി കാണുന്നില്ല. ബുദ്ധഗ്രന്ഥങ്ങളിൽ ആകെ കണ്ടുകിട്ടിയ ഒരു സുപ്രബുദ്ധൻ ബുദ്ധന്റെ അമ്മായിയച്ഛനും, ദേവദത്തന്റെ അച്ഛനുമായ ശാക്യ പ്രമാണിയാണ്. കുഷ്ഠരോഗിയായ സുപ്രബുദ്ധൻ എന്നൊരു ശിഷ്യനെ കാണാനില്ല. (ചുമ്മാ തള്ളിയതാണോ എന്ന് സംശയമുണ്ട്.) എന്തായാലും കുഷ്ഠരോഗികളെയും മറ്റും സംഘത്തിൽ ചേർക്കുന്നത് ബുദ്ധൻ വളരെ വ്യക്തമായി വിലക്കിയിട്ടുണ്ട്. രോഗങ്ങളില്ല എന്നു ചോദിച്ച് ഉറപ്പുവരുത്തിയ ശേഷം മാത്രമാണ് സംഘത്തിലേക്ക് പ്രവേശനം നൽകിയിരുന്നത്.[17] അത് അംബേദ്ക്കർ സൂത്രത്തിൽ അങ്ങ് വിഴുങ്ങിക്കളഞ്ഞു. (മതത്തിൽ ചേരുന്നവർ ഉത്തരം പറയേണ്ട ചോദ്യങ്ങൾ കഴിഞ്ഞ അധ്യായത്തിൽ ചർച്ച ചെയ്തിരുന്നു.)[18]

ബുദ്ധൻ പോപ്പുലർ ആകുന്നതോടൊപ്പം വളർന്നു വന്ന അദ്ദേഹത്തിന്റെ പൊളിറ്റിക്കൽ പവറും എടുത്തു പറയേണ്ടതാണ്. സംഘം വളർന്നു വന്നതോടെ കണ്ടമാനം ധനവും ആവശ്യമായി വന്നു. പസേനദി രാജാവാകട്ടെ രാജ്യത്തെ ഖജനാവ് തന്നെ ബുദ്ധന് അടിയറ വച്ച പോലെയായിരുന്നു. പസേനദിയുടെ മന്ത്രി കാല ഒരിക്കൽ ഇതിനെ ശക്തിയായി എതിർത്തപ്പോൾ ബുദ്ധൻ കാലയുടെ മന്ത്രിപദവി തന്നെ തെറിപ്പിക്കുകയും ചെയ്തു.

ആ കഥ പറയാം. ഇതൊന്നും ബുദ്ധനെക്കുറിച്ച് നിങ്ങൾ കേട്ടിട്ടുള്ള സാരോപദേശ കഥകളുടെ കൂട്ടത്തിൽ കാണില്ല. ഒരിക്കൽ പസേനദി രാജാവ് ഭിക്ഷുക്കൾക്ക് വളരെ വലിയൊരു ദാനം നൽകാൻ തീരുമാനിച്ചു. രാജ്യത്തെ പ്രജകളും രാജാവിനോടു മത്സരിച്ച് ഭിക്ഷുക്കൾക്കു ദാനം കൊടുക്കാൻ തുടങ്ങി. ഒരു വമ്പൻ ദാനമേള തന്നെ. (ഈ പ്രജകൾ എന്നുവച്ചാൽ രാജാവിന്റെ ഗുഡ് ബുക്കിൽ കയറിപ്പറ്റാൻ തിരക്കു കൂട്ടുന്ന പ്രമാണികൾ. അല്ലാതാര്?) അങ്ങനെ പരസ്പരം മത്സരിച്ച് മത്സരിച്ച് ഒടുവിൽ രാജാവ് ഒരൊറ്റ ദിവസം തന്നെ പതിനാലു കോടി സ്വർണ്ണനാണയങ്ങൾ മൂല്യമുള്ള വസ്തുക്കൾ ഭിക്ഷുക്കൾക്കായി

ദാനം ചെയ്തത്രെ. (വളരെ വലിയൊരു സംഖ്യയാണത്. ഒരുപക്ഷേ രാജ്യത്തിന്റെ സാമ്പത്തികസ്ഥിതി തന്നെ അപകടത്തിലാകാൻ മാത്രം വലിയ ഒരു തുക. അത്രവലിയ ദാനം അതിനു ശേഷം ആരും കൊടുത്തിട്ടില്ലത്രെ.) ഖജനാവിലെ പണമെടുത്ത് രാജാവ് ഈ തോന്ന്യാസം കാട്ടുന്നത് മന്ത്രിയായ കാല എതിർത്തു. വയറു നിറച്ച് തിന്നെങ്കിൽ ആശ്രമത്തിൽ പോയിക്കിടന്നുറങ്ങാൻ പറഞ്ഞ് ഭിക്ഷുക്കളെ ശകാരിച്ചു. കാലയുടെ അതൃപ്തി ബുദ്ധൻ അറിഞ്ഞു. സാധാരണ ഭക്ഷണ ശേഷം ഒരു നീണ്ട ധർമ്മോപദേശം നടത്തുന്നതിനു പകരം കഷ്ടി രണ്ടു വരി പറഞ്ഞൊപ്പിച്ച് ബുദ്ധൻ പിണങ്ങിപ്പോയി. വലിയൊരു പ്രസംഗം പ്രതീക്ഷിച്ച രാജാവ് നിരാശനായി കാര്യമന്വേഷിക്കാൻ ബുദ്ധന്റെ പുറകെ പോയി. ബുദ്ധൻ രാജാവിനോട് തന്റെ അതൃപ്തി തുറന്നു പറഞ്ഞു. കാലയുടെ മന്ത്രിപ്പണിയും പോയി. (വലിയ പ്രസംഗം ചെയ്താൽ കാലക്ക് കൂടുതൽ എതിർപ്പുണ്ടാകുകയും, അത് വഴി അയാൾ അടുത്ത ജന്മത്തിൽ കൂടുതൽ നരകിക്കേണ്ടി വരുകയും ചെയ്യും. അത് ഒഴിവാക്കാനാണത്രെ പ്രസംഗം ചുരുക്കി ബുദ്ധൻ പെട്ടെന്ന് പൊയ്ക്കളഞ്ഞത്. അല്ലാതെ പിണങ്ങീട്ടല്ല എന്നാണ് ബുദ്ധിസ്റ്റ് ന്യായീകരണം.) ധർമ്മപദത്തിലെ നൂറ്റിഎഴുപത്തിയേഴാമതു ശ്ലോകത്തിന്റെ കഥാപശ്ചാത്തലം ഈ സംഭവമാണ്. കാല എന്ന ഈ മന്ത്രിയെ പുച്ഛിച്ചു കൊണ്ടും, ദാനം കൊടുക്കുന്ന രാജാവിനെ പുകഴ്ത്തിക്കൊണ്ടുമാണ് ആ വരികൾ.[19]

അത്ര വലിയ ബുദ്ധഭക്തനൊന്നുമല്ലാത്ത അജാതശത്രു, ബുദ്ധന്റെ സുഹൃത്തും, തന്റെ അടുത്ത ബന്ധുവുമായ പസേനദിയുടെ രാജ്യം ആക്രമിക്കുന്നതിനു മുൻപ് ബുദ്ധനെ ചെന്നു കണ്ട് അനുഗ്രഹം വാങ്ങിയ സംഭവവും ബുദ്ധന്റെ പൊളിറ്റിക്കൽ പവർ കാണിക്കുന്നതാണ്. ബുദ്ധനും സംഘവും വിചാരിച്ചാൽ യുദ്ധം തോൽപിക്കാനോ, ഇനി യുദ്ധം ജയിച്ചാലും മര്യാദക്ക് രാജ്യം ഭരിക്കാൻ പറ്റാതാക്കാനോ സാധിക്കും. ബുദ്ധൻ അതിനേക്കാൾ വിളഞ്ഞ പുള്ളി. യുദ്ധത്തിന്റെ ഫലം എന്താകും എന്നറിയില്ലല്ലോ. പിന്നീട് വ്യാഖ്യാനിച്ചു ശരിപ്പെടുത്താൻ പാകത്തിന് എവിടെയും തൊടാത്ത ഒരു മറുപടിയാണ് ബുദ്ധൻ കൊടുത്തത്. അല്ലാതെ യുദ്ധം ഒഴിവാക്കാനുള്ള ബുദ്ധഗീതയൊന്നുമല്ല. കൂട്ടത്തിൽ പറയട്ടെ, യുദ്ധത്തിന്റെ ഫലം പ്രവചിക്കുക പോലുള്ള കാര്യങ്ങൾ നിലവാരം കുറഞ്ഞ പരിപാടിയായാണ് ബുദ്ധൻ കരുതിയിരുന്നത്.[20]

ഒരിക്കൽ വൈശാലിയിൽ ഒരു വൻ വരൾച്ച വന്നപ്പോൾ ബിംബിസാരന്റെ സുഹൃത്തായ മഹാലി ബുദ്ധനെ അങ്ങോട്ടയച്ച് മഴ പെയ്യിച്ചു കൊടുക്കാൻ ബിംബിസാരനോട് അപേക്ഷിച്ചു. ബുദ്ധൻ

വൈശാലിയിലെത്തി അധികം താമസിയാതെ മഴ പെയ്തു. (വരൾച്ച മാറ്റാൻ രാജ്യത്തെത്തുന്ന യുവ സന്യാസിയായ ഋഷ്യശൃംഗനെക്കുറിച്ചുള്ള മഹാഭാരത കഥ ഓർക്കുക.) ചുരുങ്ങിയ കാലം കൊണ്ട് ബുദ്ധൻ ഒരു ഗുരു എന്ന പദവിയിൽനിന്നു മനുഷ്യ ദൈവം എന്ന പദവിയിലേക്കുയർന്നു എന്ന് ഈ സംഭവം കാണിക്കുന്നു. വരൾച്ചയോടൊപ്പം പടർന്നു പിടിച്ച കോളറ ശമിപ്പിക്കാൻ ബുദ്ധൻ ഉപദേശിച്ചതാണത്രെ രത്നസൂത്ര (jewel sutra) എന്ന മന്ത്രം. (ബുദ്ധമതത്തിൽ മന്ത്രതന്ത്രങ്ങൾ ഇല്ല എന്ന് വിശ്വസിക്കുന്നവർ ശ്രദ്ധിക്കുക.)

ബുദ്ധന്റെ സംഘം രാജ്യത്തിനുള്ളിൽ തന്നെ സ്വന്തം നിയമവും മറ്റുമായാണ് കഴിഞ്ഞത്. രാജ്യത്തെ നിയമം അവർക്ക് ബാധകമല്ല. വിദേശ രാജ്യങ്ങളിലെ ഡിപ്ലോമാറ്റുകളെ പോലെയായിരുന്നു അവർ. (അല്ലെങ്കിൽ ഏതെങ്കിലും മാഫിയാസംഘം പോലെ എന്നും പറയാം.) ബുദ്ധസംഘത്തിന് അവരുടെ സംഘ നിയമങ്ങളുണ്ട്. കുറ്റം ചെയ്ത ഭിക്ഷുക്കളെ രാജാവ് ശിക്ഷിക്കാറില്ല. കുറ്റവാളികളെ ശിക്ഷിക്കാൻ ഭിക്ഷുസംഘത്തോടു തന്നെ അപേക്ഷിക്കുന്ന ധാരാളം സംഭവങ്ങൾ വിനയ പിടകത്തിൽ കാണാം. അവസാന തീരുമാനം എപ്പോഴും ബുദ്ധന്റേതായിരിക്കും.

ആകാശഗർഭ സൂത്രം എന്ന മഹായാന ഗ്രന്ഥത്തിൽ രാജാക്കന്മാരെ (consecrated ksatriyas) ബാധിക്കുന്ന കടുത്ത പാപങ്ങളുടെ ഒരു ലിസ്റ്റുണ്ട്. സന്യാസ മഠങ്ങളുടെ സ്വത്ത് പിടിച്ചെടുക്കുക, ബുദ്ധന്റെ അധ്യാപനങ്ങളെ എതിർക്കുക അഥവാ സംഘത്തിന്റെ കാര്യങ്ങളിൽ ഇടപെടുക, കുറ്റക്കാരനാണ് എന്നു കണ്ടാലും ഒരു ഭിക്ഷുവിനെ സ്ഥാനഭ്രഷ്ടനാക്കുകയോ, ശിക്ഷിക്കുകയോ ചെയ്യുക, ബുദ്ധമതം ഉപേക്ഷിച്ചു വേറെ "പാഷാണ്ഡമതങ്ങളെ" പിൻപറ്റുക ഇതൊക്കെ രാജാക്കന്മാരെ ബാധിക്കുന്ന കടുത്ത പാപങ്ങളാണ്. (ഈ അവസാനത്തേത് വളരെ പ്രധാനമാണ്. കാരണം വേറെ മതങ്ങളെ പിൻപറ്റിയാൽ പിന്നെ ഈ ലിസ്റ്റിലുള്ള ബാക്കി കാര്യങ്ങൾക്കുള്ള ശിക്ഷയായ ബുദ്ധിസ്റ്റ് നരകത്തെ രാജാവ് പേടിക്കുമോ?) മനുസ്മൃതി കാണിച്ച് രാജാക്കന്മാരെ ബ്രാഹ്മണർ നിയന്ത്രിച്ചിരുന്നു എന്ന ചരിത്രം മാത്രം കേട്ടിട്ടുള്ളവർ ബുദ്ധഭിക്ഷുക്കൾ രാജാക്കന്മാരെ നിയന്ത്രിച്ചിരുന്ന ചരിത്രം കൂടി അറിയട്ടെ. :-)

ബുദ്ധന്റെ ഈ പവർ ഏകപക്ഷീയമായിരുന്നില്ല എന്നും ഓർക്കണം. ഒരു പാലമിട്ടാൽ അങ്ങോട്ടും, ഇങ്ങോട്ടും വേണമല്ലോ. ബുദ്ധൻ കഴിയുന്നതും രാജാവിന് അനിഷ്ടമുണ്ടാകാതിരിക്കാനും ശ്രദ്ധിച്ചിരുന്നു. ഒരു ബുദ്ധഗീത ഉണ്ടാകാതിരുന്നതിന്റെ കാരണവും അതായിരുന്നു എന്ന് നാം കണ്ടതാണ്. അക്കാലത്തെ രാജാക്കന്മാർ

തമ്മിലുള്ള പല തർക്കങ്ങളിലും ബുദ്ധൻ മധ്യസ്ഥം വഹിച്ചിരുന്ന തായി പിടകങ്ങളിൽ കാണാം. (അന്നത്തെ ഒരു ധീരേന്ദ്ര ബ്രഹ്മചാരിയോ, ചന്ദ്രസ്വാമിയോ ഒക്കെ പോലെയായിരുന്നു ബുദ്ധൻ.) തന്റെ ഭിക്ഷുക്കൾ രാഷ്ട്രീയത്തിൽ ഇടപെടുന്നതും ബുദ്ധൻ വിലക്കിയിരുന്നു. ഒരിക്കൽ ഭിക്ഷുക്കൾ ഭക്ഷണ ശേഷം വിശ്രമിക്കുമ്പോൾ മഗധയിലെ ബിംബിസാരനാണോ, കോസലത്തിലെ പസേനദിയാണോ കൂടുതൽ ധനവാനും, ശക്തനും എന്ന് തർക്കിക്കുകയായിരുന്നു. ഇതു കേട്ട ബുദ്ധൻ അത്തരം സംസാരം വിലക്കുകയാണ് ചെയ്തത്.[21]

അങ്ങനെ നാട്ടിലുള്ള കുറേ പ്രമാണികളും, ശ്രമണരുടെ ജീവിതം ഫാഷനായി തോന്നിയ കുറേ വേദനിക്കുന്ന കോടീശ്വരന്മാരും, ചുമ്മാ ഒരു രസത്തിനു ചേർന്നവരുമൊക്കെയാണ് ബുദ്ധമതത്തിൽ കാര്യമായി ഉണ്ടായിരുന്നത്. ചുമ്മാ പണിയെടുക്കാതെ മൂക്കറ്റം ഭക്ഷണം കഴിച്ച് കഴിയാനുള്ള അവസരം എന്ന മട്ടിൽ ഭിക്ഷുക്കളായവരും ഉണ്ടായിരുന്നു. തലയൊന്നു മൊട്ടയടിച്ചാൽ മതിയല്ലോ. അങ്ങനെ ചേർന്ന ഒരു ബ്രാഹ്മണന്റെ കാര്യം മഹാവഗ്ഗയിൽ പറയുന്നുണ്ട്. ഒരിക്കൽ ധനികരായ ഉപാസകരുടെ വീട്ടിൽ മാറിമാറി ഭിക്ഷുക്കൾക്ക് മികച്ച ഭക്ഷണം നൽകാൻ ഏർപ്പാടുണ്ടായി. ഇതുകണ്ട് ഒരു ബ്രാഹ്മണൻ സംഘത്തിൽ ചേർന്നു.[22]

എന്നാൽ പിന്നീട് സൗജന്യ ഭക്ഷണം നിന്നപ്പോൾ ഇദ്ദേഹം ബുദ്ധമതവും കളഞ്ഞു പോയി. ഇതോടെ മതത്തിൽ ചേരാൻ വരുന്നവരോട് നാലു കാര്യങ്ങൾ മുൻപേ പറയണം എന്ന് ബുദ്ധൻ കൽപ്പിച്ചു. ഭിക്ഷ കിട്ടുന്നതു മാത്രമായിരിക്കും ഭക്ഷണം. സുഭിക്ഷ ഭക്ഷണം വല്ലപ്പോഴും മാത്രമേ ഉണ്ടാകൂ. ഉപേക്ഷിക്കപ്പെട്ട കീറത്തുണിയായിരിക്കും വസ്ത്രം. നല്ല വസ്ത്രങ്ങൾ വല്ലപ്പോഴും മാത്രമേ കിട്ടൂ. വല്ല മരത്തിന്റെ മൂട്ടിലും താമസിക്കേണ്ടി വരും. താമസിക്കാൻ വിഹാരങ്ങളും, കെട്ടിടങ്ങളും, ഗുഹകളും എപ്പോഴും ഉണ്ടാകണമെന്നില്ല. പഴകിയ മൂത്രമായിരിക്കും മരുന്ന്. നെയ്യ്, വെണ്ണ,തേൻ ഒക്കെ വല്ലപ്പോഴും മാത്രം. (മരുന്നുകളുടെ അടിസ്ഥാന ഘടകമായി രുചികരമായ തേൻ, പാൽ എന്നിവയ്ക്ക് പകരം വളിച്ച ഗോമൂത്രം ഉപയോഗിക്കൽ ബുദ്ധമതത്തിലെ തീവ്രനിഷ്ഠകളിൽ (dhutanga) പെട്ടതാണ്.) പിന്നീടൊരിക്കൽ ഒരാൾ മതത്തിൽ ചേരാൻ വന്നപ്പോൾ ഈ നിബന്ധനകൾ ആദ്യമേ അറിഞ്ഞപ്പോൾ അയാൾ അപ്പോളേ സ്ഥലം വിട്ടു. അതുകൊണ്ട് ഈ കാര്യങ്ങൾ സംഘത്തിൽ ചേർന്നതിനു ശേഷം പറഞ്ഞാൽ മതി എന്നാക്കി.)

സുമങ്കല എന്ന ഭിക്ഷു ബുദ്ധമതത്തിൽ കണ്ട ഗുണം വയലിൽ പോയി പുറം പൊളിയുന്ന പണിയെടുക്കണ്ട എന്നു മാത്രമാണ്.

അല്ലാതെ ആത്മീയതയുടെ ഒരു സൂചന പോലും ഇല്ല.[23] മുട്ടാ എന്ന ഭിക്ഷുണിക്ക് കിട്ടിയ ഗുണം വീട്ടു ജോലികളിൽനിന്നും, പിന്നെ അവരുടെ കൂനനായ ഭർത്താവിൽനിന്നുമുള്ള മോചനമാണ്.[24] ആത്മീയ താൽപര്യം ഒന്നും ഇല്ലാതെതന്നെ ധാരാളം സ്ത്രീകൾ ഭിക്ഷുണികളായി ചേർന്നിരുന്നു. ആരെയും ആശ്രയിക്കാതെ സമൂഹത്തിൽ മാന്യമായ ഒരു സ്ഥാനം ലഭിക്കാൻ ഏറ്റവും നല്ലത് ഭിക്ഷുണിയാകുക എന്നതായിരുന്നു.[25]

കുടുംബം ഉപേക്ഷിച്ച എന്നു പറയപ്പെടുന്ന ഒരു ഭിക്ഷു ഒരിക്കൽ തക്കം കിട്ടിയപ്പോൾ പഴയ ഭാര്യയുമായി ലൈംഗികബന്ധത്തിൽ ഏർപ്പെട്ടു. പലരും വെറുമൊരു ഫാഷനായി ചേർന്നതാണ്, അല്ലാതെ ജീവിത വിരക്തികൊണ്ടൊന്നുമല്ല എന്ന് ഈ സംഭവം കാണിക്കുന്നു. വിവരമറിഞ്ഞ ബുദ്ധൻ ഒരു ഭിക്ഷു മൃഗങ്ങളുമായി പോലും ലൈംഗികബന്ധത്തിൽ ഏർപ്പെടരുത് എന്ന് നിയമമുണ്ടാക്കി.[26] ലൈംഗികബന്ധത്തിൽ ഏർപ്പെടുന്ന ഭിക്ഷു പിന്നെ സംഘത്തിനു പുറത്താണ്.

ബുദ്ധമതം രാജാക്കന്മാരുടെയും, പണക്കാരായ കച്ചവടക്കാരുടെയും സഹായത്തോടെ വളരെ വേഗം പോപ്പുലർ ആയെങ്കിലും തല മൊട്ടയടിച്ച് മേലനങ്ങാതെ ജീവിക്കാൻ നോക്കുന്ന ഈ പിച്ചക്കാരെ പണിയെടുത്തു ജീവിക്കുന്ന മാന്യന്മാരായ സാധാരണ ജനങ്ങൾ പുച്ഛത്തോടെയാണ് കണ്ടത്. തുടക്കത്തിൽ മറ്റേതു സംഘടനയിലും എന്ന പോലെ വരുന്നവരെയൊക്കെ പിടിച്ച് സംഘത്തിൽ ചേർത്തിരുന്നു. യാതൊരു അച്ചടക്കമോ, ആധ്യാത്മിക താല്പര്യമോ ഇല്ലാത്തവരും സംഘത്തിൽ ചേർന്നതോടെ തർക്കങ്ങളും, അടിപിടിയും തുടങ്ങി. ആളുകൾ സംഘത്തെ പരിഹസിക്കാൻ തുടങ്ങി. മജ്ജിമ നികായയിലെ അനുമാന സുത്തയിൽ ബുദ്ധശിഷ്യനായ മഹാ മൊഗല്ലാന താന്തോന്നികളായി, അനുസരണയില്ലാതെ നടക്കുന്ന ശിഷ്യൻമാരെക്കുറിച്ച് സൂചിപ്പിക്കുന്നുണ്ട്. ബുദ്ധൻ തന്നെ ധർമ്മപദത്തിൽ അയോഗ്യർ കാഷായവസ്ത്രം ധരിച്ച നടക്കുന്ന കാര്യം സൂചിപ്പിക്കുന്നുണ്ട്.[27]

ആദ്യകാല ബുദ്ധമത സാഹിത്യത്തിൽ സകലവിധ ഏടാകൂടങ്ങളും ഒപ്പിക്കുന്ന, ആറു പേരുടെ ഒരു സംഘത്തെക്കുറിച്ച് ധാരാളം കഥകളുണ്ട്. ഈ ആഭാസൻമാർ കാരണമാണ് വിനയ പിടികയിൽ കാണുന്ന പല നിയമങ്ങളും ഉണ്ടാക്കേണ്ടി വന്നത്. ഇവരുടെ ചെയ്തികൾ പലതും വായിക്കാൻ രസമാണ്. ഒരിക്കൽ ഈ ആറു പേർ ചുമ്മാ ധ്യാനമുറിയിൽ ധ്യാനിച്ചുകൊണ്ടിരിക്കുന്ന ഭിക്ഷുക്കളുടെ തലക്കടിച്ചു. അടികൊണ്ടു ചുരുണ്ടു പോയ ഭിക്ഷുക്കൾ ഉറക്കെ നിലവിളിക്കാൻ തുടങ്ങി. ബഹളം കേട്ട് ബുദ്ധൻ കാര്യം തിരക്കി. ഈ ആറു

പേരെയും പിടികൂടി ബുദ്ധന്റെ മുന്നിൽ ഹാജരാക്കി. അവർ സത്യം പറഞ്ഞു. ചുമ്മാ ഒരു തമാശക്ക് ഭിക്ഷുക്കളുടെ തലക്കടിച്ചതാണ്. ഒരു ഭിക്ഷു വേറെ ഭിക്ഷുവിനെ അടിക്കാൻ പാടില്ല എന്ന നിയമം അങ്ങിനെ ഉണ്ടായതാണ്. അത് "പായാതിക" എന്ന പാപത്തിൽ പെടുന്നതാണ് എന്ന് ബുദ്ധൻ വിധിച്ചു. ബുദ്ധമതത്തിലെ മൂന്നാമത്തെ കടുത്ത പാപമാണ് അത്. ശരിയായി ഏറ്റുപറഞ്ഞ് കുമ്പസാരിച്ചില്ലെങ്കിൽ നരകത്തിൽ പോകുന്ന കേസാണ്.

ഒരിക്കൽ ഈ ആറു പേർ വേറെ പതിനേഴ ഭിക്ഷുക്കളുമായി അടിപിടിയുണ്ടായ സംഭവമുണ്ട്. ഒഴിഞ്ഞു കിടക്കുന്ന ഒരു കെട്ടിടത്തിൽ താമസിക്കാനുള്ള അവകാശത്തിന്റെ പേരിൽ ഇവർ തമ്മിൽ തല്ലി. ധർമ്മപദത്തിലെ നൂറ്റി ഇരുപത്തിഒൻപതാം ശ്ലോകം ഈ സംഭവത്തെ അനുസ്മരിച്ചാണ്.[28] മറ്റുള്ളവരെയും തന്നെപോലെ തന്നെ കരുതി അവരെ അടിക്കുകയോ, കൊല്ലുകയോ ചെയ്യാതിരിക്കുക. തല്ലാൻ പാടില്ല എന്ന നിയമം നേരത്തെ പ്രാബല്യത്തിൽ ഉള്ളതുകൊണ്ട് പിന്നൊരിക്കൽ ഈ ആറുപേർ എതിരാളികളെ തല്ലുമെന്ന് ഭീഷണിപ്പെടുത്തി. മറ്റുള്ളവരെ ഭീഷണിപ്പെടുത്താനും പാടില്ല എന്ന നിയമമുണ്ടായത് അങ്ങനെയാണ്. ധർമ്മപദത്തിലെ നൂറ്റിമുപ്പതാം ശ്ലോകം അതേക്കുറിച്ചാണ്.[29]

ഒരിക്കൽ ചില മുതിർന്ന ഭിക്ഷുക്കൾ ഈ ആറു പേരെയും ആവിമുറിയിൽ കയറുന്നതിൽ നിന്നു വിലക്കി. ഇവരാകട്ടെ ആ ദേഷ്യത്തിന് മുതിർന്ന ഭിക്ഷുക്കളെ ആവിമുറിയിൽ അടച്ചുപൂട്ടി തീയിട്ടു. പുറത്തു കടക്കാനാവാതെ മുതിർന്ന ഭിക്ഷുക്കൾ ബോധം കെട്ടു വീണു. അങ്ങനെ ചെയ്യുന്നത് വിലക്കിക്കൊണ്ട് നിയമമുണ്ടാക്കേണ്ടി വന്നു.[30] പിന്നൊരിക്കൽ ഈ ആറു പേർ ഒരു ഉപാസകന്റെ സുന്ദരിയായ ഭാര്യയെ കണ്ടു മോഹിച്ച്, ഭാര്യയെ തട്ടിയെടുക്കാൻ ആ ഉപാസകനെ മരണത്തിന്റെ മനോഹാരിതയെക്കുറിച്ചു പറഞ്ഞു പ്രലോഭിപ്പിച്ചു. രോഗിയായിരുന്ന അയാൾ മരണത്തിൽ ആശ മൂത്ത് പഥ്യം നോക്കാതെ കണ്ടതെല്ലാം വാരിവലിച്ചു തിന്ന് മരിച്ചു പോയി. ഇതിന്റെ പേരിൽ ഭാര്യയും, നാട്ടുകാരും "ബ്രാഹ്മണത്വം" ഇല്ലാത്ത ബുദ്ധന്റെ ഭിക്ഷുക്കളെ ചീത്ത പറഞ്ഞു.[31]

(ഇവിടെ ഉത്തമനായ മനുഷ്യന്റെ ലക്ഷണം എന്ന അർത്ഥത്തിൽ "ബ്രാഹ്മണത്വം" എന്ന് ഉപയോഗിച്ചിരിക്കുന്നത് ശ്രദ്ധിക്കുക. ബ്രാഹ്മണൻ എന്നതിന് ജന്മനാ കിട്ടുന്ന വർണ്ണം എന്ന അർത്ഥത്തിലല്ലാതെ ഉത്തമൻ എന്ന അർത്ഥത്തിൽ ബൗദ്ധ, ജൈന സാഹിത്യത്തിലെല്ലാം ഉടനീളം ഉപയോഗിച്ചു കാണുന്നത് നമ്മൾ ചർച്ച ചെയ്തതാണ്.)

ഇനി ഈ കൂട്ടത്തിൽ പെട്ട ഉദയൻ എന്ന ഭിക്ഷു ഒരു ബ്രാഹ്മണന്റെ

ഭാര്യയെ കേറിപ്പിടിച്ച സംഭവമുണ്ട്. ഒരിക്കൽ ഉദയൻ കുടിലിൽ ഒറ്റയ്ക്ക് താമസിക്കുമ്പോൾ ഒരു ബ്രാഹ്മണനും, ഭാര്യയും അദ്ദേഹത്തെ സന്ദർശിച്ചു. ബ്രാഹ്മണൻ കാണാതെ ഉദയൻ അയാളുടെ ഭാര്യയെ കയറിപ്പിടിച്ചു.[32] (നമ്മുടെ ഒരു ശരാശരി ആൾദൈവം പോലെതന്നെ) ഇതൊന്നും അറിയാതിരുന്ന ബ്രാഹ്മണൻ ഉദയനെ വളരെ പുകഴ്ത്തി പ്പറഞ്ഞു (നമ്മുടെ ശരാശരി ഭക്തനെ പോലെതന്നെ). ഇതുകേട്ട ബ്രാഹ്മണന്റെ ഭാര്യ അരിശപ്പെട്ട് ബ്രാഹ്മണനോടു കാര്യം പറഞ്ഞു. സത്യമറിഞ്ഞ ബ്രാഹ്മണൻ മാന്യൻമാർക്കു പോകാൻ പറ്റിയ സ്ഥലമല്ല ഈ ഭിക്ഷുക്കളുടേതെന്ന് ആക്ഷേപിച്ചത് നാട്ടിൽ പാട്ടായി.[33]

ഇതേ ഉദയൻ തന്നെ മറ്റൊരിക്കൽ ആശ്രമത്തിൽ ചെന്ന സ്ത്രീകളെ വളക്കാൻ ശ്രമിച്ചതും, ഒരു വിധവയെ പറഞ്ഞു മയക്കി ലൈംഗികബന്ധത്തിനു പ്രേരിപ്പിച്ചതുമായ സംഭവങ്ങൾ ഉണ്ടായിട്ടുണ്ട്. ലൈംഗിക ദാരിദ്ര്യം പിടിച്ച ചില ഭിക്ഷുക്കൾക്ക് മൃഗങ്ങളുമായുള്ള ലൈംഗികബന്ധം പോലും ഉണ്ടായിരുന്നു. വിനയ പിടകയിലെ സുത്തവിഭംഗയിൽ ഒരിടത്ത് ഒരു ഭിക്ഷു ലൈംഗികാവശ്യത്തിനായി ഒരു പെൺകുരങ്ങിനെ വളർത്തിയിരുന്നതായി പറയുന്നുണ്ട്. വിവരമറിഞ്ഞപ്പോൾ അയാളെ സംഘത്തിൽനിന്നു പുറത്താക്കി.

അക്കാലത്തെ ഭിക്ഷുക്കൾ സ്ത്രീകളോടു തോന്ന്യാസം പറഞ്ഞ അനേകം സംഭവങ്ങൾ വിനയ പിടകത്തിൽ രേഖപ്പെടുത്തി കിടക്കുന്നുണ്ട്. ബുദ്ധന്റെ ഭിക്ഷുക്കളുടെ ഊള വർത്തമാനത്തിന്റെ ചില ഉദാഹരണങ്ങൾ നോക്കാം. ഒരിക്കൽ ഒരു ഭിഷു ഒരു ഭക്തയോട് ഭർത്താവിനു കൊടുക്കുന്നത് തങ്ങൾക്കും തരാത്തതെന്ത് എന്നു ചോദിച്ചു. ലൈംഗികബന്ധമാണ് അയാൾ ഉദ്ദേശിച്ചത്.[34] ഒരിക്കൽ ഒരു സ്ത്രീ വയലിൽ പണിയെടുക്കുമ്പോൾ ഒരു ഭിക്ഷു വിതക്കലൊക്കെ കഴിഞ്ഞോ എന്ന് ദ്വയാർത്ഥത്തിൽ ചോദിച്ചു. ഭിക്ഷുവിന്റെ ചോദ്യത്തിന്റെ ദ്വയാർത്ഥം മനസ്സിലാകാഞ്ഞ അവർ വിത കഴിഞ്ഞെങ്കിലും ചാല് മൂടിയിട്ടില്ല എന്നു മറുപടി പറഞ്ഞു[35] ഒരിക്കൽ ഒരു ഭിക്ഷു ഒരു സ്ത്രീയോട് ഏറ്റവും മികച്ച സമ്മാനം ചോദിച്ചു. എന്താണ് ഏറ്റവും മികച്ച സമ്മാനം എന്നു ചോദിച്ചപ്പോൾ ലൈംഗികബന്ധം എന്ന് ഭിക്ഷു മറുപടി പറഞ്ഞു.[36] ഒരിക്കൽ ജോലി ചെയ്തുകൊണ്ടിരിക്കുന്ന ഒരു സ്ത്രീയോട് ഒരു ഭിക്ഷു, "നിൽക്കൂ സഹോദരി, ഞാൻ പണിയെടുക്കാം", "ഇരിക്കൂ സഹോദരി, ഞാൻ പണിയെടുക്കാം","കിടക്കൂ സഹോദരി, ഞാൻ പണിയെടുക്കാം" എന്നു പറഞ്ഞു.[37]

മോശം പെരുമാറ്റത്തിന്റെ കാര്യത്തിൽ ഭിക്ഷുണികളും പുറകിലായിരുന്നില്ല. ഒരിക്കൽ മഹാകാശ്യപൻ ഭിക്ഷയെടുക്കാൻ പോകുമ്പോൾ ഒരു പാലത്തിൽ വച്ച് സ്ഥൂലനന്ദ എന്ന ഭിക്ഷുണി

മനഃപ്പൂർവ്വം പാലം ശക്തിയായി ആട്ടി അദ്ദേഹത്തെ വെള്ളത്തിൽ വീഴ്ത്തി. അതിനു ശേഷം ഒരു ഭിക്ഷുവും, ഭിക്ഷുണിയും ഒരുമിച്ച് പാലത്തിൽ കയറാൻ പാടില്ല എന്നൊരു നിയമമുണ്ടായി. ഈ ഭിക്ഷുണി ഒരു സ്ഥിരം പ്രശ്നക്കാരിയായിരുന്നു എന്നു കാണുന്നു. ഭിക്ഷുണികൾക്കുള്ള പല പ്രത്യേക നിയമങ്ങൾക്കും കാരണം ഇവരാണ്.

ഒരിക്കൽ ഒരു ഭിക്ഷുവിനെ വെള്ളമടിച്ച് കോൺ തെറ്റിയ നിലയിൽ എല്ലാവരും കൂടെ താങ്ങി എടുത്തുകൊണ്ടു വരേണ്ട അവസ്ഥ (കാഴ്ചക്കാരുടെ പരിഹാസം വേറെ) പോലുമുണ്ടായി. (സുത്ത വിഭംഗ (51.1) കുരുത്തം കെട്ട ശിഷ്യന്മാർ മൂലം പലവിധ തർക്കങ്ങളും സംഘത്തിൽ പതിവായിരുന്നു. സംഘത്തിൽ ആദ്യത്തെ തർക്കം നടക്കുന്നത് തീരെ നിസ്സാരമായ ഒരു കാര്യത്തെ ചൊല്ലിയായിരുന്നു. ഒരു ലോട്ട വെള്ളം. ഒരു ഭിക്ഷു കക്കൂസിൽ പോയ ശേഷം തന്റെ ലോട്ടയിലെ ബാക്കി വന്ന വെള്ളം കളയാൻ മറന്നു. ബാക്കി വരുന്ന വെള്ളം കളയണം എന്നാണ് ഭിക്ഷുക്കളുടെ നിയമം.[38]

ബാക്കിവന്ന വെള്ളം കളയാതിരുന്നത് വൃത്തി നിയമം തെറ്റിക്കലാണെന്ന് ഒരു കൂട്ടർ. അല്ലെന്നു മറുപക്ഷം. എന്തായാലും ഒടുവിൽ രണ്ടു കൂട്ടരും തമ്മിൽ ഇതും പറഞ്ഞ് പരസ്യമായി കൂട്ടത്തല്ലായി. ഇവരെ നിയന്ത്രിക്കാൻ ബുദ്ധനു പോലും കഴിഞ്ഞില്ല. ഇവരുടെ ശല്യം സഹിക്കവയ്യാതെ ഒടുവിൽ ബുദ്ധൻ ആശ്രമം തന്നെ വിട്ടുപോയി. ഈ തർക്കം മാസങ്ങളോളം നീണ്ടുനിന്നു. ഈ സംഭവം ജനങ്ങൾക്കിടയിൽ ഭിക്ഷുക്കളെ പറ്റി അവമതിപ്പുണ്ടാക്കുകയും, ഭിക്ഷുക്കൾക്ക് വെള്ളവും ഭക്ഷണവും കൊടുക്കുന്നത് പോയിട്ട് അവരെ ബഹുമാനിക്കുന്നത് പോലും ആളുകൾ നിർത്തിക്കളഞ്ഞു.[39] ഈ സംഭവം കോസാംബി ജാതക (No. 428) എന്ന കഥയിലും വിവരിക്കുന്നുണ്ട്[40]

ഭിക്ഷുക്കളുടെ കക്കൂസ് നിയമങ്ങൾ രസകരമാണ്. കക്കൂസിൽ വെള്ളമുണ്ടെങ്കിൽ വെള്ളം ഉപയോഗിക്കാതിരിക്കാൻ പാടില്ല. അതുപോലെ കക്കൂസിൽ പോകാൻ സീനിയോറിറ്റി നോക്കേണ്ട കാര്യമില്ല. ആദ്യം വന്നവന് ആദ്യം കക്കൂസ് ഉപയോഗിക്കാം.[41] കക്കൂസിനെ സമീപിക്കുന്ന ഭിക്ഷു പുറത്തുനിന്ന് തൊണ്ടയനക്കി ശബ്ദമുണ്ടാക്കണം. അപ്പോൾ അകത്തുള്ള ഭിക്ഷുവും മറുപടിയായി തൊണ്ടയനക്കണം. ഇങ്ങനെയൊക്കെ നിയമങ്ങൾ ഉണ്ടാക്കേണ്ടി വന്നിട്ടുണ്ടെങ്കിൽ അന്തേവാസികളായ ഭിക്ഷുക്കളുടെ സ്വഭാവം ഊഹിക്കാവുന്നതേ ഉള്ളൂ. (ആർക്കെങ്കിലും റാംജി റാവു സ്പീക്കിംഗ് എന്ന സിനിമയിലെ ബാലകൃഷ്ണനെയും, ഗോപാലകൃഷ്ണനെയും ഓർമ്മ വരുന്നുണ്ടോ? :-))

ഭിക്ഷുക്കൾ എന്തെങ്കിലും പണിയെടുക്കുന്നത് ബുദ്ധൻ നിരുത്സാഹപ്പെടുത്തിയിരുന്നു. ചുമ്മാ എരന്നു തിന്നുക. ബാക്കി സമയം ധ്യാനിച്ചോളുക. ഒരിക്കൽ ഭിക്ഷുക്കൾ ഭക്ഷണ ശേഷം വിശ്രമിക്കുമ്പോൾ തങ്ങളിൽ ആർക്കൊക്കെ ഏതൊക്കെ തൊഴിലറിയാം, ഏറ്റവും മികച്ച തൊഴിൽ ഏതാണ് എന്നൊക്കെ ചർച്ച ചെയ്യുകയായിരുന്നു. ആനയെയും, കുതിരയെയും ഇണക്കൽ, അമ്പെയ്ത്ത്, വാൾപ്പയറ്റ്, കണക്ക്, എഴുത്ത്, കവിതാരചന, വാനശാസ്ത്രം അങ്ങനെ പലരും തങ്ങൾക്കു അറിയാവുന്ന അക്കാലത്തെ പലേ തൊഴിലുകളും പറഞ്ഞു. എന്നാൽ ചർച്ചക്കിടയിൽ വന്നുകയറിയ ബുദ്ധൻ പറഞ്ഞത്, ഭിക്ഷുക്കൾ ഇത്തരം കാര്യങ്ങൾ സംസാരിക്കാൻ തന്നെ പാടില്ല എന്നാണ്.[42] പിന്നല്ലെ അത്തരം ജോലിയൊക്കെ ചെയ്യുന്നത്. അതിനൊരു താത്വികമായ കാരണവുമുണ്ട്. വയലിലോ മറ്റോ പണിയെടുക്കുന്നതിനിടയിൽ വല്ല പുൽക്കൊടിക്കോ, പ്രാണികൾക്കോ ജീവഹാനി സംഭവിക്കാം. അതനുവദിക്കാനാവില്ല.[43] (ഇതേ ന്യായം വച്ച് പക്ഷേ മാംസ ഭക്ഷണം ഒഴിവാക്കാൻ ബുദ്ധൻ പറഞ്ഞിട്ടുമില്ല എന്നതാണ് രസം.)

പിന്നെ ഏതെങ്കിലും ഒരു ലക്ഷ്യം മുന്നിൽ കണ്ട് അതിൽ വിജയിക്കണം എന്ന് കരുതിയായിരിക്കുമല്ലോ ജോലി ചെയ്യുക. അതും ഇഹലോകത്ത് നമ്മെ തളച്ചിടും. ഭിക്ഷുക്കൾ എന്തെങ്കിലും പണിയെടുക്കേണ്ട കാര്യമില്ല. എല്ലാവരും മതവുമായി നടന്നാൽ മതി. അല്ലെങ്കിൽ മിണ്ടാതിരുന്നു ധ്യാനിക്കുക. ഒരു ഭിക്ഷുവിന് അവനവന്റെ നിർവ്വാണത്തിലല്ലാതെ മറ്റൊരു കാര്യത്തിലും ഉത്തരവാദിത്വമില്ല. ബുദ്ധന്റെ കാലത്ത് ഭക്ഷണത്തിനു വേണ്ടി തെണ്ടി നടക്കുക എന്നൊരു പണിയെങ്കിലും ഉണ്ടായിരുന്നെങ്കിലും കാലക്രമത്തിൽ ഭിക്ഷുക്കളുടേത് അവിശ്വസനീയമാം വിധം സുഖലോലുപ ജീവിതമായി മാറി.

ഇഹലോകത്ത് സന്തോഷം നൽകുന്ന ഒന്നും ബുദ്ധൻ അനുവദിച്ചിരുന്നില്ല. ബുദ്ധൻ സംഗീതത്തെയും മറ്റു കലകളേയും വെറുത്തിരുന്നു (ദിഗ്ഗ നികായയിലെ ബ്രഹ്മജാല സുത്ത, കേവത്ത സുത്ത).[44] നാടകം കളിച്ചും, അഭിനയിച്ചും ആളുകളെ സന്തോഷിപ്പിക്കുന്നവർ നരകത്തിൽ പോകും.[45] പാട്ടും, നൃത്തവും, സംഗീതവും, കളികളും ഒക്കെ ഒഴിവാക്കണം. കാരണം അത് മനസ്സിൽ ആഗ്രഹങ്ങൾ മുളപ്പിക്കും. അത് നിർവ്വാണത്തിന് തടസ്സമാണ്. സംഗീതം നിലവിളിയാണെന്നും, നൃത്തം ഭ്രാന്താണെന്നും അംഗുത്തര നികായയിൽ പറയുന്നുണ്ട്.[46] ഭാഗ്യവശാൽ ബുദ്ധന്റെ ഈ വിവരക്കേടിനൊന്നും ഇവിടെ പ്രചാരം കിട്ടിയില്ല എന്നതിൽ സന്തോഷിക്കുക.

ബുദ്ധന് ശകുനത്തിലും, ലക്ഷണശാസ്ത്രത്തിലും മറ്റും താൽപര്യമില്ലായിരുന്നു എന്നാണ് നകാത്ത ജാതക എന്ന ജാതക കഥയിൽ നിന്ന് മനസ്സിലാകുന്നത്. ഒരിക്കൽ ഒരാൾ അയാളുടെ മകന് ഒരു വിവാഹമാലോചിച്ചു. മരുമകളെ കൂട്ടിക്കൊണ്ടുവരുവാൻ ദിവസം നിശ്ചയിച്ച ശേഷം അദ്ദേഹം കുടുംബത്തിലെ അടുപ്പക്കാരനായ ഒരു നഗ്നസന്യാസിയെ കണ്ടു ഈ ദിവസം നല്ലതാണോ എന്നന്വേഷിച്ചു. ദിവസം തീരുമാനിക്കുന്നതിനു മുൻപ് തന്നോട് ആലോചിക്കാതിരുന്നതിൽ നീരസം തോന്നിയ നഗ്നസന്യാസി ആ ദിവസം മോശമാണെന്ന് നുണ പറഞ്ഞു. അവർ വധുവിനെ കൊണ്ടുപോകാൻ പോയില്ല. വരനെ സമയത്തു കാണാതിരുന്ന പെൺവീട്ടുകാർ അന്നു തന്നെ വേറെ വരനെ കണ്ടുപിടിച്ചു വിവാഹം കഴിപ്പിച്ചു. അതേക്കുറിച്ച് ബുദ്ധൻ പറയുന്നത്, ഭാഗ്യ ദിനങ്ങൾ നോക്കുന്നവർ വിഡ്ഢികളാണ് എന്നാണ്.[47] ശരിക്കുള്ള പ്രശ്നം നല്ല ദിവസം നോക്കുന്നതിനോടുള്ള എതിർപ്പാണോ, അതോ എതിരാളികളോടുള്ള (നഗ്നസന്യാസിമാർ മിക്കവരും ജൈനരോ, അജീവകരോ ആയിരിക്കാം.) എതിർപ്പാണോ എന്നു കഥയിൽ വ്യക്തമല്ല.

ഇത്തരം വ്യാജ ശാസ്ത്രങ്ങൾ അല്ലാതെ വാനശാസ്ത്രവും, കാലാവസ്ഥാ പഠനവും ബുദ്ധന് മതിപ്പില്ലാത്ത കാര്യങ്ങളായിരുന്നു.[48] വൈദ്യം പോലും ബുദ്ധൻ വിലക്കിയിരുന്നു എന്നാണ് കാണുന്നത്.[49] വൈദ്യത്തെക്കുറിച്ചുള്ള മതിപ്പില്ലായ്മ ദിഗ്ഗ നികായയിലെ ബ്രഹ്മജാല സുത്തയിലും ആവർത്തിക്കുന്നുണ്ട്.[50] ബുദ്ധന്റെ ആര്യ അഷ്ട മാർഗ്ഗങ്ങളിൽ പെട്ടതാണ് ശരിയായ ഉപജീവന മാർഗം തേടുക എന്നത്. അപ്പോൾ വൈദ്യം ശരിയായ ഉപജീവന മാർഗ്ഗമല്ല എന്നു വ്യക്തം. എങ്കിൽ സാധാരണ പറയുന്നപോലെ ബുദ്ധമതം ആയുർവേദത്തെ പ്രോത്സാഹിപ്പിച്ചിരുന്നു എന്ന് എങ്ങിനെയാണ് പറയാനാവുക?

ചിലർ പ്രചരിപ്പിക്കുന്ന പോലെ ബുദ്ധമതം ജനകീയമായി (എല്ലാവരും മതിപ്പോടെ കണ്ടു എന്ന അർത്ഥത്തിൽ) എന്നു പറയാനാവില്ല. എല്ലാവരും ബുദ്ധനെയും അദ്ദേഹത്തിന്റെ ഭിക്ഷുസംഘത്തേയും കുറിച്ച് കേട്ടിട്ടുണ്ട് എന്നത് ശരിയാണ്. പക്ഷേ അതിൽ കുറേയേറെ കുപ്രസിദ്ധിയായിരുന്നു. പലേ കാരണങ്ങൾകൊണ്ട് നാട്ടുകാർ ഈ ഭിക്ഷുക്കളെക്കൊണ്ട് പൊറുതി മുട്ടിയിരുന്നു. കുടുംബവും കുട്ടികളുമായി വല്ല ജോലിയൊക്കെ ചെയ്തു ജീവിച്ചിരുന്ന ചെറുപ്പക്കാർ പോലും അതൊക്കെ ഉപേക്ഷിച്ചു ഈ പുതിയ ഫാഷന്റെ പുറകെ പോയി എന്നതാണ് പ്രധാന കാര്യം. (ചിന്താവിഷ്ടയായ ശ്യാമളയിലെ വിജയൻ മാഷേപ്പോലുള്ള ആളുകൾ) അതോടെ പല കുടുംബങ്ങളും വഴിയാധാരമായി. (കച്ചവട പ്രമാണിയായ യാസയും

കുടുംബവും, അദ്ദേഹത്തിന്റെ പ്രമാണിമാരായ അൻപതോളം സുഹൃത്തുക്കളും വഴിയാധാരമായത് നേരത്തെ പറഞ്ഞിരുന്നു.) സഞ്ജയൻ എന്ന ഗുരുവിനു സംഭവിച്ച ദയനീയ പരാജയവും വളരെ ചർച്ചാവിഷയമായി. (സഞ്ജയന്റെ ഇരുന്നൂറ്റൻപതു ശിഷ്യന്മാരെയും ബുദ്ധൻ തട്ടിയെടുത്തതും, ശിഷ്യന്മാർ മുഴുവൻ നഷ്ടപ്പെട്ട് സ്കൂൾ തന്നെ പൂട്ടിപ്പോയ സഞ്ജയന്റെ വായിൽനിന്ന് ചുടുചോര ചാടിയതും നേരത്തെ പറഞ്ഞിരുന്നു.) എല്ലാവരും ബുദ്ധനെ ശപിക്കാൻ തുടങ്ങി.[51]

ഒരിക്കൽ ഭിക്ഷുക്കൾ ഒരു വിഹാരം പണിയാനായി അന്നാട്ടുകാർ പൂജിച്ചിരുന്ന ഒരു വൃക്ഷം മുറിച്ചുമാറ്റി. ഇതും ജനങ്ങളിൽ അതൃപ്തിയുണ്ടാക്കി.[52] (വൃക്ഷങ്ങൾക്കും ജീവനുണ്ട് എന്ന് അവർ കരുതിയിരുന്നതായി ഇതിൽ സൂചനയുണ്ട്.) നോക്കുന്നിടത്തൊക്കെ വെട്ടുകിളികളെപ്പോലെയായിരുന്നു ഈ ഭിക്ഷു ക്കൂട്ടം. ഒരിക്കൽ ഈ ഭിക്ഷുക്കൾ ഒരു പൊതു ശ്മശാനം തന്നെ കൈയേറി അവിടത്തെ കെട്ടിടത്തിൽ താമസമാക്കിയത് നാട്ടുകാർക്ക് ഇഷ്ടപ്പെട്ടില്ല.[53]

അതല്ലെങ്കിലും നേരം വെളുക്കുമ്പോൾ തന്നെ നിരനിരയായി പിച്ചക്കാർ (അത് ബുദ്ധ ഭിക്ഷുക്കളായാലും മറ്റേതെങ്കിലും ഗുരുവിന്റെ ശിഷ്യന്മാരാണെങ്കിലും.) വീടിനു മുന്നിൽ കാത്തു നിൽക്കുന്നത് ആര് ഇഷ്ടപ്പെടും? ഒരിക്കൽ കൃഷിക്കാരനായ ഉദയൻ എന്നൊരു ബ്രാഹ്മണൻ ബുദ്ധൻ മൂന്നു തവണ അടുപ്പിച്ച് ഭിക്ഷയ്ക്കു ചെന്നതിന് ബുദ്ധനെ ശകാരിക്കുന്നുണ്ട്.[54] ഒരേ ഇടത്ത് തന്നെ നിങ്ങൾ ഉഴവും, വിതയും ആവർത്തിക്കുന്നില്ലേ എന്നായിരുന്നു ബുദ്ധന്റെ മറുപടി.[55]

മറ്റൊരിക്കൽ ഭിക്ഷ ചോദിച്ചു വന്ന ബുദ്ധനോട് വയലിൽ പണിയെടുക്കുന്ന ഭരദ്വാജ ബ്രാഹ്മണൻ, താൻ പണിയെടുത്താണ് ജീവിക്കുന്നത്, തെണ്ടി തിന്നാൻ നിൽക്കാതെ പോയി മേലനങ്ങി വല്ല ജോലിയും ചെയ്തു ജീവിക്കാൻ പറയുന്നുണ്ട്.[56] തന്റേത് ആത്മീയ കൃഷിയാണ് എന്നൊരു മുട്ടാപോക്ക് ന്യായം പറഞ്ഞു ബുദ്ധൻ. എങ്കിലും ഈ ബ്രാഹ്മണൻ ഒടുവിൽ ബുദ്ധന് അൽപ്പം പാൽച്ചോറ് കൊടുത്തെങ്കിലും ബുദ്ധൻ അതു നിരസിച്ചു. തർക്കിച്ചു വാങ്ങുന്ന ഭക്ഷണത്തിന് മൂല്യമില്ല.[57]

ഒരിക്കൽ ആലവി രാജ്യത്തെ കുറേ ഭിക്ഷുക്കൾ കൂട്ടമായി നടന്ന് ഭിക്ഷയെടുക്കാൻ തുടങ്ങി. തങ്ങൾക്കു വേണ്ട സാധനങ്ങൾ നാട്ടുകാരോട് അങ്ങോട്ടാവശ്യപ്പെടാൻ തുടങ്ങി. അത് ആളുകൾക്ക് ബുദ്ധിമുട്ടായി. ഭിക്ഷുക്കളെ കാണുമ്പോൾ ആളുകൾ ഓടി വീടിനകത്തു കയറി കതകടക്കാൻ തുടങ്ങി. പശുക്കളെ കാണുമ്പോൾ പോലും ആളുകൾ ഭിക്ഷുക്കളാണെന്നു തെറ്റിദ്ധരിച്ച് ഓടിയൊളിക്കാൻ തുടങ്ങിയത്രെ.[58]

ഒരിക്കൽ ബുദ്ധനും ശിഷ്യന്മാരും ഒരു ബ്രാഹ്മണ ഗ്രാമത്തിലെത്തിയപ്പോൾ ബുദ്ധനും കൂടെയുള്ള തല മൊട്ടയടിച്ച പിച്ചക്കാർക്കും ഒരു തുള്ളി വെള്ളം പോലും കൊടുക്കാതിരിക്കാൻ അവിടെത്തെ ജനങ്ങൾ അവരുടെ പൊതുകിണർ ചപ്പുചവറുകൾ ഇട്ടു മൂടിക്കളഞ്ഞതായും പറയുന്നു.[59] ബുദ്ധന്റെ ശക്തിയാൽ കിണറിൽ നിന്ന് ചപ്പുചവറുകൾ സ്വയം പുറത്തു പോയി കിണറ്റിൽ വെള്ളം നിറഞ്ഞു എന്നാണ് കഥ.

ഈ കഥയിൽ ശകലം അതിശയോക്തി ഉണ്ടാകാമെങ്കിലും (എലിയെ പേടിച്ച് ഇല്ലം ചുടുന്നപോലെയല്ലേ ബുദ്ധനെ പേടിച്ച് അവർക്ക് തന്നെ ആവശ്യമുള്ള പൊതു കിണറൊക്കെ ചപ്പുചവറുകൾ ഇട്ടു നശിപ്പിക്കുന്നത്.) ഇവരെ എത്രമാത്രം ശല്യമായാണ് സാധാരണ ജനങ്ങൾ കരുതിയിരുന്നത് എന്നതിന്റെ സൂചനയായി ഇതിനെ കാണാം.

ആളുകൾ ഭിക്ഷുക്കളെ ബഹുമാനിച്ചപ്പോളൊക്കെ ഒരു ഉളുപ്പും ഇല്ലാതെ അവരെ ചൂഷണം ചെയ്തു ജീവിക്കുന്നതിൽ ഇവർ ഒരു മടിയും കാട്ടിയില്ല. ഒരിക്കൽ വജ്ജി രാജ്യത്തു ക്ഷാമമുണ്ടായി. മേലനങ്ങാതെയുള്ള സൗജന്യഭക്ഷണം ബുദ്ധിമുട്ടായി. നാട്ടുകാരുമായി സൗഹൃദത്തിലായതുകൊണ്ട് അവരുടെ കച്ചവടകാര്യങ്ങളിൽ സഹായിച്ച് ഭക്ഷണത്തിനുള്ള വക കണ്ടെത്താം എന്ന് ചിലർ അഭിപ്രായപ്പെട്ടു. വേറെ ചിലരാകട്ടെ തങ്ങളെല്ലാം വളരെ അറിവുള്ളവരാണ് എന്ന് പരസ്പരം പുകഴ്ത്തിപ്പറഞ്ഞു ഗൃഹസ്ഥരുടെ ബഹുമാനം നേടാം എന്ന അഭിപ്രായക്കാരായിരുന്നു. അങ്ങനെ അവർ ഇന്ന ഭിക്ഷു ഇന്നിന്ന അറിവുകൾ ഉള്ളയാളാണ്, ഈ ഭിക്ഷു ത്രികാലജ്ഞാനിയാണ്, മറ്റെയാൾ അതീന്ദ്രിയജ്ഞാനമുള്ളയാളാണ് എന്നൊക്കെ പറഞ്ഞു വിശ്വസിപ്പിച്ചു. അതു വിശ്വസിച്ച പാവം നാട്ടുകാർ സ്വയം ഭക്ഷണം കഴിക്കാതെയും, അവരുടെ മക്കൾക്കും, മാതാപിതാക്കൾക്കും, വേലക്കാർക്കു പോലും ഭക്ഷണം കൊടുക്കാതെയും അതു മുഴുവൻ ഭിക്ഷുക്കൾക്കു ദാനം ചെയ്തു. ആ ക്ഷാമകാലത്തു പോലും ഭിക്ഷുക്കൾ നല്ല കുശാലായി ഭക്ഷണം കഴിച്ചു തടിച്ചു കൊഴുത്തു നല്ല സുന്ദരക്കുട്ടപ്പന്മാരായി.[60]

ബുദ്ധമതം സ്ത്രീകളുടെയും, ശൂദ്രരുടെയും സാമൂഹ്യാവസ്ഥ ഉയർത്തി എന്നും, ബുദ്ധമതത്തിന്റെ ശത്രുക്കൾ അതിനെ ശൂദ്രമതം എന്നു വിളിച്ചു എന്നുമാണ് അംബേദ്കർ അവകാശപ്പെടുന്നത്.[61] ബുദ്ധിസത്തെ "ശൂദ്രമതം" എന്ന് ആര്, എപ്പോൾ, എവിടെ വിളിച്ചു എന്ന റഫറൻസ് ഒന്നും അംബേദ്കർ കൊടുത്തിട്ടില്ല. ചുമ്മാ "കയ്യീന്ന് ഇട്ടതാണ്" എന്നാണ് എനിക്ക് തോന്നുന്നത്. സ്ത്രീകളുടെ കാര്യം നമ്മൾ കഴിഞ്ഞ അധ്യായത്തിൽ കണ്ട സ്ഥിതിക്ക് ഇനി നമുക്ക്

അദ്ദേഹത്തിന്റെ ആ അവകാശവാദം കൂടി ഒന്നു പരിശോധിക്കാം.

അക്കാലത്തെ എത്ര പേർ ബുദ്ധമതത്തിൽ ചേർന്നു എന്നതിന് കൃത്യമായ കണക്കൊന്നും ലഭ്യമല്ലെങ്കിലും പാലി പ്രമാണങ്ങൾ വായിക്കുമ്പോൾ കിട്ടുന്ന ധാരണ ജനങ്ങളിൽ ഒരു 15-20% പേർ ഗൃഹസ്ഥരായ അനുയായികളും (ഉപാസകർ), ഒരു 2-3% ആളുകൾ ഭിക്ഷുക്കളും, ഭിക്ഷുണികളും ആയിരുന്നിരിക്കാം എന്നതാണ് എന്ന് H.W. Schuman എന്ന ഗവേഷകൻ അഭിപ്രായപ്പെടുന്നു. പാലി പ്രമാണങ്ങളിൽ ബുദ്ധന്റെ ശിഷ്യരായ 457 പേരുടെ പേരുവിവരങ്ങളുണ്ട്. അവരിൽ പലരുടെയും വർണ്ണവും, തൊഴിലുമെല്ലാം രേഖപ്പെടുത്തപ്പെട്ടിട്ടുണ്ട്. H.W Schumann ഈ രേഖകൾ പഠിച്ച ശേഷം ഇതിന്റെ അടിസ്ഥാനത്തിൽ അഭിപ്രായപ്പെടുന്നത്, ആദ്യകാല ബുദ്ധമതത്തിൽ എൺപത് ശതമാനത്തോളം പേർ ബ്രാഹ്മണ, ക്ഷത്രീയ, വൈശ്യരായിരുന്നു എന്നാണ്. അതിൽ ബ്രാഹ്മണർ ഏതാണ്ട് നാല്പതു ശതമാനത്തിനു മുകളിലും. അംഗുത്തര നിഖായ1.14 ൽ പറയുന്ന നാൽപ്പത്തൊന്ന് പ്രമുഖ അനുയായികളിൽ പതിനേഴ് പേർ (41.5%) ബ്രാഹ്മണരാണ്. തേരാഗാഥയിൽ വർണ്ണം തിരിച്ചറിയാനാകുന്ന 259 പേരിൽ 133 പേർ (44%) ബ്രാഹ്മണരാണ്. ബുദ്ധമതത്തിന്റെ എതിരാളികൾ ബ്രാഹ്മണരായിരുന്നു, അവർ ബുദ്ധമതത്തെ ശത്രുതയോടെ കണ്ട് അതിൽനിന്ന് മാറിനടന്നപ്പോൾ അധഃകൃതർ ബുദ്ധമതത്തിലേക്ക് തള്ളിക്കയറുകയായിരുന്നു എന്ന മുട്ടൻ നുണ വിശ്വസിച്ച നമ്മൾ അപ്പോൾ ആരായി?

ബ്രാഹ്മണരുടെ ഒന്നാം സ്ഥാനം കഴിഞ്ഞാൽ രണ്ടും, മൂന്നും സ്ഥാനങ്ങൾ സ്വാഭാവികമായും ക്ഷത്രീയർക്കും, വൈശ്യർക്കുമാണ്. ഗൃഹസ്ഥരായ ഉപാസകരുടെ കൂട്ടത്തിലും ബ്രാഹ്മണരാണ് മുന്നിൽ. ഗൃഹസ്ഥരായ ബുദ്ധ വിശ്വാസികളിൽ വൈശ്യർ രണ്ടാം സ്ഥാനത്താണ്. വൈശ്യർക്ക് ബുദ്ധമതം പ്രിയമായി തോന്നാൻ അനേകം കാരണങ്ങളുണ്ട്. കച്ചവടബുദ്ധി തന്നെയാണ് പ്രധാന കാരണം. രാജാവും, നാട്ടിലെ പ്രമാണിമാരും ഈ എലീറ്റ് ക്ലബിൽ അംഗങ്ങളാണ് എന്നതുതന്നെ കച്ചവടത്തിൽ സഹായകരമാണ്. പിന്നെ കടക്കാർക്ക് മറ്റു ശ്രമണ വിഭാഗങ്ങളിൽനിന്ന് വ്യത്യസ്തമായി ബുദ്ധമതത്തിൽ അഭയം കിട്ടില്ല. കടക്കാർക്ക് ബുദ്ധമതത്തിൽ പ്രവേശനമില്ല എന്നതു കൊണ്ട് കച്ചവടക്കാർക്ക് സ്വന്തം സാമ്പത്തിക നില വിളംബരം ചെയ്യാനുള്ള ഒരു മാർഗ്ഗം കൂടിയായി ഇത്. പതിവായി ഭിക്ഷുക്കളെ സൽക്കരിക്കുന്ന വണിക്ക് എന്നാൽ നല്ല സാമ്പത്തിക സ്ഥിതിയും, ഉന്നതങ്ങളിൽ പിടിപാടും ഉള്ളവൻ എന്നാണർത്ഥം.

	Monks		Nuns	
	No	%	No	%
Brahmins	96	48.2	15	38.4
Khattiyas	57	28.6	13	33.2
Vessas	27	13.5	10	25.8
Casteless	13	6.6	1	2.6
Suddas	6	3.1	—	—
Total	199	100	39	100

Number of monks belonging to different Castes in early Budhism. Based on the data by H.W. Schuman

	Male	Lay followers
	No	%
Brahmins	18	34.5
Vessas	15	29
Khattiyas	11	21
Suddas	5	9.6
Casteless	3	5.9
Total	52	100

	Female	Lay followers
	No	%
Khattiyas	8	50
Vessas	3	18.8
Brahmins	2	12.5
Casteless	2	12.5
Suddas	1	6.2
Total	16	100

Lay followers based on caste in early Budhism. Based on the data by H.W. Schuman

വൻകിട കച്ചവടക്കാരും, അവർക്ക് പണം കടം കൊടുക്കുന്നവരും, അവരിൽനിന്നു പണം കടം വേണ്ടവരും, അവരെ ചുറ്റിപ്പറ്റി ജീവിക്കുന്ന സിൽബന്ധികളും ഒക്കെ ബുദ്ധമതം സ്വീകരിക്കാൻ (അല്ലെങ്കിൽ വിശ്വാസം അഭിനയിക്കാൻ) ഇത് കാരണമായിട്ടുണ്ടാകാം. സത്യത്തിൽ വൈശ്യരാണ് ബുദ്ധമതത്തെ വളർത്തിയത്. ധനികരായ ഉപാസകരാണ് പുതിയ മഠങ്ങൾ സ്ഥാപിക്കാനും മറ്റും മുതലിറക്കിയിരിക്കുക. ഈ കച്ചവടക്കാർ മുഖാന്തിരമാണ് ബുദ്ധദർശനങ്ങൾ അന്യനാട്ടുകളിൽ എത്തിയതും.

ബുദ്ധന്റെ ഒരു പ്രധാന അനുയായിയായിരുന്ന (ഉപാസകൻ) അതിസമ്പന്നനായ സ്വർണ്ണ വ്യാപാരിയും, സ്ഥലത്തെ ബാങ്കർമാരുടെ ഗിൽഡിലെ പ്രധാനിയുമായ ആനന്ദപിണ്ഡകൻ. പ്രോമിസറി നോട്ടിന്റെ ബലത്തിൽ അദ്ദേഹം പതിനെട്ടു കോടിയോളം മറ്റുള്ളവർക്ക് കടം കൊടുത്തിട്ടുണ്ട് എന്ന് ഘടിരങ്കാര ജാതക (No. 40) എന്ന കഥയിൽ പറയുന്നു. ഇദ്ദേഹത്തിന്റെ സമ്പത്തിനെയും ബുദ്ധനോടുള്ള ആരാധനയേയും കാണിക്കുന്ന ഒരു കഥയുണ്ട്. ജീതവനം എന്ന സ്ഥലം ബുദ്ധന് ആശ്രമം സ്ഥാപിക്കാൻ കൊടുക്കാൻ ആനന്ദപിണ്ഡകൻ ആഗ്രഹിച്ചു. എന്നാൽ സ്ഥലത്തിന്റെ ഉടമസ്ഥനായ ജീതൻ അതു കൊടുക്കാൻ തയ്യാറല്ല. ഒടുവിൽ വിലയായി ആ സ്ഥലം മുഴുവൻ സ്വർണ്ണ നാണയങ്ങൾ നിരത്തി ആ തുക നൽകിയാണ് ആനന്ദപിണ്ഡകൻ അത് ബുദ്ധനു വേണ്ടി സ്വന്തമാക്കിയതത്രേ.!!.. ഘടിരങ്കാര ജാതകയിൽ അദ്ദേഹം ഇതിനായി അൻപത്തിനാലു കോടിയാണ് ചിലവാക്കിയത് എന്നു കാണുന്നു. ഇത്തരം ധൂർത്തും, ബുദ്ധനോടുള്ള ആരാധന മൂത്ത് കച്ചവടം ശ്രദ്ധിക്കാത്തതു മൂലവും അദ്ദേഹം കുത്തുപാളയെടുക്കേണ്ട അവസ്ഥ വന്നു എന്ന് ഈ കഥയിൽ പറയുന്നു.

അതായത് ബുദ്ധമതത്തിൽ ചേരുന്നവർ ഒന്നുകിൽ മേലനങ്ങാതെ തിന്നാൻ വകയുള്ളവർ ആളാകാൻ ചേർന്നത്. അല്ലെങ്കിൽ യാതൊരു വേലയും കൂലിയും ഇല്ലാത്ത, പണിയെടുത്തു ജീവിക്കാൻ താൽപര്യമില്ലാത്ത പാഴുകൾ ജീവിതത്തിൽനിന്ന് ഒളിച്ചോടി ചേരുന്നത്. ഈ ഭിക്ഷുക്കൾ വെറും പരാന്നഭോജികളായിരുന്നു എന്നാണ് അവരെപ്പറ്റി മറ്റുള്ളവർ പറയുന്നതായി അവരുടെ തന്നെ പ്രമാണങ്ങളിൽ രേഖപ്പെടുത്തിയിരിക്കുന്നത്.[62]

പുരാതന ചൈനയിൽ ബുദ്ധിസ്റ്റ് സന്യാസിമാർക്ക് നികുതിയിളവുണ്ടായിരുന്നു. അവർക്ക് പട്ടാള സേവനം വേണ്ട. അതുപോലെ മറ്റു പല ആനുകൂല്യങ്ങളും. അവിടെയും ഇതൊക്കെ ബുദ്ധമതത്തിനെ വളരാൻ സഹായിച്ചിട്ടുണ്ട്. അല്ലാതെ വെറും ആത്മീയദാഹമൊന്നുമായിരുന്നില്ല ഇവിടുത്തെപോലെ അവിടെയും പലരെയും ബുദ്ധിസ്റ്റുകളാക്കിയത്. ഒരു ബുദ്ധമത വിമർശകനായ ലീ സിയോ (Li Xiao) ACE 706 ൽ ഇങ്ങനെ എഴുതിയിരിക്കുന്നു. ആളുകൾ ഇങ്ങനെ ആത്മീയം കളിച്ചു നടന്നാൽ ആര് നികുതി തരും?(63) മറ്റൊരു ചൈനീസ് രേഖയിൽ യുവാൻ ചെൻ (Yuan Tchen-779-831) ബുദ്ധിസ്റ്റ് സന്യാസിമാരെ പരാന്നഭോജികളായാണ് കണക്കാക്കുന്നത്. പത്തിൽ ഒൻപതു പേരെക്കൊണ്ടും രാജ്യത്തിനു ഗുണമില്ല.[64] ഒൻപതാം നൂറ്റാണ്ടിലെ ചൈനീസ് ചക്രവർത്തി വെൻ ടോങ്ങ് (Wen-tsong) അദ്ദേഹത്തിന്റെ സഭയിൽ പ്രഖ്യാപിച്ചത് ഇങ്ങനെയാണ്. സന്യാസിമാരെക്കൊണ്ട്

ചിലവല്ലാതെ വരവൊന്നുമില്ല.[65] ഭിക്ഷുക്കളെ എല്ലായിടത്തും സമൂഹഗാത്രത്തിലെ പാരസൈറ്റുകളായാണ് കണക്കാക്കിയിരുന്നത് എന്ന് കാണിക്കാനാണ് പിൽകാലത്തുള്ള ചൈനീസ് രേഖകൾ കൂടി ഉദ്ധരിച്ചത്.

H.W. Schuman ന്റെ പഠനം പ്രകാരം ഇവിടെ ശൂദ്രരേക്കാൾ കൂടുതൽ അവർണ്ണർ ബുദ്ധമതത്തിൽ ചേർന്നിരുന്നു എന്നു കാണാം. ഒരു പക്ഷേ സുഭിക്ഷ ഭക്ഷണം ഒരു പ്രലോഭനമായിരുന്നിരിക്കാം. ഒന്ന് തല മൊട്ടയടിക്കേണ്ട പണിയല്ലേ ഉള്ളൂ. അങ്ങനെ ശരിക്കും ദരിദ്രരായ കുറേ പേർ ബുദ്ധമതത്തിൽ ചേർന്നിട്ടുണ്ടാകാം. നേരത്തെ കണ്ടപോലെ രോഗികളെയും, പലവിധത്തിലുള്ള ആലംബഹീനരെയും സംഘത്തിൽ ചേർക്കുന്നത് ഒഴിവാക്കുന്ന നിയമം ഇല്ലായിരുന്നെങ്കിൽ അവരുടെ എണ്ണം ഒരു പക്ഷേ ഇനിയും കൂടിയേനേ. എന്തായാലും ബുദ്ധമതം ഒരിക്കലും ശൂദ്രമതം ആയിരുന്നിട്ടില്ല എന്നു വ്യക്തമാണ്.

ബുദ്ധിസത്തിൽ ശൂദ്രർ തീരെ കുറവായതിന് ഒരു കാരണം പറയാം. അന്നന്നത്തേക്ക് അധ്വാനിച്ച ജീവിക്കുന്നവർക്ക് മതം കളിച്ച നടക്കാനൊന്നും നേരം കാണില്ല. സാധുക്കളായ ശൂദ്രരിൽ പലരും പല തരത്തിലും കടക്കാരുമായിരിക്കും. കടക്കാരെ ബുദ്ധമതത്തിൽ അടുപ്പിക്കില്ലല്ലോ. പിന്നെ മിക്ക പണിക്കാരും അവരുടെ സേവനത്തിനു അവരുടെ തൊഴിലുടമയിൽനിന്ന് പലപ്പോഴും മുൻകൂർ കൂലി വാങ്ങിയിരിക്കും. അവർ പണിയെടുത്തേ പറ്റൂ. ബുദ്ധിസം കളിച്ച നടന്നാൽ അവരെ അവർ അംഗങ്ങളായ ഗിൽഡുകൾ വെറുതെ വിടില്ല. രാജാവിനു വേണ്ടി നിർബന്ധ സേവനമായി (രാജകാര്യം) കിണറും, കുളവും കുഴിക്കൽ, ജലസേചനത്തിനുള്ള അണക്കെട്ട് പണിയൽ ഒക്കെ ചെയ്യേണ്ടത് ഇവരാണ്. മാത്രമല്ല, രാജാവിന്റെ സേവനത്തിലിരിക്കുന്നവർക്കും ബുദ്ധമതത്തിൽ ചേരാനാവില്ല എന്നോർക്കുക. അല്ലെങ്കിലും വിദഗ്ധ പണിക്കാർ ഇങ്ങനെ കൂട്ടമായി നഷ്ടപ്പെടുന്നത് രാജകിങ്കരന്മാരും, ഈ പണിക്കാർ അംഗങ്ങളായ അവരുടെ ഗിൽഡുകളും തന്നെ അനുവദിച്ചിരിക്കാനും സാധ്യതയില്ല.

ഈ ഗിൽഡുകളെപ്പറ്റി അൽപ്പം പറയാം. എല്ലാതരം തൊഴിലുകളും ചെയ്യുന്നവർക്ക് അക്കാലത്ത് പ്രത്യേകം തൊഴിൽ സംഘടനകൾ ഉണ്ടായിരുന്നു. ഒരു തരം ട്രേഡ് യൂണിയൻ എന്നോ ഗിൽഡ് എന്നോ വിളിക്കാവുന്നവ. പാലിയിൽ സേത്തി എന്നാണ് ഇതിനെ വിളിക്കുന്നത്. ഈ സേത്തികളെക്കുറിച്ച് ചാണക്യന്റെ അർത്ഥശാസ്ത്രത്തിൽ വിവരിക്കുന്നുണ്ട്. പതിനെട്ടു തൊഴിലുകളേയും, അവരുടെ ഗിൽഡുകളേയും കുറിച്ച് ബുദ്ധിസ്റ്റ് ഗ്രന്ഥങ്ങളിൽ സൂചനയുണ്ട്.

മഹാവംശ എന്ന ബുദ്ധിസ്റ്റ് ഗ്രന്ഥത്തിൽ സേത്തികൾ രാജാവിന്റെ സഭയിൽ അംഗങ്ങളായി ഉണ്ടായിരുന്നു എന്നു കാണാം. കച്ചവട വസ്തുക്കളുടെ ഉത്പാദനം, അതിന്റെ ന്യായവില, കൂലി മുതലായവ തീരുമാനിക്കുകയും, നിയന്ത്രിക്കുകയും ചെയ്യുക, പുതിയ ആളുകളെ തൊഴിൽ പരിശീലിപ്പിക്കുക, മരിച്ചു പോയ അംഗങ്ങളുടെ കുടുംബം സംരക്ഷിക്കുക, തോന്ന്യാസം കാട്ടുന്നവരെ പുറത്താക്കുക ഒക്കെ ഈ ഗിൽഡുകളുടെ ജോലിയാണ്. ഗിൽഡുകളുടെ സംരക്ഷണം ഇല്ലാതെ തൊഴിൽ എടുക്കാനാകില്ല. ഗിൽഡ് കൈവിട്ടാൽ ഇവർക്ക് പിന്നീട് ഒരു വഴിയുമുണ്ടാകില്ല. ഗിൽഡുകളുടെ അധികാരത്തിൽ രാജാവു പോലും ഇടപെട്ടിരുന്നില്ല. കുടുംബ പ്രശ്നങ്ങളിൽ വരെ ഇടപെടാനുള്ള അധികാരം ഗിൽഡുകൾക്കുണ്ടായിരുന്നു എന്നു പറയുന്നു. തൊഴിൽ അടിസ്ഥാനത്തിൽ രൂപീകരിക്കപ്പെട്ട ഈ ഗിൽഡുകളാണ് പിൽക്കാലത്ത് വ്യത്യസ്ത ജാതികളായി തീർന്നത്.

ഏതാണ്ട് എല്ലാവരും പണിയെടുത്താൽ മാത്രം നിലനിന്നു പോകാവുന്ന ഒരു സാമ്പത്തിക സാമൂഹ്യ വ്യവസ്ഥയിൽ (രണ്ടായിരത്തഞ്ഞൂറു വർഷം മുൻപ് മുതൽ ഒരു പക്ഷെ കൃഷിയിലും മറ്റും ശാസ്ത്ര സാങ്കേതിക വിദ്യകളുടെ സഹായം കിട്ടിത്തുടങ്ങിയ ഈ അടുത്ത കാലം വരെ ലോകത്ത് എല്ലായിടത്തും അങ്ങനെത്തന്നെയായിരുന്നു. ഒരാളുടെ അധ്വാനം കൊണ്ട് പരമാവധി മൂന്നു പേർക്കോ മറ്റോ ജീവിക്കാം.) ധാരാളം പേർ, അതും ചെറുപ്പക്കാർ ഒരു പണിയുമെടുക്കാതെ ബുദ്ധമതത്തിൽ ആകൃഷ്ടരായി തെണ്ടി നടന്നതിന്റെ ഫലം ശരിക്കും എന്തായിരിക്കും? അതും പോരാഞ്ഞ് കൃഷി തന്നെ ബുദ്ധൻ വിലക്കിയിരുന്നു.[66] ഭിക്ഷാപാത്രം നീട്ടുമ്പോൾ അതിൽ വീഴുന്ന ഈ ഭക്ഷണം എങ്ങിനെ ഉണ്ടാകുന്നു എന്നദ്ദേഹം ആലോചിച്ചിട്ടില്ല എന്നു തോന്നുന്നു.

ഒരു പണിയും ചെയ്യാതെ അലഞ്ഞു നടക്കുന്ന ഈ പാരസൈറ്റുകൾക്ക് ആര് ചിലവിനു കൊടുക്കും? അവർ വിവാഹവും കഴിക്കില്ല എന്നതുകൊണ്ട് അടുത്ത തലമുറയിലെ മനുഷ്യശക്തിയുടെ നഷ്ടം വേറെ. ചെറുപ്പക്കാർ, പലപ്പോഴും തലമുറകളുടെ അനുഭവസമ്പത്തിന്റെ കൈവശക്കാരായ വിദഗ്ധ തൊഴിലാളികൾ ഇങ്ങനെ നഷ്ടപ്പെടുന്നത് ഗിൽഡുകൾ എങ്ങിനെയായിരിക്കും നേരിട്ടിരിക്കുക? ബുദ്ധമതം ഒരു കാലത്ത് ഇന്ത്യ മുഴുവൻ വ്യാപിച്ചിരുന്നു എന്നത് ശരിയാണെങ്കിൽ ഈ ബുദ്ധമത വ്യാപനത്തിന്റെ സാമൂഹ്യ പ്രത്യാഘാതം എന്തായിരുന്നിരിക്കും? ബുദ്ധമതത്തിന്റെ വ്യാപനത്തോടെ കടുത്ത തൊഴിലാളി ക്ഷാമം ഉണ്ടായിട്ടുണ്ടാകും എന്നത് ന്യായമായ ഒരു അനുമാനമാണ്. ആ ചൈനീസ് രേഖകളും അതാണല്ലോ സൂചിപ്പിക്കുന്നത്.

ജീവികൾക്ക് ഹാനി സംഭവിക്കും എന്നതുകൊണ്ട് ഭിക്ഷുക്കൾ നിലം ഉഴുന്നതു പോലും അക്കാലത്ത് വിലക്കപ്പെട്ടിരുന്നു എന്ന് ഹുയാൻ സാങ്ങ് രേഖപ്പെടുത്തിയിരിക്കുന്നതിന്റെ വെളിച്ചത്തിൽ ബുദ്ധിസം അക്കാലത്തെ തൊഴിലാളികളെ മോശമായി ബാധിച്ചിരിക്കാം എന്ന് ഇർഫാൻ ഹബീബ് പറയുന്നു. (Essyas in Indian History- Irfan Habib)

ജാതി വ്യവസ്ഥ ഇവിടെ കർശനമാകാൻ എന്തായിരുന്നു കാരണം എന്ന ചോദ്യത്തിനു നമ്മുടെ സ്ഥിരം '"പൊളിറ്റിക്കലി കറക്റ്റ്'" ഉത്തരം ബ്രാഹ്മണമേധാവിത്വം എന്നായിരിക്കും. എന്നാൽ തൊഴിലാളികളുടെ ഗിൽഡുകളാണ് അവരവരുടെ അംഗങ്ങൾ പൂർവ്വികരുടെ അതേ തൊഴിൽ തന്നെ ചെയ്യണം എന്ന നിയമം കർശനമായി നടപ്പിലാക്കിയതെങ്കിൽ? കുലത്തൊഴിലിൽ വിദഗ്ധ നല്ലെങ്കിൽ പോലും അതുതന്നെ ചെയ്യണം എന്ന രീതിയിൽ നിയമം കർശനമാകാൻ കാരണം ബ്രാഹ്മണ മേധാവിത്വമല്ല, മറിച്ച് ബുദ്ധമ തത്തിന്റെ സ്വാധീനം മൂലം തൊഴിലാളികളുടെ എണ്ണത്തിൽ വന്ന ചോർച്ച തടയാൻ അതാത് ഗിൽഡുകൾ ശ്രമിച്ചതാണെങ്കിലോ? അംഗസംഖ്യ കുറയുന്നത് ഗിൽഡുകളുടെ നിലനിൽപ്പിന്റെ കൂടി പ്രശ്നമാണ്.

ഗിൽഡുകൾ തങ്ങളുടെ അംഗബലം കുറയാതിരിക്കാനും, പരമ്പ രാഗത അറിവുകൾ അന്യം നിന്നു പോകാതിരിക്കാനും കണ്ട വഴിയാണ് എല്ലാവരും അവരവരുടെ പൂർവ്വിക തൊഴിൽ തന്നെ ചെയ്യണം എന്നാകാൻ സാധ്യതയില്ലേ? (ബുദ്ധൻ കാരണം പല കുടുംബങ്ങളും അന്യം നിന്നു പോകുന്നു എന്ന് ജനങ്ങൾ പരാതിപ്പെ ടുന്നത് നമ്മൾ കണ്ടല്ലോ. (....the Samana Gotama causes families to become extinct. (Mahavagga 1.24:5) ഗിൽഡുകൾ പിന്നീട് അവരുടെ നിലപാട് കൂടുതൽ കടുപ്പിച്ച് വിവാഹബന്ധങ്ങൾ പോലും ഗിൽഡി നകത്തുനിന്നു തന്നെ മതി എന്ന് നിഷ്കർഷിച്ച് ഈ ഗിൽഡുകൾ കാലക്രമത്തിൽ വ്യത്യസ്ത ജാതികളായി മാറിയതായിരിക്കാം. അംഗങ്ങളുടെ വ്യക്തിജീവിതത്തിൽ പോലും കൈകടത്താൻ തക്ക സ്വാധീനം ഈ ഗിൽഡുകൾക്കുണ്ടായിരുന്നു എന്നാണ് അർത്ഥശാ സ്ത്രവും മറ്റും നൽകുന്ന സൂചനകൾ. വിവാഹിതയായ സ്ത്രീകൾക്ക് ബുദ്ധ സംഘത്തിൽ ചേരണമെങ്കിൽ ഭർത്താവിന്റെ അനുവാദം മാത്രമല്ല, അദ്ദേഹം അംഗമായ ഗിൽഡിന്റെ അനുവാദം കൂടി വേണമായിരുന്നു എന്ന് റോമില ഥാപ്പർ പറയുന്നു. (The penguin history of early india -Romila Thapar) ഭാര്യക്ക് ഭിക്ഷുണിയാകാൻ ഗിൽഡിന്റെ അനുവാദം വേണമെങ്കിൽ ഭർത്താവിനു ഭിക്ഷുവാകാനും അവരുടെ അനുവാദം വേണ്ടെന്നോ? അംഗങ്ങളുടെ മേൽ ഇത്ര സ്വാധീനമുള്ള ഗിൽഡുകൾ

അംഗങ്ങളുടെ കൊഴിഞ്ഞുപോക്ക് ഒരു എതിർപ്പുമില്ലാതെ അനുവദിച്ചിരിക്കും എന്നു കരുതുന്നുണ്ടോ?സാധാരണ കരുതുന്നതുപോലെ ബ്രാഹ്മണരാണ് എല്ലാം നിയന്ത്രിച്ചിരുന്നതെങ്കിൽ വേണ്ടത്ര വൈദഗ്ധ്യം ഇല്ലെങ്കിൽപ്പോലും തൊഴിൽ മാററുത് എന്നവർ ശഠിക്കേണ്ട കാര്യമില്ലല്ലോ. അവരെന്തിന് അവിദഗ്ധ തൊഴിലാളികളെ സഹിക്കണം? അവർക്ക് അതുകൊണ്ട് എന്ത് ഗുണം? എന്തെങ്കിലും ഗുണമുണ്ടെങ്കിൽ അതാതു ഗിൽഡുകൾക്കു മാത്രമാണ്.

ദിവ്യാവദാന പോലുള്ള ബുദ്ധിസ്റ്റ് ഗ്രന്ഥങ്ങളിൽ നിന്നുള്ള സൂചന പിതാവിന്റെ സ്വത്തുവകകളും പിതാവിന്റെ കടങ്ങളും മകനാണ് വന്നു ചേരുക എന്നാണ്. മകന് കടം ഒഴിവാക്കാൻ ബുദ്ധഭിക്ഷുവാകാനും പറ്റാത്ത സാഹചര്യത്തിൽ ഒരു സ്ഥിര വരുമാനം ഉണ്ടാകും എന്നത് പാരമ്പര്യതൊഴിലിൽ തന്നെ തുടരാനും കാരണമായിരിക്കാം. കടം കൊടുത്ത നാട്ടുകാർക്കും താല്പര്യം മകൻ എന്തെങ്കിലും തൊഴിൽ ചെയ്തു തങ്ങളുടെ കടം വീട്ടണം എന്നുതന്നെയായിരിക്കും. മകൻ അച്ഛന്റെ തൊഴിൽ തന്നെ പിൻതുടരണം എന്നത് ഗിൽഡുകളുടെ അംഗസംഖ്യ നിലനിർത്താൻ സഹായിക്കും എന്നതു കൊണ്ട് ഗിൽഡുകളും പാരമ്പര്യ തൊഴിലിൽ തന്നെ തുടരുന്നതു പ്രോത്സാഹിപ്പിച്ചിരിക്കാം. ഏതാണ്ട് എല്ലാ തൊഴിലുകളും അപ്രന്റിസ് രീതിയിൽ ചെറുപ്പം മുതൽ കുടുംബത്തിൽനിന്നോ, അതാതു ഗിൽഡുകളിൽ നിന്നോ പരിശീലിക്കുന്നതിനാൽ പുതിയൊരു തൊഴിൽ പഠിച്ച് അതിൽ വിദഗ്ധനാകുന്നതും അത്ര എളുപ്പമല്ല. പിതാവിന്റെ തൊഴിൽ മകനുതന്നെ കിട്ടണം (ആ തൊഴിലിൽ വിദഗ്ധനല്ലെങ്കിൽ പോലും) എന്നത് അംഗങ്ങളുടെ സുരക്ഷയ്ക്ക് ഗിൽഡുകൾ അവരുടെ സ്വാധീനം ഉപയോഗിച്ച് നേടിയെടുത്ത ഒരു അവകാശം പോലുമായിരുന്നിരിക്കാം. ഇന്നതിനു വലിയ പ്രസക്തിയൊന്നും ഇല്ലെങ്കിലും തൊഴിലുറപ്പു പദ്ധതിയുടെയും, ആശ്രിത നിയമനത്തിന്റെയും ആദ്യ രൂപമായിരിക്കാം. ജീവിക്കാൻ വേണ്ട മിനിമം വരുമാനമെങ്കിലും ഉണ്ടാകാൻ ഗിൽഡുകളുടെ വകയായി അവരുടെ അംഗങ്ങൾക്കുള്ള ഒരു സാമൂഹ്യ സുരക്ഷാപദ്ധതിയായി തുടങ്ങിയതാകാം അത്.

റെഫറൻസ്:

(1) "*She came and he did not rejoice,*
She went, and he didnot repine,
A victor he, whose bonds are broken,
Such a one I call a Brahmin."
(Sangamaji Sutta-Udana 1.8)

(2) "*Not such a mighty bond-that wise have told-*
Is forged of iron, wrought of wood or hemp,

As binds all those who live infatuate
With love of pelf-of precious stones and rings-
Whose thoughts are bent on children and on wives."
(Samyuktha nikhaya-Kosala)

(3) *Like spreading bamboo, entwined,*
is concern for offspring and spouses.
Like a bamboo sprout, unentangling,
wander alone like a rhinoceros.
Abandoning offspring, spouse,
father, mother,riches, grain, relatives,
and sensual pleasures altogether,
wander alone like a rhinoceros.
(Khaggavisana Sutta-Sutta Nipata 1.3)

(4) "Let no son, O Bhikkhus, receive the pabbagga ordination without his father's and mother's permission. He who confers the pabbagga ordination (on a son without that permission), is guilty of a dukkata offence."(Mahavagga 1.54)

(5) "Then take joy, Nanda. Take joy! I am your guarantor for getting 500 dove -footed nymphs. If the Blessed One is my guarantor for getting 500 dove -footed nymphs, I will enjoy leading the holy life under the Blessed One". (Nanda Sutta-Udana 3.2)

(6) "At that time the Magadha king Seniya Bimbisara had issued the following decree: 'No one is to do any harm to those who are ordained among the Sakyaputtiya Samanas; well taught is their doctrine; let them lead a holy life for the sake of the complete extinction of suffering. Now at that time a certain person who had committed robbery was imprisoned in the jail. He broke out of the jail, ran away, and received the pabbagga ordination with the Bhikkhus.

The people who saw him, said: 'Here is the robber who has broken out of jail; come, let us bring him (before the authorities).'

But some people replied: 'Do not say so, Sirs. A decree has been issued by the Magadha king Seniya Bimbisara: 'No one is to do any harm to those who are ordained.

People were annoyed, murmured, and became angry, thinking: 'Indeed these Sakyaputtiya Samanas are secure from anything; it is not allowed to do any harm to them. How can they ordain a robber who has broken out of jail?" (Mahavagga 1.42)

(7) "At that time the robber Angulimala had embraced religious life among the Bhikkhus. When the people saw that, they became alarmed and terrified; they fled away, went elsewhere, turned away their heads, and shut their doors. The people were annoyed, murmured, and became angry: 'How can the Sakyaputtiya Samanas ordain a robber who openly wears the emblems (of his deeds)?" (Mahavagga 1.41)

(8) "At that time a certain person who was in debt, ran away and was ordained with the Bhikkhus. When his creditors saw him, they said: 'There is our debtor; come, let us lead him (to prison).'

But some people replied: 'Do not say so, Sirs. A decree has been issued by the Magadha king Seniya Bimbisara: 'No one is to do any harm to those who are ordained with the Sakyaputtiya Samanas; well taught is their doctrine; let them lead a holy life for the sake of the complete extinction of suffering.'

People were annoyed, murmured, and became angry: 'Indeed these Sakyaputtiya Samanas are secure from anything; it is not allowed to do anything to them. How can they ordain a debtor?'

They told this thing to the Blessed One.

'Let no debtor, O Bhikkhus, receive the pabbagga ordination. He who confers the pabbagga ordination (on a debtor), is guilty of a dukkata offence." (Mahavagga 1.46)

(9) "At that time a slave ran away and was ordained with the Bhikkhus. When his masters saw him, they said: 'There is our slave; come, let us lead him away (back to our house).......'Let no slave, O Bhikkhus, receive the pabbagga ordination. He who confers the pabbagga ordination (on a slave), is guilty of a dukkata offence." (Mahavagga 1.47)

(10) In the same way, there is the case where a trifling evil deed done by one individual takes him to hell; and there is the case where the very same sort of trifling deed done by the other individual is experienced in the here and now, and for the most part barely appears for a moment. (Lonaphala Sutta-Anguttara Nikaya)

(11) "Bear it, Brahmin, bear that. Because of your actions you would have been reaping results for many years in hell, for many hundreds of years, for many thousands of years. Brahmin, bear the results of your actions here and now." (Majjhima Nikaya 86- Angulimala Sutta)

(12) "At that time the Bhikkhus conferred the pabbagga ordination on a person whose hands were cut off, on a person whose feet were cut off, whose hands and feet were cut off, whose ears were cut off, whose nose was cut off, whose ears and nose were cut off, whose fingers were cut off, whose thumbs were cut off, whose tendons (of the feet) were cut, who had hands like a snake's hood, who was a hump-back, or a dwarf, or a person that had a goitre, that had been branded, that had been scourged, on a proclaimed robber, on a person that had elephantiasis, that was afflicted with bad illness, that gave offence (by any deformity) to those who saw him, on a one-eyed person, on a person with a crooked limb, on a lame person, on a person that was paralysed on one side, on a cripple, on a person weak from age, on a blind man, on a dumb man, on a deaf man, on a blind and dumb man, on a blind and deaf man, on a deaf and dumb man, on a blind, deaf and dumb man.

They told this thing to the Blessed One.

'Let no person, O Bhikkhus, whose hands are cut off, receive the pabbagga ordination. Let no person whose feet are cut off, receive the pabbagga ordination, (each of the above cases being here repeated). He who confers the pabbagga ordination (on such persons), is guilty of a dukkata offence." (Mahavagga 1.71)

(13) And the Lord spake unto Moses, saying, Speak unto Aaron, saying, Whosoever he be of thy seed in their generations that hath any blemish, let him not approach to offer the bread of his God.For whatsoever man he be that hath a blemish, he shall not approach: a blind man, or a lame, or he that hath a flat nose, or any thing superfluous, Or a man that is brokenfooted, or brokenhanded, Or crookbackt, or a dwarf, or that hath a blemish in his eye, or be scurvy, or scabbed, or hath his stones broken; No man that hath a blemish of the seed of Aaron the priest shall come nigh to offer the offerings of the Lord made by fire: he hath a blemish; he shall not come nigh to offer the bread of his God. (Leviticus 21:16-21)

(14) "Let a person, O Bhikkhus, that is guilty of matricide, if he has not received the upasampadâ ordination, not receive it; if he has received it, let him be expelled (from the fraternity)." (Mahavagga 1:64)

(15) Now at that time King Seniya Bimbisara of Magadha came to suffer from a fistula ; his outer garments were stained with blood. The queens, seeing this, made tun of him, saying: "Now the king is in his courses, the king is having a period, soon the king will give birth." On account of this the king became ashamed. (Mahavagga 8)

(16) "Let no one, O Bhikkhus, who is affected with the five diseases, receive the pabbagga ordination. He who confers the pabbagga ordination (on such a person), is guilty of a dukkata offence." (Mahavagga 1:39)

(17) At that time ordained Bhikkhus were seen who were afflicted with leprosy, boils, dry leprosy, consumption, and fits. They told this thing to the Blessed One. 'I prescribe, O Bhikkhus, that he who confers the upasampada ordination, ask (the person to be ordained) about the Disqualifications (for receiving the ordination). And let him ask, O Bhikkhus, in this way:"Are you afflicted with the following diseases, leprosy, boils, dry leprosy, consumption, and fits?"....... (Mahavagga 1.76)

(18) At that time ordained Bhikkhus were seen who were afflicted with leprosy, boils, dry leprosy, consumption, and fits.

They told this thing to the Blessed One.

'I prescribe, O Bhikkhus, that he who confers the upasampada ordination, ask (the person to be ordained) about the Disqualifications (for receiving the ordination). And let him ask, O Bhikkhus, in this way:
'Are you afflicted with the following diseases, leprosy, boils, dry leprosy,

consumption, and fits?
'Are you a man?
'Are you a male?
'Are you a freeman?
'Have you no debts?
'Are you not in the royal service?
'Have your father and mother given their consent?
'Are you full twenty years old?
'Are your alms-bowl and your robes in due state?
'What is your name?
'What is your upagghaya's name?'
(Mahavagga 1.76)

(19) "Indeed, misers do not go to the abode of the devas; fools do not praise charity; but the wise rejoice in charity and so gain happiness in the life hereafter". (Dharmmapada-177)

(20) Whereas some brahmans and contemplatives, living off food given in faith, maintain themselves by wrong livelihood, by such lowly arts as forecasting: the rulers will march forth; the rulers will march forth and return; our rulers will attack, and their rulers will retreat; their rulers will attack, and our rulers will retreat; there will be triumph for our rulers and defeat for their rulers; there will be triumph for their rulers and defeat for our rulers; thus there will be triumph, thus there will be defeat — he abstains from wrong livelihood, from lowly arts such as these. (digha Nikaya- Kevatta Sutta)

(21) "It isn't proper, monks, that sons of good families, on having gone forth out of faith from home to the homeless life, should talk on such a topic. When you have gathered you have two duties: either Dhamma-talk or noble silence." (Raja Sutta- Udana)

(22) "At that time an arrangement had been made at Ragagaha that the Bhikkhus were to receive excellent meals successively (in the houses of different rich upasakas). Now (one day) a certain Brahmana thought: 'Indeed the precepts which these Sakyaputtiya Samanas keep and the life they live are commodious; they have good meals and lie down on beds protected from the wind. What if I were to embrace the religious life among the Sakyaputtiya Samanas?' Then this Brahmana went to the Bhikkhus and asked them for the pabbagga ordination; the Bhikkhus conferred the pabbagga and upasampada ordinations on him."(Mahavagga 1:30)

(23) "*I'am freed, I'am freed, I'am truly freed*
From these three crooked things:
I'am rid of sickle, plough and stooping
My back when turning up the soil.
Those (drudgeries) are ours forever,
But I declare: 'Enough! Enough!'
Do meditate,Sumangala,

And stay,Sumangala,alert! " (Theragatha-43)
(24) "I'am liberated well and freed
From these three crooked things:
From crush-stone and from rolling pin
And from my hunchbacked lord.
I'am free from (re)birth and from death,
Shook off what bound me to the world."
(Therigatha 11)

(25) To the young widow, the neglected wife, and the cast-off mistress, the Buddhist teachers offered an honourable career as nuns. Instead of the daily indignities to which they were subjected by grasping relatives, treacherous husbands, and faithless lords, the most miserable of the sex could now share, although still in a humble way, with the general respect accorded to all who had taken the vows. (The Bhilsa Topes or Buddhist monuments of central India by Alexander Cunningham)

(26) "At that time the Bhikkhus, after having conferred the upasampada ordination on a certain Bhikkhu, left him alone and went away. Afterwards, as he went alone (to the Arama), he met on the way his former wife. She said to him: 'Have you now embraced the religious life?' (He replied): 'Yes, I have embraced the religious life.' 'It is difficult to persons who have embraced religious life, to obtain sexual intercourse; come, let us have intercourse.' He practised intercourse with her, and, in consequence, came late (to the Arama). The Bhikkhus said: 'How is it, friend, that you are so late?'

Then that Bhikkhu told the whole matter to the Bhikkhus. The Bhikkhus told it to the Blessed One........

"A Bhikkhu who has received the upasampada ordination ought to abstain from all sexual intercourse even with an animal. A Bhikkhu who practises sexual intercourse is no Samana and no follower of the Sakyaputta. As a man whose head is cut off, cannot live any longer with his trunk alone, thus a Bhikkhu who practises sexual intercourse is no Samana and no follower of the Sakyaputta. Abstain from doing so as long as your life lasts."

(27) Many men wearing the yellow robe up to their necks who have an evil disposition and are unrestrained in thought, word and deed are reborn in niraya on account of their evil deeds. (Dhammapada 307)

(28) All are afraid of the stick, all fear death. Putting oneself in another's place, one should not beat or kill others. (Dhammapada 129)

(29) All are afraid of the stick, all hold their lives dear. Putting oneself in another's place, one should not beat or kill others. (Dhammapada 130)

(30) Now at that time some group-of-six bhikkhus, blocked from the sauna by some elder bhikkhus, out of disrespect brought up a large number of sticks, set them on fire, closed the door, and sat in the door. The elder bhikkhus, oppressed with the heat, unable to get out the door, keeled over stiff.

"Being blocked from the sauna by elder bhikkhus, one should not, out of disrespect, bring up a large number of sticks and set them on fire. Whoever should set them on fire: an offense of wrongdoing. Having closed the door, one should not sit in the door. Whoever should do so: an offense of wrongdoing. (Vinaya Pitaka Cullavagga VIII.8.1)

(31) "These recluses, sons of the Sakyans/ are shameless, of low morality, liars. And they pretend to be dhamma followers, walking by right, those leading the Brahma life, speakers of truth, virtuous, of good character. There is no recluseship among these, there is no brahmanhood among these; destroyed is recluseship among these, destroyed is brahmanhood among these ; where is recluseship among these, where is brahmanhood among these? Fallen from recluseship are these, fallen from brahmanhood are these. These praised the beauty of death to my husband; by these my husband has been killed."(Vinaya Pitika-Suttavibhanga)

(32) Then the venerable Udayin, opening some windows and closing others, going round about the inner room, and coming up from behind, rubbed up against the brahmin lady limb by limb. (Vinaya Pitika-Suttavibhanga)

(33) These recluses, sons of the Sakyans, are shameless, of low morality, liars. And they pretend to be walking by dhamma, walking by right, leading the Brahma life, speaking truth, virtuous, of good conduct. Among these there is no recluseship, among these there is no brahmanhood...... How can this recluse Udayin rub up against my wife limb by limb ? It is not possible to go to the park or dwelling with wives of respectable families, with daughters of respectable families, with girls of respectable families, with daughters-in-law of respectable families, with women-slaves of respectable families. If wives of respectable families, daughters of respectable families, girls of respectable families, daughters-in -law of respectable families, women-slaves of respectable families should go to a park or dwelling, the recluses, sons of the Sakyans, may assault them." (Vinaya Pitika-Suttavibhanga)

(34) At one time a certain monk, being infatuated, said to a certain woman :" You are faithful, sister, but you do not give to us what you give to your husband." " What is that, sir ?" she said. Sexual intercourse," he said.

(35) At one time a certain woman came along having had a field sown. A certain monk being infatuated said to this woman:"Well, sister, has there been some sowing ?" She, not understanding, said:"Yes, master, only I have not closed the furrow."

(36) At one time a certain monk, infatuated, said to a certain woman :" You are faithful, sister, for you do not give us the highest gift." " What is the highest gift, sir ?" she said."Sexual intercourse," he said.

(37) At one time a certain woman was doing some work. A certain monk, infatuated, said to this woman :" Stand, sister, I will work ". . ."sit, sister, I will work ... lie down, sister, I will work." (Vinaya Pitika-Suttavibhanga)

(38) One should not leave any water remaining in the rinsing vessel. [C: OK to leave water in the rinsing vessel if it's in a toilet for one's private use or if one is suffering from frequent diarrhea attacks.] (Vinaya Pitaka-Cullavagga VIII.10.3)

(39) "These masters, the monks of Kosambi, have done us much mischief ; the Lord is departing, harassed by these ; come, we should neither greet the masters, the monks of Kosambi, nor should we stand up before them, nor should we salute them with joined palms or perform the proper duties ; we should not revere, respect, esteem or honour them, and neither should we give them almsfood when they come (to us) ; thus they, when they are neither revered, respected, esteemed nor honoured by us, will depart unrevered, or they will leave the Order, or they will reconcile themselves to the Lord."

Then the lay-followers of Kosambi neither greeted the monks of Kosambi, nor stood up before them, they did not salute them with joined palms or perform the proper duties, they did not revere, respect, esteem or honour them and they did not give them almsfood when they came (to them). (Mahavagga 10)

(40) and after dwelling there three months, without returning to Kosambi he went straight to Savatthi. And the lay folk of Kosamb□ consulted together and said, "Surely these reverend Brothers of Kosambi have done us much harm; worried by them the Blessed One is gone away. We will neither offer salutation nor other marks of respect to them, nor give alms to them when they visit us. So they will depart, or return to the world, or will propitiate the Blessed One." And they did so. (Kosambi Jataka No. 428)

(41) If there is water, one should not not rinse after having defecated. Whoever should not rinse: an offense of wrongdoing." [C: If there is no vessel to dip in the water, that counts as 'there being no water.'] (Vinaya Pitaka-Cullavagga VIII.9)

"One should not defecate in the toilet in order of seniority. Whoever should do so: an offense of wrongdoing. I allow that one defecate in order of arrival." (Vinaya Pitaka-Cullavagga VIII.10.1)

(42) "It isn"t proper, monks, that sons of good families, on having gone forth out of faith from home to the homeless life, should talk on such a topic. When you have gathered you have two duties: either Dhamma talk or noble silence." (Udana 3:9)

(43) "Whereas some honorable recluses and brahmins, while living on food offered by the faithful, continuously cause damage to seed and plant life— to plants propagated from roots, stems, joints, buddings, and seeds – the recluse Gotama abstains from damaging seed and plant life." (Brahmajala Sutta- Digga Nikaya)

(44) Whereas some brahmans and contemplatives, living off food given in faith, are addicted to watching shows such as these – dancing, singing, instrumental music, plays, ballad recitations, hand-clapping, cymbals and drums, magic lantern

scenes, acrobatic and conjuring tricks, elephant fights, horse fights, buffalo fights, bull fights, goat fights, ram fights, cock fights, quail fights; fighting with staves, boxing, wrestling, war-games, roll calls, battle arrays, and regimental reviews – he abstains from watching shows such as these. This, too, is part of his virtue.

Whereas some brahmans and contemplatives, living off food given in faith, are addicted to heedless and idle games such as these – eight-row chess, ten-row chess, chess in the air, hopscotch, spillikins, dice, stick games, hand -pictures, ball-games, blowing through toy pipes, playing with toy plows, turning somersaults, playing with toy windmills, toy measures, toy chariots, toy bows, guessing letters drawn in the air, guessing thoughts, mimicking deformities – he abstains from heedless and idle games such as these. This, too, is part of his virtue.

(Digha Nikaya- Kevatta Sutta)

(45) Thus the actor – himself intoxicated and heedless, having made others intoxicated and heedless – with the breakup of the body, after death, is reborn in what is called the hell of laughter". (Talaputa Sutta- Samyutta Nikaya 42.2)

(46) Like a wailing, monks, singing is regarded in the discipline of noble ones, like madness is dancing, and childishness is laughter showing the teeth". (Anguthara nikhaya 3.103)

(47) *The fool may watch for 'lucky days,'*
Yet luck shall always miss;
This luck itself is luck's own star.
What can mere stars achieve?
(Nakkhatta Jathaka No:49)

(48) Whereas some brahmans and contemplatives, living off food given in faith, maintain themselves by wrong livelihood, by such lowly arts as forecasting:
there will be a lunar eclipse;
there will be a solar eclipse;
there will be an occultation of an asterism;
the sun and moon will go their normal courses;
the sun and moon will go astray;
the asterisms will go their normal courses;
the asterisms will go astray;
there will be a meteor shower;
there will be a darkening of the sky;
there will be an earthquake;
there will be thunder coming from a clear sky;
there will be a rising, a setting, a darkening, a brightening of the sun, moon, and asterisms;
such will be the result of the lunar eclipse... the rising, setting, darkening, brightening of the sun, moon, and asterisms –
he abstains from wrong livelihood, from lowly arts such as these.

"Whereas some brahmans and contemplatives, living off food given in faith, maintain themselves by wrong livelihood, by such lowly arts as forecasting:
there will be abundant rain; there will be a drought;
there will be plenty; there will be famine;
there will be rest and security; there will be danger;
there will be disease; there will be freedom from disease;
or they earn their living by counting, accounting, calculation, composing poetry, or teaching hedonistic arts and doctrines —
he abstains from wrong livelihood, from lowly arts such as these.
(Digha Nikaya- Kevatta Sutta)

(49) preparing emetics, purgatives, expectorants, diuretics, headache cures; preparing ear-oil, eye-drops, oil for treatment through the nose, collyrium, and counter-medicines; curing cataracts, practicing surgery, practicing as a children's doctor, administering medicines and treatments to cure their after -effects — he abstains from wrong livelihood, from lowly arts such as these. This, too, is part of his virtue. (Digha Nikaya- Kevatta Sutta)

(50) administering emetics, purgatives, expectorants and phlegmagogues; administering medicine through the ear and through the nose; administering ointments and counter-ointments; practising fine surgery on the eyes and ears; practising general surgery on the body; practising as a children's doctor; the application of medicinal roots; the binding on of medicinal herbs — the recluse Gotama abstains from such wrong means of livelihood, from such debased arts.' (Digha Nikaya- Brahmajala Sutta)

(51) "At that time many distinguished young Magadha noblemen led a religious life under the direction of the Blessed One. The people were annoyed, murmured, and became angry (saying), 'The Samana Gotama causes fathers to beget no sons; the Samana Gotama causes wives to become widows; the Samana Gotama causes families to become extinct. Now he has ordained one thousand Gatilas, and he has ordained these two hundred and fifty paribbagakas who were followers of Sangaya; and these many distingtiished young Magadha noblemen are now leading a religious life under the direction of the Samana Gotama." (Mahavagga 1.24:5)

(52) People became vexed, annoyed, angry, saying: "How can these recluses, sons of the Sakyans, have a tree cut down that is used as a shrine revered by village... revered by the kingdom ? The recluses, sons of the Sakyans, are depriving a one facultied thing of life."(Suttavibhanga)

(53) At that time some Bhikkhus entered upon Vassa in a house for keeping dead bodies in. People were annoyed,"(These Bhikkhus are) like those who burn corpses." (Mahavagga 3.12.7)

(54) Then a third time the brahmin Udaya filled the Blessed One's bowl with rice, after which he said to the Blessed One: "This pesky ascetic Gotarna keeps coming again and again."
(*Brahmanasamyutta-Samyutta Nikaya*)

(55) *"Again and again, they sow the seed;*
Again and again, the sky-god sends down rain;
Again and again, ploughmen plough the field;
Again and again, grain comes to the realm.
(Brahmanasamyutta-Samyutta Nikaya)

(56) "Recluse, I plough and sow, and when I have ploughed and sown I eat. You too, ascetic, ought to plough and sow; then when you have ploughed and sown, you will eat." (Brahmanasamyutta-Samyutta Nikaya)

(57) *"Faith is the seed, and rain the discipline,*
Insight for me is plough fitted with yoke,
My pole is my conscience,and sense-mind the tie,
And mindfullness my ploughshare and my goad."
(Brahmanasamyutta-Samyutta Nikaya)

"Food over which verses have been sung
Is not fit to be eaten by me.
This, brahrnin, is not the principle
Observed by those who see.
The Enlightened Ones reject such food
Over which verses have been sung.
As such a principle exists, O brahmin,
This is their rule of conduct.
(Brahmanasamyutta-Samyutta Nikaya)

(58) "Give a man, give a servant, give an ox, give a wagon, give a knife, give a hatchet, give an axe, give a spade, give a chisel, give a creeper, give bamboo, give mmja-grass, give coarse grass, give ma-grass, give clay." People were oppressed with the begging, oppressed with the hinting, and when they saw the monks they were perturbed, then alarmed, then they ran away, then they went by a different route, turned in another direction and closed the door ; and when they saw cows they ran away, imagining them to be monks. (Suttavibhanga)

(59) The brahman householders of Thona heard that "Gotama the Sakyan contemplative, gone forth from the Sakyan clan, is wandering among the Mallans together with a large community of monks, and has arrived at Thona.""So they filled the well all the way to the brim with grass and chaff, [thinking], "Don't let these shaven-headed contemplatives draw drinking water. (Udapana Sutta- Udana 7:9)

(60) Accordingly these did not on their own account take savoury hard foods or drinks—they gave not to parents, they gave not to wife and children, they gave not to slave or servant, they gave not to friend or colleague, they gave not to blood-relations, as they gave to the monks. Thus these monks were handsome, of rounded features, their complexions bright, their skins clear. (suttavibhanga- Vinaya: III 87)

(61) "The elevation of the status of the Shudras and women was so much the result of the gospel of Buddhism that Buddhism was called by its enemies as the Shudra religion (i.e. the religion of the low classes") (Ambedker- Revolution and counter revolution.)

(62) *"Work-shy they are, a lazy bunch*
Who live on other people's gifts
Sweet toothed and parasites they are-
How can you like the samana?"
(therigatha 273)

(63) "The national defense depends on those required to fulfill civic duties. If all of these citizens became monks, and if all the soldiers went into religion as a profession, how will military campaigns be assured success? And who will pay the taxes?" (as given in Buddhist warfare by Michael Jerryson and Mark Juergensmeyer)

(64) "Far from cultivating purity which eliminates luxury and renounces the world, Buddhists take advantage of their preferential treatment thanks to which they balk at civic duties and shirk pain and suffering. On the other hand, soldiers, far from demonstrating bravery, jumping on their tank, deploying their military force, exhibit an arrogance that makes them commit acts of violence indiscriminately and to mistreat civic administrative personnel. And so, nine out of ten men in the empire are parasites with neither hearth nor home." (as given in Buddhist warfare by Michael Jerryson and Mark Juergensmeyer)

(65) "Not long ago there were three consumers for the production of one farmer; now we must add to that a Buddhist monk and a soldier. But it is especially the monks who bring nothing but unhappiness to my people." (as given in Buddhist warfare by Michael Jerryson and Mark Juergensmeyer)

(66) "Whereas some honorable recluses and brahmins, while living on food offered by the faithful, continuously cause damage to seed and plant life— to plants propagated from roots, stems, joints, buddings, and seeds — the recluse Gotama abstains from damaging seed and plant life." (Brahmajala Sutta- Digga Nikaya)

ബുദ്ധിസ്റ്റ് ഇന്ത്യ

"May these beings be free from hate!
May they be free from suffering!
May they be free from woe [trouble]!
May they continue to be happy!

(Samsappaniya Pariyaya Sutta-Anguttara Nikaya)

ബുദ്ധ സംഘം ബുദ്ധന്റെ ജീവിതകാലത്തുതന്നെ പല കാര്യങ്ങളിലും അഭിപ്രായവ്യത്യാസമുണ്ടായി അതിന്റെ പേരിൽ അടി തുടങ്ങി, ബുദ്ധന്റെ പരിനിർവ്വാണം കഴിഞ്ഞ് മാസങ്ങൾക്കുള്ളിൽ തന്നെ പലതായി പിരിഞ്ഞിരുന്നു. ബുദ്ധൻ മരിച്ചതറിഞ്ഞ ഉടനെ സുഭദ്ര എന്നൊരു ഭിക്ഷു ഇനി തോന്നും പോലെ ജീവിക്കാം എന്നാർത്തു വിളിച്ചത്രെ. അത് ഉടനെ അടിച്ചമർത്തിയെങ്കിലും താമസിയാതെ പ്രശ്നങ്ങൾ പുകയാൻ തുടങ്ങി. അങ്ങനെ സംഘം പിളർന്ന്, പാലി ഗ്രന്ഥങ്ങൾ പ്രമാണമായി കരുതിയ യാഥാസ്ഥിക വാദികളായ ന്യൂനപക്ഷം സ്ഥവിരന്മാർ (ഥേരന്മാർ) എന്നും, ഭൂരിപക്ഷം വരുന്നവർ മഹാസാംഘികർ എന്നും രണ്ടായി മാറി. മഹാസാംഘികർ പിന്നീട് എട്ടായും, സ്ഥവിരന്മാർ പത്തായും പിളർന്നു. അങ്ങനെ മൊത്തം പതിനെട്ടു ബുദ്ധവിഭാഗങ്ങൾ ഉണ്ടായിരുന്നത്രെ. ഹ്യയാൻ സാങ്ങ് ഇവിടെ വരുന്ന കാലത്ത് ബുദ്ധമതത്തിൽ ഇങ്ങനെ പതിനെട്ടു വിഭാഗങ്ങളെ കണ്ടതായി സൂചിപ്പിക്കുന്നുണ്ട്.

ഈ വിഭജനങ്ങളിൽ പലതും എന്തെങ്കിലും കഴമ്പുള്ള കാര്യങ്ങളുടെ പേരിലായിരുന്നില്ല. ഉദാഹരണത്തിന് മഹാസാംഘികർ എന്ന വിഭാഗം പുറത്തുപോകേണ്ടി വരുന്നത് വളരെ പരിഹാസ്യമായി തോന്നുന്ന ചില കാര്യങ്ങളുടെ പേരിലായിരുന്നു. മഹാവംശത്തിൽ കാണുന്ന കഥ ഇപ്രകാരമാണ്. ബുദ്ധൻ നിർവ്വാണം പ്രാപിച്ച് ഒരു നൂറ്റാണ്ട് കഴിയുമ്പോഴേക്കും ഭിക്ഷുക്കളുടെ ഇടയിൽ ചില കാര്യങ്ങളിൽ അഭിപ്രായവ്യത്യാസങ്ങൾ ഉണ്ടായി. ഉപ്പ് എത്ര കാലം വേണമെങ്കിലും സൂക്ഷിച്ചു വയ്ക്കാം (ഏഴു ദിവസത്തേക്കുള്ള ഉപ്പ് ശേഖരിച്ചു

വയ്ക്കാൻ മാത്രമാണ് ബുദ്ധൻ അനുവദിച്ചിട്ടുള്ളത്), വൈകുന്നേരം രണ്ട് ഇഞ്ച് നിഴൽ ശേഷിക്കുന്നതു വരെ ഭക്ഷണം കഴിക്കാം (ബുദ്ധൻ ഉച്ചക്ക് ശേഷം ഭക്ഷണം കഴിക്കുന്നത് വിലക്കിയിരുന്നു), മുതിർന്നവർ ചെയ്യുന്നത് അപ്പടി അനുകരിക്കാം (നിരോധിക്കപ്പെട്ട കാര്യം ആര് ചെയ്താലും അവരെ അനുകരിക്കുന്നത് അനുവദനീയമല്ല എന്നാണ് ബുദ്ധന്റെ അധ്യാപനം), കൊഴുപ്പ് നീക്കിയ പാൽ ഉച്ചക്ക് ശേഷം കുടിക്കാം (നേരത്തെയുള്ള നിയമം അനുസരിച്ച് ഭിക്ഷുക്കൾ പാലു കുടിക്കാൻ പാടില്ല), കാഴ്ചയിൽ വെള്ളം പോലെ ഇരിക്കുന്ന താകയാൽ കള്ളു കുടിക്കാം (പുളിപ്പിച്ച എല്ലാ ദ്രാവകങ്ങളും ബുദ്ധൻ നിരോധിച്ചതാണ്), സ്വർണ്ണവും, വെള്ളിയും ഭിക്ഷയായി സ്വീകരിക്കാം, (പണമോ വിലപിടിപ്പുള്ള വസ്തുക്കളോ ഭിക്ഷയായി വാങ്ങാൻ പാടില്ല എന്ന് ബുദ്ധൻ.) തുടങ്ങി പത്തു കാര്യങ്ങളുടെ പേരിലുണ്ടായ അഭിപ്രായ വ്യതാസങ്ങളുടെ പേരിലാണ് രണ്ടാം ബുദ്ധസമ്മേളനം വിളിച്ച കൂട്ടേണ്ടി വരുന്നത്.

ചൂടു പിടിച്ച ചർച്ചകൾക്കു ശേഷം പത്തു കാര്യങ്ങളും നിയമവിരുദ്ധമായി പ്രഖ്യാപിക്കുകയും പിളർപ്പുണ്ടാക്കാൻ നോക്കിയ ഭിക്ഷുക്കളെ പതിതരായി പ്രഖ്യാപിക്കുകയും ചെയ്തു. എന്നാൽ ഈ പതിതർ പതിനായിരത്തോളം പേരുണ്ടായിരുന്നു. അവർ കീഴടങ്ങാൻ കൂട്ടാക്കിയില്ല. അവരാണ് മഹാസാംഘികർ (വലിയ സംഘം). ഇങ്ങനെ പല കാര്യങ്ങൾക്ക് തർക്കിച്ച് ബുദ്ധൻ നിർവ്വാണം പ്രാപിച്ച് ഇരുന്നൂറു കൊല്ലങ്ങൾക്കുള്ളിൽ പതിനെട്ടോളം ബുദ്ധമത വിഭാഗങ്ങൾ ഉണ്ടായതായി മഹാവംശം പറയുന്നു. അശോക ചക്രവർത്തി തന്നെ ഈ ഭിക്ഷുക്കളോട് പരസ്പരം വഴക്കടിക്കാതിരിക്കാൻ ആവശ്യപ്പെടുന്ന ശിലാശാസനമുണ്ട്. അശോകന്റെ നേതൃത്വത്തിൽ നടന്ന മൂന്നാം ബുദ്ധമത സമ്മേളനത്തിൽ ഏട്ടു വിമത ആശയങ്ങൾ പ്രകടിപ്പിച്ച അറുപതിനായിരത്തോളം പേരെ അവരുടെ മഞ്ഞ വസ്ത്രം ഊരിവാങ്ങി, പകരം വെള്ള വസ്ത്രം കൊടുത്തു പുറത്താക്കി. ഇതിനു ശേഷമാണ് അശോകൻ നാലുപാടും ബുദ്ധമത പ്രചാരകരെ അയക്കുന്നത്.[1]

ബുദ്ധമതത്തെക്കുറിച്ചുള്ള വലിയൊരു തെറ്റിദ്ധാരണ ഒറിജിനൽ ബുദ്ധമതം (ഥേരാവാദ) വളരെ മികച്ചതാണെന്നും മഹായാന പോലുള്ളവ പിന്നീടു വന്ന ദുഷിപ്പുകളാണ് എന്നതുമാണ്. സത്യത്തിൽ മുകളിൽ കണ്ടപോലെ അർത്ഥമില്ലാത്ത നിയമങ്ങൾ പാലിക്കുന്നതിൽ കടുംപിടുത്തം പുലർത്തുന്ന ഒന്നാണ് ഥേരാവാദ. ബുദ്ധൻ പരിനിർവ്വാണ സമയത്ത് വിനയയിലെ അപ്രധാന നിയമങ്ങൾ വേണമെങ്കിൽ റദ്ദാക്കാവുന്നതാണ് എന്നു പറഞ്ഞതാണ്. പക്ഷേ ആ സമയം ദുഃഖ പരവശനായിരുന്ന ആനന്ദൻ ഏതൊക്കെയാണ്

അപ്രധാന നിയമങ്ങൾ എന്നു ചോദിക്കാൻ വിട്ടു പോയത്രെ. ബുദ്ധന്റെ കൂടെ വർഷങ്ങളോളം ജീവിച്ച ശിഷ്യൻമാർക്കു പോലും പ്രധാന നിയമങ്ങളേത്, അപ്രധാന നിയമങ്ങളേത് എന്നു തിരിച്ചറിയാനായില്ല എന്നു പറയുമ്പോൾ ആ ശിഷ്യൻമാരെക്കുറിച്ച് ഏതാണ്ടൊരു രൂപം കിട്ടും. എന്തായാലും അവർ ബുദ്ധൻ പറഞ്ഞതും, ചെയ്തതുമെല്ലാം അതേപടി അക്ഷരാർത്ഥത്തിൽ തന്നെ പാലിക്കാൻ തീരുമാനിച്ചു. അതായത് ഥേരാവാദ ശരിക്കും കൂടുതൽ പ്രാകൃതമാണ്.

ജീവൻ പോയാലും ബുദ്ധൻ പറഞ്ഞ വിനയ നിയമങ്ങൾ അക്ഷരാർഥത്തിൽ പാലിക്കുക എന്നതാണ് ഥേരാവാദയിൽ പ്രധാനം. ഉദാഹരണത്തിന് വിനയയിലെ ഒരു കമന്ററിയിൽ ഒരു കഥ പറയുന്നുണ്ട്. ഒരു ഭിക്ഷുണി പുഴയിൽ വീണു. അവരെ ഒരു മുതല പിടികൂടി. കണ്ടു നിൽക്കുന്ന ഒരാൾ അവരെ രക്ഷിക്കാൻ കൈ നീട്ടിയെങ്കിലും അവർ സഹായം സ്വീകരിക്കാൻ തയ്യാറായില്ല. കാരണം ഒരു ഭിക്ഷുണി ഒരു അന്യപുരുഷനെ സ്പർശിക്കാൻ പാടില്ല എന്നാണ് വിനയയിലെ നിയമം. മുതലയ്ക്ക് ആഹാരമായ ഭിക്ഷുണിയെ ഒരു മാതൃകാ ഭിക്ഷുണിയായാണ് ഥേരാവാദ കണക്കാക്കുന്നത്. ഥേരാവാദ പാരമ്പര്യത്തിലെ ഒരു പ്രധാനിയായ ബുദ്ധഘോഷൻ സ്വന്തം അമ്മ തന്നെ നദിയിൽ വീണാലും സ്പർശനം ഉണ്ടാകുമെങ്കിൽ ഒരു കാരണവശാലും രക്ഷപ്പെടുത്താൻ പാടില്ല എന്നാണ് പറയുന്നത്. അതുപോലെ ഒരു ഭിക്ഷു വലിയൊരു കുഴിയിൽ വീണാൽ ഒരു കാരണവശാലും അയാൾ മണ്ണുമാറ്റി സ്വയം രക്ഷപ്പെടാൻ ശ്രമിക്കരുത്. കാരണം മണ്ണ് കുഴിക്കുന്നത് ഭിക്ഷുക്കൾക്ക് നിഷിദ്ധമാണ്. (മണ്ണിലുള്ള ജീവികൾക്ക് ഹാനി സംഭവിക്കാം. കൃഷി ചെയ്യാതിരിക്കാൻ അവർ പറയുന്ന ന്യായീകരണം തന്നെ.) സ്വന്തം ജീവൻ പോയാലും അതു തെറ്റിക്കാൻ പാടില്ല. ഭാഗികമായെങ്കിലും ഇതുപോലുള്ള വിവരക്കേടുകൾക്കെതിരെയുള്ള പ്രതിഷേധം എന്ന നിലയിലാണ് മറ്റുള്ളവർ പിരിഞ്ഞു പോകുന്നത്.

ബുദ്ധമതം ക്ഷയിക്കാനുള്ള കാരണങ്ങൾ പലതാണ്. ബുദ്ധമതം കുറേ പണക്കാരായ കച്ചവടക്കാരുടെയും, രാജാക്കന്മാരുടെയും സഹായം കൊണ്ട് നിലനിന്ന മതമാണ്. സാമാന്യ ജനത്തിന് അതിൽ വലിയ പങ്കൊന്നും ഉണ്ടായിരുന്നില്ല. നമ്മുടെ ബുദ്ധിജീവികൾ സങ്കൽപ്പിക്കുന്നപോലെ അധഃസ്ഥിതരുടേയും, കീഴാളരുടേയും മതമൊന്നുമായിരുന്നില്ല അത്. അവർക്ക് മനസ്സിലാക്കാൻ എളുപ്പമുള്ള ആശയങ്ങളുമായിരുന്നില്ല പലതും. ബുദ്ധൻ പോലും തന്റെ അധ്യാപനം പണ്ഡിതർക്കു മാത്രം മനസ്സിലാകുന്നതാണ് എന്നാണ് കരുതിയിരുന്നത് എന്ന് നേരത്തെ സൂചിപ്പിച്ചിരുന്നു.[2] [3]

ഉദാഹരണത്തിന് ബുദ്ധ മതത്തിന്റെ കേന്ദ്ര സങ്കൽപ്പമായ, ആത്മാവില്ലാതെ പുനർജ്ജന്മം എന്ന സങ്കല്പം നോക്കുക. പുനർജ്ജന്മ വിശ്വാസം ബ്രാഹ്മണ മതത്തിന്റെയും, ബുദ്ധമതത്തിന്റെയും അടിസ്ഥാന വിശ്വാസമാണ്. (ഒരു പക്ഷേ ലോകത്തിലെ ഏറ്റവും പഴയ എല്ലാ മതങ്ങളുടെയും.) രണ്ടു മതങ്ങളുടെയും ലക്ഷ്യം ഈ പുനർജന്മത്തിൽ നിന്ന് രക്ഷപ്പെടുക എന്നതാണ്. ബ്രാഹ്മണ മതം അതിനെ മോക്ഷം എന്ന് വിളിക്കും. ബുദ്ധമതം നിർവ്വാണം എന്നും. ഏക വ്യത്യാസം ബുദ്ധമതത്തിൽ ആത്മാവ് എന്ന സങ്കല്പം ഇല്ലാത്തതുകൊണ്ട് പുനർജ്ജന്മവും അതിൽ നിന്നുള്ള മോചനമായ നിർവ്വാണവും നേടാനുള്ള രീതി ബ്രാഹ്മണ മതത്തിൽ മോക്ഷം നേടുന്ന പോലെയല്ല എന്നു മാത്രം.

ബുദ്ധിസത്തിന്റെ അടിസ്ഥാന പ്രമാണമായ ആത്മാവില്ലാതെയുള്ള പുനർജന്മവും, സ്വർഗ്ഗ നരകവാസവുമൊന്നും എനിക്കും മനസ്സിലായിട്ടില്ല. വളരെ മിനക്കെട്ട് മിലിന്ദ പ്രശ്ന വായിച്ചപ്പോൾ എനിക്ക് മനസ്സിലായത് ഇങ്ങനെയാണ്. ഒരു ഉദാഹരണത്തിലൂടെ വ്യക്തമാക്കാം. നമ്മുടെ കർമ്മഫലങ്ങൾ എഴുതിയ ഒരു ഫയൽ ഉണ്ടെന്നു കരുതുക. കർമങ്ങൾ രേഖപ്പെടുത്തിയ കടലാസുകൾ നമ്മുടെ ആത്മാവും, അത് സൂക്ഷിച്ചിരിക്കുന്ന ഫയൽ നമ്മുടെ ശരീരവുമാണ് എന്ന് സങ്കൽപ്പിക്കുക. മരണം എന്നാൽ കടലാസുകൾ ഫയൽ ഉപേക്ഷിക്കുന്നു, പുനർജ്ജന്മം എന്നാൽ ഈ കടലാസുകൾ പുതിയൊരു ഫയലിൽ സൂക്ഷിക്കപ്പെടുന്നു. ഇതാണ് നമ്മൾ സാധാരണ മനസ്സിലാക്കുന്ന ആത്മാവ്/പുനർജ്ജന്മം കോൺസെപ്റ്റ്. എന്നാൽ ബുദ്ധമതത്തിൽ ഇങ്ങനെ ഒരു കടലാസ് /ഫയൽ ഇല്ല. ഇവിടെ കടലാസിൽ രേഖപ്പെടുത്തിയ വിവരത്തിനു പകരം കർമ്മഫലം രേഖപ്പെടുത്തിയ ഒരു ഡിജിറ്റൽ ഫയലാണ് ഉള്ളത്. അത് ഒരിടത്തു നിന്നും, ഉദാഹരണത്തിന് ഒരു പെൻഡ്രൈവിൽനിന്നു മറ്റൊന്നിലേക്ക് കട്ട് & പേസ്റ്റ് ചെയ്യുന്നു. വിവരങ്ങൾ മാത്രമാണ് മാറ്റപ്പെടുന്നത്. അതെഴുതിയ കടലാസോ, അല്ലെങ്കിൽ മാധ്യമമോ മാറ്റപ്പെടുന്നില്ല. വല്ലതും മനസ്സിലായോ? ഇങ്ങനെ വിശദീകരിക്കാനേ എനിക്ക് അറിയൂ. വെറും ഇൻഫർമേഷൻ എങ്ങിനെ പുനർജനിക്കുന്നു, നരകശിക്ഷ അനുഭവിക്കുന്നു എന്ന് എനിക്കും വ്യക്തമല്ല.

ബുദ്ധനൊഴിച്ച് അദ്ദേഹത്തിന്റെ അടുത്ത ശിഷ്യർക്കു പോലും ആത്മാവില്ലാതെ പുനർജ്ജന്മം എന്ന ഈ സങ്കല്പം ശരിക്ക് മനസ്സിലായിട്ടില്ല എന്നു കാണാം. ബുദ്ധൻ നേരിട്ട് പഠിപ്പിച്ചവർ പോലും ആ ആശയം തെറ്റിദ്ധരിച്ചു. അവർ പോലും അനശ്വരമായ ആത്മാവ് എന്നൊന്ന് ഉണ്ട് എന്നാണു മനസ്സിലാക്കിയത്. ഒരിക്കൽ ഒരു

മുക്കവന്റെ മകനായ സതി എന്ന ഭിക്ഷു അനശ്വരമായ ഒരു ആത്മാവ് ഉണ്ട് എന്നർത്ഥം വരുന്ന രീതിയിൽ പഠിപ്പിച്ചു എന്നറിഞ്ഞ ബുദ്ധൻ കോപിച്ചു.(4) പൂർവ്വാശ്രമത്തിൽ കഴുകനെ കൊല്ലുന്ന ജോലി ചെയ്തിരുന്ന ആരിത എന്ന ഭിക്ഷുവിനെയും തെറ്റായ കാര്യങ്ങൾ പഠിപ്പിച്ചു എന്ന കാരണത്താൽ ബുദ്ധൻ വിഡ്ഢി എന്നു വിളിച്ചു ശകാരിക്കുന്നുണ്ട്.(5)

ഇതുപോലെ വേറെയും സംഭവങ്ങളുണ്ട്. ഇപ്രകാരം ബുദ്ധതത്വങ്ങൾ തെറ്റായി മനസ്സിലാക്കിയത് ശകാരം കിട്ടുന്ന എല്ലാവരും സമൂഹത്തിലെ താഴെതട്ടിലുള്ളവരായിരുന്നു എന്നതും ശ്രദ്ധേയമാണ്. അവരുടെ വിദ്യാഭ്യാസക്കുറവായിരിക്കാം ഒരുപക്ഷേ കാരണം. ബുദ്ധന്റെ കാലം കഴിഞ്ഞ് അശോകന്റെ കാലം വരെ അത് മിക്കവാറും അവഗണിക്കപ്പെട്ടു കിടന്നു. പിന്നെ അശോകന്റെ പരിശ്രമ ഫലമായി അത് ഇന്ത്യക്കകത്തും പുറത്തും വെന്നിക്കൊടി പാറിച്ചു. പിന്നെ വീണ്ടും കുറേ കാലം ഉണങ്ങിപ്പോയി. ഗ്രീക്ക് രാജാവായ മിനാൻഡറുടെ കാലത്ത് (BC160-150) വീണ്ടും പുഷ്ടിപ്പെട്ടു. വീണ്ടും തളർന്നു, പിന്നെ കനിഷ്കന്റെ കാലത്ത് പുഷ്ടിപ്പെട്ടു. ഒരു രണ്ടാം അശോകനായിരുന്നു കനിഷ്കൻ എന്നു പറയാം. എങ്കിലും ഒരു അവിയൽ പരുവമായിരുന്നു കനിഷ്കന്റെ ബുദ്ധമതം. കനിഷ്കന്റെ കാലത്തെ നാണയങ്ങളിൽ ഗ്രീക്ക്, പേർഷ്യൻ, ഇന്ത്യൻ ദൈവങ്ങളെയൊക്കെ കാണാം. ബുദ്ധമതം അദ്ദേഹത്തിന്റെ വിശ്വാസങ്ങളിൽ ഒന്നു മാത്രമായിരുന്നു.(6) അദ്ദേഹം മഹായാന ബുദ്ധമതത്തെയായിരുന്നു പ്രോത്സാഹിപ്പിച്ചത്.

പിന്നീട് ഗുപ്തന്മാരുടെ കാലം വരെ ബുദ്ധമതം വീണ്ടും ക്ഷീണിച്ചു. ഗുപ്തന്മാർ ഹിന്ദുമത സംരക്ഷകരായാണ് അറിയപ്പെടുന്നതെങ്കിലും ബുദ്ധമതത്തേയും കാര്യമായി സഹായിച്ചിരുന്നു.(അജന്തയിലെ ചിത്രങ്ങൾ, നളന്ദ സർവ്വകലാശാല ഒക്കെ ഗുപ്തകാലത്താണ്) പിന്നീട് ഹർഷന്റെ കാലത്ത് (ACE 606-647) വീണ്ടും ഉയർച്ച. ഹർഷന്റെ ബുദ്ധഭക്തിയെപ്പറ്റി രസകരമായ ഒരു കാര്യം ഹ്യയാങ്ങ് സാങ്ങ് രേഖപ്പെടുത്തുന്നുണ്ട്. ഹ്യയാൻസാങ്ങുമായി തർക്കിക്കാൻ വന്ന മറ്റു വിശ്വാസികളെ അദ്ദേഹം ഭീഷണിപ്പെടുത്തി ഓടിച്ച് അദ്ദേഹത്തെ സഹായിച്ചു.(7)

ഹർഷനും ഒരു അവിയൽ ബുദ്ധമതക്കാരനായിരുന്നു. അദ്ദേഹം ബുദ്ധനോടൊപ്പം ശിവനെയും, സൂര്യനെയും ആരാധിച്ചിരുന്നു. അപ്പോഴേക്കും ബുദ്ധമാർഗ്ഗത്തിന്റെ തനിമ പൂർണ്ണമായും നഷ്ടപ്പെട്ടുകഴിഞ്ഞിരുന്നു. അതിൽ അത്ഭുതമില്ല താനും. അതിൽ മറ്റു സംസ്കാരങ്ങൾ കലർന്നതും, ബുദ്ധന്റെ ആശയങ്ങൾ ശരിയായി മനസ്സിലാക്കുന്നതിൽ

ഉണ്ടായ ബുദ്ധിമുട്ടും പ്രശ്നമായി. ബുദ്ധന്റെ ആശയങ്ങൾ ബുദ്ധന്റെ നേരിട്ടുള്ള ശിഷ്യന്മാർക്ക പോലും മനസ്സിലാക്കാനും, വിശദീകരിച്ചു കൊടുക്കാനും പറ്റീട്ടില്ല. അപ്പോൾ പിന്നെ നൂറുകണക്കിന് വർഷങ്ങൾക്ക ശേഷം വരുന്ന ശിഷ്യൻമാരുടെ, ശിഷ്യൻമാരുടെ, ശിഷ്യൻമാരുടെ കാര്യം പറയണോ?ഏ.ഡി എഴാം നൂറ്റാണ്ടോടു കൂടി മഹായാന ശാഖയിൽനിന്ന് താന്ത്രിക ബുദ്ധമതം (വജ്രയാനം) ഉണ്ടാകുന്നു. മന്ത്ര തന്ത്രങ്ങളോടു കൂടിയ ഈ ബുദ്ധമതവും, അക്കാലത്ത് ഉയർന്നു വരുന്ന ശൈവമതവും തമ്മിൽ കാര്യമായ വ്യത്യാസമൊന്നുമില്ലാതായി.

മഹായാനക്കാർ അപ്പോഴേക്കും വൈഷ്ണവരുടെ അവതാരം (ദൈവങ്ങൾ ആവശ്യാനുസരണം എടുക്കുന്ന മനുഷ്യ രൂപം) എന്ന ആശയം കടമെടുത്തിരുന്നു. ഒരു വ്യത്യാസമുള്ളത്, ഹിന്ദുക്കളിൽ സൃഷ്ടികാരൻ തന്നെയാണ് അവതാരമെടുക്കുന്നതെങ്കിൽ, ബുദ്ധമതത്തിൽ സൃഷ്ടിയൊക്കെ കർമ്മ സിദ്ധാന്തം അനുസരിച്ചു താനേ നടക്കും. ബുദ്ധന്റെ അവതാരങ്ങൾക്ക് ഭക്തർക്ക് അനുഗ്രഹം ചൊരിയാനുള്ള ശക്തി മാത്രമേ ഉള്ളൂ. എന്നാൽ ഭക്തനെ സംബന്ധിച്ചാണെങ്കിൽ ഇവ തമ്മിൽ പ്രായോഗികമായി വ്യത്യാസമൊന്നുമില്ല. ക്ഷേത്ര നിർമ്മാണം തുടങ്ങിവച്ച ബുദ്ധമതക്കാർ (അനേകം കൈകളുള്ള ദൈവങ്ങൾ ബുദ്ധമതത്തിന്റെ തനതു സംഭാവനയാണ്. ഹിന്ദുമതം അതൊക്കെ സ്വീകരിക്കുന്നത് പിന്നീടാണ്.) വൈരോചന, അക്ഷോഭ്യ, അമിതാഭ,അമോഘസിദ്ധി എന്നിങ്ങനെ ബുദ്ധന്റെ വ്യത്യസ്ത പ്രാർഥനാരൂപങ്ങൾ നിർമ്മിച്ചെടുത്തു. ചന്ദ്രഗുപ്തന്റെ കാലത്ത് വൈഷ്ണവിസവും ബുദ്ധമതത്തിൽ കലർന്നു. ബുദ്ധൻ തന്നെ വിഷ്ണുവിന്റെ ഒരു അവതാരമായി. ആ കാലത്തെ ഗീതാഗോവിന്ദത്തിൽ ബുദ്ധൻ കൃഷ്ണന്റെ അവതാരമാണ്.[8]

അങ്ങനെ ഭക്തി മാർഗ്ഗമാണെങ്കിലും ഹിന്ദു മതവും, അപ്പോൾ നിലവിലുള്ള ബുദ്ധമതവും തമ്മിൽ കാര്യമായ വ്യത്യാസമൊന്നുമില്ലാതായി. ദൈവങ്ങൾ മിക്കവാറും എല്ലാം ഒന്നു തന്നെ. ചടങ്ങുകളും പ്രാർത്ഥനാ രീതികളും ഒക്കെ ഏറെക്കുറേ ഒന്നുതന്നെ. ഉദാഹരണത്തിന് ഗണപതി വിനായകൻ എന്ന പേരിൽ ബുദ്ധിസത്തിലും ദൈവമാണ്. നൃത്തഗണപതി എന്ന ദൈവം ഹിന്ദു മതത്തിലും ബുദ്ധമതത്തിലും ഉണ്ട്. ഒരു ഗണപതി ഭക്തനെ സംബന്ധിച്ചിടത്തോളം ഈ രണ്ടു ഗണപതിയും ഒരുപോലെയാണ്. ഒരു ശരാശരി ഭക്തന് അവലോകിതേശ്വരനും (പദ്മപാണി), വിഷ്ണുവും ഒന്നുതന്നെ.[9]

ഇതോടൊപ്പം തന്നെ ഭിക്ഷുക്കൾ സുഖലോലുപരായിത്തുടങ്ങി എന്നതിന്റെ സൂചനകളുമുണ്ട്. ഭിക്ഷുക്കൾ ഭിക്ഷയെടുക്കുന്നതു നിർത്തി. രാജാവാണ് ഭിക്ഷുക്കളെ തീറ്റിപ്പോറ്റുന്നത് എന്ന് ഫാഹിയാൻ

പറയുന്നുണ്ട്. അതായത് പൊതുജനങ്ങളും, ഭിക്ഷുക്കളും തമ്മിലുള്ള സമ്പർക്കം കുറഞ്ഞു. ബുദ്ധഭിക്ഷുക്കളിൽ ജനങ്ങളുടെ താൽപര്യം കുറഞ്ഞതോടെ പതുക്കെ രാജാക്കന്മാരും അവരെ കൈവിട്ടു തുടങ്ങി. പലപ്പോഴായി സംഘത്തിന്റെ കൈവശം വന്നുചേർന്ന ഭൂമിയൊക്കെ രാജാക്കന്മാർ തിരിച്ചു പിടിച്ചു.(10)

ജൈന മതത്തിൽ നിന്നു വ്യത്യസ്തമായി ബുദ്ധമതത്തിൽ സാധാരണ ഭക്തന് (ഉപാസകന്) വലിയ റോളൊന്നും ഇല്ല. ഭിക്ഷുക്കളെ അതായത് സംഘത്തെ അമിതമായി ലാളിക്കുക മാത്രമാണ് അവരുടെ ഉത്തരവാദിത്വം. അതായത് സംഘത്തെ ശരണം പ്രാപിക്കുക. ഭിക്ഷുക്കൾക്ക് ദാനം കൊടുത്താൽ അടുത്ത ജന്മത്തിന്റെ കാര്യങ്ങളൊക്കെ അവർ നോക്കിക്കൊള്ളും. ഭിക്ഷുക്കളെ തീറ്റിപ്പോറ്റിക്കൊണ്ടിരിക്കുക മാത്രമേ ഭക്തർ ചെയ്യേണ്ടതുള്ളൂ. ഹിന്ദുക്കൾ ബ്രാഹ്മണരെ ലാളിക്കുമ്പോൾ, ഇവർ ഭിക്ഷുക്കളെ ലാളിക്കുന്നു. അതു മാത്രമാണ് വ്യത്യാസം. എന്നാൽ ഇവർക്കൊക്കെ ജനന, മരണ, വിവാഹ ആചാരങ്ങളൊക്കെ അനുഷ്ഠിക്കാൻ പരമ്പരാഗത പൂജാരിമാരായ ബ്രാഹ്മണരെ തന്നെ ആശ്രയിക്കുകയും വേണം. സ്വാഭാവികമായും ഒരേ സമയം ഭിക്ഷുക്കളെയും, ബ്രാഹ്മണരെയും പൂജിച്ചു കൊണ്ടു നടക്കുന്നതിനു പകരം എല്ലാറ്റിനും ബ്രാഹ്മണർ തന്നെ മതി എന്നായി.

ഇങ്ങനെ സാവധാനമാണ് ബുദ്ധമതം അപ്രത്യക്ഷമാകുന്നത്. ഹിന്ദു രാജാക്കൻമാർ ബുദ്ധ വിശ്വാസികളെ പീഡിപ്പിച്ചു എന്നതിൽ കുറച്ചൊക്കെ സത്യമുണ്ടാകാമെങ്കിലും, അതൊക്കെ താരതമ്യേനെ അപൂർവ്വവും, ബുദ്ധമതത്തിന്റെ ക്ഷയത്തിൽ തീരെ ചെറിയ പങ്കു മാത്രം വഹിച്ചതുമായ സംഭവങ്ങളാണ്. ബുദ്ധമതം അതിന്റെ ജനനത്തിൽ തന്നെ തോൽക്കാൻ വിധിക്കപ്പെട്ട ഒന്നായിരുന്നു. മനസ്സിലാക്കാൻ പ്രയാസമുള്ള "ആത്മാവില്ലാത്ത പുനർജ്ജന്മം" എന്ന ആശയമാണ് ബുദ്ധമതത്തെ തകർത്തത് എന്നുപോലും പറയാം. ഹിന്ദുമതവുമായി ഉള്ള ഏക വ്യതാസം അതായിരുന്നു. രണ്ടിന്റെയും ലക്ഷ്യമായ മോക്ഷവും, നിർവ്വാണവും അടിസ്ഥാനപരമായി ഒന്നുതന്നെ. രണ്ടിടത്തും പുനർജ്ജന്മം ഉണ്ടെങ്കിലും ഹിന്ദുമതത്തിൽ പുനർജ്ജനിക്കാൻ ഒരു ആത്മാവുണ്ട്. ഇവിടെ അതില്ല. പിന്നെ എന്താണ് പുനർജ്ജനിക്കുന്നത് എന്ന് ഫലപ്രദമായി വിശദീകരിച്ചു കൊടുക്കാനും പറ്റുന്നില്ല. ബുദ്ധൻ നേരിട്ടു പഠിപ്പിച്ച ശിഷ്യൻമാർക്കു പോലും വ്യക്തമായി മനസ്സിലാകാത്തതും മറ്റൊരാൾക്ക് വിശ്വസനീയമായി പറഞ്ഞു കൊടുക്കാനും പറ്റാത്ത ഈ അടിസ്ഥാന പ്രമാണം പിന്നെങ്ങനെ പിടിച്ചു നിൽക്കാനാണ്? ഇതുമായി താരതമ്യം

ചെയ്യുമ്പോൾ ശങ്കരന്റെ അദ്വൈതം മനസ്സിലാക്കാൻ വളരെ നിസ്സാര മാണ്. ഇങ്ങനെ ഒട്ടും ആശയ വ്യക്തതയില്ലാതെയും, രാജാക്കൻമാരു ടെയും, പ്രമാണിമാരുടെയും സഹായമില്ലാതെയും ഉണങ്ങി നിൽക്കു ന്ന ഒരു ബുദ്ധമതത്തെയാണ് അദ്വൈത വാദിയായ ശങ്കരാചാര്യർ എതിരിടുന്നത്. ബുദ്ധിസ്റ്റ് താത്വികാചാര്യന്മാർ തർക്കങ്ങളിൽ തോറ്റു തുന്നം പാടിയതിൽ അത്ഭുതമില്ല.

ഹിന്ദുമതം ബുദ്ധമതത്തെ കീഴ്പ്പെടുത്തി എന്നു പറയുന്ന നമ്മുടെ ചരിത്രകാരന്മാർ പോലും പരിഗണിക്കാതെ വിടുന്ന വേറൊരു കാര്യമു ണ്ട്. ശങ്കരാചാര്യർ കീഴ്പ്പെടുത്തി എന്ന് പറയപ്പെടുന്ന ആ ബുദ്ധമതം ഗൌതമ ബുദ്ധൻ ഉപദേശിച്ച ബുദ്ധമതമല്ല. അതുമായി വിദൂരമായ എന്തോ സാമ്യം മാത്രം ബാക്കിയുള്ള ഒന്നാണ്. ഈ ബുദ്ധമതത്തിന് ഒറിജിനൽ ബുദ്ധമതത്തേക്കാൾ അടുപ്പം ഹിന്ദുമതത്തോടാണ്. ശങ്ക രന്റെ കാലത്തുള്ള ബുദ്ധമതത്തെ ബുദ്ധമതം എന്ന് വിളിക്കുന്നത് മോഡേൺ മെഡിസിനെ അലോപ്പതി എന്നു വിളിക്കുന്നതുപോ ലെയാണ്. ഒന്നിന്റെ തുടർച്ചയാണ് മറ്റേത്, രണ്ടും ഒന്നാണ് എന്ന് വ്യാപകമായി കരുതപ്പെടുന്നുണ്ടെങ്കിലും, രണ്ടും തമ്മിൽ കാര്യമായ സാമ്യമൊന്നുമില്ല. ചർച്ചകളിൽ നമ്മുടെ ചരിത്രകാരന്മാർ ഈ വ്യത്യാസം അവഗണിക്കുന്നത് സംശയാസ്പദമാണ്.

ശങ്കരദിഗ്വിജയം പോലുള്ള കൃതികളിൽ ശങ്കരാചാര്യരോടു തർക്കത്തിൽ തോറ്റ ബുദ്ധഭിക്ഷുക്കളെ തലവെട്ടിക്കൊന്നു, അവരെ തീയിലിട്ടു, നദിയിൽ കെട്ടിത്താഴ്ത്തി, അവരെ ആത്മഹത്യ ചെയ്യി പ്പിച്ചു എന്നൊക്കെയുള്ള പ്രസ്താവനകൾ നമ്മുടെ ബുദ്ധിജീവികളുടെ ഒരു സ്ഥിരം വിലാപമാണല്ലോ. എന്നാൽ അത്തരം തല വെട്ടലും, തീയിൽ ചാടിക്കലും മറ്റും വാച്യാർത്ഥത്തിൽ എടുക്കേണ്ടതല്ല എന്നു കരുതാൻ ന്യായങ്ങളുണ്ട്.

ബൗദ്ധ സാഹിത്യത്തിൽ സ്ഥിരം കാണുന്ന ഒരു പ്രയോഗമാണ് എതിരാളിയുടെ തല പൊട്ടിത്തെറിക്കൽ. അംബത്ത സുത്തയിൽ ബുദ്ധൻ തന്നെ തല പൊട്ടിത്തെറിക്കുമെന്ന് ഭീഷണിപ്പെടുത്തുന്നത് കണ്ടതാണല്ലോ. ഇത്തരം പ്രയോഗങ്ങൾ ബൗദ്ധ സാഹിത്യത്തിൽ പലയിടത്തും കാണാം. ഉദാഹരണത്തിന്, ചന്ദ്രനെ വിഴുങ്ങുന്ന രാഹുവിന്റെ കഥയുടെ ബുദ്ധിസ്റ്റ് വേർഷനിൽ ബുദ്ധന്റെ ആവശ്യപ്ര കാരം ചന്ദ്രനെ വെറുതെ വിടുന്ന രാഹു പറയുന്നത് ഇങ്ങനെയാണ്. “If I had not released Candima my head would have split into seven pieces. While yet I live, I should have had no happiness. (Therefore I released Candima).” തല പൊട്ടിത്തെറിക്കൽ ശരിക്കു ള്ള മരണത്തെ സൂചിപ്പിക്കുന്നതല്ല. ബൃഹദാരണ്യക ഉപനിഷത്തിലും

സമാനമായ ഭീഷണിപ്രയോഗം കാണാം. യാജ്ഞവൽക്യന്റെ ചോദ്യത്തിന് ഉത്തരം പറയാത്ത ഒരു ബ്രാഹ്മണന്റെ തല തെറിച്ചു പോകുന്നതായി പറയുന്നുണ്ട്.[11]

മറ്റൊരു സ്ഥിരം പ്രയോഗമാണ് എതിരാളി ചോര ഛർദ്ദിച്ചു എന്നത്. ഇതും നമ്മൾ പല തവണ കണ്ടതാണ്. ശിഷ്യൻമാരെയെല്ലാം ബുദ്ധൻ കൊണ്ടുപോയപ്പോൾ സഞ്ജയൻ എന്ന ഗുരുവും, ബുദ്ധനിൽ നിന്നു പിടിച്ചെടുത്ത ശിഷ്യൻമാർ മിക്കവാറും എല്ലാവരും വീണ്ടും ബുദ്ധന്റെ അടുത്തേക്കു തന്നെ പോയപ്പോൾ ദേവദത്തനുമൊക്കെ ഇങ്ങനെ ചോര ഛർദ്ദിച്ചതായി പറയുന്നുണ്ട്. ഉപാലി എന്നൊരു ഗൃഹസ്ഥനായ കടുത്ത ജൈന വിശ്വാസി ബുദ്ധപക്ഷത്തേക്ക് കൂറു മാറിയപ്പോൾ സാക്ഷാൽ മഹാവീരൻ പോലും ചോര ഛർദ്ദിച്ചു എന്നാണ് മജ്ജിമ നിഖായയിലെ ഉപാലി സുത്തയിൽ പറയുന്നത്.[12]

അതുപോലെ മറ്റൊരു പ്രയോഗമാണ് നദിയിൽ മുങ്ങിച്ചാകൽ (ബുദ്ധനോടു തർക്കത്തിൽ പരാജയപ്പെട്ട പൂർണ്ണ കാശ്യപന് ഇങ്ങനെ സംഭവിച്ചതായി പറയുന്നു), ഭൂമി പിളർന്നു അപ്രത്യക്ഷമാകൽ (ദേവദത്തൻ ഇങ്ങനെ ഭൂമി പിളർന്ന് അപ്രത്യക്ഷനായ ഒരാളാണ്) തുടങ്ങിയ വയലന്റ് പ്രയോഗങ്ങളൊക്കെ എതിരാളികളുടെ തോൽവി സൂചിപ്പിക്കാൻ ബൗദ്ധ സാഹിത്യത്തിൽ ഉടനീളം കാണാം.

ഇവരൊന്നും ഉടനെ മരിച്ചു പോയി എന്നൊന്നും അർത്ഥമില്ല. തോൽവിയുടെ നാണക്കേടു കൊണ്ട് മരിച്ചപോലെയായി എന്നേ അർത്ഥം എടുക്കേണ്ടതുള്ളൂ. കടുത്ത തോൽവിയിൽ നിന്നുണ്ടാകുന്ന, മാനസികമായ മരണമായിരിക്കാം ഉദ്ദേശിക്കുന്നത്. ഇതുപോലെ മറ്റു പ്രാചീന കൃതികളിലും കാണുന്ന, ഉദാഹരണത്തിന് വിക്രമാദിത്യൻ കഥകളിൽ വേതാളം ഓരോ കഥയുടെ അവസാനവും ഭീഷണിപ്പെടുത്തുന്ന തല പൊട്ടിത്തെറിക്കലും ഒരു പക്ഷേ ഇതുപോലെ തോൽവിയിൽ നിന്നുണ്ടാകുന്ന മാനസികമായ മരണം എന്നായിരിക്കാം അർത്ഥമാക്കുന്നത്.

ഇനി അതല്ല ആ പാവം ബുദ്ധ ഭിക്ഷുക്കളോടു ചെയ്തത് അക്ഷരാർത്ഥത്തിൽ എടുക്കണമെങ്കിൽ, അഹിംസാവാദികളായ ബുദ്ധനും കൂട്ടരും അവരുടെ എതിരാളികളോടു ചെയ്തതും നമുക്ക് അക്ഷരാർത്ഥത്തിൽ തന്നെ എടുക്കേണ്ടി വരും. അവരും എതിരാളികളുടെ തല വെട്ടി, അവരെ ആത്മഹത്യ ചെയ്യിച്ചു എന്നൊക്കെ വിശ്വസിക്കേണ്ടി വരും. പറ്റുമോ? തോറ്റവർ കൂട്ടമായി വിജയിക്ക് ശിഷ്യപ്പെടുക എന്നതായിരുന്നു അന്നത്തെ പതിവ്. പഴയ ഗുരുവിന്റെ മഠങ്ങളും, സ്വത്തുവകകളും മറ്റും അങ്ങനെ പുതിയ ഗുരുവിന്റെ കീഴിൽ വരും. (രാഷ്ട്രീയ പാർട്ടികൾ പിളരുമ്പോൾ ചില പാർട്ടി സ്വത്തുക്കൾ അവർ

കൊണ്ടുപോകുന്ന പോലെ.) ബുദ്ധവിഹാരങ്ങൾ മറ്റുള്ളവർ "പിടിച്ചടക്കിയ" കഥ കേൾക്കുമ്പോൾ ഇതും ആലോചിക്കുക.

ഹ്യയാൻ സാങ്ങ് അദ്ദേഹത്തിന്റെ യാത്രാകുറിപ്പുകളിൽ ഇവിടെയുണ്ടായിരുന്ന ബുദ്ധമത പണ്ഡിതരെക്കുറിച്ച് പറയുന്നുണ്ട്. മികച്ച അറിവുള്ളവരെ ബഹുമാനിക്കുന്നതോടൊപ്പം തർക്കങ്ങളിൽ പരാജയപ്പെടുന്നവരെ മുഖത്ത് വെള്ളയും, ചുവപ്പും ചായം പൂശി പുറത്താക്കും. ഇതൊക്കെ തന്നെയാകും ബുദ്ധമതത്തിനു സംഭവിച്ചിരിക്കുക. സ്വന്തം മതതത്വങ്ങൾ വിശദീകരിക്കാൻ കഴിയാത്ത ഭിക്ഷുക്കളെ തൂക്കിയെടുത്ത് പുറത്തുകളഞ്ഞിരിക്കും.[13]

അല്ലെങ്കിലും സാധാരണ ജനങ്ങൾക്ക് താത്വികത്തിൽ താൽപര്യവും ഉണ്ടായിരുന്നില്ല. ശങ്കരാചാര്യൻ സാധാരണക്കാർക്കായി ഭക്തിമാർഗം കൂടി അവതരിപ്പിച്ചതാണ് ഹിന്ദുമതത്തിന്റെ വിജയം ഉറപ്പാക്കിയത്. (ഭജഗോവിന്ദം മൂഢമതെ...) അങ്ങനെ പണ്ഡിതർക്കായി അദ്വൈത സിദ്ധാന്തവും, സാധാരണക്കാരായ ജനങ്ങൾക്ക് പുരാണ കഥകൾ വഴിയുള്ള ഭക്തിയും (puranic hinduism). ബുദ്ധമതത്തിന്റെ താത്വിക വശം (ആത്മാവില്ലാതെ പുനർജ്ജന്മം) അദ്വൈതവുമായി ഏറ്റുമുട്ടി പരാജയപ്പെട്ടു. ആത്മാവില്ലാത്ത പുനർജ്ജന്മം എന്ന അവർക്കുതന്നെ മനസ്സിലാകാത്ത ഈ സിദ്ധാന്തം ബൗദ്ധർ തന്നെ പതുക്കെ പതുക്കെ ഉപേക്ഷിച്ചു. അങ്ങനെ ബുദ്ധമതവും, പുരാണിക് ഹിന്ദുമതവും തമ്മിൽ ഉള്ള ആ വ്യത്യാസവും ഇല്ലാതായി.

ഹിന്ദുമതത്തിൽ ചേർത്തിട്ടുള്ള പരസ്പര വിരുദ്ധമായ അനേകം കൾട്ടുകൾ തമ്മിൽ ഉള്ളതിനേക്കാൾ കൂടുതൽ സാമ്യം അവകൾക്കും, ബുദ്ധമതത്തിനും തമ്മിൽ ഉണ്ട് എന്നതാണ് സത്യം. ബ്രാഹ്മണമതത്തിന്റെ തുടർച്ചയാണ് ഹിന്ദു മതം എന്നു പറയുന്നുണ്ടെങ്കിലും ബ്രാഹ്മണ മതത്തിന്റെ അംശങ്ങൾ ഹിന്ദുമതത്തേക്കാൾ കൂടുതൽ ഉള്ളത് ബുദ്ധമതത്തിലാണ്. ബ്രാഹ്മണമതത്തിലും ഹിന്ദു മതത്തിലും പുരോഹിതർ ഒരേ കൂട്ടരാണ് എന്നതൊഴിച്ചാൽ സത്യത്തിൽ വേറെ കാര്യമായ സാമ്യമൊന്നുമില്ല. വേദങ്ങളിലെ ദൈവങ്ങളെ ബഹുഭൂരിപക്ഷം ഹിന്ദുക്കളും ആരാധിക്കുന്നില്ല. വേദങ്ങളെ തന്നെ ചുമ്മാ പൊക്കിപ്പറയുന്നതല്ലാതെ ആർക്കും വേദങ്ങളെക്കുറിച്ച് കാര്യമായി അറിയുകയുമില്ല. അതിൽ പറയുന്ന ആരാധനാവിധികളും, യാഗങ്ങളും മിക്കവാറും ആരും അനുഷ്ഠിക്കാറുമില്ല. (ഫ്രിറ്റ്സ് സ്റ്റാൾ ഇല്ലായിരുന്നെങ്കിൽ യാഗങ്ങൾ പോയ വഴി കാണില്ല.) ബ്രാഹ്മണ ദൈവങ്ങളായ ഇന്ദ്രനെയും, വരുണനെയും, ബ്രഹ്മാവിനെയുമൊക്കെ ആര് ആരാധിക്കുന്നു?

എന്നാൽ വേദങ്ങളിൽ കാണുന്ന ഈ ദൈവങ്ങളെല്ലാം ബുദ്ധമതത്തിൽ ആരാധിക്കപ്പെടുന്നുണ്ട്. ബൈബിളും ഖുറാനും പോലെയാണ് ഹിന്ദുമതവും, ബുദ്ധമതവും എന്നു പറയാം. ഖുറാനിൽ പറയുന്ന പല കാര്യങ്ങളും വ്യക്തമായി മനസിലാക്കാൻ ബൈബിൾ, വിശേഷിച്ചും പഴയ നിയമം വായിക്കണം എന്ന പോലെ ബുദ്ധമതത്തിലെ പല കഥകളും, വിശ്വാസങ്ങളും മനസിലാക്കാൻ ബ്രാഹ്മണമതം അറിയണം. ശങ്കരൻ തകർത്തു എന്നു പറയപ്പെടുന്ന ബുദ്ധമതത്തിന് "ഹിന്ദുമതത്തിൽ" ഉൾപ്പെട്ടിട്ടുള്ള മറ്റു കൾട്ടുകളിൽ നിന്ന് കാര്യമായ പ്രത്യേകതയൊന്നും സത്യത്തിൽ അവകാശപ്പെടാനില്ലായിരുന്നു. തകർക്കാൻ മാത്രം സവിശേഷമായി അതിൽ ഒന്നും ബാക്കിയുണ്ടായിരുന്നില്ല.

ബുദ്ധമതം ഒരു കാലത്തും ഹിന്ദു മതത്തിൽ നിന്ന് വളരെയൊന്നും വ്യത്യസ്തമായിരുന്നില്ല എന്നതാണ് സത്യം. ഹിന്ദു മതത്തേക്കാൾ മികച്ചതും, അതിൽനിന്ന് വളരെ വ്യതസ്തവുമാണ് ബുദ്ധമതം എന്ന മിത്ത് രാഷ്ട്രീയ ആവശ്യങ്ങൾക്കായി അംബേദ്ക്കറും മറ്റും പ്രചരിപ്പിച്ചതാണ്. മഹാഭാരതത്തിലും, രാമായണത്തിലും കാണുന്ന പല കഥകളും കഥാപാത്രങ്ങളും ബൗദ്ധ സാഹിത്യത്തിൽ, വിശേഷിച്ച് ജാതകകഥകളിൽ വരുന്നത് കണ്ടതാണല്ലോ. ശ്രീകൃഷ്ണന്റെ കംസവധവും മറ്റും ഗത ജാതക (No. 454) എന്ന കഥയിൽ കാണാം. മനുസ്മൃതിയിലും, മഹാഭാരതത്തിലും കാണുന്ന പ്രസിദ്ധമായ "ധർമ്മോ രക്ഷതി രക്ഷിത" സുത്ത നിപാതയിലെ ബ്രാഹ്മണധമ്മിക സുത്തയിലും, തേരാഗാഥയിലെ ധമ്മികയിലും കാണുന്നത് ഞാൻ നേരത്തെ ചൂണ്ടിക്കാട്ടിയിരുന്നു. അതുപോലെ മഹാഭാരതത്തിലും മുണ്ഡകോപനിഷത്തിലും കാണുന്ന പ്രസിദ്ധമായ "അക്രോധേന ജയേത് ക്രോധം അസാധും സാധുനാ ജയേത്, ജയേത് കദര്യം ദാനേന ജയേത് സത്യേന ചാനൃതം" (ഉദ്യോഗപർവം 39:58) എന്ന ആശയം ധർമ്മപദത്തിൽ രണ്ടിടത്തു പ്രത്യക്ഷപ്പെടുന്നുണ്ട്[14] അതുപോലെതന്നെ മറ്റുള്ളവർ തന്നോട് എങ്ങിനെ പെരുമാറണം എന്ന് ആഗ്രഹിക്കുന്നുവോ അതുപോലെ അവരോടു പെരുമാറുക എന്ന ആശയം മഹാഭാരതത്തിൽ ഒന്നിൽ കൂടുതൽ ഇടങ്ങളിൽ വരുന്ന ഒന്നാണ്.[15] [16] "സുവർണ്ണ നിയമം" എന്ന് ലോകമെമ്പാടും അറിയപ്പെടുന്ന ആശയം ബുദ്ധമതത്തിലും പലതവണ ആവർത്തിക്കുന്നത് കാണാം.[17] ധർമ്മപദത്തിലെ പത്താം അധ്യായത്തിലും ഈ ആശയം ആവർത്തിക്കുന്നുണ്ട്.[18] അതുപോലെ ഉദാനവർഗ്ഗയിലെ പ്രിയവർഗ്ഗയിലും ഇതേ ആശയം കാണാം.[19]

"സർവേപി സുഖിനഃ സന്തു
സർവേ സന്തു നിരാമയാഃ

സർവേ ഭദ്രാണി പശ്യന്തു
മാ കശ്ചിത് ദുഃഖഭാക് ഭവേത്"

എന്ന പ്രസിദ്ധമായ ശാന്തിമന്ത്രം അംഗുത്തര നികായയിലെ സംസപ്പാനിയ പര്യായ സുത്തയിൽ കാണാം.[20]

"ലോകാ സമസ്താഃ സുഖിനോ ഭവന്തു" എന്ന ആശയം തന്നെയാണ് ഇത്. (ആ ശ്ലോകത്തിന്റെ പൂർണ്ണ രൂപം ഏതെങ്കിലും ബൗദ്ധ കൃതിയിൽ കാണാൻ സാധ്യതയുണ്ട് എന്നും ഞാൻ നേരത്തെ സൂചിപ്പിച്ചിരുന്നു.) ചുരുക്കത്തിൽ ഹിന്ദുവിന്റേത്എന്നു പറയപ്പെടുന്ന ഗ്രന്ഥങ്ങളിൽ കാണാത്ത ഒരു സുഭാഷിതവും ബുദ്ധൻ പറഞ്ഞിട്ടില്ല. പരസ്പരം മോഷ്ടിച്ചു എന്നതിനേക്കാൾ അക്കാലത്ത് നിലവിലുണ്ടായിരുന്ന ആശയങ്ങൾ എല്ലാവരും അവരുടേതാക്കി അവതരിപ്പിച്ചു എന്നതായിരിക്കും കൂടുതൽ ശരി.

അന്നത്തെ വേദ അനുകൂലവും, വേദ വിരുദ്ധവുമായ എല്ലാ കൾട്ടുകളും ആശയങ്ങളും, സാങ്കേതിക പദങ്ങളും പരസ്പരം സ്വീകരിച്ചിട്ടുണ്ട്. ബ്രാഹ്മണൻ എന്ന വർണ്ണ നാമം "തിന്മയെ ബഹിഷ്കരിച്ചവൻ" എന്ന വ്യാഖ്യാനം കൊടുത്തു ബുദ്ധമതം അവരുടെ സ്വന്തമാക്കിയ കാര്യം നമ്മൾ കണ്ടതാണ്. അതുപോലെ ജൈനമതത്തിൽ ബ്രാഹ്മണനെ സൂചിപ്പിക്കാൻ ഉപയോഗിക്കുന്ന പ്രാകൃത ഭാഷയിലുള്ള വാക്കായ "മാഹനോ" മാ- ഹന (കൊല്ലരുത്) എന്നു വ്യാഖ്യാനിച്ച് ബ്രാഹ്മണരെ ജൈനരും അവരുടെ സ്വന്തമാക്കി. അങ്ങനെ ജൈനമതത്തിലും ബ്രാഹ്മണൻ എന്നാൽ അഹിംസാവാദിയായി. എല്ലാ വേദവിരുദ്ധ വിഭാഗങ്ങളും അവരുടെ സന്ന്യാസിമാരെ സൂചിപ്പിക്കാൻ പൊതുവായി ഉപയോഗിച്ചിരുന്ന ശ്രമണൻ എന്ന വാക്ക് ബുദ്ധമതം അവരുടേതു മാത്രമാക്കി. ബ്രാഹ്മണ സന്ന്യാസിമാരെ കുറിക്കുന്ന പരിവ്രാജകൻ എന്ന വാക്കുപോലും ബുദ്ധമതം ഏറ്റെടുത്തു. ധർമ്മപദത്തിലെ മുന്നൂറ്റി എൺപത്തിയെട്ടാമത്തെ ശ്ലോകത്തിൽ ബ്രാഹ്മണനും, ശ്രമണനും, ബ്രാഹ്മണജാതിയിൽ ജനിച്ച സന്ന്യാസിയായ പരിവ്രാജകനും ഒരേ അർത്ഥം തന്നെയാണ് ബുദ്ധൻ കൽപ്പിക്കുന്നത്.[21]

ജിനൻ (വിജയിച്ചവൻ) എന്ന വാക്ക് അവരുടെ മത സ്ഥാപകനെ വിശേഷിപ്പിക്കാൻ ബുദ്ധനു മുൻപേ തന്നെ ജൈനരടക്കമുള്ള വേദവിരുദ്ധ വിഭാഗങ്ങളെല്ലാം ഉപയോഗിച്ചിരുന്നതാണ്. ബുദ്ധമതം ജിനൻ അവരുടെ സ്വന്തമാക്കി. അതുപോലെ ജൈനർ ഹിന്ദു ദേവന്മാരുടെ പേരുകളായ ആദിദേവൻ, അച്യുതൻ, ത്രിനേത്രൻ, സഹസ്രക്ഷൻ, സ്വയംഭൂ മുതലായ വാക്കുകളൊക്കെ അവരുടേതുമാക്കി. മുനി, ധർമ്മം, മോക്ഷം മുതലായ വാക്കുകളെല്ലാം ജൈന മതവും, ഹിന്ദു മതവും ഒരുപോലെ ഉപയോഗിക്കുന്നവയാണ്. മോക്ഷം എന്ന ആശയം

ബുദ്ധമതം നിർവ്വാണം എന്ന് പേരിട്ട് ഏറ്റെടുത്തു. ചുരുക്കത്തിൽ ഈ മൂന്നു കൾട്ടുകളും പരസ്പരം വിഴുങ്ങിക്കളഞ്ഞു എന്നു പറയാം.

അങ്ങനെ വേദവും, വേദവിരുദ്ധമായതും രണ്ടും ഇന്ന് ഹിന്ദുമതത്തിന്റെ ഭാഗമായി. ഒരു കമ്പ്യൂട്ടർ ഉപമ ഉപയോഗിച്ചാൽ പലരും പലകാലത്തായി ഉണ്ടാക്കിയ ആഡ് ഓണുകളെല്ലാം (പലതിനും പരസ്പരം non compatibility issues ഉണ്ട് എന്ന് കൂടി പറയണം) വേദമതവുമായി കൂടിക്കലർന്ന് ഹിന്ദുമതം എന്ന പുതിയ പേരും സ്വീകരിച്ചു എന്ന് പറയാം. ഹിന്ദു മതത്തിന്റെ നിർവ്വചനത്തിൽ അതിൽ എന്തൊക്കെ ഉൾപ്പെടുന്നു എന്നല്ല, അതിൽ എന്തൊക്കെയാണ് ഉൾപ്പെടാത്തത് എന്നാണ് പറയുന്നത്. ക്രൈസ്തവ, ഇസ്ലാം, ജൂത മതങ്ങളെ മാറ്റിനിർത്തി ഇവിടെയുള്ള ബാക്കി 'പേഗൻ' ആചാരങ്ങളെ എല്ലാംചേർത്തുള്ള പേരാണ് ഹിന്ദു മതം എന്നത്. "അബ്രഹാമിക് മതം അല്ലാത്തത്" എന്നാണ് ഹിന്ദുമതം എന്ന വാക്കിന് സായിപ്പ് കൊടുത്ത അർത്ഥം. (നമ്മുടെ നിയമത്തിലെ ഹിന്ദു മാര്യേജ് ആക്ടിലെ (Hindu Marriage Act -1955) ഹിന്ദുവിന്റെ നിർവ്വചനവും ഏതാണ്ട് ഇതുതന്നെയാണ്.) ഇന്ത്യയിലെ "ഹിന്ദുമതം" ഉണ്ടാക്കുമ്പോൾ ഇന്ത്യക്ക് പുറത്ത് സായിപ്പിന് നേരത്തെ പരിചയമുണ്ടായിരുന്ന കൾട്ടുകളായിരുന്ന ജൈനമതത്തേയും, ബുദ്ധമതത്തേയും അവർ ഹിന്ദുമതത്തിന്റെ പരിധിയിൽനിന്ന് ഒഴിവാക്കി. ഇങ്ങനെ ഉണ്ടാക്കിയെടുക്കപ്പെട്ട ഹിന്ദുമതത്തിന് അംഗീകരിക്കപ്പെട്ട നിയമപുസ്തകമം ഉണ്ടെന്നും അത് മനുസ്മൃതിയാണ് എന്ന് തീരുമാനിച്ചതും സായിപ്പാണ്.

(സായിപ്പിന് പകരം നമ്മളാണ് അവരെ കീഴടക്കിയിരുന്നതെങ്കിൽ ഒരു പക്ഷേ അവിടെയുള്ള ജൂത, ക്രിസ്തു, ഇസ്ലാം മതങ്ങളെ "അബ്രഹാമിക് മതം" എന്ന് പേരിട്ട് അത് ഒറ്റ മതമാണ് എന്നു വിളിച്ചേനെ. ഒരേ ഉത്ഭവമാണെങ്കിലും പരസ്പരവിരുദ്ധമായ മൂന്നു മതങ്ങൾക്കും കൂടി അബ്രഹാമിക് മതം എന്ന പേര് എത്രമാത്രം കൃത്രിമമാണോ അത്രമാത്രം കൃത്രിമമാണ് അസംഖ്യം പരസ്പരവിരുദ്ധമായ അനേകം കൾട്ടുകൾക്ക് ഒരുമിച്ച് ഹിന്ദുമതം എന്ന ഒറ്റ പേര്.)

പിന്നെ മതം മാറ്റം എന്ന കൺസപ്റ്റിനെക്കുറിച്ച് നമ്മുടെ ഇപ്പോഴത്തെ ധാരണയും അന്നത്തേതിൽനിന്നു വ്യത്യസ്തമാണ് എന്നും പറയേണ്ടി വരും. ഇന്ന് നമ്മൾ മനസ്സിലാക്കുന്ന തരത്തിലുള്ള മത പരിവർത്തനം, പഴയ വിശ്വാസങ്ങൾ പൂർണ്ണമായും ഉപേക്ഷിച്ചും, പഴയ ദൈവങ്ങളെ തള്ളിപ്പറഞ്ഞും പുതിയ മതത്തിലേക്ക് പോകുക എന്ന പടിഞ്ഞാറൻ കൺസപ്റ്റ് അബ്രഹാമിക് മതങ്ങളുടെ രീതിയാണ്. ഒന്നുകിൽ പൂർണ്ണമായി അവിടെ, അല്ലെങ്കിൽ

ഇവിടെ. അശോകനടക്കം ഒരാളും ആ അർത്ഥത്തിൽ ഇവിടെ മതം മാറിയിട്ടില്ല. നമ്മൾ പണ്ട് മുതലേ സഹവർത്തിത്വത്തിന്റെ ആളുകളായിരുന്നു. നമ്മുടെ പ്രശസ്തമായ നാനാത്വത്തിൽ ഏകത്വം. ആരും പഴയ ശീലങ്ങളൊന്നും മാറ്റാറില്ല. അങ്ങനെ മാറ്റാൻ മാത്രം വലിയ വ്യത്യാസങ്ങൾ ഈ ദൈവങ്ങളും അവരുടെ ആചാരങ്ങളും തമ്മിലില്ല താനും. അഥവാ പുതിയ ദൈവങ്ങൾ ഉണ്ടായാൽ പഴയതിന്റെ കൂടെ അവരെ കൂടി കൂട്ടും. (ഒരു ബുദ്ധമത വിശ്വാസിക്ക് ഹിന്ദുവായി തുടരാൻ ഒരു പ്രശ്നവുമില്ല. സഹോദരൻ അയ്യപ്പൻ പണ്ട് ബുദ്ധമതം സ്വീകരിച്ചപ്പോൾ തുടർന്നും അദ്ദേഹം ഹിന്ദു തന്നെയായിരിക്കും എന്നാണ് ഒരു കേസിൽ അദ്ദേഹത്തിന്റെ വക്കീൽ കോടതിയിൽ വാദിച്ചത്. കോടതി ആ വാദം അംഗീകരിക്കുകയും ചെയ്തു.)

വിശ്വാസങ്ങൾ തമ്മിലുള്ള വൈരുദ്ധ്യമോ പുതിയ ചോദ്യങ്ങളോ ഉണ്ടായാൽ അതു വിശദീകരിക്കാനായി പുതിയ കഥകളും (back stories or new origin stories) ഉണ്ടാക്കും. സ്വാഭാവികമായും ഈ കഥകളിലും പരസ്പര വൈരുദ്ധ്യം എമ്പാടും ഉണ്ടാകും. അതൊക്കെ അങ്ങ് കണ്ടില്ലെന്നു നടിക്കും. (പണ്ടെവിടെയോ വായിച്ചതാണ്, കേരളത്തിലെവിടെയോ ഒരിടത്ത് അവിടത്തെ അമ്പലത്തിലെ ഭദ്രകാളിയും, ലോക്കൽ പള്ളിയിലെ കന്യാമറിയവും സഹോദരിമാരാണ് എന്നൊരു വിശ്വാസമുണ്ടത്രെ. ഈ കഥയിലുള്ളത്ര വൈരുദ്ധ്യംവാമനാവതാരം ചവിട്ടിത്താഴ്ത്തിയ മഹാബലി പിന്നീട് വന്ന പരശുരാമൻ സൃഷ്ടിച്ച കേരളം ഭരിച്ചിരുന്നു എന്ന കഥയിലോ, ത്രേതായുഗത്തിൽ ജനിച്ച ഹരിഹരപുത്രന് മുസ്ലിമായ വാവർ എന്നൊരു കൂട്ടുകാരൻ ഉണ്ടായിരുന്നു എന്ന കഥയിലോ പോലും കാണില്ല.) അതായത് നമുക്ക് ഒരു "ഏകസത്യം" എന്നൊന്നില്ല. ബുദ്ധന്റെ കാലം മുതൽ തന്നെ അതായിരുന്നു രീതി. വിഗ്രഹഭഞ്ജനം നമ്മുടെ രീതിയായിരുന്നില്ല. നേരത്തെ സൂചിപ്പിച്ചപോലെ അക്കാലത്തെ മിക്കവാറും ആളുകൾ ജീവിതകാലം മുഴുവൻ ഒരേ മത വിശ്വാസം തന്നെ തുടർന്നവരൊന്നുമല്ല. ഇന്ന് നമ്മൾ മനസ്സിലാക്കുന്ന തരത്തിലുള്ള മതം എന്ന കൺസെപ്റ്റ് തന്നെ അന്നില്ല. അവർ തരം പോലെ അങ്ങോട്ടും, ഇങ്ങോട്ടുമൊക്കെ ഘർ വാപ്പസി നടത്തും. നമ്മൾ പണ്ട് മുതലേ സഹവർത്തിത്വത്തിന്റെ ആളുകളായിരുന്നു. കങ്കി സുത്തയിൽ ബുദ്ധൻ എത്ര വിവേകത്തോടെയാണ് സംസാരിക്കുന്നതെന്ന് നോക്കൂ... ഒരാൾക്ക് ഒരു വിശ്വാസമുണ്ടെങ്കിൽ എന്റെ വിശ്വാസം ഇതാണ് എന്നുപറയാം. എന്നാൽ ഇതുമാത്രമാണ് സത്യം, ബാക്കിയെല്ലാം തെറ്റാണ് എന്ന നിലപാടിൽ എത്താൻ സാധ്യമല്ല.[22]

എന്നാൽ ഈ ബുദ്ധവചനത്തിനു വിരുദ്ധമായി, ഒരു ഏകസത്യമുണ്ടെന്നും അതിലേക്ക് പ്രവേശനം കിട്ടണമെങ്കിൽ പഴയതിനെ മുഴുവൻ ഉപേക്ഷിക്കണം എന്ന അബ്രഹാമിക് മതങ്ങളുടെ രീതി ഇവിടെ പ്രചരിപ്പിക്കാൻ നോക്കിയത് അംബേദ്ക്കറാണ്. ബുദ്ധമതത്തിൽ ചേരുന്നവർക്കുള്ള പ്രതിജ്ഞയിലെ ഇരുപത്തിരണ്ടു ഇന നിർദേശങ്ങളിൽ ഇങ്ങനെ കാണാം. I firmly believe the Dhamma of the Buddha is the only true religion. ഇനി മുകളിൽ കങ്കി സുത്തയിൽ ബുദ്ധൻ പറഞ്ഞിരിക്കുന്നതും ഇതും ഒന്നു താരതമ്യം ചെയ്തു നോക്കു. പ്രതിജ്ഞയിൽ ബ്രഹ്മ, വിഷ്ണു, മഹേശ്വരന്മാരെയെല്ലാം ഒഴിവാക്കാനാണ് അംബേദ്ക്കർ പറയുന്നത്.

> *"I am giving up my existing Hindu religion and adopting to Buddhism. I take the following vows on my own and nobody has influenced me in this regard.*
> *-I shall have no faith in Brahma, Vishnu and Mahesh nor shall I worship them.*
> *-I shall have no faith in Rama and Krishna who are believed to be incarnation of God nor shall I worship them.*
> *-I shall have no faith in 'Gauri', Ganapati and other gods and goddesses of Hindus nor shall I worship them.*
> *-I shall have no faith in Vithal Rukhamai nor shall I worship them. I do not believe in the incarnation of God.*
> *-I do not and shall not believe that Lord Buddha was the incarnation of Vishnu. I believe this to be sheer madness and false propaganda.*

ബുദ്ധൻ ഒരിക്കലും പറയാൻ സാധ്യതയില്ലാത്ത നിബന്ധനകളാണ് ഇത്. ഇതിലെ തമാശ എന്തെന്നാൽ അംബേദ്ക്കർ ഉപേക്ഷിക്കാൻ പറയുന്ന ഈ ബ്രഹ്മാവൊക്കെ ഹിന്ദു മതത്തിനേക്കാൾ ബുദ്ധമതത്തിന്റെ ദൈവമാണ്. ബോധോദയം കിട്ടിയ ബുദ്ധൻ തന്റെ പുതിയ അറിവ് ജനങ്ങൾക്ക് മനസ്സിലാകുമോ എന്ന് സംശയിക്കുമ്പോൾ ബ്രഹ്മാവ് നേരിട്ടു വന്ന് അപേക്ഷിച്ചാണ് ബുദ്ധനെ ഉത്തേജിപ്പിക്കുന്നത് (മഹാവഗ്ഗ 1:5). ബുദ്ധൻ തന്നെ പറയുന്നത് വിഷ്ണുവിന്റെ അവതാരമായ ശ്രീരാമൻ താനാണ് എന്നാണ്..!!.. (ദശരഥ ജാതക no: 461) ഉപേക്ഷിക്കാൻ പറയുന്ന മറ്റു ദൈവങ്ങളായ ഗണപതിയും, ഗൌരിയും (താരാദേവിയുടെ പല രൂപങ്ങൾ) ഒക്കെ ബുദ്ധിസത്തിൽ ദൈവങ്ങളാണ്.

പുരാണത്തിൽ വിഷ്ണുവാണ് രാഹുവിന്റെ പിടിയിൽനിന്ന് ചന്ദ്രനെ മോചിപ്പിച്ചത് എന്നാണ് കഥ. ഈ കഥയുടെ ബുദ്ധിസ്റ്റ് വേർഷനിൽ ബുദ്ധനാണ് രാഹുവിൽ നിന്ന് ചന്ദ്രനെ രക്ഷിക്കുന്നത്. അതായത് വിഷ്ണു ചെയ്യു പണി തന്നെ.... (സുത്ത നിപാത 2:9 കണ്ടിമ സുത്ത) അംബേദ്ക്കറെ പിന്തുടർന്ന് വിഷ്ണുവിൽ വിശ്വസിക്കാത്തവർക്ക് അത് ചെയ്യുത് ബുദ്ധനാണ് എന്ന് വിശ്വസിക്കാം.

ബുദ്ധിജീവികളുടെ ഒരു പ്രിയപ്പെട്ട ചൊറിച്ചിൽ (pet peeve) ആണ് കൊടുങ്ങല്ലൂർ അമ്പലം ബുദ്ധവിഹാരമായിരുന്നു എന്നത്. അവിടത്തെ തെറിപ്പാട്ടുകൾ ഇവിടെ താവളമാക്കിയ ബുദ്ധസന്യാസിമാരെ കുടിയൊഴിപ്പിക്കാനായി തുടങ്ങിയതാണ് എന്നാണ് അവരുടെ അംഗീകൃത തിയറി. എന്നാൽ ഇത് നോക്കൂ. ഇപ്പോഴും ഒരു ഭദ്രകാളി ക്ഷേത്രമാണ് കൊടുങ്ങല്ലൂരിലേത്. താന്ത്രിക ബുദ്ധമതത്തിലും ഭദ്രകാളിയുണ്ട്. താരാദേവിയുടെ അവതാരമായ ക്രോധകാളി. ഹിന്ദുമതത്തിലെ അമ്മദൈവമായ കാളി തന്നെയാണ് താന്ത്രിക ബുദ്ധമതത്തിലെ വജ്രയോഗിനി. ഹിന്ദു മതത്തിലെ ശാക്തേയരുടെ പഞ്ചമകാരപൂജയും (മദ്യം, മാംസം, മത്സ്യം, മൈഥുനം, മുദ്ര) താന്ത്രിക ബുദ്ധിസത്തിൽ ഉള്ളതാണ്. താന്ത്രികാരാധനയുണ്ടായിരുന്ന ഒരു ബുദ്ധിസ്റ്റ് കാളിക്ഷേത്രം പിൽകാലത്ത് താന്ത്രികരീതികൾ ക്ഷയിച്ചപ്പോൾ (ബുദ്ധമതത്തിലും, ഹിന്ദു മതത്തിലും) മയപ്പെടുത്തിയ ഒരു ഭഗവതിക്ഷേത്രം ആയതാണ് കൊടുങ്ങല്ലൂരിലേത് എന്ന് അനുമാനിക്കുന്നതല്ലേ കൂടുതൽ ശരി? തെറിപ്പാട്ട് താന്ത്രിക ബുദ്ധമതത്തിലും താന്ത്രിക ഹിന്ദുമതത്തിലും അംഗീകൃത പൂജാവിധിയായ പഞ്ചമകാരപൂജയുടെ പ്രതീകാത്മകമായ അനുഷ്ഠാനത്തിന്റെ അവശേഷിക്കുന്ന ഫോസ്സിൽ ആണെന്നുവരാം. സാധുക്കളായ ബുദ്ധ സന്യാസിമാരെ തെറി പറഞ്ഞു ഓടിക്കുന്നതാണ് എന്നൊക്കെയുള്ള ഒരു അടിസ്ഥാനവുമില്ലാത്ത മനോവിലാസങ്ങൾ വേണോ?

ലജ്ജാഗൌരി എന്ന രൂപത്തിൽ യോനി ആരാധനയും താന്ത്രിക ബുദ്ധമതത്തിൽ ഉണ്ട്. തൃപ്പൂത്താകുന്ന ചെങ്ങന്നൂർ ഭഗവതി അത്തരം ഒന്നാകാൻ സാധ്യതയുണ്ട്. നല്ലതുമാത്രം ബുദ്ധമതത്തിന്റെ അക്കൌണ്ടിൽ മതി. ഈ "വൃത്തികെട്ട" ആചാരം ഹിന്ദുമതം എടുത്തോട്ടെ എന്നാണെങ്കിൽ, മാസമുറ സമയത്ത് സ്ത്രീകൾക്ക് അമ്പലത്തിൽ പ്രവേശനം നിഷേധിക്കുന്നത് ഥേരാവാദ ബുദ്ധമതം ആചരിക്കുന്ന രാജ്യങ്ങളിൽ ഇപ്പോഴും നിലനിൽക്കുന്ന രീതിയാണ് എന്ന് നേരത്തെ സൂചിപ്പിച്ചിരുന്നു. ആരാധനാസ്വാതന്ത്ര്യത്തിന്റെ കാര്യത്തിൽ സ്ത്രീകളെ രണ്ടാംതരമായി കണക്കാക്കുന്ന ബുദ്ധിസ്റ്റ് രീതിയാണ് ഹിന്ദു ക്ഷേത്രങ്ങൾ ഇപ്പോൾ ഏറ്റെടുത്തു

നിലനിർത്തുന്നത്. ബുദ്ധവിഹാരങ്ങളാണ് ഹിന്ദു അമ്പലങ്ങളായി മാറിയത്, എഴുന്നള്ളിപ്പ്, കൊട്ട്, വാദ്യം ഒക്കെ ബുദ്ധമതത്തിൽ നിന്ന് കോപ്പിയടിച്ചതാണെങ്കിൽ ഇതുപോലുള്ള അനാചാരങ്ങളും അവിടെനിന്നുതന്നെ വന്നതായിരിക്കാം എന്നു സമ്മതിക്കേണ്ടി വരും. മറ്റൊരു ബുദ്ധിസ്റ്റ് ആചാരമാണ് അമ്പലത്തിൽ ചെരുപ്പ് ഉപയോഗിക്കാതിരിക്കുക എന്നത്. ഭിക്ഷുക്കൾ പാലിക്കേണ്ട ഇരുന്നൂറ്റി ഇരുപത്തേഴ് പതിമോഖ (Patimokkha) നിയമങ്ങളിൽ പെട്ട ഒന്നാണ് പാദരക്ഷകൾ ധരിച്ചവരോട് ധർമ്മം സംസാരിക്കാൻ പാടില്ല എന്നത്.[23] സ്വാഭാവികമായും ബുദ്ധവിഹാരങ്ങളിലും, അമ്പലങ്ങളിലും വരുന്നവർക്ക് ചെരുപ്പ് വിലക്കപ്പെട്ടു. (അതുപോലെ തല മറച്ചുകൊണ്ടോ തലേക്കെട്ടുമായോ പ്രവേശിക്കുന്നതും വിലക്കപ്പെട്ട രീതിയാണ്.)

ബുദ്ധിജീവികളുടെ മറ്റൊരു പ്രിയപ്പെട്ട ഡിബേറ്റ് പോയിന്റാണ് ഒരു ബ്രാഹ്മണനായ പുഷ്യമിത്രൻ ബുദ്ധഭിക്ഷുക്കളെ കൂട്ടക്കൊല ചെയ്ത കഥ. ഇടമറുക് മദ്ധ്യകാല ബുദ്ധമതം എന്ന പുസ്തകത്തിൽ ഇങ്ങനെ എഴുതുന്നു.

“ചന്ദ്രഗുപ്ത മൗര്യനും പുത്രൻ ബിംന്ദുസാരനും ജൈന മതക്കാരായിരുന്നു. ബിന്ദുസാരന്റെ പുത്രൻ അശോകൻ (ബി.സി.260-232) ബുദ്ധമതത്തിൽ ചേരുക മാത്രമല്ല, ആ മതത്തിന്റെ ഏറ്റവും വലിയ പ്രചാരകൻ ആവുകയും ചെയ്തു. ലോകത്തിന്റെ പല ഭാഗത്തേക്കും ബുദ്ധമതം പ്രചരിപ്പിക്കുന്നതിന് അദ്ദേഹം മിഷണറിമാരെ അയച്ചു. ഏഷ്യയുടെ എല്ലാ ഭാഗങ്ങളിലും ബുദ്ധമതം ഇക്കാലത്ത് പ്രചരിക്കപ്പെട്ടു. അശോകന്റെ ചരമത്തിനു ശേഷം ഏതാണ്ട് അര നൂറ്റാണ്ട് കാലം കൂടി മൗര്യ സാമ്രാജ്യം നിലനിന്നു. ബി.സി.185-ൽ അവസാനത്തെ മൗര്യ രാജാവായ ബ്രഹദ്രഥനെ കൊന്നിട്ട് അദ്ദേഹത്തിന്റെ സേനാനായകനും ബ്രാഹ്മണനുമായ പുഷ്യമിത്രൻ അധികാരം പിടിച്ചെടുത്തു. ബുദ്ധമതത്തിന് എതിരായി പുഷ്യമിത്രൻ വലിയ ആക്രമങ്ങൾ അഴിച്ചുവിട്ടു. എങ്കിലും ബുദ്ധമതത്തെ തകർക്കാൻ പുഷ്യമിത്രനു കഴിഞ്ഞില്ല.” (ഇടമറുക്-മദ്ധ്യകാല ബുദ്ധമതം)

അംബേദ്ക്കറും ഡോക്ടർ ഹരിപ്രസാദ് ശാസ്ത്രിയെ ഉദ്ധരിച്ച് സമാനമായ ഒരു കാര്യമാണ് പുഷ്യമിത്രനെക്കുറിച്ച് പറയുന്നത്.

How pitiless was the persecution of Buddhism by Pushyamitra can be gauged from the Proclamation which he issued against the Buddhist monks. By this proclamationPushyamitra set a price of 100 gold pieces on the head of every Buddhist monk. Dr. Haraprasad Shastri speaking about the persecution of Buddhists under Pushyamitra says, "The condition of the Buddhists under the imperial sway of the Sungas, orthodox and bigotted, can be more easily imagined than described. From Chinese authorities it is known that many Buddhists still do not pronounce the name of Pushyamitra without a curse. (Revolution and counter revolution- Ambedker)

ഇതാണ് നമ്മൾ തലമുറ തലമുറ കൈമാറി വരുന്ന ചരിത്ര വിജ്ഞാനം. നമുക്ക് ഇതൊന്നു വിശദമായി പരിശോധിക്കാം. "ബ്രാഹ്മണനായ പുഷ്യമിത്രൻ ബൗദ്ധരെ ക്രൂരമായി കൊന്നു" ചരിത്രം പ്രധാനമായും അശോകാവദാന എന്ന ബുദ്ധിസ്റ്റ് ഗ്രന്ഥത്തെ അടിസ്ഥാനപ്പെടുത്തിയാണ് ഈ പാണർ പാടിനടക്കുന്നത്. അശോ കാവദാനയിലെ കഥാപശ്ചാത്തലം ഇങ്ങനെയാണ്. ക്രൂരനായ പുഷ്യമിത്രൻ എല്ലാ കാലത്തേക്കും പ്രശസ്തനാകാൻ എന്താണ് വഴി എന്നാലോചിക്കുന്നു. അദ്ദേഹത്തിന്റെ കുടുംബ പുരോഹിതൻ ഉപദേ ശിക്കുന്നത്, ഒന്നുകിൽ ബുദ്ധമതത്തിന് അശോകൻ ചെയ്തതിനേ ക്കാൾ കൂടുതൽ ഗുണം ചെയ്യുക. അല്ലെങ്കിൽ അതിനെ പാടെ നശിപ്പി ക്കുക എന്നാണ്. പുഷ്യമിത്രൻ രണ്ടാമത്തെ വഴി തിരഞ്ഞെടുക്കുന്നു. പുഷ്യമിത്രൻ ബുദ്ധഭിക്ഷുക്കളുടെ തല ഒന്നുക്ക് 100 സ്വർണ്ണ നാണയം (ദിനാര) സമ്മാനമായി പ്രഖ്യാപിച്ചു എന്നാണ് ആധികാരികമായി നമ്മുടെ ചരിത്ര പുസ്തകങ്ങളിൽ വരെ എഴുതി വച്ചിരിക്കുന്നത്.

ഈ കഥ അവിശ്വസനീയമാണ് എന്ന് കരുതാൻ പല കാരണങ്ങ ളുണ്ട്. അശോകാവദാന എന്ന ബുദ്ധിസ്റ്റ് ഗ്രന്ഥമാണ് ഈ കഥയുടെ പ്രധാന ഉറവിടം. അശോകാവദാന ഹൈഗോഗ്രഫി (hagiography) എന്ന ഗണത്തിൽ പെടുത്താവുന്ന ഒരു പുസ്തകമാണ്. അതായത് പുകഴ്ത്തൽ ചരിത്രം. സി.വി.രാമൻപിള്ളയുടെ മാർത്താണ്ഡവർമ്മ ഒക്കെ പോലെയുള്ള ഒരു പുസ്തകമാണ് ഇത്. മാർത്താണ്ഡവർമ്മയിൽ പറയു ന്നത് ശരിക്കും തിരുവിതാംകൂർ ചരിത്രമാണ് എന്ന് ആരെങ്കിലും പറയുമോ? പിന്നെ അതിൽ വിവരിക്കുന്ന സംഭവങ്ങൾ നടന്നു ഒരു മുന്നൂറു വർഷം കഴിഞ്ഞാണ് ഈ അശോകാവദാന രചിക്കപ്പെട്ടു ന്നത്. അതുകൊണ്ട് തന്നെ അല്പം ശ്രദ്ധയോടെ മാത്രമേ നിഗമന ങ്ങളിലെത്താവൂ എന്നുറപ്പിക്കാം.

ഓരോ തലക്കും100 സ്വർണ്ണ നാണയം (ദിനാര) എന്ന വിളംബരം കേട്ട് ഒരു ബുദ്ധഭിക്ഷു മന്ത്രശക്തിയാൽ കൃത്രിമമായി തലകൾ ഉണ്ടാക്കി രാജാവിനെ പറ്റിച്ചു, ഭിക്ഷുക്കളെ രക്ഷിച്ചു എന്നാണ് അശോകാവദാന പറയുന്നത്. പുഷ്യമിത്രന്റെ കാലത്ത് ദിനാര എന്ന നാണയം നടപ്പുണ്ടായിരുന്നോ എന്നുതന്നെ സംശയമാണ്. അത്

അവഗണിച്ചാലും ഈ ഒരു മാന്ത്രിക കഥയാണ് നമ്മൾ ചരിത്രം എന്ന പേരിൽ അവതരിപ്പിക്കുന്നത്.

അശോകാവദാന പ്രകാരം പുഷ്യമിത്രൻ അശോകന്റെ നാലാം തലമുറയിൽ പെട്ട ആളാണ്. അതായത് അശോകന്റെ തന്നെ കുടുംബക്കാരൻ. നേരത്തെ സൂചിപ്പിച്ചപോലെ അശോകന്റെ മുത്തച്ഛനായ ചന്ദ്രഗുപ്ത മൌര്യന്റെ മോറിയ വംശം ക്ഷത്രീയരാണെന്ന് മഹാപരിനിർവ്വാണ സുത്തയിൽ പറയുന്നുണ്ട്. സിലോണിലെ മഹാവംശവും മോറിയക്കാർ ക്ഷത്രീയരാണ് എന്ന് സ്ഥിതീകരിക്കുന്നുണ്ട്. ദിവ്യാവധാനയിൽ ബിന്ദുസാരനും, അശോകനും സ്വയം ക്ഷത്രീയരാണ് എന്നാണ് അവകാശപ്പെടുന്നത്. മൈസൂരിൽ കാണുന്ന ഒരു ലിഖിതത്തിൽ ചന്ദ്രഗുപ്തൻ ക്ഷത്രീയനാണ് എന്ന് പറയുന്നുണ്ട്. എല്ലാ തെളിവുകളും അശോകൻ ക്ഷത്രീയനായിരുന്നു എന്നാണ് സൂചിപ്പിക്കുന്നത്. അപ്പോൾ ബ്രഹദ്രഥനും ക്ഷത്രീയനാകണം.

എന്നാൽ പുരാണങ്ങളും, ഹർഷചരിതവും പറയുന്ന പ്രകാരമാണെങ്കിൽ പുഷ്യമിത്രൻ രാജാവായ ബ്രഹദ്രഥന്റെ സേനാനായകനായിരുന്നു. മാത്രമല്ല, പുഷ്യമിത്രൻ ഒരു ബ്രാഹ്മണനായിരുന്നു എന്നാണ് താരാനാഥൻ പറയുന്നത്. അതായത് പുഷ്യമിത്രൻ അശോകന്റെ കുടുംബക്കാരനേ അല്ല. (മനുസ്മൃതി പ്രകാരമായിരുന്നു അക്കാലത്ത് കാര്യങ്ങൾ എങ്കിൽ ഒരു ബ്രാഹ്മണൻ എങ്ങിനെ സേനാനായകനായി? പിന്നീട് രാജാവായി?)

അപ്പോൾ ഈ ചരിത്രകാരന്മാർ പറയുന്ന, ബ്രാഹ്മണനായ പുഷ്യമിത്രൻ ബൗദ്ധരെ കൊന്നൊടുക്കി എന്ന കഥ വിചിത്രമായ ഒരു സങ്കര സൃഷ്ടിയാണ്. നമ്മുടെ ചരിത്രകാരന്മാർ ഈ വിചിത്ര കഥയുടെ അവർക്ക് വേണ്ടതു മാത്രം എടുത്ത് അതാണ് ചരിത്രം എന്ന മട്ടിൽ അവതരിപ്പിക്കുന്നു. അൽപ്പം ചരിത്രവും, കൂടെ കെട്ടുകഥയും കൂട്ടിക്കുഴച്ച് അതുപോരാതെ കുറേ കൈയിൽനിന്ന് ഇട്ടുമാണ് അവർ ഈ പുഷ്യമിത്ര ചരിതം സൃഷ്ടിച്ചിരിക്കുന്നത്. (ഈ കഥ പ്രകാരം പോലും പുഷ്യമിത്രൻ ആരെയും കൊന്നിട്ടില്ല. കൊല്ലാൻ ഉദ്ദേശിച്ചതേയുള്ളൂ. ഭിക്ഷുവിന്റെ മാജിക് കാരണം പരിപാടി ചീറ്റിപ്പോയല്ലോ.) പുഷ്യമിത്രൻ ബൗദ്ധരെ കൊന്നു എന്ന അശോകാവദാന കഥ സ്വീകരിക്കണമെങ്കിൽ കൊന്ന ആൾ അശോകന്റെ കുടുംബക്കാരനായിരുന്നു എന്നും അംഗീകരിക്കണ്ടെ? (അത് പറ്റൂലാ.... ബൗദ്ധരെ ആക്രമിച്ച പുഷ്യമിത്രൻ ബ്രാഹ്മണൻ തന്നെയാകണം. എന്നാലേ കഥക്ക് ഒരു ചേലുള്ളൂ.) അത് ഒപ്പിക്കാൻ താരാനാഥനെ ഇറക്കുമതി ചെയ്യണം. റോമില ഥാപ്പറെപോലുള്ള ചരിത്രകാരന്മാർ പുഷ്യമിത്ര കഥ ഇപ്പോൾ തള്ളിക്കളയുന്നുണ്ട്. പക്ഷേ നമ്മുടെ ലോക്കൽ ബുദ്ധിജീവികൾക്ക്

ഇപ്പോഴും പഴയ കഥ തന്നെയാണ് പഥ്യം.

അപ്പോൾ ഈ പുഷ്യമിത്ര കഥയുടെ വാസ്തവം എന്തായിരിക്കും? ബുദ്ധ ഭിക്ഷുക്കൾക്ക് പുഷ്യമിത്രനോട് ഇത്ര വിരോധം വരാൻ എന്താ യിരിക്കും കാരണം? അതിന്റെ ചില സൂചനകളും നമുക്ക് അശോകാ വദാനയിൽനിന്നു തന്നെ കിട്ടും. അശോകന്റെ അവസാന കാലത്ത് അദ്ദേഹം ബുദ്ധസന്യാസിമാർക്ക് നൂറു കോടി സ്വർണ്ണ നാണയം വാഗ്ദാനം ചെയ്തു. ഇതുവരെ ആരും ചെയ്യാത്തത്ര വലിയൊരു ദാനം ചെയ്യണം എന്നായിരുന്നു അശോകന്റെ ആഗ്രഹം. എന്നാൽ രാജാവിന്റെ ഈ തോന്ന്യാസം അദ്ദേഹത്തിന്റെ മന്ത്രിമാർ തടഞ്ഞു. പൊതു ഖജനാവിൽ നിന്ന് പണമെടുക്കുന്നത് അവർ തടഞ്ഞപ്പോൾ അദ്ദേഹം താൻ ഭക്ഷണം കഴിക്കുന്ന സ്വർണ്ണ പാത്രങ്ങൾ അവർക്ക് ദാനം ചെയ്തു. മന്ത്രിമാർ അതും തടഞ്ഞപ്പോൾ മറ്റു വഴികൾ തേടി. അങ്ങനെ തൊണ്ണൂറ്റാറു കോടി സ്വർണ്ണനാണയം അശോകൻ പലവ ഴിക്കായി അവർക്കു കൊടുത്തു. അവസാനം മരിക്കുമ്പോൾ രാജ്യവും, ഭിക്ഷുക്കൾക്ക് ദാനം ചെയ്തിരുന്നു എന്നാണ് അശോകാവദാന പറയു ന്നത്.

അപ്പോൾ അശോകന്റെ സാമ്രാജ്യത്തിന്റെ എത്രമാത്രം സമ്പത്ത് ഈ ഭിക്ഷുക്കൾ ഊറ്റിയെടുത്തിരിക്കണം എന്നാലോചിക്കുക. മഹാനായ അശോകന്റെ വിപുലമായ സാമ്രാജ്യത്തിന്റെ പ്രതാപം നമ്മുടെ ചരിത്രകാരന്മാർ പറഞ്ഞു പരത്തിയ മറ്റൊരു നുണയാണ്. അദ്ദേഹത്തിന്റെ കാലത്തുതന്നെ സാമ്രാജ്യം തകർന്നു തുടങ്ങിയി രുന്നു. അങ്ങനെ സംഭവിച്ചില്ലെങ്കിലേ അത്ഭുതമുള്ളൂ. അതുമാതിരി യായിരുന്നു ദുഷ്ചെലവ്. അശോകൻ മൂന്നു തവണ ഭിക്ഷുക്കൾക്ക് തന്റെ രാജ്യം ദാനം ചെയ്യുകയും പിന്നീട് അവർക്ക് പണം നൽകി അത് തിരിച്ചു വാങ്ങിയതായും പറയുന്ന ഒരു ശിലാലിഖിതം പാടലീ പുത്രത്തിൽ കണ്ടതായി ഫാഹിയാൻ പറയുന്നുണ്ട്.(24) (ഈ ലിഖിതം ഏതാണ്ട് മാഞ്ഞു തുടങ്ങിയതായി ഏഴാം നൂറ്റാണ്ടിൽ ഹുയാൻ സാങ്ങും രേഖപ്പെടുത്തുന്നുണ്ട്.)

അശോകന് രാജ്യം ഭിക്ഷുക്കൾക്ക് ദാനം ചെയ്യൽ ഒരു സ്ഥിരം പരിപാടിയായിരുന്നോ എന്ന് സംശയിക്കണം. എന്തായാലും ഒടുവിൽ അശോകനെ മന്ത്രിമാർ പിടിച്ചു പുറത്താക്കി എന്നാണ് കരുതുന്നത്. പുതിയ രാജാവിനെ വാഴിക്കാൻ നോക്കുമ്പോഴാണ് രാജ്യം തന്നെ ഇല്ല എന്നറിയുന്നത്. ഒടുവിൽ അണ, പൈ ബാക്കിയി ല്ലാതെ അശോകൻ വാഗ്ദാനം ചെയ്തതിൽ ബാക്കിയുള്ള നാലു കോടി സ്വർണ്ണ നാണയങ്ങൾ കൂടി തീർത്തു മേടിച്ചിട്ടാണ് രാജ്യം തിരിച്ചു കൊടുത്തത് എന്ന് അശോകാവദാന അഭിമാനപുരസ്സരം പറയുന്നു.

നല്ലവനായ രാജാവിനെ ദാനം ചെയ്യാൻ അനുവദിക്കാത്ത ദുഷ്ടന്മാരായ മന്ത്രിമാർ എന്ന രീതിയിലാണ് അവർ ഈ കഥ അവതരിപ്പിക്കുന്നതെങ്കിലും, ബുദ്ധിസ്ഥിരത നഷ്ടപ്പെട്ട ഒരു രാജാവും, രാജ്യത്തിന്റെ ഭണ്ഡാരം ചോർത്തുന്നതിൽ ഒരു തെറ്റും കാണാത്ത ആർത്തിപ്പണ്ടാരങ്ങളായ കുറേ ഭിക്ഷുക്കളും, ഏതു വിധേനെയെങ്കിലും തകർച്ച തടയാൻ ശ്രമിക്കുന്ന ഉത്തരവാദിത്ത ബോധമുള്ള മന്ത്രിമാരും. ഇതാണ് അശോകന്റെ അവസാന കാലത്തെക്കുറിച്ച് അശോകാവദാനയിൽ നിന്ന് കിട്ടുന്ന ചിത്രം. അശോകൻ അവസാനത്തെ പത്തു വർഷം പുതിയ ശിലാശാസനങ്ങൾ ഒന്നും സ്ഥാപിച്ചതായി കാണുന്നില്ല എന്നതും ഇതോടുകൂടി ചേർത്തു വായിക്കാം. അപ്പോഴേക്കും എല്ലാം ഏതാണ്ട് ദീപാളി കുളിച്ച് തീർന്നിരിക്കണം.

അശോകാവദാന ചരിത്രമാണ് എന്ന് അംഗീകരിക്കുന്നവർ ശരിക്കും ബുദ്ധമതമാണ് അശോകന്റെ സാമ്രാജ്യം തകർത്തത് എന്നും സമ്മതിക്കേണ്ടി വരും. അശോകന്റെ കാലം കഴിഞ്ഞതോടെ മക്കളും, ചെറുമക്കളും രാജ്യം വീതിച്ചെടുത്തു. പലഭാഗങ്ങളും സ്വാതന്ത്ര്യം പ്രഖ്യാപിച്ച് മാറിപ്പോയി. ഒരു മകനായ ജലൂക കാശ്മീരിൽ സ്വന്തം രാജ്യം സ്ഥാപിച്ചു. ജലൂക കടുത്ത ബുദ്ധിസ്റ്റ് വിരോധിയും, ശിവഭക്തനുമായിരുന്നു എന്ന് കൽഹണന്റെ രാജതരംഗിണിയിൽ പറയുന്നു. തലസ്ഥാനമായ മഗധ കൈവശപ്പെടുത്തിയ ഒരു ചെറുമകനായ ദശരഥൻ അജീവക വിശ്വാസിയായി. (കൊട്ടാരത്തിലുള്ളവർ ഭിക്ഷുക്കളുടെ ഉപജാപസംഘവുമായി അകലം പാലിച്ചു തുടങ്ങി എന്നതിന്റെ സൂചനയാണ് ഇത്.)

"ദേവാനാംപ്രിയ ദശരഥൻ ആജീവകർക്ക് "സൂര്യചന്ദ്രൻമാർ ഉള്ള കാലം വരെ മഴക്കാല വസതികളായി ഉപയോഗിക്കാൻ" ഗുഹകൾ നിർമ്മിച്ചു നൽകിയതായി ശിലാലിഖിതങ്ങളുണ്ട്. (ഗുഹകളുടെ അവകാശം സൂര്യചന്ദ്രൻമാർ ഉള്ള കാലം വരെയൊന്നും നിലനിന്നില്ല എന്ന് ചരിത്രം പറയുന്നു. ഈ ശിലാലിഖിതങ്ങളിൽ പിൽകാലത്ത് ആരോ ആജീവകരുടെ പേര് വെട്ടിക്കളഞ്ഞതായി കാണാം. എതിർഗ്രൂപ്പുകളായ ബുദ്ധ, ജൈന വിഭാഗങ്ങൾ ഗുഹകൾ സ്വന്തമാക്കിയിട്ടുണ്ടാകാം. ദാനം വാങ്ങിയവർക്കും, അവരിൽനിന്ന് അതു പിടിച്ചു പറിച്ചവർക്കും വംശനാശം വന്നു എന്നത് ചരിത്രത്തിന്റെ തന്നെ തമാശ.) അതിനുശേഷം രാജാവായ മറ്റൊരു ചെറുമകനായ സമ്പാതി ജൈനവിശ്വാസിയായിരുന്നു എന്ന് ജൈനർ പറയുന്നു. അശോകൻ ബുദ്ധമതത്തിനു ചെയ്ത അതേ സഹായങ്ങൾ സമ്പാതി ജൈനമതത്തിനും ചെയ്തു. ഒരു ജൈന അശോകനായിരുന്നു സമ്പാതി.

അശോകന്റെ കാലശേഷവും ഈ ഭിക്ഷു സംഘം കുറേകാലമെങ്കിലും വിലസിയിരുന്നു എന്ന് മഹാവംശം ഉദ്ധരിച്ചുകൊണ്ട് അലക്സാണ്ടർ കണ്ണിംഗ്ഹാം അദ്ദേഹത്തിന്റെ The Bhilsa Topes or Buddhist monument of central India എന്ന പുസ്തകത്തിൽ പറയുന്നു. ഒരുപക്ഷേ ഒടുവിൽ സഹികെട്ടിട്ടായിരിക്കാം സേനാനായകനായ പുഷ്യമിത്രൻ അധികാരം പിടിച്ചെടുത്തിരിക്കുക. അദ്ദേഹം അധികാരത്തിലെത്തിയപ്പോൾ അശോകന്റെ കാലം മുതൽ ഭിക്ഷുക്കൾ ഖജനാവിൽനിന്ന് അന്യായമായി കടത്തികൊണ്ടുപോയ സ്വർണ്ണം മുഴുവൻ തിരിച്ചുകൊണ്ടുവരാൻ ഉത്തരവിട്ടിരിക്കാം. മേലനങ്ങാതെ തിന്നുന്ന ഇവർ ഓരോരുത്തരും പണിയെടുത്ത് നൂറു സ്വർണ്ണ നാണയം വീതം ഖജനാവിലടക്കാനും ഒരുപക്ഷേ ഉത്തരവിട്ടിരിക്കാം. അതായിരിക്കാം ഒരു തലയ്ക്കു നൂറു സ്വർണ്ണ നാണയം, ബൗദ്ധ പീഡനം എന്നൊക്കെ പൊടിപ്പും, തൊങ്ങലും വച്ച് കഥകളായത്. അശോകനെക്കാൾ വലിയ ത്യാഗം ചെയ്തു പേരെടുക്കാൻ മനസ്സില്ലാത്തതുകൊണ്ടാണ് പുഷ്യമിത്രൻ ബൗദ്ധരെ കൊല ചെയ്തു പേരെടുക്കാൻ തയ്യാറായത് എന്നാണ് അവരുടെ ഭാഷ്യം. പുഷ്യമിത്രന് ബൗദ്ധരോടു പ്രത്യേകിച്ച് വിരോധമൊന്നും ഉണ്ടായിരുന്നു എന്നതിനും ചരിത്രത്തിൽ തെളിവില്ല. പുഷ്യമിത്രൻ തന്നെ ബൗദ്ധർക്ക് ധാരാളം സഹായങ്ങൾ നൽകിയതായി രേഖകളുണ്ട്. അപ്പോൾ ബൗദ്ധരോട് സ്ഥായിയായ വിരോധമൊന്നും അദ്ദേഹത്തിനുണ്ടായിരുന്നില്ല എന്നും അനുമാനിക്കാം. ഏറെക്കുറേ നീതിപൂർവ്വമാണ് പുഷ്യമിത്രൻ കാര്യങ്ങൾ നടത്തിയിരുന്നത് എന്ന് ന്യായമായും കരുതാം. പുഷ്യമിത്രനു ശേഷവും ബുദ്ധമതം അത്യാവശ്യം ശക്തമായിതന്നെ ഉണ്ടായിരുന്നു എന്നതിന് തെളിവുകളുണ്ട്.

നേരത്തെ സൂചിപ്പിച്ചപോലെ ബൗദ്ധകൃതികളിൽ അവർ അവതരിപ്പിക്കുന്ന അശോകനും, ശിലാശാസനങ്ങളിൽ കാണുന്ന അശോകനും തികച്ചും രണ്ടു വ്യക്തികളാണ് എന്നു പോലും തോന്നാം. അശോകൻ എല്ലാ ജനങ്ങൾക്കും, മൃഗങ്ങൾക്കു പോലും സഹായം ചെയ്തതായി ശാസനങ്ങൾ പറയുമ്പോൾ, ബൗദ്ധകൃതികളിൽ അത്തരം കാര്യങ്ങളുടെ ഒരു സൂചന പോലുമില്ല. അവിടെ ഭിക്ഷുക്കൾക്ക് (അവർക്കു മാത്രം) സുഭിക്ഷമായി ഭക്ഷണം കൊടുക്കുന്ന, അവരെ പൂജിക്കുന്ന, അവരുടെ ചൊല്ലുവിളിക്കു കാത്തുനിൽക്കുന്ന ഒരു അടിമ രാജാവാണ് അശോകൻ. അതായത് ബൗദ്ധകൃതികളിൽ "ചരിത്രം" വായിക്കുന്നത് സൂക്ഷിച്ചു വേണം. അവരോടു അനുഭാവം കാണിച്ച അശോകനെ അതിശയോക്തിപരമായി പുകഴ്ത്തിയതു പോലെ, അവരോട് അനുഭാവം കാണിക്കാത്ത പുഷ്യമിത്രനെ അതിശയോക്തിപരമായി ഇകഴ്ത്തുന്നതാകാം.

വേറൊരു കാര്യം കൂടി അശോകാവദാനയുമായി ബന്ധപ്പെട്ടു പറയാം. പുഷ്യമിത്രൻ ചെയ്തതായി പറയുന്ന കൂട്ടക്കൊലയ്ക്ക് സമാനമായ മറ്റൊരു കൂട്ടക്കൊല ഇതേ പുസ്തകത്തിൽ വിവരിക്കുന്നത് ഞാൻ നേരത്തെ എഴുതിയിരുന്നു. ഒരു ജൈനവിശ്വാസി, ബുദ്ധനെ അപമാനിച്ചതിൽ (ബുദ്ധൻ മഹാവീരന്റെ കാൽക്കൽ നമസ്കരിക്കുന്നതായി പടം വരച്ചു.) കോപിച്ച അശോകൻ 18000 പേരുടെ തല വെട്ടി എന്ന് വളരെ അഭിമാനപൂർവ്വമാണ് എഴുതിയിരിക്കുന്നത്....!!.. അതായത് കൊലപാതകം ഞങ്ങൾക്ക് വേണ്ടിയാണെങ്കിൽ അത് നല്ലതും, ഞങ്ങൾക്ക് എതിരെ ആണെങ്കിൽ കടുത്ത അപരാധവും. ഞങ്ങളിട്ടാൽ ബെർമുഡ, നിങ്ങളിട്ടാൽ വള്ളിക്കളസം ന്യായം തന്നെ. (രാജാവ് ഒരു ഗ്രൂപ്പിന് വേണ്ടി എതിർ ഗ്രൂപ്പുകാരെ കൂട്ടക്കൊല ചെയ്യുന്നത് ഒരു സ്റ്റോക്ക് കഥയായിരിക്കാം. അതേ കഥ സൗകര്യം പോലെ കോപ്പി/പേസ്റ്റ് ചെയ്ത് ഉപയോഗിച്ചതാകാം പുഷ്യമിത്ര കഥ. "നമ്മുടെ "രാജാവിന്റെ പവറ് കാണിക്കാനും, എതിർ ചേരിയിലുള്ള രാജാവിന്റെ ക്രൂരത കാണിക്കാനും ഒരേ കഥ തന്നെ ഉപയോഗിക്കുന്നു.

റെഫറൻസ്:

(1) Beloved-of-the-Gods commands:The Mahamatras at Kosambi (are to be told: Whoever splits the Sangha) which is now united, is not to be admitted into the Sangha. Whoever, whether monk or nun, splits the Sangha is to be made to wear white clothes and to reside somewhere other than in a monastery. (Minor pillar edict No:2)

(2) "This Dhamma that I have attained is profound, hard to see and hard to understand, peaceful and sublime, unattainable by mere reasoning, subtle, to be experienced by the wise." (Manjima Nikhaya 26:1)

(3) "This Dhamma I have attained is deep, hard to see, hard to understand, peaceful, excellent, beyond the sphere of logic, profound, understandable (only) to the wise." (Mahavagga 1:5)

(4) "From whom have you heard, you foolish man (moghapurisha) that I have explained the Dhamma in that way? Foolish man, have I not in many ways declared that consciousness is dependently arisen (and therefore perishing at death?).....You, foolish man, have not only misrepresented me by your wrong grasp, but have also done yourself (kammic) harm." (Manjjima nikhaya 38:1,258)

(5) "Worthless man, from whom have you understood that Dhamma taught by me in such a way? Worthless man, haven't I in many ways described obstructive acts? And when indulged in they are genuine obstructions. I have said that sensual pleasures are of little satisfaction, much stress, much despair, and greater drawbacks. (Alagaddupama Sutta-Majjihima Nikaya 22)

(6) the deities depicted are a strange medley of the gods worshipped by Greeks, Persians, and Indians..... The appearance of the Buddha among a crowd of hetero-geneous deities would have appeared strange, in fact would have been inconceivable to Asoka, while it seemed quite natural to Kanishka. The newer Buddhism of his day, designated as the Mahayana, or Great Vehicle, must have been largely of foreign origin, and its development was the result of the complex interaction of Indian, Zoroastrian, Christian, Gnostic, and Hellenic elements, which had been made possible by the conquests of Alexander, the formation of the Maurya empire in India, and, above all, by the unification of the Roman world under the sway of the earlier emperors. In this newer Buddhism the sage Gautama became in practice, if not in theory, a god. (The early History of India by Vincent Smith)

(7) Harsha, having heard a report that Hiuen Tsang's life was in danger at the hands of his theological rivals, issued a proclamation concluding with the announcement that "if any one should touch or hurt the Master of the Law, he shall be forthwith executed ; and whoever speaks against him, his tongue shall be cut out ; but all those who desire to profit by his instructions, relying on my goodwill, need not fear this manifesto.

The pilgrim's biographer naively adds that "from this time the followers of error withdrew and disappeared, so that when eighteen days had passed, there had been no one to enter on the discussion." (The early History of India by Vincent Smith)

(8) *Merciful-Hearted! When thou camest as Boodh –*
Albeit "twas written in the Scriptures so –
Thou bad'st our altars be no more imbrued
With blood of victims: Keshav! bending low -
(Gita Govinda)

(9) The newer form of Buddhism had much in common with the older Hinduism, and the relation is so close that even an expert often feels a difficulty in deciding to which system a particular image should be assigned.

But the main cause was the gradual, almost insensible, assimilation of Buddhism to Hinduism, which attained to such a point that often it is nearly impossible to draw a line between the mythology and images of the Buddhists and those of the Hindus. (The early History of India by Vincent Smith)

(10) In the early ages of Buddhism the votaries supported themselves by daily begging-- but the pious generosity of individuals had gradually alienated the finest lands in the country for the support of the monasteries ; and the mass of the people looked with envy upon the possessions of an idle multitude of monks. The rich domains of the monasteries attracted the notice of

kings, and the desire of possession was soon followed by its accomplishment. The people looked on unmoved, and would not defend what they had long ceased to respect ; and the colossal figure of Buddhism, which had once bestridden the whole continent of India, vanished suddenly like a rainbow at sunset. (The Bhilsa Topes; or Buddhist monument of central India by Alexander Cunningham)

(11) If you cannot clearly tell me of Him, your head shall fall off.' Sakalya did not know Him; his head fell off; (Brihadaranyaka Upanishad 3.9.26)

(12) Then, unable to bear this honor paid to the Buddha, Niganha Nataputta spewed hot blood from his mouth there and then. (Upali Sutta, Majjiha Nikyaya 56)

(13) The Vinaya (liu), discourses (luti), stitras (king), are equally Buddhist books. He who can entirely explain one class of these books is exempted from the control of the kannaddna. If he can explain two classes, he receives in addition the equipments of an upper seat (room) ; he who can explain three classes has allotted to him different servants to attend to and obey him ; he who can explain four classes has " pure men " (updsakas) allotted to him as attendants ; he who can explain five classes of books is then allowed an elephant carriage; he who can explain

six classes of books is allowed a surrounding escort. "When a man's renown has reached to a high distinction, then at different times he convokes an assembly for discussion. He judges of the superior or inferior talent of those who take part in it ; he distinguishes their good or bad points ; he praises the clever and reproves the faulty; if one of the assembly distinguishes himself by refined language, subtle investigation, deep penetration, and severe logic, then he is mounted on an elephant covered with precious ornaments, and conducted by a numerous suite to the gates of the convent.

If, on the contrary, one of the members breaks down in his argument, or uses poor and inelegant phrases, or if he violates a rule in logic and adapts his words accordingly, they proceed to disfigure his face with red and white, and cover his body with dirt and dust, and then carry him off to some deserted spot or leave him in a ditch. Thus they distinguish between the meritorious and the worthless, between the wise and the foolish. (Si-yu-ki Budhist records of the western world, Translated from the Chinese of Hiuen Tsiang by Samuel Beal)

(14) Hatred is, indeed, never appeased by hatred in this world. It is appeased only by loving-kindness. This is an ancient law. (Dhammapada 5)

Conquer the angry one by not getting angry (i.e., by loving-kindness); conquer the wicked by goodness; conquer the stingy by generosity, and the liar by speaking the truth. (Dhammapada 223)

(15) One should also behave towards all creatures as he should towards himself. (Santi Parva 167)

(16) That man who regards all creatures as his own self, and behaves towards them as towards his own self, laying aside the rod of chastisement and completely subjugating his wrath, succeeds in attaining to happiness. The very deities, who are desirous of a fixed abode, become stupefied in ascertaining the track of

that person who constitutes himself the soul of all creatures and looks upon them all as his own self, for such a person leaves no track behind. One should never do that to another which one regards as injurious to one's own self. This, in brief, is the rule of Righteousness. One by acting in a different way by yielding to desire, becomes guilty of unrighteousness. In refusals and gifts, in happiness and misery, in the agreeable, and the disagreeable, one should judge of their effects by a reference to one's own self. When One injures another, the injured turns round and injures the injurer. Similarly, when one cherishes another, that other cherishes the cherisher. One should frame one's rule of conduct according to this. I have told thee what Righteousness is even by this subtile way. (Anusasana Parva 113)

(17) "As I am, so are these. As are these, so am I." Drawing the parallel to yourself, neither kill nor get others to kill. (Nalaka Sutta-Sutta Nipata)

(18) All are afraid of the stick, all fear death. Putting oneself in another's place, one should not beat or kill others. (Dhammapada129)

All are afraid of the stick, all hold their lives dear. Putting oneself in another's place, one should not beat or kill others. (Dhammapada 130)

(19) Look where you will, there is nothing dearer to man than himself; therefore as it is the same thing that is dear to you and to others, hurt not others with what pains yourself. To all men this life is dear; all men fear punishment; you, who are like unto them,strike not,put not to death. (udanavarga-priyavarga 18-20)

(20) *"May these beings be free from hate!*
May they be free from suffering!
May they be free from woe [trouble]!
May they continue to be happy!
(Samsappaniya Pariyaya Sutta-Anguttara Nikaya)

(21) Because he has discarded evil he is called a 'brahmana'; because he lives calmly he is called a 'samana'; and because he gets rid of his impurities he is called a 'pabbajita'. (Dharmapada 388)

(22) "A man has faith. If he says,"This ia my faith," so far he maintains the truth. But by that he cannot proceed to the absolute conclusion: this alone is the Truth, and everything else is false." (Canki Sutta)

(23) A bhikku should train himself thus: I will not teach Dhamma to someone who is not sick and...
who is wearing (wooden-soled) sandals.
who is wearing shoes.
(Sekhiya 61, 62)

(24) King Ashoka presented the whole Jambudvipa to the priests of the four quarters, and redeemed it again with money, and this he did three times. (Si-yu-ki Budhist records of the western world, Translated from the Chinese of Hiuen Tsiang by Samuel Beal)

ബുദ്ധന്റെ വിപ്ലവം

Buddhism was a revolution. It was as great a Revolution as the French Revolution. Though it began as a Religious revolution, it became more than Religious revolution. It became a Social and Political Revolution. Revolution and Counter-Revolution in Ancient India

അംബേദ്ക്കർ പറയുന്നപോലെ ബുദ്ധിസം ഒരു വിപ്ലവമായിരുന്നോ? അല്ല എന്നതാണ് സത്യം. അംബേദ്ക്കറുടെ ഒരു ആഗ്രഹചിന്ത എന്നതിലപ്പുറം ബുദ്ധമതത്തിൽ അതിനെ സാധൂകരിക്കുന്ന തെളിവുകൾ ഒന്നുമില്ല. താൻ പുതുതായി എന്തെങ്കിലും കണ്ടുപിടിച്ച എന്നോ, വിപ്ലവം ഉണ്ടാക്കി എന്നോ ബുദ്ധൻ പോലും അവകാശപ്പെടുന്നില്ല. ബുദ്ധന് വേദങ്ങളോടോ, ബ്രാഹ്മണരോടോ, എന്തെങ്കിലും കാര്യമായ എതിർപ്പും ഉണ്ടായിരുന്നില്ല. ബുദ്ധൻ ഒരു സാമൂഹ്യപരിഷ്ക്കർത്താവും ആയിരുന്നില്ല. വ്യവസ്ഥയെയും, അതിന്റെ ഭാഗമായ രക്തശുദ്ധിയെയും, ബുദ്ധൻ അംഗീകരിച്ചിരുന്നു. ബുദ്ധൻ തന്റെ കാലത്തെ വർണ്ണവ്യവസ്ഥയെ അംഗീകരിക്കുകയും, അതിലെ ബ്രാഹ്മണരും, ക്ഷത്രീയരും പ്രത്യേക ബഹുമാനം അർഹിക്കുന്നവരുമാണ് എന്ന് കരുതുകയും ചെയ്തിരുന്നു എന്ന് നേരത്തെ ചൂണ്ടിക്കാട്ടിയിരുന്നു.[1] പസേനദി രാജാവിന് താഴ്ന്ന ജാതി ഭാര്യയിൽ ഉണ്ടായ മകനായ വിധുദഭന്റെ കഥയും നേരത്തെ സൂചിപ്പിച്ചിരുന്നു. ജാതിക്കും, വർണ്ണത്തിനും എതിരെ ശക്തമായ ഒരു നിലപാടെടുക്കുന്നതിനു പകരം, അമ്മയുടെ വർണ്ണം നോക്കേണ്ട കാര്യമില്ല അച്ഛന്റെ വർണ്ണമാണ് പരിഗണിക്കേണ്ടത് എന്ന പഴയകാല ബ്രാഹ്മണ പണ്ഡിതന്മാരുടെ അഭിപ്രായത്തെ അനുകൂലിക്കുകയാണ് ബുദ്ധൻ ചെയ്തത്.

പുരാതന ഇന്ത്യയെക്കുറിച്ച് ബൗദ്ധ ഗ്രന്ഥങ്ങളിൽ നിന്ന് നമുക്ക് ലഭിക്കുന്ന സൂചന, അക്കാലത്ത് വർണ്ണങ്ങൾ ഉണ്ടായിരുന്നെങ്കിലും നമുക്ക് ഇപ്പോൾ പരിചയമുള്ള തരം ശ്രേണീബദ്ധമായ വർണ്ണ വിവേചനങ്ങൾ അക്കാലത്ത് ഉണ്ടായിരുന്നില്ല എന്നതാണ്. മനുസ്മൃതി

പോലുള്ള ഗ്രന്ഥങ്ങൾ അടിസ്ഥാനമാക്കി ജീവിക്കുന്ന ഒരു സമൂഹത്തെ യൊന്നുമല്ല ബൗദ്ധകൃതികളിൽ കാണുന്നത്. സമൂഹത്തിലെ മാന്യത നഷ്ടപെടാതെ തന്നെ "താഴ്ന്ന" ജോലികൾ ചെയ്യുന്ന ക്ഷത്രീയനേയും, വൈശ്യനെയും, അതുപോലെ കൃഷിയും, കച്ചവടവും, ചെയ്യുന്ന ബ്രാഹ്മ ണനേയും, രാജ്യം ഭരിക്കുന്ന ശൂദ്രനേയും, ഒക്കെ ജാതക കഥകളിലും, അവദാന കഥകളിലും കാണാം. (പഞ്ചതന്ത്രം പോലുള്ള കഥകളിൽ കാണുന്ന ജനജീവിതവും സമാനമാണ്. പഞ്ചതന്ത്രം എഴുതിയത് ഒരു ബ്രാഹ്മണനാണ് എന്നാണ് പറയപ്പെടുന്നതെങ്കിലും അതിലെ മിക്ക കഥകളിലും ബ്രാഹ്മണർ പരിഹാസപാത്രങ്ങളാണ്. വൈശ്യ വൃത്തി (കച്ചവടം) മിക്ക കഥകളിലും പുകഴ്ത്തപ്പെടുന്നുണ്ട്. പ്രസിദ്ധമായ മലർപ്പൊടിക്കാരന്റെ കഥയിലെ കഥാപാത്രം ഒരു ബ്രാഹ്മണനാണ്. അയാൾ തന്റെ കുലവൃത്തി ചെയ്യാതെ കച്ചവടക്കാരനാകാൻ തീരു മാനിക്കുന്നത് അപമാനകരമാണ് എന്ന് കഥയിൽ ഒരിടത്തും സൂച നയില്ല.) ബ്രാഹ്മണർ എല്ലാ തരം തൊഴിലുകളും ചെയ്യുന്നുണ്ട് എന്ന് ഭൂരിദത്ത ജാതക (No. 543) എന്ന കഥയിൽ കാണാം.[2]

ഈ കഥയിൽ മൃഗങ്ങളെ കെണിവച്ച് പിടിച്ച് അവയുടെ മാംസം വിറ്റു ജീവിക്കുന്ന ഒരു ബ്രാഹ്മണനും മകനുമുണ്ട്. പണ്ടാന ജാതക (No: 475) എന്ന കഥയിൽ ഒരു ബ്രാഹ്മണ ആശാരിയെ കാണാം. ദശ ബ്രാഹ്മണ ജാതക (No. 495) എന്ന ജാതകകഥയിൽ ബ്രാഹ്മ ണർ എല്ലാ തരം ജോലികളും ചെയ്തു ജീവിക്കുന്ന കാര്യം നേരത്തെ പറഞ്ഞിരുന്നു. മജ്ജിമ നിഖായയിലെ ഘടികാര സുത്തയിൽ ഘടികാരൻ എന്ന കുശവന്റെ സഹായിയും സുഹൃത്തുമായ ജ്യോതി പാലൻ എന്ന ബ്രാഹ്മണനെ കാണാം. കുശവന്റെ പണിയെടുക്കുന്ന ഈ ബ്രാഹ്മണൻ കുശവനോട് അയിത്തം കാണിക്കുന്നതായി കഥയിൽ സൂചനയില്ല. കാശ്യപ ബുദ്ധനെ കാണാൻ കുശവനായ ഘടികാരൻ ബ്രാഹ്മണനായ ജ്യോതിപാലന്റെ മുടിയിൽ പിടിച്ചു വലിച്ചാണ് കൊണ്ടുപോകുന്നത്. (ഘടികാര സുത്ത, മജ്ജിമ നിഖായ 81) (ഭാരതീയ രീതി അനുസരിച്ച് മുടി പിടിച്ചു വലിക്കൽ കടുത്ത അപമാനമാണ്. വളരെ അടുപ്പമുള്ളവർക്ക് മാത്രമേ ഒരാളുടെ മുടിയിൽ തൊടാൻ അനുവാദമുള്ളു. ദുശ്ശാസനൻ പാഞ്ചാലിയുടെ മുടി പിടിച്ചു വലിച്ചത് ഇത്ര ഇഷ്യൂ ആയതിനു കാരണം അതാണ്. മനുസ്മൃതിയിലും താഴ്ന്ന ജാതിക്കാരൻ ഉയർന്ന ജാതിക്കാരന്റെ മുടി പിടിച്ചു വലിക്കു ന്നത് കടുത്ത ശിക്ഷ കിട്ടുന്ന കുറ്റമാണ്.)[3] മിലിന്ദ പ്രശ്നത്തിലെ ഒരു സൂചന പ്രകാരം ഈ ബ്രാഹ്മണനും, കുടുംബവും അടിമകളായിരുന്നു എന്ന് കാണാം. (അപ്പോൾ ബ്രാഹ്മണരും ചിലപ്പോളെങ്കിലും അടി മകളാകുമായിരുന്നു?)[4]

പുരാതന ഇന്ത്യയിലെ രാജാക്കന്മാർ എല്ലാവരും ക്ഷത്രീയരൊന്നും ആയിരുന്നില്ല. (അത്തരമൊരു വ്യാജകഥയും നമ്മുടെ ചരിത്രകാരൻമാർ പഠിപ്പിക്കുന്നുണ്ട്.) ഏറ്റവും പഴക്കമുള്ളത് എന്നു കരുതുന്ന ചാന്ദോഗ്യ ഉപനിഷത്തിൽ തന്നെ (BCE ആറാം നൂറ്റാണ്ട്) ജനശ്രുതി പൌത്രായണൻ എന്നൊരു ശൂദ്രനായ രാജാവിനെക്കുറിച്ച് പറയുന്നുണ്ട്. ചരിത്രത്തിൽ നോക്കിയാലും ആദ്യത്തെ നന്ദ രാജാവ് ഒരു ക്ഷുരകന്റെ പുത്രനായിരുന്നു എന്ന് ജൈന കൃതികൾ പറയുന്നു. അലക്സാണ്ടറുടെ ജീവചരിത്രം എഴുതിയ കർട്ടിയസ്സും ഈ കഥ ശരിവയ്ക്കുന്നുണ്ട്.[5]

സക്കംകിര ജാതക (No. 73) എന്ന കഥയിൽ ജനങ്ങൾ നിലവിലെ രാജാവ് പോരാത്തതു കൊണ്ട് ഒരു ബ്രാഹ്മണനെ രാജാവാക്കുന്നുണ്ട്. പദകുശലമാനവ ജാതക (No. 432) എന്ന കഥയിൽ ജനങ്ങൾ സംഘടിച്ച് ദുഷ്ടനായ രാജാവിനെയും, പുരോഹിതനെയും തല്ലിക്കൊന്ന് നല്ല ഒരാളെ രാജാവാക്കുന്നുണ്ട്. ഖണ്ഡഹാല ജാതകയിൽ (No.542) രാജ്യത്തെ ജനങ്ങൾ മന്ത്രിയെ കൊന്ന്, രാജാവിനെ ജാതിയിൽനിന്നും രാജ്യത്തുനിന്നും തന്നെ പുറത്താക്കുകയും ചെയ്യുന്നുണ്ട്.

വർണ്ണസങ്കരമൊക്കെ ഇഷ്ടം പോലെ നടക്കുന്നുണ്ടെങ്കിലും ശുദ്ധവർണ്ണം ഒരു മികവായി കരുതിയിരുന്നു എന്നു കാണാം. (ഇന്നത്തെ പോലെയൊക്കെ തന്നെ. ജാതിമഹിമ കാര്യമായി കൊണ്ടുനടക്കുന്നവരോടൊപ്പം തന്നെ അതിനെ പരിഗണിക്കാത്ത ഗണ്യമായ ഒരു വിഭാഗവും ഇവിടെയുണ്ട്.) മജ്ജിമ നികായയിലെ കങ്കി സുത്തയിൽ കങ്കി എന്ന ബ്രാഹ്മണനോട് ബുദ്ധനെ കാണാൻ അങ്ങോട്ടു പോകണ്ട, ബുദ്ധൻ ഇങ്ങോട്ടു വന്നു കാണട്ടെ എന്ന് മറ്റു ബ്രാഹ്മണർ അദ്ദേഹത്തെ ഉപദേശിക്കുന്നുണ്ട്. അവർ പറയുന്ന കാരണം കങ്കിയുടെ മുൻപത്തെ ഏഴു തലമുറ മുതൽ അവരിൽ വർണ്ണസങ്കരം ഉണ്ടായിട്ടില്ല എന്നാണ്. അത്ര പ്രമാണിയായ അദ്ദേഹം ആരെയും അങ്ങോട്ടു പോയി കാണേണ്ട കാര്യമില്ല. ഇതിനു കങ്കി പറയുന്ന മറുപടി ഗൌതമനും അതേപോലെ ഏഴു തലമുറ ശുദ്ധവർണ്ണമാണ്, അതിനാൽ താൻ അങ്ങോട്ടു പോയി കാണുന്നതിൽ തെറ്റില്ല എന്നാണ്. അതേപോലെ ദിഗ്ഗ നികായയിലെ കുത്തദന്ത സുത്തയിലും സമാനമായ ഒരു രംഗമുണ്ട്. കുത്തദന്തൻ എന്ന ബ്രാഹ്മണൻ ബുദ്ധനെ കാണാൻ പുറപ്പെട്ടപ്പോൾ,മറ്റു ബ്രാഹ്മണർ തടയുന്നത്, കുത്തദന്തൻ രക്തശുദ്ധിയുള്ള ബ്രാഹ്മണനാണ്, ബുദ്ധൻ ഇങ്ങോട്ടു വന്നു കാണട്ടെ എന്നാണ്. അതിന് കുത്തദന്തന്റെ മറുപടി ഗൌതമനും അതേപോലെ രക്തശുദ്ധിയുള്ള ആളു തന്നെയാണ് എന്നാണ്.

ബ്രാഹ്മണർ താരതമ്യേനെ വർണ്ണശുദ്ധിയിൽ അത്ര മേന്മ നടിച്ചിരുന്നില്ല എന്നാണ് ദിഗ്ഗ നിഖായയിലെ അംബത്ത സുത്തയിലെ അംബത്തന്റെ കഥയിൽനിന്ന് മനസ്സിലാകുന്നത്. അനുലോമ, പ്രതിലോമ വിവാഹങ്ങളിലെ സന്തതികളെ അംഗീകരിക്കുന്നതിൽ അവർക്ക് വിഷമമില്ല. ഈ കാര്യത്തിൽ ക്ഷത്രീയരാണ് കൂടുതൽ വേവലാതി കാണിക്കുന്നത്. ക്ഷത്രീയരുടെ മേന്മയായി ബുദ്ധൻ പറയുന്നതും അതാണ്. ബ്രഹ്മാവിന്റെ പുത്രനായ സനത്കുമാരന്റെ അഭിപ്രായവും അതുതന്നെയാണ് എന്ന് പലയിടത്തും ആവർത്തിക്കുകയും ചെയ്യുന്നുണ്ട്. (അതുപോലെ ഭഗവത് ഗീതയിലും വർണ്ണസങ്കരം സംഭവിക്കുമോ എന്നത് ക്ഷത്രീയനായ അർജ്ജുനന്റെ വേവലാതിയാണ്. ഈ ഭഗവത് ഗീതയാണെങ്കിലോ മറ്റൊരു ക്ഷത്രീയ ഉൽപ്പന്നമായ ഉപനിഷത്തുക്കളുടെ സാരവുമാണ് എന്നതും പ്രശസ്തമാണ്.)

ബുദ്ധന്റെ സമകാലീനനായ കോസലത്തിലെ പസേനദി രാജാവ് തന്നെ വർണ്ണ സങ്കരം വന്ന ക്ഷത്രീയനാണ് എന്ന് ബൗദ്ധകൃതികളിൽ സൂചനയുണ്ട്. ബുദ്ധൻ ജനിക്കാൻ പറ്റിയ രാജവംശങ്ങൾ നോക്കിയപ്പോൾ കോസലത്തെ വർണ്ണസങ്കരത്തിന്റെ പേരിൽ ഒഴിവാക്കിയത് ഓർക്കുക. അദ്ദേഹം മാത്രമല്ല ബുദ്ധനു ജനിക്കാൻ അക്കാലത്തെ പതിനാറു ജനപദങ്ങളുടെ മഹാരാജാക്കൻമാരിൽ മിക്കവരെയും ഒഴിവാക്കുന്നത് ശുദ്ധവർണ്ണമല്ല എന്ന കാരണം പറഞ്ഞാണ്. മാതാവിന്റെയും പിതാവിന്റെയും ഭാഗത്ത് നിന്ന് എഴു തലമുറ വരെ ശുദ്ധി എന്നു പലയിടത്തും ആവർത്തിച്ചു കാണാം. വർണ്ണശുദ്ധിയുണ്ട് എന്ന് അഭിമാനിക്കുന്ന ശാക്യന്മാർക്ക് പക്ഷേ പസേനദിയെ പുച്ഛമായിരുന്നു. രണ്ടു കൂട്ടരും സൂര്യ വംശമാണ്. ഇക്ഷാകുവാണ് രണ്ടു കൂട്ടരുടെയും കുലപിതാമാഹൻ. (ശ്രീരാമനും ഈ ഇക്ഷാകുവംശമാണ്.) എന്നിട്ടാണ് അവർ അയാളെ താഴ്ന്ന ജാതിയായി കൂട്ടുന്നത്. അതേസമയം അദ്ദേഹത്തെ അവരുടെ മഹാരാജാവായി അംഗീകരിക്കുകയും ചെയ്യുന്നുണ്ട്. ഒരുപക്ഷേ ബുദ്ധന്റെ കാലത്ത് ചാതുർവർണ്യത്തെക്കാൾ ബന്ധുക്കൾ തമ്മിൽ മാത്രം വിവാഹം കഴിക്കുന്നതിനെ (endogamy) അടിസ്ഥാനമാക്കിയുള്ള ഗോത്രശുദ്ധിയെ അവർ കൂടുതൽ കാര്യമായി കരുതിയിരിക്കണം.

മജ്ജിമ നിഖായയിലെ മധുര സുത്തയിലെ ഒരു വിവരണപ്രകാരം നാലുവർണ്ണങ്ങളും തമ്മിൽ അനുസരിക്കേണ്ടുന്ന ക്രിമിനൽ നിയമങ്ങളുടെ കാര്യത്തിൽ ഒരു വിവേചനവും ഇല്ലായിരുന്നു എന്നാണ് മനസ്സിലാകുന്നത്. (മനുസ്മൃതി അനുസരിച്ചാണെങ്കിൽ നാല് വർണ്ണങ്ങൾക്കും വ്യത്യസ്ത ശിക്ഷകളാണ്.) ബുദ്ധൻ നിർവ്വാണം പ്രാപിച്ച് കുറച്ചു കാലത്തിനു ശേഷം (അപ്പോൾ കാലഘട്ടം ഏകദേശം പിടികിട്ടും)

ഒരിക്കൽ മഹാകാക്കാന എന്ന ബുദ്ധശിഷ്യൻ മഥുരയിലെ രാജാവുമായി വർണ്ണങ്ങളേക്കുറിച്ചു സംസാരിക്കുന്നതാണ് മഥുരസുത്തയിലെ സന്ദർഭം. തങ്ങളാണ് ഒന്നാമത്തെ വർണ്ണം എന്ന ബ്രാഹ്മണരുടെ അവകാശവാദത്തിൽ കാര്യമില്ല എന്ന് മഹാകാക്കാനൻ സമർത്ഥിക്കുന്നു. പണവും സ്വാധീനവും ഉള്ള ശൂദ്രന്, ബ്രാഹ്മണന് കിട്ടുന്ന അതേ മതിപ്പ് സമൂഹം കൊടുക്കുന്നുണ്ടല്ലോ എന്നാണ് അതിന് ഉദാഹരണമായി അദ്ദേഹം പറയുന്നത്. ശൂദ്രൻ ധനം സമ്പാദിക്കാൻ പാടില്ല എന്നപോലുള്ള മനുസ്മൃതി നിയമമൊന്നും അക്കാലത്ത് പ്രബല്യത്തിലുള്ളതായി മഹാകാക്കാനന്റെ സംഭാഷണത്തിൽ സൂചനയില്ല.[6]

പാപകർമ്മങ്ങൾ ചെയ്യുന്നവർക്ക് ഏതു വർണ്ണമായാലും ഇഹലോകത്തിലും പരലോകത്തിലും ഒരേ ശിക്ഷ തന്നെയാണ് ലഭിക്കുക. നന്മ ചെയ്യുന്നത് ഏതു വർണ്ണത്തിൽ പെട്ട ആളായാലും ഒരേപോലെയാണ് ഇഹലോകത്ത് ബഹുമാനിക്കപ്പെടുന്നതും. ബ്രാഹ്മണരുടെ അവകാശവാദം എന്തായാലും രാജ്യത്തെ നിയമത്തിനു മുന്നിൽ എല്ലാ വർണ്ണങ്ങളും തുല്യരായിരുന്നു എന്നാണ് ഈ ഭാഗം സൂചിപ്പിക്കുന്നത്. മനുസ്മൃതിയിൽ കാണുന്നപോലെ ഓരോ വർണ്ണങ്ങൾക്കും ഓരോ നിയമം എന്ന വിവേചനത്തിന്റെ സൂചന പോലും കാണുന്നില്ല. കുറ്റം ചെയ്യുന്നവർ ഏതു വർണ്ണമായാലും അവർക്ക് ഒരേ ശിക്ഷ തന്നെയാണ്.[7]

ചാണക്യന്റെ അർത്ഥശാസ്ത്രത്തിലും വർണ്ണങ്ങൾ അനുസരിച്ച് ശിക്ഷകൾ വ്യത്യാസപ്പെടുന്നതായി പറയുന്നില്ല. എല്ലാവർക്കും ശിക്ഷകൾ ഒരുപോലെതന്നെയാണ്. ചില്ലറ പരിഗണന ഇല്ലെന്നല്ല. ഉദാഹരണത്തിന് ബ്രാഹ്മണ ജാതിയിൽ ജനിച്ച് വേദങ്ങൾ പഠിച്ചവരെയും, സന്ന്യാസിമാരെയും കുറ്റം തെളിയിക്കാനായി പീഡിപ്പിക്കാൻ പാടില്ല എന്നു പറയുന്നുണ്ട്. ചാരന്മാരെ ഉപയോഗിച്ചുള്ള തെളിവു ശേഖരണം മാത്രമേ പാടൂ.[8] (ഇത് ജനിച്ച വർണ്ണത്തോടുള്ള ബഹുമാനം എന്നതിനേക്കാൾ പഠിച്ചവനോടുള്ള ബഹുമാനം പോലെയാണ് തോന്നുന്നത്.) എന്നുവച്ച് ശിക്ഷയിൽനിന്ന് അവരെ ഒഴിവാക്കുന്നുമില്ല. മുഖത്ത് മാഞ്ഞുപോകാത്ത തരത്തിൽ തീ കൊണ്ട് അടയാളം വച്ച് പരസ്യമായി നാടുകടത്തുകയോ, ജീവപര്യന്തം ഖനികളിലേക്ക് അയക്കുകയോ ആണ് ശിക്ഷ.[9] അതുപോലെ രാജ്യദ്രോഹം പോലുള്ള കുറ്റങ്ങൾക്ക് ജീവനോടെ ചുട്ടുകൊല്ലുന്നതാണ് ശിക്ഷയെങ്കിൽ ബ്രാഹ്മണർക്ക് അത് വെള്ളത്തിൽ മുക്കിക്കൊല്ലലാണ്.[10]

നേരത്തെ കണ്ട മധുരസുത്ത അഞ്ചു കാര്യങ്ങളാണ് വ്യക്തമാക്കുന്നത്. (I) ജനിച്ച വർണ്ണം ഇഹലോകത്തെ ജീവിതവിജയം ഉറപ്പു നൽകുന്നില്ല. (II) ജനിച്ച വർണ്ണം പരലോകത്തെ ശിക്ഷയിൽ നിന്ന് മോചനം നൽകില്ല. (III) ജനിച്ച വർണ്ണം നല്ല ആളുകളുടെ പരലോകജീവിതത്തിന്റെ സുഖം കുറയ്ക്കില്ല. (IV) ജനിച്ച വർണ്ണം ഇഹലോകത്തെ ക്രിമിനൽ നിയമങ്ങളിൽ നിന്ന് രക്ഷ നൽകില്ല.(V) ഏതു വർണ്ണമായാലും സന്യാസിക്ക്/ശ്രമണന് മികച്ച പരിഗണന കിട്ടുന്നു.

അക്കാലത്തെ സമൂഹത്തിൽ കഴിവുള്ളവനെ ഏതു ജാതി, വർണ്ണത്തിൽ പെട്ടവനാണെങ്കിലും അംഗീകരിച്ചിരുന്നു എന്നാണ് സംയുക്ത നികായയിലെ ഇസ്സാത്ത സുത്തയിൽ ബുദ്ധനും, പസേനദി രാജാവും തമ്മിലുള്ള ഈ സംഭാഷണവും സൂചിപ്പിക്കുന്നത്.[11] വർണ്ണം ഏതായാലും ആൾ കഴിവുള്ളവനായാൽ മതി എന്ന് രാജാവ് സമ്മതിക്കുന്നു. ബുദ്ധൻ തന്റെ പോയിന്റ് ഉന്നയിക്കാൻ ഉപയോഗിക്കുന്ന ഈ ഉപമയിൽനിന്നു അതുതന്നെയാണ് അക്കാലത്തെ നാട്ടുനടപ്പും എന്ന് വ്യക്തം.

പസേനദി രാജാവ് ബുദ്ധനെ പരസ്യമായി ഇന്റർവ്യൂ ചെയ്യുന്നതാണ് ഈ സുത്തയുടെ പുറകിലുള്ള കഥ. ആരൊക്കെയാണ് സമ്മാനങ്ങൾക്ക് അർഹതപ്പെട്ടവർ എന്ന രാജാവിന്റെ ചോദ്യത്തിന് ഏതു വർണ്ണമായായാലും കഴിവുള്ളവനെ രാജാവ് അംഗീകരിക്കുന്നപോലെ, ഏതു തരക്കാരനായാലും അറിവുള്ളവൻ അംഗീകരിക്കപ്പെടണം എന്ന് ബുദ്ധൻ മറുപടി പറയുന്നു. ബുദ്ധന്റെ വിജയം നാട്ടിലെ മറ്റു ശ്രമണ ഗുരുക്കന്മാരെ അസൂയാലുക്കളാക്കിയിരുന്നു എന്ന് ഞാൻ നേരത്തെ സൂചിപ്പിരുന്നു. അവർ രാജാവിനോട് പരാതി പറഞ്ഞു. അതാണ് ബുദ്ധന്റെ അറിവ് പരിശോധിക്കാൻ മറ്റു ഗുരുക്കന്മാരുടെയും (.....rival teachers, self-consciously 'scratching the ground with their feet'.) പൊതുജനങ്ങളുടെയും സാന്നിധ്യത്തിൽ ഈ പരസ്യ ഇന്റർവ്യൂ. താൻ ബുദ്ധനെ സപ്പോർട്ട് ചെയ്യുന്നത് അദ്ദേഹം യോഗ്യനായതുകൊണ്ടാണ് എന്ന് പൊതുജനത്തെ കാണിക്കാനും കൂടിയാണ് പസേനദി രാജാവിന്റെ ഈ പരസ്യ മുഖാമുഖം. (ഇതേപോലെ ഒരു പരീക്ഷണം/മത്സരം നടത്താൻ ആവശ്യപ്പെട്ടുകൊണ്ട് ഈ എതിർ ഗ്രൂപ്പുകാർ ബിംബിസാരനെയും സമീപിച്ചെങ്കിലും ബുദ്ധനെ പരീക്ഷിക്കാനൊന്നും ബിംബിസാരൻ കൂട്ടാക്കിയില്ല. മര്യാദക്ക് നടന്നില്ലെങ്കിൽ എല്ലാറ്റിനേം നാടു കടത്തിക്കളയും എന്ന് അവരെ ഭീഷണിപ്പെടുത്തി ഒതുക്കുകയായിരുന്നു. രണ്ടു രാജാക്കന്മാരുടെയും രണ്ടു തരം സമീപനങ്ങളുടെ ഒരു ഉദാഹരണം.)

വർണ്ണങ്ങളെക്കുറിച്ച് ചർച്ച ചെയ്യുന്ന മറ്റൊരു ഭാഗമാണ് മജ്ജിമ നിഖായയിലെ എസുക്കാരി സുത്ത. എസുക്കാരി എന്ന ബ്രാഹ്മണൻ ബുദ്ധനോട് ചോദിക്കുന്നു."ക്ഷത്രീയർ ബ്രാഹ്മണർക്കും, വൈശ്യർ ബ്രാഹ്മണ ക്ഷത്രീയാദികൾക്കും, ശൂദ്രർ മറ്റു മൂന്ന് വർണ്ണങ്ങൾക്കും (ബ്രാഹ്മണ ക്ഷത്രീയ വൈശ്യർക്ക്) സേവകനായി കീഴ്പ്പെട്ടു ജീവിക്കണം (മനുസ്മൃതിയിൽ പറയുന്ന നിയമമാണ് സൂചിപ്പിക്കുന്നത്) എന്ന് ബ്രാഹ്മണർ പ്രഖ്യാപിക്കുന്നതിനെക്കുറിച്ച് താങ്കളുടെ അഭിപ്രായമെന്താണ് ?"

ബുദ്ധൻ ആദ്യം ചോദിക്കുന്നത് തന്നെ ബ്രാഹ്മണരുടെ ഈ അവകാശവാദം എല്ലായിടത്തും പൊതുവായി അംഗീകരിക്കപ്പെടുന്നുണ്ടോ എന്നാണ്. തീർച്ചയായും അല്ല എന്ന് എസുക്കാരി ബ്രാഹ്മണൻ സമ്മതിക്കുന്നു. എങ്കിൽ പൊതുസമ്മതിയില്ലാത്ത അവകാശവാദം ഒരാളെ അയാൾ ആവശ്യപ്പെടാതെ തന്നെ മാംസം നിർബന്ധിച്ചു തീറ്റിച്ച ശേഷം അയാളിൽനിന്ന് അതിന്റെ വിലയും പിടിച്ചു വാങ്ങുന്ന പോലെയാണ് എന്ന് ബുദ്ധൻ പറയുന്നു.(12)

ബ്രാഹ്മണർ അവകാശപ്പെടുന്നതല്ലാതെ അത്തരമൊരു നിയമമൊന്നും പ്രാബല്യത്തിലുണ്ടായിരുന്നില്ല എന്നാണ് ഇത് സൂചിപ്പിക്കുന്നത്. ബ്രാഹ്മണരെ സേവിക്കണമെന്നോ സേവിക്കേണ്ട എന്നോ താൻ പറയുന്നില്ല എന്നും ബുദ്ധൻ തുടർന്നു പറയുന്നു. അവരവർക്ക് ആലോചിച്ച് തനിക്കു ഗുണകരമാണെങ്കിൽ സേവിക്കാം. തുടർന്ന് എസുക്കാരി ബ്രാഹ്മണൻ, ബ്രാഹ്മണർ ജീവിക്കേണ്ടത് ഭിക്ഷയെടുത്തും (മറ്റുള്ളവരിൽനിന്നു ധനം സ്വീകരിച്ച്), ക്ഷത്രീയർ ജീവിക്കേണ്ടത് അമ്പും വില്ലും ഉപയോഗിച്ചും (യുദ്ധം ചെയ്ത്), വൈശ്യർ ജീവിക്കേണ്ടത് നിലമുഴുതും, കന്നുകാലികളെ വളർത്തിയും, ശൂദ്രർ ജീവിക്കേണ്ടത് കൂലിപ്പണിയെടുത്തും ആണ് എന്ന് ബ്രാഹ്മണർ പ്രഖ്യാപിക്കുന്നതിനെക്കുറിച്ചും (മനുസ്മൃതിയിലും മറ്റും വിവരിക്കുന്ന വർണ്ണ വിഭജനം) ബുദ്ധന്റെ അഭിപ്രായം ചോദിക്കുന്നു.

വീണ്ടും ബുദ്ധന്റെ ചോദ്യം, ബ്രാഹ്മണർ അവകാശപ്പെടുന്നതല്ലാതെ ഇത് ലോകം അംഗീകരിച്ചതാണോ എന്നാണ്. അല്ല എന്ന് എസുക്കാരി ബ്രാഹ്മണൻ ഉത്തരം പറയുന്നു. ഇതും നേരത്തെ പോലെ തന്നെ, ആവശ്യമില്ലാത്തവന് നിർബന്ധമായി മാംസം നൽകി അതിന്റെ വില ഈടാക്കുന്നപോലെയാണ് എന്ന് ബുദ്ധൻ പറയുന്നു. ബ്രാഹ്മണരുടേത് ഏകപക്ഷീയമായ ഒരു അവകാശവാദം മാത്രമാണ്.

ഈ സുത്തയിലും വർണ്ണവ്യവസ്ഥയെയും അതിന്റെ അടിസ്ഥാനത്തിലുള്ള കർമ്മസിദ്ധാന്തത്തെയും നിരാകരിക്കുന്നതിനു പകരം,

ഉയർന്ന വർണ്ണങ്ങളെ സേവിക്കുന്നത് അയാളെ നല്ലവനാക്കുമെങ്കിൽ അതു ചെയ്യാം എന്നാണ് ബുദ്ധൻ പറയുന്നത്.[13] കഴിഞ്ഞ ജന്മത്തിലെ കർമ്മഫലം കൊണ്ടാണ് ഈ ജന്മത്തിൽ സേവകനായി ജനിച്ചത്, ഈ ജന്മത്തിലെ കർമ്മം കൊണ്ടു വേണം അടുത്ത നല്ല ജന്മം കിട്ടാൻ എന്ന് വിശ്വസിക്കുന്ന സാധുവിനോടാണ് പറയുന്നത്, അയാൾക്ക് ഗുണകരമെന്ന് കരുതുന്നുണ്ടെങ്കിൽ ബ്രാഹ്മണരെ സേവിക്കാം എന്ന്. ബുദ്ധന്റെ നിലപാട് വളരെ വ്യക്തമാണ്. വർണ്ണവ്യവസ്ഥയെ വെല്ലു വിളിക്കാനൊന്നും താനില്ല.

മനുസ്മൃതിയായിരുന്നു പുരാതന ഇൻഡ്യയിലെ നിയമവ്യവസ്ഥ, അതു പ്രകാരമാണ് അക്കാലത്തെ ജനങ്ങൾ ജീവിച്ചിരുന്നത്, ജാതി പീഢനം സഹിക്കാൻ വയ്യാതെ അധഃസ്ഥിതർ ബുദ്ധമതത്തിലേക്ക് തള്ളിക്കയറുകയായിരുന്നു (ബുദ്ധിസത്തിന്റെ USP- unique selling point- ആയി നമ്മുടെ ചരിത്രകാരന്മാർ പറയുന്നതും അതാണല്ലോ) എന്നൊക്കെയാണ് നമ്മുടെ ബുദ്ധിജീവികളുടെ അഭിപ്രായം. മനുസ്മൃതി പണ്ട് ഇവിടെ പ്രയോഗത്തിലുണ്ടായിരുന്ന നിയമ സംഹിതയാണ് എന്നത് വലിയൊരു തെറ്റിദ്ധാരണയാണ്. പൊതുവേ കരുതുന്ന പോലെ ഈ പുസ്തകത്തിന്റെ ശരിയായ പേര് മനുസ്മൃതി എന്നുപോലുമല്ല. മാനവ ധർമ്മശാസ്ത്രം എന്നാണ് ശരിയായ പേര്. ഇതിന്റെ അൻപതോളം കയ്യെഴുത്തു പ്രതികൾ ലഭ്യമായിട്ടുണ്ട്. അതിൽ ഒന്നിൽ പോലും മനുസ്മൃതി എന്ന പേരില്ല എന്ന് ചരിത്രകാരനായ പാട്രിക്ക് ഒലിവെൽ പറയുന്നു.

1794 ൽ സർ വില്ല്യം ജോൺസ് ആണ് മനുസ്മൃതിയുടെ ലഭ്യമായ അൻപതോളം കൈയെഴുത്ത് പ്രതികളിൽ ഒന്നായ കൽക്കട്ടാ മാനുസ്ക്രിപ്റ്റ് എന്നറിയപ്പെടുന്ന പതിപ്പ് ഇംഗ്ലീഷിലേക്ക് തർജ്ജിമ ചെയ്യുന്നത്. ഇപ്പോൾ മനുസ്മൃതി എന്ന പേരിൽ പല ഭാഷകളിൽ കിട്ടുന്നത് മിക്കവാറും എല്ലാം കുല്ലൂകഭട്ടന്റെ വ്യാഖ്യാന സഹിതമുള്ള ഈ കൽകട്ടാ മാനുസ്ക്രിപ്റ്റാണ്. ഏറ്റവും ആധികാരികം അതായതു കൊണ്ട് അത് തിരഞ്ഞെടുത്തതല്ല. ആദ്യം കൈയ്യിൽ കിട്ടിയ ഒന്ന് തർജ്ജിമ ചെയ്തു. അത്രയേ ഉള്ളൂ. പ്രധാനപ്പെട്ട പല വിഷയങ്ങളിലും സർ വില്ല്യം ജോൺസിന്റെ "ഔദ്യോഗിക" മനുസ്മൃതി ലഭ്യമായ മറ്റ അൻപതോളം കയ്യെഴുത്തു പ്രതികളുമായി വളരെ വ്യത്യാസപ്പെട്ടി രിക്കുന്നു എന്നാണ് പാട്രിക്ക് ഒലിവെൽ പറയുന്നത്.[14] 2005 ൽ ഓക്സ്ഫോർഡ് യൂണിവേർസിറ്റി പ്രസ്സ് പാട്രിക്ക് ഒലിവെല്ലിന്റെ ഒരു ശുദ്ധീകരിച്ച തർജ്ജിമ പ്രസിദ്ധീകരിച്ചിട്ടുണ്ട്.

അതായത് വ്യവഹാരങ്ങൾക്ക് ഉപയോഗിച്ചിരുന്ന ഏക രൂപമുള്ള ഒരു പുസ്തകമല്ല മനുസ്മൃതി എന്നതിന്റെ സൂചനയാണ് ഇത്. പിന്നെ

മനുസ്മൃതിയിലെ ബഹുഭൂരിപക്ഷം ശ്ലോകങ്ങളും ബ്രാഹ്മണരെയും, ക്ഷത്രിയരെയും ഉദ്ദേശിച്ചാണ് എഴുതപ്പെട്ടിട്ടുള്ളത്. വൈശ്യ, ശൂദ്ര വർണ്ണങ്ങളെ ഉദ്ദേശിച്ച് വളരെ കുറച്ചു ശ്ലോകങ്ങളെ അതിൽ ഉള്ളൂ. ബ്രാഹ്മണന് കൂടുതൽ ശിക്ഷ വിധിക്കുന്ന ഭാഗങ്ങളും അതിൽ കാണാം. ഉദാഹരണത്തിന്, മോഷണത്തിന് ബ്രാഹ്മണന്റെ ശിക്ഷ ശൂദ്രന്റെ ഇരുന്നൂറ്റി നാല്പത് ഇരട്ടി വരെയാണ്. കാരണം കുറ്റത്തിന്റെ ഗൌരവം അവർക്ക് അറിയാം.[15]

മനുസ്മൃതി നിയമ പുസ്തകം എന്നതിനേക്കാൾ അതിന്റെ ഓരോ കയ്യെഴുത്തു പ്രതിയും അതാതു കാലത്തെ നാട്ടുനടപ്പുകളും, ആചാരങ്ങളും, ഉപദേശങ്ങളും ഒക്കെ കൂടിക്കലർന്ന ഒരു അവിയൽ പുസ്തകമാണ് എന്നു കരുതുന്നതാകും ശരി. അതുകൊണ്ടുതന്നെ പരസ്പര വിരുദ്ധമെന്നു തോന്നുന്ന ധാരാളം ഭാഗങ്ങൾ അതിൽ കാണാം. വർണ്ണത്തിനു പുറത്ത് വിവാഹബന്ധം നിഷിദ്ധമാണ് എന്നൊരിടത്ത് പറയുമ്പോൾ, അത്തരം ബന്ധങ്ങളിൽ ഉണ്ടാകുന്ന കുട്ടികളുടെ നിയമാവകാശങ്ങളെക്കുറിച്ച് വേറൊരിടത്തു പറയുന്നു. ഒരിടത്ത് വിവാഹ ബാഹ്യ ബന്ധങ്ങളെ വിലക്കുമ്പോൾ തന്നെ അത്തരം ബന്ധങ്ങളിൽ ഉണ്ടാകുന്ന കുട്ടികളുടെ അവകാശം ഭർത്താവിനാണ് അല്ലാതെ ബീജ ദാതാവിനല്ല എന്ന് വേറൊരിടത്തു പറയുന്നു. അതായത് അത്തരം കാര്യങ്ങളൊക്കെ ആ സമൂഹത്തിൽ നടക്കുന്നുണ്ട്. (മഹാഭാരതത്തിലെ കുന്തിയുടെ മക്കൾ എങ്ങനെ പാണ്ഡുവിന്റെ മക്കളാകും എന്ന് സംശയിക്കുന്നവർക്ക് മനുസ്മൃതി വഴി കാട്ടും.)

സായിപ്പ് പേരിട്ട് ഉണ്ടാക്കിയെടുത്ത ഹിന്ദുമതത്തിന് അംഗീകരിക്കപ്പെട്ട നിയമപുസ്തകം ഉണ്ടെന്നും അത് മനുസ്മൃതിയാണ് എന്നു തീരുമാനിച്ചതും സായിപ്പാണ്. മുസ്ലീംകൾക്ക് നേരത്തെതന്നെ ശരിയത്ത് നിയമമുണ്ട്. ഭരണാവശ്യങ്ങൾക്ക് ഹിന്ദുക്കൾക്കും അങ്ങനൊന്ന് ഉണ്ടായിരിക്കും അഥവാ ഉണ്ടാകണം എന്ന് അവർ തീരുമാനിച്ചാണ് ഈ പുസ്തകം സർ വില്ല്യം ജോൺസ് തർജ്ജമ ചെയ്യുന്നത്. അതാതു കാലത്ത് പ്രാദേശികമായുള്ള നാട്ടുനടപ്പുകളും, കീഴ്വഴക്കങ്ങളും എഴുതി വച്ചതാണ് ധർമ്മശാസ്ത്രം എന്ന സ്മൃതികൾ. (മറ്റു പുരുഷാർത്ഥങ്ങളെ സംബന്ധിക്കുന്ന പുസ്തകങ്ങളുണ്ട്. അർത്ഥശാസ്ത്രം, കാമശാസ്ത്രം ഒക്കെ) ധർമ്മശാസ്ത്രം അനുസരിച്ച് നാട്ടുനടപ്പുകൾ ഉണ്ടായോ, അതോ പ്രാദേശികമായ നാട്ടുനടപ്പുകൾ ഓരോരോ ധർമ്മശാസ്ത്രങ്ങളുടെ ഭാഗമായതാണോ എന്നത് ചർച്ച ചെയ്യേണ്ട വിഷയമാണ്. ഇരുപതോ, മുപ്പതോ വ്യത്യസ്ത സ്മൃതികൾ ഉണ്ട്. അവകൾ തമ്മിലും, നേരത്തെ പറഞ്ഞപോലെ മനുസ്മൃതിയുടെ തന്നെ ലഭ്യമായ അൻപതോളം പ്രതികൾ തമ്മിൽ പോലും പല

കാര്യങ്ങളിലും അഭിപ്രായ ഐക്യമില്ല. അതായത് സ്മൃതികൾ എല്ലാം പ്രാദേശികമായ നിയമങ്ങളാണ്. എല്ലായിടത്തും പ്രാബല്യമുള്ള നിയമങ്ങളല്ല.

മുസ്ലിം ഭരണകാലത്ത് നൂറ്റാണ്ടുകളോളം പ്രയോഗത്തിൽ ഇല്ലായിരുന്ന സ്മൃതിഗ്രന്ഥങ്ങളിൽ ഒന്നായ മനുസ്മൃതിയുടെ ഒരു പഴയ പതിപ്പ് (കൽകട്ട മാനുസ്ക്രിപ്റ്റ്) മാത്രമാണ് ഹിന്ദുക്കളെ മൊത്തം ബാധിക്കുന്ന നിയമം എന്നു സായിപ്പ് പ്രഖ്യാപിക്കുന്നതിനു മുൻപ് കാലാനുസൃതം പരിഷ്കരിക്കപ്പെട്ടിരുന്ന നിയമങ്ങൾ വിശേഷിച്ചും സ്ത്രീകളെ സംബന്ധിക്കുന്ന നിയമങ്ങൾ കുറേക്കൂടി ഭേദമായിരുന്നു എന്ന് ചരിത്രകാരന്മാർ അഭിപ്രായപ്പെടുന്നുണ്ട്.[16]

അക്കാലത്തെ ബ്രാഹ്മണരുടെ ആഗ്രഹചിന്തകൾ പ്രതിഫലിക്കുന്ന ഒരു മാനിഫെസ്റ്റോ (പ്രകടനപത്രിക) ആയിരുന്നു മനുസ്മൃതി എന്നതിനപ്പുറം യാതൊരു പ്രസക്തിയും ഇല്ലാതിരുന്ന ഒരു പുസ്തകമാണ് മനുസ്മൃതി. ദൈവീകനിയമങ്ങളുടെ സംഹിതയായിരുന്നു, പുരാതന കാലം മുതൽക്കു തന്നെ പ്രാബല്യത്തിലുള്ള ഒരു നിയമപുസ്തകമായിരുന്നു എന്നൊന്നും പറയാനുള്ള തെളിവുകൾ ഇല്ല.

ബുദ്ധ ഗ്രന്ഥങ്ങളിലൊന്നും ജനങ്ങൾ അനുസരിക്കേണ്ടുന്ന ഏതെങ്കിലും ധർമ്മശാസ്ത്ര ഗ്രന്ഥങ്ങൾ ഉണ്ടായിരുന്നതായി ഒരു സൂചന പോലും ഇല്ല. ഒന്നുകിൽ അത്തരം നിയമങ്ങൾ പ്രബല്യത്തിൽ ഉണ്ടായിരുന്നില്ല, അല്ലെങ്കിൽ ശൂദ്രർക്കും, അവർണർക്കുമെതിരെ ഉണ്ടായിരുന്ന അത്തരം നിയമങ്ങൾ ഉണ്ടായിരുന്നത് ബുദ്ധൻ മനഃപ്പൂർവ്വം കണ്ടില്ലെന്നു നടിച്ചു. എന്തായാലും ബുദ്ധൻ അധഃസ്ഥിതരെ പരിഗണിച്ചു എന്ന വാദം നിലനിൽക്കില്ല. ബുദ്ധൻ എല്ലായിടത്തും ബ്രാഹ്മണ, ക്ഷത്രീയ, വൈശ്യരെ മാത്രമെ തന്റെ പ്രബോധനങ്ങളിൽ അഭിസംബോധന ചെയ്യുന്നുള്ളൂ. ശൂദ്രരോ, പഞ്ചമരോ അവിടെയെങ്ങും ഉള്ളതായി പോലും ഭാവിക്കുന്നില്ല എന്നത് ശ്രദ്ധേയമാണ്. കൂത്തദന്ത സുത്തയിൽ ഒരു രാജാവ് ബുദ്ധന്റെ അനുഗ്രഹാശിസ്സുകളോടെ നടത്തുന്ന ഒരു യാഗത്തിൽ പങ്കെടുക്കാൻ ക്ഷണിക്കപ്പെട്ടവർ ബ്രാഹ്മണ, ക്ഷത്രീയ, വൈശ്യർ മാത്രമാണ്.[17] (അംബേദ്ക്കറുടെ "ശൂദ്രമതം" ശൂദ്രരെയും, പഞ്ചമരെയും പറ്റി സൂചിപ്പിക്കുന്നു പോലുമില്ല.)

അംഗുത്തര നികായയിൽ ബുദ്ധൻ ജീവിതത്തിന്റെ ലക്ഷ്യം പഠിപ്പിക്കുന്ന സമയത്ത് ബ്രാഹ്മണ, ക്ഷത്രീയ, വൈശ്യരുടെ കാര്യം മാത്രമേ പറയുന്നുള്ളൂ.[18] ശൂദ്രരും, പഞ്ചമരും ഉള്ളതായോ, അവർക്കും ജീവിത ലക്ഷ്യങ്ങൾ ഉള്ളതായോ സൂചിപ്പിക്കുന്നു പോലുമില്ല. അടിമകൾക്കും,കടക്കാർക്കും ബുദ്ധമതത്തിൽ പ്രവേശനമില്ല എന്നും നമ്മൾ കണ്ടതാണ്. മുജ്ജന്മങ്ങളിലെ പുണ്യം മൂലം കിട്ടുന്ന പുതിയ ജന്മം

നല്ല ധനശേഷിയുള്ള ക്ഷത്രീയ, ബ്രാഹ്മണ, വൈശ്യരായി മാത്രമാണ് എന്നു നമ്മൾ അംഗുത്തര നിഖായയിലെ സംസപ്പാനിയ പര്യായ സുത്തയിൽ കണ്ടല്ലോ.[19] അവിടെയും ശൂദ്രരെയും, പഞ്ചമരെയും ബുദ്ധൻ പരിഗണിക്കുന്നുപോലുമില്ല. പുണ്യവാൻമാർ ശൂദ്രരായും, പഞ്ചമരായും ജനിക്കില്ല.

ബുദ്ധൻ ആവർത്തിച്ച് വ്യക്തമാക്കുന്ന ഒരു കാര്യം, ഏതൊരാൾക്കും ശ്രമണജീവിതം സ്വീകരിച്ച്, പഴയ കാലത്തെ ബ്രാഹ്മണനു തുല്യം ബഹുമാനം നേടാം എന്നാണ്. മുകളിൽ കണ്ട മധുരസുത്തയിലും പറയുന്ന കാര്യം ഇതാണ്. ബുദ്ധമാർഗ്ഗത്തിൽ പ്രവേശിച്ച ഭിക്ഷുവായാൽ ജന്മം ഏതു വർണ്ണത്തിലാണെങ്കിലും ബഹുമാനം കിട്ടും. ബ്രാഹ്മണരുടെ നിലയിലേക്ക് ഉയരാം. ഈ ജന്മത്തിലെ വർണ്ണം ജന്മനാ കിട്ടുന്നതാണെങ്കിലും, അടുത്ത ജന്മത്തിലെ വർണ്ണം അവനവനു തീരുമാനിക്കാനുള്ള അവസരവുമുണ്ട്. അടുത്ത ജന്മത്തിൽ ധനവാനായ ക്ഷത്രീയനോ, ബ്രാഹ്മണനോ, വൈശ്യനോ ആകാം. ഇതാണ് ബുദ്ധമതത്തിന്റെ സംഭാവന. ഉയർന്ന വർണ്ണങ്ങളിലേക്കു പ്രവേശിക്കാൻ ഒരു പിൻവാതിൽ. സ്മൃതികൾ പ്രകാരം പടിപടിയായി ഏഴു തലമുറ കൊണ്ടാണ് ബ്രാഹ്മണജന്മം കിട്ടുന്നത്. ബുദ്ധമാർഗ്ഗത്തിൽ ഈ ജന്മം ശ്രമണനായാൽ അടുത്ത ജന്മത്തിൽ ബ്രാഹ്മണ പദവിയിലെത്താം.

റാറ്റട്ടൂയി (ratatouille) എന്ന ഡിസ്നി അനിമേഷൻ ചിത്രത്തിൽ ഷെഫ് ഗുസ്താവ് പറയുന്ന പ്രശസ്തമായ ഒരു വാചകമുണ്ട്. ആർക്കും പാചകം ചെയ്യാം. (Anyone can cook) അതിന്റെ ശരിയായ അർത്ഥം ആർക്കും മികച്ച പാചകക്കാരനാകാം എന്നല്ല, ഒരു മികച്ച പാചകക്കാരന്റെ പാശ്ചാത്തലം എന്തുമാകാം, ഏതു സാഹചര്യത്തിൽ നിന്നും മികച്ച പാചകക്കാരനുണ്ടാകാം എന്നാണെന്നു കഥയിൽ പിന്നീട് നമ്മൾ മനസ്സിലാക്കുന്നു. ബുദ്ധൻ പറയുന്നതും സമാനമായ കാര്യമാണ്. ആർക്കും ബ്രാഹ്മണനാകാം എന്നാൽ എല്ലാവർക്കും ബ്രാഹ്മണനാകാം എന്നല്ല, "ശരിയായ" ബ്രാഹ്മണൻ ഏതു വർണ്ണത്തിലും ജനിക്കാം എന്നാണ് ബുദ്ധൻ അർത്ഥമാക്കുന്നത്.

തങ്ങളാണ് ഉയർന്ന വർണ്ണം എന്ന ബ്രാഹ്മണരുടെ അവകാശവാദം തകർത്തെറിഞ്ഞു കൊണ്ട് ആർക്കും കർമ്മം കൊണ്ടു ബ്രാഹ്മണനാകാം എന്ന ആശയം പ്രചരിപ്പിച്ച ബുദ്ധമതം ഒരു പൂർണ്ണ വൃത്തം പൂർത്തിയാക്കി തുടങ്ങിയിടത്തുതന്നെ തിരിച്ചു വന്നു എന്നതാണ് രസം. ബ്രാഹ്മണനെ പൂജിക്കുന്നതിനു പകരം ബുദ്ധഭിക്ഷുവിനെ പൂജിക്കുക എന്നത് ഥേരാവാദയിലെങ്കിലും ആചാരമായി. ബുദ്ധമതത്തിൽ ഗൃഹസ്ഥനായ വിശ്വാസിക്ക് (ഉപാസകന്) സത്യത്തിൽ

വലിയ സ്ഥാനമൊന്നുമില്ല. ഭിക്ഷുക്കൾക്ക് ദാനങ്ങളും, സമ്മാനങ്ങളും നൽകി അവരെ സന്തോഷിപ്പിക്കുക എന്നതു മാത്രമാണ് ഒരു ഗൃഹസ്ഥൻ ചെയ്യേണ്ടതുള്ളൂ. സംഘത്തെ പരമപ്രധാനമായി കരുതി ഭിക്ഷുക്കളെ താലോലിച്ചു കൊണ്ടു നടക്കുക. അതാണ് ഈ സംഘം ശരണം ഗച്ഛാമി. അത്തരം ദാനങ്ങളിൽക്കൂടി കിട്ടുന്ന ക്രെഡിറ്റ് പോയിന്റുകളാണ് മരണശേഷം സ്വർഗ്ഗവാസവും, അടുത്ത ജന്മത്തിലെ ഉന്നത സ്ഥാനവും ഉറപ്പാക്കുന്നത്. ഏറ്റവും ആഭാസനും, വിവരം കെട്ടവനുമായ ഒരു ഭിക്ഷുവിന് ദാനധർമ്മങ്ങൾ ചെയ്താലും ഉപാസകന് അതിന്റെ ഫലം കിട്ടും. ദാനം കൊടുക്കുന്നതിലാണ് കാര്യം. അത് ആരു സ്വീകരിക്കുന്നു എന്നതിലല്ല. എത്ര കട്ടിയുള്ള വെള്ളവും അഴുക്ക് കഴുകിക്കളയുന്നപോലെ, തിളച്ച വെള്ളം പോലും തീ കെടുത്തുന്ന പോലെ ഒരു മോശം ഭിക്ഷുവിനു നൽകുന്ന ദാനം പോലും ഗൃഹസ്ഥന്റെ നില മെച്ചപ്പെടുത്തും എന്നാണ് മജ്ജിമ നികായയിൽ ബുദ്ധൻ പറഞ്ഞതായി ഉദ്ധരിച്ചുകൊണ്ട് മിലിന്ദ പ്രശ്ന പറയുന്നത്.[20] അതായത് ബുദ്ധമതം ആകെ ചെയ്തത് പൊതുജനം അതുവരെ പൂജിച്ചിരുന്ന ജന്മ ബ്രാഹ്മണനെ മാറ്റി ആ സ്ഥാനത്ത് ഏതു വർണ്ണത്തിൽ നിന്നും വരാവുന്ന ഭിക്ഷുവിനെ പ്രതിഷ്ഠിച്ചു എന്നതു മാത്രമാണ്. ഭക്തജനങ്ങൾക്ക് കഴുകിച്ചൂട്ട് നടത്താൻ വേറൊരു വിഭാഗം ആളുകളെ കിട്ടി എന്നല്ലാതെ വേറെ ഗുണമൊന്നും ഉണ്ടായില്ല.

ഒരു സാധാരണ ഗൃഹസ്ഥന് മതത്തിൽ എത്രതന്നെ അറിവുണ്ടായാലും, അയാൾ ബോധോദയത്തിന്റെ പാതയിലായാൽ പോലും, യാതൊരു അറിവും, ബോധവുമില്ലാത്ത ഭിക്ഷുവിനെക്കാൾ താഴെയായിരിക്കും അയാളുടെ സ്ഥാനം.[21] ഒരു ഗൃഹസ്ഥന് ബോധോധയമുണ്ടാകുന്നത് അത്ര എളുപ്പമല്ല, അഥവാ ബോധോദയം ഉണ്ടായാൽ തന്നെ അയാൾ ആ ദിവസം തന്നെ മരിക്കണം. അല്ലെങ്കിൽ അന്നുതന്നെ ഭിക്ഷുവാകണം.[22] അതാണ് ഭിക്ഷു എന്ന സ്ഥാനത്തിന്റെ പവർ. മിലിന്ദപ്രശ്നത്തിൽ ഇതു വ്യക്തമായി പറയുന്നുണ്ട്.

എത്ര വിവരം കെട്ടവനാണെങ്കിലും ഭിക്ഷുവിനെ ബഹുമാനിക്കുക. ജന്മനാ കിട്ടുന്ന ബ്രാഹ്മണ സ്ഥാനത്തിനു പകരം ആർക്കും ആ സ്ഥാനം പ്രാപ്യമാക്കി എന്നതാണ് ബുദ്ധമതം ചെയ്ത ഏക ഉപകാരം. രണ്ടായാലും ആ സ്ഥാനത്തിരിക്കാൻ എന്തെങ്കിലും മികവു വേണമെന്ന് ഒരു നിർബന്ധമില്ല. (ഏതാണ്ട് നമ്മുടെ ജനാധിപത്യം പോലെ. ഭരണാവകാശം പാരമ്പര്യമായി ലഭിച്ചിരുന്നതിനു പകരം ഇപ്പോൾ ആർക്കും (തത്വത്തിലെങ്കിലും) അഞ്ചു കൊല്ലം രാജാവായി വാഴാം. രണ്ടായാലും എന്തെങ്കിലും പ്രത്യേക കഴിവൊന്നും വേണമെന്നില്ല.)

ഥേരാവാദ ബുദ്ധമതത്തിൽ ഈ ഭിക്ഷുവിനെ ബഹുമാനിക്കൽ അഥവാ ഭിക്ഷുക്കൾ സ്വയം ബഹുമാനം പിടിച്ചു വാങ്ങൽ ഏതാണ്ട് കോമാളിത്തരത്തോളം എത്തുന്നുണ്ട്. എസ്. ധമ്മിക The broken Buddha- Critical Reflections on Theravada and a Plea for a New Buddhism എന്ന പുസ്തകത്തിൽ ഏതാണ്ട് അവിശ്വസനീയമാം വിധം അപഹാസ്യമായ ഒരു സംഭവം വിവരിക്കുന്നുണ്ട്. ഒരിക്കൽ തായ് ലൻഡിലെ ഒരു ഭിക്ഷു അസുഖബാധിതനായ ഒരു ഗൃഹസ്ഥനെ സന്ദർശിക്കുകയാണ്. അദ്ദേഹം വീടിന്റെ മുകൾ നിലയിലാണ് കിടക്കുന്നത്. ഭിക്ഷുവിന് മുകൾ നിലയിലെത്താൻ മുറിയുടെ നേരെ താഴെയുള്ള ഗോവണി ഉപയോഗിക്കണം. അതായത് താൽക്കാലികമായെങ്കിലും ഭിക്ഷു ഗൃഹസ്ഥനെക്കാൾ താഴ്ന്ന നിലയിലായിപ്പോകും. അതനുവദിക്കാനാകില്ല. ഒടുവിൽ ഭിക്ഷു ഒരു കോണി കൊണ്ടുവരീച്ച് അത് പുറംചുവരിൽ ചാരി അതിൽ കയറി ഒരു ജനൽ വഴി രണ്ടാം നിലയിൽ പ്രവേശിച്ചു.

ബുദ്ധിസ്റ്റ് രാജ്യങ്ങളിൽ ഒരു ഗൃഹസ്ഥന് ഒരു ബുദ്ധഭിക്ഷുവിനെ വീട്ടിലേക്കു ക്ഷണിക്കുക എന്നത് ഏതാണ്ട് ഒരു രാഷ്ട്രപതിയേയോ മറ്റോ വീട്ടിലേക്കു സ്വീകരിക്കുന്ന പോലെയാണ്. അതു മാതിരി പ്രൊട്ടോക്കോളുകളും, കീഴ്വഴക്കങ്ങളുമാണ്. ഭിക്ഷു വരുന്നതിനു മുൻപ് എങ്ങനെ പെരുമാറണം, എങ്ങനെ കുമ്പിടണം, എങ്ങനെ സംബോധന ചെയ്യണം എന്നതിനൊക്കെ പാഠങ്ങളും, റിഹേഴ്സലും ഉണ്ടാകും. ഭിക്ഷുവിനു ആരും ഷേക്ക്ഹാൻഡ് കൊടുക്കാൻ പാടില്ല. അത് അപമര്യാദയാണ്. നമസ്കാരവും, കുമ്പിടലും മാത്രമേ അംഗീകരിക്കപ്പെട്ടിട്ടുള്ളൂ. ഭിക്ഷുവിന് ഇരിക്കാൻ എല്ലാവരെക്കാളും ഉയർന്ന ഒരു കസേര റെഡിയാക്കിയിരിക്കണം. അദ്ദേഹത്തിന്റെ മുന്നിൽ ശബ്ദമടക്കിയല്ലാതെ മിണ്ടാൻ പാടില്ല. സ്ത്രീകൾ ഭിക്ഷുവിനെ സ്പർശിക്കാതിരികാൻ പ്രത്യേകം ശ്രദ്ധിക്കണം. നിങ്ങളുടെ കാലുകളോ, പിൻഭാഗമോ ഭിക്ഷുവിന്റെ നേർക്കു വരാൻ പാടില്ല. ഒരു വശത്ത് ഒതുങ്ങി നിൽക്കണം (ഈ അമ്പലത്തിലൊക്കെ നിൽക്കുന്നപോലെ). ഒപ്പം നടക്കാൻ പാടില്ല. കൂടെ നടക്കാൻ പാടില്ല. ഏതാനും അടി പുറകിൽ നടക്കണം. (പണ്ടത്തെ ഭാര്യമാർ ഭർത്താക്കൻമാരോടൊപ്പം നടക്കുന്ന പോലെ) എന്തും രണ്ടു കൈകൊണ്ടും കൊടുക്കണം. എന്തുകൊടുക്കുമ്പോഴും "സ്വീകരിച്ചാലും" എന്ന് പ്രത്യേകം പറയണം. ഗൃഹസ്ഥൻ ഭിക്ഷുവിന്റെ കൂടെയിരുന്നു ഭക്ഷണം കഴിക്കാൻ പാടില്ല. ഇതൊന്നും ബുദ്ധൻ പറഞ്ഞതാണ് അഥവാ വിനയയിൽ ഉള്ള നിയമങ്ങളാണ് എന്നൊന്നും പറയുന്നില്ലെങ്കിലും ഇതാണ് അവസ്ഥ. സംഘത്തിൽ ചേരുന്നവന് ആവശ്യമില്ലാത്ത തലക്കനം ഉണ്ടാകുന്ന തരത്തിലാണ് അതിന്റെ കെട്ടും മട്ടും.

അല്ലെങ്കിലും നിയമങ്ങളെ വളച്ചൊടിക്കാനും, ഇഷ്ടപ്രകാരം വ്യാഖ്യാനിക്കാനും ബുദ്ധഭിക്ഷുക്കളെ കഴിഞ്ഞേ ആളുള്ളൂ. ഈ ആധുനിക കാലത്തു പോലും ഇവരുടെ അഹിംസാ നാട്യങ്ങൾക്ക് ഒട്ടും കുറവില്ല. കണ്ണടച്ച് ഇരുട്ടുണ്ടാക്കാനുമുള്ള ഇവരുടെ അസാമാന്യ മെയ്‌വഴക്കം അത്ഭുതപ്പെടുത്തുന്നതാണ്. ഉദാഹരണത്തിന്, ഭിക്ഷുക്കൾ ഒരു തരം കൃമികീടങ്ങൾക്കും ജീവനാശം വരുത്തരുത് എന്നാണ് നിയമം. കിണറ്റിൽനിന്ന് വെള്ളം കോരി തലയിലൊഴിക്കുന്നതിനു മുൻപ് വെള്ളത്തിൽ വല്ല ജീവികളും ഉണ്ടോ എന്ന് വിശദമായി പരിശോധിക്കണം എന്നാണ് ഭിക്ഷുക്കൾ പാലിക്കേണ്ട ഇരുനൂറ്റി ഇരുപത്തേഴ പതിമോഘ (Patimokkha) നിയമങ്ങളിൽ പറയുന്നത്. (എല്ലാ ഭിക്ഷുക്കളും ഇത്തരം ആവശ്യങ്ങൾക്കായി സ്ഥിരമായി ഒരു അരിപ്പ കൊണ്ടുനടക്കണം.) കൃമികീടങ്ങൾക്കു പോലും ജീവനാശം വരുത്തുന്നത് കുമ്പസാരിക്കേണ്ട ഗൌരവമുള്ള തൊണ്ണൂറ്റിരണ്ടു പസിറ്റിയ (Pacittiya) തെറ്റുകളിൽ പെട്ടതാണ്.[23]

എസ്. ധമ്മിക എഴുതിയ The broken Budha- Critical Reflections on Theravada and a Plea for a New Buddhism എന്ന പുസ്തകത്തിൽ ശ്രീലങ്കയിലെ ഒരു ബുദ്ധമഠത്തിൽ കണ്ട രസകരമായ ഒരു അനുഭവം വിവരിക്കുന്നുണ്ട്. ഒരിക്കൽ അവിടെയുള്ള ഒരു ഭിക്ഷുവിനു വയറ്റിൽ വിര ബാധയുണ്ടായി. അറിഞ്ഞുകൊണ്ട് മരുന്നു കഴിച്ച് വിരയെ കൊല്ലാൻ പാടില്ല. വേറൊരാളോട് വിരയെ കൊല്ലാനുള്ള സഹായം ചോദിക്കാനും പാടില്ല. പിന്നെന്തു ചെയ്യും? ഇത്തരം പ്രശ്നങ്ങൾ കൈകാര്യം ചെയ്യാൻ സന്യാസ മഠത്തിൽ ആളുണ്ട്. ഭിക്ഷു ഇത്തരം പ്രശ്നങ്ങൾ കൈകാര്യം ചെയ്യാൻ ചുമതലയുള്ള ആളോട് വിരബാധയുള്ളതായി സൂചിപ്പിക്കുന്നു. (സഹായം ചോദിക്കുകയല്ല, അയാൾക്ക് കാര്യം മനസ്സിലാകുന്ന രീതിയിൽ സൂചനകൾ കൊടുക്കുകയാണ് ചെയ്യുക.) അയാൾ വിരമരുന്നിന്റെ കുപ്പിയിലെ ലേബൽ ഇളക്കിക്കളഞ്ഞ്, അതേപോലുള്ള വേറെ അഞ്ചാറു കുപ്പികളിൽ വെള്ളവും നിറച്ച് ഭിക്ഷുവിന്റെ മുറിയിൽ വയ്ക്കുന്നു. ഭിക്ഷു അത് ഓരോന്നായി എല്ലാം കുടിച്ചു തീർക്കുന്നു. കുപ്പിയിൽ മരുന്നുണ്ട് എന്നോ, അത് ഏതു കുപ്പിയിലാണെന്നോ ഭിക്ഷുവിന് "അറിയില്ല." അതുകൊണ്ട് മരുന്നു കുടിച്ച് വിര ചത്താലും ഭിക്ഷുവിനെ പാപം ബാധിക്കില്ല. എങ്ങനേണ്ട് സൂത്രം? ആധുനിക ശാസ്ത്രത്തിലെ ഡബിൾ ബ്ലൈൻഡ് സ്റ്റഡി കണ്ടുപിടിച്ചത് ഇവരായിരിക്കണം.

ഇത് ഒറ്റപ്പെട്ട സംഭവമൊന്നുമല്ല എന്ന് എസ്. ധമ്മിക പറയുന്നു. നിയമങ്ങൾ വളച്ചൊടിക്കാനുള്ള ഇത്തരം വളഞ്ഞ വഴികൾ വിവരിക്കുന്ന ധാരാളം പുസ്തകങ്ങൾ തന്നെ ഭിക്ഷുക്കളുടെ വകയായി ഉണ്ട്.

ഇതുപോലെ വിവരം കെട്ട മറ്റൊരു നിയമമാണ് ഒരു ഭിക്ഷു മണ്ണിൽ കുഴിയെടുക്കാൻ പാടില്ല എന്നത്. പസിറ്റിയ പത്താം നിയമം പറയുന്നത് അങ്ങനെയാണ്.(24) വേറൊരാളോട് കുഴി വെട്ടാൻ ആവശ്യപ്പെടാനും പാടില്ല. ഇതിനെയും മറികടക്കാൻ അവർക്ക് വഴികളുണ്ട്. വല്ല ചെടിയോ മറ്റോ നടാൻ ഒരു കുഴി വേണ്ട ഭിക്ഷു ആംഗ്യത്തിലൂടെയോ, സംസാരത്തിലൂടെയോ മറ്റോ അത് സൂചിപ്പിക്കും. ഒരു കുഴി ഉണ്ടായിരുന്നെങ്കിൽൽ........ എന്നോ മറ്റോ ആത്മഗതം ചെയ്യാം. അതുപോലെ തോട്ടത്തിലെ പുല്ല് വെട്ടാനോ, അതു ചെയ്യാൻ വേറൊരാളോട് ആവശ്യപ്പെടാനോ അഹിംസാ നിയമം അനുവദിക്കുന്നില്ല.[25] അതിനാൽ "ഹോ, പുല്ലിന്റെ ഒരു വളർച്ച കണ്ടില്ലേ?" എന്ന് ആശ്ചര്യം കൂറാം. കേൾക്കുന്നവനു കാര്യം പിടികിട്ടും. ഒരു മരക്കൊമ്പ് മുറിക്കണമെങ്കിൽ, നല്ല വലിയ കൊമ്പാണല്ലോ, ഇത് വഴി തടസ്സപ്പെടുത്തുന്നുണ്ടല്ലോ എന്നോ മറ്റോ മറ്റേയാൾ കേൾക്കെ പറയാം. ഇതു കേൾക്കുന്ന സഹായി ആ കാര്യം നടത്തും. ഭിക്ഷു ഹിംസ ചെയ്യാൻ ആരോടും പറഞ്ഞിട്ടില്ലല്ലോ. അതുകൊണ്ട് അദ്ദേഹത്തെ പാപം ഏശുകയുമില്ല. ഇവർ ആരെ പറ്റിക്കാനാണ് ഈ ശ്രമിക്കുന്നത്?

നാലു പേർ കേട്ടാൽ ചിരിക്കുന്ന ഇത്തരം കോമാളിത്തരങ്ങൾ ധാരാളമുണ്ട്. മറ്റൊരു പതിമോഘ നിയമ പ്രകാരം ഭിക്ഷു രോഗിയല്ലെങ്കിൽ നിന്നുകൊണ്ട് മലമൂത്ര വിസർജ്ജനം നടത്താൻ പാടില്ല എന്നാണ്.[26] അതായത് വിദേശ രാജ്യങ്ങളിൽ ജീവിക്കുന്നവർക്ക് വെസ്റ്റേൺ യൂറിനലുകൾ ഉപയോഗിക്കാൻ പറ്റില്ല. പിന്നെ ഏക മാർഗ്ഗം സ്വയം രോഗിയായി പ്രഖ്യാപിക്കുകയാണ്. രോഗിയാണെങ്കിൽ നിന്നും, നടന്നുമൊക്കെ കാര്യം സാധിക്കാം. അതുപോലെ ഒരു ഭിക്ഷു പണം തൊടാൻ പാടില്ല എന്നാണ് വിനയ നിയമം അനുശാസിക്കുന്നത്. ഭിക്ഷുക്കൾ അത് അക്ഷരാർത്ഥത്തിൽ പാലിച്ചുകൊണ്ട് പണം "കൈകൊണ്ട്" തൊടില്ല. അത് ഒരു കവറിലിട്ടു വാങ്ങും. പണം കൈകാര്യം ചെയ്യാൻ ചെറിയൊരു ചവണ കൊണ്ടുനടന്നിരുന്ന ഒരു ഭിക്ഷുവിനെക്കുറിച്ച് എസ്. ധമ്മിക പറയുന്നുണ്ട്. ചിലർ പണം കൈകാര്യം ചെയ്യാൻ പ്രത്യേകം കണക്കപിള്ളമാരെ നിയമിക്കും. എന്തു വന്നാലും പണം "കൈകൊണ്ടു തൊടില്ല".

എസ്. ധമ്മിക ആധുനിക കാലത്തെ ഭിക്ഷു ജീവിതത്തെ വരച്ചു കാട്ടുന്നത് ഇങ്ങനെയാണ്. "സ്വന്തമായി ഒന്നും ചെയ്യാതെ-അഥവാ ചെയ്യാൻ അനുവദിക്കാതെ, മറ്റുള്ളവർ അവരുടെ ഏതാണ്ട് എല്ലാ ആവശ്യങ്ങളും നിറവേറ്റും. അവർ ഒരു പണിയും ചെയ്യുന്നില്ല. അന്നത്തിനുള്ള വക സ്വയം കണ്ടെത്തുന്നില്ല. അവർ ആഗ്രഹിച്ചാൽ

പോലും അടുക്കള കൃഷി ചെയ്യുകയോ, മഠത്തിന്റെ അറ്റകുറ്റപ്പണികൾ ചെയ്യുന്നതോ പോയിട്ട്, സ്വന്തമായി ഒരു കപ്പ് ചായ പകരാനോ, ഭക്ഷണപാത്രം എടുക്കാനോ പോലും അവർക്ക് സാധിക്കില്ല. അവർക്ക് വേണ്ടതെല്ലാം മറ്റുള്ളവർ ചെയ്തു കൊടുക്കണം". ഇങ്ങനെ മേലനങ്ങാതെയുള്ള കുശാലമായ ഭക്ഷണം മൂലമാകാം ശ്രീലങ്കൻ ഭിക്ഷുക്കളുടെ ഇടയിൽ പ്രമേഹരോഗികളുടെ നിരക്ക് അസാധാരണമാം വിധം ഉയർന്നിരിക്കുന്നത് എന്ന് എസ്. ധമ്മിക സൂചിപ്പിക്കുന്നു. തായ്‌ലാൻഡിൽ ഭിക്ഷു ജീവിതം ഉപേക്ഷിക്കുന്നവർ പറയുന്ന പ്രധാന കാരണം ബോറടിയാണെന്ന് ആന്ത്രോപ്പോളജിസ്റ്റായ ജെ.സി. ഇംഗർസോളിന്റെ ഒരു പഠനത്തെ ഉദ്ധരിച്ചുകൊണ്ട് എസ്. ധമ്മിക പറയുന്നു. ഒരാൾക്ക് ദിവസം എത്ര സമയം ഒന്നും ചെയ്യാതെ വെറുതെയിരിക്കാൻ കഴിയും? ഉറങ്ങിത്തീർക്കുന്നതിനൊക്കെ ഒരു പരിധിയില്ലേ?

ബുദ്ധൻ വ്യക്തമായി നിരോധിച്ച തൊഴിലുകളിൽ ഒന്നാണ് അടിമവ്യാപാരം. ഭിക്ഷുക്കൾ ഒരിക്കലും അടിമയെ ദാനമായി സ്വീകരിക്കാൻ പാടില്ല. അതിനും ഇവർ വഴി കണ്ടെത്തി. അടിമയെ "ജോലിക്കാരൻ" എന്നു വിളിക്കും. ജോലിക്കാരനെ നിർത്താൻ പാടില്ല എന്ന് ബുദ്ധൻ പറഞ്ഞിട്ടില്ലല്ലോ. മജ്ജിമ നികായയുടെ വ്യാഖ്യാനത്തിൽ ബുദ്ധഘോഷൻ തന്നെ പറയുന്ന സൂത്രമാണ് ഇത്. പിൽകാലത്ത് അടിമയെ മോചിപ്പിക്കൽ ഒരു പുണ്യപ്രവർത്തിയായി പ്രഖ്യാപിച്ചതോടെ ബുദ്ധവിഹാരങ്ങൾക്ക് അടിമകളെ സ്വീകരിക്കാൻ എളുപ്പമായി. മോചിപ്പിക്കാൻ അടിമകൾ വേണമല്ലോ. ഏതെങ്കിലും ഗൃഹസ്ഥൻ സ്വന്തം ഭാര്യയേയും, മക്കളെയും ഒരു ദിവസം ആശ്രമത്തിലേക്ക് അടിമകളായി നൽകും. വൈകുന്നേരമാകുമ്പോൾ അയാൾ പണം നൽകി അവരെ തിരിച്ചു മേടിക്കും. ഈ ഏർപ്പാടിൽ എല്ലാവർക്കും ലാഭം മാത്രമേ ഉള്ളൂ. ഗൃഹസ്ഥന് അടിമകളെ നൽകിയതിന്റേയും, അവരെ മോചിപ്പിച്ചതിന്റേയും പുണ്യം, അയാളുടെ ഭാര്യക്കും, മക്കൾക്കും ഭിക്ഷുക്കളെ സേവിച്ചതിന്റെ പുണ്യം, ആശ്രമത്തിനു ധാരാളം പണവും. നഷ്ടം ഈ കാട്ടിക്കൂട്ടലുകൾ കഴിഞ്ഞ് വൈകുന്നേരം അടിമ നാട്യക്കാർ പോയിക്കഴിഞ്ഞാൽ ശരിക്കും പണിയെടുത്ത് നടുവൊടിയുന്ന, ആരും തിരിച്ചു മേടിക്കാനില്ലാത്ത യഥാർത്ഥ അടിമകൾക്കു മാത്രം.

നമ്മുടെ ക്ഷേത്രങ്ങളിൽ കാണുന്ന "നടക്കിരുത്തൽ" എന്ന ആചാരം വന്നതും ഇങ്ങനെ വിഹാരങ്ങളിൽ അടിമയെ സ്വീകരിക്കുന്ന ആചാരത്തിന്റെ തുടർച്ചയാകാം. മറ്റുള്ള ക്ഷേത്രാചാരങ്ങളെല്ലാം ബുദ്ധമതത്തിന്റെ ക്രെഡിറ്റിലാണല്ലോ. ഇതും അവർ എടുത്തോട്ടെ.

ദേവദാസി സമ്പ്രദായം പോലും ഇങ്ങനെ വന്നതാകാം. ബുദ്ധൻ നീചരായി കണക്കാക്കുന്നവരിൽ ഒന്ന് അമ്പലം വൃത്തിയാക്കുന്ന ജോലി ചെയ്യുന്നവരാണ് എന്ന് കർമ്മസിദ്ധാന്തം വിവരിക്കുന്ന ഭാഗത്തു പറഞ്ഞിരുന്നു. (ചണ്ഡാളർ, മുള നെയ്ത്തുകാർ,നായാടികൾ, കൊല്ലൻമാർ ഇവരാണ് മറ്റുള്ളവർ. പുഗ്ഗലോ സുത്ത-സംയുക്ത നിഖായ)

ബർമ്മയിലെ പഗോഡ അടിമകൾ (pagoda slaves) പാരമ്പര്യ അടിമകളാണ്. അവിടത്തെ ഒരു അധഃകൃത വിഭാഗം. (ബ്രാഹ്മണരുടെ അടിച്ചമർത്തൽ ഇല്ലാതെയും അധഃകൃതരുണ്ടാകാം.) ശ്രീലങ്കയിലെയും, കംബോർഡിയയിലെയും ബൗദ്ധ ആശ്രമങ്ങളിൽ പത്തൊൻപതാം നൂറ്റാണ്ടുവരെ അടിമകൾ ഉണ്ടായിരുന്നു. ഒടുവിൽ ഇത് നിർത്തലാക്കിയത് ബുദ്ധമതത്തിന്റെ പ്രേരണ കൊണ്ടായിരുന്നില്ല. ക്രിസ്ത്യൻ മിഷനറിമാരുടെ ശ്രമഫലമായിരുന്നു. ഇപ്പോൾ അടിമവ്യാപാരം ഇല്ലെങ്കിലും തായ് ലാൻഡിലെ വേശ്യാലയങ്ങൾക്ക് പെൺകുട്ടികളെ പിടിച്ചു കൊടുക്കുന്ന, അതിന്റെ വിഹിതം പറ്റുന്ന സന്യാസിമഠങ്ങളേയും ഭിക്ഷുക്കളേയും കുറിച്ച് നേരത്തെ സൂചിപ്പിച്ചിരുന്നു.

ശ്രദ്ധേയമായ ഒരു കാര്യമുള്ളത് ബുദ്ധമതത്തിൽ ഉടനീളം കരുണയെയും, സ്നേഹത്തെയും കുറിച്ച് അനവധി സങ്കീർണ്ണമായ നിർവ്വചനങ്ങളും, അതിന്മേലുള്ള ജീരകം തൊലികളയുന്ന മട്ടിലുള്ള ചർച്ചകളും ഉണ്ടെങ്കിലും, എവിടെയും ആരോടെങ്കിലും യഥാർത്ഥത്തിൽ സ്നേഹമോ, കരുണയോ കാണിക്കുന്ന സംഭവങ്ങൾ ഇല്ല എന്നതന്നെ പറയാം. ഥേരാവാദ ബുദ്ധമതത്തിൽ സ്നേഹവും, കരുണയും ഭക്തജനങ്ങൾ ഭിക്ഷുക്കളോടു കാട്ടേണ്ട കാര്യമാണ്. ഭിക്ഷുക്കളോട് ബഹുമാനപുരസ്സരം പെരുമാറുക, അവരെ ആനയിച്ചു കൊണ്ടുനടക്കുക, അവരെ തീറ്റിപ്പോറ്റുക. ഏറ്റവും വലിയ പുണ്യപ്രവർത്തി അതാണ്.

ബൗദ്ധ സാഹിത്യത്തിൽ ഭിക്ഷുക്കൾക്ക് തീറ്റിയും, വിലപിടിപ്പുള്ള സമ്മാനങ്ങളും നൽകാൻ സ്വന്തം മക്കളെ അടിമയാക്കി വിറ്റ ഭക്തരുടെ കഥകൾ ഉണ്ടെങ്കിലും, ഏതെങ്കിലും ഭക്തൻ (ബുദ്ധഭിക്ഷുവും) ഏതെങ്കിലും അശരണന് എന്തെങ്കിലും സഹായം ചെയ്തതിന്റെയോ, സാധുക്കൾക്ക് അന്നദാനം നടത്തിയതിന്റെയോ, രോഗികൾക്ക് ആശ്വാസം നൽകിയതിന്റെയോ കഥകൾ കാണാനാകില്ല. നേരത്തെ അശോക ചക്രവർത്തിയുടെ കാര്യം ചർച്ച ചെയ്യുമ്പോൾ ഇത് സൂചിപ്പിച്ചിരുന്നു. അശോകൻ ചെയ്ത ഒരൊറ്റ ജനോപകാരപ്രവർത്തികളെയും കുറിച്ച് ബൗദ്ധഗ്രന്ഥങ്ങളിൽ ഒരു സൂചന പോലുമില്ല.

നമ്മൾ അതെല്ലാം അറിയുന്നത് ശിലാശാസനങ്ങൾ വഴിയാണ്. ഭിക്ഷുക്കളെ താലോലിച്ച കാര്യം മാത്രമേ അവരുടെ ഗ്രന്ഥങ്ങളിൽ കാണൂ, അതും പരമാവധി അതിശയോക്തിപരമായി. ഒരാളുടെ നന്മ അയാൾ ഭിക്ഷുക്കൾക്ക് എത്രമാത്രം സഹായം ചെയ്തു എന്നതു മാത്രമാണ്. ഥേരാവാദയിലെങ്കിലും സ്നേഹവും, കരുണയും ഗൃഹസ്ഥർ ഭിക്ഷുക്കളോടു കാട്ടേണ്ട കാര്യമാണ്. നിങ്ങളുടെ നിർവ്വാണത്തെയും, പുനർജന്മത്തെയും ബാധിക്കുന്ന ഏക കാര്യം അതുമാത്രമാണ്. ഭിക്ഷുക്കൾ നിങ്ങളുടെ ദാനം സ്വീകരിക്കുന്നതുതന്നെയാണ് അവർ കാണിക്കുന്ന ഏറ്റവും വലിയ കരുണ.

ബുദ്ധൻ പരിനിർവ്വാണത്തിനു മുൻപ് അവസാനമായി ശിഷ്യർക്കു നൽകുന്ന ഒരു ഉപദേശമുണ്ട്. "അവനവന്റെ വിളക്കാകുക" അല്ലെങ്കിൽ അവനവനു വെളിച്ചമാകുക എന്നാണ് ആ ഉപദേശത്തെ നമ്മൾ കേട്ടിട്ടുള്ളത്. ഇവിടെ "ദീപ" എന്ന പാലി വാക്കാണ് "വിളക്ക്" അല്ലെങ്കിൽ വെളിച്ചം എന്നു തർജ്ജിമ ചെയ്യപ്പെടുന്നത്. എന്നാൽ ആ വാക്ക് "ദ്വീപ" എന്നാണെന്നും ദ്വീപ് എന്നാണ് ബുദ്ധൻ ഉദ്ദേശിച്ചത് എന്നും പറയുന്നവരുണ്ട്. ശരിയായ ബുദ്ധഭിക്ഷുക്കൾ അത് ദ്വീപ് ആണെന്ന അഭിപ്രായക്കാരാണ്. ഒരു ഭിക്ഷു ഒരു ദ്വീപു പോലെ ഒറ്റപ്പെട്ട് അവനവന്റെ നിർവ്വാണം മാത്രം മുന്നിൽകണ്ടു ജീവിക്കുക. ബുദ്ധന്റെ അധ്യാപനങ്ങളുമായി ശരിക്കും യോജിക്കുന്നത് ഈ വായനയാണ്. നല്ല പച്ചയായ സ്വാർത്ഥത തന്നെ.

വിനയപിടകത്തിൽ വയറിളക്കം ബാധിച്ച ഒരു ഭിക്ഷുവിന്റെ കഥയുണ്ട്. വയറിളക്കം പിടിച്ച് അവശനായ ഈ ഭിക്ഷുവിനെ മറ്റു ഭിക്ഷുക്കൾ സഹായിക്കാനോ, ശുശ്രൂഷിക്കാനോ തയ്യാറായില്ല. ബുദ്ധൻ കാരണം അന്വേഷിച്ചപ്പോൾ, അതുകൊണ്ട് തങ്ങൾക്കെന്താണ് നേട്ടം എന്നാണ് അവർ ചോദിച്ചത്. ഒടുവിൽ ബുദ്ധൻ തന്നെ ഈ ഭിക്ഷുവിനെ കഴുകി വൃത്തിയാക്കി, വേണ്ട സഹായങ്ങൾ ചെയ്തു. (വിനയ IV 301) എസ്. ധമ്മിക വിചിത്രമായ ഒരു കാര്യം പറയുന്നുണ്ട്. ഥേരാവാദ രാജ്യങ്ങളിൽ രണ്ടായിരം വർഷങ്ങൾക്കുള്ളിൽ ബുദ്ധന്റെ അസംഖ്യം ജീവചരിത്രങ്ങൾ, കഥകളുടെ സമാഹാരങ്ങൾ, ബുദ്ധനെക്കുറിച്ചുള്ള കവിതകൾ, താത്വിക ഗ്രന്ഥങ്ങൾ ഒക്കെ ഉണ്ടായിട്ടുണ്ട്. എന്നാൽ ഒരൊറ്റ ഇടത്തു പോലും ബുദ്ധന്റെ കാരുണ്യപൂർവ്വമുള്ള ഈ പ്രവർത്തിയെക്കുറിച്ച് പറഞ്ഞിട്ടില്ല...!!.. (വായനക്കാരിൽ എത്രപേർ ഈ കഥ കേട്ടിട്ടുണ്ട്?) മിൻഗൺ സായഡോ (Mingun Sayadaw- പ്രശസ്തനായ ഒരു ബർമ്മീസ് ബുദ്ധമത പണ്ഡിതൻ) എഴുതിയ രണ്ടായിരത്തി എഴുന്നൂറോളം പേജുകളുള്ള ബുദ്ധന്റെ ജീവചരിത്രത്തിൽ പോലും ഈ സംഭവം പറയുന്നില്ല. തായ് ലാൻഡ്,

ബർമ്മ, ശ്രീലങ്ക എന്നിവിടങ്ങളിലെ ബുദ്ധവിഹാരങ്ങൾ ബുദ്ധന്റെ കഥകൾ പറയുന്ന ചുവർ ചിത്രങ്ങളും കൊണ്ട് സമ്പന്നമാണ്. ഒരൊറ്റ ഇടത്തു പോലും ഈ സംഭവം ചിത്രീകരിച്ച കണ്ടിട്ടില്ല എന്ന് എസ്. ധമ്മിക പറയുന്നു. ഒരു സാധാരണക്കാരനോടു കരുണ കാട്ടുന്നതിന് മതത്തിൽ അത്രയേ സ്ഥാനമുള്ളൂ. മതം ആചരിക്കുന്നത് അവനവന്റെ നിർവ്വാണത്തിനാണ്.

പറഞ്ഞപോലെ സ്വന്തം നിർവ്വാണത്തെ സഹായിക്കാത്ത ഒരു സഹായവും ഒരു ഭിക്ഷു ആർക്കും ചെയ്യാറില്ല. എസ്. ധമ്മിക ബൈബിളിലെ നല്ല ശമര്യാക്കാരന്റെ കഥയുടെ ബൗദ്ധ ലോകത്തെ ഒരു പാരഡി അവതരിപ്പിക്കുന്നുണ്ട്. വഴിയിൽ മുറിവേറ്റു കിടന്ന യഹൂദനെ അതുവഴി പോയ പുരോഹിതനും, ലേവ്യക്കാരനും തിരിഞ്ഞുനോക്കാതിരുന്നപ്പോൾ ശമര്യാക്കാരൻ ആ യഹൂദനെ സഹായിച്ചു എന്നാണല്ലോ കഥ. ഈ കഥ ബുദ്ധമത രാജ്യത്താണെങ്കിൽ ആദ്യം വരുന്ന ബുദ്ധഭിക്ഷു മുറിവേറ്റവനെ തിരിഞ്ഞു നോക്കില്ല. കാരണം വിനയയിലെ ഏതെങ്കിലും നിയമങ്ങൾ തെറ്റിയാലോ? മാത്രമല്ല ഭക്ത ജനങ്ങളിൽ നിന്ന് ദാനം സ്വീകരിക്കാനുള്ള സമയവുമായി. അത് വൈകാൻ പാടില്ല. (ഉച്ചക്കു മുൻപ് ഭക്ഷണം കഴിച്ചിരിക്കണം. ഉച്ചതിരിഞ്ഞ ശേഷം ഒന്നും കഴിക്കാൻ പാടില്ല എന്നാണ് നിയമം.) അടുത്തതായി ബുദ്ധമതത്തിലെ ധ്യാന രീതികൾ പരിശീലിക്കുന്ന ആൾ വരുന്നു. മുറിവേറ്റ് സഹായത്തിനായി കേഴുന്ന ആളെ നോക്കി അയാൾ കൈകൾ കൂപ്പി, പുഞ്ചിരിച്ചു കൊണ്ട് താങ്കൾക്കു സുഖമായിരിക്കട്ടെ എന്ന് ആശംസിച്ചുകൊണ്ട് കടന്നു പോകുന്നു. അടുത്തതായി വരുന്ന ഒരു ഭക്ത വിചാരിക്കുന്നത് ഇങ്ങനെയാണ്. "ഇയാളെ സഹായിച്ചാൽ കുറച്ചു ക്രെഡിറ്റ് പോയന്റുകൾ കിട്ടിയേക്കാം. എന്നാൽ ആ സമയം കൊണ്ട് ഭിക്ഷുക്കളെ ശുശ്രൂഷിച്ചാൽ അതിന്റെ ആയിരം ഇരട്ടിയെങ്കിലും ക്രെഡിറ്റ് പോയന്റുകൾ കിട്ടും". തന്റെ നിർവ്വാണത്തേയും, പുനർജ്ജന്മത്തേയും സഹായിക്കുക ഭിക്ഷുക്കളുടെ ശുശ്രൂഷയാണ്. അവരും തിരക്കിട്ടു നടന്നു പോകുന്നു.

ആൽബെർട്ട് ഷ്വൈറ്റ്സർ ബുദ്ധമതത്തിന്റെ പ്രധാന പോരായ്മയായി പറഞ്ഞത് അത് കരുണയും, സ്നേഹവും, ചിന്തയിൽ മാത്രമായി ഒതുക്കുന്നു എന്നാണ്. (gedanken mitleid-'thought compassion) മേലനങ്ങാതെയിരുന്ന് മൂക്കറ്റം ഭക്ഷണവും കഴിച്ച് ലോകത്തിലെ പട്ടിണിപ്പാവങ്ങളെക്കുറിച്ച് സ്നേഹത്തോടെയും, കരുണയോടെയും ചിന്തിക്കുക. സ്നേഹത്തെയും കരുണയേയും കുറിച്ച് താത്വിക അവലോകനങ്ങൾ ചമയ്ക്കുകയല്ലാതെ സ്നേഹവും, കരുണയും പ്രവർത്തിയിൽ കാണിക്കാൻ ഭിക്ഷുക്കളെ കിട്ടില്ല. ചുരുങ്ങിയ പക്ഷം

ഥേരാവാദയിലെങ്കിലും ഇതാണ് സ്ഥിതി. ഥേരാവാദ രാജ്യങ്ങളെല്ലാം ആഭ്യന്തര യുദ്ധങ്ങളും, പട്ടിണിയും മൂലം വലയുകയാണെങ്കിലും, യുദ്ധക്കെടുതികൾ മൂലം ബുദ്ധിമുട്ടുന്നവരെയോ, അവിടത്തെ പട്ടിണിപ്പാവങ്ങളെയോ സഹായിക്കുന്ന ഏതെങ്കിലും ബുദ്ധിസ്റ്റ് സംഘടനകളെക്കുറിച്ച് ആരെങ്കിലും കേട്ടിട്ടുണ്ടോ? എന്നാൽ ഇവിടയെല്ലാം, സ്വർണ്ണം പൊതിഞ്ഞ പടുകൂറ്റൻ ബുദ്ധ പ്രതിമകളും, അതിസമ്പന്നമായ ബുദ്ധ വിഹാരങ്ങളും കാണുകയും ചെയ്യാം. അപ്പോൾ ആളും, അർത്ഥവും ഇല്ലായ്കയല്ല പ്രശ്നം.

മറ്റെല്ലാ മതങ്ങളെയും പോലെതന്നെ സ്വന്തം ശരീരത്തെയും, ഇഹലോകത്തെയും വെറുക്കുക എന്നതുതന്നെയാണ് ബുദ്ധമതത്തിന്റെയും ലക്ഷ്യം. ബുദ്ധന്റെ അധ്യാപനങ്ങൾ അൽപമെങ്കിലും ബാക്കിയുള്ള "ഒറിജിനൽ" ബുദ്ധമതം ഥേരവാദ ആണെന്നും മഹായാന പോലുള്ളവ പിന്നീട് വന്ന കലർപ്പാണെന്നും വിശ്വസിക്കുന്ന സാധുക്കൾക്ക് ഇതൊക്കെ അവിശ്വസനീയമായി തോന്നാം. യാഥാർത്ഥത്തിൽ ഹിന്ദുമതത്തിൽ നിന്നുള്ള അംശങ്ങൾ സ്വീകരിച്ച മഹായാനമാണ് കൂടുതൽ പുരോഗമനകരം എന്നു പോലും പറയേണ്ടിവരും.

മറ്റെല്ലാ മതത്തിന്റെ കാര്യത്തിലെന്ന പോലെ ബുദ്ധമതത്തിലും നല്ല ആളുകൾ ഉള്ളത് അവർ മതം അനുസരിക്കുന്നകൊണ്ടല്ല, മതം പൂർണ്ണമായി അനുസരിക്കാത്തതുകൊണ്ടാണ്. ഭൂരിഭാഗം വിശ്വാസികളും ഭിക്ഷുക്കൾക്കുള്ള ദാനങ്ങളും, ചില്ലറ പൂജകളുമൊക്കെയായി ജീവിക്കുന്നു. ജീവിതത്തെ വെറുക്കാനുള്ള ധ്യാനവും മറ്റും ശകലം ബോധമുള്ളവർ ഒഴിവാക്കും. (ഒരുപക്ഷേ ഹിന്ദു മതത്തിനും കൂടി മാത്രം അവകാശപ്പെടാൻ സാധിക്കുന്ന ഒന്നാണത്. മതം ആചരിക്കുന്നത് അവനവനു തോന്നുന്നിടത്ത് അവസാനിപ്പിക്കാം.) എസ്. ധമ്മിക ശ്രീലങ്കയിലെ ബുദ്ധമതക്കാരുടെ ഇടയിലെ ഒരു തമാശ പറയുന്നുണ്ട്. "ഒരു മാസം കണ്ടുബോഡയിലെങ്കിൽ, ആറു മാസം അംഗോഡയിൽ". കണ്ടുബോഡ അവിടത്തെ അറിയപ്പെടുന്ന ഒരു ധ്യാന കേന്ദ്രവും, അംഗോഡ മാനസികരോഗ കേന്ദ്രവുമാണ്.

ലോകത്തെ മിക്ക ആളുകളും അന്യരോട് ദയയും സ്നേഹവും പ്രകടിപ്പിക്കുന്നവരാണ്. അവർക്ക് അത്യാവശ്യ സഹായങ്ങൾ ചെയ്യുന്നവരാണ്. ബുദ്ധമതം ആചരിക്കുന്നതു കൊണ്ട് അന്യരെ സ്നേഹിക്കുന്നവരുടെ എണ്ണം ഒട്ടും കൂടിയിട്ടില്ല. ബുദ്ധമതം ആചരിക്കാത്തതു കൊണ്ട് അവരുടെ എണ്ണം കുറഞ്ഞിട്ടുമില്ല.

റെഫറൻസ്:

(2) Venerable sir, there are four castes. They are warrior, Brahmin, one of the common grade and slaves. Great king of these four castes, two are thought to be superior, that is the warrior and Brahmin castes, in the matter of revering, paying attention, clasping hands as respect, and to associate with respect. (Kannakatthala Sutt-Majjhima nikaya)

(2) As householders to gain a livelihood

Count all pursuits legitimate and good,

So Brahmins now in our degenerate day

Will gain a livelihood in any way. (Bhuridatta Jataka No. 543)

(3) Let him avoid (in anger) to lay hold of (his own or other men's) hair, or to strike (himself or others) on the head. (Manusmriti 4:83)

If he lays hold of the hair (of a superior), let the (king) unhesitatingly cut off his hands, likewise (if he takes him) by the feet, the beard, the neck, or the scrotum.(Manusmriti 8:283)

(4) descended from a family of unbelievers, men void of faith. His mother and father, his sisters and brothers, the bondswomen and bondsmen, the hired servants and dependents in the house. (Dilemma 46- Milinda Panha)

(5) His (Agrammes', i. e., the last Nanda's) father (i. e., the first Nanda) was in fact a barber, scarcely staving off hunger by his daily earnings, but who, from his being not uncomely in person, had gained the affections of the queen, and was by her influence advanced to too near a place in the confidence of the reigning monarch. Afterwards, however, he treacherously murdered his sovereign ; and then, under the pretence of acting as guardian to the royal children, usurped the supremo authority, and having put the young princes to death begot the present king." (McCrindle, The Invasion of India by Alexander)

(6) "What do you think of this, sire? If prosperity attended a sudra in the form of property or herds or silver or gold, could he have another sudra who would get up earlier than he, go to bed later, be zealous in his master's service, study his comfort, and speak with affection? Could he have a kshatriya, a brahmin, and a vaisya who would behave similarly?"

"Yes, he could, Kaccana."

"What do you think of this, sire? If the case be so, are those four castes exactly equal, or not? Or how does it strike you?"

"Undoubtedly, Kaccana, if the case be so, those four castes are exactly equal. I perceive no difference, sir, between them herein."(Madhura Sutta-Majjhima -Nikaya)

(7) "For the following reason also, sire, it may be known to be mere empty words

to make the statement among people that 'the brahmins are the best caste . . . . (etc. down to) . . . . heirs of Brahma'- What do you think of this, sire? In the case of there being a kshatriya who should break into houses, or loot, or commit burglary, or become a highwayman, or commit adultery;--if your people brought such a kshatriya prisoner before you, saying, 'Here is your robber and malefactor, sire, inflict on him such punishment as you will,'--what would you do to him?"

"I would have him executed, or burnt, or exiled, or dealt with according to his deserts. And why, Kaccana? Because, sir, he loses his former style of 'kshatriya,' and is reckoned naught but a 'robber.'"

"What do you think of this, sire? In the case of there being a brahmin, or a vaisya, or a sudra who committed like crimes and was similarly brought before you, what would you do to such?"

"I would have him executed, or burnt, or exiled, or dealt with according to his deserts. And why, Kaccana? Because, sir, he loses his former style of 'sudra,' and is reckoned naught but a 'robber.'"

"What do you think of this, sire? If the case be so, are these four castes exactly equal, or not? Or how does it strike you?"

"Undoubtedly, Kaccana, if the case be so, those four castes are exactly equal. I perceive no difference, sir, between them herein." (Madhura Sutta-Majjhima -Nikaya)

(8) Those of Brahman caste and learned in the Vedas as well as asceties shall only be subjected to espionage. (Arthashasthra 4.8)

(9) The face of a Brahman convict shall be branded so as to leave a mark indicating his crime:--the sign of a dog in theft, that of a headless body in murder; that of the female part (bhaga) in rape with the wife of a teacher, and that of the flag of vintners for drinking liquor. After having thus branded to a wound and proclaimed hiscrime in public, the king shall either banish a Brahman offender or send him to the mines for life.(Arthashasthra 4.8)

(10) Any person who aims at the kingdom, who forces entrance into the king's harem, who instigates wild tribes or enemies (against the king), or who creates disaffection in forts, country parts, or in the army shall be burnt alive from head to foot. If a Brahman does similar acts, he shall be drowned. (Arthashasthra 4.11)

(11) Then a brahman youth, a merchant youth, a laborer youth would come along—trained, practiced, disciplined, drilled, fearless, unterrified, not cowardly, not quick to flee. Would take you him on? Would you have any use for a man like that?"

"Yes, lord, I would take him on. I would have use for a man like that."

As a king intent on battle would hire a youth in whom there are archery skills, persistence, and strength, and not, on the basis of birth, a coward; so, too, you should honor a person of noble conduct, wise, in whom are established composure and patience, even though his birth may be lowly. (Issattha Sutta -Samyuktha Nikaya)

(12) "But, brahmin, does the whole world agree in this with the brahmins when they declare these four kinds of services?" "No, master Gotama." "Suppose, brahmin, there were a person, poor, owning nothing, needy, and one were to force on him a morsel that he does not want, saying,'Come now, my man, you must eat this meat, and you must pay its price, too! Even so, brahmin, the brahmins, have no consent of the recluses and brahmins, and yet they declare these four kinds of services! (Esukari Sutta-Majjhima Nikaya)

(13) But, indeed, brahmin, should it be the better for him on account of the service, not the worse as a result of the service, then I do say that he should serve that one. (Majjhima Nikaya Esukari Sutta)

(14) Indeed, one of the great surprises of my editorial work has been to discover how few of the over fifty manuscripts that I collated actually follow the vulgate in key readings. (The law code of Manu -Patrick Olivelle)

(15) In (a case of) theft the guilt of a Sudra shall be eightfold, that of a Vaisya sixteenfold, that of a Kshatriya two-and-thirtyfold,That of a Brahmana sixty -fourfold, or quite a hundredfold, or (even) twice four-and-sixtyfold; (each of them) knowing the nature of the offence. (Manusmriti 337-338)

(16) The colonial takeover by the British during the 17th and 18th century had more negative than positive affects on women's rights in the Indian subcontinent. Although they managed to outlaw widow burning, female infanticide and improve age of consent, scholars agree that overall women's legal rights and freedoms were restricted during this period.The British abolished local custom laws in favor of separate religious codes for Hindus and Muslims which had harsher treatment of women. These religious codes lead to women having poorer rights when it came to landholding, inheritance, divorce, marriage and maintenance. (Smith, Bonnie G -The Oxford Encyclopedia of Women in World History)

(17) "King Mahavijita is making a great sacrifice, but he has not invited his Khattiyas, his advisers and counselors, the most influential Brahmins and wealthy householders." But such words would not be in accordance with the truth, since the King has invited them. (Kutadanta Sutta-Digha Nikaya)

(18) "Master Gotama, what is the aim of khattiyas? What is their quest? What is their support? What are they intent on? What is their final goal?" "Wealth, brahmin, is the aim of khattiyas; their quest is for wisdom; their support is ppwer; they are intent on territory; and their final goal is sovereignty."

"But, Master Gotama, what is the aim of brahmins? What is their quest? W hat is their support? What are they intent on? What is their final goal?" "Wealth, brahmin, is the aim of brahmins; their quest is for wisdom; the Vedic hymns are their support; they are intent on sacrifice; and their final goal is the brahma world ."

"But, Master Gotama, what is the aim of householders? What is their quest? What is their support? What are they intent on? What is their final goal?" "Wealth, brahmin, is the aim of householders; their quest is for wisdom; their craft is their support; they are intent on work; and their final goal is to complete their work."......

"It's astounding and amazing, Master Gotama! Master Gotama knows the aim, quest, support, intent, and final goal of khattiyas, brahmins, householders, women, thieves, and ascetics. Anguttara Nikaya (6:52)

(19) "He does not crawl with his body; he does not crawl with his speech; he does not crawl with his mind. His bodily action is straight; his verbal action is straight; his mental action is straight; his destiny is straight; his rebirth is straight. Furthermore, bhikshus, for one whose destiny is straight, I say, there is either of two destinies, that is, utter bliss in the heavens, or in high kshatriya families of great halls, or brahmin families of the great halls, house lord families of great halls, of great wealth, with great treasures, abundant in gold, silver and money, wealthy, with great treasures, great in goods and means, abundant in riches and grains. Such indeed it is, bhikshus, a being's rebirth is due to the being [to his past]. As he acts, so he is reborn. When reborn, sense-contacts touch him. So I say, bhikshus, "Beings are heirs to karma." (Samsappaniya Pariyaya Sutta-Anguttara Nikaya)

(20) Even, O king, when thoroughly fallen, a guilty Samana yet sanctifies the gifts of the supporters of the faith--just as water, however thick, will wash away slush and mud and dirt and stains--just as hot, and even boiling water will put a mighty blazing fire out--just as food, however nasty, will allay the faintness of hunger. For thus, O king, hath it been said by the god over all gods in the most excellent Magghima Nikaya in the chapter "On gifts:"

"Whene'er a good man, with believing heart,
Presents what he hath earned in righteousness
To th' unrighteous,--in full confidence
On the great fruit to follow the good act--
Such gift is, by the giver, sanctified."
(Milinda panha-257)

(21) "Venerable Nagasena, it was said by the Blessed One: "For it is the Dhamma, O Vasettha, which is 'the best in the world,' as regards both what we now see, and what is yet to come." But again (according to your people) the devout layman who has entered the Excellent Way, for whom the possibility of rebirth in any place of woe has passed away, who has attained to insight, and to whom the doctrine is known, even such a one ought to salute and to rise from his seat in token of respect for, and to revere, any member of the Order, though a novice, and though he be unconverted.(Milinda panha-162)

(22) "And moreover, O king, you may know by this fact the greatness and the peerless glory of the condition of the Bhikkhus--that if a layman, a disciple of the faith, who has entered upon the Excellent Way, should attain to the

realisation of Arahatship, one of two results must happen to him, and there is no other--he must either die away on that very day, or take upon himself the condition of a Bhikkhu. For immovable, O king, is that state of renunciation, glorious, and most exalted--I mean the condition of being a member of the Order!" (Milinda panha-164)

(23) Should any bhikkhu knowingly pour water containing living beings, or have it poured, on grass or on clay, it is to be confessed. (Pacittiya 20)

(24) Should any bhikkhu dig soil or have it dug, it is to be confessed. (Pacittiya 10)

(25) The damaging of a living plant is to be confessed. (Pacittiya11)

(26) *A bhikku should train himself thus: If I am not sick...*
I will not defecate or urinate while standing.
I will not defecate, urinate or spit on green vegetation.
I will not defecate, urinate or spit into water.
(Sekhiyavatta 73)

ത്രിപിടകങ്ങൾ:

Anguttara Nikaya translated by Bhikku Bodhi
Samyutta Nikaya translated by Bhikku Bodhi
Digha Nikaya translated by Maurice Walshe
Vinayapitaka translated by I.B Horner
http://www.sacred-texts.com/bud/index.htm
https://www.accesstoinsight.org/index.html
http://www.tipitaka.net/tipitaka/dhp/index.php
https://suttacentral.net/
https://obo.genaud.net/backmatter/indexes/sutta/sutta_toc.htm
http://www.buddha-vacana.org/index.html

മറ്റു സഹായ ഗ്രന്ഥങ്ങൾ:

(1) Buddhist India by T.W. Rhys Davids
(2) Introduction to the history of Indian Buddhism by Eugene Burnouf
(3) The historical Buddha-the times life and teachings of the founder of Buddhism by H.W. Schumann
(4) Sanskrit Buddhist literature of Nepal by Rajendralala Mithra
(5) A History of Indian Buddhism- from sakyamuni to early Mahayana by Hirakawa akira, translated and Edited by Paul Groner
(6) Buddhism in India- challenging Brahmanism and caste by Gail Omvedt
(7) Taranatha's History of Buddhism in India Translated from

Tibetan by Lama. Chimpa, Alaka.Chattopadhyaya

(8) A history of Buddhist philosophy- Continuities and Discontinuities by David J. Kalupahana

(9) Buddhist Warfare- Edited by michael jerryson and mark juergensmeyer

(10) The essence of Buddhism by P. Lakshmi Narasu

(11) The gospel of Buddha by Paul Carus

(12) Discovery of India by Jawaharlal Nehru

(13) The Anthropology of eastern religions-Ideas, organizations, and constituencies by Murray J. Leaf

(14) Vajrasuci of Asvaghosha and the concept of varna-jathi through the ages by Ramesh Bharadwaj

(15) India as reflected in the Divyavadana by Kalpana Upreti

(16) Ancient India: An Introductory Outline by DN Jha

(17) Society at the Time of the Buddha by Narendra K. Wagle

(18) Ashoka: The Search for India's Lost Emperor by Charles Allen

(19) Kautilya's Arthashastra:Translated into English by R. Shamasastry

(20) The history of India-Evidence of the laws of Manu on the social conditions in India during the third century AD by Shridhar V. Ketkar

(21) The two sources of Indian asceticism by Johannes Bronkhorst

(22) The penguin history of early india by Romila Thapar

(23) The broken Buddha: critical reflections on Theravada and a plea for new Budhism by S. Dhammika

(24) Ancient India as discribed by Megasthenes and Arrian by J.W McCrindle

(25) The life of Buddha and the early history of his order by W. Woodville Kookhill

(26) Studies in the Lankavatara Sutra by Daisetz Teitaro Suzuki

(27) Political history of ancient India by Hemachandra RayChaudhuri

(28) Vedic index of names and subjects by Arthur Anthony

Macdonell, Arthur Berriedale Keith

(29) The myth of holy cow by D.N Jha

(30) The wonder that was India by A.L Basham

(31) Alberuni's India translated by Dr. Edward C. Sachau

(32) The early history of India by Vincent A. Smith

(33) On Yuan Chwang's travels in India 629-645 AD Translated by Thomas Watters

(34) The Bhilsa topes or Buddhist monuments of central India by Alexander Cunningham

(35) Dharmasutras The law codes of ancient India by Patrick Olivelle

●

www.ingramcontent.com/pod-product-compliance
Lightning Source LLC
LaVergne TN
LVHW101354051026
849519LV00005BC/1528